நேற்றைய காற்று
யுகபாரதி

நேர்நிரை

யுகபாரதி

யுகபாரதி, தஞ்சாவூரைப் பூர்வீகமாகக் கொண்டவர். கணையாழி, படித்துறை ஆகிய இதழ்களின் ஆசிரியக் குழுவில் ஆறு ஆண்டுகளுக்கு மேல் இலக்கியப் பங்களிப்புச் செய்தவர். தொடர்ந்து இரண்டு முறை சிறந்த கவிதை நூலுக்கான தமிழக அரசின் விருதைப் பெற்றவர்.

இதுவரை பத்து கவிதைத் தொகுப்புகளும் பத்து கட்டுரைத் தொகுப்புகளும் தன்வரலாற்று நூல் ஒன்றும் எழுதியுள்ளார். இந்நூல், இவருடைய பதினொன்றாவது கட்டுரைத் தொகுப்பு. வெகுசனத் தளத்திலும் தீவிர இலக்கியத் தளத்திலும் ஒருசேர இயங்கிவரும் இவருடைய திரை உரையாடல்கள் குறிப்பிட்டுச் சொல்லத்தக்க கவனத்தைப் பெற்று வருகின்றன.

திரைமொழியையும் மக்கள் மொழியையும் நன்கு உணர்ந்த இவர், ஏறக்குறைய ஆயிரம் திரைப் பாடல்களுக்குமேல் எழுதியிருக்கிறார். இவரே இன்றைய தமிழ் சினிமாவின் முன்னணிப் பாடலாசிரியர்.

விலை: ரூ. 500/-
ISBN : 978 819 458 983 9

நேற்றைய காற்று
© யுகபாரதி

* முதல் பதிப்பு: மார்ச் 2019
வெளியீடு : **நேர்நிரை**, 181, இரண்டாம் தளம், சி.வி.ராமன் தெரு, ராமகிருஷ்ணா நகர், ஆழ்வார்திருநகர், சென்னை - 600 087. அலைபேசி : 98411 57958 * பக்கம் : 496, முகப்பு ஓவியம்: சந்தோஷ்நாராயணன், பின் அட்டை ஒளிப்படம் : பாலாஜி, வடிவமைப்பு : தமிழ் அலை, சென்னை - 600 086.

Netraiya Kaatru
© yugabharathi

* First Edition: March 2019

* Published by **Nehrnirai**, Second Floor, 181, C.V.Raman Street, Ramakrishna Nagar, Alwarthirunagar, Chennai - 87. Cell: 9841157958

* E-mail: yugabhaarathi@gmail.com, *Pages: 496, Cover Painting : SanthoshNarayanan, Back Wrapper Photo: Balaji, Designs : Tamil Alai, Chennai - 86

பெரியோரை வியத்தலும் தகுமே

யுகபாரதி

கடந்துவிடக்கூடியதே காலம். எனினும், அக்காலங்களை மீட்டுத்தரும் வல்லமை திரைப்பாடல்களுக்கு உண்டு. எங்கேயோ எப்போதோ கேட்ட ஒரு திரைப்பாடலைச் சில ஆண்டுகளுக்குப் பின் திரும்பக்கேட்கையில், முதல்முறை கேட்ட இடத்திற்கும் சூழலுக்கும் அப்பாடல் அழைத்துச்செல்லும் அதிசயத்தை எல்லோரும் உணர்ந்திருக்கிறோம். வாழ்வின் அரிய சந்தர்ப்பங்கள் அத்தனையிலும் நம் நிழலின் நிழலாகத் திரைப்பாடல்களே தொடர்ந்துவருகின்றன. அதுமட்டுமல்ல, புதிய காற்றையும் புதிய வெளிச்சத்தையும் நமக்குள் பரவவிடும் திரைப்பாடல்கள், மார்க்கண்டேய மகிமை கொண்டவை. நரையோ மூப்போ அவற்றுக்குக் கிடையவே கிடையாது.

எல்லாத் தருணங்களிலும் அவை தம் நிறத்தையும் குணத்தையும் ஒரே மாதிரியே வைத்துக்கொள்கின்றன. நேரத்திற்குத் தக்கவாறு தம்முடைய இயல்புகளை அவை மாற்றிக்கொள்வதில்லை. உருக்குலைந்த சமயங்களில் உந்தியெழவும், உற்சாகமான வேளைகளில் நம்மை நாம் உணர்ந்துகொள்ளவும் திரைப்பாடல்களே உதவுகின்றன.

யுகபாரதி □ 5

பாடல்களை மரபாகவும் வாழ்வியல் முறையாகவும் கொண்ட சமூகம் நம்முடையது. எனவேதான், பண்பாட்டு விழுமியங்களைப் பாதுகாக்கும் கேடயமாகப் பாடல்களைக் கருதுகிறோம். பழந்தமிழ் இலக்கியத் திரட்சியைத் திரைப்பாடல்களில் எதிர்பார்ப்பதுகூட அதனால்தான். பொதுவாக, பாடல்களின் துணையில்லாமல் ஒரு நல்ல நாளையோ கெட்ட நாளையோ நம்மால் யோசிக்க முடிந்ததில்லை. திரைப்பாடல்களுக்கு நாம்தரும் முக்கியத்துவத்தை அவற்றை எழுதிய ஆசிரியர்களுக்கும் வழங்குகிறோமா என்பதுதான் இந்நூலுக்கான அடித்தளம்.

ஒருவிதத்தில் இந்நூல், “பெரியோரை வியத்தலும் இலமே” என்கிற சங்கப்பாடல் வரிக்குச் சற்றே முரணானது. எப்படியெனில், இந்நூலில் முழுக்க நான் எனக்கு முன்னே திரைப்பாடல் எழுதிய ஆசிரியர்களை ஆச்சர்யத்துடன் அணுகியிருக்கிறேன். வியத்தலும் ரசித்தலுமே படைப்புக்கான ஆதார மையம் என்பதால், அவற்றை நோக்கியே இந்நூல் ஆக்கப்பட்டிருக்கிறது. “நேற்றைய காற்று” என்னும் தலைப்பில், கல்கி வார இதழில் சில ஆண்டுகளுக்கு முன் நான் எழுதிய தொடர் கட்டுரைகளின் தொகுப்பே இந்நூல்.

ஆனாலும், தொடராக வெளிவந்தபோது பத்திரிகைக்கே உரிய பக்க நெருக்கடியால் விரிவாகவும் ஆழமாகவும் எழுதமுடியாமல் போனது. அவசரகதியில் எழுதப்பட்ட அக்கட்டுரைகளை வாசித்த பலரும் அவற்றிலிருந்த நல்ல அம்சங்களைக் குறிப்பிட்டு, விரித்து எழுதும்படி வேண்டிக்கொண்டனர். சமயம் வாய்க்கும்போது செய்யலாம் என்றிருந்த நிலையில், திரைப்பாடல் வாய்ப்புகள் குவியத் தொடங்கின. அங்கேயும் இங்கேயும் நகரமுடியாத பணி நெருக்கடியில், சேகரித்த தகவல்களைக் கட்டுரைகளாக எழுதும் சூழல் அமையவில்லை.

வேறு ஏதேனும் ஒரு பத்திரிகையில் தொடராக எழுதினால் வேகமாக எழுதிவிடலாம் என முயன்றேன். ஆனபோதும், அம்முயற்சிகள் சித்திக்கவில்லை. காரணம், திராவிட இயக்கப் பின்புலத்தையும் இடதுசாரி சிந்தனைகளையும் ஏற்ற அல்லது மறுத்த பாடலாசிரியர்களைக் குறித்தே நான் எழுத எண்ணியதால், என் எழுத்துகளைக் கத்தரிக்காமல் வெளியிட

நடுநிலை வார இதழ்களோ மாத இதழ்களோ முன்வரவில்லை. "வெறுமனே ரசனையை எழுதுங்கள். அரசியல் வேண்டாமே" என்று அவர்கள் நாகரிகமாக எழுப்பிய தடுப்புச்சுவர்களைத் தகர்ப்பதற்குள் போதும் போதும் என்றாகிவிட்டது. ஒருகட்டத்தில் எழுதி என்ன ஆகப்போகிறது என்னும் நிலைக்குத் தள்ளப்பட்டேன். ஆய்வாளர்களும் வரலாற்று ஆசிரியர்களும் தூக்கவேண்டிய சுமையை நாம் ஏன் சுமக்கவேண்டும் என்றும் விட்டுவிட்டேன்.

திரைத்துறைக்கு வெளியே உள்ள அரசியலைப் பட்டவர்த்தனமாக எழுதியவர்களும் எழுதுபவர்களும் பாடலாசிரியர்கள் மட்டுமே. மிகக் குறைந்த வரிகளில் அவர்கள் மட்டுமே சமூக அரசியலையும் சமூகநீதியையும் திரைமொழியாக்கி மக்கள் மத்தியில் உலவவிட்டவர்கள்; உலவவிடுபவர்கள். "மிகக் குறைந்த வரிகளில்" என்னும் தொடர் கவனிக்கத்தக்கது. கூடுதலாக மற்றொரு விஷயமுமிருக்கிறது, திரைத்துறையில் பாடலாசிரியர்களே மொழிசார்ந்தும் இனம்சார்ந்தும் சிந்திக்கக் கூடியவர்கள்.

மொழியறியாத ஒருவர் இசையமைப்பாளராக ஆகலாம். இனமறியாத ஒருவர் இயக்குநராக ஆகலாம். ஆனால், தமிழைப் பிழையற அறியாதவர்களோ தமிழினத்தைப் பற்றிய புரிதல் இல்லாதவர்களோ பாடலாசிரியராக ஆகமுடியாது. இப்போது எழுதிக்கொண்டிருப்பவர்கள் இனம்குறித்தும் மொழிகுறித்தும் என்ன அபிப்ராயங்களைக் கொண்டிருக்கிறார்கள் என்பது அவரவரைப் பொறுத்தது. நான் அதற்குள் தலையைநீட்டி, தேவையற்ற சர்ச்சைகளுக்கு ஆளாக ஆசைப்படவில்லை.

நாற்பதுகளின் இறுதியிலிருந்து இன்றுவரை திரைப்பாடல்கள் மொழிக்காகவும் இனத்துக்காகவும் குரல்கொடுத்து வந்திருக்கின்றன. தேச விடுதலையைப் பாபநாசம் சிவனும் மதுரகவி பாஸ்கரதாஸூம் வலியுறுத்தியிருக்கின்றனர். திராவிட இயக்கத்தை வளர்த்தவர்களில் உடுமலை நாராயணகவியும் பாரதிதாசனும் முக்கியமானவர்கள். இடதுசாரிகளில் கம்பதாசனும் பட்டுக்கோட்டை கல்யாணசுந்தரமும் வர்க்கப் போராட்டத்திற்கு வார்த்தைகளை அளந்தவர்கள். அதற்குப் பின்னால் கண்ணதாசன், வாலி என்னும் பெரும்பட்டியல்

யுகபாரதி □ 7

நீள்கிறது. ஆக, சமகால அரசியலை பிரதிபலித்த திரைப்பாடல்களையும் அவற்றின் ஆசிரியர்களையும் மேலோட்டமாகப் பார்ப்பதில் பயனில்லை. வீசவேண்டிய காற்று நேற்றைய காற்றாகி இருந்தாலும், வேகமாக வீசவேண்டிய கட்டாயமிருக்கிறது.

பத்திரிகைகளில் இக்கட்டுரைகளை எழுதியிருந்தால், இத்தனை சுதந்திரத்துடனும் காத்திரத்துடனும் எழுதியிருப்பேனா என்பது சந்தேகம். பக்க நெருக்கடி என்னும் பெயரில், அந்நிறுவனங்கள் என் முதுகுத் தண்டை முறித்திருக்கலாம். ஆள்பவர்க்கோ ஆண்டவர்க்கோ அஞ்சக்கூடிய பத்திரிகையதிபர்களின் பக்கவாட்டு மூளை, முழுப்பக்க விளம்பரத்திற்கு ஆறு பக்கங்களை அர்ப்பணிப்பது. இந்நூலை இத்தனை விரைவாகக் கொண்டுவரக் காரணம், சென்ற ஆண்டு நடைபெற்ற சென்னைப் புத்தகக் கண்காட்சி.

வருடம் தவறாமல் புத்தகக் கண்காட்சி போகும் நான், சென்ற முறையும் போயிருந்தேன். அப்போது எதேச்சையாக என் கண்ணில்பட்ட ஒருநூல், பாடலாசிரியர்களின் வரலாறைத் தப்பும் தவறுமாகச் சொல்லியிருந்ததை அறிய நேர்ந்தது. ஒரு பாடலை எழுத, ஒரு பாடலாசிரியன் எத்தகைய வாதைகளையும் வருத்தங்களையும் அடைகிறான் என்பதைக்கூட, பொருட்படுத்தாமல் போகிறபோக்கில் எழுதப்பட்டிருந்த அந்நூலின் தலைப்பையும், அந்த நூலாசிரியரின் பெயரையும் நழுவவிடுவதே நல்லது. அந்நூல் பல ஆண்டுகளுக்கு முன்பே வெளிவந்திருக்கிறது. அச்சிட்ட காலத்திலிருந்து அப்பிரதிகளை விற்க, சம்பந்தப்பட்ட பதிப்பாளர் பெரும்பாடுபட்டுவருவது தெரிந்தது. அதைவிட வேடிக்கை என்னவென்றால், ஒட்டுமொத்தத் திரைப்பாடல்களையும் ஒரே தரத்தில் அந்நூல் எடைபோட்டிருந்ததுதான்.

மூன்று நான்கு பிரபலமான பாடலாசிரியர்களைத் தவிர, அந்நூலை எழுதியவர்க்கு வேறு எவரையுமே தெரிந்திருக்கவில்லை. அத்தனைப் பாடல்களையும் அவருக்குத் தெரிந்தவர்கள் மட்டுமே எழுதியதுபோன்ற தோற்றத்தை ஏற்படுத்தியிருந்தார். மேலும், மேற்கோள்களாக அவர் எடுத்துக்காட்டிய பாடல்கள் பலவும் வேறு பாடலாசிரியர்களால்

8 □ நேற்றைய காற்று

எழுதப்பட்டவை. விழிப்புணர்வு அடையாதது மட்டுமல்ல, குறைந்தபட்ச தகவல்களைக்கூட தெரியாததும் அறியாமைதான். பொதுவெளியில் திரைப்பாடல்கள் மிகுதியாக கேட்கப்படுகின்றன. ஒரு தொலைக்காட்சி என்றில்லாமல் அத்தனைத் தொலைக்காட்சியிலும் பாட்டுப் போட்டிகள் நடத்தப்படுகின்றன. என்றாலும், “சிங்காரவேலனே தேவா” பாடலை எழுதியவர் கு.மா.பாலசுப்ரமணியம் என்பது எத்தனைப் பேருக்குத் தெரிகிறது? கே.டி. சந்தானம் எழுதிய “சிந்தனை செய் மனமே” பாடலை கண்ணதாசன் எழுதியதாகக் குறிப்பிடும் பாட்டுப்போட்டி நடுவர்களைப் பார்த்துப் பரிதாபப்படுவதைத் தவிர வேறு வழியில்லை.

முறையாக ஆவணப்படுத்தப்படாத திரைப்பாடல்களையும் அதன் ஆசிரியர்களையும் இந்நூலில் முடிந்தவரை கவனப்படுத்தியிருக்கிறேன். பாடல்களையும் அதன் பின்னணிகளையும் அரசியல் கண்கொண்டு பார்த்திருக்கிறேன். திராவிட இயக்கமும் தமிழரசுக் கழகமும் ஒன்றுக்கொன்று முரண்பட்டு நின்ற காலத்தில், எந்தப் பாடலாசிரியர் எதன் பக்கம் நின்றார் என்பதை விளக்கியிருக்கிறேன். பாடல்களின் வழியே அவர்கள் முன்னெடுத்த அரசியல் முயற்சிகளைச் சொல்லியிருக்கிறேன்.

இது, ஆய்வு நூலல்ல. ஆய்வுக்கான ஆரம்பத்தைத் தொடங்கிவைக்கும் நூல். பாடலாசிரியர்களின் கொள்கை சார்ந்த பற்றுதல்களையும் பிறழ்வுகளையும் இக்கட்டுரைகளில் ஓரளவு ஊகித்திருக்கிறேன். என் அனுபவத்திற்கும் அறிவுக்கும் எட்டிய விஷயங்களைக் கால வரையறையை வைத்துக் கணித்திருக்கிறேன். சுருங்கச்சொன்னால், திரைப்பாடல்களை அரசியல் பின்னணியுடன் அறிந்துகொள்ளவும் புரிந்துகொள்ளவும் இந்நூல் உதவுமென்பது என் நம்பிக்கை.

திரைத்துறையில் பாடலாசிரியராகவும் உரையாடல் ஆசிரியராகவும் இயங்கிவரும் நான், இந்நூலுக்காக மேற்கொண்ட பிரயத்தனங்கள் முக்கியமானவை. இசைவல்லுநர்களும் இசைவிமர்சகர்களும் செய்யவேண்டிய வேலையை, நான் என் தனிப்பட்ட ஆர்வத்தினாலும் ஆசையினாலும் செய்திருக்கிறேன். இக்கட்டுரைகளில் வரக்கூடிய செய்திகளும் சம்பவங்களும் பல்வேறு நூல்களிலும்

பத்திரிகைகளிலும் வெளிவந்தவையே. நானாக எதையும் இட்டுக்கட்டி எழுத எண்ணவில்லை. அடிப்படைத் தரவுகளில் பிழையிருப்பின் அதையும் கவனத்துடன் தவிர்த்திருக்கிறேன். சந்தேகத்திற்கு இடமில்லாமல் கிடைத்தத் தகவல்களை ஒருமுறைக்குப் பலமுறை சரிபார்த்தே நூல் முயற்சியில் ஈடுபட்டிருக்கிறேன்.

இன்றைய ஊடக உலகத்தில் தகவல்களைப் பெறுவது பெரிய விஷயமில்லை. ஆனால், கிடைத்த தகவல்கள் உண்மையானவையா என்பதில்தான் சிக்கல் இருக்கிறது. இந்தச் சிக்கலைத் தீர்க்க நான் பட்டபாடுகளைச் சொல்லவேண்டியதில்லை. திரைத்துறையில் பாடலாசிரியராக என்னை நான் நிலைநிறுத்திக் கொள்ள அவ்வகையான பாடுகளும் அவசியமே என்பதால், அதுகுறித்த மேலதிக சிரமங்களை விவரிக்க விரும்பவில்லை. இந்நூலில் இருபது திரைக்கவிராயர்களின் அகத்தையும் முகத்தையும் காட்டியிருக்கிறேன்.

எழுத எண்ணிய பாடலாசிரியர்களின் பாடல் தொகுப்புகளைப் பொன்.செல்லமுத்து, அகிலாவிஜயகுமார், ஜெ.அபுபக்கர் ஹனிபா கோ.நீலமேகம் ஆகியோரிடமிருந்து பெற்றிருக்கிறேன். தொடர்ந்து பல பாடலாசிரியர்களின் பாடல்களைத் தொகுக்கும் பணியில் அவர்கள் ஈடுபட்டுவருவது குறிப்பிடத்தக்கது. ‘இருபது திரைக்கவிராயர்களின் கதை’யென்று இந்நூலுக்குத் துணைத் தலைப்பிட்டதும், “அதுயென்ன கவிராயர்கள் என்கிறீர்கள். பாடலாசிரியர்கள் என்று சொன்னால் போதாதா?” என்று நெருங்கிய நண்பர்கள் கேட்டனர்.

கவிராயர் என்றால் உடுமலை நாராயணகவியையே குறிக்கும். திராவிட இயக்க ஆளுமைகளில் ஒருவரான அவரே, அரசியல் பாடல்களுக்கு அடிக்கல்லை நாட்டியவர். அவரைப் பின் தொடர்ந்தே ஏனைய பாடலாசிரியர்கள் வருவதால் திரைக்கவிராயர்கள் என்று குறித்திருக்கிறேன். மற்றபடி கவிராயர், கவியரசர், கவிராஜர், கவிப்பேரரசர், கவிச்சக்ரவர்த்தி, கவிசாம்ராட் போன்ற நாட்டாண்மைப் பட்டங்களில் எனக்கு மோகமோ நம்பிக்கையோ அறவே இல்லை. மக்களாட்சிக் காலத்திலும் அரசர்களாகத் தங்களை

அறிவித்துக்கொள்வதில் அப்படி என்னதான் கிடைக்கிறதோ? இந்நூலில் இடம்பெற்றுள்ள இருபதுபேரும் என்னை அவ்வப்போது ஊக்கியவர்கள். தங்கள் வரிகளிலும் நடத்தையிலும் ஈர்த்தவர்கள். இவர்கள் மட்டுமே ஆகச்சிறந்த பாடல்களை எழுதியிருக்கின்றனர் என்பது என் வாதமல்ல. ஏககாலத்தில் எழுதிக்கொண்டிருந்த இவர்களும் முன்னணிப் பாடலாசிரியர்களாக ஏன் கருதப்படவில்லை என்பதுதான் என் கவலை.

இந்த இருபதுபேரில் பாபநாசம் சிவன், பட்டுக்கோட்டை கல்யாணசுந்தரம், கண்ணதாசன், வாலி, வைரமுத்து ஆகியோர் இடம்பெறவில்லை. அதிகமும் அறியப்பட்ட அவர்களை எழுதுவதற்கு ஏராளமுண்டு. என்றாலும், அவையே அவர்களை நான் எழுதாமல் போகக் காரணமாகவும் அமைந்துவிட்டன. ஏற்கெனவே நன்றாக அறிந்த, தெரிந்த ஆளுமைகளைப் பற்றி எழுதுவதைவிட, அறியவேண்டியவர்களை எழுதுவதே முக்கியமாகப்பட்டதால் அவர்கள் ஐவரையும் இந்நூலில் எழுதாமல் விட்டிருக்கிறேன். சுயமாக நான் எடுத்த இம்முடிவுக்கு உள்நோக்கம் கற்பிக்க எண்ணினால் அதை என்னால் புரிந்துகொள்ளமுடியும். தவிர, தனி அத்தியாயமாக அவர்களை நான் எழுதாமல் போனாலும், ஏனைய பாடலாசிரியர்களின் பதிவுகளில் அவர்கள் வராமல் இல்லை.

என் கணிப்பில் இந்த இருபதுபேரைவிடவும் விடுபட்டவர்கள் மேலானவர்கள் என்னும் தோற்றம் கட்சிகளாலும் மாச்சர்யங்களாலும் உருவாக்கப்பட்டவை. ஒண்டிக்கொள்ளவும் பற்றிகொள்ளவும் முடியாமல் போனதால் உதிரிகளாகக் கருதப்பட்டிருக்கின்றனர். காலகதியில் இந்த இருபதுபேருமே பேசப்பட்டவர்கள்தான். என்றாலும், ஒருசிலருக்குக் கிடைத்துள்ள உச்சபட்ச அங்கீகாரங்கள் மற்றவர்களுக்குக் கிடைக்காமல் போயிருக்கின்றன.

தங்கள் எழுத்தினாலும் இன்னபிற சாமர்த்தியத்தாலும் கவனத்துக்கு வந்தவர்கள், ஏன் ஏனைய பாடலாசிரியர்களை வியக்கவோ ரசிக்கவோ இல்லை என்பது விவாதத்துக்குரியது. பிரபலமான பத்து பதினைந்து பாடலாசிரியர்களே திரும்பத் திரும்பக் கொண்டாடப்படுகின்றனர். பட்டிமன்றப் பிஸ்தாக்களின் பாராட்டுகளைப் பெறுகின்றனர். மற்றவர்களும்

திரைப்பாடல்களை வளர்த்திருக்கிறார்களே அவர்களின் கணக்கு ஏன் தொடங்கப்படாமல் இருக்கிறது? அவர்களாலும் திரைப்பாடல்துறை வளர்ந்திருக்கிறது. ஆனால், அதை வளர்த்தவர்கள் வளராதவர்களாகப் பார்க்கப்படுகின்றனர்.

என்னுடைய பட்டியலில் வருபவர்கள் வளர்ச்சியையும் வாய்ப்பையும் பெறாதவர்கள் இல்லை. கிடைத்த வாய்ப்பைப் பயன்படுத்தி முன்னேறியவர்களே. சொல்லப்போனால், என் பட்டியலில் உள்ளவர்கள் அத்தனைபேருமே அவர்கள் காலத்தில் அறியப்பட்டிருக்கின்றனர். அரசியல் இயக்கங்களுடன் தங்களைப் பிணைத்துக்கொண்டிருக்கின்றனர். ஆகச்சிறந்த பாடல்கள் மூலம் மக்கள் மத்தியில் பிரபலப்பட்டிருக்கின்றனர். அப்படியிருந்தும், அவர்கள் அடுத்த தலைமுறையை வந்தடையாமல் போனது எதனால் என்பதுதான் கேள்வி. இந்தக் கேள்விக்கான பதில்களாகச் சிலவற்றை நான் சொல்லியிருக்கிறேன். அவை உரிய பதில்களா, ஒப்புக்குச் சொல்லப்பட்டவையா என்பதை உங்கள் சிந்தனைக்கும் யோசனைக்கும் விட்டுவிடுகிறேன்.

இந்த இருபதுபேர் மட்டும்தான் முக்கியமானவர்களா எனக் கேட்கலாம்? அப்படியில்லை. அவர்களைப் போலவே இன்னும் பலர் இருக்கின்றனர். அவர்களும் எழுதப்படவேண்டியவர்களே. அடுத்தடுத்தத் தொகுதிகளில் அவர்களைப் பற்றியும் எழுத எண்ணியிருக்கிறேன். இந்தத் தொகுப்பிலேயே வந்திருக்க வேண்டிய மதுரகவி பாஸ்கரதாஸ், மாயவநாதன், கே.பி. காமாட்சிசுந்தரம், அவினாசி மணி, முத்துக்கூத்தன், கே.சி.எஸ். அருணாசலம், ஆத்மநாதன் உள்ளிட்ட பலரையும் எழுதமுடியாமல் போன வருத்தம் எனக்கும் இருக்கிறது.

ஏற்கெனவே ஐந்நூறு பக்கங்களை எட்டிவிட்ட இந்நூல், ஏனையோரையும் எழுதிச் சேர்த்தால் அதிகமாகிவிடுவதுடன், வாசிப்பிலும் சோர்வு தட்டும் என்பதால் அடுத்தடுத்தத் தொகுதிகளில் எழுதலாம் என்றிருக்கிறேன். திரைப்பாடல்கள் சமூகத்தின் அளவுமானிகளாகச் செயல்படுவதால், விடுபட்டுள்ள பாடல்களையும் அவற்றை எழுதிய ஆசிரியர்களையும் விரிவாக எழுதவேண்டிய தேவையிருக்கிறது. தேவையை உத்தேசித்தே கலையும் இலக்கியமும் பிறக்கின்றன. கலைகளின் தேவை

12 □ **நேற்றைய காற்று**

மக்களை மகிழ்வூட்டுவதும் போராடத் தூண்டுவதுமே. இந்நூல், மக்களை மகிழ்வூட்டிய பாடலாசிரியர்களின் வாழ்வியல் போராட்டத்தைச் சொல்ல முனைவது.

இந்நூலின் இறுதி வாக்கியத்தை எழுதி முடித்தபோது, கடும் தவத்திற்குப் பின்னான கண்விழிப்பை உணர்ந்தேன். விநோத மனநிலையுடன் கடந்த ஆறேழு மாதங்களாக இக்காகிதங்களில் மூழ்கிக்கிடந்த நான், தற்போது அவற்றிலிருந்து முற்றிலுமாக என்னை விடுவித்துக்கொள்கிறேன். முழு விடுதலை என்னும் உத்வேகத்துடன், இந்நூலை உங்களுக்குத் தருவதில் மகிழ்ச்சியும் பெருமிதமும் உண்டாகிறது.

இந்தச் சமயத்தில் நான் இரண்டுபேரைச் சொல்லியே ஆகவேண்டும். அவர்கள் இருவருமே இக்கட்டுரைகளை முதலில் வாசித்து அபிப்ராயம் தெரிவித்தவர்கள். ஒருவர், எழுத்தாளர் கமலாலயன். மற்றொருவர், புதுவை சீனு. தமிழ்மணி. அவர்கள் இருவரின் வழிகாட்டுதலிலேயே இந்நூல் வடிவம் பெற்றிருக்கிறது. அவர்கள் கொடுத்த உற்சாகத்தில் இரவும் பகலும் எழுதிக்கொண்டே இருந்தேன்.

தகவல்களைச் சரிபார்ப்பதும், எழுத்துப் பிழைகளை நீக்குவதும் அவர்கள் தங்கள் பொறுப்பில் எடுத்துக்கொண்டதால் என் பணி சுலபமாக முடிந்தது. என் உழைப்பைவிடவும் அவர்கள் இந்நூலுக்கு அதிகமாக உழைத்திருக்கிறார்கள் என்பதால், நன்றி எனும் சொல் போதுமானதில்லை. இத்தனைப் பக்கங்களை எழுதமுடிந்த எனக்கு அவர்களைப் பற்றி இரண்டு வாக்கியங்களைக் கோக்கத் தள்ளாட்டம் ஏற்படுகிறது. நன்றிப் பெருக்கில் கண்ணீரும் நடுக்கமும் அதிகரிக்குமோ என்னவோ? தட்டச்சு செய்த இக்கட்டுரைகளை வேகமாக வடிவமைத்து, நூலாக்கத்தில் எனக்குத் துணைபுரிந்த இசாக், சந்தோஷ்நாராயணன் ஆகியோருக்கு நன்றியும் வணக்கமும்.

அதீத அன்பும் அக்கறையும் கொண்டவர்களை நண்பர்களாக நான் பெற்றிருப்பதால் இதுபோல் இன்னும் நிறைய நூல்களை எழுதலாம் எனத் தோன்றுகிறது. எப்பொழுதுமே என்னைச் சுற்றி நண்பர்கள் இருப்பர். அவர்களின் ஆலோசனைகளைப் பெறாமல் நான் ஒரு காரியத்திலும்

அடியெடுத்து வைப்பதில்லை. அவ்விதத்தில் இக்காரியத்தை நான் தொடங்கும்போதே எல்லாவிதத்திலும் எனக்கு உதவிய பேராசிரியர். சித்ராபாலசுப்ரமணியம், இலங்கை வானொலி நிகழ்ச்சித் தொகுப்பாளர் ஜபீர், ஹாஜாகனி, பா.இரவிக்குமார், சுபாஷ்சந்திரபோஸ், அகரமுதல்வன் ஆகியோரை நெகிழ்ந்த அன்புடன் நினைத்துப்பார்க்கிறேன். அவர்கள் என்மீது காட்டிய பரிவும் பாசமும் வார்த்தைகளுக்கு அப்பாற்பட்டவை. கூடவே, இந்நூலில் இடம்பெற்றுள்ள பாடலாசிரியர்களின் குடும்ப உறுப்பினர்களும் அவர்களின் நெருங்கிய தோழர்களும் இப்பணியில் எனக்கு உதவியதை மறுப்பதற்கில்லை.

மறைந்த பாடலாசிரியர்களைப் பற்றியும் அவர்களுடைய குடும்பத்தைப் பற்றியும் விசாரித்து எனக்குச் சொல்லிய தமிழமுதனின் கனவுகள் ஈடேறக் கைகொடுக்கிறேன். தமிழ்த் திரைப்பாடலாசிரியர்களுக்குச் சங்கம் நிறுவி, அதன்மூலம் பல நல்ல காரியங்களை அவர் செய்துவருகிறார். எழுத்தாளர் சங்கத்தின் உறுப்பினர்களாக இருந்துவந்த பாடலாசிரியர்களுக்குத் தனிச் சங்கம் கண்டு, வருடந்தோறும் மூத்த பாடலாசிரியர்களை அவர் கௌரவித்து வருவது பாராட்டுக்குரியது. அப்பணியில் அவருக்குத் துணையாக இருந்துவரும் தோழர்களையும் இளம் பாடலாசிரியர்களையும் வாஞ்சையுடன் வாரியணைத்துக் கொள்கிறேன்.

கடந்துவிடக்கூடியதே காலம். எனினும், அக்காலங்களை மீட்டுத்தரும் வல்லமை திரைப்பாடல்களுக்கு உண்டு. அதேசமயம், காலம் கடந்தும் நிற்கக்கூடிய பாடலாசிரியர்களின் நினைவுகளையும் வரலாறுகளையும் நம்மையல்லாமல் வேறு யாரால் மீட்க முடியும்?

நிறைய பிரியமுடன்,

யுகபாரதி
98411 57958

yugabhaarathi@gmail.com

கண்ணியமான பாடல்களை
காற்றில் விதைத்தவர்களுக்கு

உள்ளே

நா. காமராசன் / 29

புலமைப்பித்தன் / 56

கவி. கா.மு. ஷெரீப் / 81

முத்துலிங்கம் / 102

ச.து.சு. யோகியார் / 122

சுரதா / 142

மருதகாசி / 162

உடுமலை நாராயணகவி / 186

மு.மேத்தா / 211

பஞ்சு அருணாசலம் / 237

கலைஞர் மு. கருணாநிதி / 264

எம்.ஜி.வல்லபன் / 291

அறிவுமதி / 312

கங்கை அமரன் / 335

ஆலங்குடி சோமு / 361

கு.சா. கிருஷ்ணமூர்த்தி / 382

கம்பதாசன் / 405

கு.மா. பாலசுப்ரமணியம் / 430

தஞ்சை ராமையாதாஸ் / 451

கே.டி. சந்தானம் / 472

நேற்றைய காற்று
இருபது திரைக்கவிராயர்களின் கதை

களத்திற்கேற்பக் கலை இலக்கிய வடிவங்கள் தங்கள் உருவத்தையும் உள்ளடக்கத்தையும் மாற்றிக்கொள்வது தவிர்க்கமுடியாதது. கலை இலக்கியம் மட்டுமல்ல, வாழ்வுமேகூட அப்படித்தான். ஒருகாலத்தில் உயர்ந்ததாகப் பார்க்கப்படுவது பின்னொரு காலத்தில் சீந்துவாரற்றுப் போய்விடுவதும், சீரழிந்த நிலையில் கிடந்த ஒன்று சட்டென்று கவனத்திற்கு உள்ளாவதும் காலத்தின் கணக்குகளே. இதில் எது சரி, எது தவறு என்கிற விவாதங்கள் தேவையற்றவை. ஆனாலும், அவ்வளவு எளிதாக நிகழ்கின்ற சரியையும் தவறையும் நம்மால் ஏற்க முடிவதில்லை. அதுவே சரி அல்லது இதுவே சரி என்று விவாதித்து நமக்குத் தெரிந்த ஒன்றைச் சரியென்று நிறுவ முயல்கிறோம். ஒருவிதத்தில் இந்த விவாதங்களே நம்முடைய வாழ்வை ஈரமுடையதாக்குகின்றன.

ஒருகாலம்வரை பாடல்களே தமிழ்சினிமா என்றிருந்த நிலை மெல்ல மெல்ல மாறி, பாடல்களே இல்லாத தடத்தை நோக்கி நகர்ந்து கொண்டிருக்கிறது. இது வரவேற்புக்குரியதா, வருத்தத்துக்குரியதா என்பது விஷயமல்ல. இந்த மாற்றத்தை

யுகபாரதி □ 19

நோக்கித் தமிழ் சினிமா ஏன் வந்தது என்பதுதான் ஆராயப்படவேண்டியது. தமிழர் வாழ்வைப் படம் எடுக்கிறேன் என்று சொல்லக்கூடிய இன்றைய தமிழ்த் திரை இயக்குநர்கள் பலருக்கும் தமிழர் வாழ்வென்பது இசையோடும் பாடல்களோடும் இணைந்ததுதான் என்ற புரிதல் இருப்பதாகத் தெரியவில்லை. மாற்று சினிமா என்னும் பேரில் உலகத் திரைப்பட விழாக்களில் பார்த்த ஈரானியப் படங்களையோ இலத்தீன் அமெரிக்கப் படங்களையோ பார்த்துவிட்டு, அதைப்போலவே தமிழில் முயற்சிக்கிறேன் என்று தங்கள் அறியாமையை அம்பலப்படுத்துகிறார்கள். உண்மையில், பாடல்களையும் இசையையும் கழித்துவிட்டால் தமிழர்களுக்கு வாழ்வே இல்லை அல்லது அவர்கள் வாழ்வில் போஷிக்கக்கூடிய அம்சங்கள் எதுவும் இல்லை.

வாழ்வின் சகல சூழ்நிலைகளிலும் பாடலை மையமிட்டே சுழலும் சமூகமே நம்முடையது. பாடல்கள் துணையில்லாமல் நம்முடைய சடங்குகளோ சம்பிரதாயங்களோ நடப்பதில்லை. எதை எடுத்துக்கொண்டாலும், அதில் பாடலையும் இசையையும் கலந்து வைத்திருக்கும் ஓர் இனம், இன்று அதை முற்றாக நிராகரிக்கத் தொடங்கியிருக்கிறது. அளவு மாறுகிறபோது தன்மை மாறுவது இயற்கை. என்றாலும், இந்த நிராகரிப்புக்குப் பின்னாலுள்ள அரசியலை விளங்கிக்கொள்ளாமல் இசைக்கு மொழியில்லை, இசை என்றால் இசைதானே, அதிலென்ன பாகுபாடு என்று வினவுவது வேடிக்கையானது. கர்நாடக இசை, தமிழிசை, திரையிசை, நாட்டார் இசை என்று பகுக்கப்பட்டிருக்கும் இசை வகைகள் அத்தனையும் ஒன்றே என்ற எண்ணத்திலிருந்து விடுபட்டாலொழிய நேர்ந்துகொண்டிருக்கும் அபாயத்தைத் தடுக்க வழியில்லை.

எதார்த்தவாழ்வுடன் இரண்டறக் கலந்துவிட்ட திரையிசை குறித்த நம்முடைய அபிப்ராயங்கள் என்னவாக இருந்தாலும், அது செலுத்திவரும் செல்வாக்கை மறுப்பதற்கில்லை. மார்கழிதோறும் கர்நாடக இசைக்கச்சேரிகள் நிகழ்ந்து வந்தாலும், திரையிசைக்கு மக்கள் கொடுத்துவரும் முக்கியத்துவத்திற்கு ஈடாக வேறொன்றுக்குத் தருவதில்லை. கூடுதலாகச் சொல்வதென்றால் திரையிசையின் ஆராதிப்புக்குப் பக்கத்தில்கூட வேறொரு இசை வடிவத்தினால் வரமுடியாத

சூழலே நிலவுகின்றது. உலக இசை வடிவங்கள் அனைத்தையும் கேட்கக்கூடிய வாய்ப்பை இன்றைய தொலைத்தொடர்பு சாதனங்கள் உருவாக்கித் தந்துள்ளன. என்றாலும், நமக்கென்னவோ இன்னமும் திரையிசைமீது குவிந்துள்ள மயக்கம் தீர்ந்தபாடில்லை. குடும்ப விழாவானாலும் கோயில் திருவிழாவானாலும் திரையிசையின் ஒலிப்புகள் இல்லாமல் நாம் கொண்டாடுவதில்லை. அதைவிட, நம்முடைய விழாக்களின் பிரதான பாத்திரத்தை வகிப்பவைகளாக திரைப்பாடல்களே அமைந்துள்ளன.

நூறாண்டுக்காலத் தமிழ்சினிமா வரலாற்றைப் பாடல்கள் வழியேதான் உணர்ந்திருக்கிறோம். சுதந்திரப் போராட்டக் காலத்தில் இருந்து சுனாமி ஆட்கொண்ட இக்காலம்வரை, திரைப்படங்களையும் அதில் இடம்பெற்ற பாடல்களையும் நம்முடைய சமூகம் சுவீகரித்துச் சொந்தம் கொண்டாடத் தயங்கியதில்லை. ஆட்சியையும் அதிகாரத்தையும் கைப்பற்றத் திரைப்படங்களும் திரைப்பாடல்களும் உதவியிருக்கின்றன. திரும்பத் திரும்பத் தமிழ்நாட்டைத் திரையுலகமே ஆள்கிறது என்கிற குற்றச்சாட்டு ஒருபுறம் இருக்கிறது. திராவிட இயக்கம் தன்னை தகவமைத்துக்கொள்ளத் திரைப்படங்களே பயன்பட்டன என்றும் சொல்லப்படுகிறது. தங்கள் கருத்துகளையும் கொள்கைகளையும் பரப்பப் பயன்பட்ட திரைப்படங்களையும் திரைப்பாடல்களையும் தவிர்த்துவிட்டு, அரசியல் வரலாற்றை ஆரம்பிக்க முடியுமா என்பது சந்தேகம்.

எதார்த்தம் இப்படி இருக்கையில், திரைப்பாடல்களின் இன்றைய நிலை என்ன? அதற்கு இசையமைப்பவரும் பாடல் எழுதுபவரும் எந்த அளவுக்கு மக்கள் மத்தியில் பிரபல்யம் பெறுகிறார்கள்? பிரபல்யத்தைவிட, காற்றில் கலந்து நம்முடைய காதுகளில் மோதுகின்ற பாடல்கள் குறித்து நமக்கு எவ்வளவு தெரிந்திருக்கிறது? குறைந்தபட்சம் பாடலாசிரியர்களின், பாடகர்களின் இசையமைப்பாளர்களின் பெயர்களையாவது நாம் அறிந்திருக்கிறோமா? நம்முடைய சொந்த சோகங்களை மறக்க, எங்கிருந்தோ பாடல்களை அனுப்பிக்கொண்டிருக்கும் அவர்களின் தோற்றுவாய் என்ன? எதன் தொடர்ச்சியிலிருந்து அவர்கள் இப்பாடல்களை உருவாக்குகிறார்கள்? ஒரு பாடலின் இசை இன்னொரு

யுகபாரதி □ 21

பாடலின் இசைபோல் அமைந்தாலும், அதற்கு வார்த்தைகளை வழங்கியவர்கள் எப்படி வித்யாசமாக சிந்தித்திருக்கிறார்கள்? இலக்கியத்தின் மூத்த வடிவமான கவிதையை பாடலாசிரியர்கள் எங்கிருந்து கற்கிறார்கள்? மக்களின் வழக்கு மொழியிலிருந்து ஓசைகளின் இடைவெளியைப் பாடலாக ஆக்க அவர்கள் எடுத்துக்கொள்ளும் பயிற்சிகள் என்னென்ன என்பதை விரிந்த தளத்தில் யோசிக்கவேண்டிய இடத்தில் நாமிருக்கிறோம்.

இன்றைக்குப் பாடல் என்னும் பெயரில் ஒலிபரப்பப்படுபவை பாடல்களா? ஒருகாலத்தில் பாடல்களில் தென்பட்ட தேசப்பற்றும் மொழிப்பற்றும் இப்போது எங்கு போயின? அறிவியல் உச்சபட்ச வளர்ச்சியைக் கண்டிருக்கும் நிலையில், கலை இலக்கிய வடிவத்தின் ஒருபகுதியாகக் கருதப்படும் திரைப்படங்கள் அதே தரத்தையும் வளர்ச்சியையும் கண்டிருக்கின்றனவா என விவாதத்தை நீட்டித்துக்கொண்டே போகலாம். இப்போதும் ஐந்து நிமிடத்திற்கு ஒரு புதுப்பாடல் தமிழ் ஒலிப்பதிவுக் கூடங்களில் பதிவுசெய்யப்படுவதாகத் தகவல் இருக்கிறது. ஆனால், அப்பாடல்கள் எத்தனைபேரால் கேட்கப்படுகின்றன என்பது மர்மம். நல்ல பாடல்களே இப்போதெல்லாம் வருவதில்லை என்கிற கூற்றில் உண்மை இருக்கிறதா? பாடல்கள் நன்றாக வந்ததாகச் சொல்லப்படும் காலத்தில் அரசியலும் கலை இலக்கியச் செயல்பாடுகளும் எப்படி இருந்தன? என்பது குறித்தே நாம் அறிய இருக்கிறோம்.

கடந்த இருபது ஆண்டுகளுக்கு மேலாகத் திரைப்பாடல்துறையில் பயணித்து வருகிறேன். நான், திரைப்பாடல் எழுத ஆரம்பித்ததில் இருந்தே எனக்கு முன்பு பாடல் எழுதியவர்களின் சாதனைகளையும் சமரசங்களையும் அக்கறையுடன் அலசியிருக்கிறேன். மொழி அறிவிலும் இசை அறிவிலும் தனித்து விளங்கிய நம்முடைய திரைப் பாடலாசிரியர்களின் ஆதி அந்தத்தைத் தொட்டுக்காட்டும் முயற்சியே இது.

என்னுடைய கவனத்துக்கு வந்த தகவல்களின் அடிப்படையிலும் தேடிக் கண்டடைந்த தரவுகளின் அடிப்படையிலுமே இவற்றைப் பகிர்ந்துகொள்கிறேன். உசாத்துணையாக நான் கேள்விப்பட்ட சம்பவங்களின் உண்மைத் தன்மை குறித்து சந்தேகிக்க வேண்டியதில்லை.

ஒரு துறையில் உச்சத்தை அடைய விரும்பும் எவரும், அத்துறையில் அவருக்கு முன்பிருந்தவர்களின் சாதனைகளை கணக்கிலெடுத்துக் கொள்ளவேண்டும். கலை இலக்கியத்தைப் பொறுத்தவரை, எவருடைய சாதனையையும் எவரும் முறியடித்துவிட முடியாது.

ஏற்கெனவே செய்திருக்கும் பணியின் தொடர்ச்சியை அடுத்த கட்டத்திற்கு எடுத்துச் செல்வதே மற்றுமொரு சாதனை எனும்பட்சத்தில், எனக்கு முன்பிருந்தவர்களின் எழுத்துகளை பரிசோதனை செய்யும் முயற்சில் நான் ஈடுபடப்போவதில்லை. தமிழர்களின் ரசனைக்கேற்ப தங்கள் புலமையை வெளிப்படுத்திய அப்பெருந்தகைகளைக் கௌரவிக்கவே விரும்புகிறேன். அவர்கள் என் கையில் கொடுத்திருக்கும் மாரத்தான் ஜோதியை எனக்கு பின்னே வரும் இளைஞனின் கையில் கொடுக்கும் வேலையை மட்டுமே செய்யப்போகிறேன். ஆழ்ந்தும் அகன்றும் அவர்கள் உழுது நட்ட வயலில் இருந்து பெற்ற விதைநெற்களை, அடுத்த போகத்தை உத்தேசித்து காகிதக் களஞ்சியத்தில் நிரப்ப எண்ணுகிறேன்.

தமிழ்த் திரையிசையை நம்முடைய வசதிக்காக நான்காகப் பிரித்துக்கொள்ளலாம். சுதந்திரப் போராட்டக் காலம், ' சுயமரியாதைக் காலம், திராவிட ஆட்சிக்காலம், திராவிட எதிர்ப்புக் காலம். இந்த நான்கின் பின்னாலும் அரசியலிருக்கிறது. ஒரு காலம் இன்னொரு காலத்தின் நீட்சியாகப் பார்க்கப்படுகிறது. ஒன்றிலிருந்து இன்னொன்றுக்குத் தாவும் சூழல் அரசியலால் நிகழ்வதே அன்றி, ஆட்சி மாற்றங்களால் நிகழ்வது அல்ல. ஆட்சியாலும் அதிகாரத்தாலும் இருப்பை மட்டுமே தக்கவைக்க முடியும். மாற்றங்களைத் தரமுடியாது. மாற்றமென்பதே தத்துவம்.

தமிழ்த் திரையிசையைப் பற்றி எனக்கு முன்பே பலரும் பலவாறாகச் சிந்தித்திருக்கிறார்கள். தனி நபர்களை முன்வைத்தும் தத்துவங்களை முன்வைத்தும் திரைப்பாடல்கள் ஆய்வு செய்யப்பட்டிருக்கின்றன. என்றாலும், பாடலாசிரியர்களின் தளத்திலிருந்து எவரும் சிந்திக்கவில்லை. தமிழ் இலக்கியம் மூன்று காலங்களாகப் பகுக்கப்பட்டுள்ளது. முதலாவது காலம் அகம், புறம். இரண்டாவது காலம்

யுகபாரதி □ **23**

இகம், பரம். மூன்றாவது காலம் சுதந்திரம். அதாவது, அகம் புறம் என்றால் அகப்பாடல்களையும் புறப்பாடல்களையும் கொண்ட சங்க இலக்கியக் காலம். இகம் பரம் என்றால் கீழ்லோகத்தையும் மேல்லோகத்தையும் இணைத்துப் பாடிய பக்தி இலக்கியக் காலம். சுதந்திரம் என்றால் இந்தியச் சுதந்திரத்தை முன்வைத்துச் பாடல்கள் புனையப்பட்ட காலம். இந்த மூன்று காலத்திற்குள் மொத்தத் தமிழ் இலக்கியத்தையும் அடக்கிவிடலாம்.

தமிழ் இலக்கியத்தை மூன்று காலங்களாகப் பகுத்துக்கொண்டதுபோல் திரையிசையையும் நாம் நான்கு காலங்களாகப் பகுத்துக்கொள்ளலாம். ஒவ்வொரு காலத்திலும் பாடல் எழுதியவர்களின் அரசியல் சார்பை அறிந்துகொள்ளவும் அக்காலத்தைய மக்கள் மனநிலையை அறிந்துகொள்ளவும் இந்தப் பகுப்புமுறை பயன்படும். இப்படிப் பகுத்துக்கொள்வது நம்முடைய புரிதலுக்காக மட்டுமே. எந்த ஆய்வின் அடிப்படையிலும் இதை நாம் மேற்கொள்ளவில்லை. சுதந்திரப் போராட்டக் காலத்தில் மதுரகவி பாஸ்கரதாஸூம் பாபநாசம் சிவனும் முதன்மைப் பாடலாசிரியர்களாக அறியப்படுகிறார்கள். சுயமரியாதைக் காலத்தில் உடுமலை நாராயண கவியும் பட்டுக்கோட்டை கல்யாணசுந்தரமும் பிரதான பாடலாசிரியர்கள் என்னும் அந்தஸ்தைப் பெற்றிருக்கிறார்கள். திராவிட ஆட்சிக்காலத்தில் கண்ணதாசனும் வைரமுத்துவும் வருகிறார்கள். திராவிட எதிர்ப்புக் காலத்தில் வைரமுத்துவுக்குப் பின் வந்தவர்களை வைத்துக்கொள்ளலாம்.

திராவிட ஆட்சிக்காலத்தில் எழுதவந்த பல பாடலாசிரியர்கள் இன்றும் திரைப்படங்களுக்கு பாடல்கள் எழுதிவருவதால், அவர்கள் திராவிட எதிர்ப்பு காலத்தில் என்னவிதமாக வினையாற்ற நேர்ந்திருக்கிறது என்பதையும் கருத்திற்கொள்ளலாம். தற்போது திராவிட எதிர்ப்புக் காலத்தில் நாம் இருக்கிறோம். திராவிட இயக்கங்களே கடந்த ஐம்பது ஆண்டுகளாக ஆட்சி அரியணையை அலங்கரித்து வந்தன. 'அடைந்தால் திராவிட நாடு, இல்லையேல் சுடுகாடு' என்று ஆரம்பித்த திராவிட இயக்கம், ஒருகட்டத்தில் மாநில சுயாட்சி என்பதோடு தன்னை சாந்தப்படுத்திக்கொண்டது. திராவிட

24 □ நேற்றைய காற்று

நாட்டுக்கான கோரிக்கைகள் அப்படியே இருந்தாலும், காலத்தின் தேவைக்கேற்ப மத்தியில் கூட்டாட்சி, மாநிலத்தில் சுயாட்சி என்னும் நிலையை ஏற்பதாக அண்ணா அறிவித்தார். அதன்படி, திராவிடக் கட்சிகளின் ஆட்சியே தமிழகத்தின் முகவரியாக மாறிப்போனது.

இந்தியா முழுக்க அறுதிப் பெரும்பான்மையுடன் பாரதீய ஜனதா கட்சி வெற்றி பெற்றாலும், தமிழகத்தில் அது செல்லுபடியாகவில்லை. திரைக்கலை மூலம் தங்கள் கொள்கைகளைப் பிரகடனப்படுத்திய திராவிடக் கட்சிகளையே மக்கள் கொழுக்கொம்பாகப் பற்றியிருக்கிறார்கள். மாற்று அரசியல் என்று எத்தனையோ இயக்கங்கள் தனித்தும் கூட்டாகவும் இயங்கிய பொழுதிலும் மக்கள் திராவிடக் கட்சிகளையே நம்புகிறார்கள். இப்போது ஆன்மிக அரசியல் என்னும் முழக்கத்தோடு நடிகர் ரஜினிகாந்தும் தேர்தல் அரசியலில் குதித்திருக்கிறார்.

ஆன்மிகப் புரட்டுகளுக்கு மாற்றாக எழுந்த திராவிட இயக்கத்தை வீழ்த்திவிடும் வேட்கையை அவர் கொண்டிருப்பதாகத் தெரிகிறது. தமிழகம் முன்னேறாமல் போனதற்குத் திராவிடக் கட்சிகளே காரணமென்று அவருடன் இணைந்து ஒருசில தமிழ்த்தேசிய அமைப்புகளும் முழங்கத் தொடங்கியுள்ளன. திராவிடத்தால் வீழ்ந்தோம் என்றும் திராவிட இயக்கங்கள் வீழ்ந்துவிட்டன என்றும் கூக்குரல்கள் கேட்கும் அதேவேளையில், உலகமயமாக்கல் தன் ஆக்டோபஸ் கரங்களால் அகில இந்தியாவையும் கவ்விக்கொண்டோட கடை விரித்திருக்கிறது.

உலகமயமாக்கலால் நம்முடைய கலைக்கும் இலக்கியத்திற்கும் சந்தை மதிப்பு கூடியிருக்கிறது. அதனால், அசலான கலை இலக்கிய வடிவம் என்ன என்பது குறித்த கேள்வியும் எழுந்திருக்கிறது. வரத்து அதிகமாகும்போது வாய்க்காலில் உடைப்பு ஏற்படுவதுபோல, தமிழ்த் திரையிசையிலும் இதுவரை இல்லாத வகைமாதிரிகளாக "ராப்பும் பாப்பும்" நுழைந்திருக்கின்றன. பழைய தமிழ்ச் சந்தங்களுக்குப் பாடல் எழுதிப் பழகிய நம்முடைய பாடலாசிரியர்கள், புதிதாக நுழைந்திருக்கும் வகைமாதிரிகளுக்கு வார்த்தைகளை இடமுடியாத சிக்கலை வருத்தத்துடன் எதிர்கொண்டு

யுகபாரதி □ 25

வருகிறார்கள். உலகம் முழுமைக்கும் ஒரே இசையை நிறுவ முயலும் பெரும் வணிகக் கும்பல், இந்த இடர்களை ஏளனத்தோடு விமர்சிக்கிறது. வெற்று இரைச்சலுக்குத் துண்டு துண்டாக வார்த்தைகளை பிரயோகிப்பதே பாடலென்றும் பரப்ப முயல்கிறது.

எல்லாம் ஒன்றே எல்லோரும் ஒன்றே என்பது சோஷலிச தத்துவம் போல் தோன்றினாலும், அதைக் கலை இலக்கியத்தின் குணாம்சமாகக் கொள்வதற்கில்லை. அடையாளத்தை அழிக்கும் வேலையில் ஈடுபட்டிருக்கும் வணிகக் கும்பல், கிராமத்தின் கடைசி மனிதனைத் தொட்ட இளையராஜாவைப் புறக்கணிக்கிறது. இசையில் தமிழ் அடையாளத்தையும் இந்திய அடையாளத்தையும் அழித்துக்கொள்ளத் துணிந்த ஏ. ஆர். ரகுமானுக்கு இரண்டு ஆஸ்காரை வழங்குகிறது.

ஒரே மாதிரியான கடைகள், ஒரே மாதிரியான பொருட்கள் என்றால் விற்பனை சுலபமாக நடக்கும் என்ற எண்ணத்தில் தேசிய இனங்களின் அடையாளத்தை அழிப்பதில் ஆர்வம் காட்டும் அக்கும்பல், கலை இலக்கியத்திற்கான புதிய புதிய அளவுகோல்களைப் புழக்கத்தில் விடுகிறது. மேற்கத்திய இசையே சிறந்த இசையென்றும் நாட்டார் இசைக்கு அத்தகைய சிறப்பு இல்லையென்றும் சொல்வதன் மூலம், நாமே நம்முடைய இசையிலிருந்தும் பாடலிலிருந்தும் விடுபட வேண்டிய நிர்ப்பந்தத்தை ஏற்படுத்துகிறது.

தமிழ்த் திரையிசைக்கு இன்று நேர்ந்திருக்கும் ஆபத்து மேலோட்டமானதல்ல. பாடலாசிரியர்களுக்கான வெளியை அடைத்து, அவ்வெளியில் வியாபார இசை குடியேறிக்கொண்டிருக்கிறது. இது என்ன வகையான பாடல் என்கிற குழப்பத்தை மக்கள் மத்தியில் உண்டாக்கி, மேலை இசைக்குறிப்புகளை மகத்துவமாக்க கார்ப்பரேட் நிறுவனங்கள் களம் அமைத்து வருகின்றன.

கர்நாடக சங்கீதத்தின் அடிப்படையில் பாடல்களை ஆக்கிக்கொண்டிருந்த நம்முடைய தமிழ்த்திரைப்படங்கள் கால ஓட்டத்தில் இந்துஸ்தானி இசைக்குத் திரும்பிய கதையை சொல்லவேண்டியதில்லை. இந்துஸ்தானி இசையில் அமைந்த இந்திப்பாடல்களைக் கேட்டுக்கொண்டிருந்த நாம்,

26 □ நேற்றைய காற்று

இளையராஜாவின் வருகைக்குப் பின்னரே அசலான தமிழ் நாட்டார் பாடல்களைக் கேட்க ஆரம்பித்தோம். “சோளம் விதைக்கையிலே” என்று நம்முடைய நிலப்பரப்பையும் இசைக்குறிப்பையும் திரையில் எழுதிய இளையராஜாவைத் தொடர்ந்து வந்த ஏ. ஆர். ரகுமான், இப்போது தமிழ்ப்பாடல்களை மறுபடியும் இந்துஸ்தானி இசைக்கு இழுத்துப்போகும் காரியத்தைச் செய்துவருகிறார். இதை அவர் அறிந்துதான் செய்கிறார் என்று சொல்லமுடியாது. உலகச் சந்தைக்குச் சரக்குகளைத் தயாரிக்கும் யாராயிருந்தாலும், இதைத்தான் செய்வார்கள் அல்லது இதைத்தான் செய்யவேண்டும்.

மக்கள் திரளின் எண்ணிக்கையைப் பொறுத்தே சந்தை விரிவடைகிறது. சந்தை விரிவடையும்போது லாபத்தின் அளவு கூடுகிறது. ஒரு பொருள் எல்லா இடத்திலும் அமோகமாக விற்பனையாக வேண்டுமானால் வாங்குவோரின் ரசனையையும் ஆசையையும் தூண்ட வேண்டும். தற்போது ஊடகங்களைத் தங்கள் கைகளில் வைத்திருக்கும் வணிகக் கும்பல்கள் அதைத்தான் செய்துவருகின்றன. இசையின் தரத்தை தீர்மானிக்க கார்ப்பரேட்டை உருவாக்கி, அதன் மூலம் எது சிறந்த இசை என்றும் எவர் சிறந்த இசையமைப்பாளர் என்றும் நிறுவிக்கொண்டிருக்கின்றன. ஏ. ஆர். ரகுமான் திரைத்துறைக்குள் நுழைந்து இத்தனை ஆண்டுகள் ஆகியும், அடுத்து ஓர் இசைப்புயலோ இசைச் சூறாவளியோ வராமல் இருப்பதற்கான காரணமும் அதுதான்.

ஒரு திரைப்படத்தின் பாடல் வெளியீட்டு உரிமை, என்ன விலைக்குப் போகிறது என்பதை வைத்தே ஓர் இசையமைப்பாளரின் தகுதி தீர்மானிக்கப்படுகிறது. உச்ச நடிகர்கள் நடித்தால் கூடுதல் விலையும் அறிமுக நடிகர்கள் நடித்தால் குறைந்த விலையும் கொடுத்து வாங்கும் இசை வெளியீட்டு நிறுவனங்களில் ஒன்றுகூட தமிழ்நாட்டைச் சேர்ந்ததில்லை.

எங்கேயோ இருந்து நம்முடைய இசைக்கும் பாடலுக்கும் விலையைத் தீர்மானிப்பவர்கள், நம்முடைய ரசனைகளையும் தீர்மானிப்பவர்களாக இருப்பதுதான் இதிலுள்ள வேதனை. ஒரு நல்ல திரைப்படத்தில் அமைந்த வெற்றிப் பாடல்களை, அவர்கள் நினைத்தால் கேட்கமுடியாமல் செய்துவிடலாம்.

மிக சுமாரான பாடல்களை அவர்கள் விரும்பினால் மாபெரிய வெற்றிப்பாடல்களாகக் காட்டலாம். தமிழ்த் திரைப்படத்தில் இடம்பெற்ற ஒருபாடலை இந்தியிலும் இன்னபிற மொழிகளிலும் ஏ.ஆர்.ரகுமான் பயன்படுத்தும் உத்திகூட இந்த வியாபார சமசரத்தை முன்வைத்துத்தானோ என ஊகிக்கலாம்.

நான்கு பகுப்பாகத் திரையிசையைப் பிரித்துக்கொண்டதில் நாம் முதலில் திராவிட ஆட்சிக்காலத்தை எடுத்துக்கொள்வோம். ஏனெனில், சாஸ்திரிய இசையிலிருந்து தமிழிசைக்குத் திரையிசை திரும்பிய காலம் அதுவே என்பதால் அக்காலத்தில் எழுதவந்த பாடலாசிரியர்களின் பாடல்களில் இலக்கியத் ததும்பல்கள் அதிகம். அதுமட்டுமல்ல, திராவிட ஆட்சிக்காலத்தில்தான் புதுக்கவிதைகள் பெரிய அளவில் கவனிக்கப்பட்டன. அதற்கு முன்பே புதுக்கவிதைகள் தமிழில் வந்துவிட்டன என்றாலும், பரவலான அங்கீகாரத்தைப் பெற்ற காலமாக அதையே கருதமுடியும்.

நா. காமராசன்

உதடுகளில் உனது பெயர்

வெகுமக்களின் ரசனைக்கும் துய்ப்பிற்கும் புதுக்கவிதைகள் வந்து சேராதிருந்த காலத்தில், தன்னுடைய "கறுப்பு மலர்கள்" கவிதைநூல் மூலம் ஆகப்பெரும் அதிர்வை ஏற்படுத்தியவர் நா.காமராசன். அதிர்ந்து பேசக்கூடிய வானம்பாடிகளின் கவிதைகளிலிருந்து அவருடைய கவிதைகள் தனித்துத் தெரிந்தன. அன்று சிற்றிதழ்களில் வெளிவந்து கொண்டிருந்த புதுக்கவிதைகளிலிருந்தும் அவருடைய கவிதைகள் வேறுபட்டிருந்தன. தமிழ் இலக்கிய மாணவரான அவர், மரபுக் கவிதைகளின் வாயிலாகவே புதுக்கவிதையை வந்தடைந்திருக்கிறார்.

இலக்கண வரம்புகளுக்கு உட்பட்டு எழுதக்கூடிய மரபுகளை முற்றாக நிராகரித்து, வசனகவிதை என்னும் வடிவத்தைத் தமிழுக்கு அறிமுகப்படுத்தியது பாரதியே என்பது பலரும் அறிந்ததுதான். பாரதி அறிமுகப்படுத்திய வசன கவிதையை அப்படியே உள்வாங்காமல், ஓரளவு கவிதைக்கான அம்சங்களைக் கொண்டு முதல்முதலில் அசல் புதுக்கவிதைகளை எழுதியவர் ந.பிச்சமூர்த்தி.

யுகபாரதி □ 29

பாரதியின் வசன கவிதைகளில் புதுக்கவிதையின் அம்சங்கள் இல்லையா எனக்கேட்கலாம். இருந்தன. ஆனால், அதைப் பெரிதாக வளர்த்தெடுத்தவர் ந. பிச்சமூர்த்தியே. ஒளியே முக்கியமெனினும் அதை ஊதிப் பெரிதாக்கிய பிச்சமூர்த்தியே புதுக்கவிதைகளின் முன்னோடி. இருபதாம் நூற்றாண்டுத் தமிழ்க்கவிதை வரலாற்றை எடுத்துக்கொண்டால் இரண்டு திருப்பங்களை முதன்மையாகக் கருதலாம். ஒன்று, பாரதியால் விளைந்தது. மற்றொன்று ந. பிச்சமூர்த்தியால் சாத்தியப்பட்டது.

பத்தொன்பதாம் நூற்றாண்டின் பிற்பகுதியில் பிறந்த பாரதி, கம்பனுக்குப் பிறகு தேங்கியும் குன்றியுமிருந்த தமிழ்க்கவிதைகளின் பொலிவை மீட்டுக் கொடுத்திருக்கிறான். அவன் மறைவையடுத்து, அவனுடைய ஒட்டுமொத்த இடத்தையும் பூர்த்திசெய்யும்விதத்தில் பயணித்த ஒருவராக ந.பிச்சமூர்த்தியைச் சொல்லலாம். “என் புதுக்கவிதை முயற்சிக்கு யாப்பு மரபே காணாத அமெரிக்கக் கவிஞன் வால்ட் விட்மன் எழுதிய ‘புல்லின் இதழ்கள்’ என்ற கவிதைத் தொகுப்புத்தான் வித்திட்டது. அதைப் படித்தபோது கவிதை ஊற்றுக்கண் தெரிந்தது. தொடர்ந்து பாரதியின் வசன கவிதையைப் படிக்க நேர்ந்தது. என் கருத்து வலுவடைந்தது. 1934இல் சோதனை ரீதியான கவிதைகளை எழுதத் தொடங்கினேன்” என்று ந. பிச்சமூர்த்தி தெரிவித்திருக்கிறார்.

பாரதியின் வசன கவிதைக்கான தோற்றுவாயாகவும் வால்ட் விட்மனின் புல்லின் இதழ்கள் நூலே இருந்திருக்கிறது. “அமெரிக்காவில் புதிய யாப்பு முறையில் விட்மன் என்ற கவிஞர் கவிதைகள் எழுதியிருக்கிறார்” என்ற கூற்றின் அடிப்படையில் நாம் அதை விளங்கிக் கொள்ளலாம். தொல்காப்பியம் முதல் நன்னூல்வரை யாப்பில் ஏற்பட்டுள்ள மாற்றங்களை அறிந்திருந்த பாரதிக்கு, கவிதைகளைப் புதுவிதமாகவும் எழுதலாம் என்கிற எண்ணம் எழுந்திருக்கிறது. வசனம் வேறு, கவிதை வேறு என்பதை அறிந்தே வசன கவிதை என்று தாம் கண்டடைந்த வடிவத்திற்குப் பெயர் சூட்டியிருக்கிறான். அவனே உணர்வுகளைப் பிரதிபலிக்க உதவிய கவிதைகளை, காட்சி விவரணனைகளுக்கு உரியதாகவும் ஆக்கியிருக்கிறான். படிமத்தின் வழியேயும்

30 □ நேற்றைய காற்று

குறியீட்டின் வழியேயும் தம்முடைய உணர்வுகளை வெளிப்படுத்த முயன்றிருக்கிறான். பெரும் பாய்ச்சலாக அவன் மேற்கொண்ட மாற்றங்களால் கவிதைகளில் இருந்துவந்த ஓசைநயங்கள், அவசியமற்றதாக ஒதுங்கியிருக்கின்றன. "பல கோடி ஒலி அமைப்புகளிலே, சிலவற்றைத் தேர்ந்தெடுத்து கவிதையில் ஒலி இன்பத்தைக் காட்டுவதுபோல பல கருத்துகளையும் உணர்ச்சிகளையும் பொறுக்கியெடுத்து இசையவைக்கும் முயற்சியே புதுக்கவிதை ஆயிற்று" என சி. சு. செல்லப்பா எழுதியிருக்கிறார்.

புதுக்கவிதையை வளர்த்தெடுத்ததில் சி.சு. செல்லப்பாவுக்கும் அவர் நடத்திய எழுத்துப் பத்திரிகைக்கும் முதன்மையான பங்குண்டு. வசன கவிதை என்ற சொல்லை, புதுக்கவிதை என பிரயோகிக்கத் தொடங்கியவர் அவர்தான். 1959இல் அவர் அப்பிரயோகத்தை ஆரம்பித்து வைத்திருக்கிறார். "வசனம் செய்தியைத் தெரிவிக்கிறது. அறிவுக்கு உணவாக புதிய விஷயங்களைச் சேர்க்கிறது. கவிதை அறிவுடன் தொடர்புகொள்ள முயல்வதில்லை. உணர்வுடன் தான் உறவாட முயல்கிறது. வசனம் லோகாயத உண்மையை அடிப்படையாகக் கொண்டது. கவிதை மனநெகிழ்ச்சியை அடிப்படையாகக் கொண்டது. வசனம் கவிதைபோல் செயல்படும்போது அது, தன் தொழிலை விட்டுவிட்டு கவிதையின் தொழிலை ஏற்றுக் கொண்டுவிடும். பார்வைக்கு வசனம்; உண்மையில் கவிதை. உணர்ச்சி கூடினால் தரையில் நடக்கும் வசனம், சிறகு பெற்று கவிதை ஆகிவிடும்" என்று "எழுத்து" பத்திரிகையில் புதுக்கவிதைக்கு அவர் எழுதியிருந்த விளக்கம் குறிப்பிடத்தக்கது. பாரதியின் வசன கவிதையை அடியொற்றி ந. பிச்சமூர்த்தி எழுதத் தொடங்கினாலும், அடுத்தகட்ட வளர்ச்சியை நோக்கிக் கவிதைகளை அவரே அழைத்துவந்திருக்கிறார்.

பெரும்பாலான தமிழ்ப் புலவர்களும் பண்டிதர்களும் ஆரம்பகாலப் புதுக்கவிதைகளை வரவேற்கவில்லை. மாறாக, கண்டித்திருக்கின்றனர். பன்னெடுங்காலக் கவிதைத் தொடர்ச்சியை யாரோ சிலபேர் தங்கள் அறியாமையால் கெடுப்பதாகவும் கிளர்ந்திருக்கின்றனர். காலம் தம்முடைய தேவையைத் தாமே தீர்மானித்து, அதற்குரிய நபர்களை

அடையாளம் கண்டுகொள்ளும் என்பதற்கேற்ப ந. பிச்சமூர்த்தியும் இன்னபிறரும் புதுக்கவிஞர்களாக உருவாகியிருக்கின்றனர். அவர்கள் எழுதியவற்றில் எத்தனை கவிதையாக தேறும் என்கிற கேள்விக்குள் போகவேண்டியதில்லை. தற்போதைய சிந்தனைகளின் திரட்சியில் அணுகினால் அவை கவிதைகளே இல்லையென்றுகூட வாதிடலாம். ஆனால், அவர்கள் முன்னெடுத்த காரியம் முக்கியமானது. இலக்கண இலக்கியப் பயிற்சியில்லாதவர்களும் கவிதை எழுதலாம் என்கிற சுதந்திரம், அவர்கள் பிடிவாதத்தால் மட்டுமே கிடைத்திருக்கிறது. ஆரம்ப நிலையிலிருந்த புதுக்கவிதைகள் உணர்விலிருந்து அறிவை நோக்கி நகர்ந்திருக்கிறதென்றால், அதற்குப்பின் வந்த புதுக்கவிதைகள் அறிவிலுள்ள உணர்வுகளைப் பேசியிருக்கின்றன.

சமூகப் பிரச்சனைகளையும் அரசியல் பிரச்சனைகளையும் கவிதைகளில் சொல்லலாம் என்கிற புரிதலே பாரதிக்குப் பிற்பாடுதான் வந்திருக்கிறது. ஆனாலும். "பாரதியின் கவிதைகளில் சமூகப் பிரச்சனைகளுக்கு முக்கியத்துவம் அளிக்கப்பட்ட அளவுக்கு, அரசியல் பிரச்சனைகள் பேசப்படவில்லை. தேசீய பிரச்சனைகளை முன்வைத்து அவன் எழுதிய கவிதைகளை அரசியல் கவிதைகளாகப் புரிந்துகொண்டிருக்கிறோமே தவிர, உண்மையில் அரசியல் கவிதைகளை அவன் எழுதவில்லை" என்றுதான் ஆய்வாளர்கள் சொல்கின்றனர். "சுதந்திரம், சுதேசியம், பெண் விடுதலை, ஜாதி, தொழில், தமிழ்நாடு, பாரதம் இப்படிப் பல விஷயங்களை அவன் எழுதியிருக்கிறான். அவையெல்லாம் சமூகப் பிரச்சனைகளே அன்றி, அரசியல் பிரச்சனைகள் அல்ல" என்பதுபோல சிலர் எழுதியிருக்கிறார்கள்.

சமுதாயப் பிரச்சனைகளே அரசியல் பிரச்சனைகள் என்ற தளத்தில் அவர்கள் எழுதியதில் தனிப்பட்டமுறையில் எனக்கு உடன்பாடில்லை. சமூகமே அரசியலால் பின்னப்பட்டிருக்கும் பொழுது, அரசியலையும் சமுதாயத்தையும் அவர்கள் பிரித்துப்பார்த்துப் பொருள் கொண்டிருப்பது ஏற்புடையதல்ல. பாரதியை சமுதாயக் கவியாக மட்டுமே பார்த்து எழுதவந்தவர்களால் அவனுடைய அரசியல் எல்லைகளைத் தொட முடியவில்லை அல்லது அவர்கள் சொல்வதுபோல

சமுதாய எல்லைகளைத் தொட முடியவில்லை. ந.பிச்சமூர்த்தியின் கவிதைகளும் அத்தகைய உள்ளடக்கத்தையே கொண்டிருக்கின்றன. மரபுக் கவிதைகளை உரத்த வாசிப்புக்கு உரியனவாக கருதிய அவர்கள், மௌன வாசிப்பை நோக்கி புதுக்கவிதைகளை இழுத்து வந்திருக்கின்றனர். அதிர்ந்து பேசாத கவிதைகளே ஆகச்சிறந்த கவிதைகள் எனவும் அவர்களால் முன்மொழியவும் வழிமொழியவும் பட்டிருக்கின்றன. சிறுபத்திரிகைகளும் அவற்றை ஏற்று, அம்மாதிரியான கவிதைகளையே பிரசுரித்திருக்கின்றன.

ந. பிச்சமூர்த்தியைத் தொடர்ந்து புதுக்கவிதை எழுதவந்த பலருடைய கவிதைகளில் எதுகைகளும் மோனைகளும் தவிர்க்கப்பட்டுள்ளன. உரைநடை எழுத்தாளர்களும் புதுக்கவிதைகளை எழுதப் புகுந்ததால் இயல்பிலேயே அவர்களிடம் இல்லாத ஓசை ஒழுங்குகள் கவிதையின் அழகுகளாகப் பார்க்கப்படவில்லை. எழுத்தாளர் புதுமைப்பித்தன் மட்டும், தம்முடைய புதுக்கவிதைகளை மரபின் நீட்சியாகப் பார்த்திருக்கிறார். அவருடைய கவிதைகள் ஓரளவு சந்தங்களை உட்கிரகித்துள்ளன. புதுக்கவிதைகளின் தொடக்க காலத்தில் அரசியல் கவிதைகளோ சமுதாயக் கவிதைகளோ பிரதான பாடுபொருட்களாக இருக்கவில்லை. தன்னுணர்வுகளும் காட்சிப் படிமங்களுமே கவிதைகளுக்கான கச்சாப் பொருட்களாக இருந்துள்ளன.

தீவிர இலக்கிய முயற்சிகளாக அன்று அவர்கள் செய்துபார்த்த சோதனைகளின் வழியேதான் இன்றைய நவீனக் கவிதைகளை நாம் பெற்றிருக்கிறோம். ஐம்பதுகளில் பெரும் அலையாக வீசிய புதுக்கவிதைகள், ஒரு கட்டத்தில் அலுப்பையும் சலிப்பையும் உண்டாக்கியிருக்கின்றன. திராவிட இயக்கமும் இடதுசாரி இயக்கமும் வலுத்த நேரத்தில், வெறும் தன்னுணர்வுகளைக் கவிதைகளென்று கொண்டாடுவதற்கு எதிரான குரல் எழத்தொடங்கியிருக்கிறது. நா. காமராசன், மிகத் துல்லியமாக அந்த வேறுபாட்டை உணர்ந்திருக்கிறார். மக்களுக்கானதே கலையும் இலக்கியமும் என்பதைப் புரிந்த அவர், ஏற்கெனவே எழுதப்பட்டுவந்த புதுக்கவிதைகளைப்போல் அல்லாமல், சமுதாயக் கருத்துகளை முன்வைத்து எழுதத் தொடங்கியிருக்கிறார். அவர் வருகைக்கு

யுகபாரதி □ 33

முன்பே மணிக்கொடி, எழுத்து, வானம்பாடி ஆகிய இதழ்கள் புதுக்கவிதைக்கான தளத்தை ஏற்படுத்தி வைத்திருந்தன என்பது குறிப்பிடத்தக்கது.

அவ்விதழ்களின் தொடர்ச்சியாக வெளிவந்த சூறாவளி, கலாமோகினி, சிவாஜி மலர், கிராம ஊழியன், சரஸ்வதி, நடை, கசடதபற, தீபம், கணையாழி, தாமரை என எத்தனையோ பத்திரிகைகள் புதுக்கவிதையின் வளர்ச்சிக்கு உதவியிருக்கின்றன. அகம் சார்ந்த பதிவுகளே புதுக்கவிதைகளின் கருப்பொருள் என்றிருந்த நிலையை, வானம்பாடிகளின் வருகை மாற்றியிருக்கிறது. தன்னுணர்வைப் புறந்தள்ளி, சமூகக் கருத்துகளுக்கு முக்கியத்துவம் அளித்து வானம்பாடிகள் எழுதிய புதுக்கவிதைகள் மக்கள் மத்தியில் பெரும் வரவேற்பைப் பெற்றுள்ளன. அக்காலத்தில் நிலவிவந்த அரசியல் சூழலுக்கு ஏற்பக் கவிதைகளை எழுதத் தொடங்கியவர்களில் பலர், இடதுசாரி முகாமைச் சேர்ந்தவர்களாகவும் தமிழிலக்கியத்தை பயின்றவர்களாகவும் இருந்திருக்கின்றனர்.

மீரா, சிற்பி, அப்துல்ரகுமான், இன்குலாப், மு.மேத்தா, தமிழன்பன், புவியரசு, தமிழ்நாடன், அக்கினிபுத்திரன், பாலா என அப்பட்டியலில் இடம்பிடித்துள்ள பலரும் பேராசிரியர்கள் என்பது கவனிக்கத்தக்கது. கோவையை மையமாகக் கொண்டு இயங்கிய வானம்பாடிகள், பூமியையே புரட்டிவிடக்கூடிய நெம்புகோல்களாக புதுக்கவிதைகளைப் பார்த்திருக்கின்றனர். பொதுவுடைமையைக் கவிதையின் கோட்பாடாக முன்நிறுத்தியவர்களில் கோவை ஞானி குறிப்பிடத்தக்கவர். கவிதைகளையும் கவிஞர்களையும் இயக்கமாகக் கட்டி எழுப்பிய ஞானியின் திறனாய்வுக் கட்டுரைகள் புதுக்கவிதைகளின் போக்குகளையும் திசைகளையும் தீர்மானித்திருக்கின்றன.

யாப்பிலிருந்து இசங்களுக்குக் கவிதைகள் மாறிய காலமாக அதைப் பார்க்க இடமிருக்கிறது. இந்தி எதிர்ப்புப் போராட்டத்தையும் நெருக்கடி நிலையையும் எதிர்கொண்டிருந்த வானம்பாடிகள், அரசுக்கு எதிராகவும் ஆதிக்கத்திற்கு எதிராகவும் எழுதுவதே கவிதையென்னும் முடிவுக்கு வந்திருக்கின்றனர். அவர்களின் அப்போதைய ஒரே குறி, வார்த்தைகளில் சிக்கிக்கிடந்த கவிதையை எப்படியாவது

34 □ நேற்றைய காற்று

விடுதலை செய்துவிட வேண்டும் என்பதுதான்.

வெகுவாகத் தமிழில் புழங்கிவந்த மரபையும் இலக்கணத்தையும் கட்டுடைக்க விரும்பிய அவர்கள், காலகதியில் என்னவானார்கள் என்பது விவாதத்துக்குரியது. தன்னுணர்வுகள் எப்படி ஒருசமயத்தில் அயர்ச்சியைக் கொடுத்தனவோ அதேபோல, கொள்கைப் பிரகடனங்களும் கோபாவேசக்கூற்றுகளும் கவிதையாகாதென வானம்பாடிகளுக்கு எதிராகவும் ஒரு குரல் வந்திருக்கிறது. அந்தக் குரல் எங்கிருந்து எழுப்பப்பட்டது என்பதை ஊகித்து விவாதிக்கவேண்டிய தேவை இப்போதில்லை. ஆனால், அந்தக் குரலுக்கு பதில் சொல்லும் விதத்தில் அமைந்த கவிதைகளை நா. காமராசன் எழுதியிருக்கிறார். அவர் அவருடைய கவிதைகளைப் பழைய யாப்புமுறைக்கு மாற்றாகவும் கொள்கைப் பிரகடனங்களுக்கு எதிராகவும் ஆக்கி அளித்திருக்கிறார். சொல்முறையில் அவர் கைக்கொண்ட புதுமை, வானம்பாடிகளில் அவரை வித்தியாசப்படுத்திக் காட்டியிருக்கிறது.

திராவிட இயக்கச் சிந்தனைகளில் முகிழ்த்த அவர், சர்வதேசியப் பார்வையுடைய சோஷலிச கவியென்னும் தோற்றத்தை ஏற்படுத்தியிருக்கிறார். கவிதைகள் வேறு, திரைப்பாடல்கள் வேறு என்று கொள்ளாமல் கவிதைகளையே திரைப்பாடல்களாக எழுதவேண்டும் எனவும் விரும்பியிருக்கிறார். “ஜாலிலோ ஜிம்கானாவும், ஜின் ஜினாக்கிடியும் என் கலைப் பிரதேசத்துக்குள் பிரவேசிக்க முடியாது” எனவும் கூறியிருக்கிறார். “இலக்கியம் சினிமா மூலம் திக் விஜயம் செய்ய ஆரம்பித்தால்தான் மக்கள் இலக்கியங்களை உருவாக்கமுடியும்” என்றும் தெரிவித்திருக்கிறார். “ஓசை இலக்கியத் தேவதையின் ஒப்பனை. ஆனால், இன்றைய சினிமாப் பாடல்களில் ஒப்பனை மட்டுமே இருக்கிறது. தேவதைக்கு வயதாகிவிட்டது. இன்றைய கலைத் துறைக்குத் தலைமை தாங்கும் சக்திவாய்ந்த சினிமாத் துறையை இலட்சியக் கவிஞர்கள் கைப்பற்றவில்லையே என்பதற்கு நான் மிகவும் வெட்கப்படுகிறேன்” என்றிருக்கிறார்.

சின்னச் சின்ன வாக்கியங்களில் கவிதைத் தெறிப்புகளை வெகுசன பகிர்தலுக்குக் கொண்டுவந்த அவர், இருபதிலிருந்து முப்பது வரிகளில் மரபுக் கவிதைகளில் சொல்லிக்கொண்டிருந்த

விஷயத்தை இரண்டே வரிகளில் சொல்லிக் காட்டியிருக்கிறார். "நிர்வாணத்தை விற்கிறோம், ஆடை வாங்குவதற்காக" என பாலியல் தொழிலாளிகளின் வாழ்வை அவர் எழுதும்வரை, புதுக்கவிதைகளின் வீரியத்தை மரபார்ந்த தமிழிலக்கிய உலகம் அறிந்திருக்கவில்லை. இந்தி எதிர்ப்புப் போராட்டத்தில் காலில் விலங்கிடப்பட்ட கைதியாகச் சிறையிலிருந்த அவர், புதுக்கவிதைகளின் பரவலுக்கும் விடுதலைக்கும் கூடுதலாக உழைத்திருக்கிறார்.

சுரதாவால் அடையாளங் காட்டப்பட்ட நா. காமராசன், உவமைகளின் வாயிலாகச் சிந்தனைகளைச் சொல்லிவந்த பழைய மரபைக் கவனமாகத் தாண்டியிருக்கிறார். வெங்கட் சாமிநாதன் போன்றவர்கள் "நா.காமராசனின் கவிதைகள், கவிதைகளே அல்ல" என்றாலும், தம்முடைய தனித்தன்மை வாய்ந்த சொற்களால் புதுக்கவிதைக்குப் புதுமெருகை ஊட்டியிருக்கிறார். எழுத்தாளர் பா.செயப்பிரகாசம், முன்னாள் சபாநாயகர் காளிமுத்து ஆகியோரின் வகுப்புத் தோழரான நா. காமராசன், அடிப்படையில் பேராசிரியராக வாழ்வைத் தொடங்கியவர். தான் பயின்ற மதுரை தியாகராசர் கல்லூரியிலேயே விரிவுரையாளராகப் பணியாற்றும் வாய்ப்பு அவருக்குக் கிடைத்திருக்கிறது. அவர் பாடம் நடத்தும் அழகைக் காண மாற்றுத் துறையைச் சேர்ந்த மாணவர்கள், வகுப்பிற்கு உள்ளேயும் வெளியேயும் காத்திருந்த காலம் ஒன்றுண்டு. அதன்பின் வெவ்வேறு காரணங்களால் அவர் அப்பணியைத் துறந்துவிட்டு முழு நேர அரசியல் பணியில் ஈடுபட நேர்ந்திருக்கிறது. தெ.பொ.மீ., தமிழண்ணல் போன்ற தமிழறிஞர்களுடன் நெருங்கிப் பழகியிருக்கிறார்.

கவிதைகளில் அடர்த்தியையும் சொல்முறையில் வித்தியாசத்தையும் கொண்டுவந்த அவர், அடுத்த தலைமுறைப் படைப்பாளர்களுக்கு ஆதர்சமாக விளங்கியிருக்கிறார். பொதுவான பாடுபொருள்களில் சமுதாயச் சிந்தனைகளைப் பெருமளவு எழுதிக் காட்டிய பெருமை அவருடையது. திரைப்பாடல்களில் புதுக்கவிதைகளை எழுதமுடியும் என நிரூபித்த மிகச்சிலரில் அவரும் ஒருவர். திராவிட இயக்கச் சார்பினாலும் தம்முடைய கவிதைகளாலும் எம்.ஜி.ஆரின் நன்மதிப்பைப் பெற்று, திரைத்துறையில் பாடல் எழுதும்

சந்தர்ப்பதையும் அவர் பெற்றியிருக்கிறார். "பஞ்சவர்ணம்" என்னும் திரைப்படத்திற்குக் கதை வசனமும் எழுதியிருப்பதாக அறியமுடிகிறது. இசைக்குப் பாட்டு, பாட்டுக்கு இசை என இருவகைப்பட்ட அணுகுமுறையிலும் தேர்ந்திருந்த அவர், பல பாடல்களில் தம்மையும் தம் இலக்கியத் திறனையும் வெளிப்படுத்தியிருக்கிறார். 1978இல் வெளிவந்த "தங்கரங்கன்" திரைப்படத்தில் "உதடுகளில் உனது பெயர் ஒட்டிக்கொண்டது / அதை உச்சரிக்கும் போது நெஞ்சம் தித்திக்கின்றது" என்ற பாடலை எழுதி விசேஷ கவனத்தை ஈர்த்திருக்கிறார்.

அப்பாடல் முழுக்கவே அழகழகான படிமங்களைக் கையாண்டு, திரைப்பாடலில் புதுக்கவிதையின் செல்வாக்கை மெய்ப்பித்திருக்கிறார். "யாத்திரைக்காரன்" என்னும் கவிதையில், "மூன்றெழுத்து படித்தவுடன் பாட்டெடுத்தேன் / என் மூச்சு ஊஞ்சல் கவிசுமக்க நான் நடந்தேன்" என்றிருக்கிறார். "கூடுவிட்டுப் கூடுபாய்ந்து போனதில்லை / நான் கொள்கைவிற்றுக் கோபுரத்தில் ஏறவில்லை" என்று நீளும் அக்கவிதையைத் திரும்பத் திரும்ப ரசிக்கலாம். மரபின் அழகும் புதுக்கவிதையின் தெறிப்பும் தென்படும் அவருடைய கவிதைகளில், எத்தனையோ மேற்கோள்களை எடுத்துக்காட்டலாம். "காயாம்பூ கருக்கிருட்டு / அவ கண்ணிரண்டும் மின்விளக்கு / ஆகாயம் சிரிச்சிருக்கு / அங்கே ஆயிரம்பூ மலர்ந்திருக்கு" என்ற கிராமியச் சந்தங்களை புதுக்கவிதைப் பூக்களாக நுகரக் கொடுத்திருக்கிறார்.

ஓசைகளை முற்றாக நிராகரித்த புதுக்கவிதைகளை நா.காமராசன் எழுதவில்லை. ஓசைகளையும் உள்ளடக்கிய கவிதைகளே அவரிடமிருந்து வந்திருக்கின்றன. ஆனாலும், அவை தன்னுணர்வுகளைப் பிரதானப்படுத்தவில்லை. வார்த்தைகளின் கட்டமைப்பை ஓசைகளுக்கேற்ப அமைத்தாலும், சிந்தனைகளைப் பொறுத்தவரை அவர் தம்மை ஒரு திராவிட இயக்கப் படைப்பாளராகவே அறிவித்திருக்கிறார். கருப்பு நிறத்தை அமங்கலத்தின் குறியீட்டு வண்ணமாக சமூகம் பார்த்துவந்த வேளையில், அதைத் தம் கவிதை நூலுக்குத் தலைப்பிட்டதில் இருந்தே அவருடைய திராவிடச் சார்பைப் புரிந்துகொள்ளலாம். புறக்கணிக்கப்பட்ட, நிராகரிக்கப்பட்ட மனிதர்களையே

யுகபாரதி ☐ 37

அவர் கறுப்பு மலர்கள் என அடையாளப்படுத்தியிருக்கிறார். கவியரங்குகள் செழித்திருந்த காலங்களில் நா. காமராசனின் கவிதைகளைக் கேட்பதற்கென்றே ஒரு கூட்டமிருந்தது குறிப்பிடத்தக்கது. "மகாகாவியம், சுதந்திர தினத்தில் ஒரு கைதியின் டைரி, தாஜ்மகாலும் ரொட்டித் துண்டும், சகாராவைத் தாண்டாத ஒட்டகங்கள், சூரிய காந்தி, ஆப்பிள் கனவு, கிறுக்கன், காட்டுக்குறத்தி, சொந்தவனத்து ஊமைக்குயில், பொம்மைப்பாடகி, நாவல்பழம்" உள்ளிட்ட முப்பதுக்கும் மேற்பட்ட நூல்களை எழுதி வெளியிட்டிருக்கிறார்.

எழுத்துவாழ்க்கையில் அவருக்குக் கிடைத்த சந்தர்ப்பங்களும் அனுபவங்களும் வேறு எவர்க்கும் கிடைக்காதவை. கறுப்பு மலர்களில் தம் முழு ஆளுமையையும் வெளிப்படுத்திய அவர், தன்னளவில் மட்டுமில்லாமல் தன்னைப் பின்தொடர்ந்து எழுத வருபவர்களுக்கும் உந்துசக்தியாக இருந்திருக்கிறார். "சந்திப்பிழைபோல நாங்கள் சந்ததிப் பிழைகள்" என்று திருநங்கைகளைப் பற்றி அந்தக்காலத்தில் சிந்தித்தவர் அவர் ஒருவர்தான். உரைநடையிலும் மேடைப் பேச்சிலும்கூட அவருக்கு ஆர்வம் இருந்திருக்கின்றன.

தம் திசையைத் தாமே தீர்மானித்துக்கொள்ளும் அளவுக்கு எழுதிவந்த அவர், இறுதிக்காலங்களில் எழுதுவதில் அதிருப்தி அடைந்திருக்கிறார். திராவிட முன்னேற்றக் கழகத்தில் அவர் இருந்தபோது எழுதியதே நான் '"கூடுவிட்டுக் கூடுபாய்ந்து போனதில்லை" என்பது. ஆனால், காலம் அவரை ஒரு கூடு அல்ல, பல கூடுகளை நோக்கிப் பாய வைத்திருக்கிறது. மொழிப்பற்றும் இனப்பற்றும் கொண்டிருந்த அவரை, ஆரம்பத்தில் அண்ணாவும் கலைஞரும் ஈர்த்திருக்கின்றனர். அதன்பிறகு அதே அளவுக்கு எம்.ஜி.ஆர். ஈர்த்திருக்கிறார். அண்ணாவும் கலைஞரும் அவரைக் கொள்கையால் ஈர்த்தார்கள் எனில், எம்.ஜி.ஆரோ அவரை அன்பினால் ஈர்த்திருக்கிறார்.

எழுத்தினாலும் பேச்சினாலும் வளர்ந்திருந்த திராவிட முன்னேற்றக் கழகத்தில் தம்மை ஓர் அந்தஸ்துமிக்க நபராக ஆக்கிக்கொண்டிருந்த நா. காமராசன், எழுத்தின் வழியே தம்மை ஒரு மார்க்சியவாதியாகவும் கட்டமைத்திருக்கிறார். தேர்ந்த இலக்கியவாசகராக இருந்ததுடன், அதை மேடைகளில் பகிர்ந்துகொள்ளவும் பழகியிருக்கிறார். ஒருபக்கம் கவிதைகளில்

அவருக்குக் கிடைத்துவந்த அங்கீகாரத்தை மேம்படுத்திக்கொள்ள மேடைகளைப் பயன்படுத்தியிருக்கிறார். சொற்பொழிவில் அவர் கலைஞரையோ அண்ணாவையோ பின்பற்றவில்லை. மாறாக, அவரிடமிருந்த தமிழ்ப்புலமை அவரை வெவ்வேறு கோணங்களில் பேச வைத்திருக்கிறது. கவிதைகளுக்கு இடையேயும் கட்சிப் பணிகளை மேற்கொண்ட அவர், காலப்போக்கில் கட்சிப் பணிகளுக்கு இடையே கவிதை செய்யும் நிலைக்கும் தள்ளப்பட்டிருக்கிறார். இயக்கத்தில் இணைந்து பணியாற்றக்கூடிய கவிஞர்களுக்கு நேரக்கூடிய தர்மசங்கடங்களை அவருமே அனுபவித்திருக்கிறார்.

ஒரு முழுநேர ஊழியனாக கட்சிகளில் இணைந்து பணியாற்றும் கலைஞர்களுக்கு, இறுதியில் நேரக்கூடிய கதிதான் அவருக்கும் நேர்ந்திருக்கிறது. கட்சி ஊழியத்தில் இணைந்த பல படைப்பாளிகள் தங்கள் படைப்புத்திறனை இறுதிக்காலங்களில் இழந்திருப்பதை உணரலாம். இதன்மூலம் கலைஞர்கள் யாருமே கட்சிப் பணிகளில் ஈடுபடக் கூடாதென்று நான் சொல்ல வரவில்லை. கட்சிப் பணியுடன் கலைப் பணியையும் ஏககாலத்தில் செய்யக்கூடிய ஆற்றலை வளர்த்துக்கொள்ளவேண்டும் என்றே சொல்கிறேன். திராவிட முன்னேற்றக் கழகத்தில் தீவிரமாக இயங்கிய நா. காமராசன், திரைத்துறையில் காலடி எடுத்துவைக்க எம்.ஜி.ஆர். உதவியிருக்கிறார். அந்தச் சமயத்தில் திரைப்பாடல்களுக்கு அதிக முக்கியத்துவம் கொடுத்துவந்தவர் எம்.ஜி.ஆர். என்பது அறியக்கூடியதே.

மக்களைச் சென்றடைய எளியவழியாக எம்.ஜி.ஆர். திரைப்பாடல்களையே எண்ணியிருக்கிறார். அதுமட்டுமல்ல, எப்பொழுதெல்லாம் கவிஞர் கண்ணதாசனுடன் அவருக்கு முரண்பாடு ஏற்படுகிறதோ அப்போதெல்லாம் ஒரு புதுப் பாடலாசிரியரை அவர் திரைக்கு அறிமுகப்படுத்தியிருக்கிறார். அப்படித்தான் நா.காமராசனுக்கும் திரைவாய்ப்புக் கிடைத்திருக்கிறது.

ஏற்கெனவே நா.காமராசனின் எழுத்துகளில் அபிமானம் கொண்டிருந்த எம்.ஜி.ஆர். அவரையும் திரைப்பாடலாசிரியராக்கித் தவிர்க்கமுடியாத இடத்திற்குக் கொண்டு சென்றிருக்கிறார். தம்முடைய தேவைகளுக்காக

யுகபாரதி □ 39

ஒருவரை வளர்த்தெடுத்து, அதன்மூலம் அவர்கள் அடையும் முன்னேற்றங்களை ரசித்திருக்கிறார். அவருடைய அந்தச் செயல் திரைத்தமிழையும் காப்பாற்றியிருக்கிறது. திராவிட முன்னேற்றக் கழகத்தை பிளந்து, அண்ணா திராவிட முன்னேற்றக் கழகத்தை ஆரம்பித்த எம்.ஜி.ஆர்., எழுத்தாளர்களையும் கவிஞர்களையும் தமிழறிஞர்களையும் தம்முடன் வைத்துக்கொள்ள விரும்பியிருக்கிறார்.

தமிழ் உணர்வாளர்கள் நிறைந்திருந்த தி.மு.க.வை எதிர்க்க அதுவே சரியான வழியென்றும் நினைத்திருக்கிறார். தம்மை மலையாளியென்றும் தமிழ் உணர்வற்றவர் என்றும் சொல்லிவிடுவார்களோ என்கிற அச்சத்தின் விளைவாக, அவர் எப்பொழுதும் தம்மைச்சுற்றி தமிழ்ப்பெரும் கூட்டத்தை வைத்திருக்க நினைத்திருக்கிறார். அச்சத்தின் விளைவோ அடிப்படைத் தமிழுணர்வோ எதுவாயிருந்தாலும், அதனால் பலபேர் பயனடைந்திருக்கின்றனர். அந்தப் பயனாளிகளில் ஒருவராக நா.காமராசனைக் கருதலாம்.

மெட்டைவிட பாடல் வரிகளே முக்கியம் என்று கருதிய எம்ஜி. ஆரின் அணுகுமுறைகளில் தமக்கு ஈர்ப்பு ஏற்பட்டே அவரிடம் சென்றதாக அவரே ஒரு நேர்காணலில் தெரிவித்திருக்கிறார். தம்மை எம்.ஜி.ஆர். நடத்தியவிதமும் தமக்களித்த முக்கியத்துவமும் இயல்பாகவே அவரை நெருங்கிச்செல்லும் வாசலை திறந்திருக்கின்றன. கலைஞர் மீது அபிமானம் கொண்டிருந்த நா. காமராசனுக்கு ஆரம்பத்தில் அ. தி. மு. க.வில் சேரத் தயக்கம் இருந்திருக்கிறது. ஆனாலும், “படித்த தமிழறிந்த தங்களைப் போன்றோர் எம்முடன் இணைந்தால் கட்சி வளர்ச்சிக்கு உதவும்” என்று எம்.ஜி.ஆர் விடாமல் அழைத்திருக்கிறார். திரையிலும் அரசியலிலும் பெரும் ஆளுமையாக இருந்த அவருடைய அழைப்பை ஒருகட்டத்தில் தட்டமுடியாமல் கட்சியில் இணையச் சம்மதித்திருக்கிறார். அரசுப் பணியில் இருந்துவந்த அவர், எம்.ஜி.ஆரின் வேண்டுகோளுக்கு இணங்க அவ்வேலையை ராஜினாமா செய்யவும் நேர்ந்திருக்கிறது.

முழுநேரக் கட்சிப் பணியில் தம்மை ஈடுபடுத்திக்கொண்ட வேளையில், அவர் அதிகமும் விரும்பிய எழுத்துகளை எழுதமுடியாமல் போயிருக்கிறது. தினசரி ஏதோ ஓர் ஊரில்

40 □ நேற்றைய காற்று

கட்சி ஏற்பாடு செய்யும் கூட்டத்தில் பேசவேண்டி இருந்ததால், பேசப்படும் படைப்புகளைத் தம்மால் எழுதமுடியாமல் போனதென்று ஓர் இடத்தில் வருந்தியிருக்கிறார். அத்துடன், அவர் நடத்திவந்த "சோதனை" பத்திரிகையும் கட்சிப்பணியினால் முடங்கியிருக்கிறது. எழுதும் நேரங்களை இயக்கம் எடுத்துக்கொண்டதால், இனி எழுதவே முடியாதோ என்றுகூட அஞ்சியிருக்கிறார். ஆனாலும், எம்.ஜி.ஆர். காட்டிய அன்பிற்கு எதையும் இழக்கத் துணிந்திருக்கிறார். நா. காமராசன் எழுதிய ஒரு பாடலை எந்தத் திருத்தமும் இல்லாமல் மெட்டமைக்கும்படி இசையமைப்பாளர் எம். எஸ். விஸ்வநாதனிடம் எம்.ஜி.ஆர். கொடுத்திருக்கிறார்.

அவரும் எவ்வளவோ முயன்றிருக்கிறார். ஆனாலும், எதிர்பார்த்த அளவுக்கு பாடல் திருப்தியாக வரவில்லை. உடனே, விஸ்வநாதன் தம்முடைய மெட்டுக்கு எழுதும்படி நா.காமராசனை வேண்டியிருக்கிறார். யாப்புப் பயிற்சியுடைய நா.காமராசனுக்கு மெட்டுக்கு எழுதுவதில் சிக்கலில்லை. என்றாலும், புதுக்கவிதை முயற்சிகளைத் திரைப்பாடலில் விஸ்தரிக்க விரும்பிய அவர் மெட்டுக்கு எழுதத் தயங்கியிருக்கிறார். இவ்விஷயத்தை அறிந்துகொண்ட எம்.ஜி.ஆர்., பாடலுக்கு மெட்டமைக்க மறுத்த எம்.எஸ்.வி.யை கடிந்துகொண்டிருக்கிறார். அதன்பின் எம்.எஸ்.வி. இசையமைத்த பாடலே 1976இல் வெளிவந்த "நீதிக்குத் தலைவணக்கு" திரைப்படத்தில் இடம்பெற்ற "கனவுகளே ஆயிரம் கனவுகளே" பாடல்.

அப்பாடல் வெளிவந்தவுடனேயே திரையுலகின் தவிர்க்கமுடியாத இடத்தை நா. காமராசன் அடைந்திருக்கிறார். "நகக்குறி வரைகின்ற சித்திரமோ / அங்கு நாணங்கள் தூரிகை வண்ணங்களோ / முகமென்று அதற்கொரு தலைநகரோ / விழி மூடிய கோட்டையின் கதவுகளோ" என்று அப்பாடலில் எழுதியிருக்கிறார். இயைபுக்காக இறுதிவார்த்தைகளை அமைக்கும் வழக்கமானமுறையை அப்பாடலில் நா.காமராசன் தவிர்த்திருக்கிறார். புதுக்கவிதையின் சாயலைக் கொண்டுவர இயைபுகளை அவர் மீறியிருப்பது கவனிக்கத்தக்கது. "பல்லாண்டு வாழ்க" திரைப்படத்தில் வெளிவந்த "போய்வா நதியலையே" பாடலிலும்கூட, இதே பாணியைக்

யுகபாரதி □ 41

கையாண்டிருப்பதைக் கவனிக்கலாம். "கனி தூங்கும் தோட்டம் / முகம் போட்ட கோலம் / பனி வாடை காலம் / உனைக்காண வேண்டும்/ நிலவென்னும் ஓடம் / கரை சேரும் நேரம் / மழைக் கூந்தல் ஓரம் / இளைப்பாற வேண்டும்" என்றே எழுதியிருக்கிறார். மழைக்கூந்தல் ஓரம், நிலவென்னும் ஓடம் போன்ற உவமைகளெல்லாம் அதற்குமுன் வேறு எவரும் எழுதாதவை. புதுக்கவிதைச் சொல்லாட்சிகளில் அவருக்கிருந்த மயக்கத்தைப் பல பாடல்களில் காணலாம். "இரவுப்பாடகன் ஒருவன் வந்தான்" என்று ஆரம்பிக்கும் "ஊருக்கு உழைப்பவன்" திரைப்பாடலை எடுத்துக்கொள்ளலாம்.

அதுஒரு மிகச்சிறிய தாலாட்டுப் பாடல். அப்பாடலில் "புத்தனின் முகமோ / என் தத்துவச் சுடரோ சித்திர விழியோ / அதில் எத்தனை கதையோ என்று சிந்தித்திருக்கிறார். புத்தனின் முகமும் தத்துவச்சுடரும் அப்பாடலுக்கு அவசியமில்லாதவை. தாலாட்டுப் பாடலென்றால் கண்ணே கண்மணியே, ஆராரோ ஆரிராரோ என்று எழுதியே குழந்தையை உறங்க வைத்துவிடலாம். ஆனால், அவரோ புத்தனையும் தத்துவச் சுடரையும் சொல்லியிருக்கிறார். எல்லோரும் எதிர்பார்க்கும் ஒன்றை எழுதிவிடாமல், எவருமே சிந்திக்காத உவமையைக் எழுதிக் காட்டுவதே அவர் தனித்துவம். புத்தனின் முகமோ எனக் கேட்டது வெறும் உவமையல்ல. அதற்குப் பின்னே இந்துத்துவ எதிர்ப்பும் திராவிடக் கருத்தியலும் இருக்கின்றன. விவரித்துச் சொல்ல இடமில்லை.

புதுக்கவிதைகளின் தாக்கத்திலிருந்து அவர் திரைப்பாடல்களை எழுதினாலும், இரண்டு வார்த்தைகளுக்கு இடையே இருந்து பிறக்கும் கவித்துவத்தை கவனிக்காமல் விட்டதில்லை. "வஞ்சிக்கோ மான் விழிகள்" என்பதைப் பிரித்து "வஞ்சிக் கோமான் விழிகள்" என்று எழுதவும் அவருக்குத் தெரிந்திருக்கிறது. சிலேடையாக ஒன்றைச் சொல்வது பழந்தமிழ் இலக்கிய மரபு, அதையும் புதுக்கவிதைகளில் எழுதிப்பார்த்தவராக அவரைச் சொல்லலாம். அதேபோல பாடல்களில் ஒடிச் சந்தமென்று சில இடங்கள் வரும். அதற்கு வார்த்தைகளைப் பொருத்துவது அவ்வளவு எளிதல்ல. துண்டுச் சொற்களிலும் பாடலின் தன்மை கெடாமல் வார்த்தைகளைப்

42 □ **நேற்றைய காற்று**

பிரயோகிப்பது தனிக்கலை. வெறும் பாடலாசிரியராக இருப்பவர்க்கு அது, சாத்தியமில்லை. கவிஞராகவும் கலை இலக்கியப் பயிற்சியுடையவராகவும் இருந்தால் மட்டுமே அப்படி எழுதமுடியும்.

ஒரு பாடலாசிரியன் கவிஞனாக வெளிப்படக்கூடிய எத்தனையோ பாடல்கள் அவர் பெயருக்கு உரியவை. கைகொடுக்கும்கை (கண்ணுக்குள்ளே), காதல்பரிசு (கானலுக்குள் மீன்பிடித்தேன்) காக்கிச்சட்டை (வானிலே தேனிலா), அந்த ஒரு நிமிடம் (தேவை ஒரு பாவை), அன்புள்ள ரஜினிகாந்த் (முத்துமணிச் சுடரே வா), ரெட்டைவால் குருவி(கண்ணன் வந்து பாடுகின்றான்), இதயக்கனி(தொட்ட இடமெல்லாம்), சொல்லத்துடிக்குது மனசு (தேன்மொழி அன்புத் தேன்மொழி), நான் பாடும் பாடல்(பாடும் வானம்பாடி நான்), பெரியவீட்டுப் பண்ணைக்காரன் (மல்லிகையே மல்லிகை),வெள்ளை ரோஜா (ஓமானே மானே) முந்தானை முடிச்சு (வெளக்குவச்ச நேரத்துல), ஆயிரம் பூக்கள் மலரட்டும்(மேகம் அந்த மேகம்), இதயக்கோயில் (பாட்டுத்தலைவன் பாடினால்), உதயகீதம் (மானே தேனே கட்டிப்புடி) தங்கமகன் (அடுக்கு மல்லிகை அது), மந்திரப்புன்னகை (மந்திரப்புன்னகையோ) என குறிப்பிடத்தக்க அவருடைய பாடல் பட்டியல் மிகநீண்டது.

சட்டென்று என் நினைவுக்கு வந்த படங்களையும் பாடல்களையும் மட்டுமே குறிப்பிட்டிருக்கிறேன். இவை தவிரவும் அவருடைய சாதனைகளைச் சொல்லும் பாடல்கள் உண்டுதான். குறிப்பாக, "நல்லவனுக்கு நல்லவன்" திரைப்படத்தில் அவர் எழுதிய "சிட்டுக்குச் செல்லச் சிட்டுக்கு" என்னும் பாடல், பலருடைய விருப்பப்பட்டியலில் இடம்பெற்றிருக்கிறது. தந்தையின் விருப்பத்தைத் தட்டிக்கழித்துவிட்டு காதலனைச் சேர்ந்த மகளைப் பற்றிய பாடலே அது.

ஒரு வயதுவரை தந்தையின் தாயின் கட்டுப்பாட்டில் இருக்கும் பிள்ளைகள், காலகதியில் விடுபடும்பொழுது அதை எப்படி எடுத்துக்கொள்ள வேண்டும் என்பதை அப்பாடலில் அபாரமாக எழுதியிருக்கிறார். சூழலுக்காக எழுதப்பட்ட பாடல் என்றாலும், அப்பாடல் வரிகள் கேட்கும் யாரையும் அழவைத்துவிடும். "காலங்கள் மாறிவரும் காட்சிகள் இங்கே

யுகபாரதி □ 43

/ நியாயங்கள் ஆறுதலைக் கூறுவதெங்கே / மஞ்சள் குங்குமம் மார்பில் சந்தனம் சூடும் கன்னிப் பாவை / பாச தீபம் கையில் ஏந்தி வாழவந்த வேளை / கண்களாலே பெண்மைப் பாட / இன்பம் கண்ட மங்கை / நாம் வாடி நின்றாலும் நலமோடு வாழ்கவே" என்று யோசித்திருக்கிறார். "நாம் வாடி நின்றாலும் நலமோடு வாழ்கவே" என்ற வரியில், ஒரு தந்தையின் உச்சபட்ச அன்பை வெளிப்படுத்தியிருக்கிறார்.

நமக்குத் தீங்கு செய்கிறவர்கள் யாராயிருந்தாலும் நன்றாக இருந்துவிட்டுப்போகட்டும் என்ற எதார்த்தமான சிந்தனையை மெட்டிலும் சொல்லிவிடக்கூடிய ஆற்றல் அவருடையது. எதார்த்தமான வரிகள் என்றில்லை, அழகியல் சார்ந்த பதிவுகளையும் அவருடைய பாடல்களில் மிகுதியாகக் காணலாம். குறிப்பாக "நுரைப்பூவை அள்ளி அலை சிந்தவேண்டும்" போன்ற அழகிய படிமங்களைத் திரைப்பாடலில் எழுதியவர்களில் அவரே மூத்தவர். "முந்தானை முடிச்சு" திரைப்படத்தில் அவரெழுதிய "விளக்குவச்ச நேரத்துல" என்னும் பாடலைச் சொல்லாமல் இருக்கமுடியாது. வெகுஜனரசனைக்கு ஏற்ற அப்பாடலை விரசத்துடன் எழுதிவிட்டதாக நா.காமராசனை விமர்சிப்பவர்கள் உண்டு என்பதால், அப்பாடலைப் பற்றிச் சொல்லத் தோன்றுகிறது. அப்பாடலை நா. காமராசன் இளையராஜா கொடுத்த சந்தங்களுக்கே எழுதியிருக்கிறார்.

எழுதிய பாடலை இளையராஜா பாடினால் நன்றாயிருக்குமென்று இயக்குநர் கே.பாக்யராஜிற்குத் தோன்றியிருக்கிறது. பாடல் வரிகளை வாசித்த இளையராஜா, "இப்பாடலை வேறு யாராவது பாடட்டுமே" என்றிருக்கிறார். "சபரிமலைக்கு மாலை போட்டிருப்பதால் இப்பாடலில் வரும் வரிகளுக்கேற்ப என்னால் பாட முடியாதே" என்றும் தெரிவித்திருக்கிறார். "நீங்கள் பாட வேண்டுமென்பது என் விருப்பமல்ல. முடிவு" என்று பாக்யராஜ் சொல்லியதும், வேறு வழியில்லாமல் இளையராஜா பாடியிருக்கிறார். அதனால்தான் "விளக்குவச்ச நேரத்துல தானானனா, மறஞ்சிநின்னு பாக்கையில் தரனானனா" என்று இளையராஜா பாடியிருக்கிறார். "மாமன் வந்தான், தாகம் என்றான்" என்ற சொற்களைப் பாடினால் சாமி கோபித்துக்கொள்ளும்

என்று தத்தகாரத்தையே வார்த்தைகளாகப் பாடியிருக்கிறார். பாடியவிதத்தில் பாடல் வரிகளில் இருந்த குறும்பை, இளையராஜாவும் ஜானகியும் அதிகப்படுத்தியிருக்கின்றனர். உள்ள வரியைப் பாடியிருந்தால்கூட, இத்தனை நளினம் வந்திருக்காது. தனனானனா, தரனானனா என்று போட்டதில்தான் விரசம் வெளிப்பட்டிருக்கிறது.

பொதுவாக கே.பாக்யராஜின் படங்களைப் பொறுத்தவரை அவை, பெரும்பாலும் ஆண் பெண் உறவுகளுக்கு இடையே இருக்கும் சிக்கலையும் குறும்புகளையுமே பிரதானப்படுத்துபவை. அப்படிப்பட்ட ஒரு படத்தில் விளக்குவச்ச நேரத்துல என்று எழுதியதை விமர்சிக்க ஒன்றுமே இல்லை. அப்பாடலில், “நீலமயில் தோகைசூடி ஜாகைபோடுது / ஜாதிமலர் தேனில் ஊறி ஜாடை கூறுது” என்ற வரிகள் என்னை ஈர்த்தவை. முந்தானை முடிச்சு என்ற தலைப்பே குடும்ப அமைப்பின் குறியீடாகத் தெரியும்போது, தாம்பத்திய சமாச்சாரங்களை விரசமென்று விளங்கிக்கொள்வது எப்படியோ?

எம்.ஜி.ஆர். முதல்வர் ஆகும்வரை அவருடைய படங்களுக்கே அதிக பாடல்களை நா.காமராசன் எழுதியிருக்கிறார். அதன்பிறகுதான் வெளிப்படங்களுக்குப் பாடலெழுதும் வாய்ப்புக் கிடைத்திருக்கிறது. தம்மைப் பற்றிய மிகையான கருத்துகளை வெளிப்படுத்தி அவ்வப்போது அதிர்ச்சியை ஏற்படுத்தியிருக்கிறார். “என்னால்தான் கவிதைளே பிழைத்தன, நானில்லை என்றால் கவிதைகளுக்குக் கதிமோட்சமே இல்லை” என்பதுபோலப் பேசி, இலக்கிய உலகத்தை கதி கலங்க வைத்தவர் அவர்போல் எவருமில்லை. “கம்பனுக்குப் பிறகு தமிழில் கவிஞனே இல்லை” என்று ஒரு இடத்தில் கூறிய அவர், “கம்பனும்கூட என் பார்வையில் குறைந்தே தெரிகிறான்” என்று மற்றொரு இடத்தில் கூறியிருக்கிறார்.

என்னுடைய பத்திரிகையாள நண்பர் ஒருவர், அவரைப் பேட்டி காண போனபோது ‘கண்ணதாசனெல்லாம் ஒரு கவிஞனா?’ எனக் கரித்துக் கொட்டியிருக்கிறார். அதை அட்டைப்படக் கட்டுரையாக்கிவிடும் ஆர்வத்திலிருந்த என் நண்பர், மேலும் மேலும் அப்படியான கேள்விகளையே முன் வைத்திருக்கிறார். எதற்கும் தயங்காமல் பட்டதையெல்லாம்

யுகபாரதி □ 45

சட்டென்று போட்டு உடைத்திருக்கிறார். ஒரு கட்டத்தில், "நீங்கள் சர்வாதிகாரியானால்" என்ற கேள்வியைக் கேட்க, "மோசமாக எழுதுகிறவர்களைச் சுட்டுத் தள்ளுவேன்" என்று அவர் சொல்லவில்லை. "பசியோடு இருக்கும் அத்தனைபேருக்கும் உடனே உணவு கொடுங்கள் என ஆணையிடுவேன்" என்றிருக்கிறார். "கனவுகளே ஆயிரம் கனவுகளே" பாடல் வெளிவந்த சமயத்தில், "கண்ணதாசன் பாடல்துறையில் பதினைந்து ஆண்டுகள் உழைத்துப் பெற்ற புகழை, ஒரே ஆண்டில் என்னுடைய இரண்டாவது பாடலால் நான் பெற்றிருக்கிறேன்" என்று "சொந்தவனத்து ஊமைக்குயில்" நூலில் பெருமிதப்பட்டிருக்கிறார். நெகிழ்வும் அன்பும்கூடிய அவர், எழுத்தைவிடவும் அதிகமாக மனிதர்களை நேசித்திருக்கிறார்.

தன்மீது காத்திரமான விமர்சனங்களை வைத்த ஜெயமோகனை, "எழுதும் வேலையை மட்டுமே கொண்டிருப்பவன் நானென்று" எளிதாகக் கடந்தும் போயிருக்கிறார். மேடையில் அவர் போன்றோர் உரையாற்றிய தமிழால்தான் திராவிட இயக்கங்களுக்கு ஆதரவுகள் பெருகின எனச் சொல்லப்படுவதுண்டு. திரைப்பாடல்களில் உருவகங்களை அதிக அளவு பயன்படுத்திய நா. காமராசன், அப்பாதிப்பை தனக்களித்த பிதாமகனாகக் கேரளக்கவி வயலார் ராமவர்மாவைச் சொல்லியிருக்கிறார். புதுக்கவிதையிலும் சிலேடை உத்திகளை கையாள முடியுமென்று நிரூபித்ததில் அவருக்கு இணையாக இன்னொருவரைச் சொல்ல முடியாது. சிலேடை, அணியிலக்கண அழகுகள் எல்லாம் கவிதைக்குத் தேவையா? என்பது வேறு. ஆனால், சொல்லழகிலும் உத்திகளிலும் அதீத கவனம் செலுத்திய அவர், "சிலேடை என்னும் இலக்கிய அலங்காரத்தை நகைச்சுவை ராணி" என்று வர்ணித்திருக்கிறார்.

பெண்களின் கண்களை வருணித்து அவர் எழுதிய கவிதையொன்று நினைவுக்கு வருகிறது. "புருவக் கொடியருகே / பொன்னிமையின் உள்ளே / உருவாகிச் சுழலும் / உள்ளத்தின் முத்திரைகள் / இதைத்தேடி மனப்பறவை / என்றே திறந்து வைத்த இருவாய்கள் / முகவிளக்கின் இரு சுடர்கள்" என்று எழுதியிருக்கிறார். புதுக்கவிதைகளின்

46 □ நேற்றைய காற்று

திரட்சியைத் திரைப்பாடல்களில் கொண்டுவர யோசித்த நா. காமராசன், அதற்கான சோதனை முயற்சிகளைத் தொடர்ந்து திரைப்பாடல்களில் செய்துபார்த்திருக்கிறார். மதுவை ராஜ திரவமென்றும் கவிஞர்களின் தாய்ப்பாலென்றும் எழுதிய அவருடைய சொல்லாட்சிகள் இன்றைய நவீனக் கவிஞர்களுக்கு உவக்காமல் போகலாம். ஆனால், எழுபது எண்பதுகளில் அவர் எழுதிய "சந்திரிகைப் பந்தல், முத்துக்களின் பள்ளம், கப்பலின் சமவெளி, நதிகளின் கல்லறை, சிவப்பு வஸந்தம், நட்சத்திர புஷ்பங்கள் போன்றவை கொண்டாடப்பட்டன. "மின்னல் நரம்பு மேகத்தில் / காற்று மீட்டும் மழைப்பாடலில் / கண்ணீர் ராகம் பாய்ச்சுவேன்" என்று அவர் எழுதிய கவிதை வரிகளை இப்போதும் மனப்பாடமாக ஒப்பிக்கும் தமிழாசிரியர்களை நான் கண்டிருக்கிறேன்.

கிராமியச் சந்தங்களைக் கொண்டு "காட்டுக் குறத்தி" என்னும் தலைப்பில் அவர் எழுதிய காவியம், எத்தனை பேரால் கண்டுகொள்ளப்பட்டதென அறியமுடியவில்லை. ஆனால், அவரோ அந்நூல் முன்னுரையில் "கேரள சாகித்ய அகாதெமி சில இடங்களில் பாரதியைத் தாண்டிய ஒரே தமிழ்க் கவிஞன் நா. காமராசன்" என்று சொல்லியதாகக் குறிப்பிட்டிருக்கிறார். எல்லா வகையான மரபுக் கவிதைகளையும் எழுதிய தான், இருபத்து எட்டு வயதிலேயே புதுக்கவிதைகளில் முழுவெற்றி பெற்றுவிட்டதாக"வும் அறிவித்திருக்கிறார். எம்.ஜி.ஆரின் தமிழுணர்வை நா.காமராசன் எந்த இடத்திலும் குறைத்து மதிப்பிட்டதில்லை. அண்ணாவுக்கும் கலைஞருக்கும் நிகரான தமிழை எம்.ஜி.ஆர். கற்றிருந்தார் எனச் சொல்வதற்கில்லை. ஆனால், சூழலின் தன்மைக்கேற்பப் பாடல்வரிகளைத் தேர்ந்தெடுக்கும் அளவுக்கு அவருக்குத் தமிழில் பரிச்சயமிருந்திருக்கிறது.

திராவிட முன்னேற்றக் கழகத்தில் இருந்த நா.காமராசனை, தம் பக்கம் இழுக்க எம்.ஜி.ஆர். அவருக்குக் கதர் வாரியத் துணைத் தலைவர் பதவியை வழங்கியிருக்கிறார். கூடுவிட்டுக் கூடுபாய்ந்து போனதில்லை என்ற அவர், எம்.ஜி.ஆரின் வற்புறுத்தலால் கோபுரத்தில் ஏறிக்கொள்ளும் வாய்ப்பும் ஏற்பட்டிருக்கிறது. தன்னை எழுதத் தூண்டியதில் எழுத்தாளர் லா.ச.ராவுக்கு முதன்மைப் பங்குண்டு என குறிப்பிடும்

யுகபாரதி ☐ 47

நா. காமராசன், காண்டேகரின் படைப்புகளையும் சங்க இலக்கியங்களையும் உள்வாங்கிக்கொண்டிருக்கிறார். பொதுவாக வெகுஜனத் தளத்தில் இயங்கக்கூடியவர்கள், தீவிர இலக்கியத்தைப் படித்திருக்க மாட்டார்கள் என்கிற பிம்பம் கட்டமைப்பட்டிருக்கிறது. அந்தப் பிம்பத்தை உடைத்து, அவர்களிலும் இலக்கிய ரசனையிலும் மேம்பட்டவர்கள் இருக்கிறார்கள் என்பதைக் காட்டியவர் நா. காமராசனே. திரைப்பாடலை எழுதிக்கொண்டே அவர் செய்துவந்த இலக்கியப் படைப்புகள் அந்தக்காலத்தில் பெரும் கவனத்தை ஈர்த்திருக்கின்றன. கம்யூனிஸக் கருத்துகளை மாபெரும் உருவக வரைபடத்தில் ஏற்றிச் சொன்ன வயலாரைத் தவிர்த்து, தான் மதிக்கக்கூடிய கவிஞர்களாக இன்குலாப்பையும் அப்துல்ரகுமானையும் அவர் சொல்லியிருப்பது கவனிக்கத்தக்கவை.

பாடல் வாய்ப்புக்காக அவர் எங்கேயும் யாரிடமும் நின்றதாகக் தகவலில்லை. அதன் காரணமாக இத்தனை ஆண்டுகளில் மிகக்குறைவான திரைப்பாடல்களே எழுதியிருக்கிறார். முக்கியமான பாடலாசிரியராக அறியப்படும் அவர், முப்பத்தி மூன்று திரைப்படங்களுக்கு மட்டுமே பாடல்கள் எழுதியிருப்பதாகக் குறிப்புகள் சொல்கின்றன. எண்ணிக்கையில் குறைவான பாடல்களே எழுதி இருந்தாலும், எழுதியவற்றில் முக்கியமான பாடல்கள் நிறைய உண்டு. முற்றிலும் மரபு உத்திகளைக் கைவிடாத தன்மையைக் கொண்டிருப்பவையே அவருடைய கவிதைகள். “பூவெடுத்து மாலை கட்டிக்கொண்டிருந்த நான், சிறிது காலம் புல்லறுக்கப் போய்விட்டேன்” என திரைத்துறை அனுபவத்தை அவர் கசப்போடு பகிர்ந்துகொண்டிருக்கிறார். கல்லூரிக் காலங்களில் தீவிர அரசியலில் ஈடுபட்ட அவர், காங்கிரஸ் கட்சியைக் கடுமையாக எதிர்த்து வந்திருக்கிறார்.

திராவிட இயக்கங்கள் மக்கள் மத்தியில் பெரும் அதிர்வலைகளை ஏற்படுத்திக்கொண்டிருந்த அக்காலத்தில் தமிழ்ப் போராளியாக அவர் இருந்திருக்கிறார். எழுத்தாற்றலும் பேச்சாற்றலும் இயல்பிலேயே வாய்த்திருந்த அவர், திரைப்பாடலைச் செறிவுள்ள இலக்கியப் பிரதியாக்க பெரும்முயற்சி எடுத்திருக்கிறார். அரசியலில் அவர் தீவிரமாக

இயங்கிய காலத்தில் ஊர்தோறும் "படிக்காத காமராசரைப் பற்றி படித்த காமராசர் பேசுகிறார்" எனச் சுவரொட்டிகள் ஒட்டப்பட்டிருக்கின்றன. இதுகுறித்து பெரியார், "படிக்காத காமராசர் உருவாக்கிய பள்ளிக்கூடத்தில் படித்த காமராசர் பேசுவதாகப் போட்டிருந்தால் சரியாக இருந்திருக்கும்" என்று கருத்து தெரிவித்திருக்கிறார்.

பெரியார், அண்ணா, கலைஞர் என அக்காலத்திய அரசியல் ஆளுமைகளுடன் நெருங்கிய தொடர்பு வைத்திருந்த அவர், எம்.ஜி.ஆரை எதன் அடிப்படையில் ஆதரித்தார் எனக் கேட்பவர்கள் உண்டு. அந்தக் கேள்விக்கான பதில்களை எம்.ஜி.ஆரின் படங்களுக்கு அவர் எழுதிய பாடல்கள் தெரிவிக்கின்றன. கால ஓட்டத்தில் வெவ்வேறு கட்சிகளில் தம்மை இணைத்துக்கொண்ட போதிலும், இறுதிவரை திராவிடக் கருத்தியலில் இருந்து அவரால் விடுபடமுடியவில்லை. தனித்தமிழ்நாடு, தமிழ்த்தேசியம், மாநில சுயாட்சி என்றெல்லாம் பேசிவந்த அவர், சிறிதுகாலம் ஆர். எஸ். எஸ் போன்ற மதவாத அமைப்புகளுடனும் அன்பு பாராட்டியது ஆச்சர்யமளிக்கிறது.

ஒரு காலத்திய கவிதைகளின் போக்கைத் தீர்மானித்த சக்தியாக இருந்த அவர், அரசியல் நிலைப்பாடுகளில் ஏற்பட்ட குழப்பத்தினால் அவ்வப்போது சறுக்கல்களையும் கண்டிருக்கிறார். "எத்தனை மனிதர்கள் உலகத்திலே / அம்மா / எத்தனை உலகங்கள் இதயத்திலே" என்னும் பாடலே அவர் எழுதியதில் என்னை மிகவும் கவர்ந்த பாடல். "நீதிக்குத் தலைவணங்கு" திரைப்படத்தில் இடம்பெற்ற அப்பாடலில், தத்துவச் சுடரை இதயத்திற்கு நெருக்கமாக ஏற்றியிருப்பார். "எட்டடி மண்ணுக்குப் போகும்வரை / இந்தக் / கற்பனை ஊர்வல வாழ்கையிலே / யாரோ ஒருவன் தோட்டமிட்டான் / அதில் / யாரோ பலனை அனுபவிப்பார்" என்று எழுதியிருப்பார்.

பாரசீக கவிஞர் உமர்கய்யாமை நினைவூட்டத்தக்க இவ்வரிகளை இளவயதில் எத்தனைமுறை கேட்டேன் எனக் கணக்கு வைத்துக்கொள்ளவில்லை. ஒருகாலம்வரை பாடலாசிரியர்கள் கட்சி அரசியல் சார்ந்தே இயங்கியிருக்கின்றனர். சுயமரியாதை காலத்தில் கவிதைகளில்

யுகபாரதி □ 49

பாரதிதாசனும் திரைப்பாடல்களில் உடுமலை நாராயணகவியும் எழுதிக்காட்டியதன் அடுத்த பாய்ச்சலை நா.காமராசன் தொடர்ந்திருக்கிறார். கருத்துகளுக்கே முக்கியத்துவம் என்றிருந்த நிலையை மாற்றி, அழகியல் பிரயோகங்களும் முக்கியமென்று அறிவித்த அவர், "என் வாழும்காலத்திற்குப் பின்னால் எனது சுவாசத்தைப்போல எனது பாடல்கள் காற்றோடு காற்றாக மிதந்துகொண்டிருக்கும். யுகயுகங்களாக அந்தக் குரல் பவனிவரும்" என்றிருக்கிறார். திராவிட ஆட்சிக் காலத்தில் திரைப்பாடல்களை எழுதிய போதிலும், தனக்கு முன்னால் எழுதிய பாரதிதாசனின் பாதிப்பையோ உடுமலை நாராயண கவியின் பாதிப்பையோ கொள்ளாமல் திரைப்பாடலை அணுகியிருக்கிறார்.

நவீன இலக்கியத்தின் அவ்வப்போதைய ஆக்கங்களைத் தவறாமல் வாசித்துவந்த அவரை, தொண்ணூறுகளின் இறுதியில் சந்தித்திருக்கிறேன். உடல் சுகவீனத்துடன் இருந்தபோதும், இலக்கிய உரையாடலில் அவர் காட்டிய உற்சாகத்திற்கு அளவே இல்லை. அதன்பின் பல்வேறு விழாக்களிலும் கவியரங்க மேடைகளிலும் அவருடன் பேசும் வாய்ப்புக் கிடைத்திருக்கிறது. எழுபதுகளில் திரைப்பாடல் எழுதிய கவிஞர்களில் அவர் ஒருவரே புதுக்கவிதைகளை ஆதரித்தவர். அவருக்கு முன்பே திரைப்பாடல் எழுத வந்த புலமைப்பித்தனும் முத்துலிங்கமும் இன்றுவரை புதுக்கவிதைப் பக்கம் திரும்பவில்லை. அவ்வளவு ஏன்? கண்ணதாசனுக்கே புதுக்கவிதைகள் மேல் நல்ல அபிப்ராயம் இருந்ததாகச் சொல்லமுடியாது.

ஓசைக்கு முக்கியத்துவம் தரும் விருத்தங்களையே கண்ணதாசன் அதிகமும் விரும்பியிருக்கிறார். திரைப்பாடல் எழுதவந்த முதல் புதுக்கவிதைக்காரர் நா.காமராசன் என்பதால், அவரிலிருந்தே ஏனைய பாடலாசிரியர்களை அணுகவேண்டிய அவசியம் ஏற்படுகிறது. "ராத்திரியில் பூத்திருக்கும் தாமரைதான் பெண்ணோ" என்று புலமைப்பித்தன் புதுக்கவிதை சாயலில் திரைப்பாடலை எழுதியிருந்தாலும், நா. காமராசனே புதுக்கவிதையைத் திரையில் புகுத்திய முதல் கர்த்தா. வசனத்தில் புதுக்கவிதைகளின் சாயலைக் கொண்டுவந்தவர்களாக, இளங்கோவனையும் சுரதாவையும்

50 □ நேற்றைய காற்று

கருதலாம். அக்காலத்தில் திராவிட இயக்கப் பேச்சாளர்கள், மேடையில் பேசிய அடுக்குத்தமிழ்ச் சொற்றொடர்களே பிற்காலத்தில் புதுக்கவிதைகளாக வெளிவரத் தொடங்கின என்பது வேறு விஷயம்.

"கடலின் அலை இரைச்சலை நான் அடிக்கடி குரைக்கிறேன், காரணம் நான் புயலின் வேட்டை நாய்" என்று ஒரு கவிதையில் நா. காமராசன் எழுதியிருக்கிறார். இந்த மனமே அவருடைய திரைப்பாடலிலும் பிரதிபலித்திருக்கிறது. இசையமைப்பாளர்கள் சொல்லும் திருத்தங்களை ஏற்பதில் தயக்கம் காட்டிய அவர், அத்துறையின் நெளிவு சுளிவுகளைப் புரிந்தவரல்லர். கதையையும் சூழலையும் உள்வாங்கிக்கொண்டு எழுதினாலும், அதற்குமேலே ஒரு கவிஞனாக அவர் செய்ய எண்ணியதைச் சமரசமில்லாமல் செய்திருக்கிறார். திரைப்பாடலுக்குப் புது இரத்தம் பாய்ச்சிய அவரைத் தொடர்ந்துதான் இன்றைய பாடலாசிரியர்கள் பயணிப்பதாக எனக்குப்படுகிறது.

கண்ணதாசனின் திரைப்பாடல்களை எளிமைக்கு உதாரணமாகச் சொல்கிறவர்கள், நா.காமராசனின் பாடல்களை அழகியலுக்கு ஆதாரமாகக் காட்டுகிறார்கள். கலை இலக்கிய அழகியலைத் திராவிட இயக்கக் கருத்தியல் எப்படிப் பார்த்தது என்பதை வைத்துத்தான் நா.காமராசனின் திரைப்பாடல் வெற்றியைக் கணிக்க முடியும். இசைக்குறிப்புகளை எழுதப் பழகியதாலேயே ஒருவர் இசையமைப்பாளராக ஆகிவிட முடியாது என்பதற்கு ஒப்பானதே தமிழைப் பயின்றாலே ஒருவர் பாடலாசிரியராகிவிட முடியும் என்பதும். குறிப்பாக, தமிழ்ச் சூழலில் ஒரு பாடலாசிரியன் சமூக அரசியலைப் புரிந்துகொள்ளவேண்டிய கட்டாயமிருக்கிறது. "கூந்தல் கறுப்பு, குங்குமம் சிவப்பு" என்று எழுதுவது வேடிக்கையாகப் படலாம்.

ஆனால், அதற்கு பின்னே ஒரு மாபெரும் இயக்கத்தின் தத்துவம் இருக்கிறது என்பதை எத்தனைபேர் அறிவர்? கதை, சூழல், எதார்த்தம் ஆகியவற்றைத் தாண்டியும் ஒரு பாடலாசிரியன் கவனத்தில் கொள்ளவேண்டியதாக அரசியல் இருக்கிறது. எந்த மண்ணுக்கு எந்த மக்களுக்கு எழுதுகிறோம் என்னும் தெளிவில்லாமல் பாடல் புனைய

வந்தவர்கள் காலகதியில் காணாமல் போயிருக்கின்றனர். திரைத்துறையின் வெற்றியிலிருந்தே திராவிட இயக்கம் கிளைத்திருக்கிறது. அண்ணாவும் கலைஞரும் இன்னபிற திராவிட இயக்க எழுத்தாளர்களும் திராவிடக் கொள்கைகளைத் திரையில் எழுதிக்காட்டி வெகுமக்களின் பாராட்டுகளைப் பெற்றிருக்கின்றனர்.

சாதி ஒழிப்பு, சனாதன எதிர்ப்பு, மூடநம்பிக்கை வெறுப்பு, சமூகநீதி என்று இயங்கிய திராவிட இயக்கத்தின் பின்புலத்தைத் தவிர்த்துவிட்டு சினிமாவையோ கலை இலக்கிய வளர்ச்சியையோ கணக்கிட முடியாது. எம்.ஜி.ஆர் மீது பற்றுகொண்டு அ.தி.மு.க.வில் இணைந்த நா.காமராசன், அவருடைய மறைவை அடுத்து, மீண்டும் தி.மு.க.விற்கு வந்திருக்கிறார். "கோட்டான்கள் கூட்டத்தில் குயில் பாட்டு எடுபடுமா? கூப்பிட்டுக்கொண்டேன் என் தோட்டத்திற்கே" என்று கலைஞரும் அரவணைத்திருக்கிறார். ஒரு பொங்கல் விழாக் கவியரங்கில் "கழித்தல்" என்னும் தலைப்பில் கவிதை வாசித்த நா. காமராசன் தலைமை ஏற்றிருந்த கலைஞரைப் பார்த்து "நீ என்னைக் கழித்தால் நான் உன்னை கிழிப்பேன்" என்று மிரட்டியிருக்கிறார்.

அப்போது கலைஞர் முதலமைச்சராக இருந்தாரென்பது குறிப்பிடத்தக்கது. "கை கொடுக்கும் கை" திரைப்படத்தில் அவரெழுதிய "கண்ணுக்குள்ளே யாரோ / நெஞ்சமெல்லாம் நானோ" என்ற பாடலையும், "காதல் பரிசு" திரைப்படத்தில் வெளிவந்த "கானலுக்குள் மீன் பிடித்தேன்" பாடலையும் அவருடைய மிகச் சிறந்த பாடல்களாக நிறுவமுடியும். கண்ணிழந்த பெண்ணின் உணர்வையும் கையறு நிலைக்குத் தள்ளப்பட்ட பெண்ணின் தவிப்பையும் அவ்விரு பாடல்களிலும் அவர் சிந்தித்திருக்கிறார்.

அதிலும், கானலுக்குள் மீன் பிடித்தேன், காகிதப்பூ தேனெடுத்தேன் என்கிற காதல்பரிசு திரைப்பாடலை தவிர்க்கவே முடியாது. "காகிதப்பூ தேன்" என்ற வார்த்தைக் கட்டுமானத்தை விவரித்து ஒருநாள் முழுக்கப் பேசலாம். புதுக்கவிதைகளை எழுதி அதில் அடையாளமும் அங்கீகாரமும் பெற்ற நா. காமராசன், தம்மை வானம்பாடிக் கவிஞர்கள் வரிசையில் சேர்ப்பதை ஏற்க மறுத்திருக்கிறார். "மிதமான

52 □ நேற்றைய காற்று

உருவகமும் தகுதியழகோடு விளங்கும் பொருத்தமான வார்த்தைகளும் நா. காமராசன் பாடல்களின் தனிச் சிறப்பு. கவிஞனுக்கே உரிய கௌரவத்தோடு தம்மை முன்நிறுத்தி முந்திக்கொள்ளாமல் தம் பாடல்களின் ஜீவமொழியைத் திரைத்துறைக்கு வழங்கிவிட்டு ஓரமாக நின்று கொண்டார்" என்று கவிஞர் மகுடேஸ்வரன் குறிப்பிட்டிருக்கிறார். உண்மையும் அதுவே.

தம்மை முன்நிறுத்த விரும்பாத நா. காமராசன், தம்முடைய பாடல்களால் தவிர்க்கமுடியாத இடத்தைத் தக்கவைத்திருக்கிறார். திராவிட இயக்கத்தின் பின்னணியில் இருந்தே அவருடைய கவிதைகளையும் திரைப்பாடல்களையும் பார்க்கவேண்டும். ஆயிரம் வண்ணங்களில் அவர் வெளிப்பட்டாலும், அவருடைய பூர்வீக வண்ணம் கருப்பே என்பதில் சந்தேகமில்லை. வேர்க்கால்களின் வீரியமில்லாமல் கிளைகளில் பூக்கள் பூப்பதில்லை என்பதற்கு ஒப்பவே அவரை நாம் பார்க்க வேண்டியிருக்கிறது.

புராணக் கதைகளின் புகலிடமாக இருந்த தமிழ் சினிமாவை, பகுத்தறிவு நோக்கித் திருப்பியதில் திராவிட இயக்கங்களுக்கு நிகர் எதுவுமில்லை. வசனங்களில் பாடல்களில் அவ்வியக்கப் படைப்பாளர்கள் கொண்டுவந்து சேர்ந்த அறிவுப்புரட்சியை மறுப்பதற்கில்லை. மருதநாட்டு இளவரசியில், "அப்போது அக்கினியாஸ்திரத்தை வீசிப்பார்த்தாய், இப்போது வர்ணாஸ்திரத்தை வீசிப்பார்க்கிறாய். மோகனாஸ்திரத்தை வீசினாலன்றித் தப்பிக்க முடியாது" என்று கலைஞர் எழுதியிருக்கிறார்.

அக்கினாஸ்திரம், வர்ணாஸ்திரம், மோகனாஸ்திரம் என்பவை வெறும் வார்த்தை அலங்காரங்கள் இல்லை. தெய்வத்தின் பேராலும் சாதியின் பேராலும் ஒதுக்கப்பட்ட சமூகம், காதலால் கடைத்தேறும் என்பதைச் சொல்வதே அது. இன்றும் சாதியை முன்வைத்துப் பல படங்கள் எடுக்கப்படுகின்றன. கதாநாயகனே சொந்தச் சாதி அபிமானமுடையவனாகக் காட்டப்படுகிறான். ஆணவக் கொலைகளை நியாயப்படுத்தி, சாதிக் குறியீடுகளைப் பிரதானப்படுத்தித் திரைப்படங்கள் வருகின்றன. சுயமரியாதைக் காலத்தின் வெற்றியாகக் கிடைத்த திராவிட ஆட்சிக்காலம், இந்தக் கேடுகளை ஏன் தடுக்கவில்லை

யுகபாரதி □ 53

என்பது கேள்விக்குறி. அதிகாரம் இல்லாதபோது அதிர்ந்து பேசிய அவர்கள், அதிகாரம் கைக்கு வந்த பிறகு சாதியை, மூடநம்பிக்கையை முற்றாகத் தடுக்கமுடியாமல் போனது எதனால்? 1965 குடியரசு நாளை இந்தித் திணிப்புக்கு எதிரான நாளாக அறிவித்த அண்ணா, அந்நாளில் வீட்டுக் கூரையில் கறுப்புக் கொடியேற்றி எதிர்ப்பைத் தெரிவிக்கத் தொண்டர்களை வேண்டிக்கொண்டார்.

அதன்படி, தன் வீட்டில் கறுப்புக்கொடியேற்றியிருக்கிறார் திரைநடிகர் எஸ்.எஸ். இராஜேந்திரன். அவருடைய எதிர்ப்பைப் பொறுத்துக்கொள்ளாத காங்கிரஸ்காரர்கள் அவரைத் தாக்க முனைந்திருக்கிறார்கள். இடையில் புகுந்த காவல்துறை அதிகாரி, காங்கிரஸ்காரர்களுக்கு ஆதரவாகச் செயல்பட்டிருக்கிறார். உடனே, அந்த அதிகாரி எஸ்.எஸ். ஆர். துப்பாக்கியைக் காட்டி மிரட்டியதாகப் பொய்வழக்கு போட்டிருக்கிறார். இந்த சம்பவத்தையே காட்சியாக மாற்றி "அவன் பித்தனா" என்னும் திரைப்படத்தில் வைத்திருக்கின்றனர். "துப்பாக்கி காட்டி மிரட்டினேனென்று கேஸ் போடுவியா? போட்டுக்கோ" என்று எஸ்.எஸ். ஆர். அவ்வசனத்தைத் திரையில் பேசும்போது, திரையரங்கம் அதிர்ந்திருக்கிறது.

திரைக்கு வெளியே நிகழ்ந்த அரசியல் சம்பவங்களைத் திரைக்குள் கொண்டுவந்தவர்கள், வெளியே பேசிய அரசியலை ஏன் தங்கள் கட்சிகளுக்குள் கொண்டு செல்லத் தவறினார்களோ? அன்றைக்கு உச்ச நட்சத்திரங்களாக இருந்தவர்கள் அனைவருமே ஏதோ ஒருவிதத்தில் தங்களை, திராவிட இயக்க அடையாளத்தில் பொருத்திக்கொள்ள விரும்பியிருக்கின்றனர். ஆனால், அதற்குப் பின்வந்த ரஜினியும் கமலும் அவ்வாறு தங்களைக் காட்டிக்கொள்ளவில்லை.

ஒரு பெரும் இயக்கத்தின் சார்பிலிருந்து சிந்திப்பது வேறு. அந்தச் சார்பையே தன் எழுத்தின் கொள்கையாகக் கொள்வது வேறு. "சித்திரத்துத் தேரே வா" என்று ஆரம்பிக்கும் "நாடோடி பாட்டுக்காரன்" திரைப்படத்தில், "அலைந்தாடும் ஆசை அரங்கேறும் / நிலையாக காதல் வழிந்தோடும்" என்று நா. காமராசன் எழுதியிருக்கிறார். திராவிட இயக்கப் பிரதிநிதியாகத் தம்மை அறிவித்துக்கொண்ட அவர், அதற்கான

சாட்சியங்களாகத் தம் திரைப்பாடல்களை ஆக்கவில்லை. முடிந்தவரை அக்கொள்கைகளை எழுதியிருக்கிறார். ஆனால், திராவிட இயக்கக் கவியாகக் கருதியே அவருக்குப் "பாரதிதாசன் விருது" வழங்கப்பட்டிருக்கிறது. ஆக்கத்திலும் எண்ணத்திலும் அவர் வெளிப்படுத்த முயன்றது அதுவா என்பது ஆய்வுக்குரியது.

"கறுப்பு மலர்கள்" கவிதைநூலுக்கு கண்ணதாசன் எழுதிய முன்னுரையில், "வடக்கத்தி மங்கையர்போல் முழுக்கவும் மூடாமல் கேரள மாதர்போல் முழுக்கவும் திறந்துவிடாமல் தமிழகப் பெண்கள்போல் ஒதுங்கியும் ஒதுங்காமலும் அழகு காட்டும் கவிதைகளை இதில் நாம் காண்கிறோம். தலைப்புகள் தமிழுக்குப் புதியவை. கவிதைக்கான கருவும் புதுமையானதே. மயக்கவைக்கும் சொற்சித்திரங்கள் இவை" என்று பாராட்டியிருக்கிறார். ஒதுங்கியும் ஒதுங்காமலும் என்கிற சொற்கள் நா. காமராசனின் கவிதைகளுக்கு மட்டுமல்ல, வாழ்க்கைக்கும் திரைப்பாடல்களுக்கும் பொருந்தக்கூடியதே. "மிகச் சின்ன வயதிலேயே ஒரு ஞானியைப் போல் எழுதியவன் நான்" என்று அவரே அவருக்கு புகழ்மாலை சூட்டிக்கொண்டாலும், அதற்கான தகுதிகளை அவருடைய கவிதைகளும் திரைப்பாடல்களும் கொண்டிருக்கின்றன.

"இருபதாம் நூற்றாண்டுக் கவிதைகளுக்குப் புதுரத்தம் பாய்ச்சிய பிரும்மா" என்று நா.காமராசனைப் பற்றி கவிஞர் சிற்பி குறிப்பிட்டிருக்கிறார். "வாள் முளைத்த மண், வசந்தத்தின் பச்சை முத்திரை, பனித்துளிகளின் படுக்கை அறை, கால்நடைகளின் தின்பண்டம், உடல் மெலிந்த தாவரம்" என்று சிறிய புல்லுக்குக்கூட அழகிய படிமங்களை சிந்தித்த அவர், வார்த்தைகளின் கஜானாவாக வாழ்ந்திருக்கிறார். அள்ளி அள்ளிச் செலவழித்தாலும் தீரவே தீராத அவருடைய தமிழ், காகிதப்பூக்களையும் தேன் சுரக்க வைப்பது.

யுகபாரதி □ 55

புலமைப்பித்தன்

சங்கீத ஸ்வரங்கள் ஏழே கணக்கா

திராவிடம், திராவிடர் என்ற சொற்கள் கடவுள் மறுப்புக் கொள்கையை மட்டுமே முதன்மையாகக் கொண்டதில்லை. சாதி மறுப்பு, சமூகநீதி, பெண்விடுதலை, மூட நம்பிக்கை எதிர்ப்பு எனப் பல்வேறு கொள்கைகளைப் பிரதிபலிக்கக்கூடிய சொற்களே அவை. திராவிடம் என்பது நிலப்பரப்பையும் திராவிடர் என்பது அந்நிலப்பரப்பில் வசிப்பவர்களையும் குறிப்பன. திராவிடர் என்னும் சொல்லை, நீதிக்கட்சியின் தொடர்ச்சியாகவே பெரியார் உருவாக்கினார். பிராமணர், பிராமணர் அல்லாதார் பகுப்பிலிருந்து கிளைத்த அச்சொல்லை, அவருக்கு முன்பாகவே அயோத்திதாசப் பண்டிதர் பயன்படுத்தி இருப்பது கவனிக்கத்தக்கது. 1891 ஆம் ஆண்டு தோற்றுவிக்கப்பட்ட திராவிட மகாஜனசபை, பார்ப்பனரல்லாதாரின் இயக்கம் என்றே பார்க்கப்பட்டிருக்கிறது.

1884ஆம் ஆண்டு முதலே திராவிடப் பாண்டியன் என்னும் பெயரில் கட்டுரைகளை எழுதிவந்த அயோத்திதாசர், 'இந்துக்களில் தீண்டத் தகாதவர்கள் என்னும் பிரிவைச் சேர்ந்தவர்கள் இந்துக்களே அல்லர்' என்றிருக்கிறார்.

அதுமட்டுமல்ல, அவர்கள் அனைவரும் திராவிட மரபைச் சேர்ந்தவர்கள் என்பதும் அவர் வாதமாயிருந்தது. திராவிடக் கருத்தியலின் தந்தையாக அயோத்திதாசர் பார்க்கப்பட்டாலும், அக்கருத்தியலை மக்கள் மத்தியில் முழுவீச்சுடன் எடுத்துச் சென்றவர் பெரியாரே. தந்தை என்னும் அடைமொழியைத் தாங்கும் தகுதியை அவருக்குத் தமிழ்ச்சமூகம் வழங்கியிருக்கிறது. 1891இல் நடத்தப்பட்ட மக்கள் தொகைக் கணக்கெடுப்பில் ஆதிதிராவிடர்கள் தங்களை இந்துக்கள் என்று பதியாமல், சாதியற்ற தமிழர்கள் என்று பதியும்படி அயோத்திதாசர் கேட்டுக் கொண்டிருக்கிறார். "ஒரு பைசாத் தமிழன்" என்னும் பெயரில் பத்திரிகையைத் தொடங்கிய அவர், ஓராண்டு கழித்து அப்பத்திரிகையின் பெயரை வாசகர்களின் வேண்டுகோளுக்கு இணங்க "தமிழன்" என்று மாற்றியிருக்கிறார்.

திராவிடம் என்பது தமிழையும் உள்ளடக்கியதே என்னும் புரிதலை, இன்றைய தமிழ்த் தேசிய அமைப்புகள் மறுப்பதில்லை. ஆனால், தமிழை முதன்மைப்படுத்தாமல் பிற தென்னிந்திய மொழிகளை இணைத்துப் பேசுவதை அவர்கள் ஏற்கத் தயங்குகிறார்கள். பத்தொன்பதாம் நூற்றாண்டின் பிற்பகுதியில் இந்துமதம் மீட்டுருவாக்கம் செய்யப்பட்ட சமயத்தில், யாரெல்லாம் கிறிஸ்தவர்கள், இஸ்லாமியர்கள் இல்லையோ அவர்கள் அனைவருமே இந்துக்கள் எனும் வளையத்திற்குள் வலிய திணிக்கப்பட்டிருக்கிறர்கள். அப்படித் திணிக்கப்பட்ட இந்துக்களில், ஒரு சாரார் பிராமண எதிர்ப்பையும் ஒரு சாரார் பிராமண ஆதரவையும் மேற்கொள்ள நேர்ந்தது. பிராமண எதிர்ப்பைக் கொண்டவர்கள், இந்துமதத்தின் வைதீக கட்டுப்பாடுகளையும் சடங்குகளையும் கேள்விக்குட்படுத்தி, அதிலிருந்து வெளியேறும் உத்தியாகத் திராவிடக் கருத்தியலுக்கு வந்திருக்கிறார்கள்.

கடவுள் நம்பிக்கை என்பதும் வைதீகச் சட்டகத்துக்குள் அடங்குவதால், திராவிட இயக்கத்தினர் அதிலிருந்து வெளியேறும் முனைப்பில் ஈடுபட்டிருக்கிறார்கள். கடவுள் மறுப்புக் கொள்கையை, திராவிட இயக்கத்தவர் ஆரம்பிக்கும் பல நூற்றாண்டுகளுக்கு முன்பே நம்முடைய சித்தர்கள் தொடங்கியிருப்பதை அறியமுடிகிறது. "பறச்சி என்பதேதடா,

பணத்தியென்பதேதடா" என்றும், "நட்டகல்லைச் சுற்றிவந்து நாலுபுஷ்பம் சாற்றியே" என்றும் கடவுள் மறுப்புக் கொள்கையை முன்னெடுத்த அவர்களே அக்கருத்தியலின் மூலவர்கள் எனலாம்.

தெய்வம், தெய்வீகம், பூஜை, புனஸ்காரம், தரிசனம், உற்சவம், அபிஷேகம், ஆலிங்கனம், தேவகணம், தேவ மங்கை, தேவாதிதேவர் போன்றவை இறை நம்பிக்கையின் வெளிப்பாடுகள். தீவிர நாத்திகக் கருத்துடைய எவரும் அச்சொற்களை அதே பொருளில் பயன்படுத்துவதில்லை. குறிப்பாக, திராவிட இயக்க மேடைகளில் அச்சொற்கள் கேலிக்கும் கிண்டலுக்கும் உரியதாகவே பார்க்கப்பட்டுள்ளன. பக்தி இலக்கிய காலத்தில் இறை நேசத்தை எழுதியவர்களால் மேற்கூறிய சொற்கள் பரவலான கவனிப்புக்கு வந்தன. தமிழும் சமஸ்கிருதமும் கலந்த மணிப்பிரவாள நடையில் எழுதப்பட்ட பாசுரங்களில் அப்படியான சொற்கள் அதிகமும் பயன்படுத்தப்பட்டுள்ளன. பாரதியைத் தன் ஆசானாக ஏற்ற பாரதிதாசன், பாரதியின் கடவுள் கொள்கையைப் பின் தொடராமல், அதற்கு எதிர்திசையில் பயணித்திருக்கிறார்.

ஒருவகையில் பாரதியிடமிருந்து பாரதிதாசனைத் தனித்து நாம் பார்க்கும் காரணங்களில் அதுவும் ஒன்று. பாரதிதாசனைப் பின் தொடர்ந்து பலர் வருகிறார்கள். பாரதிதாசன் பரம்பரைக் கவிஞர்கள் என்னும் பட்டியலில் இடம்பெறும் அத்தனைபேருமே கடவுள் மறுப்புக் கொள்கையில் முரண்படவில்லை. திராவிட இயக்கச் சார்பையும் அவ்வியக்கம் முன்வைத்த சமூகநீதியையும் பின்பற்றிய அவர்கள் வைதீகச் சொற்களை முற்றாகத் தவிர்த்திருக்கின்றனர் கடவுள் எதிர்ப்பே சரியான அரசியல் என்றும் கடவுள் நம்பிக்கை பகுத்தறிவுக்குப் பயன்படாது என்றும் கருதிய அவர்களில், தீவிர நாத்திகரான புலவர். புலமைப்பித்தன் வித்யாசப்படுகிறார். பக்தியைப் பொருட்படுத்தாத அவர், பக்தி இலக்கியங்களை நிராகரிக்கவில்லை.

மணிரத்னம் இயக்கிய 'நாயகன்' திரைப்படத்தில் "நீயொரு காதல் சங்கீதம் / வாய்மொழி சொன்னால் தெய்வீகம்" என்றே எழுதியிருக்கிறார். இந்துமதத்திற்கு எதிரான நிலைப்பாடுடையவர் என்றபோதிலும், இந்துமதக்

கருத்துகளை விதந்தோதிய பக்தி இலக்கியங்களையும் அவற்றில் கையாளப்பட்டுள்ள சொற்களையும் அவர் விலக்கியதாகத் தெரியவில்லை. மாறாக, அச்சொற்கள் தரும் இன்பத்தில் லயித்திருக்கிறார். அவருடைய பல பாடல்களில் கடவுள் சிந்தனையில் உருவான சொற்கள் தயக்கமில்லாமல் வந்துள்ளன. திராவிடக் கொள்கைக்காரர் என்னும் பதாகையிலிருந்து கொண்டே, கடவுளை வழிபடும் சொற்களை அவர் கையாண்டிருப்பதை காணமுடிகிறது.

ஆழ்ந்த இலக்கியப் பரிச்சயமுடைய அவர், கொள்கையாகத் திராவிடக் கருத்தியலைக் கொண்டிருந்தாலும், இலக்கியத்தைப் பொறுத்தமட்டில் யாதொரு பாகுபாட்டையும் கடைபிடிக்கவில்லை. சந்தத்திற்கு ஏற்ப வார்த்தைகளைக் காவிய அழகுகளுடன் பயன்படுத்தியிருக்கிறார். அவருக்கு முன்னும் சரி, பின்னும் சரி நேர்த்தியான கட்டமைப்பில் பாடல் எழுதிய ஒருவர் இல்லை. இலக்கண இலக்கியப் புலமையுடன் திரைப்பாடல் எழுத வந்த முதல்நபர் அவரே என்பதிலும் சந்தேகமில்லை. நான் சொல்வது, முற்றும் முழுதாக அவருக்கிருக்கும் புலமையைப் பற்றியது. ஏனையோரை தாழ்த்திக் குறிப்பிடும் நோக்கமோ தற்சார்போ எனக்கு இல்லை.

இது என் கருத்தல்ல. அவர் காலத்திலேயே பலரும் சொல்லியதுதான். பாரதிதாசனுக்கு இணையாக எழுதக்கூடிய வல்லமை புலமைப்பித்தனுக்கு உண்டென்று அண்ணாவே ஓர் இடத்தில் அறிவித்திருக்கிறார். பாரதிதாசனின் பாடல்களில் உள்ள வேகமும் உணர்ச்சியும் புலவர் புலமைப்பித்தனிடம் காண்பதாக அண்ணா கூறியதற்குக் காரணம், “பாவேந்தர் பிள்ளைத் தமிழ்” என்னும் தலைப்பில் புலமைப்பித்தன் எழுதியுள்ள நூல்தான். தம்மிடமிருந்த தமிழறிவைத் திராவிட இயக்கத்தின் வளர்ச்சிக்குப் பயன்படுத்திய ஒருவராகவே புலமைப்பித்தனை அண்ணா பார்த்திருக்கிறார்.

குமரகுருபர அடிகளின் “முத்துக்குமாரசாமிப் பிள்ளைத்தமிழ்” நூலை ஒத்தும் உறழ்ந்தும் பாவேந்தர் பிள்ளைத் தமிழைப் புலமைப்பித்தன் எழுதியிருப்பதாக நூலுக்கு உரையெழுதிய தமிழறிஞர் ந. இராமநாதன் தெரிவித்திருக்கிறார். பக்திப் பனுவல்களில் உள்ள இலக்கிய

ரசத்தையும் இலக்கண அமைதியையும் கையாளும் ஆற்றல் அவருக்குண்டு. அதே சமயம், அவ்விலக்கிய இலக்கண அமைப்பை, திராவிடக் கருத்தியலாளர்களின் கவனத்துக்குக் கொண்டுவந்த பெருமையும் அவருக்குரியதே. எனக்கு அடுத்துதான் எல்லோருமென்ற நா. காமராசனே, "பாரதியின் இலக்கியம் பாடல்களாக வந்துள்ளன. ஆனால், புலமைப்பித்தனின் பாடல்களோ அத்தனையும் இலக்கியமாக உள்ளன" என்றிருக்கிறார்.

தனக்கு நிகராக ஒருவருமே இல்லையென்றவர்கூட மதிக்கும் இடத்தில் புலமைப்பித்தனின் திரைப்பாடல்கள் இருந்தன, இருந்து வருகின்றன. பஞ்சாலைத் தொழிலாளியாக இருந்துகொண்டே தமிழில் புலவர் பட்டம் பெற்ற அவர், 1966இல் வெளிவந்த "குடியிருந்த கோயில்" திரைப்படத்தில் "நான் யார், நான் யார்" என்ற பாடல் மூலம் திரைத்துறைக்கு அறிமுகமாகியிருக்கிறார். தமிழகச் சட்ட மன்றத்தின் மேலவைத் துணைத் தலைவராகவும் அரசவைக் கவிஞராகவும் இருந்திருக்கிறார். 2001ஆம் ஆண்டுக்கான பெரியார் விருதையும் நான்குமுறை சிறந்த பாடலாசிரியருக்கான தமிழக அரசு விருதையும் பெற்றிருக்கிறார். அவர், கோவை மாவட்டம் சூலூரை அடுத்த பள்ளிபாளையத்தைப் பிறப்பிடமாகக் கொண்டவர்.

பக்தி இலக்கியத்தில் தோய்ந்த அவருக்குப் பெரியார் விருது வழங்கப்பட்டிருப்பதில் இருந்தே அவர், புலமையையும் கருத்துச் சார்பையும் கணக்கிட்டுக் கொள்ளலாம். திரைப்படத்திற்கு பாடல் எழுத வந்தது குறித்து "ஐ.ஏ.எஸ் தேர்வு முடித்துவிட்டு, ஆபிஸ் பியூன் வேலைக்கு வந்ததுபோல் இருக்கிறது" என்று வருந்தியிருக்கிறார். உண்மையில், அவருடைய தமிழாய்ந்த புலமை திரைத்துறையின் தேவைக்கு அதிகமானது. அருணாகிரிநாதரின் பக்தித் தமிழில் மனம் பறிகொடுத்த அவர், எளிய தமிழ்த் திரைப்பாடலுக்குத் தம்மை இறக்கிக் கொள்ள நேர்ந்ததாக பல இடங்களில் அதிருப்தியை வெளிப்படுத்தியிருக்கிறார்.

அவருடைய அதிருப்தி அவ்வாறாக இருப்பினும், திரைத் தமிழில் அவருடைய பாடல்கள் தனித்துவமுடையவை. இலக்கணத்தில் எத்தனை சாத்தியங்கள் உள்ளனவோ

அத்தனை வழிகளிலும் விதங்களிலும் பயணித்தவர் அவர் ஒருவரே. அணி இலக்கணத்தை முதன்மையாகக் கொண்டு அவர் எழுதியுள்ள பாடல்களின் பட்டியல் நீளமானது.

திராவிட அரசியலில் காலூன்றி நின்ற அவர், தன்னுடைய திரைப்பாடல்களின் வாயிலாக இடதுசாரி மனோபாவத்தையே அதிகமும் வெளிப்படுத்தியிருக்கிறார். குறிப்பாக, "உன்னால் முடியும் தம்பி, நிலவே மலரே, நீதிக்குத் தண்டனை" போன்ற படங்களில் அவர் எழுதியுள்ள பாடல்கள் புரட்சிகரமான கருத்துகளை உடையவை. பழுதுபார்த்து ஒதுக்கமுடியாத பாடல்களை மட்டுமே எழுதிய பாடலாசிரியர்களாக இருவரைக் கொள்ளலாம். ஒருவர், பட்டுக்கோட்டை கல்யாணசுந்தரம். மற்றொருவர், புலமைப்பித்தன். இரண்டு பேரில் மக்கள் மொழியில் பட்டுக்கோட்டை கல்யாணசுந்தரமும் இலக்கிய மொழியில் புலமைப்பித்தனும் சிறந்து விளங்குவதாக எனக்குப்படுகிறது. இயக்குநர் கே.பாலசந்தர் ஒரு நேர்காணலில், "எழுதிய வரிகளில் எதைத் தேர்ந்தெடுப்பது? எதை விடுவது? என திணற வைத்தவர் கண்ணதாசனுக்குப் பிறகு புலமைப்பித்தனே" என்று வியந்திருக்கிறார்.

மரத்தடிப் பள்ளிக்கூடத்தில் தமிழ் பயின்ற புலமைப்பித்தன், பல ஆண்டுகள் தமிழாசிரியராகப் பணியாற்றியவர். எழுத்தெண்ணி இலக்கியங்களை வாசித்ததால் அவ்விலக்கியங்களைத் திரைப்பாடலுக்குள் கொண்டுவருவதில் குறியாயிருந்திருக்கிறார். பூம்புகாரிலிருந்து கண்ணகியும் கோவலனும் மதுரைக்குத் திரும்பும்போது, மதுரை மதிற்சுவரில் இருந்த பாண்டியக் கொடி அசைவதாக இளங்கோவடிகள் ஒரு கற்பனையைச் செய்திருப்பார். அசையும் அக்கொடி அவர்களை மதுரை நகருக்குள் வாராதீர்கள் என்பதுபோல் இருந்ததாக தற்குறிப்பேற்றி எழுதியிருப்பார். "போருழந் தெடுத்த / ஆரெயில் நெடுங்கொடி / வாரல் என்பனபோல் / மறித்துக் கை காட்ட" என்னும் அவ்வரிக்கு ம.பொ.சிவஞானம் மிக அற்புதமாக உரையெழுதியிருப்பார்.

கண்ணகியும் கோவலனும் மதுரை நகரில் சந்திக்கவிருக்கும் அபாயங்களை, அக்கொடி அசைந்து அறிவித்தது என்னும் கற்பனையை, "வெண்சங்கு கழுத்தோடு /

யுகபாரதி □ 61

பொன்மாலை அசைந்தாட / நான் கண்ட பொருள் கூறவா / என் அண்ணாவை ஒருநாளும் / என்னுள்ளம் மறவாது / என்றாடும் விதமல்லவா" என்று புலமைப்பித்தன் 'நினைத்ததை முடிப்பவன்' திரைப்படத்தில் மிக லாவகமாகக் கையாண்டிருப்பார். அண்ணனுக்கும் தங்கைக்கும் இடையிலான பாசத்தை வெளிப்படுத்த, "பூமழை தூவி" என்று ஆரம்பிக்கும் அப்பாடலில், சிலப்பதிகாரச் சித்திரிப்பை அவரால் கொண்டுவர முடிந்ததற்குத் தமிழ்ப் புலமையே காரணம். அதிலும், அண்ணாவை என்னுள்ளம் ஒருநாளும் மறவாது என எம்.ஜி. ஆருக்கு அவர் எழுதியிருப்பதுதான் விசேஷம்.

அண்ணாவின் அடிதொட்டு நடந்துவந்த எம்.ஜி.ஆரின் கொள்கை முழக்கத்தை அண்ணன் தங்கைப் பாடலிலும் அவரால் எழுத முடிந்திருக்கிறது. அணி இலக்கணத்தை அதிகமாகத் திரைப்பாடலில் பயன்படுத்திய பெருமையும் அவருக்குண்டு. "நாங்கள் எல்லாரும் புலமைப்பித்தனிடம் கற்றுக்கொள்ள வேண்டும். அவன் தான் முழுமையாகவும் முறையாகவும் தமிழ்ப் படித்தவன்" என்று எம்.எஸ். விஸ்வநாதனிடம் கண்ணதாசன் சொல்லியதாகக் குறிப்பு இருக்கிறது. "காய்ச்சிய பாலில் தானடி ஆடை / காமத்துப்பாலில் ஏதடி ஆடை" என்ற வரியை வியந்த கண்ணதாசன், பலமுறை அப்பாடலை இசைக்கச் சொல்லி விஸ்வநாதனிடம் கேட்டிருக்கிறார்.

புலமைப்பித்தனின் "இந்தப் பச்சைக்கிளிக் கொரு" என்று ஆரம்பிக்கும் 'நீதிக்குத் தலைவணங்கு' பாடலை பலரும் கண்ணதாசன் எழுதியதாக மேடைகளில் மேற்கோள் காட்டுவார்கள். "எந்தக் குழந்தையும் நல்ல குழந்தைதான் மண்ணில் பிறக்கையிலே / அது நல்லனவனாவதும் தீயவனாவதும் அன்னை வளர்ப்பினிலே" என்ற வரியை சிலாகிக்க விரும்பிய அவர்கள், பெரும்பாலும் புலமைப்பித்தனின் பெயரை விட்டுவிடுவார்கள். காரணம், கருத்தாழம் மிக்க அவ்வரியைக் கண்ணதாசனே எழுதியிருப்பார் என்னும் முன்முடிவு. இந்த முன் முடிவுகளால்தான் கொண்டாடப்பட்டிருக்க வேண்டிய புலமைப்பித்தன், பெரிய அளவில் கவனிக்கப்படவில்லையோ எனத் தோன்றுகிறது.

அவரே “எனக்கு வியாபார புத்தியும் இல்லை. விளம்பர உத்தியும் தெரியவில்லை. சினிமா என்பது வியாபாரம். ஒரு பாட்டை எழுதி அதற்கு ஊரைக் கூட்டிப் பாராட்டுவிழா நடத்துவது பார்ப்பதற்கு விரசமாகத் தெரியும். அப்படிச் செய்வதுதான் திரையுலகத் தொழிலைப் பொறுத்தவரை நியாயம்” என்று வருந்தியிருக்கிறார்.

எம்.ஜி.ஆரால் அடையாளங் காணப்பட்ட அவர், முதல் பாடலையே முத்திரைப் பாடலாக ஆக்கியவர். இன்றுவரை அப்பாடல் அவரை யாரென்று காட்டிக்கொண்டிருக்கிறது. இருந்தும்கூட, தான் பெரிதாகச் பேசப்படவில்லையே எனும் ஆதங்கம் அவருக்கிருப்பது கவனத்துக்குரியது. எத்தனையோ பாடல்களில் அவர் தன்னை நிரூபித்திருக்கிறார். “இனங்களிலே எந்த இனம் பெண்ணினம்” என்று ஆரம்பிக்கும் பாடலை எடுத்துக்கொள்வோம். வார்த்தைகளை வைத்துக்கொண்டு அப்பாடலில் சிலம்பம் ஆடியிருக்கிறார்.

இனம் என்ற இயைபுக்கு ஏற்ப எத்தனை சொற்கள் தமிழில் உள்ளனவோ அத்தனை சொற்களையும் அழகாக நிரல்படுத்தியிருப்பார். “விழி நிறம் அஞ்சனம் / சிவந்தது ஒரு நூதனம்” என்று பாடல் முடியும். அஞ்சனம் என்பது கருமையைக் குறிப்பது. கருவிழி எதனால் சிவந்தது என அவர் சொல்லாமல் விடும் இடத்தை ஊகித்துக்கொள்ளலாம். பொதுவாக, ஒரு கவிதையின் சிறப்பு எங்கே இருக்கிறதென்றால், அது சொல்லாமல் விடும் இடத்தில்தான் இருக்கிறது. அவ்விதத்தில் திரைப்பாடலையும் கவிதைக்கான கட்டமைப்பிற்குள் கொண்டுவருவதில் முனைப்புக் காட்டியவராகப் புலமைப்பித்தனைச் சொல்லலாம்.

“கல்யாண தேன் நிலா” என்னும் பாடலில் முழுக்க முழுக்க “லா” ஓசையை இயைபாக எழுதியிருப்பார். “லா”வுக்கு பதில் “ளா”வையும் பாடலில் பயன்படுத்தலாம்தான். என்றாலும், லகரத்திற்கும் ளகரத்திற்கும் உள்ள வேறுபாடுணர்ந்து பாடல் முழுக்கவும் லா ஓசையையே எழுதி, தமது புலமையைப் புரியவைத்திருக்கிறார். “வான் நிலா நிலா அல்ல” பாடலில் கண்ணதாசனும் அவ்விதம் எழுதியிருக்கிறார். ஆனால், கண்ணதாசன் அப்பாடலில் சில இடங்களில் இயைபை மீறியிருப்பார். பாடலுக்கு இயைபு முக்கியம் என்பதால் சில

யுகபாரதி □ 63

இடங்களில் மீறுவது தவறில்லை. மீறுவது என்றால் ஒரே மாதிரியான ஓசையுடைய பிற சொற்களைப் பயன்படுத்துவதே. "காதலா" என முடியும் வார்த்தைக்கு "கண்களா" என முடியும் இயைபைப் பாவிக்கலாம்.

ஓசை அதிக அளவு மாறுபடாது. என்றாலும், புலமைப்பித்தனின் தமிழ்ப் பாண்டித்தியம் ஒரே ஓசைக்கு ஒரே மாதிரியான சொற்களைப் பயன்படுத்துவதையே வழக்கமாகக் கொண்டது. சிற்சில இடங்களில் மட்டுமே அதை மீறியிருப்பார். அதுவும், பாடலின் கருத்தை முன்வைத்தோ சொல்லப்பட வேண்டிய சூழலை முன்வைத்தோ இருக்குமே தவிர, எளிதாக பாடலை முடிக்கும் எண்ணத்தினால் அல்ல.

சந்தத்திற்கு ஏற்ப வார்த்தைகளைப் பொருத்துவதுதான் பாடலாசிரியனின் வேலை. இயக்குநரின் இசையமைப்பாளரின் விருப்பத்திற்கேற்ப எழுதினாலும், அந்தப் பாடலுக்குள் தன்னை நிறுவிக்கொள்ளும் முயற்சியைப் புலமைப்பித்தன் எங்கேயும் தவறவிட்டதில்லை. "நீயொரு காதல் சங்கீதம்" பாடலில், "பூவைச் சூட்டும் / கூந்தலில் எந்தன் / ஆவியை நீ ஏன் சூட்டுகிறாய்" என்றொரு வரி வரும். உண்மையில், காதலில் திளைத்த ஒருவன் அவ்விதம் பாடுவதாக நினைத்தாலும், அவர்

அவ்வரியை கலிங்கத்துப்பரணியிலிருந்து எடுத்திருக்கிறார். "முருகிற் சிவந்த கழுநீரும் / முதிரா இளைஞர் ஆருயிரும் / திருகிச் செருகும் குழல் மடவீர் / செம்பொற் கபாடம் திறமினோ" என்ற செய்யுளின் எளிய வடிவமே அவர் எழுதித் தந்திருப்பது. நம்முடைய புறப்பாடல்களிலும் அகப்பாடல்களிலும் உள்ளவற்றை திரைப்பாடலில் கொண்டுவந்த ஆற்றல் அவருடையது.

தமிழீழ விடுதலைப் புலிகள் தலைவர் பிரபாகரன் சென்னையில் தங்கியிருந்த காலங்களில், அதிகமும் அன்பு பாராட்டியவராகப் புலமைப்பித்தன் இருந்திருக்கிறார். பாடலாசிரியன் என்னும் நிலையில் இருந்து இனப்போராட்டத்தின் தேவையை உணர்ந்து, புலிகளுக்கு உதவிய ஒருவராக அவரைச் சொல்லமுடியும். எம். ஜி. ஆர். ஈழப் போராட்டத்திற்கு ஆதரவு நிலைப்பாடு எடுக்கக்

காரணமாக அவரும் இருந்திருக்கிறார். புலமைப்பித்தனின் மகள் கண்ணகி மரணமுற்றபோது, இடுகாடுவரை வந்து இறுதி அஞ்சலி செலுத்துமளவுக்குப் பிரபாகரன் அவருடன் நெருங்கிப் பழகியிருக்கிறார். திராவிடக் கொள்கை, இடதுசாரி சிந்தனை, தமிழ்த் தேசிய அணுகுமுறை எனப் பலவாறாக அவருடைய பயணம் இருந்திருக்கிறது. "தேவைகளை விரிவுபடுத்திக்கொள்ளாமல் இருந்திருந்தால், அந்தத் தேவைகளுக்காகத் தேவையில்லாமல் பாடுபடுகிற வாழ்க்கை முறை வந்திருக்காது. கோட்டையைப் பிடிக்கப் போவதாக நினைத்துக்கொண்டு வந்து, வாழ்க்கையையே கோட்டை விட்டிருக்கிறேன்" எனவும் ஒரு சமயம் வருந்தியிருக்கிறார்.

பாட ஆசிரியனாக இருந்து பாடலாசிரியனாக உயர்ந்த அவர், எதிர்பார்த்த ஏதோ ஒன்று கிடைக்காமல் போனதாக எண்ணியிருக்கிறார். இத்தனைக்கும் அரசவைக் கவிஞராகவும் ஆட்சியில் இருந்த எம். ஜி. ஆரின் பிரதம தம்பிகளில் ஒருவராகவுமே இருந்திருக்கிறார். என் போன்ற பல இளம் பாடலாசிரியர்கள் அவர் பாடல்களில் இருந்து நிறையக் கற்றுக்கொண்டிருக்கிறோம். "புரட்சித் தீ, புரட்சிப் பூக்கள், பாவேந்தர் பிள்ளைத் தமிழ், நினைவுகளின் ஊர்வலம், பூகோளமே பலிபீடமாய்" ஆகியவை அவருடைய குறிப்பிடத் தக்க நூல்கள்.

கவியரங்குகளில் அவர் கவிதை வாசிக்கும் அழகை, எத்தனையோ முறை வியந்திருக்கிறேன். 'இம்சை அரசன் 23ஆம் புலிகேசி' திரைப்படத்தில், "ஒரு ராத்திரிக்குப் பன்னிரெண்டு மணியா / அது காதலுக்கும் போதுமென்றால் சரியா" என்பனபோல எடுப்பான வரிகளை எப்படித் திரைப்பாடல்களில் எழுதுவாரோ, அதற்குச் சற்றும் குறைவில்லாத வகையில்தான் அவருடைய கவியரங்கக் கவிதைகளும் அமைந்திருக்கும்.

கேட்பவரின் கைதட்டல்களுக்காக சந்தங்களை உபயோகிக்காமல், கருத்தாழம் மிக்க சிந்தனைகளை உடனுக்குடன் மேடையில் பிரயோகிப்பார். தேய் வழக்கான உவமைகளைக்கூட சொற்கோர்வைகளால் அழகுபடுத்திவிடுவார். தேய்வழக்கு என்றால் ஒன்றுமில்லை. காதலியின் முகத்தை நிலவுக்கும் கூந்தலை மேகத்திற்கும்

யுகபாரதி □ 65

உவமை சொல்வதுதான். தமிழின் தொடக்கக் காலத்திலிருந்து இந்த உவமை வருகிறது. எந்தக் கவிஞராயிருந்தாலும், ஒருமுறையாவது இந்த உவமையைப் பயன்படுத்தி இருப்பார். திரும்பத் திரும்ப வழங்கப்பட்ட ஒன்றைத்தான் தேய்வழக்கு என்கிறோம். கேட்டுக் கேட்டுப் புளித்துப்போன என்று சொல்வோமே, அப்படியானதைத்தான் தேய்வழக்கு என்று நாகரிகமாகச் சொல்கிறார்கள். சில உவமைகளை அப்படித்தான் பயன்படுத்த வேண்டும் எனும் மரபு இருக்கிறது. வித்யாசமாக இருக்கும் என்பதால் கூந்தலை நிலவுக்கும் முகத்தை மேகத்திற்கும் உவமையாக்கிவிட முடியாது.

பண்பிலும் தன்மையிலும் எது ஒத்திருக்கிறதோ அதைத்தான் உவமையாக எழுத முடியும். தேய்வழக்கு என்பதற்காகத் தயங்கினால் அர்த்தம் மாறிவிடும். புலமைப்பித்தனின் பாடல்களில் அப்படியான தேய்வழக்குச் சொற்களும், அவருடைய ஆளுமையால் அழகிய தோற்றங்களைப் பெற்றிருக்கின்றன. "ஆகாய கங்கை காய்ந்தாலும் காயும் / சாராய கங்கை காயாதடா" என்று "உன்னால் முடியும் தம்பி" திரைப்படத்தில் எழுதியிருப்பார். ஆகாய கங்கை என்பது தேய்வழக்குதான். ஆனாலும், அதைக் கொண்டுவந்து சாராய கங்கையுடன் இணைத்திருப்பார். ஆகாயத்தில் ஏது கங்கை என்று யோசிக்காமல் இருந்தால், அவர் வரிகளின் வழியே ஓடும் தமிழ் கங்கையைத் தரிசிக்கலாம். சமூக அக்கறையுடன் திரைப்பாடல்களை எழுத வேண்டும் எனும் முனைப்பு இல்லாத ஒருவரிடமிருந்து இப்படியான வரிகளை எதிர்பார்க்க முடியாது.

'ரோசாப்பூ ரவிக்கைக்காரி' படத்தில் "உச்சி வகிடெடுத்துப் பிச்சிப்பூ வச்ச கிளி" எனும் பாடலை தவிர்த்துவிட்டு, புலமைப்பித்தனின் சிறப்பைச் சொல்வதற்கில்லை. இன்றுவரைகூட, அதற்கு இணையான இன்னொரு பாடல் வரவில்லை. ஓர் ஆண், தன் மனைவியின் நடத்தையில் கண்ட சமூக சந்தேகத்தை இதைவிட நாசூக்காக எழுதிய பாடல் இல்லவே இல்லை. காட்சியும் சூழலும் கதாபாத்திரத்தின் மனநிலையும் மிக அற்புதமாக வெளிப்படும் அப்பாடலை நாட்டுப்புறச் சந்தத்தில் ஆக்கியளித்திருக்கிறார். 'கரணம் தப்பினால் மரணம்' என்பதுபோன்ற சூழல். வார்த்தை

66 □ நேற்றைய காற்று

அளவு ஒன்று கூடியிருந்தாலும், அர்த்தம் மாறுபட்டுவிடும். யார் யாரோ எதை எதையோ சொல்கிறார்கள். ஆனால், நான் அதையெல்லாம் நம்பவில்லை என்பதாகக் கணவன் பாடுகிறான். நம்பிக்கைக்குரியவளாக அவள் நடந்துகொள்ளவில்லை என்பதுதான் கதையின் போக்கு.

கதையின் போக்கு அவ்வாறிருந்தாலும், அதை பொதுவெளியில் பாடலாக ஆக்கும்பொழுது, பெண்களைக் கொச்சைப்படுத்தியதாகத் தோன்றும் அபாயமிருக்கிறது. இந்த அபாயத்தை தடுக்கவே அவர் இல்பொருள் உவமையணியைத் தேர்ந்தெடுத்திருக்கிறார். அப்படியெல்லாம் ஒன்று இல்லவே இல்லை. இருந்தாலும், அதை நான் நம்பவில்லை என்பதுபோலக் காட்ட, அவர் எடுத்துக்கொண்டிருக்கும் சிரத்தை கவனிக்கத்தக்கது. "வட்டுக் கருப்பட்டிய / வாசமுள்ள ரோசாவ / கட்டெறும்பு மொய்ச்சதுன்னு / சொன்னாங்க" என்று இறுதிவரை உவமைகளை வளர்த்திக்கொண்டுபோய் முத்தாய்ப்பாக நம்பவில்லை என்பதில் முடித்திருப்பார்.

யாருடைய பார்வையில் பாடல் அமைகிறது என்பதும், அக்கதாபாத்திரம் பாடல் மூலம் எதைச் சொல்ல விரும்புகிறது என்பதும் திரைப்பாடலில் முக்கியம். கதாபாத்திரம் ஒரு திசையிலும் பாடல் வேறு ஒரு திசையிலும் போனால், நோக்கமே பாழ்பட்டுவிடும். காட்சியைச் சரியாக உள்வாங்கி, அதை ரசிகனுக்குக் கடத்துவதே பாடலாசிரியனின் தலையாய பணி. அந்தப் பணியைச் சரியாக ஈடேற்றிய புலமைப்பித்தன், இன்னும் ஒருபடி மேலேபோய் அதை இலக்கியமாக்கும் முயற்சியிலும் ஈடுபட்டிருக்கிறார்.

தமிழரின் மரபு, தமிழைப் பயன்படுத்தும் முறை ஆகியவற்றில் அதீத கவனம் எடுத்துக்கொண்ட புலமைப்பித்தனின் அரசியல், சைவ வைண இலக்கிய வாசிப்புக்கு எந்தத் தடையையும் ஏற்படுத்தவில்லை. பக்தி இலக்கியங்களில் விரவியிருந்த தமிழை, திரைப்பாடலுக்குள் கொண்டுவர பெருமளவு முயன்றிருக்கிறார். "நான் சிரித்தால் தீபாவளி" என்ற பாடலில் "நாளும் இங்கே ஏகாதெசி" என்றொரு பதத்தைப் பயன்படுத்தியிருப்பார். கடவுள் கொள்கையிலும் நம்பிக்கையிலும் பற்றில்லாத அவர், திரைப்பாடல் என்று வருகிறபோது வெகுசனங்களின்

யுகபாரதி □ 67

ஐதீகத்தை ஆதரிக்கும் நிலையே ஏற்பட்டிருக்கிறது. “மலரினும் மெல்லிது” எனும் நூலில் பெரியார்தாசனும்கூட இப்படிச் சறுக்கியதை தமிழறிஞர் சிலம்பொலி செல்லப்பன் முன்னுரையில் குறிப்பிட்டிருக்கிறார். பொதுவுடைமைக் கொள்கைகளை எத்தகைய ஈடுபாட்டுடன் திரையில் எழுதியிருக்கிறாரோ, அதே அளவுக்கான ஈடுபாட்டுடனே வைதீக வார்த்தைகளையும் பயன்படுத்தியிருக்கிறார்.

திராவிட இயக்கக் கொள்கைகளின் தளர்ந்த சித்திரமாகத் தோன்றும் அ.தி.மு.க.வின் அவைத் தலைவராகவும் சில காலம் இருந்திருக்கிறார். அவர் அவைத் தலைவர் பொறுப்பேற்றிருந்த சமயத்தில்தான் ஜெயலலிதாவை அம்மா என்றழைக்கும்படிக் கேட்டுக்கொள்ளப்பட்டதாக தகவல் உண்டு. அது, சரியான தகவலா என்று தெரியவில்லை. ஆனால், அம்மா என்று விளிக்கத் தொடங்கியதற்குப் பிறகே ஜெயலலிதாவின் செல்வாக்கு உயர்ந்திருக்கிறது. மக்கள் மத்தியில் ஜெயலலிதாவின் ஆதரவைப் பெருக்கிய சொல்லாக அம்மாவே இருந்தது. மாற்றுக் கருத்துடையவர்களும், ஜெயலலிதாவை வலிமைமிக்க தலைமையாக ஏற்றுக்கொள்ளும் நிலையை அச்சொல் உருவாக்கியது.

என்னுடைய பதின்மூன்றாவது வயதிலிருந்தே புலமைப்பித்தனை என் ஆதர்சத் திரைப்பாடலாசிரியராகக் கொண்டிருக்கிறேன். பொதுவுடைமைக் கட்சியில் இருந்துவந்த என்னுடைய தந்தை மூலமே புலமைப்பித்தனின் எழுத்துகள் எனக்கு அறிமுகமாயின. கூடவே, எனக்கு யாப்புப் பயிற்சியளித்த புலவர். செல்லகணேசனும் புலமைப்பித்தனின் பாடல்களில் தென்படும் இலக்கிய நயங்களைப் பகிர்ந்திருக்கிறார். தமிழகச் சூழலில் திரைப்பாடல்களில் வெளிப்படும் அரசியல் கருத்துகளை உள்வாங்கிக்கொள்ள, எனக்கு என் சூழல் உதவிற்று.

ஒருவேளை அவ்வரசியல் சார்பை நான் பெற்றிராமல் போயிருந்தால் புலமைப்பித்தனின் பாடல்கள் என்னை இத்தனைதூரம் ஈர்த்திருக்க வாய்ப்பில்லை. அது மட்டுமல்ல, என்னுடைய பதின்ம வயதுகளில் ஈழப் போராட்டம் பெரும் காத்திரத்தோடு தமிழகத்தில் பேசப்பட்டது. அந்தப் பேச்சின் வழியே பிரபாகரனையும் புலிகள் அமைப்பையும் அறிந்திருந்த

68 □ நேற்றைய காற்று

எனக்கு, புலமைப்பித்தனின் பெயர் தெரியவந்தது. தெரிய வந்தபின் அவருடைய பாடல்களுக்கும் கவிதைகளுக்கும் தீவிர ரசிகனாக மாறிப்போனேன்.

அப்போதுதான் அவருடைய கவிதை நூல் ஒன்று என் கைக்குக் கிடைத்தது. “புரட்சிப்பூக்கள்” எனும் தலைப்பைக்கொண்ட அக்கவிதை நூலை யாரோ ஒரு நண்பரிடமிருந்து பெற்றதாக நினைவு. கவியரங்க மேடைகளில் பாடப்பட்டவையே அத்தொகுப்பில் உள்ள கவிதைகள். ஆனால், அந்தக் கவிதைகளையெல்லாம் மனனம் செய்து ஒப்பிக்கும் அளவுக்குப் பிடித்தன. “ஆறு” எனும் தலைப்பில் அவர் பாடியிருந்த “வான்மேகம் நிலத்தின்மேல் எழுதுகின்ற / வரலாறு! நிலமகளின் விடாய்தணிக்கத் / தான்நடந்து குளிப்பாட்டும் தாதி! வாய்க்கால் / தடங்களிலே கிளைக்கழகம் அமைத்துத் தொண்டர் / மேன்மையுறு பணிகளினால் நாட்டைக் காக்கும் / மிகச்சிறந்த தனித்தலைமை! உலகில் வாழும் / மானிடர்கள் வருவார்போ வார்கள், ஆனால் / மணித்துளியும் உன்பயணம் நிற்பதில்லை” என்ற எண்சீர் விருத்தத்தை வாசித்துவிட்டு, நாள்முழுக்க அதைப்போலவே எழுதிப்பார்த்து சந்தோசப்பட்டிருக்கிறேன்.

சந்தங்களைப் பகுத்துக்கொண்டு அதற்கேற்ப எந்த சிந்தனையையும் கொண்டுவரும் தனித்திறம் அவருக்குண்டு. “புரட்சித் தீ” நூலிலுள்ள கவிதைகளையும் அவர் அவ்வாறே அமைத்திருப்பார். 1965இல் இந்தி எதிர்ப்பு போராட்டம்கொழுந்துவிட்டு எரிந்த சூழலில், எழுதப்பட்ட அக்கவிதை நூலுக்குக் கலைஞர் கருணாநிதி சிறப்புரை எழுதியிருப்பார். வடவர் ஆதிக்கத் திணிப்பை அழித்தே தீருவதென்னும் கோபாவேசத்தை அக்கவிதைகள் கொண்டிருக்கும். தற்போது பிரதிகள் கிடைக்கின்றனவா எனத் தெரியவில்லை.

அதிலுள்ள ஒரு கவிதையை என் நினைவிலிருந்து சொல்லுகிறேன் “வரம்பான இலக்கணமும் / வளம்பாடும் இலக்கியமும் / நிரம்பப் பெற்று / நரம்போடும் உணர்வாகி / நலம்பாடும் நறுந்தமிழை / ஆட்சி கொள்ளச் / சிரம்போன முண்டமெனச் / சீரற்ற இந்திமொழி / தெற்கே வந்தால் / நரம்பான நாரெடுத்து / நனைகுருதி நிணமலரால் /

யுகபாரதி □ 69

வாகை கொள்வீர்" என்பதாக அக்கவிதை நீளும். ஒரே சந்தத்தில் நூல் முழுவதையும் எழுதியிருப்பார். ஒரே மூச்சில் வாசித்துவிடக்கூடிய சிறிய நூல்தான். என்றாலும், தலைப்புக்கேற்பப் புரட்சித் தீ அவ்வார்த்தைகளில் பற்றி எரியும். தொடர்ந்து நூல் வெளியிட்டு தமது கவிதைகளை வெளிக்கொணரவில்லை என்பதுதான் அவர் குறை. "மற்றவர் என்னை அறிந்துகொள்ள முயன்றாலும் அவர்கள் முழுதும் அறிந்துகொள்ள நான் வழிவகுக்கவில்லை; வாய்ப்பளிக்கவில்லை" என்று அவரே ஒரு முன்னுரையில் தெரிவித்திருக்கிறார்.

தொடர்ந்து கவிதைகள் எழுதிவந்தபோதிலும், அதையெல்லாம் தொகுத்து நூலாக வெளியிடும் ஆர்வம் அவருக்கு இல்லாமல் போனது ஏனென்று தெரியவில்லை. முதலில் அவர் ஆகச்சிறந்த புலவர். அப்புறம்தான் பாடலாசிரியர் என்று மீண்டும் நான் சொல்லவேண்டியதில்லை. தமிழ் இலக்கிய இலக்கணப் பாண்டித்தியம் உடையவர்களே புலவர்கள். கவிஞர்களைவிட மேலானவர்கள் என்னும் புரிதலை, இலக்கணமே பயிலாத விமர்சகர்கள் கேலிக்கும் கிண்டலுக்கும் உரியதாக மாற்றிவிட்டது துக்கமே.

தொண்ணூறுகளின் தொடக்கத்தில் 'ராஜா கைய வச்சா' என்றொரு திரைப்படம் வந்தது. அத்திரைப்படத்தில் "மழைவருது மழைவருது" எனத் தொடங்கும் பாடலை எதேச்சையாகக் கேட்க நேர்ந்தது. "மழை வருது, மழை வருது குடை கொண்டுவா / மானே உன் மாராப்பிலே" என்று ஆண் பாட, "மழை வருது மழை வருது குடை கொண்டுவா / மன்னா உன் பேரன்பிலே" என்று பெண் பாடுவாள். ஆண் பாடும் அதே வரியில் ஆரம்பிக்கும் அவள், இரண்டாவது வரியில் மாற்றிப் பாடுவாள். மாராப்பிலே என்னும் சொல்லுக்கு ஈடாக பேரன்பிலே என்று பயன்படுத்தியிருப்பதே தமிழர் மரபு.

பெண் சில விஷயங்களை நேரடியாகக் கேட்கக் கூடாது என்றுள்ள மரபை உத்தேசித்தே புலமைப்பித்தன் அவ்வாறு கையாண்டிருப்பார். மாராப்பென்பது பெண் அணியும் ஆடை. காதலன் மாராப்பு என்றதும் காதலியும் ஆண் அணியும் ஏதோ ஓர் ஆடையைச் சொல்லிப் பாடியிருக்கலாம்.

அப்படிப் பாடினால் அது, மரபுக்கு விரோதம். பெண் எதையும் மறைபொருளாகக் கேட்பதே இலக்கிய வழக்கு. அதன் அடிப்படையில்தான் இப்பாடலில் பேரன்பு சொல்லப்பட்டிருக்கிறது. மேலோட்டமாகப் பார்த்தால், இதெல்லாம் பெண்ணைச் சிறுமைப்படுத்தும் செயலாகத் தோன்றலாம். ஆணுக்கிருக்கும் உரிமை பெண்ணுக்கு இல்லையா? ஆண் மட்டும் எதைவேண்டுமானாலும் சொல்லலாம், பெண் சொல்லக்கூடாதா? என்று கச்சையும் கட்டலாம்.

திராவிட இயக்கக் கவிஞரான புலமைப்பித்தன் பெண் உரிமைக்கு முக்கியத்துவம் தருபவராயிற்றே, அவர் ஏன் இப்படி எழுதியிருக்கிறார் எனவும் தோன்றலாம். 'அழகன்' என்னும் திரைப்படத்தில் "எனது வீடு எனது வாழ்வு / என்று வாழ்வது வாழ்க்கையா / இருக்கும் நாலு சுவருக்குள்ளே / வாழ நீ ஒரு கைதியா / தேசம் வேறல்ல தாயும் வேறல்ல ஒன்றுதான்" என்று எழுதியதும் அவர்தான் என்பதை நினைவிற்கொண்டால் அவர்மீதான கேள்விகள் அன்பாகவும் ரசனையாகவும் மாறிவிடும். காதல் பாடலுக்குத் தேவைப்படுவது மரபார்ந்த அணுகுமுறையே என்பதால்தான் அவர் அவ்விதம் எழுதியிருக்கிறார் என்று எனக்குப்படுகிறது. தவிர, பழந்தமிழ் இலக்கியப் பரிச்சயமுடைய அவர், இன்றுவரை புதுக்கவிதைகளை விமர்சிக்கக் கூடியவராகவே இருந்துவருகிறார்.

பெரியாரியக் கருத்துகளை உட்கிரகித்த ஒருவர், பெண்ணுக்கெனச் சொல்லப்பட்டிருக்கும் நால்வகைக் குணங்களை திரைப்பாடலில் கேள்வி கேட்க விரும்பியதில்லை. "ராத்திரியில் பூத்திருக்கும் தாமரைதான் பெண்ணோ" என்னும் பாடலில், ஒருசில வரிகள் பெண்ணின் அங்கங்களை வர்ணிக்கும் தன்மையுடையன. அந்தப் பாடலின் சில வரிகளை மேற்கோள்காட்டி, புலமைப்பித்தன் விரசமாக எழுதிவிட்டார் என விமர்சிப்பவர்கள் உண்டு. அதே சமயம், அது விரசமில்லை. இலக்கிய நயம் என்று புகழ்பவர்கள் உண்டு. "மாங்கனிகள் தொட்டிலிலே தூங்குதடி அங்கே" என்று ஆண் பாட, அதற்கு "மன்னவனின் பசியாற மாலையிலே பரிமாற" என்று பெண் பாடுவதாக எழுதியிருப்பார். எதையுமே

யுகபாரதி ☐ 71

விரித்தும் விளக்கியும் பார்த்தால் விரசம்தான். “என்னுடைய பாடல்களில் ரசம் உண்டு, விரசம் இல்லை” என்று புலவரே அதற்குப் பல இடங்களில் பதிலும் அளித்திருக்கிறார்.

இலக்கியத்தின் அடிப்படை அம்சமே காமமும் சோகமும்தான் என்று ஆய்வாளர்கள் சொல்கிறார்கள். ஆனாலும்கூட, அதை ஏற்றுக்கொள்வதில் நமக்கு சிக்கல் இருக்கிறது. காமமே படைப்புகளுக்கு ஆதாரமாக அமைவதை தமிழ்ச் சமூகம் எந்தக் காலத்திலும் துணிந்து சொன்னதில்லை. ஏழாம் நூற்றாண்டில் கடவுள் மீது காதல்கொண்ட ஆண்டாளின் பாசுரங்களில் விரவிக்கிடக்கும் காமத்தை இந்த நூற்றாண்டிலும் ஏற்காத மனமே நம்முடையது.

ஒரு பெண், ஆண்டவன் மீதே காதலானாலும், இப்படியா எழுதுவாள் என்றுதானே கேட்கிறோம். உடலிச்சையை வெளிப்படையாகச் சொல்வது குற்றம் என்ற நிலையிலிருந்து பார்த்தால் அதை நியாயப்படுத்த வழியில்லை. புலவரைப் பொறுத்தவரை நாத்திகக் கருத்தில் நம்பிக்கையுள்ளவர். என்றாலும், எம். ஜி. ஆர். மீது அவர் கொண்டிருந்தது பக்தியே. பாட்டுடைத் தலைவன்மீது பக்தி கொண்டு அவர் எழுதிய பாடல்கள் அனைத்துமே இயல்பு நிலையிலிருந்து எழுதப்பட்டதல்ல.

காதல் பாடல்களில் பெரும்பாலும் பெண் குறித்த வர்ணனைகள் மிகுதியாக இருப்பதைக் காணலாம். காரணம் வேறொன்றுமில்லை. அப்பாடல்களை எழுதுபவர் ஆணாக இருக்கிறார் அவ்வளவுதான். பெண் பாடலாசிரியர்கள் அதிகமில்லாத திரைத்துறையில் ஆணின் அழகு பற்றிய வர்ணனைகள் மிக மிகக் குறைவு. முழுக்க முழுக்க ஆண்களால் உருவாக்கப்படும் சினிமாவில், பெண்ணே பிரதான கச்சாப் பொருளாகப் பார்க்கப்படுகிறாள். ஆண் ஆதிக்க சமூகத்தின் விளைவாக மட்டுமே இதை எடுத்துக்கொள்ள முடியாது.

சமூகத்தில் பெண்ணுக்கு வழங்கப்பட்டுள்ள இடமும் மரியாதையும் எத்தகையன என்பதிலிருந்துதான் இது வருகிறது. எண்ணிக்கையில் அதிக அளவு ஆண் குறித்த வர்ணனைகளை எழுதியவர் புலமைப்பித்தன். எம். ஜி. ஆரைப் பாட்டுடைத் தலைவனாகக் கொண்டதோடு

மட்டுமல்லாமல் ஆண் அழகை வியந்து எழுதுபவராகவும் அவர் இருந்திருக்கிறார். "தேக்குமரம் உடலைத் தந்தது / சின்ன யானை நடையைத் தந்தது" என்று கண்ணதாசன் சிற்சில இடங்களில் எழுதியிருக்கிறார். "நீ என்னென்ன சொன்னாலும் கவிதை / உனை / எங்கெங்கு தொட்டாலும் இளமை" என்று புலவர் எழுதியிருக்கிறார். ஆணும் பெண்ணும் இணைந்துபாடும் காதல் பாடல்களில், ஆண் உடல் குறித்த வர்ணிப்பை எம்.ஜி.ஆர் பாடல்களில் மட்டுமே மிகுதியும் காணமுடிகிறது. அதுவும், புலமைப்பித்தன் எழுதிய பாடல்களென்றால் சொல்ல வேண்டியதே இல்லை.

நான்குவரிகளாவது எம்.ஜி.ஆரின் தேகத்தின் சிறப்பைக் கதாநாயகி பாடிவிடுகிறாள். பெண் இப்படியெல்லாம் பாடலாமா, பேசலாமா என்கிற மரபுக் கோட்டைத் தாண்டிச் செல்லவும் புலமைப்பித்தன் யோசிக்கவில்லை. எம்.ஜி.ஆர். என்கிற ஆளுமையை எந்த அளவுக்குப் புகழ்ந்தும் வியந்தும் பார்க்கமுடியுமோ அந்த அளவுக்குப் புகழ்ந்தும் வியந்துமிருக்கிறார். பெண்களுக்குப் பிடித்தவராக அவரை உயர்த்தியதில் திரைப்பாடல்களுக்கு பங்குண்டு. அதிலும், புலமைப்பித்தனின் வரிகளுக்குக் கூடுதல் பங்கென்பது என் புரிதல். இப்போதுபோல அப்போது மெட்டுக்குப் பாடல்களில்லை. பாடல்களுக்கு மெட்டமைக்கும் முறையே அதிகம்.

கவிஞரையோ பாடலாசிரியரையோ அழைத்துக் கதையையும் காட்சியையும் விளக்கி பல்லவிகளை எழுதிவரச் சொல்லியிருக்கிறார்கள். ஒன்றுக்குப் பத்துவிதமாக கவிஞரோ பாடலாசிரியரோ சிந்தித்து எழுதிவருவதை மெட்டமைத்து அவற்றில் ஒன்றைத் தேர்ந்தெடுப்பதே வழக்கம். குறிப்பாக, எம்.ஜி.ஆர். வரிகளையும் மெட்டையும் அதீத கவனத்தோடு தேர்தெடுப்பவராய் இருந்திருக்கிறார். பாடல்களின் வழியே கொள்கைகளைச் சொல்லி, அதன் மூலம் அரசியல் மாற்றங்களைக் கொண்டுவர வேண்டுமென எண்ணியிருக்கிறார்.

ஆரம்பத்தில் திராவிட இயக்கக் கருத்தியலுக்கும் திராவிட முன்னேற்றக் கழகத்துக்கும் விசுவாசமாயிருப்பதே தம்முடைய அரசியல் பணியாகக் கருதிய அவரே,

தமிழ்த் திரையுலகிற்கு அதிகமான பாடலாசிரியர்களை அறிமுகப்படுத்தியவர். கண்ணதாசனுடன் அவ்வப்போது முரண்பட்டுவிடும் அவர், அந்த இடத்திற்குத் தகுதியான ஒருவரை நியமிக்கப் பலரையும் அறிமுகப்படுத்தியதாகச் சொல்கிறார்கள். அவரே கண்ணதாசனின் இடத்தை நிரப்பக்கூடியவராகப் புலமைப்பித்தன் இருப்பதாகத் தன் அரசியல் சகாக்களிடம் புகழ்ந்திருக்கிறார். ஒரு பாடலாசிரியனாகப் புலமைப்பித்தனிடம் நான் வியப்பது, மெட்டுக்கு வார்த்தைகளை அவர் கையாளும் விதம். மிகச் சரியான வார்த்தைகளை மெட்டுக்கு ஏற்பப் பொருத்துவதோடு நில்லாமல், கருத்துகளையும் நிரல்பட எழுதிக் காட்டுவார். உதாரணமாக, 'சிறை' திரைப்படத்தில் அவர் எழுதிய "நான் பாடிக்கொண்டே இருப்பேன் / உன் பக்கத்துணை இருப்பேன்" என்னும் பாடலைச் சொல்லலாம்.

கதையை உள்வாங்கி அவர் பிரயோகப்படுத்திய வார்த்தைகள் அசாத்திய ஆற்றலை வெளிப்படுத்தும். இரவு, பகல், நல்லது, கெட்டது, கோடை, வெயில் என்பனபோன்ற எதிர்மறைச் சொற்களை வைத்துக்கொண்டு அப்பாடல் மூலம் வாழ்வியலை வரைந்திருப்பார். ஒரே அளவில் அமைந்த சந்தத்திற்கு எப்படி இரண்டுவிதமாக வார்த்தைகளை பயன்படுத்தியிருக்கிறார் என்பதைப் பார்த்து வியந்திருக்கிறேன். குறிப்பாக, அமாவாசை என்ற சொல்லுக்கு எதிர்ச் சொல்லாக வருவது பௌர்ணமி. ஆனால், புலவர் அமாவாசை என்ற மூவசைச் சொல்லுக்கு நிலாவீசும் என்ற மூவசைச் சொல்லையே கண்டடைந்து போட்டிருப்பார்.

மூவசைச் சந்தத்திற்கு ஈரசைச் சந்தமான பௌர்ணமி தவிர்த்து, நிலாவீசும் என தோது செய்திருப்பது பாடலாசியர்களுக்கான பாடம். பௌர்ணமி என்றால் முழுநிலா என்பதை உணர்த்த நிலாவீசும் என்ற சொல்லைக் கையாண்டிருக்கிறார். "நிலா வீசும் நேரம் உண்டு / அமாவாசை நாளும் உண்டு / ஒரே வானில் ரெண்டும் என்று பார்க்கவில்லையா" என்று தொடர்ச்சியாக எழுதி, கேட்பவரைக் கட்டுக்குள் வைக்கும் கண்ணியம் அவருடையது. மெட்டுக்குப் பாட்டெழுதிய அனுபவம் உள்ளவர்க்கும் இசையமைப்பாளருக்கும் நான் சொல்லுவதில் உள்ள நுட்பம் புரியவரும். மொழிப்

74 □ நேற்றைய காற்று

பயிற்சியால் மட்டுமே இப்படியெல்லாம் எழுத முடியும். ஒரு சொல்லை அசை பிரித்து எழுதும்போதே அதை இப்படியும் சொல்லலாமே எனத் தெரிந்தால்தான் இதெல்லாம் சாத்தியம். புலவரைப் பொறுத்தமட்டில் அவர் ஒரு மொழிக் கிடங்கு. வார்த்தைகளை மெட்டின் அளவுக்கேற்பக் கச்சிதமாகப் பயன்படுத்திப் பல பாடல்களில் அசத்தியிருக்கிறார்.

வாழ்வில் எத்தனையோ ஏற்றத் தாழ்வை அவர் பார்த்திருக்கிறார். பொருளாதார ரீதியில் அவருக்கு நெருக்கடி ஏற்படுகின்ற போதெல்லாம் அவருடைய தமிழ்ப் புலமையைக் கருத்திற்கொண்டு எம். ஜி. ஆர். உதவியுமிருக்கிறார். பாட்டெழுதி அவர் அடைந்த புகழும் செல்வமும் அவருடைய திறமையைக் கணக்கிடுகையில் குறைவுதான். என்றாலும், மதிக்கத்தக்க வாழ்வை மேற்கொள்ளத் தன்னைத் திரும்பத் திரும்பச் செதுக்கியிருக்கிறார்.

பழந்தமிழ் இலக்கியத்தில் அவருக்கிருந்த பரிச்சயம், திரைப்பாடலில் எங்கேனும் ஓர் இடத்திலாவது தெரிந்துவிடும். தமிழ் அதிகமாகத் தெரிந்ததுதான் தம்முடைய பலவீனம் என்று அவரே அவ்வப்போது குறைபட்டிருக்கிறார். முதலிரவு பாடலுக்கான பல்லவியை "இன்று சொர்க்கத்தின் திறப்பு விழா / புதுச்சோலைக்கு வசந்தவிழா" என்று ஆரம்பிப்பதில் இருந்தே, அவருடைய தமிழை அடையாளம் கண்டுவிடலாம். "தூங்காமல் நின்றேங்கும் மலர்விழிகள் / இன்பம் / தாங்காமல் தள்ளாடும் இளங்கிளிகள்" என்று அப்பாடலின் சரணத்தில் எழுதியிருக்கிறார். பாடலில் எது ரசிக்கத்தக்க இடமாக இருக்கிறதோ அதற்கு முன்னும் பின்னும் அவர் அழகான உத்திகளைக் கையாளுவார்.

முதல் முறை கேட்கையில் சாதாரணமாகப்படும் ஓரிடம், மறுமுறை கேட்கையில் கூடுதலான அர்த்தத்தையும் ரசனையையும் வழங்கிவிடும். "பாலுணர்வு தெறிக்கும் வரிகளைப் பட்டவர்த்தனமாக எழுதுகிறீர்களே, தணிக்கைத் துறை நீக்கினால் என்ன செய்வது?" என்று எம். ஜி. ஆர். ஒருமுறை புலமைப்பித்தனிடம் கேட்டிருக்கிறார். "இலக்கியத் தமிழைப் புரிந்து நீக்குமளவுக்குத் தணிக்கைத்துறையில் யாருமில்லையே" என்று புலவரும் பதிலளித்திருக்கிறார். வியாபார சினிமாவில் தன்னை எவர் ஒருவர் முன்னிறுத்திக்கொள்கிறாரோ அவரே

யுகபாரதி □ 75

முதன்மையான பாடலாசிரியராக அறியப்படுவார். தொடர் வெற்றிகளை வைத்தே அவருக்கான வாய்ப்புகளும் இன்னபிற அங்கீகாரங்களும் கிடைக்கும். புலவர், எங்கேயும் தன்னை முன்னுறுத்திக் கொண்டவரல்லர். தனக்குத் தெரிந்த தமிழைச் செப்பமாக எழுதுவதைத் தவிர, இதர காரியங்களில் அவர் ஈடுபட்டதில்லை. எம். ஜி. ஆரின் நன்மதிப்பை பெற்ற ஒற்றைக் காரணமே, அவருக்கான வாய்ப்புகளை ஏற்படுத்தியுள்ளன. அவ்வாய்ப்புகளைத் திறம்படப் பயன்படுத்தியதால் உலகு வியக்கும் உயரத்தைத் தொட்டிருக்கிறார்.

திரைப்பாடல் எளிமையாக எழுதப்பட வேண்டும் என்ற எண்ணத்தையும் புலமைப்பித்தன் மறுத்ததில்லை. அதே வேளையில், வெறும் எளிமையே போதுமென்றும் அவர் நினைக்கவுமில்லை. 'பாரதி' திரைப்படத்தில் "எதிலும் இருப்பான் ஒருவன்" என்ற பாடலைக் கேட்டால், அது பாரதி எழுதியது போலவே இருக்கும். பக்தி ரசம் வழிந்தோடும் அப்பாடலை, நாத்திகவாதியான புலமைப்பித்தனா எழுதினார் என்று கேட்கத் தோன்றும். "தவழும் நதியைத் தரித்த முடியான் / அடியும் முடியும் அறிய முடியான்" என்று சிவனை எழுதியிருக்கிறார்.

ஒரு பாடலாசிரியனின் கடமை, அவனுக்குத் தரப்படும் எந்தச் சூழலுக்கும் ஏற்றவாறு எழுதுவதுதான். அந்தக் கடமையைத் தட்டிக்கழிக்க, கொள்கையென்றும் கோட்பாடென்றும் நழுவிவிட முடியாது. அப்படி நழுவ எண்ணினால் பாடல்துறையை விட்டே நழுவ வேண்டியதுதான். எம். எஸ். வி.யின் காலத்தில் தொடங்கி இளையராஜாவின் காலம்வரை தனித்த அடையாளத்துடன் வெளிப்பட்ட அவருடைய தமிழ், தற்போதும் அதே தகுதியுடன் அதே லயத்துடன் இருப்பதை உணரமுடிகிறது.

எண்ணிக்கையில் குறைந்துவிட்டாலும், தமிழால் அவருடைய பாடல்கள் மிகுந்து காணப்படுவதை மறுக்க முடியாது. 'கோயில் புறா' திரைப்படத்தில் 'வேதம்நீ' என்று ஆரம்பிக்கும் பாடலில், "கருணைமேவும் பூவிழிப் பார்வையில் / கவிதை இன்பம் காட்டுகிறாய்" என்று எழுதியிருக்கிறார். அதுவே, அவரே சொல்லிக்கொண்டதாக எனக்குப்படுவதுண்டு. தன்னிடமுள்ளதைத் தனக்கு பின்னேவரும் தலைமுறைக்குக்

76 □ **நேற்றைய காற்று**

கடத்த வேண்டியதே படைப்பாளனின் முக்கியப் பணி. அப்பணியைச் சரிவரச் செய்தவராகப் புலமைப்பித்தனைக் கொள்ளலாம். என்போன்ற பல இளம் பாடலாசிரியர்கள் தொட்டுத் தொடரும் வழியாக அவருடைய வார்த்தைகள் அமைந்துள்ளன. "பதவிக்கு ஆசை வந்தால் / கொலைகூட தர்மம் தானே / வரலாற்றின் பக்கம் எல்லாம் / வழிகின்ற ரத்தம் சாட்சி" என்று 'நீதிக்குத் தண்டனை' திரைப்படத்தில் எழுதியிருக்கிறார். "ஓ மனிதர்களே கொஞ்சம் நில்லுங்கள்" என்று ஆரம்பிக்கும் அப்பாடலின் கோபாவேசத்தை உள்வாங்கியே "என்னங்க சார் உங்க சட்டம்" என்னும் 'ஜோக்கர்' படப் பாடலை நான் எழுதியிருக்கிறேன். "இயற்கை என்ன மறைக்குதா / எதையும் உள்ள பதுக்குதா / எல்லாத்தையும் சூறையாட / சர்க்கார் கூட்டிக் கொடுக்குதா" என்று திரைப்பாடலையும் அதிர்ந்து ஆவேசத்துடன் எழுதும் துணிச்சலைக் கற்பித்த ஆளுமையாக அவரைப் பார்க்கிறேன்.

அவருடைய அரசியல் புரிதல்களில் மாறுபடுகிறவர்களும் வேறுபடுகிறவர்களும்கூட, அவர் தமிழ்ப் புலமைக்குத் தலைவணக்கம் செலுத்துவார்கள். "சிரித்துவாழ வேண்டும் / பிறர் சிரிக்க வாழ்ந்திடாதே" என்பது பழந்தமிழ்க் கூற்று. அந்தக் கூற்றை வைத்துக்கொண்டு ஒரு திரைப்பாடலை எழுதமுடியுமெனக் காட்டியிருக்கிறார். "நீங்க நல்லா இருக்கோணும் நாடு முன்னேற / இந்த / நாட்டிலுள்ள ஏழைகளின் வாழ்வு முன்னேற" என்று அவர் எழுதிய ஒரு பாடல், எம்.ஜி.ஆரின் ஆதரவாளர்கள் மத்தியில் தேசிய கீதமாக இன்றளவும் இசைக்கப்படுகிறது. குறிப்பாக, எம்.ஜி.ஆர். உடல் நலமில்லாமல் மருத்துவமனையில் இருந்தபோது, திரையரங்குதோறும் காட்சிகள் ஆரம்பிக்கும் முன்பாக இப்பாடலே இசைக்கப்பட்டுக் கூட்டுப் பிரார்த்தனைக்கு வழிவகுத்திருக்கிறது.

சமூகப் பொறுப்புடன் பாடலாசிரியன் இருக்கவேண்டும் என்பதைப் பட்டுக்கோட்டைக்குப் பின் மிக அழுத்தமாகக் கடைபிடித்தவர் என்னும் பெருமை அவருக்குண்டு.'மதுரையை மீட்ட சுந்தர பாண்டியன்'திரைப்படத்தில் "தென்றலில் ஆடும் கூந்தலைக் கண்டேன் / மழைகொண்ட மேகம்" என்றொரு பாடல். அப்பாடலில் இடம்பெற்றுள்ள வரிகளில்,

யுகபாரதி □ 77

காவிய நாயகர்களின் காதல் தமிழைக் குழைத்திருப்பார். முதல் வரிக்கும் இரண்டாவது வரிக்கும் தொடர்ச்சியற்ற வகையில் இப்போதைய பாடல்கள் இருக்கின்றன. ஆனால், முதல் வரியின் தொடர்ச்சியிலிருந்து அடுத்தடுத்த வரிகளை எழுதிக்கொண்டு போகும் அழகுநடை அவருடையது.

கூந்தலை மேகம் என்று ஆரம்பித்த அவர், அடுத்த வரியை, "தேவதை அமுதம் சிந்திடும் போது ஏனிந்த நாணம்" என்று முடித்திருக்கிறார். இப்படி வரிக்கு வரி விளக்கிக்கொண்டிருக்கலாம். தொடக்கத்தில் சொன்னதுதான், தேய்வழக்குத் தொடர்களையும் அசாத்திய ஆற்றலால் அழகுபடுத்திய புலமைப்பித்தன், "நாளை உலகை ஆள வேண்டும் / உழைக்கும் கரங்களே" என்னும் கனவுகளை உடையவர். பாரதிதாசனின் தொடர்ச்சியைத் திரைப்பாடலில் காண அவருடைய எழுத்துகள் உதவக்கூடும். "காற்றும் நீரும் வானும் நெருப்பும் பொதுவில் இருக்குது / மனிதன் காலில் பட்ட பூமி மட்டும் பிரிந்து கிடக்குது" என்பன போன்ற எத்தனையோ முத்திரை வரிகளை திரைப்பாடலில் எழுதியிருக்கிறார். கொள்கைச் சார்புடன் திரைப்பாடல் எழுதிய மிகச் சிலரில் அவரும் ஒருவர். அதே சமயம், அவருடைய கைகள் இடதுசாரி மலர்களையும் அளாவிப் பறித்துள்ளன.

திரைப்பாடல்கள் இரண்டுவித சர்ச்சைக்கு ஆட்பட்டுள்ளன. ஒன்று, அவை இலக்கியமா, இலக்கியமில்லையா என்பது. மற்றொன்று, அவை காலங்கடந்தும் நிற்குமா, நிற்காதா என்பது. இரண்டுக்குமான பதிலாக புலமைப்பித்தனின் பாடல்களை முன் வைக்கலாம். ஒரு பெரும் இயக்கத்தின் பின்னணியிலிருந்து அவரால் எழுதப்பட்ட திரைப்பாடல்கள், இலக்கியத்திற்கும் காலத்திற்கும் நெருக்கமாக நிற்கின்றன. முதலமைச்சராயிருந்த எம்.ஜி.ஆருக்கு நெருக்கமாக அறியப்பட்ட புலமைப்பித்தன், எதிர்க்கட்சித் தலைவராயிருந்த மு. கருணாநிதியின் படங்களுக்கும் பாடல்களை எழுதியிருக்கிறார்.

ஆளுங்கட்சியைத் தாக்கி வெளிவந்த 'நீதிக்குத் தண்டனை' எனும் திரைப்படத்திற்குப் பாட்டெழுத முத்துலிங்கம், வாலி ஆகியோர் தயங்கிய நேரத்தில், கருணாநிதியின் வேண்டுகோளுக்குச் செவிசாய்க்கும்

78 ☐ நேற்றைய காற்று

துணிச்சல் புலமைப்பித்தனுக்கு உண்டு. வார்த்தையில் வார்த்த துணிச்சலை வாழ்க்கையிலும் காட்ட விரும்பியவரே அவர். இதை எம். ஜி. ஆர். எப்படி எடுத்துக்கொண்டார் எனத் தெரியவில்லை. தன்னுடைய முகாமிலிருந்து எதிர் முகாமிற்குப் பணியாற்றப் போனாலும், புலமைப்பித்தனின் தமிழ்மீது அவருக்கிருந்த மயக்கம் மங்கியிருக்காது என்றே கருதுகிறேன்.

'அடிமைப்பெண்' திரைப்படத்தில் "பொய்கை எனும் நீர்மகளும் பூவாடை போர்த்திருந்தாள் / தென்றலெனும் காதலனின் கைவிலக்க வேர்த்திருந்தாள்" என்று அவர் எழுதிய வரிகள்தான் பின்னாளில், "தண்ணீரில் நிற்கும்போதே வியர்க்கின்றது" எனவும் "தண்ணீருக்கே வியர்வை" எனவும் மாறியிருக்கின்றன. எத்துறையாயினும் அத்துறையில் புதிதாக நுழைபவர்களுக்குப் பாதை போட்டுத்தருபவர் யாரோ, அவரே ஆளுமையாகக் கருதப்படுகிறார் அல்லது பார்க்கப்படுகிறார்.

புலமைப்பித்தன், பாடலாசிரியர்களின் பாடலாசிரியர். தமிழாசிரியராக இருந்து பாடலாசிரியரான அவருக்குப் பின், புலவர் ஒருவர் திரைப்பாட்டு எழுதியதாகத் தகவல் இல்லை. இன்றுவரைகூட புதுக்கவிதைகளைப் பெரிதாக வரவேற்காத புலமைப்பித்தன், மரபுக்கவிதைகளிலேயே புதுக்கவிதைகளின் தெறிப்பை எழுதிக் காட்டியவர். திரைப்பாடலில் அதற்கான உதாரணங்கள் ஓராயிரமுண்டு. சின்னச் சின்ன வாக்கியங்களில் நெடுங்காலத் தமிழின் தொடர்ச்சியைத் தொட்டிருக்கிறார். "கவிதை வேறு. பாடல் வேறு. நமது கருத்தைச் சுதந்திரமாய் நீட்டி வளைத்து கவிதையில் சொல்லலாம். பாடலில் ஒரு வரம்புக்குள்ளேயே சொல்லி முடித்துவிடவேண்டும்" என்று எண்பதுகளில் வெளிவந்த 'மருதாணி' இதழில் சொல்லியிருக்கிறார்.

எது கவிதை, எது பாடல் என்னும் தெளிவைக் கொண்டிருந்த போதிலும், பாடலில் கவிதையெழுதும் முயற்சியை அவர் கைவிட்டதில்லை. திராவிட இயக்கத்திலிருந்து திரைப்பாடலுக்குள் அடியெடுத்து வைத்த புலமைப்பித்தன், தமிழ்த்தேசிய அரசியல் களத்தில் பிரபாகரனுக்குத் தோள் தந்தவர். எழுத்தின் வழியே திராவிடத்திற்கும் தமிழ்த்தேசியத்திற்கும் இணைப்புப்பாலம் கட்டியவர் எனவும்

யுகபாரதி □ 79

கொள்ளலாம். எதுமாதிரியும் இல்லாத புதுமாதிரியான எழுத்துமுறையை உருவாக்கி, அதையே திரைப்பாடலின் ஆயுதமாகவும் கேடயமாகவும் ஆக்கியிருக்கிறார். "கண்கள் பேசும் சங்கேத மொழிகள் / கண்ணன் அறிய ஒண்ணாததா? / உன்னைத் தேடும் ஏக்கத்தில் இரவினில் / கண்ணுக்கிமைகள் முள்ளாவதா?" என்று 'அழகன்' திரைப்படத்தில் எழுதியிருக்கிறார். கண்ணன் என்கிற பிம்பம், திராவிடக் கொள்கைக்கு எதிரானது. ஆனாலும்கூட, வார்த்தை அழகில் கொள்கைகள் மறைந்துவிடுகின்றன. அவரே எழுதியதுபோல, "சங்கீத ஸ்வரங்கள் ஏழே கணக்கா? இன்னும் இருக்கா? என்னவோ மயக்கம்" அவரிடமும் அவர் தமிழிடமும்.

கவி. கா.மு. ஷெரீப்

ஒன்றுசேர்ந்த அன்பு மாறுமா?

தமிழ்த்தேசியத்தை முன்னெடுத்த ம.பொ. சிவஞானத்தின் தலைமைத் தளபதிகளில் ஒருவர், கவி.கா.மு. ஷெரீப். பாடலாசிரியராகத் தம்மை நிறுவுவதற்கு முன்பே தீவிர அரசியல் ஈடுபாடுடையவராக இருந்த அவர், சினிமாவின் இயல்புகளுக்கு அப்பாற்பட்டவர். பிறப்பால் இஸ்லாமியராக அறியப்பட்டாலும், அன்றைக்கு வெளிவந்த பல பக்திப் படங்களுக்குப் பாடல் எழுதத் தயங்காதவர். பக்திப் படமென்று தமிழில் வெளிவந்தவை பெரும்பாலும், இந்து மதத்தையும் இந்துக் கடவுளையும் பிரதானப்படுத்திய விவரம் உங்களுக்குத் தெரியாததல்ல. ஏக இறைவனுக்கு இணையாக வேறு எதையுமே வழிபடலாகாது என்கிற மதக் கோட்பாட்டுக்குள் அடங்க மறுத்த அவருடைய தமிழ்ப் பணிகள் பாராட்டுக்குரியவை.

படைப்பாளனுக்குக் குறுக்கே மதம் நிற்பதில்லை அல்லது நிற்கக்கூடாது என்பதற்கான சாட்சியாக அவரைக் கருதலாம். அரசியல் பின்புலத்திலிருந்து எல்லாவற்றையும் கற்றுணர்ந்த அவர், மதத்தைத் தாண்டிய மனித

யுகபாரதி □ 81

நேயத்தையே அடையாளமாக்க முயன்றிருக்கிறார். திராவிடக் கொள்கைக்கு மாற்று தமிழ்த்தேசியமே என்பதை வலியுறுத்த ஆரம்பிக்கப்பட்டதுதான் தமிழரசுக் கழகம். அந்தக் கழகத்தின் அறியப்பட்ட தலைவர்களில் ம.பொ.சியை அடுத்து, குறிப்பிடப்பட வேண்டியவர் கா.மு.ஷெரீப்பே.

திராவிட இயக்கத்திற்குச் சவால்விடும் வகையில் தமிழரசுக் கழகத்தை வளர்த்தெடுக்க அவர் பட்டிருக்கும் பாடுகள் பட்டியலுக்குள் அடங்காதவை. களப்போராளியாகவும் கருத்துருவாக்கத்தின் பங்காளியாகவும் அவரே இருந்திருக்கிறார். மேடைகளிலும் பத்திரிகைகளிலும் அக்கழகத்தை முன்நோக்கி நகர்த்தியிருக்கிறார். தமிழரசுக் கழகம் ஏன் வந்தது? எனும் வினாவை எழுப்பி, தமிழர் நலனையும் தமிழர்க்கு எதிராக அந்நேரத்தில் திராவிட இயக்கங்கள் செய்துவந்த குழப்பங்களையும் விரிவாக ஒரு நூலில் விளக்கியிருக்கிறார்.

கவி.கா.மு.ஷெரிப்பைப் பொறுத்தவரை, கொண்ட கொள்கைக்காகத் தன்னையே தாரை வார்க்கவும் துணிந்திருக்கிறார். சக கலைஞர்களுக்கு உதவுவதும் அவர்கள் உயர்வில் மகிழ்ச்சியடைவதுமே அவருடைய குணமாக இருந்திருக்கிறது. ஆரம்ப காலங்களில் சுயமரியாதைக்காரராகவும் பின் காங்கிரஸ்காரராகவும் இருந்த அவர், ஒரு கட்டத்திற்குப் பிறகே தமிழ்த்தேசியக் கொள்கையைப் பற்றியிருக்கிறார். தலைவர்களுடனான அதிருப்திகள் என்று அதை நான் குறுக்கிச் சொல்ல விரும்பவில்லை. தனக்காக அல்லாமல் சமூகத்தின் நலனை உத்தேசித்தே அவருடைய முடிவுகள் எடுக்கப்பட்டுள்ளன. திருவாரூரை அடுத்த அபிவிருத்தீஸ்வரத்தில் பிறந்த அவர், “ஒளி” பத்திரிகை மூலமே இலக்கிய உலகிற்கு அறிமுகமாகிறார்.

அதே காலகட்டத்தில்தான் திருக்குவளையிலிருந்த கருணாநிதியும் முரசொலியைத் தொடங்கி நடத்தி வந்திருக்கிறார். பத்திரிகை வாயிலாக கருணாநிதியுடன் ஏற்பட்ட தொடர்பு, தனித் தனிக் கட்சிகளாக அவர்கள் பிரிந்து செயல்படும்வரை நெருக்கமாகவே இருந்திருக்கிறது. தனித் தனி இயக்கங்களில் இணைந்து இருவருமே களப் பணியாற்றிய போதிலும், அவர்களுக்கு இடையே இருந்த

82 □ நேற்றைய காற்று

நட்பின் முனை மழுங்கவோ முறியவோ இல்லை. இத்தனைக்கும் முரசொலியில் தமிழ்த்தேசியத்தை விமர்சித்து கருணாநிதியும், திராவிட அரசியலை எதிர்த்து கா. மு. ஷெரீப்பும் எழுதாமலில்லை. அரசியலுக்கும் அன்பிற்கும் உள்ள வித்தியாசத்தை இருவருமே உணர்ந்திருந்ததை அறியமுடிகிறது. திராவிட இயக்கத்தில் தன்னை முழுமையாக ஐக்கியப்படுத்திக்கொண்டு, பெரியாருடனும் அண்ணாவுடனும் நெருங்கிப் பழகிய கருணாநிதி, கா. மு. ஷெரீப்பை அண்ணன் என்றே அழைத்திருக்கிறார்.

தொடக்கத்தில் கா. மு. ஷெரீப்பும் சுயமரியாதைக்காரர்தான். காங்கிரஸ் கட்சியிலும் கம்யூனிஸ்ட் கட்சியிலும் இருந்தவர்கள்கூட அன்றைய நாள்களில் சுயமரியாதைக்கு எதிர்த் திசையில் பயணிக்கவில்லை என்பது கவனிக்கத்தக்கது. கட்சிகளால் அவர்கள் பிரிந்து செயல்பட்டிருக்கிறார்களே தவிர, கருத்தளவில் கொள்கையளவில் அவர்களிடையே பெரிய வேறுபாடுகள் இருந்ததாகத் தெரியவில்லை. திராவிடர் கழகத்திலிருந்து அண்ணா பிரிந்து புதுக்கட்சியை ஆரம்பித்த பிறகுதான், காங்கிரஸ் சார்பிலிருந்த சிலர் ம.பொ.சி.யின் தலைமையில் தமிழரசுக் கழகத்தைத் தொடங்குகிறார்கள். அப்படித் தொடங்கப்பட்ட தமிழரசுக் கழகத்தில் தன்னை இணைத்துக்கொண்ட கா.மு.ஷெரீப், அக்கழகத்தின் வளர்ச்சிக்காகத் தொடர்ந்து உழைத்திருக்கிறார்.

குடும்பச் சூழலால் பள்ளிப் படிப்பைக்கூட தாண்டாத அவர், சீறாப்புராணம் போன்ற பெரும் காப்பியத்திற்கு உரையெழுதும் அளவுக்குத் தம்மைத் தாமே தயாரித்திருக்கிறார். கருணாநிதியுடனான தொடர்பினாலும் சுயமரியாதைக்காராக இருந்ததினாலும் அக்காலத்தில் திராவிட இயக்கத்தவர்கள் தயாரித்த பல நாடகங்களுக்குப் பாடல் எழுதும் வாய்ப்பைப் பெற்றிருக்கிறார். எழுதக்கூடியவர்களுக்கு அன்றைக்கு இருந்த ஒரே வாய்ப்பு நாடகம்தான்.

பத்திரிகைகளில் எழுதி ஓரளவு வெளியே தெரிந்துவிட்டால் அதன்பின் அவர்கள் நாடகத்தை நோக்கித்தான் நகர வேண்டும். கவிதை எழுதுபவர்கள் இன்றைக்குத் திரைப்பாடலை நோக்கி வருவதைப்போல. சுயமாக நாடகங்களும் பாடல்களும் எழுதிவந்த ஷெரீப் கிடைக்கும் வாய்ப்புகளையெல்லாம் மிகச்

யுகபாரதி □ 83

சரியாகப் பயன்படுத்தக்கூடியவர். அதனால் அவர் பலருக்கும் அறிமுகமாகிறார். அந்தச் சமயத்தில்தான் அரு.ராமநாதனின் பெண் என்னும் நாடகத்திற்காக எழுதிய பாடல் ஒன்று பெரும் கவனத்தைப் பெறுகிறது. திருச்சி லோகநாதன் இசையமைத்த அப்பாடலைக் கேட்ட மாடர்ன் தியேட்டர்ஸார் சேலத்திற்கு வரும்படி கவி. கா.மு.ஷெரீப்பை அழைத்திருக்கிறார்கள். அவ்வாறு தகுதியால் அழைக்கப்பட்ட அவர், பின்னாட்களில் மார்டன் தியேட்டர்ஸின் தகுதிக்காக உழைத்து, அதன் மனசாட்சியாகவும் மாறியிருக்கிறார்.

அரு. ராமநாதனின் மற்றுமொரு நாடகமான வானவில்லுக்கு பாடல் எழுதிய மருதகாசியை அவர் அங்கேதான் சந்திக்கிறார். இருவரும் இணைபிரியா நண்பர்களாகிறார்கள். நாளடைவில், அந்த நட்பே அவர்கள் இருவரையும் இணைந்தே பாடல் எழுதவும் வைக்கிறது. இணைந்து என்பதைவிட, இயைந்து என்பதே சரியாக இருக்கும். ஏனெனில், அதுவரை இரட்டை இசையமைப்பாளர்கள் உண்டு. இரட்டைப் பாடலாசிரியர்கள் இருந்ததில்லை.

பாபநாசம் சிவனும் அவருடைய சகோதரர் ராஜகோபாலஐயரும் இணைந்து சில படங்களுக்குப் பாடல்கள் எழுதியிருந்தாலும், இரத்த சம்பந்தமில்லாத இருவர் இணைந்து பாடல் எழுதிய நிகழ்வு, அதற்குமுன் அறவே இல்லை. அதற்குப்பின்னும் இல்லை என்பது குறிப்பிடத்தக்கது. 1948இல் மாடர்ன் தியேட்டர்ஸ் தயாரித்த மாயாவதி என்னும் திரைப்படத்தில் "அல்லியின் முன் வெண்ணிலா வந்ததுபோல்" என்னும் பாடலே கவி. கா.மு.ஷெரீப்பும் மருதகாசியும் இணைந்து எழுதிய முதல் பாடலாகத் தெரிகிறது.

உண்மையில் அது சரியான தகவலா என்பதைச் சரிபார்க்க வேண்டும். ஏனெனில், 'மாயாவதி' என்னும் திரைப்படத்தில் அவ்விதமாகத் தொடங்கும் பாடலே இல்லை. "அல்லி மலராயிருந்தேன் என்னிடத்தே" என்னும் பல்லவியுடன் தொடங்கும் பாடல்தான் இடம்பெற்றிருக்கிறது. அப்பாடலை ஏ.பி.கோமளா என்கிற பிரபல பாடகி பாடியிருக்கிறார். பெரும்பாலும் அக்காலத்தில் வெளிவந்த பாட்டுப் புத்தகங்களை வைத்துத்தான் பாடலாசிரியர்களின்

பெயர்களை அறியமுடியும். அதிலும், தவறுதலாக மட்டுமே அச்சிடப்பட்டிருக்கும் என்பது வேறு விஷயம். பழைய ரெக்கார்டுகளைப் பார்த்தோ படத்தில் பணியாற்றியவர்களைக் கேட்டோதான் தவறை சரிசெய்ய இயலும்.

இரட்டைப் பாடலாசிரியர்களாக இருவரும் இணைந்து பல படங்களுக்குப் பாடல்களை எழுதியிருந்தாலும், அவர்கள் இருவருமே தனித் தனித் தகுதிகளையும் அடையாளங்களையும் உடையவர்கள். எந்தெந்த விதத்தில் என்பதை அறிய, அவர்கள் இருவரும் பிரிந்த பின் எழுதிய பாடல்களைக் கேட்டால் தெரிந்துவிடும். சேர்ந்தே பயணித்த அவர்கள் ஒரு கட்டத்திற்குப் பிறகு தனித்து இயங்கியும் தங்களை நிரூபித்திருக்கிறார்கள். மாடர்ன் தியேட்டர்ஸின் மனசாட்சியாக கா.மு.ஷெரீப் மாறியிருந்த நிலையில்தான், கருணாநிதியை வசனமெழுத மாடர்ன் தியேட்டர்ஸுக்கு அறிமுகப்படுத்தியிருக்கிறார்.

தனக்குக் கிடைத்த பெயரையும் புகழையும் ஏன் வாய்ப்பையுமேகூட பங்கிட்டுக் கொடுக்கும் பக்குவத்தில் கா.மு.ஷெரீப்புக்கு ஈடாக ஒருவரைச் சொல்வதற்கில்லை. மாடர்ன் தியேட்டர்ஸுக்கு அறிமுகப்படுத்தி தன் வாழ்வை அடுத்த கட்டத்திற்கு எடுத்துச்சென்ற கா.மு.ஷெரீப்பிற்கு "நெஞ்சுக்கு நீதி" நூலில் கலைஞர் கருணாநிதி நன்றி தெரிவித்திருக்கிறார். போட்டியும் பொறாமையும் நிறைந்த படவுலகில் இப்படியும் ஒருவர் இருந்திருக்கிறார் என்பது ஆச்சர்யப்படுத்துகிறது. அதுமட்டுமல்ல, தம்முடைய "பாட்டும் நானே பாவமும் நானே" என்கிற பாடலைக்கூட கண்ணதாசனின் பெயரில் வெளிவரச் சம்மதித்திருக்கிறார். எழுத்தாளர் ஜெயகாந்தன், "ஒரு எழுத்தாளனின் கலை உலக அனுபவங்கள்" என்னும் நூலில் அதுகுறித்து எழுதும்வரை அச்செய்தி வேறு எவர்க்கும் தெரிந்திருக்கவில்லை.

கா.மு.ஷெரிப்பைப் பற்றிய அக்கட்டுரையில், தனக்கும் அவருக்குமிருந்த பழக்கத்தை மிக நுட்பமான முறையில் விவரித்திருக்கிறார். "சினிமா உலகத்தில் தொடர்பு இருந்தும், அந்தச் சினிமா உலகச் சீரழிவுகளில் சிக்கிக் கொள்ளாத உயர் பண்பு கவிஞர். கா.மு.ஷெரிப்பிடமே இருந்தது" என்றிருக்கிறார். கதையோ கட்டுரையோ எழுதித் தந்தால்

யுகபாரதி □ 85

"ரூபாய் பத்துமட்டும்" என்று தமிழில் செக் எழுதிச் சன்மானம் தருவார் என்றும், எழுத்துக்கு நான் முதன்முதலாக பணம்பெற்றது அவரிடம்தானென்றும் ஜெயகாந்தன் எழுதியிருக்கிறார். அதே கட்டுரையில், "எவர் முன்பும் புகைபிடிக்கத் தயங்காத நான், அவருக்குப் பிடிக்காது என்பதறிந்து அவர் எதிரில் புகை பிடிக்காமல் இருக்கும் பழக்கத்தை மேற்கொண்டேன்" என்றும் கூறியிருக்கிறார்.

ஜெயகாந்தன் சுபாவத்தை தெரிந்தவர்க்குத்தான் நான் ஏன் அந்த வரிகளை அடிக்கோடிடுகிறேன் என்பது விளங்கும். எழுத்துச் சிம்மமாக இருந்த ஜெயகாந்தன், யார் ஒருவரையும் இந்த அளவுக்குப் புகழ்ந்ததில்லை. அதுவும், சினிமா பாடலாசிரியர்கள் மீது அவருக்குப் பெரிய மதிப்போ மரியாதையோ இருந்ததில்லை. கண்ணதாசனை மட்டும்தான் ஓரளவு ஏற்றுக்கொள்வார். அதுகூட, அரசியல் ரீதியான பிணைப்பினால் இருக்குமோ என்று எனக்குத் தோன்றும். காமராஜரின் வேண்டுகோளுக்கு இணங்கி கண்ணதாசனும் ஜெயகாந்தனும் அப்போது காங்கிரஸ் பிரச்சாரகர்களாக இருந்தனர். பாரதியின் கவிதைகளை எழுத்தெண்ணிப் படித்த ஜெயகாந்தன், ஏனைய கவிஞர்கள்மீது பிடித்தம் இல்லாமல் போனதைப் பல இடங்களில் வெளிப்படுத்தியிருக்கிறார்.

ஒருமுறை இளையராஜாவின் சகோதரர் பாவலர் வரதராஜனின் நூல் வெளியீட்டு விழாவில் பாடலாசிரியர்களை மேடையிலேயே வைத்துக்கொண்டு கடிந்திருக்கிறார். பாவலரை பெருமைப்படுத்த விரும்பிய அவர், இளையராஜாவையும் ஏனைய பாடலாசிரியர்களையும் விளாசித் தள்ளியதை இத்துடன் இணைத்துப் பார்க்கலாம். பாடலாசிரியர்களைப் பிழைப்புவாதிகளாக கருதிய அவர், கா.மு.ஷெரீப்பின் பண்பு நலன்களை பாராட்டியிருக்கிறார். எனில், அது சாதாரண விஷயமில்லை.

இந்திய தேசியத்தைத் தூக்கிப்பிடித்த அவர், தமிழ்த் தேசிய கவியாக அறியப்படும் கா.மு.ஷெரீப்பை இந்த அளவுக்கு உயர்த்தி எழுதியிருப்பதன் உள்ளர்த்தம் உண்மையன்றி வேறில்லை. "வாழ்ந்தாலும் ஏசும் தாழ்ந்தாலும் ஏசும் வையகம் இதுதானடா" என நான் 'பெற்ற செல்வம்' திரைப்படத்தில் எழுதிய கா.மு.ஷெரீப்பே திரைத்தமிழை எதார்த்த தத்துவத்

86 □ **நேற்றைய காற்று**

தளத்திற்கு இழுத்து வந்தவர். "பணம் பந்தியிலே / குணம் குப்பையிலே" என்னும் திரைப்பாடலை கேட்டவர்கள் மேற்கூறிய என் கூற்றை சந்தேகிக்க வாய்ப்பில்லை.

பண மதிப்பிழப்பு நடவடிக்கையால் நாட்டு மக்களெல்லாம் வீதியில் நின்று வேதனைப்பட்ட காட்சியைப் பார்த்தவர்களுக்கு எத்தனையோ ஆண்டுகளுக்கு முன் எழுதப்பட்ட பாடலை புரிந்துகொள்வதில் சிரமமிருக்காது என்றே கருதுகிறேன். அதேபோல, "ஏரிக் கரையின் மேலே போறவளே பெண்மயிலே" என்னும் பாடல். முதலாளி திரைப்படத்தில் இடம்பெற்ற அப்பாடலை இன்றும் கிராமப்புறங்களில் வாழும் எளிய மக்களின் உதடுகள் முணுமுணுப்பதைக் காணலாம். நாட்டார் பாடலுக்கு இணையாக அமைந்த அத்திரைப்பாடல், மக்கள் மொழியில் எழுதப்பட்ட மிகச் சிறந்த பாடல்களில் ஒன்று.

அப்பாடலின் உந்துதலில்தான் 'மைனா' திரைப்படத்தில் வெளிவந்த "ஜிங்கி ஜிங்கி ஜிமிக்குப் போட்டு" பாடலையும் "கூடமேல கூடவச்சி கூடலூரு போறவளே" என்ற 'ரம்மி' திரைப்பாடலையும் நான் எழுதினேன் என்பது புதிய செய்தியல்ல. பாடலுக்கு ஏற்ப இசை அமைவது ஒருபுறமெனில் அப்பாடலை வழக்குத் தமிழில் வடிப்பதற்கு மக்களோடு மக்களாகப் புழங்கியிருப்பது மற்றொரு புறமாகிறது. எதைவேண்டுமானாலும் திரைப்பாடலில் எழுதிவிடலாம்தான். ஆனால், அவற்றை எழுதும்போது நம்முடைய இலக்கிய ஆர்வம் வெளிப்படாமல் பார்த்துக்கொள்ள வேண்டும்.

மக்கள் மொழியில் எழுதும்போது இலக்கியத்தமிழ் எட்டிப்பார்த்தால் பாடலின் அழகு சிதைந்துவிடும். ஷெரீப்பிடம் எனக்கேற்படும் வியப்பே அதுதான். தீவிர அரசியல்வாதி, களச் செயல்பாட்டாளர், பத்திரிகையாசிரியர், சமயப் பற்றாளர், மேடைச் சொற்பொழிவாளர் எனப் பல முகங்கள் அவருக்கு இருந்தாலும், பாடல் என்று வருகிறபோது கதாபாத்திரங்களின் குரலாகவே ஒலித்திருக்கிறார்.

சூழலையும் காட்சியையும் உள்வாங்கிக்கொண்டு, தமக்கிருக்கும் இலக்கிய மேதைமையை ஒதுக்கிவைத்துவிட்டுப் பாடல்களை அமைப்பது அரிய கலை. இத்தனைக்கும் அவருக்குள்ள இலக்கிய மேதைமைக்கு அளவே இல்லை.

யுகபாரதி □ 87

"சாட்டை" இதழிலும் "தமிழ் முழக்கம்" இதழிலும் அவர் எழுதியுள்ள தலையங்கங்களை வாசித்தால் அவருடைய இலக்கியக் கவனிப்புகள் மலைக்க வைக்கின்றன. இடைக்கால இலக்கியம் என்று சொல்லக்கூடிய பக்தி இலக்கியத்தை அவர் முழுவதுமாக கரைத்துக் குடித்திருக்கிறார்.

மதத்தைத் தாண்டி, அப்பரையும் சம்பந்தரையும் மாணிக்க வாசகரையும் அவரால் கொண்டாட முடிந்திருக்கிறது. "தமிழரின் சமய நெறி" என்னும் நூலில், அருளும் அன்பும் என்றொரு கட்டுரை எழுதியிருக்கிறார். அதில், வடலூர் ராமலிங்க அடிகளின் "கல்லார்க்கும் கற்றவர்க்கும் களிப்பருளும் களிப்பே" என்ற பாடலை வைத்துக்கொண்டு அவர் செய்திருக்கும் ஆராய்ச்சியை அறியும்பொழுது கண்கள் பணிக்கின்றன.

ரஹ்மான் - ரஹீம் என்னும் சொல்லுக்கான அர்த்தமே அன்பாளன், அருளாளன் என்பதுதான் என்பதை விளக்கி, சன்மார்க்கத்தின் சகல திசைகளிலும் பார்வையைச் செலுத்தியிருக்கிறார். அன்றைக்கு வந்த பக்திப் படங்களுக்கு அவர் பாடல் எழுதச் சம்மதித்ததுகூட அந்தப் புரிதலில் இருந்துதானோ? என எண்ணத் தோன்றுகிறது. இயக்குநர் ஏ. பி.நாகராஜன் தமது அத்தியந்த நண்பர் என்பதாலோ அவருமே தமிழரசுக் கட்சியைச் சேர்ந்தவர் என்பதாலோ இந்து ஆன்மிகக் கருத்துடைய திரைப்பாடல்களை அவர் எழுத ஒப்பவில்லை. தான் வாசித்த பக்தி இலக்கியப் பனுவல்களின் பாதிப்பிலிருந்தே அவற்றையெல்லாம் எழுதியிருக்கிறார். மதத்தின் மையத்தை நோக்கி நகர்ந்தவர்களுக்கு மத நிறுவனங்களின் கட்டுப்பாடுகள் பெரிதாகப்படுவதில்லை. எல்லா மதமுமே அன்பைத்தான் போதிக்கின்றன என்பதால் மத அடிப்படைவாதத்திற்குள் அவர்கள் மாட்டிக்கொள்வதுமில்லை.

திருவிளையாடல் திரைப்படத்தில் இடம்பெற்ற "பாட்டும் நானே பாவமும் நானே" பாடல், ஏ.பி.நாகராஜன் இயக்கிய "சிவலீலா" நாடகத்திற்காக எழுதப்பட்டதே என்னும் குறிப்பு இருக்கிறது. கா.மு.ஷெரிப் என்கிற இஸ்லாமியப் பெயர் 'திருவிளையாடல்' திரைப்படத்தில் இடம்பெறாமல் போனதற்கு, அன்றைய நட்சத்திரக் கவிஞராக கண்ணதாசன் இருந்தார் என்பது மட்டும்தான்

88 □ நேற்றைய காற்று

காரணமா? என ஆராயும் அவசியமிருக்கிறது. கண்ணதாசன் எத்தனையோ பல்லவிகளை எழுதித்தந்தும் திருப்தியுறாத இசையமைப்பாளரும் இயக்குநரும் இறுதியாக கா.மு. ஷெரீப்பின் வரிகளைப் பயன்படுத்தியதாகச் சொல்லப்படுகிறது. கண்ணதாசன் பெயரில் அப்பாடல் வரட்டுமென்று ஷெரீப்பே சொன்னதாகவும் எழுதியிருப்பவர்கள், ஷெரீப்பின் பெயரில் வருவதற்கு கண்ணதாசன் தடை விதித்தாரா என எங்கேயும் குறிப்பிடவில்லை. தம்பி பெயரில் வரட்டுமென்று அண்ணன் பெருந்தன்மையாக நடந்திருக்கலாம். அண்ணன் பெயரைத் தவிர்த்து, தம்பி அப்பெயரையும் புகழையும் வாங்கிக்கொள்வது எப்படிப்பட்டதென்று விளங்கவில்லை. சம்பந்தப்பட்டவர்களுக்குள் நடந்த திருவிளையாடல் என்னவோ?

பிறருடைய படைப்புகளைத் தமதென்று கொண்டாடுபவர்களுக்கு மத்தியில், தன்னுடைய படைப்பை இன்னொருவர் பெயரில் பார்த்தும் அமைதியாயிருந்த ஷெரீப்பின் ஆளுமை வியக்கத்தக்கது. 'மக்களைப் பெற்ற மகராசி' திரைப்படத்தில் இடம்பெற்ற "ஒன்று சேர்ந்த அன்பு மாறுமா / உண்மைக்காதல் மாறிப்போகுமா?" என்ற பாடல், வில்லன் கதாபாத்திரத்தில் நாற்பதாண்டுக் காலம் ரசிகர்களை மிரட்டிவந்த எம்.என் நம்பியாருக்காக ஷெரிப்பால் எழுதப்பட்டது. அப்பாடலில் நம்பியாரின் நடிப்பு மட்டுமல்ல, ஷெரீப்பின் வார்த்தைகளும் நம்பியார் வில்லன் என்பதை மறக்கடிக்கும்.

வார்த்தைகளின் ஊடேதான் ஒருவரை நல்லவராகவும் கெட்டவராகவும் நாம் அறிகிறோம், ஒரு வில்லனையும் கதாநாயகனாகப் பாவித்து அவர் எழுதிய தமிழ், இன்றுவரை அல்ல, இன்னும் பல நூறு ஆண்டுகள் வாழத்தக்கது. அதேபோல, தற்போது வெளிவரும் அம்மா சென்டிமெண்ட் பாடல்களுக்கெல்லாம் முன்மாதிரியாக அமைந்தது ஷெரீப்பின் "அன்னையைப் போலொரு தெய்வமில்லை / அவர் அடிதொழ மறப்பவர் மனிதரில்லை" என்னும் பாடல்தான்.

இறைவனுக்கு இணை வைக்கக்கூடாதென்று இஸ்லாம் சொல்லியிருந்தாலும், தமிழ் மரபின் அடிப்படையில் தாயைத் தெய்வத்திற்கு நிகராகப் போற்றிய அவரை, ஒருசில இஸ்லாமிய

யுகபாரதி □ 89

அமைப்புகள் ஏற்கத் தயங்குவது ஏற்புடையதல்ல. தமிழ்த் தேசியத்தைப் பரப்பும் பணியில் தீவிரமாக ஈடுபட்டிருந்த பொழுதிலும்கூட, அதையெல்லாம் திரைப்பாடல்களாக எழுதும் ஆர்வம் அவருக்கில்லை. திராவிட இயக்கத்தைச் சேர்ந்தவர்கள், தங்கள் கழகத்தின் கொள்கைகளையும் கோட்பாடுகளையும் கிடைக்கும் சந்தர்ப்பத்திலெல்லாம் பாடல்களாக வசனங்களாக வெளிப்படுத்திய தருணத்திலும், திரையைப் பொதுத் தன்மையுடன்தான் ஷெரீப் பார்த்திருக்கிறார். மாடர்ன் தியேட்டர்ஸின் தயாரிப்பு நிர்வாகியாயிருந்த எம்.ஏ.வேணு, அங்கிருந்து விலகித் தனித் தயாரிப்பு நிறுவனத்தைத் தொடங்கியபோது அதற்கு வழிகாட்டியாகவும் ஆலோசகராகவும் ஷெரீப்பே செயல்பட்டிருக்கிறார்.

ஏ.பி.நாகராஜனின் நாடகத்தைப் பரிந்துரைத்து "நால்வர்" திரைப்படம் உருவாக அவரே காரணமாகவும் இருந்திருக்கிறார். நால்வர் திரைப்படம் தி.மு.க.வினருக்கு எதிராக எடுக்கப்பட்ட பிரச்சாரப் படமாகக் கருதப்படுகிறது. சமூக நீதி, பெண்விடுதலை, சுயமரியாதை ஆகியவற்றைத் திராவிட இயக்கம் பறைசாற்ற முனைந்த சமயத்தில், நம்முடைய மரபையும் எல்லையையும் வரையறுத்து அதன்வழியே தமிழ்த் தேசியத்தைக் கட்டமைக்கும் வேலையைத் தமிழரசுக் கழகத்தினர் செய்தனர்.

திராவிட நாடு என்பதிலும் பார்க்க, தமிழ்த்தேசியம் என்பதே சரியானது என்னும் கருத்து தற்போது தலையெடுத்திருக்கிறது. ஆனால், இதற்கெல்லாம் மூலவிதையைத் தூவிய ம.பொ. சியையும் அவருடன் இணைந்து பணியாற்றிய கா.மு. ஷெரீப், கு.சா.கிருஷ்ணமூர்த்தி, கு.மா.பாலசுப்ரமணியன், மருதகாசி, ஏ.பி.நாகராஜன் போன்றோரின் பங்களிப்பை இன்றையத் தமிழ்த்தேசியவாதிகள் கணக்கிலெடுத்துக் கொள்வதில்லை. காலச் சுழற்சியில் நாம் நினைக்க மறந்த எத்தனையோ பெயர்களுக்குப் பின்னேதான் சமூக அரசியல் இயங்கிக்கொண்டிருக்கிறது.

மொழிவாரி மாநிலங்கள் பிரிக்கப்பட்ட பொழுது சென்னை, திருத்தணி, குமரி உள்ளிட்ட பகுதிகளைத் தமிழ் நாட்டுடன் இணைக்கப் பெரும் போராட்டங்களை நிகழ்த்தியவர்கள் தமிழரசுக் கழகத்தினரே. அதுமட்டுமல்ல, "மெட்ராஸ்

ஸ்டேட்" என்றிருந்ததை தமிழ்நாடு என்று பெயரிடவும் அழைக்கவும் காரணமாயிருந்தவர்களும் அவர்கள்தான், எல்லைப் பிரச்சனை எழுந்தபோது, "வடவேங்கடம் தென்குமரி ஆயிடை தமிழ் கூறும் நல்லுலகம்" என்னும் இலக்கியத் தரவினை அடிப்படையாக வைத்தே அவர்கள் போராடினர். அவர்கள் அப்படி வரையறுத்துப் போராடாமல் போயிருந்தால், தமிழகத்தின் சில பகுதிகள் ஆந்திராவுக்கோ கேரளத்திற்கோ தாரை வார்க்கப்பட்டிருக்கும். தமிழ்நாடு என்னும் பெயர் மாற்றத்திற்காக 1956 ஜூலையில் எழுபத்தி ஆறு நாட்கள் தனி ஆளாக உண்ணாவிரதம் இருந்து உயிர்நீத்த சங்கரலிங்கத்தின் தியாகத்தை இந்த இடத்தில் நினைவு கூரலாம்.

தனி மனிதர்களே சிந்தனைகளை உருவாக்குகிறார்கள். என்றாலும், அச்சிந்தனை செயலாக்கம் பெற, தொடர்ச்சியாக ஒரு இயக்கமோ கட்சியோ போராட வேண்டி இருக்கிறது. அந்த வகையில் தமிழரசுக் கழகத்தினரின் கோரிக்கைகளும் போராட்டங்களும் தமிழக வரலாற்றில் குறிப்பிடத் தக்கவை. அண்ணாவின் ஆட்சிக் காலத்தில் தமிழ்நாடு என்னும் பெயர் சூட்டப்பட்டிருந்தாலும், தமிழரசுக் கழகத்தினரும் அதற்கான பங்கைக் கோர நியாயமிருக்கிறது.

வாழ்க்கைக்கும் வார்த்தைக்கும் இடைவெளியில்லாமல் இருந்த அல்லது இருக்கக்கூடிய படைப்பாளர்களை விரல்விட்டு எண்ணிவிடலாம். குறைந்தபட்ச சமரசத்திற்குக்கூட இடமளிக்காமல் வாழ்வதென்பது பெருந் தவம். ஆனால், அத்தவத்தை இயல்பாகக் கொண்டிருந்தவர் கா.மு.ஷெரீப். எவருடனும் மத மாச்சர்யத்திற்கு அப்பாற்பட்டுப் பழகிய அவருக்கு ஒரு பிராமண நண்பர் இருந்திருக்கிறார். அந்த நண்பரின் மகள், திருமணத்திற்கு முன்பே காதலும் கர்ப்பமும் உற்றிருக்கிறார்.

சனாதன தர்மத்திற்கு எதிராக வளரும் அக்குழந்தையைக் கலைத்துவிட, ஷெரீப்பிடம் அந்நண்பர் உதவியும் கேட்டிருக்கிறார். ஷெரீப்போ அக்காரியத்தை செய்ய மனம் வராமல், தனது மனைவியையும் அப்பெண்ணையும் தமது சொந்த கிராமத்திற்கு அனுப்பி பிரசவம் பார்த்திருக்கிறார். சனாதன தர்மத்திற்காகக் கருவை கலைப்பதைவிட, யார்

யுகபாரதி □ 91

கண்ணிலும்படாமல் அக்குழந்தையைப் பெற்றெடுக்க உதவிய ஷெரீப்பின் இந்த இயல்பு, அவர் எழுதியுள்ள இலக்கியத்திற்கெல்லாம் மேலானது. இஸ்லாமியர் வீட்டில் பிறந்த பிராமணக் குழந்தையை வளர்த்து, அதற்கு திருமணமும் செய்துவைத்தவர் அவர். இத்தனைக்கும் ஷெரீப், பதினொரு குழந்தைகளுக்குத் தகப்பனானவர். அப்படியிருந்தும்கூட, இன்னொருவரின் குழந்தையை வளர்க்க அவரால் முடிந்திருக்கிறது.

பிறர் குழந்தையையும் தம் குழந்தையாகப் பாவித்து அவர் செய்திருப்பது உதவியல்ல, உதாரணம். என்ன வேடிக்கையென்றால், உதவிகேட்டு வந்த அந்த பிராமண நண்பர் சம்பந்தப்பட்ட குழந்தையின் திருமணத்திற்கு ஷெரீப்பையே அழைக்காமல் போனதுதான். அதையும் ஷெரீப் பெரிதாக எடுத்துக்கொள்ளவில்லை. திருமணத்திற்கு வருபவர்கள் சங்கடப்படக்கூடாதென்றே தம் நண்பர் தம்மைத் தவிர்த்ததாகப் புரிந்துகொண்டார். சாந்தியும் சமாதானமும் உண்டாவதாக எனும் மறைவாசகத்தின் பொருளே அவர். "இருக்கும் இடத்தைவிட்டு இல்லாத இடத்திலெல்லாம் விருப்புடனே தேடிடுவார் ஞானத் தங்கமே / அவர் ஏதும் அறியாரடி ஞானத்தங்கமே" என்று 'பணம் பந்தியிலே' திரைப்படத்தில் எழுதியிருப்பார்.

அப்பாடலின் சரணத்தில் "பந்தமெது பாசமெது பக்தியெது முக்தியெது அந்தமெது ஆதியெது ஞானத்தங்கமே / என்னை அறிந்தவர் யாருமில்லை. "ஞானத் தங்கமே" என்றிருக்கிறார். உண்மையில், அது தனக்கு தானே ஷெரீப் சொல்லிக்கொண்டே ஆறுதலாக எனக்குப்படும். இதே பல்லவியை 'திருவருட் செல்வர்' திரைப்படத்தில் கண்ணதாசனும் எழுதியிருக்கிறார். திருவருட்செல்வர் வெளிவந்த ஆண்டு 1967. பணம் பந்தியிலே வெளிவந்த ஆண்டு 1961.

சித்தர் பாடலின் பாதிப்பில் எழுதப்பட்ட அவ்விரு திரைப்பாடல்களும் ஒரே கருத்தை வலியுறுத்த எழுதப்பட்டவைதான். என்றாலும், ஷெரீப்பின் வார்த்தைகளில் இருக்கும் இயல்பை கண்ணதாசனால் கொண்டுவர இயலவில்லை என்று ஆய்வாளர்கள் சொல்வதுண்டு. "கவிஞன் தாய் மாதிரி. பத்தியம் இருக்கணும். ரசிகனை

அவன் பிள்ளைமாதிரி நேசிக்க வேண்டும். எதைக் கொடுக்கக்கூடாது. எதைக் கொடுக்க வேண்டும் என்னும் பொறுப்புடனும் எழுத வேண்டுமென ஒரு நேர்காணலில் ஷெரீப் தெரிவித்திருக்கிறார். “நான் மாந்தோப்பில் நின்றிருந்தேன் / அவன் மாம்பழம் வேண்டுமென்றான்” என்ற வாலியின் பாடலைக் கேட்டுவிட்டு, இனி திரையில் பாடல் எழுதுவதில்லை எனவும் முடிவெடுத்திருக்கிறார். “என்னை சினிமாவை விட்டுத் துரத்திய பாடல் அது” என்று 1986ஆம் ஆண்டு ‘வண்ணத்திரை’ நேர்காணலில் குறிப்பிட்டிருக்கிறார். “கலாச்சாரமும் பெண்மையும் இதனால் இழுக்குப்படுகின்றன” எனத் தெரிவித்துள்ள அவர், பாடல் வாய்ப்புக்காக யார் இடத்திலும் கையேந்தி நின்றதில்லை.

இசையமைப்பாளருக்கோ இயக்குநருக்கோ சகாயம் செய்து, பாடல் வாய்ப்பைப் பெற்றார் எனச் சொல்லமுடியாது. அவர் காலத்திலேயும் மோசமான தகடுதித்தங்கள் பாடல் துறையில் நடந்தேறியுள்ளன. கொள்கையளவில் தமிழ்த்தேசியத்தைக் கொண்டிருந்த அவருக்குத் திரைப்பாடல் என்பது முழுநேரச் சாகசமாகப் படவில்லை. மாறாக, தமிழர் மீட்பு, தமிழினக் காப்பே பிரதானமாகப்பட்டிருக்கிறது. எல்லைப் பிரச்சனை தீவிரப்பட்டிருந்த சூழலில் ஆச்சார்ய கிருபாளனி தமிழகத்திற்கு வந்திருக்கிறார். காந்தி, கோட்சேயின் குண்டுக்கு இரையாகி மரணமுற்ற பதினெட்டாவது நாள் தமிழகம் வந்த கிருபாளனி, மொழிவாரி மாகாணப் பிரிப்புக்கு எதிராகப் பேசியிருக்கிறார்.

“மொழிவாரி மாகாணம் கோருவது தேசத்தைச் சின்னாபின்னப்படுத்திவிடும்” என்னும்விதத்தில் அவர் பேசியதை ஷெரீப்பால் பொறுத்துக்கொள்ள முடியவில்லை. “காந்தியடிகள் ஞாபகார்த்த நிதி” வசூலிக்க வந்த கிருபாளனி, தமிழ் மக்களின் உணர்வுக்கு எதிராகப் பேசியதைக் கண்டித்து ‘ஒளி’ பத்திரிகையில் 1948இல் மிகக் கடுமையான தலையங்கம் ஒன்றைத் தீட்டியிருக்கிறார். “திமிர் பிடித்த பேச்சு” என்னும் தலைப்பில் வெளிவந்த அத்தலையங்கம், மக்களின் உணர்வுகளைக் கொதிநிலையுடன் பிரதிபலிக்கிறது.

திரைப்பாடலாசிரியர்களுக்கு அரசியல் வேண்டும் என நான் அவ்வப்போது சொல்லிவருகிறேன். காட்சிக்கும் சூழலுக்கும் மட்டுமே எழுதிக்கொண்டிராமல், அவ்வப்போதைய மக்களின்

யுகபாரதி □ 93

உணர்வுகளைப் புரிந்துகொள்ள அரசியல் அணுகுமுறை தேவைப்படுகிறது. மக்கள் ஒரு மனநிலையிலும் படைப்பாளன் வேறொரு மனநிலையிலும் இருந்தால் படைப்புகளில் ஒத்திசைவைக் கொண்டுவர முடியாது. எதார்த்தத்தில் உள்ளதைத்தானே எழுதுகிறோம் என்று சொல்பவர்கள், அந்த எதார்த்தத்தைத் தெரிந்துகொள்ள அரசியலைப் பழகாமல் இருப்பது முறையல்ல. கருத்துகளில் உடன்பாடோ முரண்பாடோ இருக்கலாம். ஆனால், கருத்தே இல்லாமல் இருப்பதைக் கலைதர்மமாகக் கொள்வதற்கில்லை. ஆட்சிக் கட்டிலேறிய திராவிட இயக்கத் தோழர்களுடன் அவருக்கு நெருங்கிய தொடர்பு உண்டு. என்றாலும், அதையெல்லாம் தனிப்பட்டமுறையில் பயன்படுத்திக்கொள்ள அவர் முனைந்ததில்லை. தன் அனுமதியில்லாமல் கலைஞரிடம் மகனுக்காக வேலை கேட்கப் போன மனைவியைக் கடிந்துகொண்ட அவர் செயலும் அதைத்தான் காட்டுகிறது.

ஏக இறைவனை அன்றி எவரிடத்திலும் உதவி கேட்க விரும்பாத அவர், ஆரம்பகாலக் கலைஞரின் நேசத்துக்குரியவர். அதுமட்டுமல்ல, தயாளு அம்மாவைக் கருணாநிதி திருமணம் செய்ய முடிவெடுத்தபோது, அதற்கான உதவிகளையும் ஏற்பாடுகளையும் செய்து கொடுத்தவர் அவர்தான். தன்னிடம் உதவி பெற்றவராயினும், அவரிடம் உதவிகேட்க எண்ணாத அவரை விவரிக்க வார்த்தைகளில்லை. “வானில் முழு மதியைக் கண்டேன் / வனத்திலொரு பெண்ணைக் கண்டேன்/ வானமது மதியைப்போலே / மங்கையவள் வதனங் கண்டேன்” என்றொரு பாடல் 1960 இல் வெளிவந்த ‘சிவகாமி’ திரைப்படத்தில் இடம்பெற்றுள்ளது. நிலவைப் பெண்ணின் முகத்திற்கு உவமை செய்வது வழக்கம்தான். என்றாலும், உத்தியை வைத்துக்கொண்டு அவர் பாடலை நகர்த்தியிருக்கும்விதம் புதுமையாயிருக்கும்.

இயற்கை வர்ணனைகளைப் பொறுத்தவரை கூறியது கூறல் தவிர்க்கமுடியாதது. அதிலும் தனித்துத் தெரியும்படி எழுதுவதுதான் சவால். “காமுகர் சூழ்ந்தாலும் கடும்பசி வந்தாலும் / கற்பு நிலை தவறாதே மனமே / ஏமாற நேர்ந்தாலும் தற்கொலைப் பாதையில் / என்றென்றும் செல்லாதே மனமே” என்று 1954இல் வெளிவந்த ‘மாங்கல்யம்’

94 □ நேற்றைய காற்று

திரைப்படத்தில் எழுதியிருப்பார். அப்பாடலைக் குறிப்பிட்டு எழுதிய உவமைக்கவிஞர் சுரதா, "தற்கொலை பாபமே தானறியீரோ" என்ற பாஸ்கரதாஸின் பாடலின் பாதிப்பே அவை என்றிருக்கிறார். 1930இல் வெளிவந்த 'லீலாவதி சுலோச்சனா' படத்தில் இடம்பெற்ற பாடலின் மறு ஆக்கமென்று சுரதா சொன்னாலும், எழுத்துமுறையில் ஷெரீப்பின் தனித் தன்மையை அறியமுடிகிறது.

தவிர, பொதுவான கருத்துகளைப் பாதிப்பென்று பட்டியலிடுவது சரியா எனத் தெரியவில்லை. சமூகத்தில் நிலவிவரும் கேடுகளைப் பற்றி எல்லோரும் ஒரே விதத்தில்தானே எழுதமுடியும். கள்ளுண்ணாமை, பிறர்மனை நோக்காமை, தற்கொலையைத் தவிர்த்தல் என்பதெல்லாம் சமூக அறத்தை ஆதரிப்பதே. அதைப்போய் பாதிப்பென்று தனது "முன்னும் பின்னும்" நூலில் பதிவு செய்திருக்கும் சுரதாவை, நினைவாற்றல் மிக்க கவி எனச் சொல்வதோடு நிறுத்திக்கொள்வோம். ஷெரீப்பின் பிரபலமான பாடல் வரிசையில் தவறாமல் இடம்பெறுவது "சிட்டுக்குருவி சிட்டுக்குருவி / சேதி தெரியுமா" என்பதும் ஒன்று. எம். எஸ்.ராஜேஸ்வரி பாடிய அப்பாடல், 1955இல் வெளிவந்த 'டவுன்பஸ்' திரைப்படத்தில் இடம்பெற்றது.

பிரிந்துபோன கணவனை நினைத்து கதாநாயகி பாடுவதுபோல அமைந்த அப்பாடலின் பாதிப்பில் அதன்பின் எத்தனையோ பாடல்கள் வந்துவிட்டன. தூது இலக்கிய வகைக்குள் அடங்கும் அப்பாடலில், ஞாபகச் சிறகு விரிக்க ஏங்கும் ஒரு பெண்ணின் முழு பாவமும் வெளிப்பட்டிருக்கும். "காதல் ரோஜாவே எங்கே நீ எங்கே" என்னும் 'ரோஜா' திரைப்படப் பாடலில் வைரமுத்துவும் அதே பாவத்தை ஆண்குரலுக்கு ஆக்கி அளித்திருக்கிறார். ஒன்றிலிருந்தே ஒன்று கிளைக்க வல்லது. படைப்பின் ஆதார சுருதியை அறிந்துகொண்டவர்கள் எதிலிருந்து எது என்றெல்லாம் ஆராய்ந்து கொண்டிருப்பதில்லை. சுவையும் சுகமும் தரக்கூடிய எதையும் ரசித்து உள்வாங்கிக்கொள்வர்.

ஷெரீப்பின் எழுத்துகளை மொத்தமாக வாசித்தபின் எனக்குத் தோன்றியதும் அதுதான். எதை எழுதினாலும், அதற்கு முன்பிருந்த அனைத்தையும் அலசி ஆராய்ந்தே

யுகபாரதி ☐ 95

எழுதியிருக்கிறார். ஒன்றிலிருந்து ஒன்று கிளைக்கும் அதிசயத்தை அவர் பாடல்களில் மிகுதியாகக் காணலாம். பத்திரிகைக்குத் தலையங்கம் எழுதினாலும் திரைப்படங்களுக்குப் பாடல்கள் எழுதினாலும் பிழைபொறுக்கா மனமே அவருடையது. "சினிமாக் கலையை எளிதாக எண்ணி / சேரப் போனேனே நானடா / தெரிந்து கொண்டேன் அது மிகவும் சிரமமான தொழிலடா" என்றொரு தொகையறாவை 'வாழப் பிறந்தவள்' படத்தில் எழுதியிருக்கிறார்.

எழுத்தாளர் விந்தனின் கதை வசனத்தில் உருவான அப்படம் 1953இல் வெளிவந்தது. "வீட்டிலே கற்ற வித்தையை நானே / காட்டப் போனேன் சினிமாவிலே / ஆட்டாங் கல்லைப் போலவே / அடித்தார் தலையை மொட்டையே" என்பதாக அப்பாடல் போகும். சினிமா உலகின் துயரத்தைக் காட்டிய அப்பாடலுக்கு பதிலாக "பொன்னான வாழ்வே மண்ணாகிப் போனால் துயரம் நிலைதானா / உலகம் இதுதானா" என்ற அவரது மற்றொரு பாடலைக் கொள்ளலாம்.

திரைத்துறையின் சிக்கலையும் சங்கடத்தையும் எதிர்கொண்ட அவர், தான் பெற்ற கசப்புகளை எங்கேயும் பகிரவில்லை. நேர்காணலில் திரைப்பாடல்களின் நிலைகுறித்துக் கவலைப்பட்டிருக்கிறாரே அன்றி, தனக்கு நேர்ந்த அவமதிப்பையும் அவமானத்தையும் மிக கவனமாகத் தவிர்த்திருக்கிறார். காரணம், அவருள் குடிகொண்டிருந்த சமயப்பற்று. யாரையும் எதற்காகவும் வெறுக்காமல், அவர்களிடமுள்ள நல்ல பண்புகளை மட்டுமே பார்ப்பவராக அவர் இருந்திருக்கிறார். "மச்சகந்தி" நூலிலும் "நபிகள் எங்கள் நாயகமே" நூலிலும் மனிதப் பண்புகளின் வெளிப்பாடுகளை சூழலே தீர்மானிக்கின்றன எனவும் தெளிவுபடுத்தியிருக்கிறார்.

இஸ்லாத்தை வாழ்வியல் நெறியாகக் கடைபிடிப்பவர்களாலும் கண்டுகொள்ளப்படாத சீறாப்புராணத்திற்கு அவர் ஒருவரே விளக்கரை எழுதியவர். அதுமட்டுமல்ல, ஊர்தோறும் அப்புராணத்தை விதந்தோதும் சொற்பொழிவுகளையும் அவர் நிகழ்த்தியிருக்கிறார். இஸ்லாத்தைப் பற்றிய காப்பியமென்பதால் இதர மதத்தினர் சீறாப்புராணத்தை பெரிய அளவில் எடுத்துச்செல்லவில்லை என்னும் குறையைப் போக்கியவை அவரது எழுத்துகள்தாம்.

எளிய வாசகனுக்கும் புரியும்வகையில் மிக நேர்த்தியாக ஒரு பெருங்காப்பியத்திற்குப் பதம்சொல்லி, அதன் மேன்மைகளைப் பரப்பப் பயணித்திருக்கிறார். சீறாப்புராணத்தில் விலாதத்துக்காண்டம், நுபுவத்துக்காண்டம், ஹிஜரத் காண்டம் என அமைந்துள்ள மூன்று காண்டங்களையும் பற்றிய மிக விரிவான அறிமுகவுரையைச் சீறாப்புராணச் சொற்பொழிவு நூலில் காணலாம்.

'விலாதத்துக் காண்டம்', நபிகள் நாயகத்தின் தலைமுறை தொடங்கி, பிறப்பு மற்றும் திருமணம்வரை உரைக்கிறது. 'நுபுவத்துக்காண்டம்', நபிப்பட்டம் அருளப்பட்டதில் இருந்து மக்காநகரில் நபிகள் நாயகம் வாழ்ந்தது வரை உரைக்கிறது. 'ஹிஜரத் காண்டம்', மக்காநகரிலிருந்து நபிகள் நாயகம் மதீனா சென்றதில் தொடங்கி அங்கு அவர் ஆற்றிய பணிகளை உரைக்கிறது. இந்த மூன்று காண்டத்திலும் மொத்தம் தொண்ணூற்று இரண்டு படலங்கள், 5227 பாடல்கள் உள்ளன. அத்தனைப் பாடல்களையும் பதம்பிரித்து உமறுப்புலவரின் காப்பியச் செழுமையைக் காட்டியிருக்கிறார்.

"வள்ளல் சீதக்காதி வரலாறு, பத்ர் போரின் பின் விளைவுகள், இஸ்லாம் இந்துமதத்திற்கு விரோதமானதா?, பொது சிவில் சட்டம் பொருந்துமா?, இஸ்லாமும் ஜீவகாருண்யமும், ஆயிஷா நாச்சியார் பிள்ளைத்தமிழ், இறையருள் வேட்டல், பல்கீஸ் நாச்சியார் காவியம், கிழக்கிலுள்ள பிறைக்கொடி நாடுகள், கண்ணகி, விபீஷணன் வெளியேற்றம்" ஆகிய நூல்கள் அவருடைய அரசியல் மற்றும் வரலாற்றுப் பார்வைகளைக் கொண்டவை. அவர் கூறியிருக்கும் கருத்துகளில் சில நமக்கு ஏற்புடையதாக இல்லாமல் இருந்தாலும், ஒரு பருந்துப் பார்வையில் அவற்றையெல்லாம் பார்ப்பது அவசியம்.

அவர் நூல்களில் என்னைக் கவர்ந்ததும் தற்காலத்துக்குக் தேவையானதும் எதுவென்றால், 'இஸ்லாம் இந்து மதத்திற்கு விரோதமானதா?' என்னும் நூல்தான். சிறுபான்மையினருக்கு எதிராக இன்று நாட்டில் நடந்துவரும் வன்முறைகளைத் தடுக்க அந்நூல் பெரிய அளவில் பயன்படக்கூடியது. ஆதி நாள்களில் இருந்தே இரண்டு மதமும் எத்தகைய உறவைக் கொண்டிருந்தன அல்லது பேணின என்பதை ஆதாரத்துடன்

யுகபாரதி □ 97

எழுதியிருக்கிறார். குறிப்பாக, திருப்பனந்தாள் சைவ மட நிறுவனரான குமரகுருபர சுவாமிகளைப் பற்றியது. அவர் எழுதிய "சகலகலா வல்லிமாலை" என்னும் சரஸ்வதி தோத்திர நூல் அந்நாளில் டில்லியை ஆண்ட ஔரங்சீப் அவையில்தான் அரங்கேற்றப்பட்டிருக்கிறது. நூலின் அரங்கேற்றம் அவையில் நடந்ததன் விளைவாக குமரகுருபரர்க்குக் காசியில் மடம் கட்டிக்கொள்ள இடமும் மானியமும் ஔரங்கசீப்பால் வழங்கப்பட்டுள்ளன. "வாள் கொண்டு பரப்பியதே இஸ்லாம்" என்ற மூடநம்பிக்கையை முறியடிக்கும் விதத்தில் எழுதப்பட்டுள்ள அந்நூலில், ஏராளமான வரலாற்றுத் தரவுகள் இடம்பெற்றுள்ளன.

சிறுபான்மையினரின் குரல்வளையை நெறிக்கத் துடிக்கும் இன்றைய இந்துத்துவவாதிகளின் கண்களுக்கு, அந்நூலைக் கொண்டு சேர்க்கும் பொறுப்பு முற்போக்கு சக்திகளுக்கு இருக்கிறது. கா.மு.ஷெரீப்பின் "இஸ்லாமும் ஜீவகாருண்யமும்" நூலை வாசிக்கும்வரை, நானுமே இஸ்லாத்தைத் தவறாகத்தான் புரிந்து வைத்திருந்தேன். உண்பதற்காகக்கூட உயிர்களைக் கொல்லக்கூடாதென்னும் கருத்துடையவனாக என்னை நான் காட்டிக்கொண்டிருந்த காலம் அது. அப்போது பிற உயிர்களிடத்தில் காருண்யமில்லாமல் மாமிசத்தை மிகுதியாக விரும்புபவர்கள் இஸ்லாமியர்கள் என்னும் எண்ணமே என்னிடமும் இருந்தது. பறப்பன, ஊர்வன, நடப்பன என எல்லாவற்றையும் உண்பவர்களாக அவர்களை எண்ணியிருந்த நிலையில், இஸ்லாமியர்கள் உணவைத் தேர்ந்தெடுக்கும் முறை குறித்து அந்நூலில் சொல்லியிருந்தார்.

இஸ்லாத்தில் எது ஏற்கப்படுவது, எது ஏற்கப்படாதது என்பதையும் விளக்கியிருந்தார். பௌத்தத்தையும் இஸ்லாத்தையும் ஓரிரு இடங்களில் பொருத்திப்பார்க்க, பன்றி இறைச்சியை உண்பது குறித்தும் விவாதித்திருப்பார். பன்றி இறைச்சியை உண்டதால்தான் புத்தர் மரணமுற்றார் என்ற செவிவழிச் செய்தியை முன்வைத்து, பன்றி இறைச்சியின் ஆபத்துகளையும் அந்நூலில் பேசியிருப்பார். புத்தர் அவ்வுணவை தவிர்க்காமல் உண்டதற்கான மறைபொருளையும் எழுத்தின் வழியே காட்டியிருப்பார்.

அந்நூல் முழுக்கவே ஞானத்தின் பிழிவு போலிருக்கும்.

98 □ நேற்றைய காற்று

இதையெல்லாம் படித்தபிறகுதான் எனக்கு ஓர் உண்மை தெரியவந்தது, அசைவ உணவு குறித்து அக்குவேறு ஆணிவேராக அலசிய அவர், சைவ இலக்கியத்தில் மட்டுமல்ல, சைவ உணவிலும் பற்று கொண்டவர். ஒருவரைப் பற்றிய முன் அபிப்ராயங்கள் எவ்வளவு பெரிய முட்டாள்தனம்? யார் ஒருவரைப் பற்றியும் முழுமையாகத் தெரிந்துகொள்ளாமல் அல்லது படித்துக்கொள்ளாமல் அவரை தூஷிக்க துணிபவர்களே நம்மில் அதிகம்.

அத்தோடு அரசியல் ஈடுபாடுடைய எல்லோருமே சுயநலவாதிகள் என்றொரு நினைப்பும் நம்மிடையே நிலவுகிறது. அரசியல்வாதியிலும் அப்பழுக்கில்லாத உண்மைத் தொண்டராகவே அவர் இருந்திருக்கிறார். தமிழரசுக் கழகத் தலைவரான ம.பொ.சி. யின் ஐம்பதாவது பொன் விழா ஆண்டையொட்டிச் சிறப்பான விழா ஒன்று ஏற்பாடாகி இருக்கிறது. அந்த விழாவில், ஐம்பது ஆண்டை முன்னிட்டு ஐம்பது பவுன் தங்கத்தைத் தலைவருக்கு வழங்குவதாகத் திட்டம்.

மக்களிடத்திலும் தொண்டர்களிடத்திலும் வசூலித்துத் தருவதாகத்தான் திட்டம். ஆனால், குறிப்பிட்ட நாளுக்குள் ஐம்பது பவுன் வசூலாகவில்லை. அப்போது கழகத்தின் பொதுச்செயலாளராக கா.மு. ஷெரீப் இருந்திருக்கிறார். அறிவித்த திட்டத்தை அமுல்படுத்த முடியாத நிலை. என்னசெய்வதென்று விழாக் குழுவினர் யோசித்துக்கொண்டிருக்கையில், எந்த யோசனையும் செய்யாமல் தன் மனைவியின் கழுத்தில் மின்னிக்கொண்டிருந்த நகைகளைக் கழற்றித் தலைவருக்குப் போட்டிருக்கிறார்.

அப்படி கொடுக்கப்பட்ட பவுனை விற்றுத்தான் தலைவருக்கான மகிழுந்து வாங்கப்பட்டிருக்கிறது. அந்த மகிழுந்தில் வாழ்நாள் முழுக்கப் பயணித்த ம.பொ.சி, தமது "எனது போராட்டம்" எனும் சுயசரிதை நூலில் ஒரு இடத்தில்கூட ஷெரீப்பை மிகைபட குறிப்பிடவில்லை என்பதுதான் அதிலுள்ள சோகம். மக்கள் பணி ஆற்றக்கூடியவர்களில் ஒரு சிலராவது உண்மையோடும் நேர்மையோடும் இருக்கிறார்கள். ஆனாலும்கூட, அவர்கள் தொடர்ந்து இருட்டடிப்புச் செய்யப்பட்டு வருவதால் எல்லோருமே தவறானவர்கள் எனும்

யுகபாரதி □ 99

புரிதல் ஏற்பட்டிருக்கிறது. கனன்று பற்றியிருந்த தமிழ்த் தேசக் கொள்கையும் திராவிட நாடு கொள்கைபோல கிடப்பிலே போடப்பட்டிருந்தாலும், மீண்டும் அவையெல்லாம் விவாதக் களத்திற்கு வந்திருக்கின்றன. திராவிடத் தமிழ்த் தேசியம் என்னும் புதுப்பதமும் தற்போது கேட்கிறது. திரைப்பாடலாசிரியர்களின் வழியே சமூக அரசியலைப் பார்க்கும்போது, தற்போதைய திரைப்பாடல்களில் சமூகமோ அரசியலோ தென்படாத தன்மையை அறியலாம்.

திரைப்படங்கள் காலத்தைப் பிரதிபலிப்பதாகக் கருதினால், தற்போதைய காலம் எதை பிரதிபலிக்கிறது? அரசியலற்ற அரசியல் என்றுச் சொல்லி ஆறுதலடைவதில் பயனில்லை. திராவிட எதிர்ப்பைக் குறியாகக் கொண்ட கா.மு.ஷெரீப்பின் காலத்திலேயே எழுதிக்கொண்டிருந்த ஏனைய கவிஞர்களில் முக்கியமானவர் முத்துலிங்கம். திராவிட முன்னேற்றக் கழகத்திலிருந்து வெளியேறிய எம்.ஜி.ஆர்., அண்ணா திராவிட முன்னேற்றக் கழகத்தை ஆரம்பிக்கிறார். ஆரம்பித்த சில ஆண்டுகளிலேயே ஆட்சியையும் பிடிக்கிறார்.

அந்த ஆட்சியில் அரசவைக் கவிஞராக முத்துலிங்கம் ஆக்கப்படுகிறார். தமிழ்த் தேசியமோ திராவிட முழக்கமோ எதுவுமில்லாத எம்.ஜி.ஆர்., தி.மு.க. எதிர்ப்பை மட்டுமே மூலதனமாக வைத்து வெற்றியைக் கண்டிருக்கிறார். எம்.ஜி.ஆரால் திரைத்துறையில் வளர்க்கப்பட்டவர்கள் வரிசையில் புலமைப்பித்தனும் முத்துலிங்கமும் முதன்மையானவர்கள். நா.காமராசனும் வாலியும்கூட அப்படித்தான் என்றாலும், பின்னிருவரும் கண்ணதாசனிடம் முரண்பட்டு எம்.ஜி.ஆர். இருந்த காலங்களில்தான் பாடல் எழுத அழைக்கப்பட்டிருக்கிறார்கள்.

ஒருவிதத்தில் கண்ணதாசனின் இடத்தை பூர்த்திசெய்யவே இருவரையும் எம்.ஜி.ஆர். பயன்படுத்தியிருக்கிறார். முத்துலிங்கத்தையும் புலமைப்பித்தனையும் அவ்வாறு அல்லாமல் தமது கட்சி அனுதாபிகளாகவே கருதினார். ஒரு கட்டத்தில் இருவரும் கட்சி உறுப்பினர்களாகவும் இருந்தனர். அரசியல் வரலாற்றில் எம்.ஜி.ஆரின் வெற்றி திரையால் மட்டுமே சாத்தியப்பட்டது. அந்த வெற்றிக்கு உழைத்தவர்களில் முத்துலிங்கமும் ஒருவர். இளையராஜாவின்

முதல் திரைப்படத்தில் இருந்து இன்று இசையமைக்க வந்திருக்கும் புது இசையமைப்பாளர் வரை தொடர்ந்து எழுதிவரும் முத்துலிங்கம், எதைப் பற்றிப் படர்ந்திருக்கிறார் என்பது தெரிந்துகொள்ள வேண்டியது. கட்சிச் சார்போ கொள்கை சார்போ இல்லாமல் அவரால் இத்தனை தூரம் பயணித்திருக்க முடியுமா?

முத்துலிங்கம்

கூட்டத்திலே கோயில்புறா

ஒருமுறை பாடலாசிரியர் முத்துலிங்கத்திடம் 'இத்தனை ஆண்டுகளாகத் திரைத்துறையில் பயணித்துவரும் நீங்கள் உங்கள் சாதனையாக எதைச் சொல்வீர்கள்' எனக் கேட்கப்பட்டது. அதற்கு அவர், "நான் எழுதிய திரைப்பாடல்களுக்காக பல விருதுகள் வாங்கியிருக்கிறேனே தவிர, அதையெல்லாம் சாதனையாகச் சொல்லமுடியாது" என்றிருக்கிறார். "எதையும் சாதிக்க வேண்டும் என்னும் நோக்கிலா நதிகள் ஓடுகின்றன. குயில்கள் கூவுகின்றன. அவற்றின் போக்கில் அவை இயங்குவதைப் போல என் போக்கில் நான் இயங்கிக்கொண்டிருக்கிறேன்" என்றும் கூறியிருக்கிறார். இது அவருடைய அவையடக்கத்தைக் காட்டுகிறதே அன்றி, அவர் சாதனை என்று சொல்வதற்கு எவ்வளவோ இருக்கின்றன.

இத்தனை ஆண்டுகளாகத் திரைத்துறையில் இருப்பதும் இயங்குவதும்கூட சாதனை என்றுதான் எனக்குப்படுகிறது. எம்.ஜி.ஆரால் வளர்க்கப்பட்டவர்களில் முத்துலிங்கமும் ஒருவர் என்று அறிகிறோம். ஆனால், அந்த அறிதல்

102 ☐ நேற்றைய காற்று

மட்டுமே அவரில்லை. எம்.ஜி.ஆரின் தீவிர ரசிகனாக இருந்த ஒருவர், தன்னால் ரசிக்கப்பட்டவர்க்கே பாடல் எழுதும் நிலையை அடைந்திருக்கிறார் என்றால் அதற்காக அவர் எவ்வளவு உழைத்திருக்க வேண்டும். முறையாகத் தமிழ் பயின்று, பத்திரிகையில் பணியாற்றி, அரசவைக் கவிஞராகி, இன்றுவரை திரைத்துறையில் நீடித்திருக்கிறார் எனில், அதற்கு எம்.ஜி.ஆர். மீது அவர் கொண்டிருந்த நேசம் ஒன்றுதான் காரணமென்று சொல்லமுடியாது. இன்றைக்குப் பாடல் எழுதிக்கொண்டிருக்கும் எல்லோரையும் தந்தை ஸ்தானத்திலிருந்து வழிப்படுத்தும் ஒரே மூத்த பாடலாசிரியர் அவர்தான். மனதில் பட்டதை சட்டென்று வெளிப்படுத்தும் அவருடைய மேடைப்பேச்சை ரசித்துக்கொண்டே இருக்கலாம். எதிரே இருப்பவரின் மனம் நோகாமல், தன் வாழ்வில் நடந்த சம்பவங்களை நகைச்சுவையோடு பகிர்ந்துகொள்ளும் ஆற்றலுடையவரே அவர். அவருடைய கவிதைகளில் பழந்தமிழின் சாறு வழிந்தோடும்.

மரபார்ந்த அணுகுமுறையிலிருந்துதான் எல்லாவற்றையும் சிந்திப்பார். என்னுடைய பாட்டுப் புஸ்தகம் நூலை, அவருக்குக் கொடுத்தபோது “அது என்ன பாட்டுப் புஸ்தகம்” என்று போட்டிருக்கிறீர்கள். “பாட்டுப் புத்தகம் என்றோ, திரைப்பாடல்கள் என்றோ போடவேண்டியதுதானே” எனக் கேட்டார். “வழக்கில் உள்ளதை அப்படியே பயன்படுத்த எண்ணினேன்” என்றதும் “வழக்கில் உள்ளது என்பதற்காக வடசொல்லையா தலைப்பாக வைப்பது” என்று செல்லமாகக் கோபித்துக்கொண்டார். அதுதான் அவருடைய மொத்த இலக்கிய அணுகுமுறை. தமிழாய்ந்த கவிஞர்கள் வரிசையில் வைத்துப் பார்க்கவேண்டிய அவரை உருவாக்கியதில் உவமைக்கவிஞர் சுரதாவிற்குப் பெரும் பங்குண்டு. கண்ணதாசன் ‘தென்றல்’ பத்திரிகையில் வெண்பாப் போட்டி நடத்தியதைப் போல சுரதாவும் தாம் நடத்திய ‘இலக்கியம்’ பத்திரிகையில் குறள் வெண்பாப் போட்டி நடத்தியிருக்கிறார்.

“பறக்கும் நாவற்பழம்” எனும் ஈற்றடியைக் கொடுத்து, அவர் நடத்திய குறள் வெண்பாப் போட்டியில் “திறக்கின்ற தேன்மலரைத் தேடிவரும் வண்டே / பறக்கும் நாவற் பழம்” என்றெழுதி, பரிசையும் பாராட்டையும் பெற்றவர்தான்

யுகபாரதி □ 103

முத்துலிங்கம். சிவகங்கை மாவட்டம், கடம்பக்குடியில் பிறந்த முத்துலிங்கம், அறிவியல் வகுப்பில் இலக்கியப் புத்தகங்களை வாசித்துக்கொண்டிருந்ததால் பள்ளியிலிருந்து வெளியேற்றப்பட்டவர் என்பது வெளியே தெரியாதது. வாசிப்புப் பழக்கமே ஒருவனைப் படைப்பாளனாக மாற்றும். அந்த மாற்றம் சிலரை உச்சத்திலும் ஏற்றும். உருட்டிக் கீழேயும் தள்ளிவிடும். முத்துலிங்கம் விஷயத்தைப் பொறுத்துவரை உச்சத்தில் ஏற்றியிருக்கிறது.

வார்த்தைகளுக்கான அர்த்தங்களையும் அவற்றை பிரயோகிக்க வேண்டிய இடங்களையும் மிகச்சரியாக உணர்ந்து பயன்படுத்தக்கூடியவர் முத்துலிங்கம். எளிய சொற்களையே திரைப்பாடலில் பயன்படுத்துவார். ஆனால், அச்சொற்கள் காட்சிக்கும் சூழலுக்கும் கனக்கச்சிதமாகப் பொருந்திவரும். இளையராஜாவின் மெட்டுக்கு முதல் பாடல் எழுதிய பெருமை அவருக்குண்டு அல்லது திரையில் இவருடைய பாடலுக்குத்தான் இளையராஜா முதல் முதலாக இசையமைத்தார் எனவும் சொல்லலாம். "பொண்ணுக்குத் தங்க மனசு" என்னும் திரைப்படத்திற்குப் பாடல் எழுதப் போகும்போதுதான் இளையராஜாவைச் சந்தித்திருக்கிறார். அப்போது இளையராஜா, ஜி.கே. வெங்கடேஷ் என்னும் இசையமைப்பாளரிடம் உதவியாளராக இருந்திருக்கிறார். அப்படத்தில் முத்துலிங்கம் எழுதிய "தஞ்சாவூரு சீமையிலே தாவி வந்தேன் பொன்னியம்மா" என்ற பாடலுக்கான மெட்டைப் பாடிக் காட்டியவர் இளையராஜா. வெங்கடேஷின் மெட்டைப் பாடிக் காட்டினாரா இல்லை மெட்டையே இளையராஜாதான் உருவாக்கினாரா என்பதெல்லாம் நமக்குத் தேவையில்லாதது.

கருணாநிதியின் முரசொலியில் பணியாற்றிக்கொண்டிருந்த முத்துலிங்கம், எம்.ஜி.ஆர். தி.மு.க.விலிருந்து வெளியேறியவுடன் அலையோசை பத்திரிகைக்குத் தாவுகிறார். அலையோசை எம்.ஜி.ஆரை ஆரம்பத்தில் ஆதரித்த பத்திரிகை. முன்னாள் மேயர் வேலூர் நாராயணன் நடத்தியது. அலையோசைக்கு அவர் வந்தபிறகு அங்கு பணியாற்றிக் கொண்டிருந்த கதாசிரியர் பாலமுருகனின் அறிமுகம் கிடைக்கிறது. அந்த அறிமுகத்தின் விளைவாகவே

‘பொண்ணுக்குத் தங்க மனசு’ திரைப்படத்திற்குப் பாடல் எழுதும் வாய்ப்பை முத்துலிங்கம் பெறுகிறார். எம்.ஜி.ஆர்., சிவாஜி நடித்த பல படங்களுக்குக் கதை வசனம் எழுதிய பாலமுருகனின் சிபாரிசால் பாடல் எழுதும் வாய்ப்பை அவர் பெற்றிருந்தாலும், எம்.ஜி.ஆரை அலையோசையும் எதிர்த்து எழுதத் தொடங்கியதை முத்துலிங்கத்தால் பொறுத்துக்கொள்ள முடியவில்லை. உடனே அலையோசை பணியையும் துறக்கிறார். இத்தனைக்கும் பி. மாதவன் தயாரித்த பொண்ணுக்குத் தங்க மனசு படத்தில் பாடல் எழுதிய முத்துலிங்கத்திற்குத் தனிப் பாராட்டு விழாவையே நடத்திப் பெருமைப்படுத்தியவர் வேலூர் நாராயணன். தனிப்பட்ட முறையில் தன்னிடம் நல்லவிதமாக நடந்துகொண்டாலும், எம்.ஜி.ஆரை எதிர்த்து எழுதும் பத்திரிகையில் பணியாற்ற அவருக்கு ஒப்பவில்லை.

இந்த விஷயம் எம்.ஜி.ஆருக்குத் தெரியவருகிறது. உடனே முத்துலிங்கத்தை நேரில் அழைத்து, ஆறுதல் சொல்லி பணம் கொடுத்திருக்கிறார். ஆறுதலை ஏற்றுக்கொண்ட முத்துலிங்கம், பணத்தை அவரிடமே திருப்பித் தந்திருக்கிறார். ‘உங்களிடமிருந்து பணத்தை எதிர்பார்க்கவில்லை. வேலையைத்தான் எதிர்பார்க்கிறேன்’ என்றும் சொல்லியிருக்கிறார். இந்த சுயமரியாதை எம்.ஜி.ஆரைக் கவர்கிறது. பணத்திற்காக மட்டுமே தன்னிடம் வருபவர்களைப் பார்த்திருந்த எம்.ஜி.ஆருக்கு, பணமே வேண்டாம் என்று சொல்லும் முத்துலிங்கத்தைத் தம் படங்களுக்குப் பாடல் எழுத வைக்கவேண்டும் என்று தோன்றுகிறது. அதன்படியே, ‘உழைக்கும் கரங்கள்’ படத்திற்கு பாடல் எழுதும் வாய்ப்பை எம்.ஜி.ஆர் ஏற்படுத்தித் தருகிறார்.

கிடைத்த வாய்ப்பைப் பயன்படுத்தி மேலேறும் சாதுர்யம் முத்துலிங்கத்திற்கு இருந்ததால், அதன்பின் தொடர்ச்சியாக எம்.ஜி.ஆர். படங்களுக்குப் பாட்டெழுதும் கவிஞர்கள் வரிசையில் அவர் பெயரும் இடம்பெற்றிருக்கிறது. எம். ஜி. ஆரின் அரசியல் பிரவேசத்திற்குப் பாடல்களே பெரும் உதவி புரிந்தன. எம்.ஜி.ஆரே சொல்லியதுபோல் அவருடைய ஆட்சி நாற்காலிக்கு மூன்று கால்கள் எதுவாயிருந்தாலும், ஒரு கால் பட்டுக்கோட்டை கல்யானசுந்தரத்தால்தான்

சாத்தியமானது. பட்டுக்கோட்டையை அவர் குறிப்பிட்டுச் சொல்லியிருக்கிறாரே தவிர ஏனைய கவிஞர்களும் அத்தகைய பெருமைக்குரியவர்களே என்றுதான் வரலாறு சொல்கிறது. திரைத்துறையைப் பற்றி நன்கு புரிந்துவைத்திருந்த எம்.ஜி.ஆர்., பாடல்களுக்குக் கொடுத்த முக்கியத்துவம் குறிப்பிடத்தக்கது. எது மக்களிடம் தன்னை எளிதாகக் கொண்டு சேர்க்கும் எனவும், எப்படியெல்லாம் பாடல்கள் மூலம் மக்களைக் கவரலாம் எனவும் அவருக்குத் தெரிந்திருந்தன.

ஒரு பாடலுக்காக வாரக்கணக்கில் மாதக் கணக்கில்கூட அவர் காத்திருந்திருக்கிறார். 'அவரிடம் ஒரு பாடலை எழுதி ஒப்புதல் வாங்கிவிட்டால் ஓராயிரம் பாடல் எழுதிய பயிற்சியைப் பெற்றுவிடலாம்' என முத்துலிங்கமே ஒரு நேர்காணலில் தெரிவித்திருக்கிறார். அந்த அளவுக்கு பாடல்கள் மீது தனிக் கவனம் செலுத்தியவராக எம்.ஜி.ஆரை மட்டுமே சொல்லமுடியும். 'இன்றுபோல் என்றும் வாழ்க' திரைப்படத்தில் முத்துலிங்கம் எழுதிய "இது நாட்டைக் காக்கும் கை / உன் வீட்டைக் காக்கும் கை" என்னும் பாடலால்தான் எம்.ஜி.ஆரால் ஆட்சியைப் பிடிக்க முடிந்தது என்று வாஷிங்டன் போஸ்ட் எழுதியிருக்கிறது.

தேர்தல் பிரச்சாரத்தில் பயன்படுத்திய பாடலால் ஒருவர் ஆட்சியைப் பிடிக்கவும் முடியும் என்று அப்பத்திரிகை எழுதியது நமக்கு வேண்டுமானால் மிகையாகப் படலாம். ஆனால், அதுதான் உண்மை. பாடலில் சொல்லப்பட்ட கருத்துகளையும் நியாயங்களையும் நம்பி, வாக்களிக்கும் மக்கள் அன்றைக்கு இருந்தார்கள். சினிமாவைத் தவிர வேறு ஊடகங்களே இல்லாத நிலை. பத்திரிகையை வாசிப்பவர்களின் எண்ணிக்கையும் குறைவு. ஆக, அவர்களுக்கு இருந்த ஒரே போக்கிடம் சினிமாதான். அதில்வரும் கதாநாயக பிம்பமே அவர்களை எழவும் தொழவும் வைத்தன. பிம்பச்சிறை என்னும் நூலில், எம்.எஸ்.எஸ். பாண்டியன், திரையினால் விளைந்த எம்.ஜி.ஆரின் மக்கள் செல்வாக்கை நுட்பமாக ஆய்ந்திருக்கிறார். முத்துலிங்கத்தின் வெற்றியாக எனக்குப்படுவது, அவருடைய இயல்புதான். எங்கேயும் தன்னைப் பற்றிய மிகைச் சொற்களை அவர் பிரயோகித்ததில்லை. தன்னைத் தாழ்த்தி எதிரே இருப்பவரை

106 □ **நேற்றைய காற்று**

உயர்த்தும் மனோபாவமே அவருடையது. என்றாலும், சுயமரியாதைக்கு இழுக்கு நேரும் இடங்களில் அவர் சும்மா இருந்ததில்லை. திராவிடக் கொள்கைகள் மீது அவருக்குள்ள ஈடுபாட்டை வாய்ப்புக் கிடைக்கும் போதெல்லாம் திரையிலும் மேடையிலும் வெளிப்படுத்தியிருக்கிறார்.

சைவம் இல்லாத அனைத்தையும் அசைவம் என்பதுபோல் தி.மு.க.வின் கொள்கைகள் எதுவும் இல்லாத கட்சியே எம்.ஜி.ஆரின் அ.தி.மு. க. என்று சொல்லப்பட்ட நிலையிலும், அண்ணாவையும் பெரியாரையும் திரும்பத் திரும்பத் தம் பாடல்களில் எழுதி, அ.தி.மு. க.வையும் திராவிடக் கட்சியே என நிறுவியவர்களில் முத்துலிங்கமும் ஒருவர். கருணாநிதியை ஆதரிப்பதில்தான் எம். ஜி. ஆருக்குப் பிரச்சனையே தவிர, திராவிடக் கொள்கையை ஏற்பதில் ஒரு பிரச்சனையுமில்லை என்ற தோற்றத்தை ஏற்படுத்தியவர்கள் பாடலாசிரியர்களே. எம்.ஜி.ஆரால் அறிமுகப்படுத்தப்பட்ட பாடலாசிரியர்களின் பட்டியலைப் பார்த்தாலே இது விளங்கும். எம்.ஜி.ஆரின் விசுவாசியாக இருக்கும் ஒருவர், கருணாநிதியை எதிர்ப்பவர் என்றே புரிந்துகொள்ளப்பட்டிருக்கிறது.

கண்ணதாசனிடம் எம்.ஜி.ஆருக்குப் பிணக்கு ஏற்படும் போதெல்லாம் அவர் ஒரு புதுக்கவிஞரை திரைக்கு அறிமுகப்படுத்தியிருக்கிறார். முத்துலிங்கமும் புலமைப்பித்தனும் ஆஸ்தான கவிஞர்கள். எனவேதான் அவர்கள் இருவருக்கும் அரசவைக் கவிஞர் பதவியைக் கொடுத்து அழகு பார்த்திருக்கிறார். வாலிக்கு ஏன் அவர் அந்த வாய்ப்பைத் தரவில்லை என்பது பிரச்சனையில்லை. வாலிக்கு அவர் அப்பதவியைத் தர முன்வந்திருந்தால், அவருடைய திராவிடக் கொள்கை முழக்கத்தை எதிர்க்கட்சிகள் விமர்சிக்கத் தொடங்கியிருக்கும். எதையும் கணித்தே செயல்பட்ட அரசியல் தலைவர்களில் எம்.ஜி.ஆரைத் தவிர்க்கமுடியாது.

தமிழ் தமிழ் என்று தி. மு. க. வினர் சொல்லிவந்ததாலும், தன்னை மலையாளியென்று மக்கள் மத்தியில் பரப்பி வந்ததாலுமே தமிழ்க் கவிஞர்களையும் தமிழ் அறிஞர்களையும் தன் அருகிலேயே வைத்துக்கொண்டார் என்று சொல்வதிலும் உண்மை இல்லாமல் இல்லை. அவர் காலத்தில்தான் தஞ்சையில் தமிழுக்காகவே ஒரு பல்கலைக்கழகம் உருவானது.

யுகபாரதி □ 107

தன்னை நம்பியிருப்பவர்களை அல்லது தன்னை மட்டுமே நம்பி வந்தவர்களை எம்.ஜி.ஆர். அளவுக்குக் காப்பாற்றியவர் எவருமில்லை. ஒருமுறை எம். ஜி. ஆரைச் சந்திக்க முத்துலிங்கம் சத்யா ஸ்டியோவுக்குப் போயிருக்கிறார். அப்போது ஸ்ரீதர் இயக்கத்தில் "மீனவ நண்பன்" படத்தில் எம். ஜி. ஆர். நடித்துக்கொண்டிருக்கிறார். முத்துலிங்கத்தைப் பார்த்தவுடன் "இந்தப் படத்தில் நீ எழுதிய பாடல் எது" என்று கேட்டிருக்கிறார். "இந்தப் படத்தில் நான் பாடல் எழுதவில்லையே" என்றதும், கம்பெனி மேலாளரை அழைத்து "ஏன் முத்துலிங்கத்திற்குப் பாடல் தரவில்லை" எனக் விசாரித்திருக்கிறார்.

"நாங்கள் அழைக்கும்போது அவர் ஊரில் இல்லை" என்றிருக்கிறார் மேலாளர். "அப்போதுதானே ஊரில் இல்லை. இப்போது வந்துவிட்டாரே இனி எழுதலாமே" எனச்சொல்லி, வலிய ஒரு வாய்ப்பை ஏற்படுத்திக் கொடுத்திருக்கிறார். "பாடல்கள் எல்லாம் முடிந்துவிட்டன" என இயக்குநர் தரப்பிலிருந்து சொல்லப்பட்டிருக்கிறது. அப்போது எம்.ஜி.ஆர்., "கனவுப் பாடலாக ஒரு பாடலை எடுக்கத் திட்டமிடுங்கள்" என்றிருக்கிறார் "அப்படியொரு சுச்சிவேஷனே படத்தில் இல்லையே" என மீண்டும் இயக்குநர் தரப்பு மறுத்திருக்கிறது. அதற்கு எம். ஜி. ஆர் சொன்ன பதில்தான் விசேஷம். "கனவுப் பாடலே சுச்சிவேஷன் இல்லாமல் வைப்பதுதானே, உணவருந்தும்போதோ நடக்கும்போதோ கண்ணை மூடிக்கொண்டு பாடுவதுபோல் ஆரம்பித்தால் கனவுப்பாடலுக்கான சுச்சிவேஷன் வரப்போகிறது" என்று போகிறபோக்கில் சொல்லிவிட்டுப் படப்பிடிப்பைத் தொடர்ந்திருக்கிறார்.

அப்படித் தன்னை நம்பியவர்க்காக எந்த சமரசத்தையும் செய்துகொள்ளத் தயாராயிருந்த எம்.ஜி.ஆருக்கு, முத்துலிங்கம் எழுதிய "தங்கத்தில் முகமெடுத்து / சந்தனத்தில் உடலெடுத்து" என்னும் பாடல், காலம்கடந்தும் அவரைச் சொல்லிக்கொண்டிருக்கிறது. எம்.ஜி.ஆரின் அரசியல், திராவிடக் கொள்கைக்கு எதிர்த்திசையில் சென்ற சூழல்கள் இருக்கின்றன. ஆனாலும், எம்.ஜி.ஆர். மீது மக்கள் வைத்திருந்த அபார நம்பிக்கையில் அதெல்லாம் அவர்களுக்கு ஒரு

108 □ நேற்றைய காற்று

பொருட்டாகப் படவில்லை. எம்.ஜி.ஆர். என்றால் வள்ளல். மக்களுக்காக வாழ்பவர். நீதி, நேர்மை, நியாயம், உழைப்பு ஆகியவற்றைக் கைவிடாதவர், தம்மை வருத்திக்கொண்டு நமக்காகப் போராடுபவர் என்றே எண்ணினர். அத்தகைய பிம்பத்தை அவர் கட்டியெழுப்பியதுகூட பெரிதில்லை. அதைக் கடைசிவரை காப்பாற்றியதுதான் ஆச்சர்யம். உலக வரலாற்றில் வேறெங்கும் நடக்காத அதிசயத்தையெல்லாம் அவர் அரசியலில் நிகழ்த்திக் காட்டினார். அவர் இறந்து, நூற்றாண்டு விழாவும் கொண்டாடப்பட்டுவிட்டது. எனினும், அவர் பெயரைச் சொல்லி இன்றும் அக்கட்சியைச் சேர்ந்தவர்களால் அரசியல் போல ஒன்றை நடத்த முடிகிறது. தனக்குப் பின்னேயும் தன்னைப் பற்றிச் சொல்வதற்கு ஒரு பெருங்கூட்டத்தை உருவாக்கியவிதத்தில் எம்.ஜி.ஆரை அடித்துக்கொள்ள ஆளில்லை.

எம். ஜி. ஆருக்குத் தொடர்ந்து பாடல்கள் எழுதிவந்த முத்துலிங்கம், முதல்முதலாக வெளியேபோய் எழுதிய படம் "கிழக்கே போகும் ரயில்". பதினாறு வயதினிலே படத்திற்குப் பின் அதீத எதிர்பார்ப்புக்கு உள்ளான பாரதிராஜாவின் இரண்டாவது படமும்கூட. ஏற்கெனவே தனக்கு அறிமுகமான இளையராஜாவின் அதிகாரப்பூர்வ இசையில் முத்துலிங்கம் பாடல் எழுதிய அந்தப் பாடல்தான் "மாஞ்சோலை கிளிதானோ / மான் தானோ தேன் தானோ" எனும் பாடல். திரைப்பாடல்களில் தனித்த சொல்லாட்சிகளுக்கு கவனம் பெற்றிருந்த முத்துலிங்கம், அப்பாடலுக்காக எதிர்கொண்ட விமர்சனங்கள் அதிகம். மாஞ்சோலை, வேப்பந்தோப்பு போன்ற சொற்கள் எங்கேயுமில்லை என்று ஒரு சாராரும், கவிஞர்களுக்கு அப்படியெல்லாம் எழுதவும் சொல்லவும் உரிமை இருக்கிறது என்று மற்றொரு சாராரும் வாதிட்டுள்ளனர்.

அதற்கெல்லாம் பதில் சொல்லிய முத்துலிங்கம், மிகத் தேர்ந்த இலக்கியவாதி என்பதை நிரூபித்திருக்கிறார். "மேற்கே சில தொலைவில் மேவுமொரு மாஞ்சோலை" என்ற பாரதி வரியையும் "மனுமுறை கண்ட வாசகம்" என்னும் உரைநடை நூலில், வள்ளலார் மாஞ்சோலை எனும் சொல்லை பயன்படுத்தியிருப்பதையும் மேற்கோளாகக் காட்டி அவர்கள்

யுகபாரதி □ 109

வாயை அடைத்திருக்கிறார். மாஞ்சோலை எஸ்டேட்டையும் வேப்பந்தோப்புத் தெருவையும் பற்றி அப்போதுதான் விவாதித்தவர்களுக்கு தெரிய வந்திருக்கிறது.

'மௌன கீதங்கள்' படத்தில் இடம்பெற்ற "டாடி டாடி ஓ மை டாடி" என்ற பாடலுக்கும் அப்படியொரு சர்ச்சை கிளம்பிருக்கிறது. அப்பாடலின் சரணத்தில் "கரையோரம் நண்டெல்லாம் தான் பெற்ற குஞ்சோடு / அன்போடு ஒன்றாக விளையாடுதே" என்றொரு வரிவரும். அந்த வரியை எடுத்து, "நண்டின் வயிற்றைக் கிழித்துக்கொண்டுதானே குஞ்சுகள் வருகின்றன. அப்படி இருக்கையில் தான் பெற்ற குஞ்சுகளோடு அது எப்படி விளையாடும்" என்று பிரச்சனையைக் கிளப்பியிருக்கிறார்கள். "நண்டு சிப்பி வேய்கதலி நாசமுறும் காலத்தில் கொண்ட கருவே அழிக்கும் கொள்ளைப் போல்" என்ற செய்யுளை அடிப்படையாக வைத்துத்தான் அக்கேள்வியை எழுப்பினர். அதற்கும் முத்துலிங்கம் அசராமல், "குஞ்சுகளைப் பிரசவிக்கும்போது எல்லா நண்டுகளும் இறந்துவிடுவதில்லை.

ஒன்றிரண்டு இறப்பது உண்டுதான். என்றாலும், எல்லாமே இறப்பதாகச் சொல்வதை விஞ்ஞானம் ஏற்கவில்லையே" என்றிருக்கிறார். அதுமட்டுமல்ல, "அப்பாடல் காட்சியில் வரும் சிறுவனுக்கு குஞ்சுகள் விளையாடுவது அதன் தாயிடம்தான் என்பதோ இப்படியொரு செய்யுள் இருப்பதோ தெரியாதே" எனவும் சொல்லியிருக்கிறார். "உழவுத் தொழில் புரிபவர்க்கு பிரசவத்தில் எல்லா நண்டுகளும் இறப்பதில்லை என்பது தெரியும்" என்றிருக்கிறார். அந்தக் கேள்வியை சினிமா எக்ஸ்பிரஸ் இதழில் எழுப்பிய அப்துல் கலீம் தற்போது இயற்கை மருத்துவராக இருக்கிறார். என் வீட்டிற்கு அருகே வசிக்கும் அவரைச் சில ஆண்டுகளுக்குமுன் சந்தித்தபோது, ஏதோ ஒரு ஆர்வத்தில் எழுப்பிய கேள்விதான் அது என்று பகிர்ந்துகொண்டார்.

பாடலுக்கான விமர்சனமோ கண்டனமோ எழுகிறபோது அதை நேர்மையுடன் எதிர்கொள்ளும் பண்பை முத்துலிங்கம் பெற்றிருக்கிறார். சமயோசிதமாக பதிலளித்து கண்டனத்திலிருந்தும் விமர்சனத்திலிருந்தும் தப்பித்துக்கொள்ளாமல், தான் கற்ற தமிழ் இலக்கியத்தின்

110 □ நேற்றைய காற்று

தரவுகளைக் கொண்டு, அந்த வாதத்திற்கு எதிர்வாதம் செய்யும் வல்லமையை அவர் பெற்றிருப்பது கவனிக்கத்தக்கது. "தாயகத்தின் சுதந்திரமே எங்கள் கொள்கை" என்றொரு பாடல். மதுரையை மீட்ட சுந்தர பாண்டியன் படத்தில் இடம்பெற்றிருக்கிறது. அந்தப் பாடலில் "கோட்டையிலே நமது கொடி பறந்திட வேண்டும் / கொள்கை வீரர் தியாகங்கள் ஏற்றிட வேண்டும்" என்று எழுதியிருப்பார். அவ்வரியை வாசித்த எம்.ஜி.ஆர். நமது கொடி என்பதற்கு பதிலாக வேறு ஒன்றை கேட்டிருக்கிறார். ஏனெனில், அப்போது அரசியல் பிரவேசத்திற்குத் தயாராகிக் கொண்டிருந்த அவரைத் தணிக்கைத் துறை கவனித்து வந்திருக்கிறது. நமது கொடி என்றால் அதை தணிக்கைத்துறை ஆட்சேபிக்கூடும் என்று எம்.ஜி.ஆர். எண்ணியிருக்கிறார்.

நமது கொடிக்குப் பதிலாக மகரக்கொடி என்று போட்டுக்கொள்ளலாம் என கதைச் சூழலுக்கு ஏற்ப முத்துலிங்கம் பதிலளிக்க, 'இரண்டையும் பதிவு செய்து கொள்ளுங்கள்' என்றிருக்கிறார். ஆனால், பாடல் பதிவின்போது முத்துலிங்கம் 'நமது கொடி' என்று மட்டுமே பதிவு செய்திருக்கிறார். விஷயமறிந்த எம்.ஜி.ஆர், முத்துலிங்கத்திடம் கோபித்துக்கொள்கிறார். 'ஏன் மகரக் கொடியையும் எடுக்கவில்லை' என எம்.ஜி.ஆர். கேட்க, "நமது கொடி என வருவதில் ஆட்சேபணை இல்லையென்று தணிக்கைத்துறை அதிகாரிகளே தெரிவித்துவிட்டனர்" என்றிருக்கிறார். ஒரு வார்த்தைக்காக இவ்வளவு தூரம் முத்துலிங்கம் மெனக்கெட்டிருக்கிறாரே என்பதை அறிந்த எம். ஜி. ஆருக்கு அவர்மேல் முன்பிருந்த மதிப்பைவிட கூடுதல் மதிப்பு கூடியிருக்கிறது.

நானறிய நான்கு தலைமுறை நடிகர்களுக்கு முத்துலிங்கம் எழுதி வருகிறார். ஆங்கில மொழிக்கலப்பு அதிகமில்லாத, வலிந்து பிற மொழிச் சொற்களைப் பயன்படுத்தாத அவருடைய எழுத்துமுறை வியக்கத் தக்கது. 1968இல் சுரதா தலைமையில் ஒரு கவியரங்கம். ஸ்ரீகவி என்பவரது திருமணத்தை ஒட்டி நடத்தப்பட்ட அக்கவியரங்கில் முத்துலிங்கமும் கவிதை வாசித்திருக்கிறார். குழந்தை, சேய் ஆகிய இரண்டு வார்த்தைகளை வைத்துக்கொண்டு அவர் வாசித்த அந்த

யுகபாரதி □ 111

கவிதையில், குழந்தையும் சேயும் ஒரே பொருள்தரும் இரு சொற்களல்ல. சேய் என்றால் தொலைவு என்றொரு அர்த்தம் இருக்கிறது என்று சொல்லியிருக்கிறார். ஒரு குழந்தைக்கும் இன்னொரு குழந்தைக்கும் இடையே தொலைவு அதாவது, தூரம் இருக்கவேண்டும் என்பதற்காகத்தான் குழந்தைக்குச் சேய் என்று பெயர் வைத்ததாக முத்துலிங்கம் சொல்லப் போக, "எத்தனையோ நூல்களை வாசித்த, சொற்களின் அர்த்தங்களை கற்றுணர்ந்த எனக்கு இப்படியோர் சிந்தனை தோன்றாமல் போனதே" எனச் சுரதா கொண்டாடியிருக்கிறார்.

மொழியறிவின் திரட்சியை அவர் பாடல்களில் காணலாம். சூழலுக்குத் தக்கவாறு வார்த்தைகளை அமைத்து, சொல்லவரும் எந்த கருத்தையும் லகுவாக மெட்டிற்குள் அடக்கிவிடுவார். இசையமைப்பாளரோ இயக்குநரோ குறிப்பிட்ட பல்லவியோ சரணமோ பிடிக்கவில்லை என்றால்கூட அதற்கு மாற்றாக எழுதத் தயங்காதவரே அவர். வம்படியாக நான் எழுதியதே சரியென்று வாதிட்டு, யாரிடமும் பகைமை பாராட்டியதில்லை. அப்படியிருந்தும், "இன்றுபோல் என்றும் வாழ்க" படத்திற்கு பாடல் எழுதும்போது ஒரு சம்பவம் நடந்திருக்கிறது.

பாடலுக்கான சூழலை இசையமைப்பாளர் விளக்கி மெட்டை வாசித்துக் காட்டியிருக்கிறார். அது, குளிர்சாதன அறை. வெளியே உலாத்திக்கொண்டே பல்லவியை யோசிக்கலாம் என்று முத்துலிங்கம் அறையிலிருந்து வெளியே வந்திருக்கிறார். அது சவுக்கு மரங்கள் அடர்ந்த பகுதி. ஏதோ ஒரு யோசனையில், மரத்தைப் பிடித்துக் கொண்டே வெகு நேரம் சிந்தனையில் ஆழ்ந்திருக்கிறார். அப்போது அதைப் பார்த்த அந்தத் தயாரிப்பாளர், "என்னய்யா முத்துலிங்கம் மரத்தைப் பிடிக்கிறான் மட்டையைப் பிடிக்கிறான் பல்லவியைப் பிடிக்கமாட்டேன் என்கிறானே" என்றியிருக்கிறார்.

இதைக் கேள்விப்பட்ட முத்துலிங்கத்திற்கு கோபம் வந்துவிட, "எதையும் பிடிக்காமல் பல்லவியை மட்டும் பிடிப்பவனைப் பார்த்து எழுதிக்கொள்ளுங்கள்" என்று கிளம்பியிருக்கிறார். அப்புறம் சம்பந்தப்பட்டவர்களெல்லாம் வந்து சமாதானப்படுத்திய பிறகு எழுதிய பாடல்தான் "அன்புக்கு நான் அடிமை" என்ற பிரபலமான பாடல்.

வெளியே இருந்து பார்ப்பவர்க்குப் பாடல் எழுதுவதிலுள்ள தொழில் நுட்பச் சிக்கல் பிடிபடாது. மெட்டிற்கு ஏற்ப வார்த்தைகளைப் போடுவதைவிட, அவை, எந்த அளவு சூழலுக்கும் எதார்த்தத்திற்கும் பொருந்துகின்றன என்பதைச் சிந்திப்பதுதான் சவால். அந்தச் சவாலைச் சாதுர்யமாகக் கடந்தவர்களில் முத்துலிங்கம் முதன்மையானவர். எத்தனை சிக்கலான சந்தத்தைக் கொடுத்தாலும் எழுதிவிடுவார். பள்ளி வயதிலேயே இலக்கணத்தைப் பிழையறப் பயின்றதும் இலக்கிய நூல்களை தேடித் தேடி வாசித்ததும் பாடல் எழுத உதவுகின்றன என "பாடல் பிறந்த கதை" நூலில் குறிப்பிட்டிருக்கிறார்.

தங்கள் பள்ளிக்கு வந்திருந்த பாரதிதாசன், பாரதியின் சுயமரியாதையைப் பற்றிக் கூறியதும் பாரதியின் எழுத்துமுறைகளை விவரித்ததும் ஆச்சர்யப்படுத்தும் விதத்தில் இருந்ததாக அவருடைய "காற்றில் விதைத்த கருத்து" எனும் மற்றொரு நூலில் பதிவு செய்திருக்கிறார். சுரதாவைப் பெண்ணென்று நினைத்துக்கொண்டு, அவருக்குக் காதல் கடிதம் எழுதிய தகவலெல்லாம் அதில்தான் வருகிறது. எம். ஜி.ஆரைத் தொடர்ந்து, அவருடைய கலையுலக வாரிசாக அறிவிக்கப்பட்ட கே. பாக்யராஜ் படங்களிலும் முத்துலிங்கம் தொடர்ச்சியாக எழுதிவந்திருக்கிறார். "தூறல் நின்னுப் போச்சு" என்றொரு படம். அப்படத்திற்காக முதலில் வேறு ஒரு கவிஞரை வைத்துத்தான் எழுதியிருக்கிறார்கள். ஆனால், எதிர்பார்த்த அளவுக்கு அந்தக் கவிஞரால் எழுதமுடியாமல் போகவே, மீண்டும் முத்துலிங்கத்தையே அழைத்து எழுத வைத்திருக்கிறார்கள். "பூபாளம் இசைக்கும் / பூமகள் ஊர்வலம் / இருமனம் சுகம்பெறும் வாழ்நாளே" என்று எழுதியிருக்கிறார்.

பாடலுக்கு இசையமைத்த இளையராஜா "இந்த மெட்டு பூபாள ராகத்தில் இல்லையே" என்றிருக்கிறார். கீரவாணியில் அமைந்த பாடலை பூபாளம் என்று சொல்லியிருந்தாலும், முத்துலிங்கத்தின் அன்பிற்காக இளையராஜா அதை மறுக்காமல் அனுமதித்திருக்கிறார். பூபாளமோ கீரவாணியோ மக்கள் மத்தியில் தம் பாடல் பிரபலமானால் போதுமென்றுதான் இப்போதைய இசையமைப்பாளர்கள் நினைக்கிறார்கள்.

பூபாளமும் கீரவாணியும் அவர்களில் சிலருக்குத் தெரியாதென்று நான் ஏன் சொல்ல வேண்டும்? எனக்கும் இசையறிவு கிடையாது. இசையறிவு இருந்தால் இன்னும் சிறப்பாகப் பாடல் எழுதலாம். வாலிக்கு இசைப் பயிற்சி உண்டு. அதனால்தான், அவரால் தலைமுறை தாண்டி எழுத முடிந்தது. குறிப்பிட்ட ராகத்தில் அமைந்த மெட்டிற்கு எழுதும்போது, முடிந்தவரை அந்த ராகத்தின் பெயரை வரிகளிலும் இணைத்து பல பாடல்களை எழுதியிருக்கிறார். குறிப்பாக, மாநகர காவல் திரைப்படத்தில் இடம்பெற்ற "தோடி ராகம் பாடவா" என்னும் பாடலைச் சொல்லலாம்.

முத்துலிங்கத்தின் பாடல் வரிசையை எடுத்துக்கொண்டால், எத்தனையோ வெற்றிப் பாடல்கள் இடம்பெற்றுள்ளன. சொன்னால் சட்டென்று தெரியக்கூடிய பாடல்களே அவற்றில் மிகுதி. வெற்றிப்படத்தில் வெளிவந்து தெரிந்த பாடல்களைவிட, தோல்விப் படத்தில் எழுதியும் வெற்றி கண்ட பாடலாசிரியர் அவர்தான். "பொன்மானைத் தேடி பூவோடு வந்தேன் / நான் வந்த நேரம் புள்ளி மான் அங்கே இல்லே" என்ற பாடலை எல்லோருக்கும் தெரியும். ஆனால், அது இடம்பெற்ற திரைப்படம் எங்க ஊர் ராசாத்தி என்பதோ அதன் இசையமைப்பாளர் கங்கை அமரன் என்பதோ பலருக்குத் தெரியாது. கலைமணி இயக்கத்தில் உருவான அந்தப் படத்தில் சம்பந்தப்பட்ட பாடலை எழுத முதலில் அழைக்கப்பட்டவர் வாலிதான். வாலி எழுதிய பாடலில் கதாசிரியர் கலைமணிக்கு திருப்தி ஏற்படாததால், முத்துலிங்கத்தை வைத்து எழுதியிருக்கிறார்.

ஒரு பெரும் கவிஞரிடம் பாடலை எழுதி வாங்கி பின் திருப்தி ஏற்படாவிட்டால், இன்னொரு கவிஞரை வைத்து எழுதிக்கொள்வது திரைத்துறையில் சகஜம்தான். ஆனால், இதுபற்றி முத்துலிங்கம், மிக ஜாக்கிரதையாக தம் நூலில் பதிவு செய்திருக்கிறார். அன்றைய மனநிலையில் இப்பாடலை வாலியால் உரியவாறு எழுதமுடியாமல் போயிருக்கலாமே தவிர, அவரே என்னிலும் சிறந்த கவிஞர் என்று அப்பதிவில் கூறியிருக்கிறார். "நாளும் நிலவது தேயுது மறையுது / மங்கை முகமென யாரதைச் சொன்னது?" என்று உன்னால்முடியும் தம்பி திரைப்படத்தில் வெளிவந்த

114 □ நேற்றைய காற்று

“இதழில் கதை எழுதும்” பாடல் ஏனோ இந்த இடத்தில் நினைவிற்கு வருகிறது. ஒரு கவிஞரைத் தவிர்த்து, இன்னொரு கவிஞரிடம் பாட்டெழுதி வாங்கிய கலைமணிக்கு இறுதியில் என்ன நேர்ந்ததென்றால், அவர் அப்படியெல்லாம் பார்த்துப் பார்த்து வேலைசெய்த அந்தப் படம், அவருடைய பெயர் இல்லாமல்தான் வெளிவந்திருக்கிறது. தயாரிப்பாளருக்கும் அவருக்கும் ஏற்பட்ட மனக்கசப்பில் இயக்குநரின் பெயர் நீக்கப்பட்டிருக்கிறது. சினிமாவில் மட்டும்தான் இப்படியான நகைமுரண் நிறைந்த சம்பவங்கள் நடக்கும். காரணம் தெரியாமல் ஒருவர் மாற்றப்படுவதும் கருணையில்லாமல் ஒருவர் நடத்தப்படுவதும் அங்கே சகஜம். இதையெல்லாம் அனுபவத்திலிருந்து தெரிந்துகொண்ட முத்துலிங்கம் எதற்காகவும் அலட்டிக்கொள்ளாமல் இருந்துவருகிறார்.

பழம் பாடலாசிரியர்களின் வாழ்வில் நடந்த உயர்வையும் தாழ்வையும் உணர்ந்த அவர், அதையெல்லாம் இளம் பாடலாசிரியர்களுக்குப் பாடமாகக் கற்பித்திருக்கிறார். பாடல் என்கிற இராஜபாட்டையில் தான் மட்டுமே நடக்க வேண்டும் என்கிற சுயமோகம் அவரிடம் சுத்தமாக இருந்ததில்லை. அவர் நூல்களிலேயே என்னுட்படப் பல இளம் கவிஞர்களின் பாடல் வரிகளைக் குறிப்பிட்டு நெகிழ்ந்திருக்கிறார். அவருடன் பல கவியரங்குகளில் கலந்துகொள்ளும் வாய்ப்பு எனக்குக் கிடைத்திருக்கிறது. ஒருமுறை கரந்தைத் தமிழ்ச் சங்கத்தில் நிகழ்ந்த கவியரங்கிற்குத் தஞ்சை வந்த அவர், என் பெற்றோர்களைப் பார்த்துப் பேச விரும்பினார். ஆர்வத்தோடு வீட்டுக்குவந்து வாழ்த்திய அவரையும் அந்த நிகழ்வையும் அவ்வளவு எளிதாக என்னால் கடந்துவிட முடியாது.

என்னிடம் மட்டுமில்லை, எல்லா இளம் கவிஞரையும் அவர் அப்படித்தான் அரவணைத்து அன்பு செலுத்துவார். இளையராஜாவுக்கு முதல் பாடல் எழுதியது பற்றி அவரிடம் நான் பகிர்ந்துகொண்ட போது, வரிகளை மாற்றச் சொல்லியிருப்பாரே என்று சிரித்துக்கொண்டே கேட்டார். அந்தச் சிரிப்பில் ஏதேதோ அர்த்தமிருந்ததை நான் புரிந்துகொண்டேன். தமிழ்த்திரையின் முன் வரிசை நடிகர்கள் பலருக்கும் அவர் பாடல்கள் எழுதியிருக்கிறார். நேரடிப் படங்களைப் போல மொழிமாற்றுப் படங்களுக்கும் பல பாடல்களை

யுகபாரதி □ 115

எழுதியிருக்கிறார். நேரடிப் படத்திற்கு எழுதுவதைவிட, மொழிமாற்றுப் படங்களுக்கு எழுதுவது கடினம். ஏனெனில், மொழிமாற்றுப் படங்களுக்கு எழுதும்போது உதட்டசைவை உத்தேசித்து வரிகளைப் போட வேண்டும். உண்மையில், முத்துலிங்கம் எழுதிய பல மொழிமாற்றுப் படப் பாடல்கள் நேரடித் தமிழ்ப் பாடல்களைப் போலவே அமைந்திருக்கும். ஆயிரத்திற்கும் மேற்பட்ட பாடல்களை எழுதிய அவரின் அனுபவத்தைச் சொல்வதென்றால், சொல்லிக்கொண்டே இருக்கலாம்.

ஆர்.சி.சக்தி இயக்கத்தில் 1987இல் வெளிவந்த 'கூட்டுப்புழுக்கள்' திரைப்படத்தில் முத்துலிங்கம் எழுதிய "தேசத்தைப் பார்க்கையிலே" எனும் பாடலைப் பற்றிக் குறிப்பிட வேண்டும். ஆட்சியாளர்களை நேரடியாகச் சாடக்கூடிய வரிகள் அப்பாடலில் இடம்பெற்றுள்ளன. "போலித் தனங்களும் காலித் தனங்களும் / இன்னும் ஓயவில்லை இதைப் / புண்ணிய பாரத நாடெனச் சொல்வது / கொஞ்சமும் நியாயமில்லை" என்று எழுதியிருக்கிறார். எம்.ஜி. ஆர். ஆட்சிக் காலத்தில்தான் அப்பாடல் வெளிவந்திருக்கிறது. என்றாலும், அதில் பொதுவான புரட்சிக் கருத்துக்களே வருகின்றன. மாநில அரசையோ மக்கள் திலகத்தையோ குறிப்பிடும்படி எதுவுமில்லை. "லஞ் சமும் ஊழலும் தேசியத் தீயில் நர்த்தனமாடுதடா" என்ற வரி என்னைக் கவர்ந்தது. எம்.எஸ்.வி.யின் இசையில் எஸ்.பி. பாலசுப்ரமணியம் பாடியிருக்கிறார். வாலி எப்படி மெட்டின் ராகத்தைப் பாடலில் கொண்டுவருவாரோ அதே மாதிரி இசைக் கருவிகளின் பெயர்கள் முழுவதையும் உளியின் ஓசை திரைப்படத்தில் "எத்தனை பாவம் உண்டு இந்த நடனத்திலே" என ஆரம்பிக்கும் பாடலில் முத்துலிங்கமும் கொண்டுவந்திருக்கிறார்.

கருணாநிதி கதைவசனத்தில் உருவான அத்திரைப்படத்தை இளவேனில் இயக்கியிருக்கிறார். வெகு ஆண்டுகளுக்குப் பிறகு கருணாநிதியின் கதை வசனத்தில் உருவான அத்திரைப்படத்தில் முத்துலிங்கம் எழுதிய பாடல் அது. முரசொலியில் வேலை பார்த்த முத்துலிங்கம், தனது பழைய முதலாளியின் கதைக்குப் பாடல் எழுத நேர்ந்ததைப் பற்றி "ஆனந்தத்

116 □ **நேற்றைய காற்று**

தேன்காற்று தாலாட்டுதே" என்னும் தலைப்பில், தினமணியில் வெளிவந்த கட்டுரைத் தொடரில் குறிப்பிட்டிருக்கிறார். பழைய முதலாளி என்று அவர் குறிப்பிடவில்லை. கலைஞர் என்றுதான் பதிவு செய்திருக்கிறார். இசைக் கருவிகளின் பெயர்களையெல்லாம் அப்பாடலில், ஒரே தாளத்திற்குள் கொண்டுவந்து அவர் அடுக்கியிருக்கும் அழகு வேறு எவர்க்கும் வாய்க்காதது. இளையராஜாவின் இசை மேதைமை வெளிப்படக்கூடிய பாடல்களில் அதுவும் ஒன்று. தம் வாழ்வில் நிகழ்ந்த சம்பவங்கள் எதையும் மறந்துவிடாமல், அச்சம்பவத்திற்கு காரணமானவர்களை நினைவில் வைத்திருப்பவர் முத்துலிங்கம்.

எதையும் நல்லவிதமாகவே எடுத்துக்கொள்ள பழகிய அவர்க்கு, உதவி செய்தவர்களை மட்டும்தான் நினைவிலிருக்கிறது. மேலவை உறுப்பினராக இருந்த காலத்தில் அரசு வீடு கிடைத்திருக்கிறது. அதற்கு முன் தொகையாக இருபத்தி ஐந்தாயிரம் ரூபாய் கட்டச் சொல்லியிருக்கிறார்கள். அப்போது, கையில் பணமில்லை என்று கவிஞர் அவினாசிமணியிடம் கேட்க, அவரும் வேறு ஒருவரிடம் வாங்கித் தருவதாகச் சொல்லியிருக்கிறார். அதற்குள் அந்தச் செய்தி, ஜூனியர் விகடனில் கட்டுரையாக வந்து பெரும் பரபரப்பைக் கிளப்பியிருக்கிறது. தொடர்ந்து பாடல்கள் எழுதிவரும் ஒருவரிடம், அதுவும் மேலவை உறுப்பினராக இருக்கும் ஒருவரிடம் பணமில்லையா? எனக்கேட்டு, ஆம், அதுதான் உண்மையென்று அக்கட்டுரையை ஜூனியர் விகடன் முடித்திருக்கிறது.

அதை வாசித்த பலரும் முத்துலிங்கத்திற்கு உதவ முன்வந்திருக்கிறார்கள். ஆனால், அவர்கள் அனைவரிடமும் வேண்டாமென்று சொல்லிவிட்டு, பேராசிரியர் அரசு மணிமேகலை தந்த தொகையைத்தான் பெற்றிருக்கிறார். வீடும் கிடைத்திருக்கிறது. ஆனால், அந்த வீட்டையும் பத்திரிகையாளர் சின்னக்குத்தூசி சொன்னாரென்று வேறு ஒருவருக்கு தந்திருக்கிறார் அல்லது விட்டுக்கொடுத்திருக்கிறார். உதவியவர்களுக்கு நன்றி தெரிவிப்பது ஒருவகை. அவர்களை ஒவ்வொரு இடத்திலும் மறக்காமல் குறிப்பிட்டுப் பெருமைப்படுத்துவது மற்றொரு வகை. இதில், முத்துலிங்கம் இரண்டுமாக இருப்பவர்.

யுகபாரதி □ 117

"ஆறும் அது ஆழமில்ல" என்றொரு பாடலை முதல் வசந்தம் திரைப்படத்தில் எழுதியிருக்கிறார். "எவ்வனப் பெண்மோகம்" என பத்திரகிரியார் சித்த மனநிலையில் சொல்லியதைத் திரைப்பாடலாக்கிக் காட்டிய திறம் முத்துலிங்கத்திற்குரியது. 235 கண்ணிகளைக் கொண்ட பத்திரகிரியாரின் சாராம்சத்தை மூன்று நான்கு வரிகளில் சொல்லியிருக்கிறார். பெண் மோசம் என்ற பிற்போக்கு கருத்துடையதுதான் அப்பாடல். என்றாலும், அதையும் நாசூக்கான மொழியில் எழுதி வியக்க வைத்திருக்கிறார். "தண்ணியில கோலம் போடு / ஆடிக்காத்தில் தீபம் ஏத்து / ஆகாயத்தில் கோட்டை கட்டு / அந்தரத்தில் தோட்டம் போடு / ஆண்டவனைக் கூட்டிவந்து / அவனை அங்கே காவல் போடு" என்பதெல்லாம் மிகச் சரளமாக வந்திருக்கும்.

'மணியோசை கேட்டு எழுந்து' என்ற பயணங்கள் முடிவதில்லை படப்பாடலிலும்கூட, அதே விதமான சரளத்தை அறியலாம். "கண்ணன் பாடும் பாடல் கேட்க / ராதை வந்தால் ஆகாதோ / ராதையோடு ஆசைக் கண்ணன் / பேசக்கூடாதோ" என்று கதையையும் சூழலையும் இரண்டே வரியில் சொல்லியிருப்பார். அதையும்தாண்டி அந்தப் பாடலில் இன்னொரு அம்சமிருக்கிறது. அது என்னவென்றால், அப்பாடலைப் பாடும்பொழுதே கதாநாயகன் இருமத் தொடங்குவான். உண்மையில், குரல் சரியில்லாத ஒருவரால் பாடவே முடியாது என்பதுதான் உண்மை. பாடல் பதிவிற்கு வரும் பாடகர்கள்கூட, லேசாக குரல் கம்மினாலே நாளைக்குப் பதிவை வைத்துக்கொள்ளலாம் என்று கிளம்பிவிடுவார்கள். ஆனால், அதையெல்லாம் கருத்திற்கொள்ளாமல் நாயகன் இருமிக்கொண்டே பாடுவதுபோல அமைத்த காட்சியைக் கேள்வியே கேட்காமல் திரையரங்கில் ரசிகர்களும் சேர்ந்து, இருமி இருமி அப்பாடலை ரசித்திருக்கிறார்கள்.

பாடலுக்கு முன்னே வரும் லீட் சீன் ரசிகர்களை ஈர்த்துவிட்டால் லாஜிக்கெல்லாம் அவர்கள் பார்ப்பதே இல்லை. எத்தனைமுறை கேட்டாலும் சலிக்காத அவருடைய பாடல்களில் "கூட்டத்திலே கோயில் புறா" என்ற பாடலும் ஒன்று. இதயக்கோயில் திரைப்படத்தில் இடம்பெற்றது. குட்டிக் குட்டியான சந்தங்கள். எப்படி வார்த்தைகளை

உடைத்து எழுதினாலும், சொல்லவரும் விஷயத்தை முழுதாகச் சொல்லமுடியாது. பொதுவாக, காதல் பாடலில் எவ்வளவுதான் வர்ணனைக்கு இடமிருக்கிறது? சுற்றிச் சுற்றி வந்தாலும், ஒரே வளையத்திற்குள்ளோ வட்டத்திற்குள்ளோதான் வரவேண்டும். அந்த வட்டத்தைத் தாண்டவும் முடியாது. வளைக்கவும் முடியாது. நினைவுகள் அலைமோதுவதுதான் பாடலுக்கான சூழல். ஆனால், அதை எப்படிப் பாடலுக்குள் கொண்டுவருவது? அதுவும் குட்டிக் குட்டிச் சந்தத்தில்? "தாமரைப் பூங் காலெடுத்து / நீ நடக்கும் வேளையிலே / தாளத்துடன் ராகங்களைக் கற்றுக்கொண்டேன் பொன்மயிலே" என்று அவர் எழுதியிருக்கிறார். ஓசை ஒழுங்குகளை உத்தேசித்து முன் பின்னாக வார்த்தைகளை வளைக்காமல், உணர்வுத் தளத்திலேயே அப்பாடல் எழுதப்பட்டிருக்கிறது.

இளமைக் காலங்கள் திரைப்படத்தில் வெளிவந்த "ராகவனே ரமணா ரகுநாதா" எனும் பாடலும்கூட அதே மாதிரிதான். "தியாகேசர் உனை நெஞ்சில் பதித்தாரே / சங்கீத மலர்கொண்டு துதித்தாரே" என்று வெகு அனாயாசமாக சவாலைத் தாண்டியிருப்பார். பயணங்கள் முடிவதில்லை திரைப்படத்தில் வெளிவந்த "ராகதீபம் ஏற்றும்நேரம்" பாடலில் "முத்து ரத்தினம் சிந்தும் இத்தினம்" என்ற இடத்தையும், காக்கிச்சட்டை திரைப்படத்தில் வெளிவந்த "பட்டுக் கன்னம் தொட்டுக்கொள்ள" பாடலில் "வானத்து மீன்களை மேகம் மறைப்பதுபோல் / தினமும் / எந்தன் மோகத்தை நாணத்தில் மூடி மறைத்திருந்தேன் / மனதில்" என்ற இடத்தையும் அவ்வப்போது நினைத்துக்கொள்வேன். சந்தத்தில் இடறிவிழாமல், ஒரு பாடலாசிரியன் மிகச் சாதுர்யமாகக் கடந்த தடங்கள் அவை.

எம்.ஜி.ஆர். மீது முத்துலிங்கம் எந்த அளவுக்கு அன்பு வைத்திருந்தார் என்பதை அவருடைய "பிள்ளைத்தமிழ் பாடுகிறேன்" "புரட்சித் தலைவர் எம்.ஜி.ஆர். உலா" ஆகிய நூல்களை வாசித்தால் தெரியவரும். திரையில் மட்டுமல்ல, வெளியிலும் அவருடையப் பாட்டுடைத் தலைவன் எம்.ஜி.ஆர். தான். ஆயிரத்து ஐநூறுக்கும் மேற்பட்ட பாடல்களில் அவரை யாரென்று மக்களுக்குக் காட்டியது, "காஞ்சிப் பட்டுடுத்தி / கஸ்தூரிப் பொட்டுவச்சி / தேவதைபோல் நீ நடந்து

யுகபாரதி □ 119

வரவேண்டும்'' பாடலே. வயசுப்பொண்ணு திரைப்படத்தில் வெளிவந்த அப்பாடலுக்கு தமிழக அரசின் சிறந்த பாடலாசிரியர் விருது கிடைத்திருக்கிறது. பாவேந்தர் பாரதிதாசன் விருதையும் எம். ஜி. ஆர். அவருக்கு வழங்கியிருக்கிறார். விருது விழாவில், முரசொலி பத்திரிகையை விட்டு முத்துலிங்கம் வெளியேறிய சம்பவத்தையும் அதன்பின் தான் அவருக்கு அளித்த பணத்தை பெற்றுக்கொள்ளாமல் சுயமரியாதையைக் காட்டியதையும் குறிப்பிட்டுப் பேசியிருக்கிறார். 'பாவேந்தரின் மிடுக்கை முத்துலிங்கத்திடமும் பார்த்ததால்தான் இவ்விருதை வழங்குகிறேன்' என்றிருக்கிறார்.

அவ்விருதைத் தொடர்ந்து, கலைத்துறை வித்தகர் விருது, ஆதித்தனார் விருது, தமிழக அரசின் தங்கப் பதக்க விருது, வாழ்நாள் சாதனையாளர் விருது எனப் பலவிருதுகளைப் பெற்றிருக்கிறார். இலாகா இல்லாத அமைச்சர் பதவியான அரசவைக் கவிஞர் பதவியைப் பெற்ற கடைசி கவிஞர் அவர்தான். எம்.ஜி.ஆரை அடுத்து ஆட்சிக்குவந்த கலைஞர் கருணாநிதி, 'நானே கவிஞர்தான்; என் அமைச்சரவையில் அரசவைக் கவிஞர் எதற்கு' என்று அப்பதவியையே விலக்கிவிட்டார். அரசனே கவிஞனாக இருக்கையில், அந்த அவையில் அரசவைக் கவிஞருக்கு வேலை இல்லையென்றும் எண்ணியிருக்கலாம். "முத்துலிங்கம் கவிதைகள்" எனும் தலைப்பில் வெளிவந்துள்ள அவரது கவிதை நூல், முழுக்க முழுக்க மரபுக் கவிதைகளைக் கொண்டது

பல்வேறு சந்தர்ப்பங்களில் பல்வேறு மேடைகளில் வாசித்த கவியரங்கக் கவிதைகளும் அதில் இடம்பெற்றுள்ளன. "ஆணையிட்டுக் காதலை அடக்க நினைத்தாலும் / மோனையைப் போல்வந்து முன்னே நின்றுவிடும் / உள்ளத்திற்குள்ளே உருவாகும் காதலின் / கள்ளத் தனங்களை கண்களே காட்டிவிடும்" என்ற வரிகள் என்னை ஈர்த்தவை. வாய்விட்டு வாசிக்கையில் கிடைக்கும் சுகத்தில்தான் மரபுக் கவிதைகள் வாழ்ந்துகொண்டிருக்கின்றன. இலக்கணப் பயிற்சியில்லாமல் மரபுக் கவிதைகளை எதிர்ப்பவர்களை முத்துலிங்கம் கவிஞர்களாகவே ஏற்பதில்லை. எம்.ஜி.ஆரின் மறைவிற்குப் பின்னான அ.தி.மு.க.வில் முத்துலிங்கம் வகித்த இடத்தைப் பற்றித் தெரியவில்லை. எம்.ஜி.ஆரின் மறைவிற்குப்பின்

யாருக்குமே எந்த இடமும் நிரந்தரமில்லை என்பதுதான் நிலை. சிற்சில நேரங்களில் எம்.ஜி.ஆரைவிடவும் தன்னை முதன்மைப்படுத்திக்கொள்ளும் முனைப்பு, முதல்வரான ஜெயலலிதாவுக்கு இருந்ததைப் பார்த்திருக்கிறோம். ஈழப் போராட்டத்தை இரண்டு திராவிடக் கட்சிகளும் எதிர்கொண்ட நிலையைவைத்து, தன் வாழ்நாள் முழுதும் ஈழத்திற்கே என்று அர்ப்பணித்த வை.கோ.வை நோக்கியும் கொஞ்சம்காலம் முத்துலிங்கம் போயிருக்கிறார். அங்கேயும் அவரால் நிலை கொள்ள முடியவில்லை. யாருமே எதிர்பார்க்காத சமயத்தில் பாரதிய ஜனதாவுடன் வை.கோ. தேர்தல் கூட்டணி வைத்தவுடன், அக்கட்சியிலிருந்தும் வெளியேற வேண்டிய சூழல் முத்துலிங்கத்திற்கு ஏற்பட்டிருக்கிறது.

அடிப்படையில் திராவிடக் கொள்கைகளில் ஈடுபாடுடைய முத்துலிங்கம், 'இதயம் போகுதே எனையே பிரிந்தே' என்றொரு பாடலை "புதிய வார்ப்புகள்" படத்தில் எழுதியிருக்கிறார். காலத்திற்கும் அவர் பெயரை உச்சரிக்கும் பாடல்களில் அதுவும் ஒன்று. ஜென்ஸி என்கிற பாடகியால் உயிர் உருகப் பாடப்பட்டது. வாழ்வின் மொத்த சோகங்களையும் "சுடுநீரில் வீழ்ந்து துடிக்கின்ற மீன்போல் / தோகை நெஞ்சினில் சோகம் பொங்குதம்மா" என்ற வரிகளில் காட்டியிருப்பார். திரைப்பாடலை இன்றும் வாழ்வித்துக்கொண்டிருப்பது இசையா, பாடல் வரிகளா என்ற கேள்விக்கு, அப்பாடலைப் பாடுகின்றவரின் குரலே என நான் நேரலையில் பதில் சொல்லியிருக்கிறேன். ஜென்ஸியின் பல பாடல்கள் அத்தகையவை. அவருக்கே உரிய மென்சோகக் குரலால், இளையராஜாவை நூறு சதவீதம் பிரதிபலித்திருப்பார்.

'உதயகீதம்' திரைப்படத்தில் இடம்பெற்ற சங்கீதமேகம் பாடலில், "உண்மை என்னும் ஊரிலே / பாடலென்னும் தேரிலே / நாளும் கனவுகள் / ராஜ பவனிகள் / போகின்றதே / எந்தன் மூச்சும் இந்தப் பாட்டும் / அணையா விளக்கே" என்று முத்துலிங்கம் முடித்திருப்பார். இத்தனை ஆண்டுக்கால திரைவாழ்வில் அவர் கண்டடைந்த திசையும் வெளிச்சமும் அவைதான். பாட்டு விளக்கை, எந்த அரசியல் காற்றினாலும் அணைத்துவிட முடியுமா என்ன?

யுகபாரதி □ 121

ச.து.சு. யோகியார்
இந்த உலகமே மெய்யடா

என் ஆதர்சக் கவிஞர்களில் ஒருவரும் புதுக்கவிதைகளைப் போராட்டக் களத்தை நோக்கித் திருப்பியவருமான இன்குலாப் எழுதிய "கண்மணி ராஜம்" கவிதையை வாசித்தபோது, ஏன் அவர் அந்தக் கவிதைக்கு அப்படியொரு தலைப்பை இட்டிருக்கிறார் எனத் தோன்றியது. தெருவோரத்தில் மழையில் நனைந்து. ஒதுங்க இடமில்லாத ஏழைச் சிறுமிக்காக இரங்கும் அக்கவிதைக்கும், அவர் இட்டிருந்த தலைப்பிற்கும் ஒரு சம்பந்தமும் இல்லை. 'வெள்ளை இருட்டு' எனும் கவிதை நூலில், இடம்பெற்றுள்ள அக்கவிதை அவருடைய கவிதைகளில் முக்கியமானது. கூடுதல் கவனிப்பைப் பெற்றது. ஆனாலும், அந்தத் தலைப்பு விஷயம்மட்டும் எனக்குப் பிடிபடவில்லை. உறுத்திக்கொண்டே இருந்தது.

காரணமில்லாமலோ வார்த்தையின் அல்லது பெயரின் அழகிற்காகவோ கவிதைக்கு அவர் தலைப்பிடக் கூடியவரில்லை என்பதால் அதுகுறித்து, எல்லோரிடமும் கேட்டுக்கொண்டிருந்தேன். அப்போதுதான், ச.து.சு. யோகியார் என்பவரும், அதே தலைப்பில் எழுதிய பிரபல கவிதையைப்

122 □ நேற்றைய காற்று

பற்றி தெரியவந்தது. தன் மகளின் மரணத்தை முன்னிட்டு யோகியார் எழுதிய "கண்மணி ராஜம் பாடல்கள்" 1946இல் ஸ்டார் பிரசுரத்தால் வெளியிடப்பட்டிருக்கிறது. ஒரு கவிதை இன்னொரு கவிதையெழுதத் தூண்டியிருக்கிறது. ஒரு நல்ல கவிஞன் தனக்குப் பின்னே வரும் தலைமுறையை தம் வார்த்தையால் கவர்ந்துவிடுகிறான். 'கண்மணி ராஜம்' என்னும் தலைப்பை மட்டுமே இன்குலாப் பயன்படுத்தியிருக்கிறார். அதே தலைப்பை யோகியார் என்பவரும் வைத்திருக்கிறார் என்று நான் கூறியிருப்பதை வைத்தே, அதுவரை எனக்குச் ச. து.சு. யோகியாரைப் பற்றி தெரிந்திருக்கவில்லை என்பதை ஊகிக்கலாம்.

இதெல்லாம் எண்பதுகளின் பிற்பகுதி. ஏதோ ஒன்றைத் தேடப் போய், வேறு ஒன்றைத் கண்டடையும் கதைதானே வாழ்வின் சுவாரஸ்யமே. என்னை இன்குலாப்பின் கண்மணிராஜம் கவிதை ஊக்கியதைப் போல, இன்குலாப்பையும் யோகியாரின் கண்மணிராஜம் பாடல்கள் ஊக்கியிருக்கவேண்டும். எனவேதான், அவர் அத்தலைப்பை இட்டிருக்கிறார். எல்லாவகையிலும், யோகியாரின் இலக்கியப் பார்வையும் இன்குலாப்பின் இலக்கியப் பார்வையும் வெவ்வேறு திசையில் பயணிப்பவை. சொந்த உணர்வுகளை மட்டுமே எழுதும் எண்ணமுடையவர் யோகியார். சமூக உணர்வுகளுக்கு மதிப்பளித்து எழுதியவர் இன்குலாப். ஆனால், யோகியாரின் தாக்கம் இன்குலாப்பிடம் இருந்திருக்கிறது. எது எப்படியோ, ச.து.சு. யோகியாரை நான் அறிந்துகொள்ள இன்குலாப் உதவியிருக்கிறார். பாரதிக்குப் பிறகு சொல்வளத்திலும் பொருட்செறிவிலும் கவனிக்கப்பட வேண்டிய கவிஞராக யோகியார் பார்க்கப்படுகிறார்.

பாரதிக்குப் பிறகு பாரதிதாசன் என்பதாக காலம் தயாரித்த பட்டியலை ஏற்றுக்கொண்ட நம்மில் பலருக்கு, பாரதிக்குப் பின் யார் யார் எழுதினார்கள் என்பதுபற்றித் துளிகூடத் தெரியாமல் போய்விட்டது. பாரதியின் கவிதைகள் தேசிய கருத்தோட்டத்திலிருந்து எழுந்தவை. பாரதிதாசனின் கவிதைகளோ அதற்கு நேர் எதிரான திராவிடக் கொள்கைகளை தூக்கிப் பிடித்தவை. இந்த இருபெரும் ஆளுமைகளுக்கு இடையே எழுதியவர்களில், நாமக்கல் இராமலிங்கம்பிள்ளை,

யுகபாரதி □ 123

கவிமணி தேசியவிநாயகம்பிள்ளை, ச.து.சு. யோகியார் குறிப்பிடத்தக்கவர்கள். அம்மூவரிலும் யோகியாருக்கு மட்டுமே திரைத்துறையில் பணியாற்றும் அதிக வாய்ப்புக் கிடைத்திருக்கிறது.

தமிழ் சினிமா பேசத் தொடங்கிய எட்டாவது ஆண்டில் அதாவது, 1936ஆவது ஆண்டில் வெளிவந்த "இரு சகோதரர்கள்" திரைப்படத்திற்கு வசனமும் பாடல்களும் ச.து.சு. யோகியார் எழுதியிருக்கிறார். அந்தப் படம் வெளிவந்த சமயத்தில், "தென்னாட்டுத் திரைப்படத்துறையால் முதல்தரமான படங்களைத் தயாரிக்க முடியாது என்ற கூற்றை பொய்யாக்கியிருப்பதாக"" பம்பாய்டைம்ஸ் பத்திரிகை பாராட்டியிருக்கிறது. இருசகோதரர்களை அடுத்து யோகியார், கதை வசனம் பாடல் எழுதி இயக்கிய "பக்த அருணகிரி" பெரிய வரவேற்பைப் பெறவில்லை.

பக்த அருணகிரியைத் தொடர்ந்து, அதிர்ஷ்டம், கிருஷ்ணகுமார், ஆனந்தன், கிருஷ்ணபக்தி, லஷ்மி ஆகிய படங்களில் அவருடைய பாடல்கள் இடம்பெற்றுள்ளன. அவையன்றியும் சில படங்களில் அவர் பாடல்கள் இடம்பெற்றிருப்பதாக அறியமுடிகிறது. "கிருஷ்ணகுமார்" திரைப்பட இசையமைப்பில் அதிர்ஷ்டம் திரைப்பட இசையமைப்பாளர்களான சர்மா பிரதர்ஸுடன் கர்நாடக சங்கீத இசைமேதை கே. சாம்பமூர்த்தியும் இணைந்திருக்கிறார். அப்படத்தில் இடம்பெற்றுள்ள "அல்லும் பகலும் அவளே" பாடல் இன்றும் ரசிக்கத்தக்கது. கிருஷ்ணகுமாரை அடுத்து, யோகியார் தயாரித்து இயக்கிய, "ஆனந்தன் அல்லது அக்னி புராண மகிமை" எனும் திரைப்படத்தில்தான் இசைமேதை கே.வி. மகாதேவன் அறிமுகமாகியிருக்கிறார். தனிப்பட்ட முறையில் வந்த வாய்ப்பென்று வாமனன் தமது "திரையிசை அலைகள்" நூலில் குறிப்பிட்டிருக்கிறார்.

இசையமைப்பாளர்களே கவிஞர்களைத் திரைக்கு அறிமுகப்படுத்துவர். ஆனால், வழக்கத்திற்கு மாறாக ஒரு மாபெரும் இசைமேதையை தமிழ்த் திரைக்கு அறிமுகப்படுத்திய பெருமை யோகியாருக்கே உரியது. பக்தி படங்களே அதிகமும் வெளிவந்த அந்த காலத்தில் "அதிர்ஷ்டம்" என்னும் பெயரில் யோகியார் இயக்கிய

சமூகப்படம் பெரும் வரவேற்பைப் பெற்றிருக்கிறது. அதில் இடம்பெற்ற 'ஐயா சிறுபெண், ஏழை என்பால் / மனம் இரங்காதா? அந்தோ, வயிறு வாடுதுங்க / சாவு வராதா / தெய்வம் சோறு தராதா?' என்ற பாடல் பத்தாண்டுகளுக்கு மேலாகப் பிச்சைக்காரர்கள் பாடும் பக்திப்பாடலாக இருந்திருக்கிறது.

அப்பாடல் 1937இல், சாந்தாராமின் "துனியா நா மானே" திரைப்படத்தில் அமைந்த "மன் சாப் தேரா ஜை யா நஹீன்" பாடல் மெட்டைத் தழுவியே வந்திருக்கிறது.. ஒருமுறை யோகியாரும் அவரது சகோதரரும் காரில் சென்றிருக்கிறார்கள். ரயில்வே தண்டவாளத்தைக் கடக்க வேண்டிய நிலை. ரயில் வர இருந்ததால் ரயில்வே கேட்டை மூடியிருந்தனர். ரயில் செல்லும்வரை காரிலிருந்து கீழே இறங்கி நிற்போமே என்று இருவரும் இறங்க, ஒரு ஏழைப்பெண் இப்பாடலைப் பாடி யோகியிடம் பிச்சை கேட்டிருக்கிறாள்.

இடுபவர்தான் இப்பாடலை எழுதியவர் என்று அவளுக்குத் தெரிந்திருக்கவில்லை. திரைப்பாடலின் ஆகப்பெரும் சாதனையாக நான் கருதுவதும் அதுதான். எதற்காக நாம் ஒரு பாடலை எழுதுகிறோமோ அந்தக் காரணத்துக்காக மட்டுமே அப்பாடல் பயன்படுவதில்லை. அவரவர்க்கு அப்பாடல் எப்படித் தேவைப்படுகிறோ அப்படியெல்லாம் அப்பாடல் பயன்படும். இப்போது எது எதற்கோ பயன்படுகிறது. அதுவும், சமூக ஊடகங்களில் தற்போது திரைப்பாடல்கள் படும்பாடு இருக்கிறதே அதைப்பற்றி தனியாக ஒரு நூலே எழுதலாம்.

தன்னால் எழுதப்பட்ட ஒரு பாடல், ஓர் ஏழைப்பெண்ணுக்குப் பிச்சையெடுக்கப் பயன்படுகிறதே என்று யோகியாரின் கண்கள் கசிந்திருக்கின்றன. கூடவே, ஏழை இந்தியர்களைப் பிச்சையெடுக்கும் நிலைக்கு தள்ளியிருப்பது பிரிட்டிஷ் அரசே என்றுதான் கருதியிருக்கிறார். 1939இல் அப்படம் வெளிவந்தபோது நாடு சுதந்திரம் அடைந்திருக்கவில்லை. குறிப்பிட்ட சம்பவம் எப்போது நிகழ்ந்ததெனவும் தெரியவில்லை. பாரதியின் மறைவுக்குப் பின்னும்கூட அதே தளத்தில் இயங்கிய கவிஞராக யோகியாரைச் சொல்லலாம். நாட்டு விடுதலையே பிரதானம்

யுகபாரதி □ 125

என்ற நிலையில்தான் அன்றைக்கு எழுதியவர்களின் எண்ணங்கள் இருந்திருக்கின்றன. யோகியாரும் அதற்கு விதிவிலக்கல்ல. அதிஷ்டம் திரைப்படத்தின் மற்றுமொரு சிறப்பு, அத்திரைப்படத்தில் இடம்பெற்ற ஒருமணி நேர நீதிமன்ற காட்சி.

ஒரு நீதிமன்றக் காட்சியை அவ்வளவு நீளமாக எடுக்கமுடியும் என்பது மட்டுமல்ல, அதை சுவாரஸ்யப்படுத்தியும் இருக்கிறார். பராசக்தி போன்ற படங்களில் இடம்பெற்ற நீதிமன்றக் காட்சிக்கெல்லாம் அதுவே முன்னோடியாக இருந்திருக்கிறது. ஆக, காட்சிகளின் வழியே கதையையும் விவாதத்தையும் வைக்கக்கூடிய முயற்சியை யோகியாரே தொடங்கிவைத்திருக்கிறார்.

சமூகத்தின் அநீதியைப் பேச திரையைப் பயன்படுத்திய படைப்பாளராக அவரைக் கருதலாம். எல்லீஸ் ஆர். டங்கன் இயக்கிய பல படங்களுக்கு சு.து.சு., ஆலோசகராகவும் பணிபுரிந்திருக்கிறார். கதைகளில் ஆதாரப்பிழை வந்துவிடக்கூடாதென்ற நோக்கில் டங்கனுக்கு யோகியாரின் ஆலோசனைகள் தேவைப்பட்டிருக்கின்றன. அம்பிகாபதி, சகுந்தலை, கவி காளமேகம், மீரா, மந்திரிகுமாரி போன்ற புராண இதிகாசக் காவியங்களை ஓர் அமெரிக்க இயக்குநர் எப்படி இயக்கினார் என்ற கேள்விக்கு, யோகியாரின் உதவியே பின்னிருந்தது என்பதுதான் உரிய பதில்.

ஒருமுறை வலம்புரி சோமநாதன், யோகியாரை சந்திக்கப் போயிருக்கிறார். யோகியார் அப்போது எல்லீஸ் ஆர். டங்கனுடன் கதை விவாதத்தில் ஈடுபட்டுக் கொண்டிருந்திருக்கிறார். அப்போது அவர்கள் எடுக்க இருந்த திரைப்படத்தின் இறுதிக்காட்சியில் வில்லனை கொல்வதா, மன்னித்து விடுவதா என்பது குறித்தே அவர்கள் விவாதித்திருக்கிறார்கள். சந்திக்கச் சென்ற வலம்புரி சோமநாதன், கதவைச் சாத்திவிட்டு அவர்கள் இருவரின் அருகில்போய் அமர்ந்திருக்கிறார். ஆனாலும், அவர்கள் விவாதத்தில் மும்முரமாக இருந்திருக்கிறார்கள்.

ஒருவர் "கொல்லுவேன்" என்றும் இன்னொருவர் "வேண்டாம்" என்றும் சத்தமிட்டிருக்கிறார்கள். சத்தத்தைக்

126 □ **நேற்றைய காற்று**

கேட்டு விடுதி மேலாளர் ஓடிவந்து கதவைத் தட்டியிருக்கிறார். உண்மையில், யாரோ இருவருக்குள் சண்டை வந்து கொலைச் செயலில் ஈடுபடுகிறார்களோ என்று எண்ணிய மேலாளரை அதன்பின் சமாதானப்படுத்தி அனுப்பியிருக்கிறார்கள். அதிர்ஷ்டத்தைத் தொடர்ந்து நன்னம்பிக்கை, குமாஸ்தா ஆகிய படங்களிலும் யோகியாரின் பாடல்கள் இடம்பெற்றுள்ளன. கதைக்காக என்றாலும், அதை உளப்பூர்வமாக விவாதித்து, முடிவுகளை எடுக்கும் திரையியலாளர்கள் அன்றைக்கு இருந்திருக்கிறார்கள். யோகியாரின் திரைப்படங்கள் முழுக்கவும் எதார்த்தத்தைப் பிரதிபலிப்பதாகவே அமைந்திருக்கின்றன.

புராண இதிகாசக் கதைகளில் இருந்து மக்களை விடுவிப்பதே அவருடைய குறிக்கோளாகவும் இருந்ததைக் கவனிக்கலாம். பாரதியைப் போலவே யோகியாரும் மிகச்சிறந்த காளி உபாசகர், தேவியின் பக்தர். அவரது இஷ்ட தெய்வமான காளியை முன்வைத்து "படம் வரைதல்" எனும் தலைப்பில் ஒரு பாடலை எழுதியிருக்கிறார். "எப்படிப் படம் வரைவதோ காளி/ உந்தன்/ இன்ப ஜோதி வடிவங் காணாமல்" என ஆரம்பிக்கும் அப்பாடலில், "சொப்பனங்கூட நான் கண்டிலேனம்மா / சுருதியின் வர்ணனை கருதிலேனம்மா" என்று வரும் இடங்கள் என்னைக் கவந்தவை.

தேசமும் பக்தியும் இரண்டு கண்களாகக் கருதிய யோகியாரின் "வாழ்க மணிக்கொடி பாரதர் மெய்க்கொடி வாழ்கவே / அதைவந்து பணிந்து மகிழ்ந்திட வீரர்கள் சூழ்கவே" என்ற பாடல் காங்கிரஸ் பொன்விழா பாட்டாகத் தேர்வு செய்யப்பட்டதும், அப்பாடலுக்குத் தங்கப்பதக்கம் கிடைத்திருப்பதும் குறிப்பிடத்தக்கவை. விருத்தப்பாக்களை திரைப்பாடலாக்கும் முயற்சியையும் அவரே செய்துபார்த்திருக்கிறார். ஏற்கெனவே வழக்கத்திலுள்ள கீர்த்தனைகளின் சந்தத்திலோ இந்திப் பாடல்களின் மெட்டுக்களிலோ எழுதும் முறையை மாற்றி, "அடகெடுவாய் பலதொழிலு மிருக்கக் கல்வி / அதிகமென்ற கற்றுவிட்டோ மறிவில் லாமல் / கிடமுள மோஹனமாடக் கழைக் கூத்தாடச் / செப்பிடு வித்தை களாடத் தெரிந்தோ மில்லை" என்று எண்சீர் விருத்தத்தைத் திரைப்பாடலாக்கியதிலும் அவரே முதலாமவர். அப்படியான முயற்சிகளை ரசிகர்களும் வரவேற்றுள்ளனர்.

யுகபாரதி □ 127

“இந்த உலகமே மெய்யடா / சொர்க்கமும் நரகமும் பொய்யடா / இன்பமாக நீ ஆடடா பாடடா” என்றொரு பாடலை லட்சுமி திரைப்படத்தில் எழுதியிருக்கிறார்.

மிகுந்த பக்தியுடையவரான யோகியார், இகலோக இன்பங்கள் குறித்து எழுத வேண்டிய நிலை திரையினால் விளைந்திருக்கலாம். பரம்பொருளே மெய்யென்று நம்பும் அவர், சொர்க்கமும் நரகமும் பொய்யெனச் சொல்லியிருப்பது யோசனைக்குரியது. அத்திரைப்படத்தில் இத்துடன் ஒன்பது பாடல்கள் அவர் எழுதியிருப்பதாகக் குறிப்புகள் சொல்கின்றன. வெகுஜன ரசனைக்கேற்பவும் அவரால் எழுத முடிந்திருக்கிறது. எஸ். என். ரெங்கநாத் ராவ் இசையமைத்த “திருமங்கை ஆழ்வார்” திரைப்படத்திலும் அவர் பெயரில் சில பாடல்கள் இடம்பெற்றுள்ளன. சங்ககிரி துரைசாமிஐயர் சுப்பரமணிய யோகிஎன்பதன் சுருக்கமே “ச.து.சு. யோகி”. மகாகவி பாலபாரதி ச.து.சு. யோகியார் என்ற அடைமொழியும் அவர்க்குண்டு.

சங்ககிரியில் வெகுகாலம் வசித்ததால் அவர் பெயருடன் சங்ககிரி சேர்ந்துகொண்டதே தவிர, அவர் பிறந்ததும் அவருடைய பூர்வீகமும் கேரளாவிலுள்ள எல்லப்பள்ளி கிராமமே. வழக்கறிஞராகப் பணியாற்றிய துரைசாமி ஐயர், தொழில் நிமித்தம் வந்துசேர்ந்த ஊரே சங்ககிரி. இந்தி, ஆங்கிலம், உருது, பாரசீகம் ஆகிய மொழிகளைக் கற்றிருந்த துரைசாமி, திருக்குரானின் சிறப்புகளையும் அதன் உட்பொருளையும் விளக்கக்கூடியவராக இருந்திருக்கிறார். சனாதனக் கட்டுகள் நிரம்பிய அந்தக் காலத்திலேயே ஐயர் ஒருவர், திருக்குரானைப் பற்றித் தயங்காமல் பேசியிருக்கிறார் என்பது ஆச்சர்யப்படுத்துகிறது. இளவயதிலேயே சுப்ரமணிக்கு யோகக்கலையில் ஈடுபாடு இருந்திருக்கிறது. அதை அவர் தம் பள்ளித் தோழர்களிடம் தெரிவிக்க, அவர்களும் சோதித்துப் பார்க்கத் துணிந்திருக்கிறார்கள்.

ஒரு பெரிய குழியைத் தோண்டி, அதில் சுப்ரமணியைப் படுக்கவைத்து, மண்ணை போட்டு மூடிவிட்டுச் சென்றிருக்கின்றனர். விளையாடப் போன மகனை மாலைவரை காணவில்லையே என்று மீனாட்சியம்மாள் தேடும்போதுதான், விஷயமே தெரிந்திருக்கிறது. அவசர

அவசரமாக ஓடிப்போய் குழியைத் தோண்டிப்பார்த்தால், தூங்கி எழுந்தவர்போல் சுப்ரமணி கண்விழித்திருக்கிறார். அதுவரை வெறும் சுப்ரமணியாக இருந்த அவர், அதன்பிறகு சுப்ரமணிய யோகியாக ஆகியிருக்கிறார். யோகத்திலும் ஞானத்திலும் ஈடுபாடு உடையவர்கள், இயல்பிலேயே கவிதை எழுதும் ஆற்றலைப் பெற்றுவிடுவதாக ஆய்வாளர்கள் சொல்வதுண்டு. யோகியார், யோகத்திலும் ஞானத்திலும் மந்திர ஜாலத்திலும்கூட, ஈடுபாடு மிக்கவராக அறியப்பட்டிருக்கிறார்.

காரைச்சித்தர் எழுதிய "கனகவைப்பு" என்ற நூலை ஆங்கிலத்தில் மொழிபெயர்த்தவர் அவரே. கனகவைப்பே அவர் எழுதியதுதான் என்ற கருத்தும் நிலவுகிறது. நாட்டிய சாஸ்திரத்தை மையமாகக் கொண்டு எழுதப்பட்ட சாத்தனாரின் "கூத்த" நூல், யோகியாரின் பதவுரை, பொழிப்புரையுடன் வந்திருப்பதை அறியலாம். ஓலைச்சுவடியில் இருந்த கூத்த சாஸ்திரத்தை, எளிய தமிழில் எழுதி, தமிழ்நாடு சங்கீத நாடக அகாடமி மூலம் யோகியாரே பதிப்பித்திருக்கிறார். யோகக்கலையின் அனுகிரகத்தால் மட்டுமே கூத்தநூலை எழுதி, அவரால் பதிப்பிக்க முடிந்ததென்று வைக்கப்படும் வாதத்தில் எனக்கு உடன்பாடில்லை. மொழியின் தீவிரத் தேடலில் இருப்பவர்க்கு, ஒரு நூலைப் பற்றியும் அதில் எழுதப்பட்டிருக்கும் விஷயங்களைப் பற்றியும் தெரிந்துகொள்வதில் இடைஞ்சல் இல்லை.

ஓலைச்சுவடியில் இருந்த எழுத்தைப் புரிந்து, பதமும் விளக்கமும் சொல்ல யோகக் கலையை நாடவேண்டியதுமில்லை. இதே கூத்தநூலுக்கு விளக்கவுரை எழுத, மகாவித்வான் மே. வீ. வேணுகோபால் விரும்பியதாகவும் தகவலிருக்கிறது. எந்த யோகக்கலையின் பயிற்சியுமில்லாமல், உ. வே. சா., எத்தனையோ நூல்களை ஓலைச்சுவடிகளிலிருந்து தமிழை நமக்கு காப்பாற்றித் தந்திருக்கிறார். எங்கேயும் அவர், அதற்கெல்லாம் யோகக்கலையே காரணமென்று குறிப்பிடவில்லை. தெய்வ சங்கல்பம் என்றுதான் கூறியிருக்கிறார்.

தன்னிலிருந்து இலக்கியத்தை உருவாக்கும் தன்மையுடையவரே யோகியார். காவல்துறையில் பணிபுரிந்து வந்த அவர், காந்தியின் அழைப்பையேற்று சுதந்திரப்

யுகபாரதி □ 129

போராட்டத்தில் ஈடுபட்டுச் சிறைக்குச் சென்றிருக்கிறார். ஒன்றரை ஆண்டுகள் சிறையிலிருந்த அனுபவத்தை "எனது சிறைவாசம்" எனும் தலைப்பில் நூலாகவும் எழுதியிருக்கிறார். "சிறைச்சாலை ஓர் தவச்சாலை; புன்மைக்கோட்டம்; இழிவுக்குகை. ஆனால், அதுதான் நமது சுதந்திரதேவி கோயிலின் வாயில்" என அவர் எழுதியுள்ளதை அறிகையில், விடுதலைப் போராட்டத்தில் அவருக்கிருந்த ஈடுபாட்டை புரிந்துகொள்ளலாம். அபராதத் தொகை செலுத்திவிட்டால் சிறையிலிருந்து வெளியாகலாம் என அன்றைய பிரிட்டிஷ் அரசாங்கம் அறிவித்திருக்கிறது. ஆனாலும்கூட, நாட்டுக்காகச் சிறையிலேயே இருக்கத் தயார் எனக்கூறி, அபராதத் தொகைக்குப் பதில் சிறைக் கொடுமையை அனுபவித்திருக்கிறார்.

அவருடன் ராஜாஜியும் பெரியாரும் அதே சிறையில் இருந்திருக்கிறார்கள். பக்தியிலும் யோகத்திலும் ஆர்வம் கொண்டிருந்த யோகியாருக்கு, பெண் தர பலரும் தயங்கியிருக்கிறார்கள். அந்த நேரத்தில் யோகியாரைப் பற்றி பெரியாரே நல்லவிதமாக எடுத்துச்சொல்லி, கமலாம்பாளைத் திருமணம் செய்துவைத்திருக்கிறார். யோகியாருக்குக் கவிதைகள் மீதே பிரதான விருப்பம். என்றபோதும், உடைநடை எழுத்திலும் அவருக்கு ஆர்வம் இருந்திருக்கிறது. புதுமை, பித்தன், குடிநூல், குமாரவிகடன், சுதந்திரச் சங்கு, ஆனந்த போதினி ஆகிய பத்திரிகைகளில் ஆசிரியராகவும் உதவியாசிரியராகவும் பணியாற்றியிருக்கிறார்.

உச்சிக்குடுமி. குங்குமப் பொட்டு. சிரித்தமுகம் என்றிருந்த இளவயது யோகியாரை ஊரில் எல்லோரும் "கிறுக்கு" என்றுதான் அழைத்திருக்கிறார்கள். 'எழுத்துக்கிறுக்கு'ப் பிடித்திருந்த என்னையும் ஊரில் அப்படித்தான் கூறுவார்கள்" என்று, பாரதி அறிஞரும் கலைக்களஞ்சிய ஆசிரியருமான பெரியசாமித்தூரன் குறிப்பிட்டிருக்கிறார். நிழலல்ல நிஜம் கட்டுரைத் தொடரில் வாமனனும் அதைப்பற்றி எழுதியிருக்கிறார்.

மாணவர்கள் கூடி நடத்திய பித்தன் இதழில் ஆன்மிக ஈடுபாடுடைய யோகியார் "பேயன்" என்னும் புனைப்பெயரில் எழுதி வந்ததாகவும் பெரியசாமித்தூரன் பகிர்ந்திருக்கிறார்.

பித்தனை அடுத்து கோபிச்செட்டிப்பாளையத்தில் இருந்து வெளிவந்த புதுமை இதழுக்கு ஆசிரியராகவும் யோகியார் இருந்திருக்கிறார். அந்தப் புதுமை இதழில்தான், உமர்கய்யாமின் ரூபாயியத்தின் மொழிபெயர்ப்பை எழுதியிருக்கிறார். அவர் பெயரை இன்றளவும் சொல்லிக்கொண்டிருக்கும் அழகிய மொழிபெயர்ப்பு அது.

ஒரு பாடலையோ கவிதையையோ எழுதும்போது, தன்னியல்பாக வந்துவிழும் சந்தங்களே சில வார்த்தைகளை தந்துவிடுவதாக யோகியார் குறிப்பிட்டிருக்கிறார். எதுகையே ஒருவருடைய கருத்துகளைப் படைப்பதில் உதவுவதாகவும் சொல்லியிருக்கிறார். ஒருமுறை "நூறுகுடம் ரெண்டுதரும் நொடியில் இழுக்கணுமாம்" என்ற வரிக்கு ஏற்ற எதுகையை யோசித்திருக்கிறார். அப்போது, சேறு தடம், மாறுபடும், தூறடங்கும், கூறுகொளும் என பலவிதமாக யோசனை வந்திருக்கிறது. இறுதியில், ஆறடங்கும் என்ற சொல்லே பொருந்திவர, அடுத்தடுத்த வரிகளும் அதன்போக்கிலே கிடைத்திருக்கின்றன. நாட்டார் பாடல்களின் சொல்முறையை உற்றுக் கவனித்தால், யோகியார் சொல்வதிலுள்ள நுட்பத்தை விளங்கிக்கொள்ளலாம்.

கம்பன் ஒருநாள் யாரோ ஓர் உழவன் பாடிய ஏற்றப் பாடலைக் கேட்டுவிட்டு, அடுத்தவரி என்னவாக இருக்குமென்று யோசித்திருக்கிறார். எதை எதையோ யோசித்துப் பார்த்தவர், எதுவும் தோணாமல் மறுநாள் அதே உழவன் பாடிய வரியில் மயங்கினாரென்று தனிப்பாடல் திரட்டில் குறிப்பிருக்கிறது. "மூங்கில் இலைமேலே / தூங்கும் பனி நீரே" என்பதுதான் முதல்நாள் உழவன் பாடியது. மறுநாள், "தூங்கும் பனிநீரை / வாங்கும் கதிரோனே" என முடித்திருக்கிறான். யோகியாருக்கு எதுகைபோல உழவனுக்கு மோனை உதவியிருக்கிறது.

கண்ணில் படுவதையும் காதில் கேட்பதையும் தீவிரமாக உள்வாங்கிக் கொள்பவர்க்கு எதுகையும் மோனையும் இயல்பாக வந்துவிடும். யோகியார் கண்டதையும் கற்பார், கண்டதும் கற்பார் என்று புகழப்பட்டிருக்கிறார். இன்றைக்கு எதுகைக்கும் மோனைக்கும் வேலையில்லாத புதுக்கவிதைகள் வந்துவிட்டன. ஆனால், ஒருகாலம்வரை எதுகையையும்

யுகபாரதி □ 131

மோனையையும் தெரியாதவர் கவிஞரில்லை என்பதுதான் நிலை. பாரதியைத் தொடர்ந்து யோகியாரும் சில புதுக்கவிதை முயற்சியில் ஈடுபட்டிருக்கிறார். நமது சினிமா உலகம் எனும் பத்திரிகையில் வெளியிடலாமெனக் கேட்டபொழுது வேண்டாமென மறுத்திருக்கிறார். வல்லிக்கண்ணனின் 'புதுக்கவிதையின் தோற்றமும் வளர்ச்சியும்' நூலில் அதுபற்றிய சிறு தகவல் இடம்பெற்றிருக்கிறது.

புதுக்கவிதையை ஆதரித்தவரே யோகியார். எனினும். அதைப் பிரசுரிக்கத் தயங்கியிருக்கிறார். கம்பனில் கரைகண்ட யோகியார், "கம்பன் கவி / கவிகளுக்குக் கவியரசன் / கவியரசர்களுக்குச் சக்ரவர்த்தி/ கவிச் சக்ரவர்த்தியும் வணங்கும் கவிதைக் கடவுள்" என்றிருக்கிறார். அந்த அளவுக்குக் கம்பனை தன்னுள் வரித்துக்கொண்டதால்தான் "சீதா கல்யாணம்" எனும் தலைப்பில் ஆங்கில நூலையும், "கவி உலகில் கம்பன்" என்ற உரைநடை நூலையும் எழுத முடிந்திருக்கின்றன. எதையும் நுனிப்புல் மேயாமல் ஆழ்ந்து வாசித்துப் பொருளையும் நயத்தையும் பிறருக்குச் சொல்லக்கூடியவராக யோகியார் இருந்திருக்கிறார். கம்பராமாயணத்தையும் தாயுமானவர் பாடல்களையும் சட்டையிலே வைத்திருந்தால் எந்த நாட்டிலும் எந்தத் தமிழனும் தலை நிமிர்ந்து நிற்கலாம் என்பதுதான் அவருடைய கருத்து.

கலை இலக்கிய விமர்சகர் க.நா. சுப்ரமணியத்திடம், அவர் தன்னைத் திருமூலர் மரபில் வந்த 49ஆவது சித்தரென்றே சொல்லியிருக்கிறார். திருமந்திரத்தில் திருமூலர் அணுவைப் பிளக்கும் விஞ்ஞான வழியை சொல்லியிருப்பதாக ஆராய்ந்து ஓர் ஆய்வேட்டையும் தயாரித்திருக்கிறார். அந்த ஆய்வேட்டை அரசாங்கத்திடம் கொடுத்து இரண்டாயிரம் ரூபாய் பணம் வாங்கியதாகவும் யோகியார் பற்றிய நினைவுக்குறிப்பில் க.நா.சு. பகிர்ந்திருக்கிறார். 'நீங்கள் சொல்வதெல்லாம் நம்பும்படியாக இல்லையே?' என்றதற்கு, 'எல்லாவற்றையும் நம்பிக்கொண்டிருப்பவன் முட்டாள். அதற்காக சுவாரஸ்யமான விஷயங்களை ஒதுக்கிவிட வேண்டுமென்று யார் சொல்வார்கள்' என்றும் யோகியாரே கேட்டிருக்கிறார்.

1938 முதல் 1960 வரை ஏறக்குறைய இருபத்து இரண்டு ஆண்டுகள் யோகியாருடன் பழகிய க.நா.சு.வுக்கு,

132 □ **நேற்றைய காற்று**

எதையும் மிகையாகவோ பொய்யாகவோ சொல்லவேண்டிய அவசியமிருப்பதாக எனக்குப்படவில்லை. அத்துடன் "பறந்துபோன பக்கங்கள்" நூலில் எழுத்தாளர் கோமல் சுவாமிநாதனும் ச.து.சு. யோகியார் "காகபுசண்ட ரிஷி காக்கை வடிவில் ககனமார்க்கமாக தம் வீட்டுக்கு வருவார்" என நம்பியதாகவும் தெரிவித்திருக்கிறார். அவரிடம், "உலோகாயதச் சித்தர் என்னும் பெயரில் சில பாடல்களை எழுதி சித்தர் பாடல்களுடன் சேர்த்திருக்கிறேன் என்றும், அச்சித்தர் பாடல்கள் வெளிவந்தவுடன் மக்களிடம் பொதுவுடைமைக் கருத்துகள் வேர்விடும்" என்றும் சொல்லியிருக்கிறார். "அவ்வாறு சேர்க்கப்பட்டால் மக்கள் அதை நம்ப முட்டாள்கள் அல்ல" என்று தான் யோகியாரிடம் சொல்லியதாகவும் கோமல் எழுதியிருக்கிறார்.

1984இல் வெளிவந்த பேராசிரியர் கா. சிவத்தம்பி "தமிழ் இலக்கியத்தில் மதமும் மானுடமும்" என்னும் நூலில், உலோகாயத சித்தர் பாடல்கள் பிற்காலத்தில் யாராலோ எழுதிச் சேர்க்கப்பட்டிருக்கலாம் எனும் ஐயத்தை முன்வைத்திருப்பது கவனிக்கத்தக்கது. எழுத்தாளர் புதுமைப்பித்தனுடனும் யோகியார் நெருங்கிய தொடர்பில் இருந்திருக்கிறார். யோகியார்மீது புதுமைப்பித்தன் வைத்திருந்த மதிப்பீடு குறித்து எழுத்தாளர் ஜெயமோகன் கூறியிருப்பதை ஆராய வேண்டும். பாரதியை முதல்முதலாக ச.து.சு. யோகியார் சந்தித்ததை பலரும் பல கட்டுரைகளில் விவரித்திருக்கிறார்கள். ஈரோட்டை அடுத்த கருங்கல்பாளையத்தில் 1921இல் நிகழ்ந்த வாசகசாலை ஆண்டுவிழாவிற்கு பாரதி அழைக்கப்பட்டிருக்கிறார்.

அந்த விழாவில்தான் யோகியார் பாரதியைச் சந்தித்திருக்கிறார். பாரதியின் உருவம் குறித்தும் அன்றைய அவருடைய பேச்சு குறித்தும் அவர் கூறியிருப்பவை, பாரதியே அவராகிவிட்டதைப் போன்ற உணர்வை ஏற்படுத்துகின்றன. 'மனிதனுக்கு மரணமில்லை' என்பதுதான் வாசகசாலை பாரதிக்குத் தந்திருந்த தலைப்பு, "மூன்று மணி நேரம் பண்டிதர்களின் மூச்சு முட்டும் முழக்கடித் தமிழ். அது வரையில் மேடையில் அமர்ந்திருந்த பாரதி ஆடவில்லை, அசையவில்லை. சுவாசம் விட்டாரோ என்னவோ, அதுகூட சந்தேகம். ஏதோ ஒரு சிற்பி செதுக்கிய ருத்ரன் சிலை

யுகபாரதி □ 133

அமர்ந்திருப்பது போலத் தோன்றியது. மீசையை முறுக்கும் போது அன்றி, வேறு யாதொரு சலனமும் கிடையாது. பேசுவதற்கு அவருடைய முறை வந்தது. எழுந்தார் என்பது தப்பு; குதித்தெழுந்தார், அவர் அமர்ந்திருந்த நாற்காலி உருண்டது. மேஜை முன்னே தாவித் தயங்கியது. அவருடைய பேச்சு? அதில் வாசக சாலையைப் பற்றி ஒரு வார்த்தைகூடக் கிடையாது.

பண்டிதர்களின் மூன்று மணி நேரப் பிரசங்கங்களுக்கு மூன்று நிமிஷங்கள் முடிவுரைகூட இல்லை" என்று கூட்டத்தை விவரிக்கத் தொடங்கிய யோகியார், கூட்டம்முடியும்வரை மெய்மறந்துபோய் பாரதியைப் பார்த்துக்கொண்டே இருந்திருக்கிறார். பாரதி, எடுத்த எடுப்பிலேயே உரத்த குரலில் "நான் மனிதருக்கு மரணமில்லை என்கிறேன்" என்று ஒலித்திருக்கிறார். "அலையும் ஊழிக்காற்றின் உக்கிர கர்ஜனை. ஆனால், அவைகளைப் போல வெறும் அர்த்தமில்லாத வெற்று ஓசையல்ல. அர்த்த புஷ்டியுள்ள அசாதாரண வீர்யத்தோடு கூடிய வேதக் கவிதையின் வியப்புக் குரல். "ஜயமுண்டு பயமில்லை மனமே இந்த ஜன்மத்திலே விடுதலையுண்டு நிலையுண்டு"ஆம்! இந்தப் பாடலைத்தான் நான் முதன்முதலாக அவர் வாய்மூலம் பாடக்கேட்டேன். அதன் முத்தாய்ப்புக்கு மேல் முத்தாய்ப்பான, ஜாஜ்வல்ய ஜங்காரத்வனி, மூர்ச்சனாக்ரமம் தவறாது மூர்க்காவேச முழக்கமான மூர்த்தண்யம், அண்டாண்டங்களை எல்லாம் துண்டு துண்டாய் உடைத்திடுவது போன்ற உத்தண்ட சண்டமாருத வீர்யம்" என்பன போன்ற மிகையான வாசகங்களில் அன்றைய நிகழ்வைக் குறித்து யோகியார் எழுதியிருக்கிறார்.

பாரதி குறித்து நம் இதயத்தில் இருக்கும் சித்திரத்திற்கு ஏற்பவே யோகியாரும் எழுதியிருக்கிறார். அவருடைய உரைநடைத்தமிழ் எத்தகையதென மேற்கூறிய வரிகளிலிருந்து அறிந்துகொள்ளலாம். தன்னை பிரமிப்பில் ஆழ்த்திய பாரதியின் "எனக்கு முன்னே சித்தர் பலர் இருந்தாரப்பா! யானும் வந்தேன் ஒரு சித்தன் இந்த நாட்டில்" என்பதை அடித் தொடர்ந்தே யோகியாரும் கா.ந.சு.விடம், தாமும் திருமூலர் வரிசையிலே வரும் சித்தர் என்றிருப்பாரோ என்னவோ? சின்னச் சின்ன

கதாபாத்திரங்களில் எம்.ஜி.ஆர். நடித்துக்கொண்டிருந்த காலத்தில், ஒருசில படங்களில் கதாபாத்திரங்கள் பேசக்கூடிய வசனங்களைச் சொல்லிக்கொடுப்பதற்கு யோகியார் அழைக்கப்பட்டிருக்கிறார். "நாதா, இங்கே வாருங்கள், தாங்கள் எங்கே செல்கிறீர்கள்" என்பதுபோல செந்தமிழில் வசனங்கள் இருந்த காலம் அது. கதாபாத்திரங்கள் அனைத்துமே அவ்விதம்தான் திரையில் பேசிக்கொண்டிருந்தன. என்றாலும், யோகியார் அப்படிச் சொல்லித் தராமல் "வாங்க, எங்க போறீங்க" என்றே நடிகர்களைப் பேச பழக்கியிருக்கிறார். அப்போது, எம்.ஜி.ஆர். உள்ளிட்ட அனைத்து நடிகர்களுக்கும் அப்படிப் பேசுவதைக் கேட்க நகைப்பாகவும் வியப்பாகவும் இருந்திருக்கிறது.

வழக்கமான செந்தமிழ் இல்லாமல் இவர் ஏதோ புதுவிதமாக எழுதி வந்திருக்கிறாரே என்று கேலியும் கிண்டலும்கூட செய்திருக்கிறார்கள். ஆனால், கால மாற்றத்தில் எளிய தமிழே திரைத்தமிழாக ஆகியிருக்கிறது. "படத்தின் உரையாடல்கள் மட்டமான கொச்சை பாஷையிலோ, உயர்ந்த இலக்கிய பாஷையிலோ எழுதுவது சரியல்ல" என்ற யோகியார், "சினிமா ஒரு கலை. கதை எழுதுவது மற்றொரு கலை. கதையின் இலக்கணம் வேறு. படத்தின் இலக்கணம் வேறு" என்று தெரிந்தே அத்துறையில் பயணித்திருக்கிறார்.

செந்தமிழில் இப்போது வசனங்களை தனுஷோ சிம்புவோ பேசினால் எப்படியிருக்குமென்று யோசித்துப்பாருங்கள். அவ்வளவு ஏன்? ரஜினியோ கமலோ பேசுவதுபோல நினைத்தாலும்கூட சிரிப்புத்தான் வரும். நல்லவேளை தமிழ் தப்பித்தது. எந்தத் துறையாயிருந்தாலும் ஆரம்பத்தில் கேலியும் கிண்டலும் சகஜம்தான். ஒரு பெரும் மாற்றத்திற்கு முன் கை எடுப்பவர்கள் அதையெல்லாம் சகித்துக்கொள்ளத்தான் வேண்டும். இன்னும் சில ஆண்டுகளில் மொத்தத் திரைத்தமிழுமே மாறும் எனக் கணித்த யோகியாரை தீர்க்கதரிசி என்றும், நாளை நடப்பதை அன்றே கணித்த மகான் என்றும் எம்.ஜி.ஆர். ஒரு மேடையில் வியந்திருக்கிறார்.

ச.து.சு.யோகியார் என்றதுமே சட்டென்று எல்லோரின் நினைவுக்கும் வருவது அவருடைய 'தமிழ்க்குமரி' நூல்தான். 1942இல் வெளியான அந்நூலில் 'அகல்யா' என்றொரு

யுகபாரதி ☐ 135

குறுங்காப்பியம் இடம்பெற்றிருக்கிறது. அகலிகையை "பூவாத பூமங்கலம் / புரையாத மணிவிளக்கம் / மோவாத முத்தாரம் / முளையாத செங்கரும்பு / காம்பின்றித் தன்னிலேதான் / கவின்விரியும் கற்பக்ககா / கூம்புமிருள் மெட்டியிலே / குமையாத மின்னல் வெள்ளம்" என்று எதிர்மறைச் சொற்களால் வர்ணித்திருக்கிறார். தமிழ்க் கவிதையின் செவ்வியல் தன்மையைக் கிரகித்து ஆக்கப்பட்ட அந்நூலில் யோகியார் அகலிகைக்காக வழக்கறிஞராக மாறி வாதிட்டிருக்கிறார். "முக்காலம் தானுணரும் முனிவன் நீ ஏமாந்ததால் / அக்கால் உன் அன்பால் ஏமாந்ததும் ஓர் அற்புதமோ" என்ற வரிகளைக் கண்ணதாசன் குறிப்பிட்டுப் பாராட்டியிருக்கிறார்.

முக்காலமும் உணர்ந்த முனிவனுக்கு நடந்தது குறித்துத் தெரியாதபோது, ஒன்றுமே அறியாத அகலிகைக்கு வந்தது யாரென்று தெரிந்திருக்குமா? என்றுதான் அகலிகைக்காக யோகியார் அக்காப்பியத்தில் வாதம் வைத்திருக்கிறார். பாரதிக்கும் பாரதிதாசனுக்கும் நிகரான கவியாக யோகியாரைப் பார்க்கும் கண்ணதாசன் "சமூகப் பிரச்சனைகளிலும் அன்றாட வாழ்க்கையில் சம்பந்தப்படாமலும் ஒதுங்கியே இருந்ததால் உலகம் அவரைக் கண்டுகொள்ளவில்லை. ஆனால், அவரிடம் ஆழ்ந்த கருத்தோட்டம் உண்டு. பழைய கதைகளிலே புதிய கண்ணோட்டம் உண்டு. செழுமையான சொற்கோலங்கள் உண்டு" என்று 1972இல் வெளிவந்த தீபம் இதழில் தெரிவித்திருக்கிறார். தனக்குப் பின்னே வந்தவர்களையும் கவர்ந்திழுத்த யோகியார் "காசில்லா கனகரத்தினம்" எனும் கவிதையில், கண்ணதாசன் குறைபட்டுக்கொண்ட அன்றாடப் பிரச்சனைகள் குறித்தும் பாடியே இருக்கிறார்.

அல்லல்படும் காசில்லா கனகரத்தினம், "காசினிக்கும் கருணையில்லை / கடவுளுக்கும் கண்ணில்லை / சீசீ சமூகத்தின் / சிறுமைக்கும் அளவில்லை" என்று ஆதங்கப்படுவது போல்தான் கவிதையை முடித்திருக்கிறார். குடும்பச் சூழலை முழுதுமாக விவரித்து, எது செய்யவும் முடியாத ஓர் ஏழை பிராமணன் படும் அவதிகளைப் பேசுவதே அக்கவிதையின் தொனி. பஞ்சைப் பார்ப்பான் என்ற குறிப்பையும் கவிதையில் தந்திருக்கிறார். அக்கவிதை, காசில்லாதவர்க்கு உலகத்தில் மதிப்போ மரியாதையோ இல்லையென்னும் அன்றாடப்

பிரச்சனைகளைப் பேசுவதுதான். ஆனாலும், அதற்குப் பின்னே இருக்கும் அரசியலைப் பார்த்து எழுதுவதுதான், சரியான சமூகக் கவிதையென்று கண்ணாதாசனுக்குப் பட்டிருக்கலாம். ஒருவரின் எண்ண ஓட்டத்தையும் எழுத்து முறையையும் காலத்தை வைத்தே கணக்கிட முடியும். அந்தக் கணக்கில் யோகியார் பற்று வைத்திருக்கிறாரா, இல்லையா என்பதுதான் முக்கியம். என்னுடைய சிந்தனைக்கேற்ப எழுதவில்லை என்றோ பொதுமக்களின் அபிப்ராயத்தைக் கணக்கில் கொள்ளவில்லை என்றோ சொல்வது எந்த அளவிற்குப் பொருத்தமான வாதமென்று வைப்பவர்களே சொல்ல வேண்டும். நிறைகளில் மட்டுமல்ல, குறைகளிலும் யோகியார் பாரதியைப் பின்பற்றியிருக்கிறார் என்றொரு விமர்சனம் உண்டு.

காளியையும் பராசக்தியையும் போற்றுவதில் பாரதியை ஒத்திருக்கும் அவர், இயற்கையை வர்ணித்து எழுதப்பட்ட பாடல்களின் இடையேயும் காளி, தேவி, அன்னை என்று கூவி கவிதை அழகைக் குலைத்துவிடுகிறார்" என்று தீபம் இதழில் வெளிவந்த ஒரு கட்டுரை தெரிவித்திருக்கிறது. "பாரதிக்குப் பின் தமிழ்க் கவிதை வளர்ந்திருக்கிறதா" என்னும் விவாதத்தைக் கிளப்பி, யோகியாரை மூழ்கடிக்கும் வேலையைத் தீபம் செய்திருக்கிறதென்று நான் சொல்லவில்லை. 1968ஆம் ஆண்டு மே மாதம் வெளிவந்த தீபம் இதழில் "வளர்வோன்" என்பவர் எழுதியிருப்பதைதான் காட்டியிருக்கிறேன். பாரதியின் கவிதைகள் நாட்டுடமையாக்கப்படவேண்டும் எனும் கோரிக்கையை முன்வைத்து, பாரதி விடுதலைக் கழகம் 1948இல் நடத்திய மாநாட்டிற்குத் தலைமை வகித்தவர் ச.து. சு. யோகியார். யோகியாருடன் வ.ரா., நாரண துரைக்கண்ணன், அ. சீனிவாசராகவன், வல்லிக்கண்ணன், திருலோக சீத்தாராம் ஆகியோரும் அம்மாநாட்டில் கலந்துகொண்டது புதுத்தகவல் அல்ல.

பாரதிக்குப் பின் தமிழ்க்கவிதை என்று ஆராய முனைபவர்கள், அந்த பாரதியின் கவிதைகள் மக்களிடத்தில் பரவ காரணமானவர்களையும் கணக்கிலெடுத்துக்கொண்டு ஆராய்வது அவசியமாகிறது. தமிழ்க் கவிதையின் வளர்ச்சிக்குக் குறிப்பிட்டவர்களே உழைத்திருக்கிறார்கள் அல்லது

யுகபாரதி □ 137

பங்காற்றியிருக்கிறார்கள் என்று சொல்வதுகூட, ஒருவித மேட்டிமைத்தனம்தான். காலத்தின் சுழற்சிக்கும் மாற்றத்திற்கும் ஏற்பவே படைப்பாளிகள் உருவாகிறார்கள். அவர்களுடைய சமூகப் பொருளாதார அரசியல் கண்ணோட்டங்களின்படியே எழுதவும் செய்கிறார்கள். அப்படி இருக்கையில் ஒருசிலரை உயர்த்தியும் ஒருசிலரைத் தாழ்த்தியும் சொல்லவேண்டிய அவசியமில்லை.

இந்திய சுதந்திரத்தை முன்வைத்துப் போராட்டங்களும் கிளர்ச்சிகளும் நிகழ்ந்துவந்த காலத்தில் அதைப் பற்றியெல்லாம் ஏன் யோகியார் அதிகமாக எழுதாமலிருந்தார்? ஆத்ம சோதனையிலும் தெய்வ நம்பிக்கையிலும் தனக்கு முன்னிருந்த பாரதியைப் பின்பற்றி, காளியையும் தேவியையும் எழுதிய அவர் முப்பதுகோடி முகமுடைய மனிதர்களின் பிரச்சனையை ஏன் முதன்மைப்படுத்தவில்லை என்று கேட்பதில் நியாயம் இல்லாமலும் இல்லை. சிறையில் இருக்கும்போது மலையாளக்கவி வள்ளத்தோலின் மகதலேனா மரியம் கவிதையைப் பற்றி கேள்விப்பட்டு, யோகியாரும் மேரி மகதலேனாவைச் சிந்தித்திருக்கிறார்.

வள்ளத்தோலின் கவிதைக்கும் யோகியாரின் படைப்புக்கும் எந்தவித ஒற்றுமையும் இல்லையென்று மலையாளம் அறிந்த யோகியாரின் நண்பர் டாக்டர் எஸ்.கே. நாயர் கூறியிருக்கிறார். பாரதியின் பாஞ்சாலி சபதத்திற்கு ஒப்பானதே யோகியாரின் அகல்யா என்று எழுத்தாளர் பி.ஜி. சுந்தர்ராஜன் தெரிவித்திருக்கிறார். சிட்டி என்னும் புனைப்பெயரில் எழுதிய அதே சுந்தர்ராஜன். அகில இந்திய வானொலியில் பணியாற்றியபோது யோகியாரின் ஏராளமான நாடகங்களை ஒலிபரப்பியிருக்கிறார். அப்போது ஆண்டுதோறும் டில்லியில் நிகழ்ந்துவந்த குடியரசு தினவிழா கவியரங்கில் யோகியார் கலந்துகொள்ள சகல ஏற்பாடுகளையும் சிட்டியே செய்திருக்கிறார்.

அந்த ஆண்டில் வாசிக்கப்பட்ட கவிதைகளில், யோகியாரின் கவிதையே ஆகச்சிறந்ததென்று அப்போதைய பிரதமமந்திரி நேரு பாராட்டியிருக்கிறார். பல மொழிகளிலிருந்தும் கவிஞர்கள் வரவழைக்கப்பட்டு, கவிதைகளை வாசிக்கவைத்து, அதை உடனுக்குடன் மொழிபெயர்த்து ஒலிபரப்பப்படும்முறை

138 □ **நேற்றைய காற்று**

அப்போது இருந்திருக்கிறது. ஆங்கிலத்தில் கவிதையெழுதும் திறனுடைய ச.து.சு.யோகி, அங்கு வாசித்த கவிதையை தமிழில் எழுதியிருந்தாரா? ஆங்கிலத்தில் எழுதி வாசித்தாரா? என்பது பற்றி சிட்டி குறிப்பிடவில்லை. ஏன் இதைச் சொல்கிறேன் என்றால், வால்ட் விட்மனின் புல்லின் இதழ்கள் நூலை தமிழில் மொழிபெயர்த்து ' "மனிதனைப் பாடுவேன்" எனும் தலைப்பில் வெளியிட்டவர் யோகியார் என்பதால்தான். பாரதியே புதுக்கவிதையைத் தமிழுக்கு அறிமுகப்படுத்தியவன். ஆனாலும், அவனைத் தொடர்ந்து பலரும் எழுதுவதற்கு விட்மனின் புல்லின் இதழ்கள் பெரும் ஊக்கியாக இருந்திருக்கிறது.

குறைந்தபட்ச இலக்கண அறிவுகூட இல்லாமல் இன்றைக்கு ஒருவரால் கவிதை எழுத முடிகிறதென்றால், அதற்கான தடத்தை ஏற்படுத்திக்கொடுத்ததில் சிறுபத்திரிகைகளுக்கு பெரும் பங்குண்டு. எழுத்து பத்திரிகையில் சி.சு. செல்லப்பா புதுக்கவிதைகளுக்கான வகைமாதிரிகளைத் தொடர்ந்து வெளியிட்டு வந்திருக்கிறார். உரைநடைத் தமிழில் எழுதிவந்த பலரும் அப்பத்திரிகையில் புதுக்கவிதை எழுதத் தொடங்கியதும் அப்போதுதான். அந்தப் புதுக்கவிதையை ஒரு கட்டத்தில இடதுசாரிகள் கையெலெடுத்து, பூமியைப் புரட்டும் நெம்புகோல் கவிதைகளை வானம்பாடியில் வடித்ததையும், அதன் வழியே கவிதை ஜனநாயக மயப்பட்டதையும் நாமறிவோம்.

ஒரு பெரும் புரட்சியின் இறுதியில், காயங்களும் சிராய்ப்புகளும் மட்டுமே மிஞ்சின என்பதுதான் வருத்தத்துக்குரியது. கவிதைகள் காலந்தோறும் வளர்ச்சியை நோக்கியே நகர்வதாக எண்ணுகிறோம். தமிழைப் பொறுத்தவரை அந்த எண்ணம் பின்னோக்கி போய்விட்டதோ எனத் தோன்றுகிறது. அப்படிப் போவதும்கூட தற்போதைய நிலையில் நல்லதுதான். சங்க இலக்கியத்தின் தொடர்ச்சியை அறியாமல், மேற்கத்தைய கவிதைகளின் பாதிப்பில் எழுதும் இன்றைய இளம் கவிஞர்கள், தங்கள் இலக்கியச் செல்வத்தை இனியாவது கண்டுகொள்ள வேண்டும். எது இலக்கியச் செல்வம்? முன்னிருந்த கவிஞர்களை அடியொற்றி எழுதுவதா? இல்லை புதுவகையான எழுத்தைத் தமிழுக்குத்

யுகபாரதி □ 139

தருவதா? எனும் கேள்விகள் எழாமலில்லை. ச.து.சு. யோகியார் போன்றவர்கள், பழந்தமிழ் இலக்கியத்தையும் இலக்கணத்தையும் பிழையறக் கற்றவர்கள்தான். ஆனாலும், அவர்கள் பாரதியைப் போலவோ பாரதிதாசனைப் போலவோ ஏன் கண்டுகொள்ளப்படாமல் போயினர் என்பது கவனிக்கத்தக்கது.

அரசியல் தத்துவங்களை அல்லது கொள்கைகளை முன்வைத்து யார் எழுதுகிறார்களோ அவர்களே தொடர்ந்து மக்களிடம் இருந்துவருகிறார்கள். அவர்களை மக்கள் மத்தியில் உயிர்ப்புடன் வைத்திருக்கக் கட்சிகளும் இயக்கங்களும் விரும்புகின்றன. ஏனெனில், கட்சிகளுக்கும் இயக்கங்களுக்கும் கருத்தியல் சார்ந்த ஆளுமைகளாகப் படைப்பாளர்களை முன்நிறுத்துவதில் ஒரு சிக்கலும் இல்லை.

பட்டுக்கோட்டையும் கண்ணதாசனும் தங்களுடைய படைப்புகளின் வழியே அறியப்பட்டதற்கும் மேலான அந்தஸ்தைக் கட்சிகளும் இயக்கங்களுமே அவர்களுக்கு ஏற்படுத்தின என்றொரு பார்வை இருக்கிறது. மக்கள் மத்தியில் படைப்பாளனைக் கொண்டுசெல்லும் ஊடகமாக இயக்கங்களே இருந்துள்ளன. என்னதான் சினிமா என்கிற ராட்சச ஊடகத்தின் பங்குபற்றி, தம்மையும் தம் படைப்புகளையும் கொண்டுசெல்ல முயன்றாலும், குறிப்பிட்ட படைப்பாளனைத் தூக்கிப்பிடிக்க ஒரு பெரும் ஜனத்திரள் கொண்ட கட்சியோ இயக்கமோ தேவைப்படுகிறது.

திரும்பத் திரும்பக் கட்சிகளும் இயக்கங்களும் நினைவூட்டவில்லையென்றால் பாரதியும் பாரதிதாசனுமேகூட நிலைபெற்றிருப்பார்களா? என்பது சந்தேகம்தான். அரசியல் கட்சிச் சார்பைப் பற்றி நான் சொல்லவில்லை. தத்துவங்களின் கொள்கைகளின் சார்பிலிருந்து இயங்குவதைப் பற்றியே பேசுகிறேன். "புதுமைக் கவியோகி" என பி. ஸ்ரீ.யால் புகழப்பட்ட யோகியார் 59 ஆண்டுகளே மண்ணில் வாழ்ந்திருக்கிறார்.

யோகியாரின் படங்களைப் பற்றி கல்கி எழுதும்போது "கதை சாதாரணமானது, சம்பவங்கள் எல்லாம் வாழ்க்கையில் எதிர்பார்க்கக்கூடியன. இயற்கையாகப் பேசி இயற்கையாக நடந்துகொள்ளும் மனிதர்களையும் ஸ்திரீகளையும்

பார்க்கிறோம்" என்றிருக்கிறார். "போதுக்கும் பாட்டு, பொழுதெல்லாம் சங்கீதம்" என்று ஒரு கவிதையில் எழுதியிருக்கும் யோகியார், "சூதுக்கும் வஞ்சனைக்கும் / சூழ்ச்சிக்கும் மாந்தர்செயும் / வாதுக்கும் மாமருந்து / யாங்கள் செயும் வண்கவிதை" என்று அதே கவிதையில் குறிப்பிட்டிருக்கிறார். வண்கவிதை என்ற பதம், திரைக்கு வெளியே அவர் செய்த கவிதைகளைப் பற்றியது. "அன்னை பராசக்தி / நம்மகத்தே ஊட்டிய / ஆசை விளக்கு அவிந்திடுமோ" என்று 'நன்னம்பிக்கை' படத்தில் யோகியார் எழுதியிருக்கிறார்.

ஆசை விளக்குகள் அவிவதில்லை, யோகியாரின் எழுத்துகளைப் போல. அமுதக் கவிதைக் கடலில் யானொரு சிறுநுரைக் கலக்கம் என்று யோகியார் தம்மைப் பற்றித் தாமே எழுதியிருப்பது நினைவை மோதுகிறது. கவிதைக் கடலின் எக்கரையிலிருந்தும் அவர் நம்மை நனைத்திருக்கிறார்.

யுகபாரதி □ 141

சுரதா

விண்ணுக்கு மேலாடை பருவமழை

ஒன்றை மற்றொன்றுடன் ஒப்பிட்டுப் பார்க்காமல், அதனதன் இயல்பை அப்படியே வெளிப்படுத்தும் புதுக்கவிதைகள் மிகுந்துவிட்டன. புதுக்கவிதைகளையே நவீன கவிதைகள் எனவும் அழைக்கத் தொடங்கிவிட்டனர். “புது” என்கிற சொல், பழசாகிவிட்டதால் நவீனம் என்னும் சொல்லை சிறுபத்திரிகைகள் பயன்படுத்துகின்றன. நவீனத்தின் அர்த்தமும் புதிதுதான். இன்னும் கொஞ்சநாளில் இந்த நவீனமும் பழசாகிவிடலாம். மாற்றாக வேறொரு புதுச்சொல் புழக்கத்திற்கு வரலாம். காலகதியில் அதற்கான துரித வேலையை எந்தச் சிறுபத்திரிகை ஆரம்பித்து அறிவிக்கப் போகிறதோ? பழைய சொற்களே தேவைப்படாத இக்காலத்தில், உவமைக்கவிஞர் என்று அழைக்கப்பெற்ற சுரதாவைத் தவிர்க்கமுடியவில்லை.

உவமைகள் மூலம் தம் எழுத்துக்கான தனித்துவத்தை ஸ்தாபித்துக் கொண்டவரே அவர். உவமையைக் கவிதைகளின் அணியாகக் கருதாமல், அதையே தம் அடையாளமாக ஆக்கிக் காட்டியிருக்கிறார். அதிலும், அவருக்கே உரிய புதிய

புதிய சொல்லாட்சிகளைக் கட்டமைத்து கவனிக்கத்தக்க, படிமங்களையும் குறியீடுகளையும் உருவாக்கியிருக்கிறார். ஒருவிதத்தில் புதுக்கவிதைகளின் இன்றையப் போக்குக்கும் உருவத்திற்கும் வடிவம் கொடுத்தவராக அவரைக் கருதலாம்.

குறியீட்டை "சின்னம், அடையாளம்" எனும் பொருளிலும் படிமத்தை "வார்ப்பு, பிரதிமை, உருவத் தோற்றம்" எனும் பொருளிலும் அழைத்துவருகிறோம். படிமம், குறியீடு இரண்டுமே புதுக்கவிதைக்கு உரியவைதான். எனினும், மரபிலுள்ள உவமையும் உருவகமுமே பெயர் மாறி அழைக்கப்படுவதாக மார்க்சிய அறிஞர் கைலாசபதி தமது கட்டுரையொன்றில் கூறியிருக்கிறார். இன்னும் சொல்வதெனில், உவமை என்பது, சொல்லையும் பொருளையும் உணர்த்துவதற்கான உத்தியே. உவமை எங்கே பயன்படுத்தப்பட்டாலும் அது, கற்பனையின் செயல்தான். எடுத்துக்கொண்ட பொருள், அதனை ஒத்த பொருள், இரண்டிற்குமுள்ள பொதுத்தன்மை, இரண்டையும் இணைக்கப் பயன்படும் சொல் என நான்கு கூறுகளாக உவமையைத் தொல்காப்பியர் பகுத்திருக்கிறார்.

"தண்ணீரின் ஏப்பம்தான் அலைகள், யானைத் தந்தம்போலே பிறைநிலா, வெற்றிலை போடாமல் வாய் சிவந்த கிளிகள், நெளியும் பாம்புபோல நதிகள், படுத்திருக்கும் வினாக்குறிபோல் மீசைவைத்த பாண்டியர்கள், ஈர உடைபோல நான் அவருடலில் ஒட்டிக்கொள்வேன், ஆய்தவெழுத்தின் அமைப்பே அடுப்பாம், அம்பலத்தில் கட்டுச்சோறவிழ்த்தல் போலே, மோனையைப் போல் முன்வந்தான்" என்றெழுதி, உவமைகளுக்காகவே கவிதைகளைக் கவனிக்க வைத்த சுரதா, பாரதிதாசனின் கவிதைப் பரம்பரையைச் சேர்ந்தவர். அறுபத்துமூன்று நாயன்மார்களையும் பனிரெண்டு ஆழ்வார்களையும் எண்ணிச் சொல்வதுபோல, பாரதிதாசனின் பரம்பரைக் கவிஞர்களை எண்ணிச் சொல்வது எளிதல்ல. ஏனெனில், நூற்றுக்கும் மேற்பட்டவர்கள் தங்களை பாரதிதாசனின் கவிதைப் பரம்பரையைச் சேர்ந்தவர்களாக அறிவித்திருக்கிறார்கள்.

1947ஆம் ஆண்டு புதுக்கோட்டையிலிருந்து வெளிவந்த "பொன்னி" இதழ், "பாரதிதாசன் பரம்பரை" என்னும் நூலில் அக்கவிஞர்களின் பட்டியலை வெளியிட்டிருக்கிறது.

யுகபாரதி □ 143

தொகுத்திருப்பவர் சுரதா. நூற்றுக்கும் மேற்பட்டவர்கள் தங்களைப் பாரதிதாசனின் பரம்பரையாகக் கூறிக்கொண்டாலும், நாற்பத்து ஏழுபேர்தான் அந்தத் தகுதியைப் பெறுவதாக சுரதா, சுபமங்களா நேர்காணலில் தெரிவித்திருக்கிறார்.

புதுக்கோட்டையில் இருந்து வெளிவந்த “தலைவர்” பத்திரிகையில் சுரதா துணையாசிரியராகப் பணியாற்றியபோது அவருக்குக் கவிஞர். கு. சா. கிருஷ்ணமூர்த்தியின் அறிமுகம் கிடைக்கிறது. கு, சா. கிருஷ்ணமூர்த்தி தகுதிவாய்ந்த கவிஞர் மட்டுமல்ல; நாடகாசிரியரும்கூட. “தமிழ் நாடக வரலாறு” எனும் தலைப்பில் அவர் எழுதிய நூல், தமிழ்நிலத்தின் நாடகங்களின் தோற்றத்தையும் வளர்ச்சியையும் முழுமையாகச் சொல்லவல்லது. சுதந்திரத்திற்கு முன்னும் சுதந்திரத்திற்கு பின்னும் நாடகங்களில் நிகழ்ந்த மாற்றங்களை அந்நூலில் அவர் விவரித்திருக்கிறார். கூத்துக்கலையில் தொடங்கிய நாடகம் குறித்தும் திரைப்படங்கள் வந்தபின்பு நாடகங்களுக்கு நேர்ந்த கதி குறித்தும் அறிய அந்நூல் உதவும்.

அவரே கவிஞராக இருந்தும்கூட, தன்னைச் சந்திக்கவந்த ஒரு தயாரிப்பாளரிடம் சுரதாவை அறிமுகப்படுத்தி, என்னைவிடவும் நன்றாக எழுதக்கூடியவர் என்றிருக்கிறார். கு. சா. கிருஷ்ணமூர்த்திமீது அந்தத் தயாரிப்பாளர் வைத்திருந்த நம்பிக்கையின் அடிப்படையிலேயே “மங்கையர்க்கரசி” திரைப்படத்தில் பணியாற்ற சுரதாவுக்கு வாய்ப்பு கிடைத்திருக்கிறது. பாடலில் சுரதா வெளிப்படுத்திய தனித்துவத்தைக் கண்டு, வசனத்தையும் எழுதித்தர அந்தத் தயாரிப்பாளர் கேட்டிருக்கிறார். ஒரு கவிஞர் இன்னொரு கவிஞருக்கு வாய்ப்பு வாங்கிகொடுத்திருக்கிறார் என்பது விசேஷமல்ல. வாய்ப்பு வாங்கிக் கொடுக்குமளவுக்கு அவரும் உச்சத்தில் இருந்திருக்கிறார் என்பதுதான் முக்கியம்.

அதுமட்டுமல்ல, ம.பொ.சி.யின் தமிழரசுக் கழகத்தின் தலைமைப் பொறுப்பாளர்களில் ஒருவராக இருந்த கு. சா. கிருஷ்ணமூர்த்தி, கொள்கையளவில் தனக்கு எதிராக இயங்கிவந்த திராவிட இயக்கப் படைப்பாளர் ஒருவருக்கு உறுதுணை புரிந்திருக்கிறார் என்பதும் அதில் கவனிக்க வேண்டியது. பாரதியின் கவிதா மண்டலத்தைச் சேர்ந்த சுப்புரத்தினமே பாரதிதாசனாக அறியப்படுகிறார். ஆனால்,

அவரைத் தலைமையாகக் கொண்டு இயங்கிய கவிஞர்களோ எண்ணிக்கையில் நூற்றுக்கும் மேலாக இருக்கிறார்கள். இந்த நூறுபேரில், தலைமைக்கவியாக தம்மை நிறுவிக்கொண்டவர் சுரதா மட்டுமே. சுப்புரத்தினதாசன் என்பதன் சுருக்கமே சுரதா.

பாரதிதாசனின் ஆகிருதியைப் பெருமளவு பெருக்கியதில் சுரதாவின் பங்கு குறிப்பிடத்தக்கது. "தடை நடையே அவரெழுத்தில் இல்லை / வாழைத் தண்டுக்கா தடுக்கின்ற கணுக்கள் உண்டு?" என பாரதிதாசனின் கவிதையைப் பற்றி எழுதியிருக்கிறார். பாரதிதாசன் தொடக்கத்தில் பக்திப் பாடல்களை எழுதியிருந்தாலும், அவர் சீர்திருத்தக் கவியாகவும் பகுத்தறிவுக் கவியாகவுமே பார்க்கப்படுகிறார். சக்தி உபாசனையில் தன்னை கரைத்துக்கொண்ட தம் குருநாதர் பாரதியைப்போல் பக்திப் பாடல்களை அவர் எழுதவில்லை. மாறாக, நாத்திகக் கருத்துகளையே முன்வைக்க முனைந்திருக்கிறார்.

தமிழ்க்கவிதைப் போக்குகளை அரசியல் கண்கொண்டு அணுக முற்படுகிறவர்களுக்கு இந்த இடம் முக்கியமானது. பாரதிதாசனின் எழுச்சியும் அவரைப் பின் தொடர்ந்து எழுத வந்தவர்களின் ஆக்கங்களும் திராவிடச் சார்பையும் கடவுள் மறுப்பையுமே கொண்டிருக்கின்றன. ஒருவரைப் பின்பற்றி எழுதத்தொடங்கும் ஒருவர், அவருக்கு எதிர்த் திசையில் பயணித்திருப்பதை காலத்தின் தேவையாகப் புரிந்துகொள்ளலாம். அழகியல், சொல்முறை என்பதில்கூட, பாரதியை அடியொற்றி பாரதிதாசன் எழுதியதாகத் தெரியவில்லை. பாரதியை ஆனவரையில் வியந்திருக்கிறார் அவ்வளவே. சமூகம் சார்ந்த பதிவுகளில் பாரதிக்கு இந்திய தேசியமும் அதன் விடுதலையும் பிரதானமாகத் தெரிந்திருக்கின்றன. பாரதிதாசனுக்கோ, திராவிட நாடும் இந்தி எதிர்ப்புமே முதன்மையாகப் பட்டிருக்கின்றன.

சுரதா, தன் ஆசானின் அடிதொடர்ந்து நடந்திருக்கிறார். தமிழர்கள் தங்களின் ஆதிகால அடையாளத்தையும் மரபையும் இழந்துநிற்பதை இயன்றவரை எழுதியிருக்கிறார். கவிதைகளின் வழியே அவர் மீட்க நினைத்த பெருமைகளும் பெருமிதங்களும் அவையே. என்னுடைய "பல்லாங்குழியில் வட்டம் பார்த்தேன்" பாடல் வெளிவந்த சமயத்தில்,

யுகபாரதி □ 145

பல்லாங்குழி, குழி வட்டமாயிற்றே அதை எப்படி ஒரு ரூபாய்க்கு உவமையாக எழுதலாம் என விமர்சனம் எழுந்தது. நிலாமுகம் என்றாலோ தாமரைமுகமென்றாலோ அதை உவமையாக ஏற்றுக்கொள்பவர்கள், ஒருரூபாய்க்கு பல்லாங்குழி வட்டத்தை வித்யாசமான உவமையாகப் பார்க்காதது வேடிக்கையாயிருந்தது. ஒரு ரூபாய்க்கு, ஒற்றை நாணயம் சரியான பிரயோகமில்லை. ஒரு ரூபாய் என்பது ரூபாயின் மதிப்பைப் குறிப்பது.

ஒற்றை நாணயம் என்பதோ நாணயத்தின் வடிவத்தைப் பற்றியது. ஆக, அவர்கள் பாடலை விமர்சிக்கத் துணிந்ததில் பிழையில்லை. அதை உவமையோடு போட்டுக் குழப்பிக்கொண்டதில்தான் பிரச்சனை. சுரதாவைப் பொறுத்தவரை இம்மாதிரி பிரச்சனைக்கெல்லாம் இடமளிக்காமல், எல்லோரும் ஏற்கும்விதத்தில் உவமைகளைக் கையாண்டு இருக்கிறார். சுரதா, "உவமையை அடுக்குவதில் கவனம் செலுத்தி கவிதையைத் தேக்கப்படுத்திவிட்டார்" என்று எழுத்தாளர் பெருமாள்முருகன் எழுதியிருக்கிறார். அந்தக் காலத்துக் கவிதைகளின் அணுகுமுறையும் இலக்கண வரையறைகளும் அத்தகையனவே என்பது அவருக்குத் தெரியாததல்ல. ஒரு கருத்தை நேரடியாகச் சொல்லும் தன்மை, மரபுக் கவிதையில் சாத்தியமில்லை. கொஞ்சமாவது சுற்றி வளைத்துத்தான் மூக்கைத் தொடவேண்டும்.

எதுகையும் மோனையும் இயைந்து வந்தால்கூட, சிற்சில இடங்களில் கருத்து மயக்கமோ பொருள் மயக்கமோ வர வாய்ப்புண்டு. அதையும் நேர்த்தியாகச் செய்து, தமிழை வேறொரு நிலைக்கு உயர்த்தியவர்கள் இல்லாமல் இல்லை. வள்ளுவன், கம்பன், இளங்கோவன் ஆகிய மூவரையும் நாம் அப்படித்தான் பார்க்கிறோம். எழுதியபடியே புரிந்துகொள்ளப்படும் இலக்கியத்தில் ரசிகனுக்கோ வாசகனுக்கோ இடமில்லை. அவன் சொல்லியதிலும் பார்க்க, சொல்லாமல் விட்ட இடங்களே சுவையைக் கூட்டுகின்றன.

பெருமாள் முருகனின் விமர்சனத்தை நான் அப்படியே எடுத்துக்கொள்கிறேன். எல்லாவற்றையும் படைப்பாளனே சொல்லிவிடுவதில் என்ன இருக்கிறது? அப்படி இருக்கலாமோ, இப்படி இருக்கலாமோ என வாசகனுக்கும் இடமளிக்கும்

146 □ **நேற்றைய காற்று**

படைப்புகளே சிறந்தவை. இல்லையெனில், உரைநூல் கலாச்சாரம் இந்த அளவுக்கு தமிழில் வளர்ந்திருக்குமா? மூல நூலைவிடவும் பன்மடங்கு உரைநூல்களே பெருகியுள்ளன. காரணம், தனக்கேற்ப ஒரு கருத்தை அல்லது கவிதையை விரித்தும் திரித்தும் கூறலாம் என்பதால்தான்.

எழுதி நூற்றாண்டுகள் ஆனபிறகும் நம்மால் கம்பனையும் வள்ளுவனையும் உயிர்ப்புடன் வைக்கமுடிந்தது அப்படித்தான். கருத்தை நேரடியாகச் சொன்னாலும், அதை வெவ்வேறு விதமாக எண்ணவும் எடைபோடவும் துணிந்திருக்கிறோம். ஒரு நல்ல பிரதி, மேலும் சில துணைப் பிரதிகளை உருவாக்க உதவுகிறது. சுரதாவின் திரைப்பாடல்களில் என்னைக் கவர்ந்தவை எத்தனையோ உண்டு. “அமுதும் தேனும் எதற்கு” என்ற பாடலில், “நிலவின் நிழலோ நின் வதனம் / நிலைக்கண்ணாடியோ மின்னும் கன்னம்” என்று எழுதியிருக்கிறார்.

நிலாமுகம், நிலவேமுகம் என்றெல்லாம் எழுதாமல், தேய்வழக்கான உவமைகளையும் கையாளாமல், நிலவின் நிழலோ என்பதில் தனித்துத் தெரிந்திருக்கிறார். “என் தங்கை” திரைப்படத்தில் 1958இல் அவர் எழுதிய “ஆடும் ஊஞ் சலைப் போலே அலை ஆடுதே” பாடலில் வருவதுதான் “நெளியும் பாம்புகள் போன்ற நதிகள்” என்னும் உவமை. உவமைகளை வலிந்து எழுதாமல் மெட்டின் ஓட்டத்திற்கேற்ப தமது கற்பனையை விரித்திருக்கிறார். அவருடைய எல்லாத் திரைப்படப் பாடல்களிலும் அந்த அம்சத்தைக் காணலாம்.

1965இல் கே.பாலச்சந்தர் இயக்கிய “நாணல்” திரைப்படத்தில் “விண்ணுக்கு மேலாடை” என்றொரு பாடல் வருகிறது. அதில், “மண்ணுக்கு மேலாடை மரத்தின் நிழல்” என்று கதாநாயகன் பாட, “மண்ணுக்கு மேலாடை வண்ணமயில் இருட்டு” என்று கதாநாயகி பாடியிருக்கிறாள். ஒரு சொல்லுக்கு இரண்டுவிதமாக கற்பனை செய்த அவர், அந்த உத்திமூலம் கண்ணில் படும் அனைத்திற்கும் மேலாடையை உற்பத்தி செய்திருக்கிறார். அதே பாடலில், “மனத்திற்கு மேலாடை வளர்கின்ற நினைவு, கனவுக்கு மேலாடை தேங்குகின்ற தூக்கம்” என்பதுபோல வளர்த்திக்கொண்டேபோய், “மனைவிக்கு மேலாடை அவள் கணவன்” என்பதாகக் கவிதைநூலில்

யுகபாரதி □ 147

எழுதியிருக்கிறார். ஆனால், திரைப்பாடலாக வரும்போது அவரோ பாலச்சந்தரோ கவனமாக அந்த உவமையை நீக்கியிருக்கிறார்கள். கவிதைநூலில் இடம்பெற்றுள்ள வரிகளில் சில, மெட்டுக்காக திருத்தப்பட்டுள்ளன அல்லது மாற்றப்பட்டுள்ளன.

"விண்ணுக்கு மேலாடை பருவமழை மேகம்" என்று பாடலில் வருகிறது. தொகுப்பிலோ "வெயில் விழுங்கும் மேகம்" என்று இருக்கிறது. "கனவுக்கு மேலாடை கடந்துவரும் தூக்கம்" என்று பாடலில் எழுதியிருக்கும் அவர், கவிதையிலோ "தேங்குகின்ற தூக்கம்" என்பதாகச் சிந்தித்திருக்கிறார். ஒரு கவிதை பாடலாகும்போது கவனிக்க வேண்டிய இடங்களை அப்பாடலையும் கவிதையையும் ஒப்பிட்டுப் படித்துக்கொள்ளலாம். "பத்துக்கு மேலாடை பதினொன்று, பலருக்கு மேலாடை கொதிக்கின்ற கோபம்" என்ற வரிகள் நான் ரசித்தவை.

இயக்குநர் கே. பாலச்சந்தர், தம் படங்களில் இடம்பெறும் பாடல் காட்சிகளில் விசேஷ கவனம் எடுத்துக்கொள்பவர். முழுக்க முழுக்க அணி இலக்கணத்தை முதன்மைப்படுத்தும் இக்கவிதையைப் பாடலாக்கும் துணிவு அவருக்கு மட்டுமே இருந்திருக்கிறது. பாடலுக்கான சூழலை சவால் நிறைந்ததாக ஆக்கி, கவிஞர்களை வேலைவாங்குவதில் அவருக்கு நிகர் அவர்தான். 'வறுமையின் நிறம் சிவப்பு' திரைப்படத்திலும் 'அபூர்வ ராகங்கள்' திரைப்படத்திலும் கண்ணதாசனின் முழு வீரியத்தையும் வெளிப்படுத்தியப் பெருமை அவருடையது.

சுரதா அதிக திரைப்பாடல்களை எழுதியவராகச் சொல்லமுடியாது. எனினும், எழுதிய பாடல்களில் தெள்ளிய முத்துகளை பிரசவித்திருக்கிறார். "ஆடி அடங்கும் வாழ்க்கையடா" என்று ஆரம்பிக்கும் "நீர்க்குமிழி" திரைப்பாடலில், "கண்மூடினால் காலில்லாக் கட்டிலடா" என்று மனித வாழ்வை உவமித்திருக்கிறார். "காலில்லாக் கட்டில்" என்னும் பதம், திரைப்பாடலாக வருவதற்கு முன்பே "கண்ணீர்" என்னும் தலைப்பில் அவர் எழுதிய கவிதையில் இடம்பெற்றிருக்கிறது. "நாமெல்லோரும் கால்கழிந்த கட்டிலன்றோ கடைசிக்கட்டில்" என்ற வரியை பொருத்தமான பாடலில், பொருத்தமான திருத்தங்களுடன்

148 □ நேற்றைய காற்று

உபயோகித்திருக்கிறார். அக்கவிதையில், "விளம்பரக்கண்ணீர்" என்றொரு பதத்தையும் பயன்படுத்தியிருக்கிறார். அவ்வாறான சொற்சேர்க்கையை வேறு ஏதேனும் ஒரு திரைப்பாடலில் அவர் எழுதியிருக்கிறாரா எனத் தெரியவில்லை. கவிதையாக தாம் சிந்தித்த கற்பனைகளை எப்படியாவது திரைப்பாடலிலும் கொண்டுவரும் தீவிரமே அவரிடம் இருந்திருக்கிறது. அவருக்காக மெட்டை வளைத்துக்கொள்ளவும் கே. வி. மகாதேவன் போன்ற இசைமேதைகள் துணிந்திருக்கிறார்கள்.

சமீபத்தில் வெளிவந்த "செக்கச் சிவந்த வானம்" திரைப்படத்தில் வைரமுத்துவின் நீலமலைச்சாரல் பாடலுக்கு மெட்டமைத்த ஏ.ஆர். ரகுமான், "நீலமலைச் சாரல் / தென்றல் நெசவு செய்யுமிடம்" என்ற அழகிய வரியை எவ்வளவு அனர்த்தமாக பாட வைத்திருக்கிறார் என்பதை நீங்களே பார்த்துக்கொள்ளவும். ஒரு வரியையோ வார்த்தையையோ உச்சரிக்கும்போது, மொழியின் அழகும் பொருளும் இயைந்து வரவேண்டும்.

அந்த இயைபைக் கொள்ளாத பாடல்களோ மெட்டோ ஒருபொழுதும் இசையமைப்பாளனின் திறமையைக் காட்டுவதில்லை. நவீன இசைக்கருவிகள் பயன்பாட்டுக்கு வந்த பிறகே வார்த்தைகளுக்கான முக்கியத்துவம் குறைந்துவிட்டதாகச் சொல்கிறார்கள். உண்மையில், நவீன இசைக்கருவிகளின் துணைகொண்டு கூடுதல் அக்கறையுடன் ஒலிக்கலவை செய்யும் வாய்ப்பிருக்கிறது. ஆனால், கர்த்தாக்களின் குறையை கருவிகளின் குறையாகச் சொல்லிக்கொண்டிருக்கிறோம்.

இது, முழுக்க முழுக்க அலட்சியமே அன்றி வேறில்லை. மொழியின்மீதும் இனத்தின்மீதும் அவை கட்டமைத்திருக்கும் அரசியல்மீதும் ஓரளவு புரிதல் இருப்பவர்கள் இந்தச் செயலில் ஈடுபடுவதில்லை. ஒரு கவிதையை என்ன ஓசையுடன் படிக்கவேண்டும் அல்லது என்ன மாதிரியான தாளக்கட்டுடன் இசையமைக்க வேண்டுமென்னும் தெளிவிருந்தால், இத்தகைய தவறுகள் நடக்க வாய்ப்பே இல்லை. அப்படியல்லாமல், மக்கள் விரும்புகிறார்கள் என்பதற்காகவோ வியாபாரிகள் விரும்புகிறார்கள் என்பதற்காகவோ மொழியைக் காவுகொடுப்பது சமூகத்திற்குச்

யுகபாரதி □ 149

செய்யும் துரோகமே. தொண்ணூறுகளுக்கு முன்புவரை திரைப்பாடல்களில் மொழிகுறித்த புரிதல் இருந்திருக்கிறது. இமையமைப்பாளர்களில் பலர் தெலுங்கையும் மலையாளத்தையும் கன்னடத்தையும் தாய்மொழியாகக் கொண்டிருந்தபோதிலும், தமிழை அவர்கள் அணுகியவிதமும் எடுத்துக்கொண்ட சிரத்தையும் கவனிக்கத் தக்கவை.

ஒருவேளை அவர்கள் தமிழைத் தாய்மொழியாகக் கொள்ளவில்லை என்பதால்தான் அத்தகைய கவனத்தோடு பாடல்களை அணுகியிருக்கிறார்களோ என்னவோ? ஒரு பாடலில் விரவிவரும் சிந்தனைக்கோ கருத்துக்கோ உவமைக்கோ முக்கியத்துவம் அளித்து இசையமைத்த அக்கால இசைமேதைகளுக்கு ஆஸ்காரோ குளோபல் விருதுகளோ வழங்கப்படவில்லை. சுரதாவின் உவமைகள் சட்டென்று யாரையும் கவர்ந்துவிடுபவை. வழக்கமான சொற்சேர்க்கைகளைத் தவிர்த்து, அவர் எழுதும்முறையை வியந்துகொண்டே இருக்கலாம்.

மாநிறத்தை "கருப்பின் இளமை" என்றும் நீர்க்குமிழிகளை "நரைத்த நுரையின் முட்டை" என்றும் அவர் கற்பனை செய்திருக்கிறார். அதைவிட, அழுகையை "கண்மீனின் பிரசவம்" என்றும் வெண்ணிலவை "சலவை நிலவு" என்றும் சித்திரித்திருப்பதை சிலாகிக்கலாம். பனியை, "நிலாவழிக்கும் வியர்வை" என்று ஒரு இடத்தில் குறிப்பிட்டிருக்கிறார். கனியை "விதைக்குடும்பம்" என்றும் "வெடித்தவுடன் விரைந்தோடும் ஆமணக்கின் விதையென்றால் பாரதிக்குப் பொருந்தும்" என்றும் அவரால் மட்டுமே எழுதமுடிந்திருக்கின்றன.

ஒரு கவிதையை எடுத்துக்கொண்டால் மின்னலைப்போல அதில் ஒருசில உவமைகளையேனும் சொல்லிவிடுவதென்னும் குறிக்கோளுடன் செயல்பட்டிருக்கிறார். உவமையின் துணையில்லாமல் அவரால் உரைநடைகளையும் உரையாடல்களையும்கூட எழுத முடியாமல் போயிருக்கிறது. 'மங்கையர்க்கரசி' திரைப்படத்தில் அவர் எழுதியிருக்கும் உரையாடல்களில் மிகுதியும் உவமைகளாகவே இருக்கின்றன. "அவள் மயானம் தின்னும் மாத்திரை ஆனாள்" என்பது அவற்றில் ஒன்று. மங்கையர்க்கரசியைத் தொடர்ந்து எம்.ஜி.ஆர் நடித்த ஜெனோவாவிற்கும் அவரே வசனங்களை

150 □ **நேற்றைய காற்று**

எழுதியிருக்கிறார். அமரகவி திரைப்படத்தில் உள்ள வசனங்களைப் பார்த்தாலும் அவை, சுரதாவால் மட்டுமே எழுதப்பட்டிருக்க முடியுமென்று சொல்லிவிடலாம். எவர்போலவும் எழுதுவதில்லை என்பதில் தீவிரம்காட்டிய அவர், தமிழ்க்கவிதை வரலாற்றில் புதுவிதமான மரபை ஏற்படுத்தியிருக்கிறார்.

மறுமலர்ச்சி வசனகர்த்தாக்களாகச் சொல்லப்படும் இளங்கோவனுக்கும் கருணாநிதிக்கும் கிடைத்த புகழ் சுரதாவிற்குக் கிடைக்கவில்லை. என்றாலும், குறிப்பிடத்தக்க கவனத்தை அவரும் ஈர்த்திருக்கிறார். அதுமட்டுமல்ல, திராவிட இயக்கம் பெரிய அளவில் கருத்துப் பரப்புரைகளை மேற்கொண்டபோது, பாரதிதாசன் கவிதைகளும் நாடகங்களும் மக்கள் மத்தியில் பிரபலமாகியிருக்கின்றன. பாரதிதாசனின் "புரட்சிக்கவி" நாடகத்தில் அமைச்சர் வேடமேற்று நடித்த பெருமையும் சுரதாவுக்குண்டு. மிகக் குறைந்த வயதில் திரைப்படத்திற்கு வசனமெழுதும் வாய்ப்பினைப் பெற்ற அவர், துடுக்கான பேச்சுகளால் சர்ச்சைகளையும் ஏற்படுத்தியிருக்கிறார். ஒருமுறை ஒரு காதல் பாடலை எழுதி சம்பந்தப்பட்ட இயக்குநரிடம் தந்திருக்கிறார். அப்போது அந்தப் பாடலில் எந்த நடிகை நடிக்க இருக்கிறார் எனவும் கேட்டிருக்கிறார்.

நடிகை பானுமதி நடிக்கிறார் என்றதும், "பாடலில் கொடியிடை என்று எழுதியிருக்கிறேன். ஆனால், அந்த அம்மாவுக்கு கொடியிடையல்ல, கொடிய இடை. எனவே, அந்த வரிகளை மாற்றிவிடுங்கள்" என்று குறும்பாகச் சொல்லியிருக்கிறார். மனதில் பட்டதை தயக்கமில்லாமலும் முன்யோசனை இல்லாமலும் சொல்லப்பழகியதால் அவருக்கு வரவேண்டிய பல வாய்ப்புகள் வேறு சிலருக்குப் போயிருக்கின்றன. உவமைக்கு இவ்வளவு முக்கியத்துவம் கொடுத்து எழுதக்கூடிய ஒருவர், அது எதார்த்தத்தில் எவ்வளவு பொருந்துகிறது என்று யோசிக்காமல் இருந்திருக்க முடியுமா? கலைஞரின் முரசொலி பத்திரிகையில் தொடர்ந்து அவருடைய கவிதைகள் வெளிவந்திருக்கின்றன.

"தேன்மழை" என்கிற அவருடைய கவிதைத் தொகுப்பு இதுவரை நூறு பதிப்புகள் கண்டிருக்கிறது. தமிழில் பாரதி,

யுகபாரதி □ 151

பாரதிதாசனுக்குப் பிறகு அதிகப் பதிப்புகளைக் கண்ட ஒரே நூல் அவருடையதுதான். திரைக்கு வெளியே அவர் செய்த தமிழுக்கான சிறப்பாகவும் அதைப் பார்க்கலாம். இதுவரை தமிழில் எத்தனையோ படைப்பாளர்கள் திரைப்படங்களுக்கு உரையாடல்கள் எழுதியிருக்கின்றனர். என்றாலும், முதல்முதலில் ஒருவர் திரைப்படத்திற்கு எழுதிய உரையாடல்கள், நூலாக வெளிவந்ததும் சுரதா ஒருவருக்குத்தான்.

“எதற்காக கவிதை எழுதுகிறீர்கள்” என்று ஒருமுறை கேட்டதற்கு, அக்கேள்வி “எதற்காக உயிர் வாழ்கிறீர்கள் என்பதுபோல் இருக்கிறது” என்றிருக்கிறார். வாழ்வதற்காக எழுதுகிறேன் என்றோ எழுத்தே என் உயிரென்றோ சொல்லியிருக்கலாம். அப்படிச் சொல்லாமல், கேட்ட கேள்வியையே மடக்கி பதிலாக்கும் சாதுர்யம் அவரிடம் இருந்திருக்கிறது. சுரதாவின் முக்கியமான நூல்களில் ஒன்று, “முன்னும் பின்னும்” என்னும் தலைப்பைக் கொண்டது.

அந்நூலில், ஒரு திரைப்பாடல் எதன் தாக்கத்திலிருந்து எழுந்திருக்கலாம் என ஊகித்திருக்கிறார். நம்முடைய பழம்பாடல்களில் இருந்தும் பழமொழிகளிலிருந்தும் வருட வாரியாகத் திரைப்பாடலின் முதலிரண்டு வரிகளைத் தொகுத்தெழுதியிருக்கிறார். தேவைப்படும் இடத்தில் நான்கைந்து வரிகளை கோடிட்டுக் காட்டியிருக்கிறார். குறிப்பாக, விவேக சிந்தாமணியின் தாக்கத்திலிருந்து பல கவிஞர்கள் தங்கள் பாடலுக்கான உந்துதலைப் பெற்றிருக்கிறார்கள். அதை அவர் தொகுக்க பல ஆண்டுகள் பிடித்திருக்கலாம்.

ஒரு கலைக்களஞ்சியத்திற்கான வேலையை அந்நூல் வாங்கியிருக்கிறது. அதுவும் எண்ணிக்கையில் அதிகமான திரைப்பாடல்களை எடுத்து, எழுதியவரின் பெயரையும் இடம்பெற்ற திரைப்படத்தையும் பாடல்வரிகளையும் குறிப்பிட்டிருப்பது சாதாரண காரியமில்லை. மூலத்தைக் கண்டடையும் முயற்சியாக அதுஇருந்தாலும், சம்பந்தப்பட்ட கவிஞர்களின் திறமையைச் சந்தேகிப்பதுபோலவும் இருப்பதைச் சொல்லத்தான் வேண்டும். அந்நூலால் அவர் பலரின் கோபத்திற்கும் ஆளாகியிருப்பார் என்றே படுகிறது.

152 □ நேற்றைய காற்று

ஆண்டுகளைக் குறிப்பிட்டுப் பதிவு செய்திருப்பதால்
சம்பந்தப்பட்டவர்கள் மௌனமாகக் கடந்திருக்கவும்
வாய்ப்புண்டு. திரைப்பாடல் ரசிகர்களுக்கும் அதையே
முழுநேரத் தொழிலாகக் கொண்டவர்களுக்கும் அந்நூல்
ஒரு திசைகாட்டும் கையேடுபோல் அமைந்திருக்கிறது.
ஒரே ஒருமுறை அந்நூலின் பக்கங்களைப் புரட்டினால்கூட,
யாருமே சுயமாக சிந்தித்துப் பாடல்களை எழுதவில்லையோ
என்றுதான் தோன்றுகிறது. அவர் உள்பட பலரும் ஏதோ
ஒன்றின் தாக்கத்தில் இருந்தே மற்றொன்றைப் படைத்துள்ளனர்.
"மின்னொளியில் மலர்வன தாழம்பூக்கள் / கண்ணொளியில்
மலர்வன காதல் பூக்கள்" என்று வைரமுத்து ஜோடி
திரைப்படத்தில் எழுதியிருக்கிறார். உண்மையில், அவர்க்கு
அக்கற்பனை "நாடோடி மன்னன்" திரைப்படத்தில் சுரதா
எழுதிய "கண்ணில் வந்து மின்னல்போல் காணுதே" எனும்
பாடலே தந்திருக்கூடும்.

"சுடர் மின்னல் கண்டு தாழை மலர்வது போலே /
உன்னைக் கண்டு உள்ளம் மகிழ்ந்தேனே" என்று சுரதா
எழுதியிருக்கிறார். அவருமே அப்பாடலிலுள்ள குறிப்பிட்ட
வரி, தன்னுடையதில்லை எனக் கூறியிருக்கிறார். "மின்னலைக்
கண்டு தாழம்பூ மலருமா" என்று கேட்டதற்கு, "மலருமா?
மலராதா? என்று எனக்குத் தெரியாது. ஆனால், அப்படியொரு
குறிப்பு நற்றிணையில் வருகிறது" என்றிருக்கிறார். அதையே
தம் 'முன்னும் பின்னும்' நூலில் பதிவு செய்திருக்கிறார்.

"தின்பனவும் உண்பனவும் இரவில் தொட்டுத் /
திறக்கின்ற புத்தகத்தின் தொகுப்பும் நீயே" என்று 1964இல் தாம் எழுதிய
தேன்மழை கவிதைத் தொகுப்பின் உந்துதலில்தான், அதே
ஆண்டில் வெளிவந்த "புத்தம் புதிய புத்தகமே / உன்னைப்
புரட்டிப் பார்க்கும் புலவன் நான்" என்ற 'அரசகட்டளை'
திரைப்படப் பாடலை வாலி எழுதியதாகவும் அந்நூலில்
குறிப்பு வருகிறது. அதையெல்லாம் அவர் ஒரு குறையாகச்
சொல்லாமல், ஒரு படைப்பு இன்னொரு படைப்பிலிருந்தே
வருகிறதென்றுதான் நிறுவியிருக்கிறார்.

1959இல் வெளிவந்த "தாமரைக்குளம்" திரைப்படத்தில்
முகவை ராஜமாணிக்கம் எழுதிய "தண்ணீரில் நீந்துகின்ற
/ மீனழுத கண்ணீரைத் / தண்ணீரும் அறியவில்லை"

யுகபாரதி ☐ 153

என்ற வரியே பின்னாளில் பூவை செங்குட்டுவனின் "தண்ணீரில் மீனழுதால் / கண்ணீரைக் கண்டது யார்" என வந்திருக்கிறது. அப்பாடல் 1979இல் வெளிவந்த "ஒண்ணும் தெரியாத பொண்ணு" திரைப்படத்தில் இடம்பெற்றிருக்கிறது. தொண்ணூறுகளில் வெளிவந்த "மைதிலி என்னைக் காதலி" திரைப்படத்தில் டி. ராஜேந்தரும் இதே பாதிப்பில் "தண்ணீரிலே மீனழுதால் கண்ணீரைத்தான் யார் அறிவார்" என்று எழுதியிருக்கிறார்.

டி. ராஜேந்தர் எழுதிய வரிகள் தன்னுடைய வரிகளின் பாதிப்பென்று பூவை செங்குட்டுவன் "உள்ளத்தின் ஓசைகள்" நூலில் தெரிவித்திருக்கிறார். தம் வரிகள் எடுத்தாளப்பட்டுள்ளதை பூவை செங்குட்டுவனும் நாகரிகம் குறையாமல் வெளிப்படுத்தியிருப்பது குறிப்பிடத்தக்கது. நாற்பதுகளில் சுயமரியாதை பிரச்சாரங்கள் சூடுபிடிக்கத் தொடங்கின. அதுவரை இருந்த கலை இலக்கியச் செயல்பாடுகள் முற்றிலும் மறுபரிசீலனைக்கு உட்பட்ட காலமாகவும் அவ்வாண்டுகளைக் கருதலாம். இராம அவதாரத்தை ஒரு சாரார் பரப்பியும் வழிபட்டும் வந்த அதே சூழலில், புலவர் குழந்தை போன்றவர்கள் இராவணனை திராவிட நாயகனாகச் சித்திரித்து, காவியங்களை எழுதத் தொடங்கியதும் அப்போதுதான்.

பாவேந்தர் பாரதிதாசனின் புரட்சிக்கவி நாடகமும் காலகதியில் ஒரே மாதிரியான அணுகுமுறையை கொண்டிருந்ததை உணரலாம். ஆரிய மாயை, கம்பரசம் போன்ற நூல்களின் வாயிலாக அண்ணாவும் தம் பங்குக்கு திராவிடத் தலைமைக்கு முட்டுக்கொடுத்திருக்கிறார். நுகர்விலிருந்து கருத்துக்கு இலக்கியங்கள் மாறிய மிக முக்கியமான காலகட்டம் அது. வெறும் ஆர்வம் காரணமாக பாரதிதாசனை சுரதா ஆசானாக அடைவில்லை.

நாகை மாவட்டம் பழையனூரைச் சேர்ந்த அவர், பாரதிதாசனின் பிரதம சீடர்களில் ஒருவராகி பெரியாரியக் கருத்துகள் மண்ணில் வேரூன்றப் பாடுபட்டிருக்கிறார். பெண் வர்ணிப்புகளில் அப்படியெல்லாம் தெரியவில்லையே என நினைக்கலாம். அந்த விஷயத்தில் அவர் யாரை முன்மாதிரியாகக் கொண்டாரென்பது தனி விவாதம். "சுவரும் சுண்ணாம்பும்"

154 □ நேற்றைய காற்று

என்றொரு கவிதை நூலை சுரதா எழுதியிருக்கிறார். அந்நூலில் உள்ள கவிதைகள் அனைத்துமே நடிகைகளை சிறுமைப்படுத்துகின்றன. நடிகைகளின் வாக்குமூலத்தை வைத்துக்கொண்டு, தனக்குத் தோன்றியவற்றை கவிதைக்குள் அடக்கியிருக்கிறார். நடிகைகளைப் பற்றி அப்படியெல்லாம் எழுதலாமா என்றதற்கு, "கவிஞர்கள் முத்தமிழின் முதல் பாலை வளர்க்கிறார்கள். நடிகைகளோ மூன்றாம் பாலை வளர்க்கிறார்கள்" என்று பதிலளித்திருக்கிறார்.

அந்தக் குறிப்பை அந்நூலின் முன்னுரையில் குறிப்பிட்டிருக்கிறார். உண்மையில், கவிஞர்களில் 'மீடூ' குற்றச்சாட்டுக்கு முதலில் ஆளாகியிருக்கவேண்டியவர் அவர்தான். அந்த அளவுக்கு அந்தநூலில் ஒவ்வொரு நடிகையின் பெயரையும் குறிப்பிட்டு, அவர்களின் அகவாழ்வை எட்டிப் பார்க்க ஆசைப்பட்டிருக்கிறார். சொல்லக்கூசும் வரிகள் அந்நூலில் பல உள்ளன. ஆரோக்கியமான மனநிலையில் அவற்றை வாசிப்பதும் யோசிப்பதும் சாத்தியமில்லை. இத்தனைக்கும் அந்நூலிலுள்ள கவிதைகளை 1971இல், ஆனந்தவிகடன் பத்திரிகையில் தொடராக எழுதியிருக்கிறார். வாராவாரம் பரபரப்பைக் கூட்டவேண்டும் என்பதற்காகவே அக்கவிதைகளை எழுதியிருப்பாரோ என எண்ணத் தோன்றுகிறது.

அக்கவிதைகள் குறித்து பத்திரிகையாளர் சோ சொல்லிய ஒரு கருத்து அப்போது பெரும் சர்ச்சையைக் கிளப்பியிருக்கிறது. "கவிதை என்றால் என்னவென்றே தெரியாதிருந்த தமக்கு, சுரதா கவிதையைப் புரிய வைத்துவிட்டார்" என்று அவருக்கே உரிய நையாண்டித் தனத்துடன் ஆரம்பித்த அக்கருத்து, வன்மையாக சுரதாவைக் கண்டித்திருக்கிறது. "இதுதான் கவிதையா" என்னும் தலைப்பில் சோவும் ஒரு கவிதையை எழுதி வெளியிட்டிருக்கிறார். "கட்டுரைகளின் வரிகளை ஒன்றன் பின் ஒன்றாக அடுக்கி எழுதினால் அதுதான் கவிதை" என்று சுரதாவுக்கு எதிர்க்கவிதையும் எழுதியிருக்கிறார். "உண்மையில், சுரதா நல்ல கவிஞரா என்பது தெரியவில்லை. ஆனால், நல்ல கம்பாஸிட்டர் என்பதை நிரூபித்துவிட்டார்" என்பதாக அக்கவிதையை முடித்திருக்கிறார். கம்பாஸிட்டர் என்றால் எழுத்தை

யுகபாரதி □ 155

அச்சுக்கோர்ப்பவர் என்றுபொருள். கணினி பயன்பாட்டுக்கு வருவதற்குமுன் டிரெடில் மிஷினில்தான் பத்திரிகைகள் அச்சடிக்கப்பட்டன. ஒவ்வொரு எழுத்துருவாகச் கோர்த்து, பிழைகளை நீக்கி ஒரு பத்திரிகையைக் கொண்டுவருவதற்குள் போதும் போதும் என்றாகியிருக்கிறது. சோவின் கவிதைக்கு பதிலாக "பழுதென்ன கண்டீர் என்பாட்டில்" என்று சுரதாவும் எழுதத் தவறில்லை. சுரதா எழுதிய கவிதையில் "மீனெதற்கு சைவனுக்கு? விளக்கெதற்கு விளக்கைக் காட்ட" என்ற வரிகள் ரசிக்கும்படியான உவமைகள்.

தாம் கவிதையெழுத கம்பாஸிட்டர் உதவியை நாடுவதில்லை என்று மறுத்திருந்த அவர், "மாடுமுட்டி கோபுரங்கள் சாய்வதில்லை / மாணிக்கம் கூழாங்கல் ஆவதில்லை" என்பதை இறுதிவரிகளாக வைத்திருக்கிறார். அதிலும், பயின்றுவரும் உவமைகள் ஈர்க்கின்றன. மாடுமுட்டி கோபுரங்கள் சாய்வதில்லை என்பதில், கோபுரமாக தம்மைத் தாமே வியந்திருப்பது தற்பெருமை அல்ல. தன்னம்பிக்கை. துறைமுகம், இரவின் எச்சில், சாவின் முத்தம், உதட்டில் உதடு, சொன்னார்கள், அமுதும் தேனும், வார்த்தை வாசல், வெட்ட வெளிச்சம் ஆகிய நூல்களையும் எழுதியிருக்கும் அவர், தம் எழுத்தின் தொடர்ச்சியை இளையவர்களிடம் காணும் போதெல்லாம் பாராட்டியிருக்கிறார்.

ஒருமுறை அப்துல்ரகுமான் கறுப்புச் சிப்பியின் உள்ளே இருப்பது முத்து, மஞ்சள் சிப்பியின் உள்ளே இருப்பது நெல் என்று கவியரங்கில் பாடியிருக்கிறார். அதைக் கேட்டு பலபடப் பாராட்டிய சுரதா, எதிர்காலத்தில் என்னையும் மிஞ்சக்கூடிய கவிஞனாக வருவாயென்று வாழ்த்தியிருக்கிறார்."கரை தாவும் அலை போலே / எனைக் கொஞ்சவே வந்த தூதரே / கண்ணாடியால் ஓவியம் தனையே / மறைத்தால் தெரியாதோ?" என ஜெனோவா திரைப்படத்தில் சுரதா எழுதியிருக்கிறார். கண்ணாடியில் ஓவியத்தை மறைத்தல் என்னும் உவமையை முன்னிட்டு, அப்பாடல் பலபேரால் அக்காலத்தில் கொண்டாடப்பட்டிருக்கிறது.

படகுக் கவியரங்கம், தேர்க் கவியரங்கம், விமானக் கவியரங்கம் எனக் கவியரங்கில் புதுமைகளைப் புகுத்திய அவர், எந்தப் படைப்பாளரைக் கண்டாலும், அவருடைய

156 □ நேற்றைய காற்று

சாதியைத் தெரிந்துகொள்ள ஆர்வப்பட்டிருக்கிறார். அது ஒருவித நோயென்று பின்னால் வந்தவர்கள் அவர்மீது வைத்த விமர்சனங்களை அவர் ஒரு பொருட்டாகவே எடுத்துக்கொள்ளாதது அவருக்கான பெருமையில்லை.

சமூகநீதிக்காகப் போராடிய ஓர் இயக்கத்தின் பிரதம கவிஞர்களில் ஒருவராக அறியப்பட்ட சுரதாவின் அச்செய்கையை எவருமே கண்டிக்காமல் இல்லை. "குலத்தளவே ஆகுமாம் குணம்" என்று மனுசாஸ்திரத்தில் சொல்லப்பட்ட கூற்றை மெய்ப்பிக்கும் விதமாகவே அவருடைய சாதீய விசாரணைகள் நடந்திருக்கின்றன. பலமுறை அவரை நான் சந்திக்க விரும்பியும் தயங்கிக்கொண்டே இருந்த காரணம் அதுதான். அப்போது, "அதெல்லாம் பரவாயில்லை, குறையில்லாமல் யார் இருக்கிறார்கள்" என்று சமாதானப்படுத்தி என்னை அழைத்துப்போய் அவருக்கு அறிமுகப்படுத்தியவர் எழுத்தாளர் தஞ்சை ப்ரகாஷ்தான். சுரதாவிடம் நான் அதிகம் பேசவில்லை. அவரே பெயரையும் ஊரையும் கேட்டுவிட்டு, "நிறைய படி கொஞ்சமாக எழுது" என்றார்.

தஞ்சை இராமநாதன் செட்டியார் ஹாலில் நடந்த தமிழ்த்தாய் இலக்கியப் பேரவைக் கவியரங்கிற்கு அவர் தலைமையேற்க வந்தபொழுதே அந்தச் சந்திப்பு நிகழ்ந்தது. அவருடைய உவமைகளும் சொல்லாட்சிகளும் என்னை வெகுவாகக் கவர்ந்திருந்தாலும், அவரைச் சந்திப்பதிலும் உரையாடுவதிலும் ஏதோ ஒருவித மனத்தடை இருந்ததை மறைக்க விரும்பவில்லை. பாரதிதாசன் விருது, மதுரகவி குமரன் ஆசான் விருது, இராசராசன் விருது, கலைமாமணி விருது உள்ளிட்ட பல்வேறு விருதுகளை அவர் பெற்றிருக்கிறார். இலக்கியம், விண்மீன், சுரதா, காவியம் ஆகிய பத்திரிகைகளைச் சொந்தமாக நடத்தியுமிருக்கிறார்.

இலக்கிய வாழ்வின் ஏற்றங்களையும் இறக்கங்களையும் சமவிகிதத்தில் பார்த்த அவர், எந்த ஊருக்குச் சென்றாலும் அந்த ஊரின் மண்ணைக் காகிதத்தில் பொட்டலம் கட்டி எடுத்துவந்து பாதுகாத்திருக்கிறார். "இப்படி ஒவ்வொரு ஊரிலிருந்தும் சேகரிக்கப்பட்ட மண்ணை, என்ன செய்யப் போகிறீர்கள்?" என்று தினமணி ஆசிரியர் வைத்தியநாதன் கேட்டதற்கு, "அம்மண்ணை கொண்டே தான் புதைக்கப்படவேண்டும்"

யுகபாரதி □ 157

என்று கூறியிருக்கிறார். ஒரு படைப்பாளன் தம்முடைய படைப்புகளை மண் சார்ந்து எழுதவேண்டும் என்பார்கள். சுரதா, தம் படைப்புகளை மட்டுமல்ல, சேமிப்பாகவும் மண்ணையே நினைத்திருக்கிறார். "ஒவ்வொரு ஊர் மண்ணிற்கும் ஒரு வாடை இருக்கிறது. மண்ணென்றால் மண் அல்ல. அது, ஒவ்வொரு ஊரின் தடயம்" என்று ஒரு நேர்காணலில் குறிப்பிட்டிருக்கிறார். பல்லியை, "போலி உடும்பு" என்று உவமை செய்த அவர், உடும்பைப் போலவே திராவிட இயக்கக் கருத்தியலை இறுதிவரை பற்றிக்கொண்டிருந்திருக்கிறார்.

சிலம்புச்செல்வர் ம. பொ. சி., சிலப்பதிகாரத்தை தமிழின் ஆகச்சிறந்த பண்பாட்டுக் காவியமாகக் கூறிவந்த நிலையில், "சிலப்பதிகாரத்தில் ஒன்றுமே இல்லை. அதுவெறும் செய்திதான்" என்று சுரதா கூறியிருக்கிறார். அதுபற்றி அவரிடம் கேட்டபோது, "ஆமாம் அது செய்திதானே, கோவலன் என்கிற செட்டியாரை, ராஜா வெட்டிட்டார் என்கிற செய்திதானே அதிலிருக்கிறது. அந்தச் செய்தியை வைத்துக்கொண்டு பின்னால் இளங்கோவன் காவியமாகத் தீட்டியிருக்கிறார். எதார்த்தத்தில் எது நடந்ததோ அதை நம்மவர்கள் ஒப்புக்கொள்வதில்லை. அடிப்படையை மறந்துவிட்டு பின்னாளில் அதன்மீது எழுந்த கற்பனையைப் பெரிதாக நினைக்கிறோம்" என்றிருக்கிறார். அத்துடன் நில்லாமல், "பற்களும் ஒருவித எலும்புதான் என்று நினைக்கவும் நமக்கு பக்குவம் வேண்டும்" என்ற நாலடியாருரையையும் அவர் வாதத்திற்கு துணை சேர்த்திருக்கிறார்.

எந்தக் கேள்வியையும் அனாயாசமாக எதிர்கொள்ளும் அவருடைய தன்மை, நூலறிவினால் விளைந்ததே. தமிழின் சகல நூல்களைப் பற்றியும் அவருக்குத் தெரிந்திருக்கிறது. எங்கே, யார், எதைக் கூறியிருக்கிறார்கள் எனவும் ஏன் அதை அவர்கள் கூறினார்கள் எனவும் அவரால் சொல்ல முடிந்திருக்கிறது. ஒருமுறை எழுத்தாளர் ஜெயமோகன் சுரதாவைச் சந்தித்திருக்கிறார். கல்லூரி விழா ஒன்றில் கலந்துகொள்வதற்காகச் சுரதா போயிருந்தபோது அந்தச் சந்திப்பு நடந்திருக்கிறது. ஜெயமோகன் சுரதாவை நல்ல திராவிட இயக்க எழுத்தாளராகக்கூடப் பொருட்படுத்தாதவர்.

158 □ நேற்றைய காற்று

தமிழ் தெரிந்த கிராமத்துக் கிழவர் என்பதுமட்டுமே சுரதாவைப் பற்றி அவருக்கிருந்த எண்ணம். ஆனாலும், சுரதாவிடம் அவர் பேசியிருக்கிறார். அப்போதுதான் சுரதாவின் விரிந்த வாசிப்பு ஜெயமோகனை ஈர்த்திருக்கிறது. சுந்தரராமசாமியையும் க.நா.சுப்ரமணியத்தையும் அய்யரென்றே சுரதா விளித்ததை ஜெயமோகன் ரசிக்கவில்லை.

நூலறிவின் மூலமே அவர் இலக்கியத்தை வேறு ஒரு கட்டத்திற்கு எடுத்துச்செல்ல முயன்றிருக்கிறார். அதில், அவருக்கான வெற்றிகள் கிட்டினவா என்பது கேள்விதான். ஆனால், தம்மைத் தமிழ் தெரிந்த கிராமத்துக் கிழவராக மட்டுமே பார்த்த பலருக்கும். தாம் சேமித்து வைத்திருந்த தகவல்களால் பிரமிப்பை ஏற்படுத்தக் கூடியவராக சுரதா இருந்திருக்கிறார். மரபுக் கவிதைகளிலேயே புதுக்கவிதைகளின் தெறிப்பைக் கொண்டுவந்த அவர், யாப்பைக் கவிதைகள் தொலைப்பதை விரும்பவில்லை. கவிதைக்குக் கட்டுப்பாடுகள் தேவையென்றே வாதிட்டிருக்கிறார். "உரைநடைக்கும் கவிதைக்கும் வித்யாசமே அந்தக் கட்டுப்பாடுகளால் வருவதுதானே?" எனவும் கேட்டிருக்கிறார்.

"கவிதை என்ற சொல்லே பின்னால் வந்ததுதான். ஆரம்பத்தில் அதற்குப்பெயர் செய்யுள்தான். அப்படியிருக்க, அதை எப்படி வேண்டுமானாலும் செய்வேன் என்பது முறையல்ல" எனவும் தெரிவித்திருக்கிறார். இதெல்லாம் ஆரம்பத்தில் அவருக்கிருந்த எண்ணம். ஆனால், புதுக்கவிதைகள் பரவலாக எல்லோராலும் ஏற்கப்பட்ட பிறகு அதே கேள்வியை முன்வைத்தபோது, "புதுக்கவிதை நல்ல சிந்தனைதான். அதிலொன்றும் தவறில்லை" என்றிருக்கிறார். அத்துடன், "கவிதைகளை திருப்பிச் சொல்வதற்கு ஏதுவாக அமைக்கப்பட்ட எதுகை மோனையையும் சந்தத்தையும் முற்றாக விலக்குவதில் உடன்படவில்லை" என்றும் கூறியிருக்கிறார்.

ஒரு கருத்தை அல்லது சிந்தனையைக் காலத்தோடு ஒட்டிப் பார்ப்பதே அவர் வழக்கமாயிருந்திருக்கிறது. தனக்கு ஏற்பில்லாதவற்றை துணிச்சலுடன் பகிர்ந்து கொண்டதைப்போலவே, தன்னிடமுள்ள கருத்துப் பிழைகளைத் திருத்திக்கொள்ளவும் அவரால் முடிந்திருக்கிறது. கவிதைக்கு மொழி வாகனமே என்ற கருத்தை சிலபேர் வைத்தபோது,

யுகபாரதி □ 159

"கவிதைக்கு மொழி வாகனமல்ல. மொழியே கவிதை" என்றிருக்கிறார். மொழி என்பது நாம் பேசுகிற ஐநூறு ஆயிரம் வார்த்தைகளுக்குள் அடங்கிவிடுவதில்லை. நம்முடைய நிலப்பரப்பையும் தொன்மத்தையும் பிரதிபலிப்பது. ஒரு வார்த்தையிலிருந்து ஒரு வரலாற்றையே உருவாக்கலாம்.

குறிப்பிட்ட நிலப்பரப்பில் ஒரு வார்த்தை புழக்கத்தில் இருந்திருக்கிறதென்றால், அதன்பின்னே நூல்பிடித்துப் போனால் அங்கே வாழ்ந்தவர்களின் தொழிலையும் பண்பாட்டையும் கண்டுபிடிக்கலாம் என்பதே அவர் வாதம். "திராவிட இயக்கத்தின் படைப்பாளப் பிரதிநிதியாக இருக்கும் நீங்கள், பெண்களைக் கவிதைகளில் ஆபாசமாக எழுதியிருக்கிறீர்களே" என்றதற்கு, "பெண்களைப் பற்றி எழுதினால்தான் கவர்ச்சி இருக்கும்" என்று எளிதாக அக்கேள்வியைக் கடந்திருக்கிறார்.

சுரதாவுக்குத் தற்போதைய பகுத்தறிவு இயக்கம் அதனுடைய கோட்பாட்டிலிருந்தும் புரட்சிகர சிந்தனையிலிருந்தும் விலகிவிட்டதோ என்னும் ஐயம் எழுந்திருக்கிறது. தமது அந்திமக் காலங்களில் அதைப் பற்றி அதிகமாகப் பேசியுமிருக்கிறார். "விஞ்ஞானமும் அறிவும் வளர்ச்சியடையும்போது மனிதன், தனக்குத் தேவையானதைத் தாமே தேடித் தகுதி பெற்றுவிடுவதால் அப்படியான இயக்கங்களின் தேவை குறைந்துவிட்டதோ?" எனவும் எண்ணியிருக்கிறார். ஒரு பெரும் கருத்தியலைப் பற்றி நடந்த அவர், அதையே விவாதத்திற்கு உட்படுத்தி கேள்வி எழுப்பவும் துணிந்திருக்கிறார்.

எவர் போலவும் தாமில்லை. எல்லோரையும் தாண்டியே நாமிருக்கிறோம் என்ற பெருமித உணர்வை வாய்ப்புக் கிடைக்கும் போதெல்லாம் வெளிப்படுத்தியிருக்கிறார். தம்முடைய ஆசானான பாரதிதாசனைப் பற்றி எழுதும்போதுகூட, "விருத்தத்தில் வெற்றி பெற்றான் கம்பன் / அந்த வெற்றியினை இவர் பெற்றார் என்னைப்போல" என்றுதான் எழுதியிருக்கிறார். கவிதைகளில் அவர் அவருடைய ஆசானைத் தாண்டியிருக்கிறாரா? இல்லையா? என்பதைக் காலத்தின் கைகளுக்கு விட்டுவிடலாம்.

160 □ நேற்றைய காற்று

ஒருவரைத் தாண்டி ஒருவர் முன்னேறியிருப்பதாக நினைத்துக்கொள்ள எல்லோருக்கும் உரிமை இருக்கிறது. ஆனால், அது உண்மையா என்பதைக் காலமே தீர்மானிக்கும். சமூக அரசியலின் பின்னணியிலிருந்தே அப்படியான முடிவுகள் இதுவரை எடுக்கப்பட்டுள்ளன.

மக்கள் திரளின் நம்பிக்கையைப் பெற்ற ஒருவர். அம்மக்களுக்குச் செய்திருக்கும் பங்களிப்பை வைத்தே கூட்டியோ குறைத்தோ பார்க்கப்பட்டிருக்கிறார்; பார்க்கப்படுவார். இன்றைய கவிஞர்கள் பலரிடமும் அவருடைய தாக்கங்கள் தென்படுகின்றன. நான் சொல்லும் தாக்கம் கவிதைத் தாக்கத்தைப் பற்றியது. பெண்களைப் பற்றியும் சாதியைப் பற்றியும் அவர் கொண்டிருந்த மதிப்பீடுகள் அல்ல. அழகியலில் புதுமைகளைக் கையாண்ட சுரதா, அதே அளவுக்கான புதுமைகளைக் கருத்தியல் ரீதியாகவும் செய்திருக்கிறாரா என்று யோசிக்க வேண்டும்.

சுரதா என்றதும், சட்டென்று நினைவுக்கு வரும் அவருடைய உவமைகள் கருத்தியலுக்கு அப்பாற்பட்டவை. "பெருந்தீ மீதிலே ஈ மொய்ப்பதுண்டோ" என்றெழுதிய சுரதாவும், உவமைகளைப் பொறுத்தவரை பெருந்தீதான். அந்தத் தீமீது கால ஈக்கள் மொய்ப்பதற்கு வழியில்லை. ஆடி அடங்கக்கூடியவையா அவருடைய உவமைகள்?

யுகபாரதி □ 161

மருதகாசி

நீலவண்ணக் கண்ணா வாடா

ஒருமுறை தந்தை பெரியார் 'இரண்டு புலவர்கள் இருக்கும் இடத்தில் ஒரு போலீஸ் ஸ்டேஷன் தேவை' என்று கூறியிருக்கிறார். அதையே கொஞ்சம் மாற்றி, இரண்டு கவிஞர்கள் ஓர் இடத்தில் இருப்பார்களேயானால், அந்த இடத்தில் நான்கு காவல்நிலையம் தேவை என்று யாரோ ஒரு கிரகஸ்பதி கிளப்பிவிட்டிருக்கிறது. அதுமுதல், ஒரு கவிஞன் இன்னொரு கவிஞனைக் கண்டாலே கடித்துக் குதறிவிடுவான் என்பதுபோல பேசப்பட்டும் எழுதப்பட்டும் வருகின்றன. உண்மையில், கவிஞர்களும் பாடலாசிரியர்களும் ஒருவருக்கொருவர் அனுசரணையாக இருப்பதில்லை என்கிற கருத்து, அதீத கற்பனையாக மட்டுமே பார்க்கப்படவேண்டியது.

பொதுவாகப் படைப்பிலக்கியத்தில் அவர்களுக்கிடையே முரண்பாடுகள் உண்டே தவிர, தனிப்பட்ட முறையில் அவர்களிடம் காழ்ப்போ பகைமையோ மற்றவர்கள் சொல்லுமளவுக்குப் பூதாகரமாக வெளிப்பட்டதில்லை. அங்கொன்றும் இங்கொன்றும் நடந்த சம்பவங்களைப் பெரிதுபடுத்தி, அதையே கவிஞர்கள் பற்றிய மதிப்பீடுகளாக

162 □ நேற்றைய காற்று

ஆக்கி வைத்திருக்கின்றனர். காலத்தின் நெடுங்கணக்கில் கம்பனும் ஒட்டக்கூத்தனும் அடித்துக்கொண்டு கட்டிப்புரண்டதாக எங்கேயும் தகவலில்லை. ஒருவர் படைப்பை இன்னொருவர் ஏற்கத் தயங்கியிருக்கிறார். அவ்வளவே. இது எப்படிச் சண்டையாகும்? புலமையில் ஒருவரைவிட ஒருவர் உயர்ந்தோ தாழ்ந்தோ இருப்பதுதானே எதார்த்தம்?

அந்த எதார்த்தத்தை மூன்றாமவர் சொல்வதற்கு முன்பு அவர்களே அலசி ஆராய்ந்து விவாதித்திருக்கின்றனர். இதை, சண்டையாகவும் சச்சரவாகவும் அணுகுவது, சம்பந்தப்பட்டவரின் தகுதியையும் ரசனையையும் சார்ந்தது. கவிஞர்களிடையே இருந்த பகையையும் காழ்ப்பையும் காட்ட எத்தனையோ கதைகளைத் "தனிப்பாடல் திரட்டு" நூலில் தொகுத்திருக்கின்றனர். அவற்றின் உண்மைத் தன்மையை ஆராயப் புகுந்தால் தலையே வெடித்துவிடும். அதில், பாதிக்கும் மேலானவை பொய்களால் உதித்தவை. மீதியோ சுவாரஸ்யமான கற்பனைகளால் எழுதப்பட்டவை. அவற்றை வைத்துக்கொண்டுதான் நம்முடைய சமதர்ம சிகாமணிகள், கவிஞர்களையும் பாடலாசிரியர்களையும் கேவலப்படுத்தி வருகின்றனர்.

அப்படியான தனிப்பாடல் திரட்டில் அன்பிற்கும் அனுசரணைக்கும் ஒரு கதையையேனும் நம்முடைய முன்னோர்கள் சேர்த்திருக்கலாம். அவ்விதம் சேர்க்க எண்ணியிருந்தால் பிற்காலத்தைய கவிஞர்கள் இரண்டு பேருடைய வாழ்வும் உறவும் கவனத்திற்கு வந்திருக்கும். இரண்டுபேர் என்று நான் சொல்வது, உடுமலை நாராயணகவியையும் மருதகாசியையும் முன்வைத்தே. ஏனெனில், அவர்களுக்கு இடையேயிருந்தது அன்பு மட்டுமல்ல. அதற்கும் மேலான ஒன்று. ஆற்றலால் அவர்கள் இருவருமே உயர்வான இடத்தில் வைத்துப் பார்க்கப்படுகிறவர்கள். அதே உயரத்தில்தான் அவர்களின் அன்பும் உறவும் இருந்ததென்பது வெளி உலககிற்குத் தெரியாதது. தனக்குப் பின்னே வந்த ஒரு பாடலாசிரியனைத் தாங்கிக்கொண்டவிதத்தில் உடுமலை விசேஷமானவர் என்றால், அதற்குச் சற்றும் குறைவில்லாத வகையிலேயே

யுகபாரதி □ 163

மருதகாசியும் இருந்திருக்கிறார். தன்னைத் தாங்கிக்கொண்ட உடுமலைமீது அவர் கொண்டிருந்தது பக்தியா, பாசமா என்று பிரித்தறிய முடியவில்லை. இரண்டுபேருடைய படைப்புகளைக் காட்டிலும், எனக்கு உயர்வாகப்படுவது அவர்கள் கொண்டிருந்த உறவுதான்.

பொதுச்சமூகத்தின் அல்லது பொதுப்புத்தியின் விளைவாக நமக்குள் அவசியமில்லாத பலவிஷயங்கள் கருத்துகளாகத் திணிக்கப்பட்டுள்ளன. அந்தக் கருத்தை ஆரம்பத்தில் ஏற்க மறுத்தாலும், நாளாக நாளாக அதுவே நம்முடைய வார்த்தையிலும் வெளிப்பட்டுவிடுகிறது. எல்லோருடனும் கலந்து பழகும் பல முன்னணிக் கவிஞர்களேகூட காவல்நிலையக் கூற்று குறித்து கண்டனங்கள் தெரிவித்ததில்லை. மாறாக, அதை ஒட்டிய செய்திகளையே பேசி வருகிறார்கள்.

அறத்தைப் பற்றி அதிகமாக எழுதக்கூடிய கவிஞர்கள், அதற்கு நேர் எதிராக வாழ்வில் நடந்துகொள்கிறவர்கள் என்னும் கருத்து நின்று நிலைத்திருக்கிறது. எதார்த்தத்தில் ஓரிருவர் அப்படியே என்றாலும், அதையே முழக்கமாக இயக்கமாக காத்துவருவது கவலையளிக்கிறது. உடுமலை நாராயணகவிக்கும் மருதகாசிக்கும் இடையே நிகழ்ந்த ஒரு சம்பவத்தைச் சுட்டிக்காட்டினால், கவிஞர்களுக்கு இடையே இருந்த கனிவைப் புரிந்துகொள்ளலாம். ஒருவர் மீது ஒருவர் வைக்கும் மதிப்பிற்கும் அப்பாற்பட்டதே படைப்பிலக்கிய மேன்மையென்பது என் எண்ணம்.

மருதகாசியின் சிறப்புகளை விவரிக்கவேண்டியதில்லை. ஆகப்பெரும் பாடலாசிரியராக நான்காயிரத்துக்கும் மேற்பட்ட பாடல்களை அவர் திரையில் எழுதியிருக்கிறார். "திரைக்கவித் திலகம்" என்கிற அடைமொழிக்கு ஏற்றவிதத்தில், அவர் ஆக்கி அளித்திருக்கும் பாடல்கள் காலம் கடந்தும் நிற்கத்தக்கவை. எடுத்துச்சொல்வதென்றால்கூட, அவருடைய முகவரிகளாக அமைந்த பாடல்கள் ஆயிரத்தைத் தாண்டும். எண்பதுகளில் ஒருமுறை தாம் தயாரித்த திரைப்படம் ஒன்றிற்கு பாடல் எழுத, மருதகாசியைக் கோவைத் தம்பி அழைத்திருக்கிறார். அதற்கு மருதகாசி, "எதற்கும் இளையராஜாவை ஒருவார்த்தை கேட்டுவிட்டுச் சொல்லுங்கள்" என்றிருக்கிறார். அதன்பின்,

"மனிதர்களை நீங்கள் சரியாக எடைபோடுகிறீர்கள்" என்று கோவைத்தம்பி மருதகாசியிடம் தெரிவித்திருக்கிறார். ஆக, காலத்தையும் காலத்திற்கேற்ப தன் நிலையையும் உணர்ந்தவராகவே மருதகாசி இருந்திருக்கிறார். ஒரு பாடலை எழுதுகிறபோதே காட்சியையும் சூழலையும் கற்பனை செய்யத் தெரிந்த அவர்க்கு, காலம் தன்னை எந்த இடத்தில் நிறுத்தியிருக்கிறது என்பது தெரியாமலா இருந்திருக்கும்? "வாராய் நீ வாராய்" என்று "மந்திரிகுமாரி"யில் எழுதிய அவரையே, திரைப்பாடல் எழுத வரவேண்டாம் எனச் சொல்லிய சம்பவங்களும் நடந்தேறியுள்ளன.

மருதகாசி, எழுத்துகளின் வழியே இன்றைக்கும் மக்கள் மத்தியில் தம் இருப்பைக் காட்டிக்கொண்டிருக்கிறார். எல்லாவிதமான சூழலுக்கும் மெட்டுக்கும் விரைவாக எழுதக்கூடிய ஒரே கவிஞராகவும் அவரே அக்காலத்தில் இருந்திருக்கிறார். தமிழ்த் திரையுலகமே கவிராயர் என்ற சொல்லுக்கு கட்டுப்பட்டிருந்த சமயத்தில், அந்தக் கவிராயரே மருதகாசியின் சொற்களை வியந்து பாராட்டியிருக்கிறார். கவிராயர் என்கிற பதம் உடுமலை நாராயணகவியைக் குறிப்பது. அவர் ஒருவரே திரைப்பாடலாசிரியர்களில் பிதாமகனாகக் கொண்டாடப்பட்டவர்.

அந்தக் கவிராயர் பெரிதும் மருதகாசியைப் பாராட்டியிருக்கிறார். பாராட்டியதோடு மட்டுமல்லாமல், மருதகாசியைத் தம் தம்பியாகவே வரித்துமிருக்கிறார். "உடுமலையார் மருதகாசிமீது வைத்திருந்த அன்பைப் பார்த்தபொழுது, எங்கே எங்கள் அண்ணனை சுவீகாரப் புத்திரனாக தத்தெடுத்துவிடுவாரோ" என்று தாங்கள் அஞ்சியதாக மருதாசியின் இளைய சகோதரர் முத்தையன் தம்முடைய "அ.மருதகாசி திரையுலகச் சாதனைகள்" நூலில் எழுதியிருக்கிறார். அந்நூலில், நான் சொல்ல நினைத்த சம்பவத்தை முத்தையனும் குறிப்பிட்டிருக்கிறார்.

கவிராயராலேயே அண்ணாந்து பார்க்கப்பட்டவர் எனும் பெருமைக்குரிய மருதகாசி, நட்சத்திரக் கவிஞராக இருந்திருக்கிறார். அவருடைய பாடல் இடம்பெறவேண்டும் என்பதற்காகப் படப்பிடிப்பையே தள்ளிவைக்கவும் ஏ. கே. வேலன் போன்றோர் எண்ணியிருக்கின்றனர். அந்த

யுகபாரதி □ 165

அளவுக்கு அவர் எழுதும் பாடல்கள் மக்கள் மத்தியில் பெரும் வரவேற்பைப் பெற்று வந்துள்ளன. அந்தநேரத்தில் அவரே பல திரைநிறுவனங்களுக்கு ஆஸ்தான பாடலாசிரியராகவும் இருந்திருக்கிறார். சேலம் மாடர்ன் தியேட்டர்ஸுக்கும் மருதகாசியே தொடர்ந்து பாடல்கள் எழுதி வந்திருக்கிறார்.

அப்போது அங்கே பணியாற்றிய சிலபேருக்கு, மருதகாசிக்குக் கிடைத்துவரும் அளவற்ற புகழையும் அங்கீகாரத்தையும் பொறுத்துக்கொள்ள முடியவில்லை. தங்களால் முடியவில்லை என்றதும், மருதகாசிக்கு எதிராக எவ்வளவோ இடைஞ்சல்களைக் கொடுத்திருக்கின்றனர். ஒருகட்டத்தில் அவர்கள் அந்த காரியத்தில் வெற்றியும் கண்டிருக்கின்றனர். பாடலைத் தவிர, வேறு ஒன்றிலும் கருத்தை வைக்காத மருதகாசிக்கு, தனக்கு எதிராக நடக்கும் காரியங்களைத் தடுக்கவோ தவிடுபொடியாக்கவோ தெரியவில்லை. அமைதியாக இருந்திருக்கிறார். அந்த அமைதியே அவருக்குப் பாதகத்தையும் தந்திருக்கிறது.

தனக்கு ஆகாதவர்கள் கொடுத்துவந்த தொந்தரவிலும் மரியாதைக் குறைச்சலான நடவடிக்கையிலும் மனமுடைந்த அவர், இனி மார்டன் தியேட்டர்ஸுக்கே எழுதுவதில்லை என்னும் முடிவுக்குத் தள்ளப்பட்டிருக்கிறார். அத்துடன் அங்கிருந்து வெளியேறவும் எண்ணியிருக்கிறார். மாடர்ன் தியேட்டர்ஸின் நிறுவனரும் உரிமையாளருமான டி.ஆர். சுந்தரத்திற்கு மருதகாசிமீது அதீத அன்பும் பற்றும் இருந்திருக்கின்றன. ஆனாலும், இடையிலே இருப்பவர்களால் முடியப்பட்ட சிண்டில் அவருங்கூட தப்பிதமான எண்ணத்தை மருதகாசிமீது வைக்க நேர்ந்திருக்கிறது. சென்னையிலுள்ள திரைப்படக் கம்பெனிகளுக்கு மட்டுமே மருதகாசி முக்கியத்துவம் தருவதாகவும் நாமே அழைத்தாலும்கூட, அவர் நம்முடைய கம்பெனியைத் தவிர்ப்பதாகவும் சுந்தரத்திடம் நிர்வாகிகள் கொளுத்திப்போட்டுக் குளிர் காய்ந்திருக்கின்றனர்.

அப்போது, "அலிபாபாவும் நாற்பது திருடர்களும்" எனும் படத்திற்கான முதற்கட்ட வேலைகளை சுந்தரம் ஆரம்பித்திருக்கிறார். மருதகாசிக்குப் பதில் உடுமலை நாராயணகவியை வைத்து பாடல்களை எழுதிவிடலாம் எனவும் திட்டமிட்டிருக்கிறார். அதன்படி, நிர்வாகிகளிடம்

166 □ நேற்றைய காற்று

உடுமலையைத் தொடர்புகொண்டு குறிப்பிட்ட தேதியில் சேலத்திற்கு வரும்படி அழைக்கச் சொல்லியிருக்கிறார். அவர்களும் அழைத்திருக்கிறார்கள். அழைப்பை ஏற்றுக்கொண்ட உடுமலை, தம்முடன் மருதகாசியும் சேலத்திற்கு வருவாரென்று தெரிவித்ததை நிர்வாகிகள் சுந்தரத்திடம் பகிர்ந்திருக்கிறார்கள். 'அழைத்தாலும் மருதகாசி வருவதில்லை என்றீர்களே, இப்போதுமட்டும் எப்படி வருவார்' என்று அவரும் அவர்களைக் கேட்காமல் இல்லை.

குட்டு வெளிப்பட்டுப்போன நிர்வாகிகள், பதில் சொல்லமுடியாமல் திணறியிருக்கின்றனர். சொன்னதுபோலவே மருதகாசியை அழைத்துக்கொண்டு போன உடுமலை, மொத்தமுள்ள பத்துப் பாடல்களில் ஒன்பது பாடல்களை மருதகாசி எழுதட்டுமென்றும், ஒரே ஒரு பாடலை மட்டும் தான் எழுதித் தருகிறேன் என்றும் சொல்லியிருக்கிறார். முழுப் பாடல்களையும் உடுமலையை வைத்து எழுதலாம் என்றே அவர்கள் எண்ணியிருந்தது.

அதுமட்டுமல்ல, இந்தியில் வெளிவந்த படத்தையே தமிழிலும் எடுப்பதால் இந்தி மெட்டுக்களையே பயன்படுத்திக்கொள்ளலாம் என்பதுதான் சுந்தரத்தின் யோசனை. ஆனால், உடுமலையாரின் பேச்சுக்கு அக்காலத்தில் மறுப்பு சொல்லும் தைரியம் யாருக்கும் இருந்ததில்லை. எனவே, அவர் சொன்னதுபோலவே ஒன்பது பாடல்களை மருதகாசி எழுதிட நிர்வாகம் சம்மதித்திருக்கிறது. ஒரே ஒரு பாடலை மட்டும் உடுமலையார் எழுதியிருக்கிறார். அந்த ஒரு பாடலும் திரையில் இடம்பெறாததால், அனைத்துப் பாடல்களையும் எழுதிய பெருமை மருதகாசியைச் சேர்ந்திருக்கிறது.

பாடல்களுக்கான தொகையையும் உடுமலையே பேசியிருக்கிறார். அதன்படி தரப்பட்ட ஊதியத்தை அப்படியே மருதகாசிக்கு தந்துவிட்டு, ஒரே ஒரு பாடலுக்கான பணத்தை மட்டும் பெற்றிருக்கிறார். அதையும் மருதகாசியிடமே பெற்றுக்கொண்டிருக்கிறார் என்பது குறிப்பிடத்தக்கது. ஒரு கவிஞன் இன்னொரு கவிஞனின் திறமைமீது வைத்திருந்த மதிப்பையும் மாண்பையும் காட்டக்கூடிய இந்தச் சம்பவத்தை அறிந்தபிறகும் கவிஞர்கள்

யுகபாரதி □ 167

ஒருவருக்கொருவர் அடித்துக்கொள்வர் என்றுதான் சொல்லப்
போகிறோமா? மாடர்ன் தியேட்டர்ஸுடன் மருதகாசிக்கு
இருந்த பிணக்கையும் சரிபண்ணி, ஒரு நல்ல கவிஞனின்
வளர்ச்சிக்கு உதவிய உடுமலையை எத்தனை பேருக்கு இன்று
நினைவிலிருக்கிறது? அடுத்தவரின் வாய்ப்பு தன்னை நோக்கி
வருகின்றபோது, அதை யாருக்கும் தெரியாமல் பயன்படுத்தி
முன்னேறிவிடும் முனைப்பை உடுமலை போன்றவர்கள்
உதறிவிடுகின்றனர். தன்னை வளர்த்த உடுமலையாரைப் பற்றி
"என்னுடைய இரண்டாயிரம் பாடலும் கவிராயரின் இரண்டு
பாடலுக்கு சமமாகாது" என்று மருதகாசி ஒரு நேர்காணலில்
கூறியிருக்கிறார்.

சமகாலத்தில் ஒரு துறையில் பணிபுரிந்த இருவர்,
தங்களுக்குள் போட்டியோ பொறாமையோ கொள்ளாமல்,
ஒருவர் தகுதிமீது இன்னொருவர் காட்டிய அக்கறை வியக்க
வைக்கிறது. அன்பையும் அக்கறையையும்விட, வாய்ப்புகளோ
வசதிகளோ பெரிதில்லை என்னும் எண்ணம் அவர்களுக்கு
இருந்திருக்கிறது. உடுமலை, பெரும்பாலும் மெட்டுக்குப்
பாட்டெழுத பிரியப்படாதவர். ஆகவேதான், மெட்டுக்கு
வேகமாக எழுதும் மருதகாசிக்கு சிபாரிசு செய்திருக்கிறார்
எனக் குதர்க்கம் கற்பிப்பவர்களுக்கு என்னிடம் பதிலில்லை.

அப்படி ஒரு சூழல் வந்திருக்குமேயானால், அவ்வாய்ப்பை
அவர் தட்டிக் கழித்திருக்கலாம். என்னை விட்டுவிடுங்கள்
என்றோ எனக்கு வேலை அதிகமாக இருக்கிறது என்றோ
நாகரிகமாக நழுவியிருக்கலாம். அதையெல்லாம் செய்யாமல்,
மருதகாசியை அழைத்துக்கொண்டுபோய், அவருக்கு
அந்நிறுவனத்துடன் இருந்த உறவைப் புதுப்பித்து தரவேண்டிய
கட்டாயம் அவருக்கில்லையே. அந்த இடத்தில்தான்
உடுமலைக்கு மருதகாசியிடம் இருந்த அன்பை அறியமுடிகிறது.

கொடுக்கப்பட்ட சந்தங்களுக்குள் சொற்களையும்
கருத்துகளையும் எழுதும் நிர்பந்தத்தை அவர் ஒருபொழுதும்
விரும்பாமல் இருந்திருக்கலாம். சுதந்திரமாக எழுதுவதையே
தனது கொள்கையாகவும் வரித்திருக்கலாம். அதையும்மீறி அவர்
மருதகாசியின் வளர்ச்சியில் பங்காற்றியிருக்கிறார் என்பதே
நான் சொல்ல வருவது. உடுமலையைப் பாரதிதாசனுக்கு
நிகராக பெரியார் பார்த்திருக்கிறார். திரைக்கவிஞர்கள் மூலமும்

168 ☐ **நேற்றைய காற்று**

தான் முன்வைக்கும் கருத்துகள் மக்களிடம் சேரவேண்டுமென நினைத்திருக்கிறார். உடுமலை, பலவிஷயங்களில் திராவிடக் கருத்தியலை திரைப்பாடல்களில் பதிவு செய்திருக்கிறார். மருதகாசிக்கு திராவிடக் கருத்தியலைவிடவும் தமிழ்த் தேசிய கொள்கைகள்மீதே பற்றிருந்தன. கொள்கைகளால் இருவரும் வெவ்வேறு திசையில் பயணித்தவர்கள். எனினும், அன்பைப் பரிமாறிக்கொள்வதில் அவர்களிடையே ஒருகுழப்பமும் இருக்கவில்லை. சக கவிஞர்கள் மீது மட்டுமல்ல, தனக்கு பின்னே வந்த கவிஞர்களையும் அடையாளங்கண்டு அவர்கள் வளர்ச்சிக்கு உதவிய பெருமை மருதகாசிக்கும் உண்டு.

உடுமலை எப்படித் தம்மிடம் நடந்துகொண்டாரோ அதைப்போலவே பட்டுக்கோட்டை கல்யாணசுந்தரத்திடமும் வாலியிடமும் மருதகாசி நடந்திருக்கிறார். அதே சேலம் மாடர்ன் தியேட்டர்ஸ், "பாசவலை" திரைப்படத்தைத் தயாரித்தபோது, அப்படத்திற்குத் தம்மைப் பாட்டெழுத அழைத்தவர்களிடம் "என்னைவிடவும் சிறப்பாக எழுதக்கூடிய என் தம்பி, பட்டுக்கோட்டை கல்யாணசுந்தரத்தை அனுப்பிவைக்கிறேன்" என்றிருக்கிறார். "பாரதிதாசனின் பட்டறையில் உருவானவன் என்றும் உங்கள் தேவையைப் பூர்த்தி செய்வான்" என்றும் கூறியிருக்கிறார். மருதகாசியின் சிபாரிசில் மாடர்ன் தியேட்டர்ஸ் போன பட்டுக்கோட்டை, முதல் கல்லையே பலமாக வீசியதை நாமறிவோம்.

அந்தப் பாடல்தான் "குட்டி ஆடு தப்பிவந்தா / குள்ளநரிக்குச் சொந்தம்" என்பது. அந்த ஒற்றைப் பாடலிலேயே தன்னை யாரென்று நிரூபித்து திரைத்துறையின் கயிற்றைப் பற்றி மேலேறியிருக்கிறார் பட்டுக்கோட்டை. அதேபோல, அறிஞர் அண்ணா வசனமெழுதி ப. நீலகண்டன் இயக்கிய "நல்லவன் வாழ்வான்" திரைப்படத்தில் ஒரு சம்பவம். எம். ஜி. ஆர். நடிப்பில் வெளிவந்த அப்படத்திற்கு டி. ஆர். பாப்பா இசையமைத்திருக்கிறார்.

"சிரிக்கின்றாள் அவள் சிரிக்கின்றாள்" என ஆரம்பிக்கும் பாடல் வாலி பெயரில் வந்திருக்கிறது. ஆனால், அப்பாடல் உருவாக்கத்தின்போது எத்தனையோ இடர்பாடுகளை வாலி சந்தித்திருக்கிறார். மெட்டு சரியில்லையென்று ஒருமுறையும் பாடியவிதம் சரியில்லையென்று மற்றொருமுறையும்

யுகபாரதி □ 169

பாடலை மாற்றிக்கொண்டே இருந்திருக்கின்றனர். ஒவ்வொரு மாற்றத்தையும் செய்து பார்த்துவிட்டு இறுதியில், வரிகள் சரியில்லை என்றும் பாடல் எழுதிய வாலி கைராசியில்லாதவர் என்றும் சொல்லியிருக்கின்றனர். அப்படிச் சொல்லுவதற்கு பிள்ளையார்சுழி போட்டவர் எம்.ஜி.ஆர் என்பது, எந்த அளவுக்கு உண்மையோ எனக்குத் தெரியாது. கைராசியில்லாத வாலிக்கு பதில் மருதகாசியை வைத்து எழுதும் யோசனையையும் அவரே தந்ததாக தகவல்கள் சொல்கின்றன.

நல்லவான் வாழ்வான் திரைப்படக் குழுவை ஏற்கெனவே மருதகாசிக்குத் தெரியுமென்பதால் அழைத்தவுடன் போயிருக்கிறார். அதுவரை, மருதகாசிக்கு நடந்தது எதுவுமே தெரிந்திருக்கவில்லை. போன பிறகுதான் எல்லாவற்றையும் சொல்லியிருக்கிறார்கள். விவரமறிந்ததும் வாலி எழுதிய வரிகளை வாங்கி மருதகாசி படித்திருக்கிறார். அவருக்கு அவ்வரிகளில் பிழையிருப்பதாகப் படவில்லை. தவிரவும், தான் எழுதுவதால் ஒரு புதுக்கவிஞன் வாழ்க்கை பறிக்கப்படுமென்று எழுதத் தயங்கியிருக்கிறார். அத்துடன், வாலி கைராசியில்லாதவர் எனும்பொய் வதந்தியாக பரவிவிடுமே எனவும் கலங்கியிருக்கிறார். நிறுவனத்திடமும் எம்.ஜி.ஆரிடமும் வாலிக்காக பரிந்துபேசி, வாலி எழுதிய வரிகளே திரையில் வரும்படி செய்திருக்கிறார். அதுவரை வாலியை மருதகாசி நேரில் பார்த்ததில்லை.

முகமறியாத ஒருவருக்காக தனக்குவந்த பாடல் வாய்ப்பையும் விட்டுத்தர மருதகாசியால் முடிந்திருக்கிறது. படைப்புக்கும் மேலானதே படைப்பாளியின் மனம். இத்தனை ஆண்டுக்காலமாக திரைப்பாடலின் நீள அகலத்தை விவாதிப்பவர்களுக்கு, திரைப்பாடலாசிரியர்களின் பக்குவ மனத்தை உணர்ந்துகொள்ள முடியாமல் போயிருப்பது விந்தையிலும் விந்தை. ஒரு பாடலை குறிப்பிட்ட கவிஞரே எழுதியிருக்கிறார் என்பதைக்கூட தெரிந்துகொள்ளாத அவர்கள், திரைப்பாடல்கள் குறித்து எழுதுவதும் விமர்சனங்களை முன்வைப்பதும் வேதனையளிக்கின்றன.

மருதகாசி, மரபிலக்கியச் சாயல்களையும் தமிழ் மண்ணின் கலாச்சாரப் பெருமிதங்களையும் திரைப்பாடல்களில்

170 □ **நேற்றைய காற்று**

கொண்டுவந்தவர். கண்ணதாசனுக்கு முன்பே அதிகத் திரைப்பாடல்கள் எழுதியவராக அறியப்படும் அவர், திருச்சியை அடுத்த மேலக்குடிகாடு கிராமத்தைச் சேர்ந்தவர். பாபநாசம் சிவனின் சகோதரரும் பாடலாசிரியருமான ராஜகோபால அய்யரிடம் உதவியாளராக இருந்த அனுபவமும் அவர்க்குண்டு. அருணாச்சலக் கவிராயரின் படைப்புகளில் உந்தப்பட்டு எழுதத்தொடங்கிய மருதகாசி, கல்லூரிக் காலத்திலேயே நாடகங்களுக்குப் பாட்டெழுதிப் பழகியிருக்கிறார்.

திருச்சி லோகநாதனின் இசையமைப்பில் வெளிவந்த அவருடைய நாடகப்பாடல்கள் அக்காலத்தில் பெரும் வரவேற்பைப் பெற்றிருக்கின்றன. அரு. ராமநாதனின் வானவில் நாடகத்திற்கு மருதகாசி எழுதிய ஒரு பாடல், மாடர்ன் தியேட்டர்ஸ் டி. ஆர். சுந்தரத்திற்குப் பிடித்துப்போக, திரைத்துறைக்குள் நுழையும் வாய்ப்புக் கிடைத்திருக்கிறது. அதேபோல, வேறொரு நாடகத்திற்கு பாட்டெழுதி, சுந்தரத்தைக் கவர்ந்திருந்த கவி. கா.மு. செரீபும் மாடர்ன் தியேட்டர்ஸுக்கு ஏககாலத்தில் வரவழைக்கப்பட்டிருக்கிறார்.

இரண்டுபேரும் ஒன்றாக இணைந்து பணிபுரிவதற்கு முன்பே ஒருவரை ஒருவர் அறிந்திருக்கின்றனர். ஒருவரைப் பற்றி இன்னொருவருக்கு உயர்ந்த மதிப்பும் இருந்திருக்கிறது. மதிப்பை வெளிப்படுத்தும்விதமாகவே அவர்கள் இருவரும் இணைந்து பாடல்களை எழுத எண்ணியிருக்கிறார்கள். இரட்டைப் பாடலாசிரியர்களாக “மாயாவதி” திரைப்படத்தில் அறிமுகமான அவர்கள், அந்த உறவைத் தமிழரசுக் கழகச் செயல்பாட்டிலும் காட்டியிருப்பது கவனிக்கத்தக்கது.

எத்தனை சிக்கலான மெட்டைக் கொடுத்தாலும், அம்மெட்டுக்கு உரிய வார்த்தைகளை இடும்கலையில் மருதகாசி தனித்துத் தெரிந்திருக்கிறார். இந்தி மெட்டுக்கும் தெலுங்கு மெட்டுக்கும் அவர் பாடல்களை எழுதினாலும், அப்பாடல்கள் அசலான தமிழ்ப்பாடல்களைப்போலவே அமைந்திருக்கின்றன. அருணா பிலிம்ஸ் “ராஜாம்பாள்” திரைப்படத்தைத் தொடர்ந்து, தமிழ், தெலுங்கு ஆகிய இருமொழிகளிலும் “குமாஸ்தா” திரைப்படத்தை ஆரம்பித்திருக்கின்றனர். தெலுங்கில் பாடல்கள் எழுத

யுகபாரதி □ 171

புகழ்பெற்ற ஆச்சார்யா ஆத்ரேயாவும் தமிழில் எழுத மருதகாசியும் ஒப்பந்தமாயிருக்கின்றனர். தெலுங்கில் வரக்கூடிய பாடலின் பொருளை உள்வாங்கி தமிழில் எழுதவேண்டும் எனவும் சொல்லியிருக்கின்றனர். அதன்படி, ஆத்ரேயா "மன அதக்குல இந்தே பிரதுக்குல / பொந்தே ஆசலுபேக்கலமேடே" என்று எழுதியிருக்கிறார். நம்முடைய மனக்கோட்டைகள் சீட்டுக்கட்டுகளால் அடுக்கப்பட்ட வீடுகள் போன்றதே என்பதுதான் ஆத்ரேயா எழுதிய வரிகளுக்கான அர்த்தம்.

அந்த வரிகளை மனதில் நிறுத்திக்கொண்டு "நம் ஜீவியக் கூடு / களிமண் ஓடு / ஆசையோ மணல்வீடு" என்று அதே சந்தத்திற்கு அதே அர்த்தம் வரும்படி மருதகாசி எழுதியிருக்கிறார். வரிகளைக் கேட்டறிந்த ஆத்ரேயாவே தன்னைவிடவும் சிறப்பாகச் சிந்தித்த மருதகாசியை ஆரத்தழுவிப் பாராட்டியிருக்கிறார். பாராட்டு முடிந்த கொஞ்ச நேரத்திலேயே இடிபோல் ஒரு செய்தி மருதகாசிக்கு வருகிறது. தம்முடைய தம்பிகளில் ஒருவரான கோவிந்தசாமி மரணமுற்ற செய்திதான் அது. "ஜீவியக் கூடு, களிமண் ஓடு" என்றெழுதி முடித்த அந்தத் தருணத்தில், அப்படியொரு செய்தியைக் கேட்ட மருதகாசி, படைப்புகளின் சூட்சுமத்தை எண்ணிப் பதறிப்போயிருக்கிறார். இயற்கையோ இறைவனோ ஏதோ ஒன்றைப் பற்றினாலன்றி, இந்தக் கேள்விகளுக்கெல்லாம் பதிலில்லை எனவும் எண்ணியிருக்கிறார். அவருக்கான வாய்ப்புகள் முழுக்க முழுக்க அவருடைய தனிப்பட்ட ஆற்றல்களால் மட்டுமே கிடைத்திருக்கின்றன.

ஒருமுறை எம். கே. டி. பாகவதரின் "புதுவாழ்வு" படத்திற்கு பாடல் எழுத மருதகாசியை ஜி.ராமநாதன், கலைவாணர் என். எஸ். கே. விடம் அழைத்துப் போயிருக்கிறார். சிங்கனும் சிங்கியும் பாடுவதாக அமைக்கவேண்டிய நகைச்சுவைப் பாடல் குறித்து கலைவாணரும் விளக்கியிருக்கிறார். விளக்கிவிட்டு, "இதுவரை என்னுடைய படங்களுக்கு உடுமலையும் கே.பி. காமாட்சி சுந்தரமும்தான் எழுதியிருக்கிறார்கள். அவர்கள் அளவுக்கு நீங்கள் எழுதவில்லை என்றால் பாடலைப் பயன்படுத்த மாட்டேன்" எனவும் எச்சரித்திருக்கிறார். வாய்ப்பு இராமநாதனால் வந்திருந்தாலும், அதை தக்கவைக்கும்

172 ☐ **நேற்றைய காற்று**

சவாலை மருதகாசி தயங்காமல் ஏற்றிருக்கிறார். "சீனத்து ரவிக்கை மேலே" என்று ஆரம்பிக்கும் அந்தப்பாடல் கலைவாணவரை வெகுவாக கவர்ந்திருக்கிறது. குற்றாலக் குறவஞ்சியின் பாதிப்பில் எழுதப்பட்ட அப்பாடல், நாடக பாணியில் அமைந்த நாட்டார் பாடல் வகையை ஒத்திருக்கிறது.

சிங்கனும் சிங்கியும் உரையாடுவது போன்ற அப்பாடலில், சிங்கிமீது சிங்கனுக்கு ஏற்படும் சந்தேகத்தை தெளிவுபடுத்துவதாகப் பாடலின் போக்கு அமைந்திருக்கும். கலைவாணரின் எதிர்பார்ப்பை நூறு சதவீதம் பூர்த்திசெய்த அந்தப்பாடல், ஏதேதோ காரணத்தால் சம்பந்தப்பட்ட படத்தில் பயன்படுத்த முடியாமல் போக, அதன்பின் வெளிவந்த "முல்லைவனம்" படத்தில் வெளிவந்திருக்கிறது. அதன்மூலம், தொடர்ந்து கலைவாணரின் படங்களுக்கு எழுதும் கவிஞர்களில் ஒருவராக மருதகாசியும் அறியப்பட்டிருக்கிறார்.

"சிந்திக்கத் தெரிந்த மனிதகுலத்துக்கே சொந்தமானது சிரிப்பு" எனத் தொடங்கும் "ராஜாராணி" பட வாய்ப்பும் அவருக்கு அப்படித்தான் வந்திருக்கிறது. ஒரு வார காலத்திற்கும் மேலாக உடுமலையார் எழுதியும் சரியாக வரவில்லையென்று மருதகாசியிடம் அப்பாடலை கலைவாணர் ஒப்படைத்திருக்கிறார். ஒப்படைத்த மறுநாளே பாடல் முழுவதையும் எழுதி பாராட்டு பெற்ற கதையையெல்லாம், மருதகாசி தமது "திரைப்படப் பாடல்கள்" நூலில் தெரிவித்திருக்கிறார். சங்கீதச் சிரிப்பு என்று பாடலை முடித்ததற்கு ஏற்ப, கலைவாணர் இரண்டு ஆவர்த்தனத்தை குறைத்து, ஒரு ஆவர்த்தனமாகக் குறுக்கிப் பாடியிருக்கும் அழகையும் அந்நூலில் விவரித்திருக்கிறார்.

"திருநாடு தன்னில் திருவோடு ஏந்தி / தெருவோடு போகும் நிலை மாறிடாது / சீமான்கள் உள்ளம் மாறாதபோது" என்னும் "கனவு" திரைப்படப் பாடலை அண்ணா பாராட்டியிருக்கிறார். அதுமட்டுமல்ல, "இன்னொருவர் தயவெதற்கு / இந்நாட்டில் வாழ்வதற்கு / இல்லையென்ற குறையும் இங்கே / இனிமேல் ஏன் நமக்கு" என்று 'தங்கரத்தினம்' படத்தில் எஸ்.எஸ். ராஜேந்திரனுக்காக மருதகாசி எழுதிய வரிகளைப் புகழ்ந்து, ஐந்து பக்கங்களுக்கு அண்ணா ஒரு கட்டுரையே

யுகபாரதி □ 173

எழுதியிருக்கிறார். "திராவிட நாடு" பத்திரிகையில் அக்கட்டுரை வெளிவந்த சமயத்தில் மருதகாசியைத் திராவிட இயக்கத் தோழர்கள் தங்களில் ஒருவராகவே கருதியிருக்கின்றனர். கழக மாச்சர்யங்களைக் கடந்தும் ஒரு கவிஞனின் வார்த்தையைப் புகழ்ந்த அண்ணா, பல விஷயங்களில் முன்மாதிரியை தம் தம்பிகளுக்குக் காட்டியிருக்கிறார்.

கருணாநிதியும் எம்.ஜி.ஆ.ரும் திராவிட இயக்கக் கலைஞர்களாகத் தங்களை அடையாளப்படுத்தி, திரைத்துறையில் வேகமாக வளர்ந்த காலத்தில் அவர்கள்கூடவே கண்ணதாசனும் வளர்ந்திருக்கிறார். அல்லது அவர்கள் இருவராலும் வளர்க்கப்பட்டிருக்கிறார். திறமை ஒருபுறமிருந்தாலும், தோழமையும் கண்ணதாசனைத் தோளில்தூக்கி சுமந்திருப்பதை மறுப்பதற்கில்லை. பட்டுக்கோட்டையாரின் மறைவுவரை மிதமாக இருந்த அவர் வளர்ச்சி, அதன்பின் பெரும்வேகமெடுத்து பிரளயத்தையே உண்டு பண்ணியிருக்கிறது. எம். ஜி. ஆரின் படங்களுக்குப் பாடல்கள் எழுதிவந்த மருதகாசி ஒரு கட்டத்தில், திரைத்துறையைவிட்டே இரண்டுமூன்று ஆண்டுகள் ஒதுங்கி இருந்திருக்கிறார்.

1963முதல் 1967வரை திரைத்துறைத் தொடர்பே இல்லாத நிலைக்குத் தம்மைத் தாமே துண்டித்துக்கொண்டிருக்கிறார். நண்பர்கள் சொன்னார்களென்று திரைப்படத் தயாரிப்பில் ஈடுபட்டு, கடனுக்கும் அளவில்லாத மன உளைச்சலுக்கும் ஆளான அவரை, மீண்டும் திரைத்துறைக்கு அழைத்துவர பலரும் முயன்றிருக்கிறார்கள். நெருங்கிய நண்பர்களாலும் கைவிடப்பட்ட மருதாசிக்கு அப்போதும் ஆறுதல் வழங்கி ஆற்றுப்படுத்தியவர் உடுமலையேயென அறிகிறோம். ஈட்டிய செல்வமெல்லாம் போனதுபற்றிக்கூட அவருக்கு வருத்தமில்லை. நம்பியவர்கள் செய்த மோசத்தை எண்ணியே குமைந்திருக்கிறார். அதனால், திரைத்துறைமீது அக்காலத்தில் அவருக்கு ஒருவித கசப்பும் வெறுப்பும் ஏற்பட்டுப்போய், சொந்த கிராமத்திலேயே தங்கிவிடவும் எண்ணியிருக்கிறார்.

திறமைமிக்கவர்களைத் திரைத்துறை கண்காணித்துக் கொண்டே இருக்கும். அவர்களே விலகிவிடுவதாக அறிவித்தாலும் விட்டுவிடாது. விட்ட இடத்தைப்

174 □ **நேற்றைய காற்று**

பிடிக்கவேண்டுமென மருதகாசி நினைக்கவில்லை. தனக்கு இடமோ படமோ வேண்டாமென்றுதான் ஒதுங்கியிருக்கிறார். ஆற்றல்மிக்க ஒருவர் அப்படி இருப்பதை யார்தான் பொறுத்துக்கொள்வர். விடாப்பிடியாக அவரை அழைத்துவந்து, தேவர் தாம் தயாரித்த மறுபிறவியில் எழுத வைத்திருக்கிறார். 1967இல் எம். ஜி. ஆர். குண்டடிபட்டு குணமடைந்த சமயம் அது. "மறுபிறவி" என்கிற தலைப்பே அதற்காக வைக்கப்பட்டதுதான். எம். ஜி. ஆருக்கு மட்டுமல்ல, மருதகாசிக்கும் அது மறுபிறவியாக இருக்குமென்றே தேவர் நம்பியிருக்கிறார். ஆனாலும், ஒரே பாடலுடன் அந்தத் திரைப்படம் நிறுத்தப்பட்டிருக்கிறது.

அதன் பிறகு "தேர்த் திருவிழா, விவசாயி" முதலிய படங்களுக்கு மருதகாசி எழுதிய பாடல்கள், அவரை மீண்டும் பழைய இடத்திற்கு கொண்டுவந்து சேர்த்திருக்கின்றன. காலமே கைமாற்ற நினைத்தாலும் ஒருவருடைய இடம், அவரிடமே இருக்குமென்பதுதான் உண்மை. ஒருவரை ஒருவர் கடந்துசெல்லலாம். ஆனால், ஒருவர் இடத்தை இன்னொருவர் பறித்துவிட வழியில்லை. ஆழ்ந்த இலக்கியப் பரிச்சயமுடைய ஒருவர், ஓரிரு வரிகளிலேயே தன்னை உணர்த்திவிடுவார். தம்முடைய எழுத்தாற்றலை வெளிப்படுத்த அவருக்குப் பத்துப் பதினைந்து வாய்ப்புகள் தேவைப்படுவதில்லை. ஓரே ஒரு பாடல் போதும். "நினைத்ததை முடிப்பவன்" திரைப்படத்தில் இரண்டு பாடல்கள் முடிந்திருந்த நிலையில், அந்தப் பாடல்களில் முழுத் திருப்தியடையாத எம். ஜி. ஆர்., மருதகாசியை அழைத்திருக்கிறார்.

"நான் பொறந்த சீமையிலே நாலுகோடி பேருங்க / அந்த நாலுகோடி பேரிலே நானும் ஒரு ஆளுங்க" என எழுதியிருந்த கண்ணதாசனின் வரிகளில் அவருக்குப் பிடித்தமில்லை. "எனக்காக தனித்துவமாக அப்பாடல் எழுதப்படவில்லையே" என்றிருக்கிறார். மருதகாசியோ "வரிகள் இயல்பாகவும் அழகாகவும்தானே இருக்கிறது" என்று எம்.ஜி.ஆரிடம் கண்ணதாசனுக்காக வாதிட்டிருக்கிறார். அதற்கு, எம். ஜி.ஆர்., "நாலுகோடி பேர் என்பதைவிட, ஆயிரத்தில் ஒருவன் என்பதுபோல் இருந்தால் நன்றாயிருக்குமென" சொல்லியிருக்கிறார். இரண்டுமே எண்ணிக்கைதான்.

யுகபாரதி □ 175

என்றாலும், மக்களிடத்திலே தனக்குள்ள நெருக்கத்தை வெளிப்படுத்தும் வரிகளே தேவை என்று எம்.ஜி.ஆர். விரும்பியிருக்கிறார்.

மருதகாசிக்கும் எம். ஜி.ஆர். எண்ணுவதிலுள்ள நியாயத்தை புரிந்துகொள்ள முடிந்திருக்கிறது. அதன்பின் அமைக்கப்பட்ட மெட்டிற்கேற்ப "கண்ணை நம்பாதே உன்னை ஏமாற்றும்" பாடலை எழுதிக் கொடுத்திருக்கிறார். அப்பாடலில் இரண்டாவது சரணத்தை "பொன் பொருளைக் கண்டவுடன் / வந்தவழி மறந்துவிட்டு / தன் வழியே போகட்டுமே" என்று மருதகாசி எழுதியிருக்கிறார். எழுதப்பட்ட சரணத்தை வாசித்த எம்.ஜி.ஆர்., "பொன் பொருளைக் கண்டவுடன் வந்த வழி போவதில் தப்பில்லையே" எனக் கேட்டிருக்கிறார். தவிர, "தன்வழி, நல்வழி என்று நினைப்பவர்கள் அப்படித்தானே போவார்கள்" என்றும் கேட்டிருக்கிறார். அப்படியொரு கேள்வியை எம்.ஜி.ஆர். கேட்டதும் "பொன் பொருளைக் கண்டவுடன் / வந்தவழி மறந்துவிட்டு / கண்மூடிப் போகிறவர் போகட்டுமே" எனத் திருத்தித் தந்திருக்கிறார்.

ஒரு பாடலை எழுதக்கூடியவர் என்ன அர்த்தத்தில் எழுதினாலும் அதைத் தனக்கேற்ப பொருத்திக்கொள்ளாமல், தனக்காக எழுதவைத்து தன் இருப்பையும் இயல்பையும் மக்களுக்குச் சொல்லிக்கொண்டே இருந்தவர் எம். ஜி. ஆர். மட்டுமே. ஒரு பாடலைப் பெற மாதக் கணக்கில் அவர் காத்திருந்த கதைகள் எல்லோரும் அறிந்ததுதான். நானறிய, நடிகர்களில் திரைப்பாடல்களின் செல்வாக்கை உணர்ந்தவர்கள் இரண்டு பேர். ஒருவர், கலைவாணர். மற்றொருவர் எம்.ஜி.ஆர். இரண்டுபேரும்தான் தங்கள் அடையாளமாகப் பாடல்களைக் கருதியவர்கள். பாடல்கள் மட்டுமே தங்களை மக்களிடம் கொண்டுசேர்க்கும் என்று தீவிரமாக நம்பியவர்கள். மற்றவர்களுக்குப் பாடல்களின் சக்தி புரிந்திருந்தது. ஆனாலும், அதை அவர்கள் கதையை நகர்த்தும் கருவியென்றே எண்ணினர். சமூகத்தில் ஒரு பாடல் எழுப்பும் அதிர்வைப் பற்றி அவர்களால் ஊகிக்க முடியவில்லை.

திராவிட இயக்கத்தின் பேச்சையும் எழுத்தையும் தன் தனிப்பட்ட வாழ்வின் உயர்வுக்கும் ஸ்தானத்திற்கும் உபயோகிக்க எம்.ஜி.ஆருக்குத் தெரிந்திருக்கிறது.

176 □ **நேற்றைய காற்று**

அந்த விஷயத்தில் கலைவாணரை விடவும் ஒருபடி எம்.ஜி.ஆர். மேலே நிற்கிறார் என்றுதான் சொல்லவேண்டும். மருதகாசியின் பல திரைப்பாடல்கள் எம்.ஜி.ஆரைத் திரைக்கு வெளியேயும் நாயகனாகக் காட்டவே எழுதப்பட்டுள்ளன. கலைவாணரின் "தீனா மூனா கானா" என்றொரு பாடல், கலைஞர் கதை வசனத்தில் உருவான 'பணம்' திரைப்படத்தில் இடம்பெற்றிருக்கிறது. பெரியாரிடமிருந்து கருத்து வேறுபட்ட அண்ணா, தம் தம்பிகளுடன் இணைந்து திராவிட முன்னேற்றக்கழகத்தை ஆரம்பிக்கிறார். அப்படி ஆரம்பித்த கட்சிக்கு நிபந்தனையற்ற ஆதரவைக் கலைத்துறையிலிருந்து நல்கியவர்களில் கலைவாணர் முக்கியமானவர்.

எந்த அளவுக்கு அண்ணாவையும் திராவிட முன்னேற்றக் கழகத்தையும் அவர் ஆதரித்திருக்கிறார் என்றால், பாடலின் தலைப்பிலேயே கட்சிப் பெயரை உணர்த்தும் அளவுக்கு. தணிக்கைத்துறை அவ்வரிகளை அனுமதிக்காதென்று அவருக்குத் தெரிந்தே இருந்தது. ஆனாலும், தீனா மூனா கானா என்பதற்கு "திருக்குறள் முன்னேற்றக் கழகம்" என்று புது விளக்கத்தையும் கலைவாணர் அப்பாடலில் சொல்லியிருப்பார். எழுதச் சொன்ன கலைவாணருக்கும் எழுதிய கண்ணதாசனுக்கும் தெரிந்தது, மக்களுக்குத் தெரியாதா என்ன? என்ன நோக்கத்திற்காக அப்பாடல் எழுதப்பட்டதோ அந்தப் நோக்கத்தை அப்பாடல் பூர்த்தி செய்திருக்கிறது. பாடலின் இறுதியில் "மேடையில் முழங்கு அறிஞர் அண்ணாபோல்" என்ற வரியைத் தணிக்கைத்துறை அனுமதிக்கவில்லை.

அதற்குப் பதிலாக "மேடையில் முழங்கு திரு.வி. க.போல்" என்று மாற்றியிருப்பதை அறியலாம். காலத்தின் சுழற்சியில் அண்ணாவின் பெயர் வேண்டாமென்று மாற்றச் சொன்னவர்கள், அதே அண்ணாவின் ஆணைக்குக் கீழே வேலை செய்யவேண்டிய நிலைக்குத் தள்ளப்பட்டது நகைமுரணல்லாமல் வேறென்ன?

இதையெல்லாம் அருகிருந்து கவனித்து, பாடம் படித்துக்கொண்டவர் எம்.ஜி.ஆர். என்பதால் பாடல்களை அவர் எளிய விஷயமாக எண்ணவே இல்லை. தீனா மூனா கானா பாடலுக்கு எதிராகவும் ஒரு பாடல் "மாங்கல்யம்"

யுகபாரதி □ 177

திரைப்படத்தில் வந்திருக்கிறது. அதை எழுதியிருப்பவர் மருதகாசி. திராவிட இயக்க எதிர்ப்பில் வளர்ந்த தமிழரசுக் கழகத்தினர் பலரும் சம்பந்தப்பட்ட அப்படத்தில் "வானா மூனா கானா" என்றொரு பாடல். அப்பட்டமான திராவிட முன்னேற்றக் கழக எதிர்ப்பு பிரச்சாரமே அப்பாடல். மாங்கல்யம் திரைப்படத்தை இயக்கிய ஏ. பி. நாகராஜனும் பாடலை எழுதிய மருதகாசியும் வரிந்துகட்டி அப்பாடலில் திராவிட இயக்கத்தை வசைபாடி இருக்கிறார்கள். 'கூஜா கூஜா கூஜா' என்றெல்லாம் முதலில் போட்டு, தங்களின் ஒட்டுமொத்த ஆதங்கத்தையும் அதில் கொட்டியிருக்கின்றனர். நிஜத்தில் அப்பாடல் எழுத காரணமாயிருந்தவர் கண்ணதாசனே. ஒருமுறை கண்ணதாசனும் மருதகாசியும் ரயிலில் ஒன்றாகப் பயணித்திருக்கின்றனர்.

அப்போது, ஒரு பாடகியும் அவர் கணவரும் தயாரிப்பாளர்களுக்குக் கொடுத்துவந்த தொல்லையைப் பற்றி பேச்சு எழுந்திருக்கிறது. உடனே, ஒரு பச்சை வண்ணப் பேனாவை மருதகாசியிடம் கொடுத்து 'அந்தப் பாடகியையும் அவர் கணவரையும் பச்சை பச்சையாக ஒரு பாடல் எழுதுங்கண்ணே' என்றிருக்கிறார். கண்ணதாசனின் வேண்டுகோளுக்காக அந்தப் பயணத்தில் எழுதிய அந்தப்பாடல்தான் பின்னாளில் மாங்கல்யம் திரைப்படத்தில் பயன்படுத்தப்பட்டிருக்கிறது. கண்ணதாசனால் தூண்டப்பட்டு எழுதிய பாடல், கண்ணதாசன் எழுதிய தீனா மூனா கானா பாடலுக்கு எதிராக வெளிவருமென்று இருவருமே கருதியிருக்க வாய்ப்பில்லை.

கண்ணதாசன்மீதும் மருதகாசிக்கு அளவில்லாத அன்பிருந்திருக்கிறது. சிவாஜி கணேசனுடன் நெருங்கிய தொடர்பில் இருந்த மருதகாசி, கண்ணதாசனுக்காக அவரைச் சந்திப்பதையே தவிர்த்திருக்கிறார். 1962இல் பந்தபாசம் திரைப்படத்தை சிவாஜி தயாரித்தபோது, அப்படத்திற்கு கண்ணதாசனே பாடல் எழுத ஒப்பந்தமாகியிருக்கிறார். ஓரிரு பாடல்கள் முடிவடைந்த நிலையில் கண்ணதாசனுக்கும் தயாரிப்பு நிர்வாகிகளுக்குமிடையே ஏதோ பிரச்சனை எழுந்திருக்கிறது. அப்போது சிவாஜி வெளிநாட்டில் இருந்திருக்கிறார். பிரச்சனை குறித்துத் தெரிந்துகொண்ட

178 □ **நேற்றைய காற்று**

அவர், மருதகாசியை அழைத்துப் பாடல்களை முடியுங்கள் என்று தொலைபேசியில் தெரிவித்திருக்கிறார். அவர்களும் அவ்விதமே மருதகாசியை அழைத்திருக்கிறார்கள். ஆனாலும், மருதகாசி எழுதாமல் தவிர்த்துவிட்டு, ஊரில் இல்லையென்று சொல்லியிருக்கிறார்.

உண்மையில், அவர்கள் அழைத்த மறுதினமே கண்ணதாசன் வந்து மருதகாசியைப் பார்த்ததாகவும் இருவருக்குமிடையே இருந்த அன்பினால்தான் பாடல் எழுதத் தயங்கியதாகவும் அவர் சகோதரர் முத்தையன் தமது நூலில் குறிப்பிட்டிருக்கிறார். பிறகு, இருவரையும் தவிர்த்துவிட்டு, மாயவநாதனையும் புதுப்பட்டி முத்துசாமியையும் பந்த பாசத்திற்கு எழுதவைத்திருக்கின்றனர். கண்ணதாசன்மீது கொண்டிருந்த பந்தத்தால் சிவாஜியுடனான பாசத்தை மருதகாசி இழந்திருக்கிறார். "மன்னாதி மன்னன்" திரைப்படத்தில் தனக்கு வந்த வாய்ப்பை மருதகாசிக்கு கண்ணதாசன் விட்டுக்கொடுத்ததாகவும் தகவல் உண்டு.

சக கவிஞர்களுக்காக தம்முடைய வாய்ப்புகளை இழக்கத் துணிந்த மருதகாசியைப் பற்றி சுரதா ஒருமுறை மாறான கருத்தையும் பத்திரிகை பேட்டியில் சொல்லியிருக்கிறார். தான் ஊரில் இல்லையெனச் சொல்லிவிட்டு தனக்கு வரும் பாடல் வாய்ப்புகளை மருதகாசி பறித்துவிடுவதாக சுரதா அப்பேட்டியில் கொதித்திருக்கிறார். திரைப்பாடலாசிரியர்களில் தன்னைப்போலவே பிறரை எண்ணும் குணமுடைய மருதகாசி அவ்வாறு நடந்திருக்க வாய்ப்பே இல்லையென்றுதான் தோன்றுகிறது. தஞ்சை ராமையாதாஸுக்காகப் புகழ்பெற்ற திரை நிறுவனமான விஜயா புரொடக்ஷன்ஸின் உரிமையாளர் நாகிரெட்டியைச் சந்திக்கவும் தயங்கியவரே மருதகாசி.

அப்படியிருக்கையில் சுரதா, போகிறபோக்கில் விட்டெறிந்த சொற்களை பெரிதுபடுத்தத் தேவையில்லை. சரித்திரப் படம், சமூகப் படம், பக்திப் படம் எதுவாயிருந்தாலும், அதற்கேற்ற பாட்டு மொழியை மருதகாசி கட்டமைத்திருக்கிறார். இயக்குநர் கே. எஸ். கோபாலகிருஷ்ணனின் எத்தனையோ படங்களில் எத்தனையோ பாடல்களை எழுதியிருக்கும் அவர், தசாவதாரம் படத்தில் ஆமை என்ற சொல்லை வைத்துக்கொண்டு ஆடியிருக்கும் வார்த்தை விளையாட்டை ரசிக்கலாம்.

யுகபாரதி □ 179

பத்து அவதாரத்தில் ஆமை அவதாரமும் ஒன்று. அந்த அவதாரத்திற்கு ஏற்ப நில்லாமை, நிலையாமை, பொல்லாமை, தள்ளாமை, இல்லாமை, இயலாமை, இறவாமை, பிறவாமை என பனிரெண்டு ஆமைகளைப் பட்டியலிட்டிருக்கிறார். "ஆமை புகுந்த வீடும் ஆமினா புகுந்த வீடும் உருப்படாது" என்ற பழமொழியைக் கேள்வி கேட்பதாக பாடல் அமையவேண்டுமென கே. எஸ். ஜி. கூறியிருக்கிறார். சாஸ்திர சம்பிரதாயங்களில் ஈடுபாடுடைய கே. எஸ். ஜி., மருதகாசியின் முற்போக்கு வார்த்தைகளில் வசமிழந்திருக்கிறார். "நில்லாமை பதவி நிலையாமை தனை மறந்து" என ஆரம்பிக்கும் அப்பாடல் இணையத்தில் கிடைக்கிறது. தயாரிப்பாளரோ இயக்குநரோ தரும் ஒரு வார்த்தையை வைத்துக்கொண்டு முழு பாடலையும் எழுதும் ஆற்றல் மருதகாசிக்கு இருந்திருக்கிறது.

ஒருமுறை 'ரொக்கப்புள்ளி' என்னும் கடைசி வார்த்தை வரும்படி பாடல் எழுத தயாரிப்பாளர் பி. ஏ. பெருமாள் கேட்டிருக்கிறார். 'ஆளை ஆளைப் பார்க்கிறார்' என்று ஆரம்பிக்கும் அப்பாடல், இரத்தக்கண்ணீர் படத்தில் வெளிவந்திருக்கிறது. உடுமலையே பல்லவியையும் முதல் சரணத்தையும் எழுதியிருக்கிறார். இரண்டாவது சரணம் முடியும்போது 'ரொக்கப்புள்ளி' வரவேண்டுமென்பதால் மருதகாசியை அழைத்திருக்கின்றனர். இந்தி மெட்டிற்கு "சிகரெட்டை ஊதித் தள்ளி / சேர்மீது துள்ளித் துள்ளி / சிநேகிதர் தம்மைக் கிள்ளி / சிரிக்கிறார் ஏதோ சொல்லி / சிங்காரம் பண்ணுவார் / அங்கொரு ரொக்கப்பள்ளி"என்று அவரும், கடைசி வார்த்தையாக ரொக்கப்புள்ளி வருவதுபோல் முடித்துக் கொடுத்திருக்கிறார். உடுமலைக்கு மருதகாசி உதவியதைப்போல பல சந்தர்ப்பங்களில் மருதகாசிக்கும் உடுமலை பாடல் முயற்சிகளில் உதவியிருக்கிறார்.

1954இல் வெளிவந்த 'தூக்குத்தூக்கி' திரைப்படத்தில் "கண்வழிபுகுந்து / கருத்தினில் கலந்த / மின்னொளியே ஏன் மவுனம் / வேறெதிலே உன் கவனம்" என்ற பாடலின் இறுதி வரியை "காண்போமே பாதிப்பாதி" என்பதாக முடித்துக்கொடுத்தவர் உடுமலையே என்கிறார் டாக்டர் செ. திருநாவுக்கரசு. "உடுமலை தந்த கவிமலை" என்னும்

தலைப்பில் அவர் வெளியிட்ட நூல், அரிய திரைத் தகவல்களை உள்ளடக்கியது. உடுமலை நாராணயகவியைப் பற்றி முழுமையாக அறிந்துகொள்ள அந்நூல் உதவும். ஆய்வு நோக்கில் ஒவ்வொரு பாடலையும் அணுகியிருக்கிறார். பாடலின் வழியே உடுமலையை அவர் பார்த்திருக்கும்விதம் ரசனைக்கும் அப்பாற்பட்ட தளத்தைக் காட்டுகிறது. காலப்பெட்டகம் என்றுதான் அந்நூலைச் சொல்லவேண்டும்.

நன்றாகக் கவனித்தால் ஒருவிஷயம் தெளிவாக பிடிபடுகிறது. கண்ணதாசனை விடவும் எம்.ஜி.ஆர்., தனது ஏற்றமான பாடல்களுக்குப் பட்டுக்கோட்டையையும் மருதகாசியையுமே நாடியிருக்கிறார். ஒருவர் இடதுசாரியாகவும் மற்றொருவர் தமிழரசுக் கழகத்தவராகவும் இருந்தது கவனிக்கத்தக்கது. மாற்றுக் கருத்துடனும் மாற்றுக் கொள்கையுடனும் இயங்கிவந்த மருதகாசியையே அழைத்து, "விவசாயி" திரைப்படத்தில் "கருப்பென்றும் சிவப்பென்றும் வேற்றுமையாய் / கருதாமல் எல்லோரும் ஒற்றுமையாய் / பொறுப்புள்ள பெரியோர்கள் சொன்னபடி / உழைத்தால் பெருகாதோ சாகுபடி" என்று எழுத வைத்திருக்கிறார். "கருப்பென்றும் சிவப்பென்றும் வேற்றுமையாய்" என்னும் வரிகள் போகிறபோக்கில் எழுதப்பட்ட வரிகள் அல்ல.

மிகக் கவனமாக திராவிட முன்னேற்றக் கழகக் கருத்தியலை வெளிப்படுத்தவே எழுதப்பட்டுள்ளன. "கடவுள் என்னும் முதலாளி" பாடலில் வரும் வரிகளே மேலே குறித்திருப்பவை. முதலாளி, தொழிலாளி என்கிற வர்க்க முரண்பாட்டைக் கடவுளுக்கும் பக்தனுக்குமான பிரிவாக பார்த்திருப்பது யோசனைக்குரியது. முதலாளி, தொழிலாளி என்கிற பாகுபாடு யாரால் வந்ததென்பதை விடுத்து, கடவுளையே மருதகாசி முதலாளியாக்கியிருக்கிறார். கடவுளை ஒருபொழுதும் அடையவோ காணவோ முடியாது என்பதுபோல முதலாளியையும் ஒழிக்கவோ அழிக்கவோ முடியாதென்றும் இப்பாடலுக்குப் பொருள் கொள்ளலாம். மருதகாசி, நேரடியான அர்த்தத்திலேதான் எழுதியிருக்கிறார்.

கடவுளே தேர்ந்தெடுத்த தொழிலாளி, விவசாயி என்றுதான் சொல்ல நினைத்திருக்கிறார். அதாவது, அந்த அளவுக்கு உயர்ந்தவன் விவசாயி. தமிழரசுக் கழகத்தில் பணியாற்றிய

யுகபாரதி □ 181

மருதகாசி, அரசியல் ரீதியிலான தமது அனுபவங்களை, பங்களிப்புகளை எங்கேயேனும் எழுதியிருக்கிறாரா? தெரியவில்லை. தீவிர அரசியலில் இயங்கக்கூடிய வாய்ப்பு இருந்தும் அதுகுறித்தெல்லாம் அவர் பேசாமல் இருந்த சூழலைப் புரிந்துகொள்ளமுடிகிறது. திரைத்துறையில் சகலருடனும் இயைந்து செயலாற்றும்பொழுது, தனிப்பட்ட கொள்கைகளால் அவர் இழந்த வாய்ப்புகள் எவை எவையென்று வேறு யாராவது ஆராயலாம்.

மருதகாசியின் வரிகளை பட்டுக்கோட்டையின் வரிகளாகவும் கண்ணதாசனின் வரிகளாகவும் நம்மில் பலபேர் எண்ணியிருக்கிறோம். குறிப்பாக "மனுசன மனுசன் சாப்புடுறாண்டா தம்பிப் பயலே" என்றதும் யோசிக்காமல் பட்டுக்கோட்டையாரே அப்பாடலை எழுதியதாகக் கருதுகிறோம். ஆனால், அப்பாடல் 1956இல் வெளிவந்த "தாய்க்குப் பின் தாரம்" படத்திற்காக மருதகாசியினால் எழுதப்பட்டது. எம்.ஜி.ஆர். தன்னை ஒரு புரட்சிக்காரராகத் திரைப்படத்தில் நிறுவிக்கொண்ட முதல் பாடலாக அப்பாடலைக் கருதலாம்.

"ஆணவத்தைக் கண்டு பயந்துவிடாதே / எதற்கும் ஆமாம் சாமி போட்டுவிடாதே" என்ற வரிகள், அன்றைய அரசியல் சூழ்நிலையை உத்தேசித்தே எழுதப்பட்டுள்ளன. அதேபோல, "வசந்தமுல்லை போலே வந்து / அசைந்து ஆடிடும் பெண்புறாவே" என்னும் பாடல் கண்ணதாசன் எழுதியதாக பல குறிப்புகள் தெரிவிக்கின்றன. உண்மையில், அப்பாடலை எழுதியவரும் மருதகாசிதான். கணினியோ இணையமோ இல்லாத அந்த காலத்தில் வெளிவந்த பல பாடல்கள், உரிய படைப்பாளரின் பெயரில்லாமல் வெவ்வேறு பெயர்களில் உலவிக்கொண்டிருக்கின்றன.

இக்காலத்தில் வெளிவந்த என்னுடைய பாடல்களுக்கே அதுதான் கதியென்றால், மருதகாசியின் பாடல்களுக்கு நேர்ந்திருப்பதைப் பற்றிச் சொல்லவேண்டியதே இல்லை. எழுதுவதோடு தங்கள் பணி முடிந்ததாக ஒரு கவிஞனோ படைப்பாளனோ நினைத்துவிட்டால், காலப்போக்கில் அவனுக்கே அவன் படைப்பு சொந்தமில்லாமல் போய்விடும் ஆபத்து இருக்கிறது. யாருடைய பெயர் திரும்பத் திரும்ப

182 □ நேற்றைய காற்று

தங்கள் காதுகளில் விழுகிறதோ அவரே அனைத்துக்கும் சொந்தமானவர் என்று நினைப்பது ரசிகனின் மனோபாவம். அபரிமிதமான பற்றை ஒரு படைப்பாளர்மீது ரசிகன் வைத்துவிட்டால், அவரைத் தாண்டி யாருமே இல்லை என்று அவன் எண்ணிக்கொள்கிறான். 1955இல் வெளிவந்த "மங்கையர் திலகம்" திரைப்படத்தில் "நீலவண்ண கண்ணா வாடா" என்றொரு பாடல்.

எப்போது அந்தப் பாடலைக் கேட்டாலும், என்னையுமறியாமல் ஒருவித மனத் தூண்டுதலுக்கு ஆளாவேன். வரிகளின் இடையே மருதகாசி செய்திருக்கும் கற்பனைகள் அப்படிப்பட்டவை. குழந்தைக்குத் தாலாட்டு பாடும் நாயகி, அக்குழந்தைக்காக இயற்கையிடம் உரையாடுவதுபோல மருதகாசி எழுதியிருப்பார். "நடுங்கச் செய்யும் வாடைக் காற்றே / நியாயமல்ல உந்தன் செய்கை / தடை செய்வேன் தாளைப் போட்டு / முடிந்தால் உன் திறமை காட்டு" என்ற வரிகளை அவர் எங்கிருந்து பெற்றிருப்பார் என யோசித்துக்கொண்டே இருக்கிறேன். மரபிலக்கியச் செழுமையை அதைவிடவும் அழகாக ஒரு திரைப்பாடலில் கொண்டுவர முடியுமா என்பது சந்தேகமே. அப்பாடலில் வரும் வரிகளுக்கு ஏற்பவே காட்சிகளையும் அமைத்திருப்பர்.

வாடைக் காற்றுபட்டு குழந்தை எழுந்துவிடுமென யோசிக்கும் தாய், காற்றைத் தடை செய்ய ஜன்னலை மூடுகிறாள். காட்சியில் அவ்வளவுதான் கொண்டுவர முடிந்திருக்கிறது. ஆனால், அதையும் தாண்டி காற்றுக்கே சவால்விடுவதுபோல, "முடிந்தால் உன் திறமை காட்டு" என்று மருதகாசி சிந்தித்திருக்கிறார்.

ஓர் அளவுக்குமேல் காட்சிப்படுத்த முடியாத இடத்திலேதான் இலக்கியங்கள், திரை ஊடகங்களை ஜெயிக்கின்றன. எப்படி யோசித்தாலும் எவ்வளவு முயன்றாலும் மருதகாசியின் அப்பாடல் வரிகளை காட்சிக்குள் கொண்டுவருவது கடினமென்றே நினைக்கிறேன். கவிஞனோ பாடலாசிரியனோ இயக்குநரையும் ஒளிப்பதிவாளரையும் திணறடிக்கும் இடங்களை மருதகாசி பல பாடல்களில் காட்டியிருக்கிறார். காட்சிக்காகவும் சூழலுக்காகவுமே ஒரு பாடல் எழுதப்பட்டாலும், அக்காட்சியையும் சூழலையும்

யுகபாரதி □ 183

மிஞ்சக்கூடிய பகுதிகள் அவர் பாடல்களில் இருக்கின்றன. இசைமேதை தட்சிணாமூர்த்தியின் இசையில் நீல வண்ணக் கண்ணா பாடலைப் பாடிய ஆர். பாலசரஸ்வதியின் குரல், சின்னச்சின்ன கமகங்களில் மருதகாசியையும் கடந்துவிடுவதைக் கவனிக்கலாம்.

ஒரு பாடலின் ஜீவன், அப்பாடலைப் பாடும் பாடகரின் புரிதலில்தான் பொதிந்திருக்கிறது. அதனால்தான் மருதகாசி, டி.எம். சௌந்தரராஜனைத் திரையில் பாட வைக்க பெருமுயற்சி எடுத்திருக்கிறார். சம்பந்தப்பட்ட இயக்குநரும், நடிகரும் தயங்கியபோதிலும், ஒரு பாடகன் அறிமுகமாவதில் அவர் காட்டிய அக்கறையென்பது சாதாரண விஷயமல்ல. ஆயிரக்கணக்கான பாடல்கள் பாடிய டி. எம். சௌந்தரராஜன், தன்னை உருவாக்கிய பிதாமகனென்று மருதகாசியையே சொல்லியிருக்கிறார்

மருதகாசியின் குறிப்பிடத்தக்க பாடல்களின் வரிசையைக் கவனித்தாலே அவர், எத்தகைய தமிழாய்ந்த பாடலாசிரியர் என்பதை உணர்ந்துவிடலாம். 'சத்தியமே லட்சியமாய்க் கொள்ளடா, முல்லை மலர் மேலே, சமரசம் உலாவும் இடமே, வருவேன் நான் உனது மாளிகையின் வாசலுக்கே, ஏர்முனைக்கு நேர் இங்கே எதுவுமே இல்லை, காவியமா நெஞ்சின் ஓவியமா, கோடி கோடி இன்பம் பெறவே, உலவும் தென்றல் காற்றினிலே, நினைந்து நினைந்து நெஞ்சம் உருகுதே, மணப்பாற மாடுகட்டி, மாட்டுக்கார வேலா, ஆடாத மனமும் உண்டோ' என்பனபோல முதல் வரியிலேயே தன்னைக் கவனிக்க வைத்துவிடும் பேராற்றல் அவருக்கு இருந்திருக்கிறது.

தனக்கு முன்னே இருந்த பாடலாசிரியர்களிடமிருந்து தன்னை வேறுபடுத்திக் காட்ட எத்தனையோ விதமாகச் சிந்தித்திருக்கிறார். இன்னும் சொல்லப்போனால், பாடலாசிரியர்களில் கண்ணதாசனுக்கு முன், எளிய பிரயோகங்களில் மக்களை ஈர்த்தவராக அவரைக் கருதலாம். அவர் காலத்தில் அவரே ஏனைய கவிஞர்களை முன்செலுத்தும் ஏராகவும் இருந்திருக்கிறார். அவருடைய பாதிப்பில் வெளிவந்த பாடல்களைப் பற்றி தனிப்பட்டியலே என்னிடமிருக்கிறது. "தென்றல் உறங்கிய போதும் / திங்கள் உறங்கியபோதும்

184 □ **நேற்றைய காற்று**

/ கண்கள் உறங்கிடுமா / காதல் / கண்கள் உறங்கிடுமா?" என்று அவர் எழுதிய வரிகள், எத்தனைப் பாடலாசிரியர்களின் வரிகளில் தென்படுகின்றன என்பதை நீங்களே யூகிக்கலாம்.

காதல் பாடல்களை எடுத்துக்கொண்டாலும், சமூகப் பாடல்களை எடுத்துக்கொண்டாலும் அவர் வரிகள் தனித்துத் தெரிகின்றன. கருத்தியல் ரீதியிலான அணுமுறையைத் தவிர்த்து, ஜனரஞ்சகமாக எழுதுவதிலேயே அவர் முழு கவனம் செலுத்தியிருக்கிறார். இன்றுவரை "சமரசம் உலாவும் இடமே" பாடலுக்கு இணையான ஒரு பாடல் திரைப்படத்தில் வரவில்லை. சித்தர்களின் சொற்களை உள்வாங்கி, மரணத்தின் வலி நிறைந்த சூழலை கொண்டாடும்படி எழுதியிருக்கிறார். அவரே "மனமுள்ள மறுதாரம்" என்ற திரைப்படத்தில் "தூங்கையிலே வாங்குற மூச்சு / இது, சுழி மாறிப் போனாலும் போச்சு" என்றும் கூறியிருக்கிறார்.

அதையெல்லாம்விட, "ஏர்முனைக்கு நேர் இங்கே" என்னும் பாடலில், விளைந்து நிற்கும் கதிருக்கு ஓர் உவமை சொல்லியிருக்கிறார். அதற்கு நிகரான ஒரு கற்பனையை இதுவரை யாருமே சிந்திக்கவில்லை. "வளர்ந்துவிட்ட பருவப் பெண்போல் உனக்கு வெட்கமா / தலை, வளைஞ்சு சும்மா பாக்குறியே தரையின் பக்கமா?" என்று ஒரு திரைப்பாடலைக் காவியப் பண்பு நிறைந்ததாக அவரால் மட்டுமே எழுத முடிந்திருக்கிறது.

சொல்லாட்சிகளே திரைப்பாடல்களை புதிதாகக் காட்டுகின்றன. மருதகாசியை முந்தையத் தலைமுறை பாடலாசிரியராக நான் கருதியதில்லை. ஏனெனில், அவர் பாடல்களை ஊன்றி வாசிக்கையில் இன்றை பிரதிபலிக்கின்றன. காலம் கடந்தும் நிற்கக்கூடியவை மட்டுமல்ல, காலத்தை ஒட்டியும் நிற்கக்கூடிய பாடல்களை எழுதியிருப்பவரே மருதகாசி. "விந்தைமிகு மகுடி முன்னாலே நாகத்தைப் போலே" என்று அவரே ஒரு பாடலில் எழுதியிருக்கிறார். மகுடி இசைக்கு நாகமே மயங்குமெனில், மருதகாசியின் பாடல் மகுடிக்கு முன்னால் நாம் எம்மாத்திரம்?

யுகபாரதி ☐ 185

உடுமலை நாராயணகவி

இப்படித்தான் இருக்கவேணும்

திரைப்பாடல்களின் வழியே திராவிட இயக்கக் கருத்துகளை மக்களிடம் கொண்டுசேர்த்த முதல்நபராகவும், அதற்காகத் தம் வாழ்நாளின் பெரும்பகுதியை அர்ப்பணித்தவராகவும் உடுமலை நாராயணகவியை அறிகிறோம். அவர் அவ்வாறு அறியப்பட்டாலும், அவர் எழுதிய ஒரு பாடல் "இப்படித்தான் இருக்கவேணும் பொம்பள / இங்கிலீசு படித்தாலும் இன்பத் தமிழ் நாட்டுல" என்றே வெளிவந்திருக்கிறது. பெண் விடுதலை, பெண் சமத்துவம் என்றெல்லாம் மேடைகளில் பேசிவிட்டு, அதற்கு நேர்மாறாகத் திரைப்படத்தில் பாடல் எழுதியிருக்கிறாரே என்னும் கேள்வி எழாமல் இல்லை. அதேபோல அவருடைய மற்றொரு திரைப்பாடலில், "பட்சி ஜாதி நீங்க / எங்கப் பகுத்தறிவாளரப் பாக்காதீங்க" என்றிருக்கிறார்.

ஒற்றுமையுடன் இருக்கும் காக்கைகளைப் பாராட்ட, பகுத்தறிவாளரை குறைத்துச் சொல்கிறாரே எனவும் தோன்றலாம். பகுத்தறிவுக் கருத்துகளே சமூகத்தின் முதன்மைத் தேவை என்றெண்ணிய அவர், பட்சிகளிடம்

186 □ நேற்றைய காற்று

பகுத்தறிவாளரை ஏன் பார்க்கவேண்டாம் என்றிருக்கிறார். அன்றைய காலகட்டத்தில் பகுத்தறிவாளரின் நடவடிக்கைகள், மற்றவர்களின் உரிமையை, உணர்வை, உணவை பறிப்பதாகவா இருந்தன? கேள்விகளிலிருந்தே உடுமலையாரைப் பார்க்கத் தொடங்குகிறோம். ஏனெனில், பெரியார் சொல்லியபடி, எதையும் கேள்விகேட்கக் கற்றுக்கொடுத்த ஆளுமையாகவே உடுமலை நாராயணகவியும் இருந்திருக்கிறார்.

திராவிடக் கொள்கைகளை மக்கள் மத்தியில் பெருக்கியதிலும், அதை வரவேற்புக்குரிய சங்கதியாக மாற்றியதிலும் பெரும் பங்கு உடுமலைக் கவிராயருடையது. ஏதோ ஒரு புள்ளியில், அவர் பெரியாரை வந்து சேர்ந்தவரில்லை. அவருடைய இயல்பே அதுவாக இருந்திருக்கிறது. தீப்பெட்டி வியாபாரியாக வாழ்வைத் தொடங்கிய அவர், அதன்பின் பருத்தித் தொழிலிலும் கதராடைத் தொழிலிலும் ஈடுபட்டிருக்கிறார். அத்தொழில்களால் ஏற்பட்ட கடனையும் பின்னடைவையும் உத்தேசித்து, அதிலிருந்து மீளும் வழியாகவே கலைத்துறையை தேர்ந்தெடுத்திருக்கிறார். தொழிலுக்குக் கடன் தந்தவர்களின் தொந்தரவு அதிகமானதும், ஊரிலிருந்து கிளம்பிவிடவும் எண்ணியிருக்கிறார். வாங்கிய கடனைத் திருப்பித் தரும்வரை ஊருக்குத் திரும்புவதில்லை எனப் புறப்பட்ட அவரைக் கலைத்துறையே காப்பாற்றியுமிருக்கிறது.

குடும்பத்தை ஊரிலேயே விட்டுவிட்டு ஒற்றை ஆளாக அவர் தொடங்கிய பயணம், நாடகமேடை பாடலாசிரியர், நாடக ஆசிரியர், வசனகர்த்தா, வாத்தியார், திரைப்படப் பாடலாசியர் எனப் பல முகங்களைக் கொடுத்திருக்கிறார். சில ஆண்டுகள் எங்கே இருக்கிறோம் என்பதையே ஊருக்குத் தெரிவிக்காத அவர், பசியோடும் பட்டினியோடும் நகரத் தெருக்களில் பராரியாக அலைந்திருக்கிறார். இயல்பிலேயே இருந்த அவருடைய கலையார்வம், கடனிலிருந்து மட்டுமல்ல, வாழ்வின் துயர்மிகுந்த தருணங்களிலிருந்தும் அவரை மீட்டிருக்கிறது.

இரண்டு மூன்று ஆண்டுகளுக்குப் பின் அவர், நாடகங்களுக்குப் பாட்டும் வசனங்களும் எழுதியிருக்கிறார். அதன்மூலம் ஓரளவு பணம் கையில் சேர்ந்திருக்கிறது. கிடைத்த பணத்தை எடுத்துக்கொண்டு ஊர் திரும்புகிறார்.

யுகபாரதி ☐ 187

திரும்பியவர், ஊர் எல்லையிலேயே நின்றுகொண்டு, தனக்குக் கடன் கொடுத்தவர்களையெல்லாம் வரவழைத்து, மொத்தக் கடனையும் வட்டியுடன் செலுத்திவிட்டுத்தான் ஊருக்குள் நுழைந்திருக்கிறார்.

இச்சம்பவம் அவரை அதீத வைராக்கியமுடையவராகக் காட்டினாலும், சொல்லுக்குக் கட்டுப்படும் சுய ஒழுக்கத்தைக் காட்டுவதாகவே எனக்குப்படுகிறது. சொற்களின் முக்கியத்துவத்தை உணராவிட்டால், அதைக் கதையாகவும் கவிதையாகவும் எழுதுவதில் பிரயோசனமில்லையென்று அவர் நினைத்திருக்கலாம். ஒரு சொல், தன்னிடமிருந்து வெளிப்படும்போது அச்சொல்லுக்கான பொறுப்பை தாமே ஏற்றுக்கொள்ளும் தகுதியுடனே அவர் இருந்திருக்கிறார். சொன்ன சொல்லைக் காப்பாற்றுவதும், அச்சொல்லைக் காப்பாற்றி சுயமரியாதையை மீட்டுக்கொள்வதும் அவருக்கே உரிய குணங்களாகப் பார்க்கப்படுகின்றன. ஊரே பஞ்சத்தில் தவித்தபோது, தம்முடைய குடும்பம் மட்டும் அரிசி சோறு உண்பதா எனக் கேட்டிருக்கிறார். இல்லாதவர்கள் பட்டினி கிடந்தால் அதற்காக இருப்பவர்களும் விரதமிருக்க வேண்டுமா என்றவர் யோசிக்கவில்லை.

ஊரோடு ஒட்டி ஒழுகல் என்பது சந்தோசத்திற்கு மட்டுமல்ல, துக்கத்திற்கும் பொருந்தக்கூடியதே என அவர் புரிந்துவைத்திருக்கிறார். அதையும் மீறி மகனுக்காக உலைவைத்த மனைவியைக் கோபித்து, அறைவிடும் அளவுக்கு அவருடைய செய்கைகள் இருந்திருக்கின்றன. ஒரு கவிஞனோ பாடலாசிரியனோ தன்னைத் தகவமைத்துக் கொள்ளத் தேவையான பண்புகளாக இதைப் பார்க்கலாம். மனைவியை அறைந்தது பற்றிச் சொல்லவில்லை. எந்தவிதத்திலும், அதைநான் நியாயப்படுத்தத் துணிய மாட்டேன். பொது உணர்வுகளுக்கு மதிப்பளித்து, தம்முடைய சுகங்களைச் சுருக்கிக்கொள்ள எண்ணியிருக்கிறாரே அதைத்தான் சொல்லுகிறேன்.

இரவல் வாங்கிவைத்திருந்த அரிசியைக் காக்கைகளுக்கு இறைத்த பாரதியை, மகாகவியாகப் பார்ப்பது எப்படியோ, அப்படித்தான் உடுமலையின் செயல்களையும் நான் பார்க்கிறேன். திண்ணைப் பள்ளிக்கூடத்தில் நான்காம்

வகுப்புவரையே படித்த நாராயணக்கவி, அதன்பின் உடுமலை சரபம் முத்துசாமிக்கவிராயரிடம் முறையாகக் கலையையும் தமிழையும் கற்றிருக்கிறார்.

கோயில் திருவிழாக்களை முன்னிட்டு ஊரில் நிகழ்த்தப்பட்ட நாடகங்களிலும் கூத்துகளிலும் நடித்துவந்த நாராயணகவியை, அடுத்தடுத்த கட்டங்களுக்கு முத்துசாமிக் கவிராயரே கூட்டிச்சென்றிருக்கிறார். அவர்மூலமே சங்கரதாஸ் சுவாமிகள், மாம்பழக் கவிச்சிங்க நாவலர், மாயூரம் வேதநாயகம்பிள்ளை, உ.வே. சுவாமிநாதய்யர், முத்தைய்யா பாகவதர், சந்தானகிருஷ்ண நாயுடு ஆகியோரைப் பற்றியெல்லாம் நாராயணகவிக்குத் தெரிந்திருக்கின்றன. பெயருக்குப் பின்னால், சாதியை இட்டுக்கொள்வது வழக்கமாயிருந்த காலத்தில், சாதிக்குப் பதிலாக கவி என்று பெயருக்குப் பின்னால் இணைத்திருக்கிறார். தொழிலாக அவர் கவிதையையே கருதியிருக்கிறார் என்பதாகவும் அதை எடுத்துக்கொள்ளலாம்.

நாராயணசாமி, நாராயணகவியாக மாறியது சொற்ப நாள்களில் நடந்ததில்லை. பெரியாரின் கொள்கைகள்மீதும் அவர் முன்வைத்த திராவிட இயக்கக் கருத்தியல்மீதும் ஆழ்ந்த புரிதல் ஏற்பட்ட பிறகு நிகழ்ந்திருக்கிறது. பெரியாரின் சிந்தனைகள்மீது நாராயணகவி சார்பு நிலை எடுப்பதற்கும் முத்துசாமிக்கவிராயரே காரணமாக இருந்திருக்கிறார். வேதங்களையும் சடங்கு சாஸ்திரங்களையும் கேள்விகேட்கும் இடத்திற்கு அவரை நகர்த்தியதும் அவர்தான். பெரியாரியக் கருத்துக்கள் வேர்விடத் தொடங்கிய காலகட்டத்தில், அதன் சாதக பாதகங்களை நாராயணகவிக்குச் சொல்பவராகவும் அவர் இருந்திருக்கிறார். அதுமட்டுமல்ல, பதிமூன்று ஆண்டுக்காலம் உடுமலை நாராயணகவியைக் கண்காணித்து, அவருடைய நல்லது கெட்டதுகளில் பங்கெடுத்திருக்கிறார்.

தாம் எழுதிய கவிதைகளிலோ கதைகளிலோ சந்தேகமேற்படுமாயின் அதை நிவர்த்திசெய்யவும் முத்துசாமிக் கவிராயரே உதவியிருக்கிறார். ஆசானாகவும் ஆலோசகராகவும் இருந்து, ஒரு தேர்ந்த மாணவனாக நாராயணகவியை உருவாக்கியதில் அவருடைய பங்கு குறிப்பிடத்தக்கது. தமிழ்த் திரைப்பாடல்களின் அகத்தையும் முகத்தையும் மாற்றிய

யுகபாரதி □ 189

நாராயணகவியின் வருகைக்கு முன்புவரை அத்துறையில் பெரும் ஆளுமைகளாக அறியப்பட்டவர் இருவர். ஒருவர், பாபநாசம் சிவன். மற்றொருவர், மதுரகவி பாஸ்கரதாஸ். இருவருமே இந்திய தேசிய விடுதலைக்குத் தம்மால் இயன்ற பாடல்களை எழுதியவர்கள். அதிலும், அதிகமாக எழுதியவர் என்றால் மதுரகவி பாஸ்கரதாஸைச் சொல்லலாம். பாபநாசம் சிவனைப் பொறுத்தவரை, பக்திப் பரவசத்தையே பிரதானப்படுத்தியவர்.

கர்நாடக சங்கீதத்தின் சகல சாத்தியங்களையும் திரைப்பாடலுக்கு மடைமாற்றியதில் அவரே முதன்மையானவர். அவர் எழுதி இசையமைத்துப் பாடிய பல பாடல்கள் இன்றும் திரையிசை வளர்ச்சிக்கான வித்தாகப் பார்க்கப்படுகின்றன. மதுரகவி பாஸ்கரதாஸின் பாடல்கள், அன்றைக்கிருந்த வெள்ளை ஏகாதிபத்தியத்திற்கு சவால்விடக்கூடிய விதத்தில் அமைந்திருக்கின்றன. பாஸ்கரதாஸின் ஒரு பாடலைப் பாடி, மேடைதோறும் கிளர்ச்சியை ஏற்படுத்திய விஸ்வநாததாஸை இந்த இடத்தில் நினைவுகூரலாம்.

அவர் ஒருமுறை, வள்ளித் திருமண நாடகத்தின் இடையிலே, “வெள்ளை வெள்ளைக் கொக்குகளா / விரட்டியடித்தாலும் வாரீகளா” என்று பாடியிருக்கிறார். அதை அடுத்து அவரைக் காவல்துறையினர் கைது செய்ய வந்திருக்கின்றனர். ஒவ்வொருமுறையும் இப்படி ஆட்சிக்கும் அதிகாரத்திற்கு எதிராக பாடிக்கொண்டிருந்த அவரை, இம்முறை எப்படியாவது கைது செய்துவிட வேண்டுமெனும் தீவிரத் திட்டத்துடன் காவல் துறையினர் வந்திருக்கின்றனர்.

நாடகம் போய்க்கொண்டிருக்கிறது. வழக்கம்போல ஆட்சேபிக்கத்தக்க வரிகளை விஸ்வநாததாஸ் பாடுகிறார். உடனே, காவல்துறை மேடையேறி கைதுசெய்கிறோம் என்கிறது. அப்போது அச்சமோ ஆவேசமோ படாமல் “வேஷத்தைக் கலைக்கும்வரை காத்திருங்கள்” என்று சொல்லிவிட்டு, விஸ்வநாததாஸ் நாடகத்தைத் தொடர்ந்திருக்கிறார். காவல்துறையும் காத்திருந்து, ஒப்பனைகளைக் கலைத்தபின் கைதுசெய்ய வந்திருக்கிறது. அதன்பின்னும் விஸ்வநாததாஸ் அசராமல், “சம்பந்தப்பட்ட பாடலை முருகப்பெருமான் அல்லவோ பாடினான். முருகப் பெருமான் பாடியதற்கு

190 □ நேற்றைய காற்று

என்னை எப்படிக் கைது செய்வீர்கள்" எனக் கேட்டுச் சாதுர்யமாகத் தப்பித்திருக்கிறார். காலத்தின் தேவையுணர்ந்து காரியமாற்றிய அத்தகைய கலைஞர்களை நினைவில் வைத்திருக்கிறோமா எனக் கேட்பது இந்த இடத்தில் பொருத்தமில்லை.

பாபநாசம் சிவனும் மதுரகவி பாஸ்கரதாஸூம் இந்தியத் தேசியத்தை முதன்மையாகக் கருதியவர்கள். காந்தீயத்தில் பற்றும் அது பரவுவதில் ஆர்வமும் கொண்டிருந்தவர்கள் என ஆய்வுக் கட்டுரைகள் தெரிவிக்கின்றன. எனினும், பாபநாசம் சிவனின் பாடல்களில் தெய்வக் கருத்துகள் இடம்பிடித்த அளவுக்கு, தேசியக் கருத்துகளுக்கு முக்கியத்துவம் தரப்பட்டதாகச் சொல்வதற்கில்லை. "தமிழ்த் தியாகைய்யர்" என்ற அடைமொழிக்கேற்ப அவருக்கிருந்த சாஸ்த்திரிய சங்கீதப் புலமையும் சமஸ்கிருத ஞானமும், அவருக்குப் பின்வந்த வேறு எவரிடமும் இல்லையென்பதுதான் உண்மை.

தனக்குப் பின்னே திரைப்பாடல் எழுதவந்த உடுமலை நாராயணகவியிடம் பாபநாசம் சிவன் கொண்டிருந்த அன்பையும் உறவையும் மெய்க்கீர்த்தியின் வெளிப்பாடுகளாகப் பார்க்கலாம். இருவரும் இணைத்து சில படங்களுக்குப் பாடல்கள் எழுதியிருக்கின்றனர். 1934இல் வெளிவந்த 'சீதாகல்யாணம்' திரைப்படத்தில் சிவனும் நாராயணகவியும் இணைந்து பணியாற்றியிருக்கின்றனர்.

சிவனுக்கு அது, இரண்டாவது படமென்றும் நாராயணகவிக்கும் அதுவே இரண்டாவது படமென்று 'உடுமலை தந்த கவிமலை' நூலில் டாக்டர் செ. திருநாவுக்கரசு குறிப்பிட்டிருக்கிறார். அதன்பின் வெளிவந்த ஸ்ரீகிருஷ்ணலீலா திரைப்படத்தில் 64 சிறிதும் பெரிதுமான பாடல்களை இருவருமே பகிர்ந்து எழுதியிருக்கின்றனர். ஸ்ரீகிருஷ்ணலீலா திரைப்படத்திற்கு வசனங்களையும் நாராயணகவி எழுதியிருக்கிறார்.

பவளக்கொடி, சந்திரமோஹனா அல்லது சமூகத் தொண்டு, சகுந்தலை, பாரிஜாதம், மாமியார், பெண் ஆகிய படங்களிலும் இருவரும் இணைத்து எழுதியிருக்கின்றனர். "குபேர குசேலா" படத்தில் சிவன் "உள்ளம் அவளோடு சென்றது / வெள்ளம்

தடையின்றிப் பள்ளத்திலே வீழும் தன்மைபோல்" என்று எழுதிய வரிகள், பி.யூ. சின்னப்பாவுக்கு பிடிக்காமல் போக, வேறொரு பாடலை எழுதித்தரும்படி நாராயணகவியிடம் கேட்டிருக்கிறார். பாடலை வாசித்துப்பார்த்த நாராயணகவி, தொடவேண்டிய இடத்தை சிவன் தொட்டிருக்கிறார். ஆனாலும் நீங்கள் கேட்பதற்காக எழுதித்தரும் எண்ணமில்லை என்றிருக்கிறார். அப்போதும், பிடிவாதமிருந்த சின்னப்பாவுக்காக எழுதியதுதான் நடையலங்காரம் என்று ஆரம்பிக்கும் பாடல். அப்பாடலில், "தேடக் கிடைத்திடா தெய்வீக மருந்து / தெரிசனம் கண்கள் பெரும் விருந்து" எனும் வரிகள் என்னைக் கவர்ந்தவை. தெய்வீக மருந்து என்ற பதத்தை அவருடைய கடவுள் மறுப்புக் கருத்தியலுடன் ஒப்பிட்டுப் பார்க்கத் தேவையில்லை.

நாராயணகவியும் சிவனும் ஒருவரை ஒருவர் வியந்திருக்கின்றனர். அவர் வரிகளை இவரும், இவர் வரிகளை அவரும் தாண்டிவிடக்கூடிய சூழலை ஆரோக்கிய மனநிலையுடன் அணுகியிருக்கின்றனர். ஒருமுறை பாபநாசம்சிவன் உடுமலையாருக்குக் கடிதம் எழுதியிருக்கிறார். அக்கடிதத்தில் "தாங்கள் இங்கு வந்து என் இல்லத்தில் தங்கி, ஒருவேளை உணவு உண்டு, சிலமணிநேரம் நம் படங்களைப் பற்றிப் பேசவேண்டும். இதுவே என் கடைசி ஆசை" எனக் கூறியிருக்கிறார். கடிதத்தைக் கண்ட உடுமலையார், "ஒரு வேளைதான் உங்களால் எனக்கு உணவு போட முடியுமா, ஒருவாரம் உங்களுடன் தங்கியிருக்க ஆசைப்படுகிறேன். அதாவது, ஏழுநாளும் உங்களுடன் உணவு உண்டு, ஒன்றாக பேசிக் கொண்டிருக்க ஆசைப்படுகிறேன்" என்று பதிலெழுதி, அதன்படியே சிவன் வீட்டிற்குச் சென்று தங்கியுமிருக்கிறார்.

இருவருமே திரைத்துறையில் இருந்து ஓரளவு ஒதுங்கிய நிலையில், அச்சந்திப்பு நடந்ததாக அறியமுடிகிறது. படைப்புகளுக்கு வெளியேயும் நம்முடைய மூத்தோர்கள் இயைந்திருந்ததை கவனிக்கவேண்டும். இன்றைய படைப்பாளர்களிடம் காணப்படும் போட்டிகளும் பொறாமைகளும் அன்றைய ஆளுமைகளிடம் தென்படவில்லை. அதனால்தான், அவர்கள் ஆளுமைகளாக அறியப்படுகிறார்கள் என்பது தேவைக்கு அதிகமான பிரயோகம். தெய்வமே

192 □ நேற்றைய காற்று

யாவும் என்று எண்ணிய பாபநாசம் சிவனும், தெய்வமே இல்லை என்று எழுதிவந்த நாராயணகவியும் ஒன்றேபோல் இருந்திருக்கிறார்கள். தனிப்பட்ட அன்பிலும் உறவிலும் அவர்களுக்குள் ஒரு சிக்கலும் ஏற்பட்டிருக்கவில்லை.

கலையிலும் கல்வியிலும் முத்துச்சாமி கவிராயரைக் குருவாகக் கொண்ட கவிராயர், தமது அரசியல் ஞானாசிரியனாகக் கருதியது பெரியாரை மட்டுமே. அக்காலத்தில் இருந்தவந்த மூடநம்பிக்கைகளுக்கும் சமூகநீதிக்கு எதிரான செயல்களுக்கும் பெரும்சவாலாக விளங்கிய பெரியார், உடுமலையையும் பாரதிதாசனையும் தமது இயக்கத்தின் கலை இலக்கிய உந்துவிசைகளென்றே எண்ணியிருக்கிறார். எளிய தமிழில் நாராயணகவியும் இலக்கியத் தமிழில் பாரதிதாசனும் எழுதிய கவிதைகளைச் சமமாக மதித்தே, தமது 'குடியரசு' பத்திரிகையில் வெளியிட்டிருக்கிறார். ஒருசமயம், சோஷலிச ரஷ்யாவைப் பார்த்துவிட்டு திரும்பிய பெரியாரை வரவேற்று, ஒரு பாராட்டுக் கூட்டத்தைக் கலைத்துறையினர் ஏற்பாடு செய்திருக்கின்றனர். பாராட்டு விழாக்களிலெல்லாம் பெரிய ஆர்வமில்லாத பெரியார், அவ்விழாவில் கலந்துகொள்ள முதலில் சம்மதிக்கவில்லை.

அப்போது, நாராயணகவி வேண்டுகோள் வைத்திருக்கிறார். யாருக்காக இல்லையென்றாலும், நாராயணகவிக்காக அவ்விழாவில் கலந்துகொள்கிறேன் என்று வேண்டுகோளை ஏற்று, விழாவைச் சிறப்பித்திருக்கிறார். உடுமலையாரை பெரியார் எந்த இடத்தில் வைத்திருந்தார் என்பதற்கான சான்றாக அச்சம்பவத்தை அறியலாம். இத்தனைக்கும் பெரியாருக்குத் திரைத்துறைமீது நல்லவிதமான அபிப்ராயம் இருந்ததாகத் தெரியவில்லை. சினிமாவை சமூகத்தின் சீரழிவுகளில் ஒன்றாகவே பார்த்திருக்கிறார். ஒருகாலத்துக்குப் பிறகே சினிமாவையும் சமூக மாற்றத்துக்குப் பயன்படுத்தலாம் என யோசித்திருக்கிறார். அவரை அம்மாற்றத்தை நோக்கி நகர்த்திய பாடல்களில் ஒன்று, "காசிக்குப்போனா கருவுண்டாகுமென்ற காலம் மாறிப்போச்சு" என்ற நாராயணகவி பாடலே. டாக்டர் சாவித்திரி திரைப்படத்தில் அப்பாடல் இடம்பெற்றிருக்கிறது.

பெரியாரின் சகல கொள்கைகளிலும் நாராயணகவிக்கு ஈடுபாடு இருந்திருக்கின்றன. மூடநம்பிக்கையொழிப்பிலும்

யுகபாரதி □ 193

சமூகநீதியிலும் இணக்கம் கொண்டுவிட்டு, கடவுள் மறுப்புக் கொள்கையை ஏற்காதவராக அவர் இல்லை. கடவுள் மறுப்புக் கொள்கையையும் உள்ளடக்கிய பெரியார் ஆதரவே அவருடையது. பெரியாரிடம் அவர் கொண்டிருந்த பற்றுதலின் காரணமாகவே கலைவாணரின் கலைச்செயல்பாட்டிற்கு தொடர்ந்து கைகொடுத்து வந்திருக்கிறார். 1939இல், தியாகராஜபாகவதர் தயாரித்த "திருநீலகண்டர்" திரைப்படத்தில் கலைவாணருக்கு எழுதத்தொடங்கிய கவிராயர், அதன்பின் 1942வரை தொடர்ச்சியாக எழுதியிருக்கிறார். கொஞ்சகாலம், லெட்சுமிகாந்தன் கொலைவழக்கால் கலைவாணர் சிறைசெல்ல நேர்கிறது. அந்த இடைப்பட்ட காலத்தில் வெவ்வேறு திரைப்படங்களுக்கு பாடல்களை எழுதியதுடன், கலைவாணர் நடத்திவந்த நாடகக்குழுவைக் கவனிக்கும் பொறுப்பையும் ஏற்றிருக்கிறார்.

தம்மைப் பாராட்டி கலைவாணர் அணிவித்த வைரக் கடுக்கனை விற்றுவிட்டு, நாடகத் தொழிலாளர்களைக் காப்பாற்றியிருக்கிறார். இரண்டு குழுவாக கலைவாணரின் நாடகக்குழு பிரிந்தபோது, ஒன்றைத் தமது தலைமையில் இயங்கும்படிச் செய்திருக்கிறார். கலைவாணர் என்றதும் கவிராயரையும் கவிராயரென்றால் கலைவாணரையும் இணைத்தே பார்க்கவேண்டிய சூழல் ஏற்படுவதற்குக் காரணம், அவர்கள் இருவருமே ஒரு காலத்தைய திராவிட இயக்கப் பிரதிநிதிகளாகத் தங்களை அறிவித்துத் திரைத்துறையில் செயல்பட்டதால்தான். பாடல் இயற்றுவது மட்டுமல்லாது, பல்வேறு துறைகளில் நிபுணத்துவம் பெற்றவராகவே கவிராயர் இருந்திருக்கிறார்.

பாடல் எழுத வருவதற்கு முன்பே புரவியாட்டம், சிக்குமேளம், ஒயிலாட்டம் கும்மிப்பாட்டு, உடுக்கடிப்பாட்டு, தம்பட்டம் முதலிய கலைகளைக் கற்றிருக்கிறார். தம்பட்டம் அடிக்கும் கலைஞர்களுடன் அவருமே சேர்ந்து ஆடிப்பாடிய தகவலும் இருக்கிறது. அதுமட்டுமல்லாமல், காவடிச்சிந்து, தேசிங்கு ராஜன் கும்மிப்பாட்டு ஆகியன உடுமலையாருக்கு மனப்பாடமாகத் தெரிந்திருக்கின்றன. மரபார்ந்த இசைப் பயிற்சியும் நாட்டார் பாடல்கள்மீது அவருக்கிருந்த கரிசனமான பார்வையும் அவற்றையெல்லாம் திரைப்பாடல்களாக ஆக்க

உதவியிருக்கின்றன. சபையைத் திராவிடக் கொள்கையாகவும் சரக்குகளை நம்முடைய கிராமியக் கலைகளாகவும் கொண்டே தம் பயணத்தைத் தொடர்ந்திருக்கிறார். டாஸோபோன், ஓடியன். ஹிஸ் மாஸ்டர்ஸ் வாய்ஸ் போன்ற கிராமபோன் நிறுவனங்களுக்கு நகைச்சுவைப் பாடல்களை எழுதிவந்த கவிராயர், பெரியாரைக் கவனிக்கத் தொடங்கிய நாளிலிருந்தே சமூகச் சீர்திருத்தக் கருத்துகளுக்கு முக்கியத்துவம் அளிக்கத் தொடங்கியிருக்கிறார். நாடக வாழ்க்கையிலேயே கலைவாணருடன் தொடர்பு ஏற்பட்டிருந்தாலும், திருநீலகண்டர் திரைப்படம்தான் அவர்கள் உறவை வலுப்படுத்தியிருக்கிறது. அதுவரை இல்லாத புதுப்போக்கை நாடகங்களில் ஏற்படுத்திய கலைவாணருக்கு, கவிராயர் பெருமளவில் உதவியிருக்கிறார்.

தம்மிடமிருந்த நாட்டுப்புறவியல் அறிவையெல்லாம் கலைவாணருக்கு எழுதிய பாடல்களில் காட்டியிருக்கிறார். கதாகாலஷேப வடிவத்தையும் வில்லுப்பாட்டு வடிவத்தையும் கலைவாணர் கைக்கொண்டபோது, அதற்கேற்ற பாடல்களை அவரால் எழுதித்தர முடிந்திருக்கின்றன. வட இந்தியத் திரைப்படத் தயாரிப்பாளர்கள் தங்களுடைய படங்களை தமிழில் மொழிமாற்றம் செய்தபோது, அப்படங்களுக்கான பாடல்களைத் தமிழில் எழுதிப் புகழ்பெற்றிருந்தவர் கம்பதாசன். பாடலாசிரியர்களில் லட்சரூபாய் சம்பளம்பெற்ற முதல் நபராக அவரைச் சொல்வதுண்டு. ஆனால், நேரடித் தமிழ்ப்படம் ஒன்றுக்கு அந்தக்காலத்தில் ஐம்பதினாயிரம் ரூபாயைப் பெற்றவர் யார் என்றால் அவர் உடுமலை நாராயண கவிராயர் ஒருவர்தான். “சொர்க்கவாசல்” என்னும் படத்திற்கு பாடலெழுதிய உடுமலைக்கு, சம்பந்தப்பட்ட தயாரிப்பாளரிடமிருந்து அத்தொகையைப் பெற்றுக்கொடுத்தவர் அறிஞர். அண்ணா.

அதுமுதல், மூன்று நிமிடப் பாடலென்றால் மூவாயிரமும் நான்கு நிமிடப் பாடலென்றால் நான்காயிரமும் அவருக்கு வழங்கப்பட்டிருக்கின்றன. வெற்றியை வைத்தோ பெறக்கூடிய சம்பளத்தை வைத்தோ ஒரு கவிஞனுக்குப் பெருமை வருவதில்லை. ஆனால், அவை இரண்டுமே ஒருவருடைய தகுதியாகவும் திறமையாகவும் பார்க்கப்படுவதால் அவற்றையும் கவனிக்கவேண்டியுள்ளது. கலைவாணர் தாம் நடிக்கக்கூடிய

யுகபாரதி □ 195

நாடகங்களில் முதலிலேயே குரு வணக்கமாகக் கவிராயரை வணங்கும் வழக்கத்தை வைத்திருந்திருக்கிறார். 'உவமையில்லா எங்கள் உடுமலையார்' என ஆரம்பிக்கும் வாழ்த்துப்பாடலை பாடாமல் அவர் ஒரு நிகழ்ச்சியையும் தொடங்கியதில்லை என்கின்றனர். "கிந்தனார்" கதாகாலஷேபத்தை விட்டுவிட்டு கலைவாணருக்கும் கவிராயருக்கும் இடையேயான உறவை அறியமுடியாது.

நந்தனார் கதையை அடிப்படையாகக்கொண்டே கிந்தனார் கதையைக் கலைவாணர் உருவாக்கியிருக்கிறார். தில்லையம்பல நடராஜனை பார்க்க ஏங்கிய நந்தனாருக்கு கீழ்க்குடியில் பிறந்ததால் அனுமதி மறுக்கப்படுகிறது. ஆனாலும்கூட, தம்மிடமிருந்த அபார பக்தியினால் முக்தியடையும் வாய்ப்புக் கிடைக்கிறது. இதையே கருவாக வைத்துக்கொண்டு, தாழ்ந்த குடியில் பிறந்த கிந்தன், கல்வி கற்கச் சென்னைக்குக் கிளம்புவதாகக் கதையை அமைத்திருக்கிறார்.

"பெரிய பெரிய தலைவர்களெல்லாம் முயன்றும் ஒழிக்கமுடியாத ஜாதியை, இலண்டனிலிருந்து இந்தியாவுக்குள் நுழைந்த முதல் நாளே ரயில் ஒழித்துவிட்டது" என்பதாக அக்கதையின் இடையே கலைவாணர் பேசியிருக்கிறார். சாதியின் பேரால் ஒரு சமூகத்திற்குக் கல்வி மறுக்கப்பட்டிருப்பதை அதற்குமுன் வெளிவந்த திரைப்படங்கள் சொல்லவில்லை என்பதல்ல, படம் எடுப்பவர்கள் அத்தனைபேருமே மேற்படிச் சமூகத்தைச் சேர்ந்தவர்கள் என்பதுதான் அதிலுள்ள குறிப்பு. இந்த ஏற்றத் தாழ்வுகளையெல்லாம் திரையில் ஏன் சொல்லவேண்டும் எனக்கேட்கலாம்.

ஜாதிவேறுபாடுகளை களைந்து, எல்லோரையும் ஒரே இடத்தில் ஒன்றாக அமரவைக்கக்கூடிய பொதுத்தளம் ஒன்று இல்லையென்பதால், திரையிலிருந்தே சமத்துவத்தைத் தொடங்கக் கலைவாணரும் கவிராயரும் எண்ணியிருக்கலாம். "கிந்தனார் கதை" மூலம் கடவுளைவிட, கல்வியே பிரதானமென்று கலைவாணர் சொல்ல நினைத்திருக்கிறார். அக்கதையை கதாகாலஷேப வடிவத்தில் எழுதித்தர கவிராயரை நாடியதுகூட ஒத்த சிந்தனைகளை உயிர்ப்பிக்கும் யோசனைதான்.

ஜனநாயகச் சக்திகளின் ஒன்றிணைவில்தான் சகலமும் மாறுமென்று இருவருமே உணர்ந்திருக்கின்றனர். கலைவாணரின் எதிர்பார்ப்பை நூறு சதவீதம் பூர்த்திசெய்த கவிராயர், தம் வாழ்நாள் முழுக்கவே கலைவாணரின் நிழலாகப் பயணித்திருக்கிறார். கடைசிக்காலங்களில் கலைவாணரைக் கவிராயர் கைவிட்டுவிட்டார் என்பதுபோன்ற கருத்துக்கள் ஏற்புடையதல்ல.

கலைவாணரின் புகழை நாடெங்கும் பரப்பியதில் கிந்தனார் கதைக்குப் பெரும் பங்குண்டு. அதேபோல, "கிருஷ்ண பக்தி" என்னும் தலைப்பில் பி.யு.சின்னப்பாவுக்காகக் கவிராயர் எழுதிய கதாகாலஷேபம் பின்னாளில் திரைப்படமாக எடுக்கப்பட்டிருக்கிறது. அதுவும் சமகாலத்தில் மக்களிடையே பெரும் வரவேற்பைப் பெற்றிருக்கிறது. கலைவாணருக்குக் கல்வியை முதன்மைப்படுத்திய கவிராயர், பி.யு. சின்னப்பாவுக்கு கடவுளை முதன்மைப்படுத்தி எழுதிக்கொடுத்திருக்கிறார். தாம் கற்றிருந்த கலைவடிவத்தின் துணைகொண்டு சமூகத்தில் எதையாவது செய்துவிடும் துடிப்பு, அக்காலக் கலைஞர்களிடம் இருந்திருக்கிறது.

பக்தியோ பகுத்தறிவோ எதுவானாலும், மக்களைத் தம்முடைய ஆற்றலால் ஆற்றுப்படுத்தவே நினைத்திருக்கின்றனர். கைநிறைய காசுவரும் என்பதற்காகவோ புகழ் கிடைக்கும் என்பதற்காகவோ அவர்கள் கலைகளைக் கைக்கொள்ளவில்லை. ஆத்மதிருப்திக்காகவே உழைத்திருக்கிறார்கள். ஆத்மாவுக்குத் திருப்தியே வருவதில்லை என்பது வேறுவிஷயம். திருப்தி அடைந்தால் அது, ஆத்மாவே இல்லையென்று சொல்லக்கூடியவர்களும் உண்டுதான். ஒருமுறை கவிராயர், தம் நண்பர் ஒருவருக்காகக் கலைவாணருக்குச் சீட்டு கவியெழுதி அனுப்பியிருக்கிறார்.

கோவிந்தசாமி என்பது அந்த நண்பருடைய பெயர். அவர், முத்துசாமிக் கவிராயரிடம் சமையற்காரராக இருந்தவர். அவருக்குத் திடீரென்று உடம்பு சரியில்லாமல் போகிறது. எத்தனையோ மருத்துவரிடம் காட்டியும் நோய் சரியாகவில்லை. அப்போது என்ன செய்வதென்றே தெரியாமல் விழித்திருந்த கோவிந்தசாமியின் கனவில் திருப்பதி ஏழுமலையான் தோன்றுகிறார். சாட்சாத் பெருமாளேதான் தோன்றுகிறார்.

யுகபாரதி □ 197

கனவில் தோன்றுவது அவருக்கொன்றும் சிரமம் இல்லையே. தோன்றியிருக்கிறார். “நோய் சரியாக வேண்டுமானால் என்னை வந்து ஒருமுறை பார்த்துவிட்டுப் போ” என்றும் அந்தப் பெருமாள் கட்டளையிட்டிருக்கிறார். திருப்பதி போவதற்கோ கோவிந்தசாமியிடம் பணமில்லை. வேறு வழியும் தெரியவில்லை. கனவு உண்மையோ இல்லையோ நோய் சரியாக வேண்டுமே. உடனே கோவிந்தசாமி கவிராயரிடம் இருபது ரூபாய்ப் பணம்கேட்டு வந்திருக்கிறார்.

கவிராயருக்கும் அது கஷ்டகாலம். என்றாலும், உதவி கேட்டு வந்தவர்க்கு இல்லையென்று சொல்லாமல் ஒரு சீட்டுக்கவியெழுதி கலைவாணரிடம் அனுப்பியிருக்கிறார். “குருமுறை கொண்டாடிவந்த கோவிந்தசாமிக்கு / இருபது ரூபாய் ஈதல் தருமந்தான் / பகைத்தவரைப் பாலிக்கும் பட்சம் பரவுதிரு / நகைச்சுவை அரசே நல்கு” என்று கவிராயர் எழுதியனுப்பிய கவிதையின் சொல்லழகை ரசிக்கலாம். கலைவாணரை நகைச்சுவை அரசு என்றிருக்கிறார். அரசுதானே இல்லாதவர்க்குக் கொடையளிக்க வேண்டும் என்பது உட்பொருள்.

இரண்டுபேருமே தீவிர நாத்திகக் கொள்கையைப் பின்பற்றியவர்கள். ஆனாலும்கூட, திருப்பதி ஏழுமலையானைத் தரிசிக்கப் பணம் கொடுத்து உதவியிருக்கின்றனர். கடவுள் இல்லை, கடவுள் இல்லவே இல்லை என்று சொல்லித் திருப்பி அனுப்பவில்லை. கலைவாணரின் தயாளகுணம் கொள்கைக்கு அப்பாற்பட்டதென்றால் கவிராயரும் அப்படியே இருந்ததில் ஆச்சர்யப்படுவதற்கு ஒன்றுமில்லை. நம்முடைய நம்பிக்கைகளுக்கு மாற்றாக சமூகம் இருக்கிறதே என்று கவலைப்படாமல், அந்த நம்பிக்கைகளுக்கு மதிப்பளித்திருக்கிறார்கள். காலப்போக்கில் எல்லா நம்பிக்கைகளும் மாறிவிடுமென்றே எண்ணியிருக்கிறார்கள். அந்த மாற்றத்திற்குத் தம்மால் இயன்ற பணிகளைக் கலைகளின் வழியே செய்யவும் துணிந்திருக்கிறார்கள்.

கலைவாணரையும் கவிராயரையும் இணைத்தே பேசுவதால், கலைவாணரின் அத்தனைத் திரைப்படங்களுக்கும் கவிராயரே முழுப் பாடல்களையும் எழுதியிக்கிறார் என்று கருத இடமிருக்கிறது. ஆனால், கலைவாணர், 05

198 □ நேற்றைய காற்று

திரைப்படங்களிலும் 25 துண்டுப்படங்களிலும் நடித்திருக்கிறார். அவற்றில் இருபது படங்களுக்கு மட்டும்தான் கவிராயர் பாடல்கள் எழுதியிருக்கிறார். மீதமுள்ள படங்களிலெல்லாம் வெவ்வேறு பாடலாசிரியர்களே எழுதியிருக்கின்றனர். 42 ஆண்டுகளில், கவிராயர் மொத்தமே 650 பாடல்களைத்தான் திரைப்படங்களுக்கு எழுதியிருக்கிறார். மீதமுள்ள பாடல்கள் எல்லாம் அவ்வப்போது நாடகங்களுக்கும் இயக்கங்களுக்கும் எழுதிக்கொடுத்தவை.

தமக்கிருந்த செல்வாக்கை வைத்து அவர் பாடல்களை எழுதிக் குவித்திருக்கலாம். அப்படியல்லாமல், தன்னை நேசித்த, தன்னால் நேசிக்கப்பட்ட பலருக்கும் அவ்வாய்ப்புகளைப் பகிர்ந்தளித்திருக்கிறார். குறிப்பாக, பாடலாசிரியர் மருதகாசிமீது அவருக்கிருந்த அளவற்ற அன்பை வார்த்தைகளில் விவரிப்பது சுலபமில்லை. பெரியார் நடத்திய குடியரசுப் பத்திரிகையிலும் அண்ணா நடத்திய திராவிட நாடு பத்திரிகையிலும் அவருடைய பாடல்கள் தொடர்ந்து வெளிவந்துள்ளன. சிலசமயம், முகப்புப் பக்கத்திலேயே அக்கவிதைகளைப் பிரசுரித்துப் பெரியாரும் அண்ணாவும் கவிராயரைக் கௌரவித்திருக்கின்றனர்.

எம்.ஜி.ஆருக்கும் சிவாஜிக்கும் அவர்கள் திரையில் வாயசைத்த முதல் பாடலை எழுதிய பெருமையைக் கவிராயர் பெற்றிருக்கிறார். மிகக் குறைந்த வயதில் மரணமடைந்த இசைமேதை சி.ஆர். சுப்பராமனின் பன்னிரெண்டு திரைப்படங்களுக்கு பாடல் எழுதக்கூடிய சந்தர்ப்பம் அவருக்கு மட்டுமே வாய்த்திருக்கிறது. சுப்பராமனின் இசையில் கவிராயர் எழுதிய பாடல்கள் அனைத்துமே திரையிசையின் வகைமாதிரிகளாக விளங்குகின்றன.

இருபத்தி எட்டேவயதில் மரணமடைந்த சுப்பராமன், கலைவாணரின் வேண்டுகோளுக்காக "நல்லதம்பி" திரைப்படத்தில் கண்டசாலா, சிதம்பரம் ஜெயராமன், ஆர். சுதர்சனம், ஜி.ராமநாதன் ஆகிய இசைமேதைகளைப் பின்னணி பாட வைத்திருக்கிறார். ஒரு இசைமேதை இன்னும் சில இசைமேதைகளைத் தம் படத்தில் பாடவைத்த முதல் முயற்சியை சுப்பராமனே செய்திருக்கிறார். அவர்கள் பாடிய அத்தனைப் பாடல்களையும் கவிராயரே எழுதியிருக்கிறார்.

யுகபாரதி □ 199

பாடல்களுக்கு இடையே வசனங்களைக் கலந்து வெளியிடும் தொழில்நுட்பமும் உடுமலையாரின் “கண்ணகி” திரைப்படப் பாடலிருந்தே தொடங்குகிறது. “மானமெல்லாம் போன பின்னே” எனத் தொடங்கும் அப்பாடலே, வசனம் கலந்து வெளிவந்த முதல் திரைப்பாடல்.

பிரபல சங்கீத இசைமேதைகளான சூரமங்கலம் ராஜலட்சுமியும் திருச்சி லோகநாதனும் திரையில் முதல் முதலாகப் பின்னணி பாடிய பாடல், உடுமலையாரின் பாடல்களே என்பது விஷேசத்துக்குரியது. தனக்குப் பின்னே வந்த கவிஞர்களை அரவணைத்து, அவர்கள் வளர்ச்சிக்கு உதவக்கூடியவராகவும் கவிராயர் இருந்ததை வேறு ஒரு சந்தர்ப்பத்தில் சொல்லியிருக்கிறேன். பாரதிதாசனின் சிபாரிசுக் கடிதத்துடன் பாட்டெழுத வந்திருந்த பட்டுக்கோட்டை கல்யாணசுந்தரத்தை தம் வீட்டிலேயே தங்கச் சொல்லி, உரியகாலம் வரும்போது உனக்கான ஏற்பாடுகளைச் செய்து தருகிறேன் என்று ஊக்கமளித்தவராக அவரைப் பார்க்கலாம்.

அ. மருதகாசி, கே.எஸ். கோபாலகிருஷ்ணன், ஏ.எல். நாராயணன், சமத்தூர் கே.ஆர். செல்லமுத்து ஆகியோர் கவிராயரின் உதவியாளர்களாக இருந்தவர்களே. உண்மையில், அவர்கள் அவருக்கு உதவியாளர்களாக இருந்தார்களோ இல்லையோ தெரியவில்லை. ஆனால், அவர்கள் அத்தனைபேரின் வாழ்விலும் வெளிச்சம்வர கவிராயரே உதவியிருக்கிறார் என்பதைப் பல சம்பவங்கள் காட்டுகின்றன. கண்ணதாசன் தம்முடைய முதல் பாடல் எழுத கோவை ஜூபிடர் தியேட்டர்ஸுக்குப் போயிருந்தபோதே உடுமலையாரின் ஸ்தானத்தை உணர்ந்திருக்கிறார்.

வசனமெழுத ஆசைப்பட்டிருந்த அவர், ஒரு பாடலாசிரியனுக்கு வழங்கப்பட்ட உச்சபட்ச மரியாதையைக் கண்டு பாடல் எழுதவும் துணிந்தது தனிக்கதை. கிடைக்கின்ற வாய்ப்பைப் பயன்படுத்தி மேலேறும் வெறி ஒருபுறமிருந்தாலும், கவிராயருக்கு அந்தக்காலத்தில் இருந்துவந்த மதிப்பையும் கணக்கிலெடுத்துக்கொண்டே பாடல் எழுதச் சம்மதித்திருக்கிறார். அவருடைய வருகையை இயக்குநர் ஏ.எஸ்.ஏ. சாமி பெரிதாக விரும்பவில்லை. கண்ணதாசனுக்கு பாடல் வாய்ப்பளித்த இன்னொரு இயக்குநர்

கே. ராம்நாத்திடம் நேரடியாகவே அதைத் தெரிவித்திருக்கிறார். றெக்ரூட்டுகளை வைத்து பாடல் எழுதாமல் கவிராயரை வைத்து பாடல் எழுதும்படியும் அறிவுறுத்தியிருக்கிறார்.

றெக்ரூட்டுகள் என்றால் சம்பந்தப்பட்ட துறையைப்பற்றி முழுமையாகத் தெரியாத அரைகுறைகள், அல்லது அத்துறையின் பயிற்சியாளர் என்று அர்த்தம். இயக்குநர் ஏ.எஸ்.ஏ.சாமி சொன்னதை ஒருகாதில் வாங்கி இன்னொரு காதில் விட்டுவிட்ட கே. ராம்நாத், அடுத்த முப்பதாண்டுகள் யாராலும் வீழ்த்தமுடியாத கண்ணதாசனை "கன்னியின் காதல்" திரைப்படத்தில் அறிமுகப்படுத்திப் புகழ் தேடிக்கொண்டிருக்கிறார். 1949இல் வெளிவந்த அத்திரைப்படத்திற்கு இசை சி.ஆர். சுப்பராமன் மற்றும் எஸ். எம். சுப்பையா நாயுடு. இவர்கள் இருவரிடமும் உதவியாளராக இருந்தவர்தான் எம்.எஸ். விஸ்நாதன் என்பதை அவரே பல நேர்காணலில் சொல்லியிருக்கிறார்.

கண்ணதாசன் "கன்னியின் காதல்" திரைப்படத்திற்கு பாடல் எழுதியதைக் கேட்ட உடுமலையார், தம்முடைய இடத்திற்கு இன்னொரு புதுப்பையன் வந்துவிட்டானே என ஆதங்கப்படவில்லை. மாறாக, கண்ணதாசனின் "காரணம் தெரியாமல் உள்ளம் களிகொண்டு கூத்தாடுதே" என்ற வரி மெட்டுக்கு ஏதுவாக இல்லாதபோது, மனமுவந்து "காரணம் தெரியாமல் உள்ளம் சந்தோசம்கொண்டு கூத்தாடுதே" என மாற்றிக்கொடுத்திருக்கிறார். அவர் நினைத்திருந்தால் முழுப்பாடலையும் தானே எழுதித்தருகிறேன் என்று சொல்லியிருக்கலாம்.

அப்படியல்லாமல், விஸ்வநாதன் கேட்டுக்கொண்டதற்கிணங்க மாற்றிக் கொடுக்கச் சம்மதித்திருக்கிறார் என்பதுதான் வரலாறு. ஆனால், கண்ணதாசனோ "உடுமலை நாராயணகவிபோல் இன்னொருவர் வரமுடியாது" என்று பேச்சுவாக்கில் இசையமைப்பாளர் சுப்பராமன் சொல்லியதை மனதிலேயே வைத்திருந்து இருபது ஆண்டுகளுக்குப் பின் "உடுமலையார் இடத்திற்கு நான் உயர்ந்துவிட்டேன். ஆனால், அதைப்பார்க்கத்தான் சுப்பராமன் இல்லை" என்று எழுதியிருக்கிறார். ஒருவர் இடத்தை இன்னொருவர் பிடித்துவிடுவது மேம்போக்கான

புரிதலே அன்றி, அப்படியெல்லாம் ஒருவருடைய இடத்தை இன்னொருவர் ஆக்கிரமித்துவிட முடியாது. ஆண்டு பல கடந்து கண்ணதாசன் எழுதிய அவ்வரிகள் 'வனவாசம்' நூலில் இடம்பெற்றிருக்கின்றன. தாம் அதுவரை தக்க வைத்திருந்த இடத்தையே உடுமலையார் தனக்கு விட்டுக்கொடுத்திருக்கிறார் என கண்ணதாசன் யோசித்திருக்கலாம்.

இந்தக் கசப்பை கருத்திற்கொண்டே உடுமலையாரும் கண்ணதாசன் அரசவைக் கவிஞராக ஆனபோது வாழ்த்து எழுதித்தர மறுத்திருக்கிறார். அவர் பெருமையை அவருடைய பாடல்களே சொல்லுமெனவும் நாகரிகமாகத் தவிர்த்திருக்கிறார். "பரமசிவன் கங்கைதனைச் சடையில் வைத்தான் / பார்வதியைப் பாகம் வைத்தான் / திருமாலும் லட்சுமியை மார்பில் வைத்தான் / திசைமுகனும் சரஸ்வதியை நாவில் வைத்தான்" என்று 1955இல் வெளிவந்த "மங்கையர் திலகம்" திரைப்படத்தில் தாம் எழுதியதைத்தான் "பரசிவம் சக்தியை ஓர் பாதியில் வைத்தான் / அந்த பரமகுரு ரெண்டுபக்கம் தேவியை வைத்தான் / பாற்கடலில் மாதவனோ பக்கத்தில் வைத்தான்" என்று "வியட்நாம் வீடு" திரைப்படத்தில் கண்ணதாசன் காப்பியடித்திருப்பதாகச் சொல்லவில்லை. "பாலக்காடு பக்கத்திலே" என்று ஆரம்பிக்கும் பாடலில்தான் மேற்கூறிய வரிகள் வருகின்றன.

எம்.எஸ். விஸ்வநாதன் உடுமலையாரைப் பற்றி 'குமுதம்' பத்திரிகையில் ஒருமுறை பேட்டியளித்திருக்கிறார். அதில், உடுமலையாரின் வேட்டி சட்டைகளைத் துவைத்துக் கொடுக்கும் எடுபிடிப் பையனாகவே தான் இருந்தேன் என்று தெரிவித்திருக்கிறார். சுப்பராமன் இசையமைத்த "தேவதாஸ்" திரைப்படத்தில் இடம்பெற்ற பாடல் ஒன்று பற்றியும் அப்பேட்டியில் சொல்லியிருக்கிறார். தேவதாஸ் படத் தயாரிப்பாளர்களில் ஒருவரும் இசையமைப்பாளருமான சுப்பராமன் மரணமடைந்ததை அடுத்து, ஏனைய பாடல்களை இசையமைக்கும் பொறுப்பை விஸ்வநாதனுக்கு வழங்கியிருக்கிறார்கள்.

அவரும் உடுமலையாரின் பாடல்களுக்கு மெட்டமைத்து, கண்டசாலாவை பின்னணி பாட வைத்திருக்கிறார். "உலகே மாயம், வாழ்வே மாயம்" என்று ஆரம்பிக்கும் பாடல் அது.

202 □ **நேற்றைய காற்று**

கண்டசாலாவோ தமிழையும் தெலுங்குபோல உச்சரித்து, "உல்கே மாயம், வால்வே மாயம்" என்று பாடியிருக்கிறார். அதைக்கேட்ட உடுமலையார், விஸ்நாதனின் கன்னத்தில் ஓங்கி ஓர் அறைகொடுத்து "தமிழை ஏண்டா இப்படி கொலை செய்கிறீர்கள்" என்றிருக்கிறார்.

இப்போதும் பாடுகிறவர்களில் ஒருசிலர் அப்படித்தான் பாடுகிறார்கள். ஆனால், ஓங்கி அறைய உடுமலையோ அந்த அறையை வாங்கிக்கொள்ள விஸ்வநாதனோ இல்லையென்பதுதான் வருத்தம். இத்தனைக்கும் உடுமலை நாராயணகவியின் தாய்மொழி தமிழல்ல. தெலுங்கு. தாய்மொழி எதுவாயிருந்தாலும், அந்தந்த மொழியை அட்சர சுத்தமாகப் பாடவும் எழுதவும் வேண்டும் என்கிற அக்கறையை இன்றைய ஊடகங்களில் எதிர்பார்ப்பதைக் குற்றமாகக் கருதுகிறவர்கள் மிகுந்துவிட்டனர். காலத்திற்கேற்பப் பாடுவதாகச் சொல்லிக்கொண்டு, என்னுடைய பல பாடல்களை இந்திப் பாடகர்கள் கொன்று புதைத்திருக்கின்றனர். இசையமைப்பாளரை அறையக்கூடிய கவிராயர்கள் இப்போதில்லை என்பதல்ல, எழுதக்கூடிய கவிராயர்கள் பலருக்கே தமிழ் சரியாகத் தெரியாது என்பதுதான் இன்றைய நிலை.

ஒருமை பன்மை தெரியாமல்கூட தேசியவிருதுவரை தற்போது வாங்கிவிடலாம். கவிராயரின் காலத்தில் வாழ்ந்த அத்தனைக் கவிஞர்களுமே மொழிமீது வைத்திருந்த ஜாக்கிரதை உணர்வும்கூட திராவிட இயக்கத்தால் விளைந்ததே. மொழியினால் கட்டமைக்கப்பட்ட கருத்தியல் என்பதால் எல்லோருமே அதை சிரத்தையோடு கையாளக் கற்றிருக்கிறார்கள். "அபலை அஞ்சுகம்" என்னும் திரைப்படத்திற்கு "வெண்ணிலா குடைபிடிக்க / வெள்ளிமீன் தலையசைக்க / விழி வாசல் வழிவந்து / இதயம் பேசுது" என்றொரு பல்லவியை சுரதா எழுதியிருக்கிறார்.

அப்பாடலுக்கான சரணத்தை எழுதுவதற்குள் இயக்குநருடனோ இசையமைப்பாளருடனோ ஏற்பட்ட மனக்கசப்பில் பாடலை முடிக்காமல் போயிருக்கிறார். உடனே, அப்பாடலை கொண்டுபோய் உடுமலையாரிடம் கொடுத்து முடித்துத்தரும்படி கேட்டிருக்கிறார்கள். அவரும்

யுகபாரதி □ 203

எவ்வளவோ சமாதானம் சொல்லி, சுரதாவை அழைத்தே எழுதச் சொல்லியிருக்கிறார். ஆனாலும், முறுக்கிக்கொண்டு போன சுரதா வரவே இல்லை. வேறு வழியில்லாமல் இசைமேதை கே.வி. மகாதேவனுக்காக கவிராயரே அப்பாடலுக்கான இரண்டு சரணங்களையும் எழுதிக் கொடுத்திருக்கிறார்.

பல்லவி வரிகளை மாற்றி எழுதுவதில் அவருக்கு ஒன்றும் பெரிய சிரமமில்லை. என்றாலும், நல்ல வரிகளால் சுரதாவுக்கும் பெயர் வரட்டுமே என்றுதான் எண்ணியிருக்கிறார். இந்த சம்பவமெல்லாம் நடந்துமுடிந்த சில நாள் கழித்து, சுரதாவை சந்தித்து உடுமலையார் பேசிக் கொண்டிருந்திருக்கிறார். அப்போது சுரதா அவருக்கே உரிய தொனியுடன், "நீங்கள் உங்கள் வாழ்க்கை வரலாற்றை எழுதுங்களேன்" என்றிருக்கிறார். "அப்படியில்லையென்றால் ஒரு காவியமாவது எழுதுங்கள்" என்றும் கேட்டிருக்கிறார். அதற்கு பதிலளித்த கவிராயர், "நானென்ன பெரிதாகச் சாதித்துவிட்டேன், வாழ்க்கை வரலாறு எழுதுமளவுக்கு. வெறும் சினிமாப் பாடல்கள் எழுதுவதில் என்ன இருக்கிறது?" என்று கேட்டிருக்கிறார். அத்துடன், காவியமெல்லாம் எழுதுவதற்கு நம்மாளு இருக்கிறாரு. இதில் புகுந்துவிட்டோம். இப்படியோ போகட்டும்" என்றிருக்கிறார். நம்மாளு என்று கவிராயர் சொல்லியது பாரதிதாசனையே என்பது புரிந்துகொள்ளக்கூடியது.

தம் பலத்தை அறிந்த கவிராயருக்கு இறுதிவரை இலக்கியக் காவியங்களை எழுதமுடியாமல் போன கவலை இருந்திருக்கிறது. திரைப்பாடல்களுடனே தன் மொத்த சக்தியும் விரயமாகிவிட்டதோ என்றுகூட சிலவேளைகளில் நெருங்கியவர்களிடம் வருத்தப்பட்டிருக்கிறார். "பாமரர்களுக்கும் தமிழ் தெரியாதவர்களுக்குமே பாட்டெழுதி, என்னுடைய தமிழ் தேய்ந்து போகுமா என பயமா இருக்குடா. மக்களுக்குப் புரியாது, மக்களுக்குப் புரியாது என இறங்கி எழுதியே படித்த இலக்கியத்தையெல்லாம் மறந்துவிடவேண்டியதுதானா?" எனவும் இசையமைப்பாளர் எம்.எஸ்.வி.யிடம் ஒருமுறை ஆதங்கப்பட்டிருக்கிறார்.

அறுபது எழுபதுகளில் இசையமைப்பாளர்களின் ஆதிக்கத்தாலும் கண்ணதாசனின் ஏகபோகத்தாலும் தமிழ்த் திரையுலகம் இருந்திருக்கிறது. அந்தக் காலகட்டத்தில்

204 □ நேற்றைய காற்று

சிவாஜியின் பந்தபாசம் திரைப்படத்திற்குக் கண்ணதாசன் எழுதிய பாடல் திருப்தியளிக்காததால் உடுமலையாரிடம் வந்திருக்கிறார்கள்.

தொடர் அவமதிப்பைச் செய்துவந்த திரையுலகை ஏற்க மனமில்லாமல் அந்தப் பாடலை எழுதித் தராமல் வாய்ப்பையும் தவிர்த்திருக்கிறார். நல்ல தமிழில் பாடல் எழுத முடியாமல் போனதே என்கிற துக்கத்துடன்தான் அவரது இறுதிக்காலங்கள் கழிந்திருக்கின்றன. அவர் அவ்விதம் எண்ணியிருந்தாலும், வியக்கத்தக்க படிமங்களையும் குறியீடுகளையும் அவருடைய பாடல்கள் தாங்கியுள்ளன.

“கலைஞானமே இல்லார் கானில் வாழ்மரம் / கடையராம் மதியீனர் பாமரம் / அலகையோடு மிருகம் ஆவார்” என்று “தமிழறியும் பெருமாள்” திரைப்படத்திலும், “விழிவேல் வீச்சிலே / கனிவாய்ப் பேச்சிலே / பெண்கள் / வீரர்தமை வெல்வார் ஒரே மூச்சிலே” என்று ‘தங்கப்பதுமை’ திரைப்படத்திலும் எழுதியிருக்கிறார். தம்முடைய உவமைநயங்களால் திரைப்பாடல்களுக்குப் புதுமெருகைத் தோற்றுவித்திருக்கிறார். சின்னச்சின்னப் பதங்களில் சங்க இலக்கியக் குறிப்புகளை அவர் பயன்படுத்தியிருப்பதைப் பல பாடல்களில் பார்க்கலாம்.

பாடலாசிரியன் திரைத்துறையைப் பயன்படுத்திக்கொள்ள முனைவதுபோலவே திரைத்துறையும் ஒரு பாடலாசிரியனின் முழுத்திறனையும் பயன்படுத்திக்கொள்ள முனையாமல் போவதற்கான காரணம், வியாபாரம் மட்டுமே என்று விட்டுவிடமுடியவில்லை. எளிய சொற்களே அவருடைய திரைப்பாடல்களில் மிகுதி என்றாலும், அந்த எளிய சொற்களையும் மரபின் தொடர்ச்சியிலிருந்தே கண்டடைந்திருக்கிறார். “சந்ரோதயம் இதிலே காணுவதுன் செந்தாமரை முகமே”, “தணல்போல் வெண்மதி காயுதே”, “அங்கம் ததும்பும் தங்கக் கலசம் / காணில் / ஆடவர் எனது வசம்”, “அலைமோதும் கடல்மேல் படகானேன் உன்னாலே”, “பசிநோய் தீராமல் பார்த்தாலே போதுமா”, “ஒசிந்திடும் தோகை மயிலென ஆடி / ஒண்டொடியாள் உறவோடு பாடி” என்பனபோல அவர் பாடல்களில் எத்தனையோ உவமைகளை அடுக்கிச் சொல்லலாம்.

அதையெல்லாம்விட, தெய்வ நம்பிக்கைகளை விட்டொழித்து, நடுத்தர வர்க்கத்தின் பாடுகளை திரைப்பாடல்களாக்குவதே அவரின் குறிக்கோள்களாக இருந்திருக்கின்றன.

தொழில் பாடல்கள் என்னும் வகையில், “மீன் விற்பவர் (சகுந்தலை), குறிசொல்பவர் (ராஜகுமாரி), பேரீச்சம் பழம்விற்பவர் (சம்சார நௌகா), விளக்கு விற்பவர் (மாயாஜோதி), மிட்டாய் விற்பவர் (நீதிபதி), குல்லா விற்பவர் (செல்லப்பிள்ளை), பால் விற்பவர் (ஸ்ரீகிருஷ்ணலீலா), நாட்டுமருந்து விற்பவர் (கற்புக்கரசி), பூவிற்பவர் (வனசுந்தரி) சீப்பு சிமிக்கி விற்பவர் (ராணி) கைத்தறித் துணி விற்பவர் (புதுமைப்பெண்), பறவைகள் விற்பவர் (ராஜா தேசிங்கு)” என அவர் பங்குபற்றிய படங்களிலெல்லாம் ஏழை எளிய தொழிலாளர்களின் ஏக்கங்களையும் நம்பிக்கைகளையும் பாடல்களாக ஆக்கித் தந்திருக்கிறார். காதல் பாடல்களைப் போல தொழில் பாடல்களை எழுதுவது எளிதல்ல. ஏனெனில், அந்தந்த துறைசார்ந்த பயிற்சிகளோ தெளிவுகளோ இல்லாமல் எழுதமுடியாது.

ஒரு பீடா விற்பனின் மனநிலையில் இருந்துகொண்டு பீசா விற்பவனை யோசிக்க முடியுமா என்ன? அந்தந்த தொழிலுக்கென்று சில பிரத்யேக வார்த்தைகள் உள்ளன. வளையல்காரராக பல படங்களில் எம். ஜி. ஆரும் சிவாஜியும் வந்திருப்பதால் அதை மட்டுமே தொழில் பாடலாக நாம் நினைத்திருக்கிறோம். ஆனால், உடுமலையாரின் பாடல்கள் மொத்தத் தமிழ் நிலப்பரப்பின் வரையறைகளையும் கொண்டிருக்கின்றன. திணை அடிப்படைகளையும் வர்க்க முரண்பாடுகளையும் அப்பாடல்களில் வெளிப்படுத்துகின்றன. வர்க்கபேதத்தையும் வருணபேதத்தையும் ஒருமாதிரியாக உடுமலை அணுகியிருக்கிறார். திராவிட இயக்கச் சார்புடைய ஒருவர், இயல்பிலேயே இடதுசாரியாகவும் இருக்கக்கூடும் என்பதை அவருடைய தொழில் பாடல்கள் நிரூபிக்கின்றன.

மக்களுடன் அதிக நெருக்கத்தைக் கொண்டிருந்தபடியால், அந்தந்தத் துறையில் புழங்கும் வார்த்தைகளைத் திரைப்பாடலில் பயன்படுத்த முடிந்திருக்கிறது. காட்சிக்காவும் சூழலுக்காகவுமே அவர் அப்பாடல்களை எழுதியிருக்கிறார். என்றாலும், அப்பாடல்கள் ஏற்கெனவே மக்கள் மத்தியில்

பாடப்பட்டனவா, இல்லை திரைப்படத்திற்காக நாராயணகவி எழுதியனவா எனும் குழப்பம் ஏற்படுகிறது. ஏனெனில், அந்த அளவுக்குக் கனக்கச்சிதமாக வார்த்தைகளைப் பிரயோகித்திருக்கிறார். எந்தத் தொழிலை ஒருவர் செய்கிறாரோ, அவர் அந்தப் பாடல்களைக் கேட்டால் ஆமாம் என்று சொல்லும்படியே அவருடைய தொழில் பாடல்கள் அமைந்துள்ளன.

கட்டுரையின் தொடக்கத்தில் இரண்டு பாடல்களைக் குறிப்பிட்டு, இதிலெல்லாம் உடுமலை நாராயணகவி திராவிட இயக்கக் கருத்தியலாளராகத் தெரிய வழியில்லையே என்றிருந்தேன். “இப்படித்தான் இருக்கவேண்டும் பொம்பள” பாடலையும், பராசக்தி திரைப்படத்தில் இடம்பெற்ற “கா… கா… கா…” பாடலில் வரும் “பட்சி சாதி நீங்க பகுத்தறிவாளரப் பாக்காதீங்க” என்ற வரியையும் கொண்டு நானெழுப்பிய சந்தேகம், அறிவுப் போதாமையினால் ஏற்பட்டதே அன்றி அதில் ஒருதுளிகூட நியாயமிருப்பதாகப் படவில்லை. திரைப்படங்களுக்கு பாடல் எழுதக்கூடிய ஒருவர், கதாபாத்திரங்களின் குரலை வெளிப்படுத்தவேண்டிய கட்டாயமிருக்கிறது. அந்தக் கட்டாயத்திலும்கூட அவர் சமூகத்திற்காக எதையாவது சிந்தித்திருக்கிறாரா எனப் பார்ப்பதே அவசியம்.

பெண்களுக்கு அறிவுரை சொல்லும்விதத்தில் பல பாடல்கள் அவரால் எழுதப்பட்டுள்ளன. அந்தப் பாடல்கள் அனைத்துமே அக்காலத்தை பிரதிபலிப்பவையாகவும் இருக்கின்றன. ஓரிரு பாடல்களில் அவரையுமறியாமல் பொதுபுத்தியால் விளைந்த சிந்தனைகளை பதிந்திருக்கிறார். எல்லாவற்றிலுமல்ல, ஓரிரு பாடல்களில். அந்த ஓரிரு பாடல்களில் நேர்ந்த பிழையைச் சரிசெய்ய, ஆண்களுக்கு அறிவுரை சொல்லும் பாடல்களை எழுதியிருக்கிறார்.

பெண் ஆணுக்கு அறிவுரை சொல்லும் வழக்கமில்லாத சூழலில், நல்ல ஆண்மகன் எப்படியெல்லாம் நடந்துகொள்ள வேண்டுமென “மேனகா” திரைப்படத்தில் எழுதியிருக்கிறார். “இப்படித்தான் இருக்கவேண்டும் ஆம்பள / இங்கீலிசு படித்தாலும் இன்பத் தமிழ் நாட்டுல” என்று மாற்றி வாசித்தாலும் அதே பொருளைத்தான் அப்பாடல் தரக்கூடும்.

ஆண், பெண் என்கிற பேதத்தை வைத்துப்பார்க்கும்போதுதான் தவறாகப்பட்டிருக்கிறது. "என்றுதான் திருந்துவதோ நன்றி கெட்ட ஆடவருலகம்" என்கிற திரைப்பாடலையும் நாராணயகவியே எழுதியிருக்கிறார். அதேபோல, பகுத்தறிவாளர் என்ற பதத்தை ஆறறிவு கொண்ட மனிதன் என்பதற்கே பயன்படுத்தியிருக்கிறார். 'ஆறறிவு இல்லாத காக்கைகளே, நீங்கள் மனிதர்களைப் பார்த்துக் கெட்டுவிடாதீர்கள்' என்பதே அவர் சொல்லியதும்; சொல்ல நினைத்ததும்.

பகுத்தறிவாளர் என்றதுமே நாம்தாம் அது, சுயமரியாதைச் சொல்லாயிற்றே எனக் குழம்பியிருக்கிறோம். அப்பாடல் வெளிவந்த காலத்தில் பகுத்தறிவாளர் எனும் சொல், இப்போது புரிந்துகொள்ளப்படும் அர்த்தத்தில் இல்லாமலும் இருந்திருக்கலாம். "எச்சிலை தனிலே எறியும் சோற்றுக்குப் / பிச்சைக்காரர் சண்டை ரோட்டிலே / வலுத்தவன் இளைத்தவன் இனச்சண்டை பணச்சண்டை / எத்தனையோ இந்த நாட்டிலே" என்பதைவிடவா ஒரு திரைப்பாடலில் சமூக அரசியலைச் சொல்ல முடியும்? இனச்சண்டை, பணச்சண்டை என்ற இரண்டே பதத்தில் வர்க்கமுரண்பாட்டையும் வர்ணமுரண்பாட்டையும் அவரால் சொல்ல முடிந்திருக்கிறது.

"இழிகுலம் என்றே இனத்தை வெறுத்தது அந்தக்காலம் / மக்களை / இணைத்து அணைக்க முயற்சி செய்வது இந்தக்காலம் என்று "நல்லதம்பி" திரைப்படத்தில் எழுதியிருக்கிறார். "அன்பாலே தேடிய என் அறிவுச்செல்வம் தங்கம் / அம்புவியின் மீதுநான் அணிபெறும் ஓரங்கம்" என்று "தெய்வப் பிறவி" திரைப்படத்தில் உடுமலையார் எழுதிய பாடலை சிதம்பரம் ஜெயராமன் பாடியிருக்கிறார். வார்த்தையும் இசையும் அதற்கேற்ற குரலுமாக எத்தனையோ ஆண்டுகழித்தும் அப்பாடல் நிலைத்திருக்கிறது. இப்படிக் கவிராயரின் பாடல்களை ஒவ்வொன்றாக எடுத்து, அப்பாடல் உருவான கதையையும் அப்போது நிகழ்ந்த சுவாரஸ்யமான விஷயங்களையும் சொல்லிக்கொண்டே இருக்கலாம்.

திரைப்பாடலாசிரியர்களில் பெரும் கவனத்தை ஈர்த்ததுடன், அவர் காலத்திலேயே திராவிட இயக்கத்தின் வெற்றியையும் பார்த்திருக்கிறார். பெரியாருக்குப் பிறகு அண்ணாவும், அண்ணாவுக்குப் பிறகு கருணநிதியும் அவருக்குரிய

208 □ நேற்றைய காற்று

இடத்தை வழங்கத் தவறவில்லை. அவர் எழுதியதிலேயே என்னை ரொம்பவும் கலங்கடித்தது, அவரே அவருக்கு எழுதி வைத்திருந்த உயில்தான். தமது இறப்பிற்குப் பின்னர் செய்ய வேண்டியவை என்னென்ன என்பதை அந்த உயிலில் தெரிவித்திருக்கிறார்.

அந்த ஆவணத்தில், "செத்த பிணத்தை வைத்துக்கொண்டு இனிமேல் சாகும் பிணங்கள் கூத்தடிப்பது அறியாமை. இந்த அறியாமையானது பணத்தில் அளவிலே விரிவடைகிறது; குறைகிறது. என்னைப் பொறுத்தமட்டில் இந்த அறியாமை வேண்டாம். உடலைவிட்டு உயிர் பிரியுமானால் அப்போதே காலத்தை வீணாக்காமல் புதைப்பதோ அல்லது எரிப்பதோ இந்த இரண்டில் ஒன்றைச் செய்திடுங்கள். வீண் டாம்பீகங்களைச் செய்திட வேண்டாம். கல்வியில் கவனத்தைச் செலுத்துங்கள். கடைசியில் ஏதோ வைத்திருக்கின்றேன். அதைக்கொண்டு உங்கள் மதிப்பைக் காப்பாற்றிக் கொள்ளுங்கள். இதுதான் என் கடைசி ஆசை" என்று எழுதிவைத்திருந்ததை அறிந்து பெரும் சஞ்சலத்திற்கு உள்ளானேன்.

கடவுள் மறுப்பு, திராவிடக் கொள்கை, இலக்கிய அறிவு, எல்லாவற்றையும் விட்டுவிட்டு, ஒரு சராசரியின் மனநிலையில் அந்த உயிலை வாசிக்கும்போது, மரணம் ஆளுமைகளையும் அறியாமையுள்ளவர்களையும் ஒரே இடத்தில்தான் கொண்டுவந்து நிறுத்துகிறதோ எனத் தோன்றுகிறது. சாகாவரம் பெறக்கூடிய கவிதைகளை மட்டும்தான் ஒரு கவிஞன் எழுதமுடியுமே தவிர, அவன் சாகாமல் இருப்பதற்கான சாத்தியங்களே இல்லை தானே?. "விஞ்ஞானத்தை வளர்க்கப்போறண்டி" பாடலில் ஆயுள் விருத்தியைப் பற்றியும் கவிராயர் சிந்திருக்கிறார்.

காலத்தை எப்படி அவர் உணர்ந்து செயல்பட்டாரோ அப்படியே காலமும் அவரை உணர்ந்து கௌரவித்திருக்கிறது. இரண்டாவது உலகத் தமிழ் மாநாடு 1969இல் நடந்தபோது, மாநாட்டுக்காக ஒதுக்கிய நிதி மீதமிருந்திருக்கிறது. அந்த நிதியை என்ன செய்யலாமென்று திரையுலகப் பெரியவர்கள் கருணாநிதியிடம் கேட்டிருக்கிறார்கள். சற்றும் யோசிக்காமல் அவர், "கலைவாணருக்குச் சிலை நிறுவலாமே" என்றிருக்கிறார். அதன்படி பத்தே நாளில் நிறுவிய சிலையை அறிஞர்

அண்ணா திறந்துவைத்திருக்கிறார். அதுபோல, சென்னையில் "பாலர் அரங்கம்" என்று அழைக்கப்பட்டுவந்த அரங்கத்தை கலைவாணர் அரங்கமாக மாற்றி அழைக்கவைத்தவரும் கருணாநிதிதான். ஒரு கொள்கையைப் பற்றி நின்றால், அந்தக் கொள்கை ஆட்சியையும் அதிகாரத்தையும் பெறுகிறபோது கிடைக்கக்கூடிய சகாயங்களில் இப்படிச் சில உண்டு.

எந்தக் கொள்கையுமில்லாமல் எழுதிக்கொண்டிருந்தால், நம்மை பின்பற்றி நடக்கவோ பெரிதாகக் காட்டவோ ஒருவர்கூட கிடைக்கமாட்டார்கள். திராவிட இயக்கத்தின் வெற்றிகள் மறு பரீசிலனைக்கு உட்பட்டிருக்கும் இக்காலத்தில், உடுமலை நாராயணகவியின் திரைப்பாடல்கள் பேசாத் துணையாக, அவ்வியக்கத்தின் போராட்டங்களை அதிர்ந்து பேசிக்கொண்டிருக்கின்றன. "ஊருக்கே நீ உழைத்தால் / உன்னருகே அவனிருப்பான் / உண்மையிலும் அன்பினிலும் / ஒன்றாய்க் கலந்திருப்பான்" என்று "ராஜா தேசிங்கு" திரைப்படத்தில் கவிராயர் எழுதியிருக்கிறார். உண்மையிலும் அன்பினிலும் கவிராயரும் கலந்திருக்கிறார். அவரைக் கடவுளாகப் பார்க்கவேண்டிய கட்டாயம் நமக்கில்லை.

மு.மேத்தா

கற்பூர பொம்மை ஒன்று

புதுக்கவிதைகளின் பரவலுக்கு மட்டுமல்ல, அவை இன்றைக்கு சமூகத்தில் ஏற்படுத்தியிருக்கும் தாக்கத்திற்கும் அனைவராலும் ஏற்றுக்கொள்ளப்பட்டதற்கும் காரணமானவர்களில் மு.மேத்தா குறிப்பிடத்தக்கவர். 1974இல் வெளிவந்த அவருடைய "கண்ணீர்ப் பூக்கள்" எனும் கவிதைத்தொகுதி, புதுக்கவிதை நூல்களிலேயே அதிகமும் வாசிக்கப்பட்ட நூலாக அறியப்படுகிறது. புதுக்கவிதைக்கு மக்கள் மத்தியில் செல்வாக்கு ஏற்படவும் அதை ஜனநாயகப்படுத்தி வேறு ஒரு தளத்திற்கு இட்டுச்செல்லவும் முனைந்த மு. மேத்தா, மதுரையை அடுத்த பெரியகுளத்தைச் சேர்ந்தவர்.

அசலான மரபுக்கவிதைகளை எழுதி, அதன் மூலமும் கவனத்தை ஈர்த்திருக்கிறார். மனச்சிறகு என்னும் கவிதைநூலில் அடங்கியுள்ள அத்தனை கவிதைகளும் யாப்பிலக்கணத்தை அடிப்படையாகக்கொண்டு எழுதப்பட்டவை. இலக்கணம் தெரியாமல் புதுக்கவிதையைத் தூக்கிப் பிடித்தவராக

யுகபாரதி □ 211

அவரைக் கருதமுடியாது. மரபார்ந்த இலக்கிய வடிவங்களில் பயிற்சியும் தேர்ச்சியும் இல்லாமல் புதுக்கவிதைகளை அவர் எழுதவில்லை.

புதுக்கவிதைகளை அவர் எத்தனை சிரத்தையுடன் ஆக்கி அளித்திருக்கிறாரோ அதே அளவுக்கான சிரத்தையை அவருடைய மரபுக்கவிதைகளும் கொண்டிருக்கின்றன. பழம் கவிதைகளின் பரிச்சயத்திலிருந்து உருவாக்கப்பட்ட அவருடைய புதுக்கவிதை மொழி பிரத்யேகமானது. வேறு எவர்க்கும் வாய்க்காதது. கொஞ்சம் சறுக்கினாலும், உரைநடைபோல ஆகிவிடும் ஆபத்திலிருந்து அக்கவிதைகளைக் காப்பாற்றியிருக்கிறார்.

எதுகை மோனைகளின் துணைகொண்டு அவர் படைத்தளித்த புதுக்கவிதைகள் பெரும் வீச்சுடன் ஒரு காலத்தில் சிலாகிக்கப்பட்டிருக்கின்றன. எழுபதுகளில் பெரும் அலையாக எழுந்த “வானம்பாடி” இயக்கத்தின் முத்திரை முழக்கத்தையும் அவரே முன்மொழிந்திருக்கிறார். “இந்தப் பூமியைப் புரட்டிவிடக்கூடிய நெம்புகோல் கவிதையை உங்களில் யார் பாடப் போகிறீர்கள்” என்ற அந்த வாசகங்கள் அவருடைய கவிதைநூலில்தான் இடம்பெற்றிருக்கின்றன.

திராவிட இயக்கப் பற்றுதலும் இடதுசாரிச் சிந்தனைகளில் ஒட்டுதலும் கொண்ட அவர், என் தமிழாசிரியர்க்குத் தமிழ் கற்பித்த பேராசிரியர். பள்ளி நாள்களில் கவிதைபோல எதையோ எழுதி, நான் என் தமிழாசிரியரிடம் தந்தபோது அதை வாசித்த அவர், மு. மேத்தாவின் கவிதை நூல்களையே பரிசளித்தார். அதுவரை கவிதைகளைப் பற்றி எதுவும் அறிந்திராத எனக்கு, முதல் திறப்பாக அந்நூல்களே அமைந்தன. மிரட்சியை உண்டாக்காமல், மனதுக்கு நெருக்கமான மொழியை அந்நூல்களில் மேத்தா கையாண்டிருக்கிறார்.

எளிய சொற்களின் வழியே உணர்வுகளைக் கடத்தியிருந்த அந்நூல்களைப் பலமுறை வாசித்தும்கூட, அக்கவிதைகள் என்னுள் ஏற்படுத்திய தீவிரம் சூடு குறையாமல் அப்படியே இருக்கிறது. மேற்கோள்களாகச் சொல்வதென்றால் அத்தனைக் கவிதைகளையும் சொல்லவேண்டுமென்பதால் எதையுமே சொல்லாமல் விட்டுவிடுகிறேன். இயல்பிலேயே ஏதோ

ஒருவித ஈர்ப்பை அக்கவிதைகள் வழங்கக்கூடியன. மரபார்ந்த சொல்முறைகளில் இல்லாத கவர்ச்சியை அவர் எங்கிருந்து கண்டடைந்தார் என்பது இன்றுவரை என்னுள் தொடரும் கேள்விகளில் ஒன்று.

மொழியைப் புதுக்கக்கூடிய வகையிலேயே அவர் உருவாக்கிய சொல்முறைகள் அமைந்துள்ளன. எல்லோரையும் இணைத்துக்கட்டும் கயிறுபோல அக்கவிதைகள் பொதுத்தன்மையில் ஆக்கப்பட்டுள்ளன. எழுத்து சி. சு. செல்லப்பா, கு.ப.ராஜகோபாலன், புதுமைப்பித்தன் ஆகியோர் எழுதிக்காட்டிய வடிவம்தான். என்றாலும், அவர்களிடமிருந்தும் மேத்தாவின் கவிதைகள் தனித்துத் தெரிகின்றன. பெரிய பிரயத்தனங்கள் எதுவுமில்லாமலேயே அவருடைய கவிதைகளைப் புரிந்துகொள்ளலாம்.

நேரடித் தன்மையில் அமைந்த அவர் கவிதைகள், 'பாரதிதாசனுக்குப் பிறகு அகச்செழுமைக்கும் புற ஒழுங்கிற்கும் புகலிடம் தந்ததாக'க் கவிஞர் சிற்பி ஓர் இடத்தில் தெரிவித்திருக்கிறார். "கம்பதாசனும் ச.து.சு. யோகியாரும் செய்திருக்கவேண்டிய சாதனையைத் திரையுலகின் கொடுங்கரங்கள் பறித்துவிட்டதாக"வும் அக்கட்டுரையில் குறிப்பிட்டிருக்கும் அவர், அவர்கள் இருவரும் செய்யத் தவறியதைக் காலமறிந்து செய்தவராக மு. மேத்தாவை முன்வைக்கிறார்.

கவிஞர் தமிழ்ஒளியை "அரசியல் கோட்டுபாடுகளை பரிசோதனை செய்துபார்த்த கவிஞராகவும் கண்ணதாசனை வாழ்க்கைத் தத்துவங்களை செதுக்கிய கவிஞராக"வும் அவர் அக்கட்டுரையில் பார்த்திருப்பது கவனிக்கத்தக்கது. இந்த இடத்தில்தான் மேத்தாவின் வருகை முக்கியத்துவம் வாய்ந்ததாக அமைகிறது. அதுமட்டுமல்ல, நம்மாலும் கவிதைகளை எழுதமுடியும் என்கிற நம்பிக்கைகளை இளைஞர்களுக்கு விதைத்து, ஏராளமான புதுக்கவிஞர்களை உருவாக்கிய பெருமை மு. மேத்தாவுக்கேவுரியது.

வலம்புரிஜான் இன்னும் ஒருபடி போய், "மேத்தா புதுக்கவிதைகளின் தாத்தா" என்றிருக்கிறார். எதுகை இயைந்து வந்ததற்காக அவர் அப்படிச் சொல்லியிருக்கிறார் என்று

மேத்தாவே அக்கூற்றை மறுத்திருந்தாலும், கடந்த நாற்பது ஆண்டுகளில் கவனிக்கத்தக்க ஆளுமையாக மேத்தா தன்னை வளர்த்தெடுத்திருக்கிறார். இசங்களை வலிந்து திணித்து, நான் யார் தெரியுமா என்றெல்லாம் முழங்காமல், ஒரு நடைப்போக்கனின் வழித்துணைபோல அவர் கவிதைகளை எழுதி வந்திருக்கிறார். அவருடைய கவிதையின் சாயலை பிரதியெடுத்த பலர், இன்று நவீன கவிஞர்களாக அறியப்பட, அவரையே விமர்சித்துக்கொண்டிருப்பது வேறு விஷயம். அதுகுறித்தும் பேசவேண்டிய அவசியமிருக்கிறது.

எண்பதுகளில் அதிகமான புதுக்கவிதைத் தொகுதிகள் வெளிவர மேத்தாவின் கண்ணீர்ப்பூக்களே மூலகாரணமென்று பல விமர்சகர்கள் எழுதியிருக்கிறார்கள். ஒருவிதத்தில் நா. காமராசனின் கறுப்பு மலர்களைப் போலவே கண்ணீர்ப்பூக்களும் கவிதை ரசிகர்களால் கொண்டாடத்தக்க நூலாக இருந்திருக்கிறது. பாரதியார் தோற்றுவித்த வசனகவிதையின் தன்மைகளை உள்வாங்கி, அதையே ஆகச்சிறந்த கவிதை வடிவமாக ஆக்கிக்காட்டியதில் மு. மேத்தாவிற்கு முதன்மைப் பங்குண்டு. இதே காரணங்களுக்காக அவருடைய கவிதைகளைப் பிற்காலத்தில் விமர்சனத்திற்கு உட்படுத்தி, தேவையற்ற விவாதங்களையும் எழுப்பியிருக்கிறார்கள்.

வார்த்தைகளை மடக்கிப்போட்டு ஒன்றன் பின் ஒன்றாக எழுதினால் அது, கவிதையாகுமா என்றும் கேட்டிருக்கிறார்கள். வார்த்தைகளை மடக்கிப்போட்டு எழுதுவது கவிதையில்லைதான். ஆனால், மேத்தா செய்திருப்பது அத்தகைய வேலையல்ல. ஒருகாலத்தில் இருந்த சொல்முறையையும் எழுத்து முறையையும் அவரளவில் மாற்றி, அதிலிருந்து புதுவகையான தோற்றத்தைக் கவிதைகளுக்கு ஏற்படுத்திக் கொடுத்திருக்கிறார்.

வானம்பாடி இயக்கத்தைச் சேர்ந்த கவிஞர்களிலேயே கூடுதலாகக் கொண்டாடப்பட்டவர் மேத்தா மட்டுமே. அந்தக் கொண்டாடத்தைப் பார்த்துக் குமைந்தவர்களே, மேத்தாவைப் பற்றியும் மேத்தாவின் கவிதைகளைப் பற்றியும் எதிர்மறையான விமர்சனத்தை உருவாக்கியவர்கள் என்பது உணரத்தக்கதுதான். திரைப்பாடல் எழுதியவர்களில் புதுக்கவிதையின் அடையாளமாக நா. காமராசனுக்குப் பிறகு

214 □ **நேற்றைய காற்று**

மு. மேத்தா மட்டுமே தென்படுகிறார். மற்றவர்கள், அதே போன்றதொரு தோற்றத்தை அல்லது சாயத்தைத் தங்கள்மீது அப்பிக்கொண்டவர்கள். கவிதைகளை அடுத்தகட்டத்திற்கு இட்டுசென்று அதன்மூலம் அறியப்பட்டவர்கள் அல்லர். எண்பதுகளில் வெளிவந்த "அனிச்சமலர்" திரைப்படத்தில் தமது முதல் பாடலை எழுதியிருந்தாலும், மு. மேத்தா என்னும் பெயர் திரைத்துறையினரால் கண்டுகொள்ளப்பட்டது "ஆகாய கங்கை" திரைப்படத்தில் இருந்துதான்.

அத்திரைப்படம் 1982இல் வெளிவந்தது. எழுத்தாளர் பாலகுமாரனும் நடிகர் கமலஹாசனுமே அப்பாடலுக்கான வாய்ப்பை ஏற்படுத்திக் கொடுத்திருக்கின்றனர். இயக்குநர் மனோபாலா இயக்கிய அத்திரைப்படத்திற்கு இளையராஜா இசையமைத்திருக்கிறார். "தேன் அருவியில் நனைந்திடும் மலரோ" என ஆரம்பிக்கும் அப்பாடலில், புதுக்கவிதையின் சாத்தியங்களை ஓரளவிற்கு திரைப்பாடலுக்குள் கொண்டுவந்திருக்கிறார். "முகவாசல் மீது தீபம் / இரு கண்களானதோ / மனவாசல் கோலம் / தினம் போடுதோ" என்ற வரிகளில் மேத்தாவைக் கண்டுகொள்ளலாம். கவிதையுலகில் தனக்கான இடத்தையும் வரவேற்பையும் பெற்ற பிறகே திரைப்பாடல் எழுதவந்த அவர், மெட்டுக்கு எழுதுவது குறித்தும் பகிர்ந்திருக்கிறார்.

முதல் திரைப்பாடல் எழுதும்வரை மெட்டு எப்படியிருக்கும்? கதைக்கான சூழலை எப்படிச் சொல்வார்கள்? இரண்டையும் ஒரு பாடலாசிரியர் உள்வாங்கி, அதை எப்படிப் பாடலாக எழுதவேண்டுமென தெரியாமல் இருந்ததாகத் தெரிவித்திருக்கிறார். சங்கர் கணேஷின் மெட்டுக்குள் "தமிழைத் தடவிப்பார்த்துத் தடுமாறினேன்" என்றே முதல் திரைப்பாடல் அனுபவத்தை குறித்திருக்கிறார்.

புதுக்கவிதைகளின் விசாலமாக விளங்கிய ஒருவர், திரைப்பாடல் எழுதும்போது என்னென்ன இக்கட்டுகளைச் சந்திக்க நேர்ந்ததெனவும் அக்குறிப்பில் வெளிப்படுத்தியிருக்கிறார். மரபுக் கவிதைகளில் பரிச்சயமிருந்தும்கூட, முதல் பாடல் விசேஷமாக அமையவில்லை என்கிற வருத்தம் அவருக்குண்டு. மெட்டுக்கு எழுதும் கலையைப் பழகிக்கொள்ளாமல்

இருந்ததே தடுமாற்றத்திற்குக் காரணமெனவும் வேறொரு நேர்காணலில் கூறியிருக்கிறார். திரைப்பாடல் எழுதுவதிலுள்ள நுட்பங்கள், அவருக்கு இரண்டாவது பாடலில் இருந்தே பிடிபட்டிருக்கின்றன. முதல் பாடலுக்கும் இரண்டாவது பாடலுக்கும் ஏறக்குறைய ஓராண்டுக்கால இடைவெளி இருந்திருக்கிறது.

அந்த ஓராண்டுக்கால இடைவெளிக்குள் திரைப்பாடலின் மொத்த கனபரிமாணத்தையும் அவரால் அறிந்துகொள்ள முடிந்திருக்கிறது. எது கவிதை? எது பாடல்? என்பதில் அவருக்கு எந்தக் குழப்பமும் இருக்கவில்லை. ஆனால், அதே சமயம் அவர் கற்றிருந்த இலக்கண இலக்கியங்களைத் திரைப்பாடலுக்குள் கொண்டுவரும் சூழல் பிற்காலத்தில்தான் வாய்த்திருக்கிறது. "திருக்குறளை, வள்ளுவர் குறள் வெண்பா என்கிற மெட்டுக்கு ஏற்பவே எழுதியிருக்கிறார். கம்பரும் தமது ராமாயணத்தை விருத்தம் என்கிற மெட்டுக்கே எழுதியிருக்கிறார்" என்கிற புரிதல் வந்தபிறகே திரைப்பாடல்களை மெட்டுக்கு எழுத சம்மதித்திருக்கிறார். "பல சமயங்களில் மெட்டுகள் நம்மைத் தொட்டு உரிய உணர்வுகளை உண்டாக்குகின்றன" என்பதும் "மெட்டு என்பது உணர்வுகளை இறுக்கிக் கட்டும் கட்டு அல்ல, வார்த்தைப் பெண்ணுக்கு வைத்துவிடுகிற பொட்டு" என்பதும் ஒருகட்டத்திற்குப் பிறகே அவரால் உணர முடிந்திருக்கிறது.

உணர்ந்ததிலிருந்தே தெளிவை அடைந்திருக்கிறார். ஆரம்பகாலங்களில் திரைப்பாடல் எழுதுவது குறித்து பெரிய ஆசையோ ஆர்வமோ இலட்சியமோ அவரிடம் இருக்கவில்லை. அவருடைய கவிதைகளை வாசித்தவர்களும் நேசித்தவர்களுமே அவரைத் திரைப்பாடல் எழுத உந்தித் தள்ளியிருக்கிறார்கள். ஆகச் சிறந்த புதுக்கவிதைகளை எழுதிவந்த அவரை, திரைப்பாடலாசிரியராக்கியதில் காலத்தின் பங்குமிருப்பதைக் கவனிக்க வேண்டும். இரண்டாவது பாடலிலிருந்து சீரான தடத்தில் பயணிக்கத் தொடங்கிய மு. மேத்தாவை முழுத் திரைப்படத்திற்கும் பாடல் எழுதவைத்த பெருமை கே. பாலச்சந்தருக்குரியது.

தமது தயாரிப்பில் வெளிவந்த "வேலைக்காரன்" திரைப்படத்தில் அனைத்துப் பாடல்களையும் எழுதவைத்து,

216 ☐ **நேற்றைய காற்று**

திரைப்பாடல்களிலும் மேத்தா தம்மை நிரூபித்துக்கொள்ளும் வாய்ப்பை ஏற்படுத்திக் கொடுத்திருக்கிறார். வேலைக்காரன் திரைப்படத்தில் வெளிவந்த பாடல்களில் மேத்தாவின் முழு எழுத்து வீரியமும் வெளிப்பட்டிருக்கிறது. எல்லாவிதமான சூழலுக்கும் தம்மால் எழுதமுடியும் என்பதை அழுத்தமாக அப்பாடல்களில் காட்டியிருக்கிறார். புதுக்கவிதைகளில் தென்படுகின்ற படிமங்களையும் குறியீடுகளையும் பெருமளவில் அப்பாடல்களில் பயன்படுத்தியுமிருக்கிறார். கூடவே, சமூக அக்கறையை வெளிப்படுத்தும் வரிகளையும் எழுதியிருக்கிறார். "தாஜ்மஹால் காதிலே ராமகாதை கூறலாம் / மாறும் இந்த பூமியில் மதங்கள் ஒன்று சேரலாம்" போன்ற வரிகளை எடுத்துச் சொல்லலாம்.

அதே வேலைக்காரன் திரைப்படத்தில் "பெத்து எடுத்தவதான்" என்றொரு பாடல். கதைக்கும் காட்சிக்கும் ஏற்ப எழுதப்பட்டதுதான். எனினும், அப்பாடலில் "தலையில வகிடெடுத்த தங்க விரல் பாத்தேனே / தலையில எழுதி வச்ச அந்த விரல் பாத்தேனா" என்று கேட்டிருக்கிறார். உடனே, அவர் எழுதிய அவ்வரிகளை முன்வைத்து, "முற்போக்குக் கவிஞரான மேத்தா, தலையெழுத்து பற்றியெல்லாம் சிந்திப்பதா?" என்று சர்ச்சையை கிளப்பியிருக்கின்றனர்.

தலையெழுத்து பற்றியோ விதியைப் பற்றியோ ஒரு முற்போக்குக் கவிஞர் எழுதவே கூடாது என்கிற விதியை யார் உருவாக்கியதோ? தெரியவில்லை. "எழுதிச்செல்லும் விதியின் கைகள் எழுதி எழுதி மேற்செல்லும்" என்ற உமர்கய்யாமை, முற்போக்குக் கவிஞராக விவாதத்தை எழுப்பியவர்களே சொல்லியிருக்கிறார்கள். விதியென்ற சொல்லை ஒரு பாடலில் வரும் உவமையை வைத்து ஆராய்ந்து பார்த்திருக்கிறார்கள். இலக்கிய முகமுடைய எவர் திரைப்பாடல் எழுத வந்தாலும் அவருக்கு நேரும் கதிகளில் இதுவும் ஒன்று.

திரைப்பாடல் என்று வந்துவிட்டால் காட்சிக்கும் சூழலுக்கும் கதாபாத்திரங்களின் மனோநிலைக்கும் ஏற்பவே எழுதியாக வேண்டும் என்கிற அடிப்படை அறிவைக்கூட பெறாதவர்கள் வைக்கக்கூடிய விமர்சனங்களுக்கு, காலம் கடந்து பதில் சொல்லவேண்டிய கடமை நமக்கில்லை. முகாந்திரமில்லாமல் வைக்கப்படும் விமர்சனங்கள்,

யுகபாரதி ☐ 217

காலப்போக்கில் காணாமல் போய்விடுகின்றன. அந்தநேரத்தில் பரபரப்பாகப் பேசப்பட்டாலும், அதன்பின் காற்றுவெளியேறிய பலூனாக ஆகிவிடுவதை அறிந்தே வந்திருக்கிறோம். பாடலாசிரியர்கள் மீது குற்றச்சாட்டுகளை வைக்கும் விமர்சகர்கள், திரை ஊடகத்தின் பாதகங்களை மட்டுமே பார்க்கிறார்கள். பொதுஜனங்களின் உணர்வுகளைப் பிரதிபலிக்கும் அஸ்திரமாகப் பார்ப்பதில்லை.

மேத்தாவே ஒருமுறை “திரைத்துறையில் என்னுடைய கை மற்றவர்களோடு கை குலுக்கிறது. இலக்கியத்துறையில் என்னுடைய இதயம் மற்றவர்களின் இதயத்தைக் குலுக்கிப் பார்க்கிறது” என்றிருக்கிறார். “கையைக் குலுக்குவதைவிட இதயத்தைக் குலுக்குவதில்தான் ஓர் உண்மையான கவிஞன் ஈடுபாடு காட்ட முடியும்” எனவும் தெரிவித்திருக்கிறார். இலக்கியத்திற்கும் திரைப்பாடலுக்கும் இடையே உள்ள வெளியை உணர்ந்தே தமது ஆக்கங்களை மேத்தா படைத்தளித்திருக்கிறார்.

இதுவரை அவர் வெளியிட்டுள்ள நூல்களின் எண்ணிக்கை முப்பத்து நான்கு. இந்த முப்பத்து நான்கு நூல்களும் பல பதிப்புகளைக் கண்டுவிட்டன. “ஊர்வலம்” எனும் தலைப்பில் அவர் வெளியிட்ட கவிதை நூலுக்கு தமிழக அரசு முதல் பரிசை வழங்கி கௌரவித்திருக்கிறது. “சோழநிலா” என்கிற அவருடைய வரலாற்று நாவல், ஆனந்தவிகடன் பத்திரிகையால் அங்கீகரிப்பட்டிருக்கிறது.

அப்பத்திரிகையின் பொன்விழாவை முன்னிட்டு நடத்தப்பட்ட நாவல் போட்டியில், மேத்தாவே முதல்பரிசை வென்றிருக்கிறார். அதுமட்டுமல்ல, 2006இல் அவர் வெளியிட்ட “ஆகாயத்துக்கு அடுத்தவீடு” என்கிற கவிதை நூலுக்கு சாகித்ய அகாதமி விருது கிடைத்திருக்கிறது. பொதுவெளியில் ஒரு கவிஞனுக்கு கிடைக்கவேண்டிய அத்தனை அங்கீகாரங்களையும் பெற்றவராக அவர் தன்னை நிலைப்படுத்தியிருக்கிறார். “பாவேந்தர் விருது, கலைஞர் விருது, கண்ணதாசன் விருது, கலைமாமணி விருது, பெரியார் விருது” என அவர் வாங்கிய விருதுகளை வரிசைப்படுத்தினால், கட்டுரையின் நீளம் அதிகரித்துவிடும் என்பதால் இத்துடன் நிறுத்திக்கொள்கிறேன். ஒருமுறை “அம்மி கொத்துவதற்கு

218 □ நேற்றைய காற்று

சிற்பி எதற்கு” என்று தமது சகாவான அப்துல்ரகுமான் கேட்கப்போக, “சிலையையே செதுக்கக்கூடிய சிற்பியால் அம்மி கொத்த முடியாதா” என பதிலிளித்திருக்கிறார். “நாட்டிற்கு தற்போது சிலைகள் தேவையில்லை. அம்மிகளே அவசியம்” என்று அவர் வைத்த வாதத்தையும் இத்துடன் இணைத்துக்கொள்ளலாம்.

இலக்கியத்தைவிட, திரைப்பாடல்கள் தரத்திலும் தகுதியிலும் குறைவு என்பதைச் சொல்வதற்காக அப்துல் ரகுமான் அவ்விதம் வினா எழுப்பியிருக்கிறார். அவ்வினாவை எதிர்கொண்டு பதிலளிக்கும் துணிச்சல் அந்த காலத்தில் மேத்தாவுக்கு மட்டுமே இருந்திருக்கிறது. திரைப்பாடல் என்பது சவால் நிறைந்தது. அந்த சவாலை எதிர்கொள்ளத் தைரியமில்லாதவர்கள் திரைப்பாடலைக் குறைத்தும் இழித்தும் பேசுவதாகக் கருதலாம் என்றதும் அவர்தான். அப்துல் ரகுமான்மீது அளவில்லாத அன்புகொண்டவர் என்றபோதிலும், அவர் கருத்தை ஏற்க வேண்டிய இடத்தில் மட்டுமே ஏற்றிருக்கிறார். “நட்சத்திர ஜன்னலில் வானம் எட்டிப் பாக்குது” என்ற பாடலின் பல்லவியில், புதுக்கவிதையின் திறனைத் திரைப்பாடலிலும் வெளிப்படுத்த மேத்தா முயன்றிருக்கிறார்.

வானத்தின் ஜன்னலே நட்சத்திரம் என்றும் அதன் வழியே வானம் எட்டிப் பார்க்கிறது என்றும் எளிய பெண் ஒருத்தியின் ஐ.ஏ.எஸ். கனவைக் கதைக்காகச் சிந்தித்திருக்கிறார். ஒரே பாடலில் உச்சம்தொட்ட காட்சிகளைக் காட்ட இயக்குநர் விரும்பியபோது, பல்லவியையும் உச்சியிலிருந்தே ஆரம்பித்திருக்கிறார். சூரியவம்சம் என்னும் படத்தில் அப்பாடல் இடம்பெற்றிருக்கிறது. பாடுவதற்குச் சிரமமாக இருக்குமேயென்று இசையமைப்பாளரும் இயக்குநரும் அப்பல்லவிக்கு மாற்றாக வேறொன்றை கேட்டிருக்கிறார்கள்.

நல்ல பல்லவியாக இருந்தாலே இயக்குநரும் இசையமைப்பாளரும் அப்படித்தான் கேட்பார்கள். அப்படிக் கேட்டபோதும், “இந்தப் பாடலில் இது ஒன்றுதான் புதிது. அதையே வைத்துக்கொள்ளுங்கள்” என்று சொல்லுமளவுக்கு ஆளுமை பொருந்திய கவிஞராக அவரை அறியலாம். அதே பாடலில் “பொன்னாடை இமயத்திற்குப் போர்த்திவிடலாம்”

யுகபாரதி □ 219

என்று எழுதியிருக்கிறார். திருக்குறளுக்கு உரையெழுதிய கருணாநிதி, அதன் முன்னுரையில் "திருக்குறளுக்கு உரையெழுதுவதும் இமயத்திற்குப் பொன்னாடை போர்த்துவதும் ஒன்றுதான்" என கையாண்ட சொற்களை, அப்படியே மெட்டுக்கு எழுதியதாக அவரே ஒரு நேர்காணலில் பதிவு செய்திருக்கிறார்.

எண்பதுகளில் ஈழப்பிரச்சனை தீவிரமடைந்தது. தமிழகத்தின் தெருக்களிலும் ஈழ விடுதலைப் போராட்டத்தின் வெப்பம் பரவியிருந்தது. அரசியல் கட்சிகளைவிட, தன்னெழுச்சியாக நடந்த மக்கள் போராட்டங்களே அவற்றில் அதிகம். அதிலும், கல்விப் புலத்திலும் தமிழறிஞர்கள் மத்தியிலும் ஈழத்துக்கு ஆதரவான குரல்களை அந்நாள்களில் பார்க்க முடிந்தது. அப்பாவித் தமிழர்களைக் கொன்றுகுவிக்கும் சிங்கள அரசுக்கு எதிராக பெருந்திரளாக தமிழர்கள் கிளர்ந்தெழுந்த காலம் அது.

அப்போதுநான் ஐந்தாம் வகுப்பு படித்துக்கொண்டிருந்தேன். எங்கள் பள்ளியிலும் போராட்டத்துக்கு ஆதரவு தெரிவித்து, பாதிக்கப்பட்ட மக்களுக்கு அத்தியாவசிய பொருட்களை வசூலித்து தர ஏற்பாடு செய்யப்பட்டது. அதற்காக இரண்டு கிலோவோ மூன்று கிலோவோ அரிசியை, நானும் என் அக்காவும் வீட்டிலிருந்து எடுத்துப்போய் தலைமையாசிரியர் அலுவலகத்திற்கு முன்பிருந்த சாக்கில் கொட்டிய ஞாபகமிருக்கிறது. அந்த இரண்டு மூன்று கிலோவை வாங்க அம்மா பட்ட பாடுகளை இப்போது சொல்லவேண்டிய அவசியமில்லை.

நாடே கொதிநிலையில் இருந்த அக்காலத்தில், கவிதைகளிலும் களச் செயல்பாட்டிலும் ஈழ ஆதரவை முன்னெடுத்தவராக மேத்தா இருந்திருக்கிறார். "திருவிழாவில் ஒரு தெருப்பாடகன்" என்னும் கவிதை நூலில், ஈழ ஆதரவுக் கவிதைகளை வெளியிட்டிருக்கிறார். கண்ணீர்த் துளிகளை ஈழமாக உருவகம் செய்து, ஓவியர். அமுதோன் வடித்திருந்த முதல் பதிப்பு, முகப்பு அட்டை நிறையபேருக்கு நினைவிலிருக்கலாம். காலத்தை ஒட்டிய பிரச்சனைகளில் ஒரு கவிஞன், தமது ஈடுபாட்டையும் போர்க்குணத்தையும் வெளிப்படுத்தும் வகையிலேயே அவருடைய இலக்கிய மதிப்பீடுகள் இருந்திருக்கின்றன. இன்னும் கொஞ்சநாள்

இந்திராகாந்தி உயிரோடு இருந்திருப்பாரேயானால், தமிழர்களுக்கு ஈழம் கிடைத்திருக்கும் என்ற எண்ணம் அவருடையது. அதன்பிறகு வந்த காங்கிரஸ் ஆட்சிக்கு எதிராக நடந்த எத்தனையோ போராட்டங்களில் தயக்கமில்லாமல் பங்கெடுத்திருக்கிறார். “சிறையில் சில ராகங்கள்” எனும் திரைப்படத்திற்கு பாடல் எழுதிய கையோடு, அன்று நடந்த இந்தி ஆதரவு மாநாட்டைக் கண்டிக்க கிளம்பியவரே மேத்தா என்பது பலருக்குத் தெரியாது.

‘சிறையில் சில ராகங்கள்’ என்னும் படத்திற்கு பாடலை எழுதியது ஒருபுறம் என்றால். மற்றொரு புறத்தில் மொழிக்காக சிறை செல்லவும் துணிந்தவராகவே மேத்தா இருந்திருக்கிறார். அப்பாடலில் “நான் பாடவா பிள்ளைத்தமிழ் உன் காதிலே / தேன் தூவுதே கன்னித்தமிழ் என் வாழ்விலே” என்று எழுதியிருக்கிறார். எழுதிய வரியின் ஈரம் காய்வதற்குள், தமிழ் காக்கும் போராட்டத்தில் கலந்து கைதாகும் சூழல் அவருக்கு ஏற்பட்டிருக்கிறது. எழுத்துகளுடன் தம்முடைய பங்களிப்பை நிறுத்திக்கொள்ளாமல் களச் செயல்பாட்டிலும் கவனம் செலுத்திய அவர், அப்பாடலை “தென்றல் வரும் தெரு எது? அது நீதானே” என்று ஆரம்பித்திருக்கிறார். பின்னாளில் “தென்றல் வரும் தெரு” என்னும் தலைப்பில் அவர் ஒரு திரைப்படத்தை நண்பர்களுக்காக எடுக்க நினைத்து, நஷ்டப்பட்ட கதையெல்லாம் வேறு சந்தர்ப்பத்தில் தெரிந்துகொள்ளலாம்.

ஆகாய கங்கை திரைப்படத்தில் இருந்து ஏறக்குறைய முப்பது ஆண்டுகளுக்கும் மேலாக இளையராஜாவின் இசையில் தொடர்ந்து பாடல் எழுதுபவராக மேத்தா இருந்து வருகிறார். இதுவரை ஐந்நூறு திரைப்பாடல்கள் என்பது உத்தேசக் கணக்கு. இந்த ஐநூறிலும் அதிகமான பாடல்களை இளையராஜாவே வழங்கியிருக்கிறார்.

கொடுக்கப்படும் சந்தங்களுக்கு இயல்பாக வார்த்தைகளைத் தரக்கூடிய கவிஞராக இருந்தும்கூட, ஏனைய இசையமைப்பாளர்கள் ஏன் அவரைத் தொடர்ந்து திரைப்பாடல் எழுத அழைக்கவில்லை என்பது முக்கியமான கேள்வி. காட்சியையும் சூழலையும் உள்வாங்கி, அவர்கள் எதிர்பார்ப்பை பூர்த்தி செய்பவராய் இருந்துமே, இத்தனை

யுகபாரதி □ 221

ஆண்டுகளில் அவர் எழுதியிருக்கும் திரைப்பாடல் எண்ணிக்கை குறைவுதான். "திரைப்பாடலாசிரியர்களுக்குப் பொறுப்பு இருக்கிறது. அந்தப் பொறுப்பை நிறைவேற்ற முடியாமல் போகையில் பாடல் எழுதாமல் சும்மா இருப்பதே சுகம்" என்று நினைப்பதாக கீற்று இணையதள நேர்காணலில் கூறியிருக்கிறார்.

"எல்லாவற்றோடும் சமரசம் செய்துகொள்வதில் தமக்கு உடன் பாடில்லை" எனவும் சொல்லியிருக்கிறார். "இறங்கி வருவதற்கு தயார்தான் என்றாலும், கீழே விழுவதில் சம்மதம் இல்லை" என்ற அவருடைய கொள்கையினால் அதிக பாடல்கள் எழுதமுடியாமல் போயிருக்கலாம். அதுமட்டுமல்லாமல், அவர் ஒரு பேராசிரியராகவும் இருந்தபடியால். இயக்குநர்களும் இசையமைப்பாளர்களும் அவரை நெருங்க அஞ்சியிருப்பார்களோ? என்பது என் ஊகம். தமிழாய்ந்த ஒருவரிடம் தங்கள் அறியாமையை வெளிப்படுத்திவிடக் கூடாதென்கிற எச்சரிக்கையாகவும் அதை எடுத்துக்கொள்ளலாம்.

நிறைய எழுதவில்லை என்றாலும், அவர் எழுதிய பாடல்கள் பலவும் நிறைவைத் தரக்கூடியவை. பாடல்வரிகளில் எங்கேனும் ஒரு இடத்தில் அவர் கையெழுத்துப் போட்டிருக்கிறார். ஒரு வார்த்தையோ ஒரு வரியோகூட, அவருக்குரிய அடையாளமாக அமைந்திருப்பதை அறியமுடிகிறது. அவர் பாடல்களில் "கற்பூர பொம்மை ஒன்று" என்ற "கேளடி கண்மணி" திரைப்பாடலைக் குறிப்பிட்டுச் சொல்லலாம். அவர் எழுதிய அந்த ஒற்றைப் பாடலில் மொத்தத் திரைப்படமும் நம் நினைவைவிட்டு நீங்காமல் இருக்கிறது. அம்மாவிடம் அதீத நேசம்கொண்ட மகள், அவள் இறப்பிற்குப் பின்னும் அதே நினைவுகளுடன் வாழ்கிறாள். அதனால், அப்பாவின் இரண்டாவது காதலை ஏற்க மறுக்கிறாள். அம்மாவின் மூச்சுக்காற்றுள்ள தலையணையைக்கூட, பிறருக்குத் தரத் தயங்குபவளாக அவளிருக்கிறாள்.

அப்படியிருக்கையில், அம்மாவின் இடத்தில் இன்னொருவரை அவளால் நினைத்துப்பார்க்கவும் முடியாமல் போவதாகக் கதை நீளும். ஒரு குறிப்பிட்ட வயதுக்குப் பிறகு, அப்பாவுக்கு தம்மால் ஏற்பட்ட தடையையும் தான் செய்த

222 □ நேற்றைய காற்று

தவறையும் உணர்ந்து பார்க்கிறாள் என்பதாக பிற்பகுதியை இயக்குநர் வஸந்த் அமைத்திருக்கிறார். அக்கதைக்கு ஏற்றவிதத்தில் என்று சொல்லமாட்டேன், அதற்கும் மேலானவிதத்தில் மேத்தா எழுதிக் கொடுத்திருக்கிறார். "தாயன்பிற்கே ஈடேதம்மா / ஆகாயம்கூட அது போதாது / தாய்போல யார் வந்தாலுமே / உன் தாயைப் போல அது ஆகாது" என்று போகிறபோக்கில் இரண்டே வரியில் கதை முழுவதையும் சொல்லியிருக்கிறார். இத்தனை ஆகிருதியுடன் பாடல்களை அணுகும் அவரை, திரைப்பாடல்துறை முழுமையாகப் பயன்படுத்திக்கொள்ளவில்லை என்பது வருத்தத்துக்குரியது.

ஒருமுறை இயக்குநர் ஸ்ரீதர் தம் படத்திற்குப் பாட்டெழுத மேத்தாவை அழைத்திருக்கிறார். முதல் பாடல் வரிகளை எழுதியவுடனேயே மேத்தாவை இயக்குநர் ஸ்ரீதருக்குப் பிடித்துப்போயிருக்கிறது. எனவே, மீண்டும் அதே படத்திற்கு இன்னொரு பாடலை எழுதும்படிக் கேட்டிருக்கிறார். அதையும் சிறப்பாக எழுதிக் கொடுத்திருக்கிறார். ஆச்சர்யமடைந்த இயக்குநர், மூன்றாவது பாடலையும் நீங்களே எழுதுங்கள் என்றபோது மேத்தா தவிர்த்திருக்கிறார். ஏனெனில், அப்பாடல் இன்னொரு கவிஞருக்குத் தரப்பட்டு, திருப்தி வரவில்லை என்று சொல்லியிருக்கிறார்கள். திருப்தி வரவில்லையென்றால், திருப்தி வரும்வரை அதே கவிஞர் எழுதுவதுதான் சரி என்று வாதிட்டு, வந்த வாய்ப்பை அன்போடு மறுத்திருக்கிறார். இன்னொரு கவிஞருக்குச் சேரவேண்டிய வாய்ப்பை, தம் தகுதியாலும் பெற அவர் மனம் தயங்கியிருக்கிறது.

அதிக பாடல்களை அவர் எழுதாமல் போனதற்கு, அவரிடமிருந்த அந்த இயல்பே காரணமாகவும் இருந்திருக்கலாம். அவருக்காக பலநாள் காத்திருந்து ஒருபாடலை குறிப்பிட்ட படத்திற்கு எழுதச் சொல்லியிருக்கிறார்கள். கதைப்படி, ஒரு கட்சித் தலைவனை வாழ்த்துவது போல சூழல். ஆனால், கதையில் அவர்கள் சொல்லிய அந்தத் தலைவனை பொதுவெளியில் மேத்தா பலமுறை கண்டித்து எழுதியிருக்கிறார். கொள்கை அடிப்படையில் எதிர்க்கருத்து உடைய ஒரு தலைவனைக் காட்சிக்காகவும் சூழலுக்காகவும் எழுதுவதில்லை என்று அந்த வாய்ப்பையும்

யுகபாரதி □ 223

நேர்மையுடன் விலக்கியிருக்கிறார். ஆகாதவர்களை அல்லது ஆகாதவைகளை திரைப்பாடலாக்கிவிட்டு, கதைக்காக எழுதியிருக்கிறேன். காட்சியை கதாபாத்திரத்தின் குரலாக வெளிப்படுத்தியிருக்கிறேன் எனத் தாம் செய்த மோசடிக்கு முலாம்பூசும் பாடலாசிரியர்களுக்கு மத்தியில், உண்மைக்குப் புறம்பாக நடந்து அதன் மூலம் கிடைக்கும் பெயரோ புகழோ வேண்டாமென்று எண்ணியிருக்கிறார். குறைந்தபட்ச சமரசங்களுக்கு நியாயம் வழங்கக்கூடிய சமூகமே நம்முடையது. என்றாலும், அவரிடமிருந்த சமூகச் சிந்தனைகள் சமரசத்திற்கே இடமில்லாமல் ஆக்கியிருக்கின்றன.

“ஓ மானே மானே” திரைப்படத்தில் “பொன்மானைத் தேடுதே / என் வீணை பாடுதே” என்றொரு பாடல். பாடல் ஆயத்தங்களில் இளையராஜாவும் மேத்தாவும் ஈடுபட்டிருந்தபொழுது, எதேச்சையாக நடிகர் கமல்ஹாசன் ஒலிப்பதிவுக் கூடத்திற்கு வந்திருக்கிறார். மேத்தாமீது மிகுந்த பாசமுடைய கமல், அங்கே அவரைச் சந்தித்ததும் மகிழ்ச்சியடைந்து வாழ்த்தியிருக்கிறார். இதையெல்லாம் பார்த்துக்கொண்டிருந்த இளையராஜா, கமலையே சம்பந்தப்பட்ட பாடலை பாட வைத்தால் என்ன? என்று யோசித்திருக்கிறார். யோசனையை ஏற்று கமலும் பாடத் தொடங்கிய நேரத்தில் கவிஞர் வாலி வந்திருக்கிறார். அப்போது அவர் நடந்ததையெல்லாம் கேள்விப்பட்டு, “ஒரு நட்சத்திரக் கவிஞரின் பாடல் என்பதால்தான், இளையராஜா ஒரு நட்சத்திரத்தையே பாட வைத்திருக்கிறாரோ?” என்று பாராட்டியிருக்கிறார்.

மேத்தாவின் எழுத்துகளில் எப்பொழுதுமே வாலிக்கு அபரிமிதமான அபிமானம் உண்டு. நேர்ப்பேச்சிலும் நேர்காணலிலும் அதைத் திறந்த மனத்துடன் அவர் வெளிப்படுத்திருக்கிறார். குறிப்பாக, “நாயகம் ஒரு காவியம்” என்கிற மேத்தாவின் இறைநேச நூலைப் பார்த்த பிறகுதான், தாமும் அதுபோல இராமகதையை “அவதார புருஷன்” என்னும் தலைப்பில் எழுதும் ஆசை வந்தததாகப் பல மேடைகளில் குறிப்பிட்டிருக்கிறார்.

புதுக்கவிதை வடிவில் அவதார புருஷனை எழுதிய வாலி, அதன்பின் அதேபோல வெவ்வேறு கடவுளைப்

224 □ நேற்றைய காற்று

பற்றியும் எழுதியிருக்கிறார். "ஒருவனின் படைப்பு என்னதான் அறிவுப் பூர்வமாக இருந்தாலும், அதில் ஆன்மிகம் என்ற இழையோடினால்தான் அதற்கு ஆத்மாவே வருகிறது" என்று "நாயகம் ஒரு காவியம்" நூல் குறித்து இளையராஜாவிடமும் தனிப்பட்ட முறையில், வாலி வியந்திருக்கிறார். ஒருவர் இல்லாதபோது அவருடைய புகழை மெச்சுவதே உண்மையான பாராட்டு. மேத்தாவை நேராகவோ மேடையிலோ புகழ்ந்திருந்திருந்தால், அது பெரிய செய்தியில்லை. இளையராஜாவிடம் அதுவும், தான் பணியாற்றும் அதே பாடல் துறையைச் சேர்ந்த இன்னொருவரைப் பற்றிப் பாராட்டும் மனம் வாலியிடம் இருந்திருக்கிறது. வாலியே வியக்குமளவுக்கு மேத்தாவின் அந்நூல் அமைந்திருக்கிறது எனவும் புரிந்துகொள்ளலாம்.

தம்முடைய ஈகோவையெல்லாம் கழற்றி ஓரத்திலே வைத்துவிட்டு, ஆத்மார்த்தமாக இன்னொருவரை நேசிக்கப் பழகியவர்கள் மட்டுமே மக்களால் கவிஞர்களாக கொண்டாடப்படுகிறார்கள். அப்படியல்லாமல் பதினான்காம் லூயிபோல "நானே கடவுள்" என்றும் "நானோ எவர்க்கும் மேல்" என்றும் எண்ணுபவர்கள், கவிஞர்களாகத் தங்களைச் சொல்லிக் கொள்வதில் ஒரு நியாயமும் இல்லை. அவர்கள் ஆண்டாளைப் பற்றியோ அருட்பிரகாச வள்ளலாரைப் பற்றியோ எழுதினால்கூட, அதனால் ஒரு பிரயோசனமும் இல்லையென்பதே என் கருத்தும்.

இளம் கவிஞர்களை வளர்த்தெடுப்பதில் அதீத ஆர்வத்துடன் செயல்பட்ட மேத்தா, ஒருகட்டத்தில் அவர்களுடைய கவிதைப் போக்குகள் குறித்து கவலைப்பட்டிருக்கிறார். "சற்றே இரும் பிள்ளாய்" என்னும் தலைப்பில் அப்போது அவர் எழுதிய ஒரு கவிதைக்கு, ஏராளமான எதிர்வினைகள் கிளம்பியிருக்கின்றன. புதுக்கவிதை என்னும் பேரில் தமக்குத் தோன்றியதையெல்லாம் எழுதுகிறார்களே என்கிற ஆதங்கத்தில் எழுந்த அந்தக் குரலை, இளம் கவிஞர்கள் தப்பிதமாக எடுத்துக்கொண்டு அவருடன் போர்செய்ததையும் புன்முறுவலுடன் ஏற்றிருக்கிறார். தன்னைப் பின் தொடரும் இளைஞர் பட்டாளம் தன்னைத் தாண்டியும் செல்ல அவர் அனுமதிக்கத் தவறியதில்லை. பெண்கவிஞர்கள் பற்றி அவர் கூறிய ஒரு கூற்றும், தலித்

யுகபாரதி □ 225

இலக்கியத்தைப் பற்றிய அவரது புரிதல்களும் அவ்விதமான சர்ச்சைகளை உண்டு பண்ணியிருக்கின்றன. மனதில் பட்டதை சட்டென்று சொல்லிவிடக்கூடிய மேத்தா, தன் தரப்பில் இருக்கும் நியாயங்களை பிறருக்குப் புரியவைப்பதில் கூடுதல் கவனத்துடன் வெளிப்பட்டிருக்கிறார்.

தொண்ணூறுகளுக்கு பின் எழுத வந்த பல கவிஞர்களால் அவருடைய எழுத்துமுறையும் சொல்முறையும் பரிகாசத்திற்கு உட்பட்ட போதிலும், காலத்தின் சாட்சியாகவே எல்லாவற்றையும் கவனித்துக் கொண்டிருந்திருக்கிறார். "தேசப்பிதாவுக்கு ஒரு தெருப்பாடகனின் அஞ்சலி" எனும் தலைப்பில் "தீபம்" பத்திரிகையில் அவர் எழுதிய கவிதை ஒன்று, அந்தகாலத்தில் தேசமெங்கும் தீப்போல் பற்றியிருக்கிறது. ஒரு கவிதை சட்டமன்றம்வரை பேசப்பட்ட அனுபவத்தை அவருக்குமுன் வேறு எவரும் பெற்றதில்லை.

அதுமட்டுமல்ல, அவர் திரைப்படங்களுக்குப் பாடல் எழுதத் தொடங்குவதற்கு முன்பே டி. ராஜேந்தரின் "ரயில் பயணங்கள்" திரைப்படத்தில் "இந்த ஊருக்குப் பழிசொல்லத் தெரியும் / வழிசொல்லத் தெரியாது" என்ற கவிதைவரி, மேற்கோளாக வசனத்தின் இடையில் எடுத்தாளப்பட்டுள்ளது. வாசகர்களால் அதிகம் விரும்பப்படுகிற, இலக்கியவாதிகளால் பெரிதும் மதிக்கப்படுகிற ஒருவர் திரைத்துறைக்குள் நுழைந்து, அதிலேயும் தம் அடையாளத்தையும் ஆற்றலையும் பதிப்பது முடியாத காரியம்.

எத்தனையோ தலைசிறந்த இலக்கியவாதிகள் திரைத்துறையின் அதீத தாக்குதலுக்கு இரையாகிக் காணாமல் போயிருக்கின்றனர். அத்தனைபேரையும் கடந்து, தொழில்முறைப் பாடலாசிரியனாக ஆகாமலேயே இன்றுவரை ஜீவித்திருக்க மேத்தாவால் மட்டுமே முடிந்திருக்கிறது. அவருடைய சாதனைகளாகப் பார்க்கப்பட வேண்டியவைகளில் இதையும் சேர்த்துக்கொள்ளலாம். ஒரே துறையில் இத்தனை ஆண்டுகள் இடையறாமல் பணியாற்றி வரும் அவர், எந்தச் சந்தர்ப்பத்திலும் அத்துறை குறித்த சலிப்பையோ அலுப்பையோ காட்டவில்லையென்பதும் குறிப்பிடத்தக்கது. மு. மேத்தாவின் எத்தனையோ திரைப்படப் பாடல்களில் மூன்று பாடல்கள் மிக முக்கியமானவையாக எனக்குப்படும்.

226 □ **நேற்றைய காற்று**

ஒன்று, "ரெட்டைவால் குருவி" திரைப்படத்தில் அவர் எழுதிய "ராஜராஜசோழன் நான்". இரண்டாவது, "இதயக்கோயில்" திரைப்படத்தில் வெளிவந்த "யார் வீட்டில் ரோஜா பூப்பூத்ததோ?" மூன்றாவது, "காசி" திரைப்படத்தில் இடம்பெற்ற "என் மன வானில் சிறகை விரிக்கும்" பாடல்.

மேற்கூறிய மூன்று பாடல்களிலும் மேத்தா தன்னையே இழைத்துக் கொடுத்திருக்கிறார். வடிவ நேர்த்தியும் ஓசை ஒழுங்கும் அதி அபாரமாக வெளிப்பட்ட பாடல்கள் அவை. இளையராஜா ஒரு பாடலாசிரியனுக்கு நான்கு சுவர்கள் இருப்பதாகச் சொல்லியிருக்கிறார். இயக்குநரின் கதைப் பின்னணி, பாடல் பாடப்படும் சூழ்நிலை, இசையமைப்பாளரின் மெட்டு, பாடலில் வரவேண்டிய கருத்து. இந்த நான்கையும் கணக்கிலெடுத்துக்கொண்டுதான் ஒரு பாடலாசிரியன் தமது ஆற்றலை வெளிப்படுத்த வேண்டும். இந்த நான்கில் ஒன்று குறைந்தால்கூட பாடலின் எதிர்பார்ப்பு பாழ்பட்டுவிடும். நான்கு சுவர்கள் என்று இளையராஜா சொல்லியிருப்பதில் இருந்தே அதை சிறை என்று புரிந்துகொள்ளலாம். இந்தக் கட்டாயச் சிறையில் இருந்துகொண்டுதான், பாடலாசிரியன் திரைப்பாடலை எழுதுகிறான்.

மேலும், அவனது வலியோ அவனது அழுகுரலோ அவ்வரிகளில் தென்பட்டுவிடக்கூடாது. "வான்மேகம் மோதும் மழைதனிலே / நான் பாடும் பாடல் நனைகிறதே / பாடல் இங்கே நனைவதனாலே / நனையும் வார்த்தை கரையுது இங்கே" என்று யார் வீட்டில் ரோஜா பாடலில் எழுதியிருக்கிறார். கதைநாயகனின் சூழலும் கவிஞனின் பாவமும் ஒருசேர சங்கமித்த இடங்களாக அவற்றைக் கொள்ளலாம். வெறும் ரசனை அடிப்படையில் பார்த்தால்கூட அவ்வரிகளில் தென்படும் அழகுகள் நம்மைக் கரைத்துவிடுகின்றன. காற்றலையில் தம் பாடல் நனைவதாகவும் வார்த்தைகள் கரைவதாகவும் அவர் எழுதியிருப்பவை, புதுக்கவிதைப் பயிற்சியினால் விளைந்ததே அன்றி வேறில்லை.

ஒரு பாடலின் ஆரம்பத்தில் சொல்லப்படும் கருத்துக்கு மாற்றாக வேறொரு கருத்தை முன்வைக்கும் வழக்கம் தற்போது வந்திருக்கிறது. ஆனால், மேத்தாவின் எந்தப்

பாடலிலும் தொடர்ச்சியற்றவிதத்தில் கருத்துகள் வந்ததில்லை. பாடல்களைத் தொடர்ந்து எழுதக்கூடிய அல்லது கேட்கக்கூடியவர்களுக்கு நான் சொல்வது, எதைப்பற்றி என்று தெரியும். முதல் வரிக்கும் மூன்றாவது வரிக்கும் உள்ள சிந்தனைத் தொடர்ச்சியையே சொல்கிறேன்.

ஒருவிதத்தில் கண்ணதாசனின் பிரயோகங்களை ஒத்ததே மேத்தாவின் எழுத்துமுறையும். ஆனாலும், சிற்சில இடங்களில் கண்ணதாசனிடமும் காணப்படாத சொற்சேர்க்கைகளை படைத்தளித்திருக்கிறார். “பூவே” என்ற சொல்லுக்கு இயைபாக “வாழ்வே” “தாழ்வே” “நோவே” “சாவே” என்பதுபோல எழுதுவதுதான் மரபு. ஆனால், அந்த மரபைப் பின்பற்றாமல், முதல்முதலாக ஒருதிரைப்பாடலில் பூவே என்பதற்குத் “தீவே” என்று பயன்படுத்திய பாடலாசிரியர் மேத்தா ஒருவர்தான். இது என் தனிப்பட்ட அனுமானம். ஒருவேளை வேறு எவரும் எழுதிக்கூட இருக்கலாம்.

முதல் வரியின் தொடர்ச்சியாக ஏனைய வரிகளை எழுதிக்கொண்டே போகும் அவர், எந்த இடத்திலும் அத்தொடர்ச்சியிலிருந்து விலகி நடக்கவில்லை. “ராஜராஜசோழன் நான்” பாடலின் மூன்றாவது வரி, பூவே காதல் தீவே என்று வந்திருப்பதை நீங்களும் ரசித்திருக்கலாம். “சோழன் நானானாலும், எனை ஆளும் தேசம் நீயே” என்று சொல்லிய அவர், அதன்பின் “பூவே காதல் தீவே” என்றெழுதிப் பாடலின் தொடர்ச்சியை நீட்டித்திருக்கிறார். “வில்லோடு அம்பு ரெண்டு கொல்லாமல் கொல்லுதே / பெண்பாவைக் கண்களென்று பொய் சொல்லுதே” என்றும் அதேபாடலில் எழுதியிருக்கிறார்.

பாடலை முதல்முறை கேட்டபோது, பெண்ணும் பாவையும் ஒன்றுதானே, ஒருபொருளைத் தரக்கூடியதுதானே, எதற்கு மேத்தா பெண்பாவை கண்களென்று எழுதியிருக்கிறார் என யோசித்தேன். கொஞ்சகாலத்திற்குப் பிறகுதான், பாவை கண்களென்று அவர் பயன்படுத்தியிருக்கும் நயமே புரிந்தது.

ஏகமாய் மேத்தா வெளிப்பட்ட பாடலென்றால், “காசி” திரைப்படத்தில் அவர் எழுதிய “என் மனவானில் சிறகை விரிக்கும்” பாடலைச் சொல்லலாம். கண்பார்வையில்லாத

228 □ நேற்றைய காற்று

ஓர் ஏழைப் பாடகனின் குரலாக ஒலிக்கும் அப்பாடலில், தன் வாழ்வு குறித்த சோகங்களையும் இலைமறை காயாக எழுதியிருக்கிறார். “மனதிலே மாளிகை வாசம் / கிடைத்ததோ மரநிழல் நேசம்” என்று எழுதிய வரிகளை இளையராஜா ஆட்சேபித்திருக்கிறார். அறம்பாடுவதுபோலவும் இதுவே தனக்குக் கிடைத்த இறுதியான வாழ்க்கைபோலவும் எழுத வேண்டாமே என அவ்வரிகளைத் தவிர்க்க நினைத்திருக்கிறார். ஆனால், மேத்தா அவ்வரிகளுக்காக வாதிட்டு, பாடலில் இடம்பெறச் செய்திருக்கிறார்.

வாழ்வின் கசந்த பக்கங்களைப் புரட்டுவதுபோல அமைந்த அவ்வரிகளினூடே, அவரே தம்மை எழுதியிருக்கிறார் என்றுதான் தோன்றுகிறது. “பொருளுக்காய் பாட்டைச் சொன்னால் பொருளற்ற பாட்டேயாகும் / பாடினேன் அதை நாளும் நாளும் / பொருளிலாப் பாட்டானாலும் பொருளையே போட்டுச்செல்வார் / போற்றுமே என் நெஞ்சம் நெஞ்சம்” என்றும் அதே பாடலில் வாழ்வை அலசியிருக்கிறார். பொருள் என்கிற சொல், எந்தெந்த விதத்திலெல்லாம் அர்த்தம் கொள்ளப்படுகிறதோ அத்தனை அர்த்தங்களையும் உள்ளடக்கி அவ்வரிகளை எழுதுவதற்கு சாதுர்யமும் தமிழறிவும் உதவியிருக்கின்றன. இசையமைப்பாளர்கள் சொல்லக்கூடிய திருத்தங்களை திறந்த மனதுடன் பரீசிலிக்கும் பக்குவத்தைப் பெற்றவராகவே அவர் அறியப்பட்டிருக்கிறார்.

‘ஆகாய கங்கை’ திரைப்படத்தில் இடம்பெற்ற “தேனருவியில் நனைந்திடும் மலரோ” பாடலில், “நீ நிலவோ ஏன் தொலைவோ” என்ற வரியை இளையராஜா, “ஏன் தொலைவோ நீ நிலவோ” என்று மாற்றும்படி கேட்டிருக்கிறார். “நீ நிலவோ” என்பது உவமையாகவும் “ஏன் தொலைவோ” என்பது கேள்வியாகவும் வருவதைவிட, “ஏன் தொலைவோ நீ நிலவோ” என்பதில் உவமையும் கேள்வியும் ஒன்றிவருவதாகக் கூறியிருக்கிறார்.

தனித் தனி சொற்களாக அல்லாமல், ஒரு கருத்தையோ காட்சியையோ சொல்லும்விதமாக இருக்கலாமே என்ற யோசனையை மேத்தா ஏற்றிருக்கிறார். ஒரு சின்ன திருத்தம், பாடலின் உணர்வுத்தளத்தைச் சட்டென்று உயர்த்துவதை அவர் அறியாதவரல்லர். விமர்சனங்களை ஏற்றுக்கொள்வதும்

யுகபாரதி □ 229

தவறென்றால் திருத்திக்கொள்ளவதும் அவருக்கே உரிய குணங்களாக இருந்திருக்கின்றன. "ஒரு படத்தின் எல்லாப் பாடல்களையும் ஒரு கவிஞன் எழுதும்போதுதான் அந்தக் கதையோடு அவன் தன்னைக் கரைத்துக்கொள்ள முடிகிறது. ஒரே ஒரு பாடல் எழுதும்போது கதையில் அவன் கலந்துகொள்ள மட்டுமே முடிகிறது" என்று ஒரு நேர்காணலில் தெரிவித்திருக்கிறார்.

உண்மையில், அவர் அனைத்துப் பாடல்களையும் எழுதிய படங்களில்தான் அவர் தனித்தும் தெரிந்திருக்கிறார். இயக்குநர் வி.சி.குகநாதனின் பல படங்களுக்கு அவர் ஒருவரே அனைத்துப் பாடல்களையும் எழுதியிருக்கிறார். அந்தப் பாடல்களிலெல்லாம் அவர் தன்னைக் கரைத்துக்கொண்டது மட்டுமல்ல, நம்மையும் கரைத்திருக்கிறார். "கைநாட்டு", "மைக்கேல் ராஜ்" போன்ற படங்களில் சமூக அக்கறைமிக்க வரிகளில் தன்னை நூறு சதவீதம் வெளிப்படுத்தியிருக்கிறார். "மேடைகளில் பொய்களுக்கு நல்ல விற்பனை / மக்கள் இங்கு கண்டதெல்லாம் / கனவு கற்பனை" என்றதுடன், "பூட்டியுள்ள கதவுகளைத் திறக்கச் சொல்லுவோம் / திறக்கவில்லை என்று சொன்னால் உடைத்துத் தள்ளுவோம்" என்றிருக்கிறார்.

அதேபோல "நான் சிவப்பு மனிதன்" திரைப்படத்தில் அவர் எழுதிய "பொன்மானே சங்கீதம் பாடவா" பாடலும் "சிறைப்பறவை" திரைப்படத்தில் இடம்பெற்ற "ஆனந்தம் பொங்கிடப் பொங்கிட" என்னும் பாடலும் குறிப்பிட்டுச் சொல்லத் தக்கவை. ஆனந்தம் பொங்கிட பாடல் முழுக்கவே முடுக்கச் சந்தத்தில் அமைந்த மெட்டு. எந்த இடத்திலும் நில்லாமல் சென்றுகொண்டே இருக்கும். எவ்வளவு தமிழ் தெரிந்தாலும், அம்மாதிரியான மெட்டுகளுக்கு எழுதுவது சவால் நிறைந்தது.

அந்தச் சவாலை மென்மையாக எதிர்கொண்டு, சூழலையும் பாவத்தையும் வரிகளாகக் கொண்டுவரவேண்டும். ஒரு வார்த்தை பிசகினாலும் பாடலின் அழகு கெட்டுவிடும். அதிலும், "ஆடைகள் மூடிய மேனியில் சுயம்வரம் / ஆயிரமாயிரம் ஆசைகள் சுகம்பெறும்" என்று அனாயசமாகத் தடைகளைத் தாண்டியிருக்கிறார். அவரிடமிருந்த மரபுப் பயிற்சியே இம்மாதிரியான சந்தங்களை எழுத உதவியிருப்பதாக

230 □ **நேற்றைய காற்று**

உணர்ந்து கொள்ளலாம். "உன் நாணம் / செவ்வானம்" என்று பொன்மானே பாடலில் எழுதியிருப்பதும் அத்தகையதே. இரண்டு வார்த்தைகளின் பொருளையும் இணைத்துப்பாடும்வரை தனித் தனி சொற்களாகத் தெரியும். அதையே இணைத்துப் பொருள்கொள்ளும்போது புதுவிதமான உணர்வைக் கிளர்த்தும்.

மேத்தாவின் பல பாடல்களில் இம்மாதிரியான சொற்சேர்க்கைகளில் மாயங்களை நிகழ்த்தியிருக்கிறார். "நிக்கட்டுமா போகட்டுமா" என்றொரு பாடல். "பெரிய வீட்டுப் பண்ணைக்காரன்" திரைப்படத்தில் இடம்பெற்றிருக்கிறது. அப்பாடலில், "ஓடையில் நான் அமர்ந்தேன் / அதில் என் முகம் பார்த்திருந்தேன் / ஓடையில் பார்த்தமுகம் அது உன் முகம் ஆனதென்ன / வாடையில் வாடிடும் பூவினைப்போல் என் நெஞ்சமும் ஆனதென்ன?" என்று எழுதியிருக்கிறார்.

கண்களைமூடி அப்பாடலைக் கேட்கையில் நம்முடைய கவிதையின் கண்கள் தாமாகவே திறந்துகொள்கின்றன. பாடல் வரிகளிலும் திரைக்கதையைப்போல் அடுத்தடுத்த உணர்வுகளைக் காட்டியிருக்கிறார். காட்சியாக விரியும் இப்பாடலுக்கும் இளையராஜாவே இசையமைத்திருக்கிறார். சரணம் முடிந்து மறுபடியும் பல்லவியைத் தொடும் இணைப்பில் மு. மேத்தாவின் சொல்லழகை ரசிக்கலாம். அவருடைய "கண்ணீர் பூக்கள்" கவிதைநூல் வெளிவந்த சமயத்தில், வெங்கட்சாமிநாதனின் ஒரு விபரீதமான விமர்சனம் எல்லோரையும் அதிர்ச்சிக்குள்ளாக்கி இருக்கிறது.

கவிதை வாசகர்களாலும் ரசிகர்களாலும் பெரிதாக கொண்டாடப்பட்ட அந்நூல் குறித்து, "இந்தியாவில் பிறந்த ஒவ்வொருவரும் குடியரசுத் தலைவராக ஆகலாம் என்பதுபோல மு. மேத்தாவும் எதிர்காலத்தில் கவிஞராகும் வாய்ப்பிருக்கிறது" என்று எழுதியிருக்கிறார். குதர்க்கம் நிரம்பிய, குழுமனப்பான்மைக்கு ஆதாரமாக விளங்கும் அவ்விமர்சனம், மேத்தாவுக்கு எதிராக வைக்கப்பட்டதல்ல.

இடதுசாரிகளுக்கும் திராவிட இயக்கக் கருத்தியலாளர்க்கும் எதிராக வைக்கப்பட்டது. இடதுசாரிச் சிந்தனைகளையும் திராவிட இயக்கக் கருத்துகளையும் தொடர்ந்து எதிர்த்து

யுகபாரதி □ 231

எழுதிவந்த அவர், அப்படியொரு விமர்சனத்தை வைத்தநிலையிலும் அதைத் தம் நூலிலேயே பதிப்பித்து வெளியிட்டிருக்கிறார் மு. மேத்தா. தம் இலக்கிய வாழ்வையே குழிதோண்டிப் புதைக்கக்கூடிய வாசகங்களை எழுதிய ஒருவரை, அதன்பிறகும் அவர் விகல்பத்துடன் அணுகவில்லை என்பது குறிப்பிடத்தக்கது.

'புதுக்கவிதை ஒரு புதுப் பார்வை' நூலில், "மேத்தாவின் கவிதைகளை இயக்குவது காதற் சோகம்தான். ஆனாலும், அவர் சமூக விமர்சனக் கவிதைகளில் இந்த ரொமாண்டிக் தொனியைத் தவிர்த்துக் கொள்வதன்மூலம் நா. காமராசனுக்கு நேர்ந்த விபத்தையும் தவிர்த்துக் கொள்கிறார்" என்று கவிஞர் பாலா எழுதியிருக்கிறார். "தனித்த வெளியீட்டுத் திறமையும் அழகியல் உணர்ச்சியும் மேத்தாவுக்கு வசப்பட்டிருப்பதாக"வும் அதே நூலில் தெரிவித்திருக்கிறார். கவிஞர் பாலா அக்காலத்திலேயே சர்ரியலிஸ பாணியிலான கவிதைகளை எழுதி, புதுக்கவிதைகளை வேறு ஒரு தளர்த்திற்கு இட்டுச் சென்றிருக்கிறார். எழுத்து, கசடதபற, வானம்பாடி ஆகிய பெயர்களில் வெளிவந்த சிறுபத்திரிகைளை கவனித்து, அப்பத்திரிகைகளில் இடம்பெற்ற கவிதைகள் குறித்தும் அவை செல்லுகின்ற திசையைக் குறித்தும் கட்டுரைகள் எழுதியிருக்கிறார்.

எதிர்கால நம்பிக்கைகள் என்று அவர் தயாரித்த பட்டியலிலுள்ள கவிஞர்களே, பிற்காலத்தில் முன்னணி கவிஞர்களாக அறியப்பட்டிருக்கிறார்கள். காலத்தின் போக்கையும் கவிதைகளின் செல்நெறியையும் அனுமானித்தவர்களில் அவரும் ஒருவர். தீவிர இலக்கியக்காரர்களாகத் தங்களைக் கருதிக்கொண்ட சிலர், மு. மேத்தாவை எதிர்த்தரப்பில் வைத்தே பார்த்த தருணத்தில், இரண்டு தரப்பிலும் இருந்துவந்த பார்வைக் கோளாறுகளை மிக அழகாகப் படம்பிடித்து பாலாவே காட்டியிருக்கிறார். புதுக்கவிதைகளுக்கான சமூக மதிப்பீட்டையும் இலக்கிய அந்தஸ்தையும் உயர்த்தியதில் அவர் பங்கு அதிகமிருக்கிறது.

உலகளாவிய கவிதைக் போக்குகள் பற்றி ஆழமாகவும் விரிவாகவும் அவர் எழுதிய ஆய்வுநூலில், பல கவிஞர்களுடைய எழுத்தின் லட்சணங்களை அவர் காண்பித்திருக்கிறார்.

232 □ நேற்றைய காற்று

கவிதைகளை நுகர்விலிருந்து ஆய்வுக்கு நகர்த்தும் செயல் அவ்வளவு எளிய காரியமில்லை. வெங்கட்சாமிநாதன், க. நா. சு, கைலாசபதி, கா. சிவத்தம்பி என ஒருசிலர் மட்டுமே இயங்கிய துறையில், பாலாவும் மறைமலையும் பிற்காலத்தில் ஆக்கப்பூர்வமான முயற்சிகளில் ஈடுபட்டிருக்கிறார்கள். கலைஞர் கருணாநிதியே கவியரங்குகளை மக்கள் மத்தியில் செல்வாக்குப் பெற வைத்தவர்.

அதற்கு முன்புவரை தமிழறிஞர்களால் அலங்கரிக்கப்பட்ட மேடையில், புதுக்கவிஞர்களைக் கொண்டுவந்து நிறுத்தியதும் அவர்தான். அவரே தலைமையேற்று நடத்திய பல கவியரங்குகள், இலக்கியச் சுவை மிக்கவை. அப்படி அவர் தலைமையில் நடந்த கவியரங்குகளில், பலமுறை இடம்பிடித்த கவிஞராக மேத்தா இருந்திருக்கிறார். ஒரே ஒருமுறை எதிர்க்கட்சியாய் இருந்தபோது, மேத்தாவை கலைஞர் அழைக்காமல் விட்டிருக்கிறார். அரசுப் பணியிலிருக்கும் மேத்தாவுக்கு, தம்மால் ஒரு சிக்கலும் வந்தவிடக் கூடாதே என்பதற்காக. எதிர்க்கட்சியின் மேடையில் ஏறினால், ஓர் அரசு ஊழியரை ஆளும் அரசாங்கம் என்ன பாடுபடுத்தும் என்பது அவருக்குத் தெரியாததல்ல.

கலைஞர் தம் மேடையில் இன்னின்னார் கவிதை வாசிக்கவேண்டுமென எப்போதும் ஒரு பட்டியலை வைத்திருந்திருக்கிறார். அவ்வாறு அவர் தயாரித்து வைத்திருந்த பட்டியலில், ஒவ்வொருமுறையும் மேத்தாவின் பெயர் இடம்பெற்றிருக்கிறது. ஆனாலும், சந்தர்ப்ப சூழல்நிலைகளைப் பொறுத்தே மேத்தாவால் கலந்துகொள்ள முடிந்திருக்கிறது. அரங்கக் கவிதைகள் வேறு. காகிதத்தில் எழுதப்படும் கவிதைகள் வேறு. காகிதத்தில் எழுதக்கூடிய கவிதை, வாசிப்பவரின் அறிவு மட்டத்தைப் பொறுத்தது. ஆனால், அரங்கக் கவிதைகளைப் பொறுத்தவரை அது, எதிரே இருப்பவரின் அந்தநேரத்து ரசனை மட்டத்தைப் பொறுத்தது. ஈர்க்கக்கூடிய பதங்களோ சொற்சேர்க்கையோ இல்லையென்றால் கைத்தட்டல் விழாது.

கைத்தட்டலுக்காக தோன்றியதையெல்லாமும் எழுதிவிடவும் முடியாது. திரிசங்கு போன்ற நிலைதான். இந்தப் பக்கமுள்ள இக்கட்டையும் அந்தப் பக்கமுள்ள கைத்தட்டையும்

உத்தேசித்தே எழுதவேண்டும். கரணம் தப்பினால் மரணம் என்பதுபோலப் பார்க்கப்படும் கவியரங்க மேடைகளிலும் மேத்தா சோபித்திருக்கிறார். தம் கவிதைகளுக்குக் கிடைத்த அத்தனை சந்தர்ப்பங்களிலும் அத்தனை வடிவங்களிலும் எழுதிய கவிஞராக ஒருசிலரை மட்டுமே குறிப்பிடமுடியும். குறிப்பாக, கவியரங்க மேடைகளை குறைவாகக் கருதக்கூடிய நவீனக் கவிஞர்கள் மிகுந்துவிட்ட இக்காலத்தில், ஒரு மேடையை வசப்படுத்தக்கூடிய கவிதைகளை அவரால் எழுத முடிந்திருக்கிறது.

ஓரல் பொயட்ரி என்பதற்கான வகைமாதிரிகளாக அவருடைய கவியரங்கக் கவிதைகளைக் கொள்ளலாம். சொற்ப நேரத்தில் மின்னிமறையும் ஒளிக் கீற்றுகளாக அக்கவிதைகளின் ஊடே அவருடைய தனித்துவம் வெளிப்பட்டிருக்கிறது. அவர் தலைமையில் நானுங்கூட பல கவியரங்குகளில் கவிதை வாசித்திருக்கிறேன். அரங்கை தம் பக்கம் திருப்பி, நம்முடைய கவிதைகளை எதிரே இருப்பவர்கள் உள்வாங்குமாறு படிக்கும் திறனையும் மேத்தாவே இளைய கவிஞர்களுக்குக் கற்பித்திருக்கிறார். சொல்வதை நெருடல் இல்லாமலும், உச்சரிப்பில் தடையில்லாமலும் வாசிக்கக்கூடிய கவிதைகளை அச்சிலும் கொண்டுவந்த முதல் கவிஞராக மேத்தாவைக் கருதலாம். கவியரங்குகளால் மேத்தாவுக்கு பிரச்சனை வந்துவிடக்கூடாதென்று கலைஞர் கருதியநிலையிலும், கவியரங்கு குறித்து ஒரு முன்னாள் காங்கிரஸ் மத்திய அமைச்சர் கூறிய கருத்தால் மேத்தாவுக்குப் பிரச்சனை வந்திருக்கிறது.

சம்பந்தப்பட்ட அமைச்சர், “கலைஞர் எப்பவும் இப்படித்தான், சில கவிஞர்களைப் பாக்கெட்டில் வைத்துக்கொண்டு எதையாவது பேசிக்கொண்டிருப்பார்” என யாரோ ஒருவரிடம் தெரிவித்திருக்கிறார். அந்த யாரோ ஒருவர் மேத்தாவிடம் வந்து, “அமைச்சர் இம்மாதிரி கலைஞர் குறித்தும் கவிஞர்கள் குறித்தும் அவதூறு பேசுகிறார்” என்றிருக்கிறார். அப்போது சம்பந்தப்பட்ட அமைச்சர். அ. தி. மு. க. கூட்டணியில் இருந்திருக்கிறார். உடனே, மேத்தாவுக்குக் கோபம் மிகுதியாகி “ஆமாம், கவிஞர்களாகிய நாங்கள் கலைஞரின் பாக்கெட்டில்தான்

இருக்கிறோம். அவரைப்போல யாருடைய ஜாக்கெட்டிலும் இல்லை" என்றிருக்கிறார். அந்த யாரோ ஒருவர் இதையும் அங்கேபோய் வத்திவைக்க, சென்னையில் பணியாற்றிய அவரை சேலத்திற்கு மாற்றியிருக்கிறார்கள். மத்திய அமைச்சரை எதிர்த்து யாரிடமோ பேசியதற்கே அந்த நடவடிக்கை. என்ன நடவடிக்கை எடுத்தாலும், எதிர்கொள்ளத் தயாராயிருந்த மேத்தா, ஆறுமாதகாலம் போராடி அதிலிருந்து மீண்டிருக்கிறார். ஒரு கவிஞனுக்குரிய ஆவேசமென்று நாம் சொன்னாலும், ஆறுமாதம் சம்பளமில்லாமல் அவர் அடைந்த துக்கம் அவருக்கே தெரியும். ஒரு வார்த்தையினால் அவர் வாழ்க்கையில் நடந்த மாற்றங்களைப் போல பாடல்களிலும் நடத்திருக்கின்றன,

"உதயகீதம்" திரைப்படத்தில் அவர் எழுதிய "பாடு நிலாவே தேன் கவிதை" பாடலில், "கைதானபோதும் கைசேர வேண்டும்" என்றொரு வரிவரும். கதாநாயகன் சிறையில் இருக்கிறான். ஆனபோதிலும், கதாநாயகிக்கு அவன்மீதான காதலை வெளிப்படுத்த வேண்டிய சூழல். தூக்குமேடையை எதிர்நோக்கியிருக்கும் அவனிடம், தம் காதலைச் சொல்லவேண்டிய சூழலில் அப்பாடல் வருகிறது. கைதானபோதும் கைசேர வேண்டும் என்ற வரியில் கதையின் தன்மையையும் காட்சியையும் விளக்கிவிட்டு, மேலதிகமாக பாடலை வளர்த்திக் கொண்டு போயிருக்கிறார்.

இருவரும் பாடக்கூடிய பாடல். வெளியே இருந்து அவளும் உள்ளே இருந்து அவனும் மாறிமாறிப் பாடுவதாகக் காட்சி. அப்போது, சிறையில் இருப்பவன் நிலாவை விளித்துப் பாடுவது, பொருந்தி வராதே என்று இளையராஜா சொல்லியிருக்கிறார். சொன்னதுடன் மட்டுமல்லாமல், "பாடு நிலாவே" என்ற வரியை கதாநாயன் பாடும்போது, "பாடும் நிலாவே" என்றும் மாற்றியிருக்கிறார். ஒரு "ம்" சேர்த்தவுடன் பாடலின் தொனியே மாறியிருக்கிறது. ஒவ்வொரு பாடலிலும் இப்படியான சின்னச் சின்னத் திருத்தங்கள், அப்பாடல் பெருவெற்றி பெற காரணமாக இருந்திருக்கின்றன.

மொழியின் லாவகத்தை உணர்ந்து, பாடல்களைக் கேட்பவர்க்கு இந்த சங்கதிகளெல்லாம் எளிதாகப் பிடிபடும். பவதாரிணிக்கு தேசியவிருதைப் பெற்றுதந்த "மயில்போல

யுகபாரதி □ 235

பொண்ணு ஒண்ணு" என்ற "பாரதி" திரைப்பாடலையும் மேத்தாவே எழுதியிருக்கிறார். மேத்தாவின் ஆரம்பகால பத்திரிகை நேர்காணலில், "பட்டுக்கோட்டையும் கண்ணதாசனும் மைல்கற்களே ஒழிய முடிவுக் கற்களல்ல. அவர்களைத் தாண்டியும் எங்கள் பயணம் தொடரும்" என்றிருக்கிறார்.

தமிழில் ஒரு மூத்த பாடலாசிரியர், தமக்குப் பின்னே வரக்கூடிய தலைமுறைக்குப் பாடமாகவும் தனக்கு முன்னே இருந்த தலைமுறைக்கு காவலாகவும் இருப்பதே பெரிய விஷயம். "நான்பாடும் பாடல் எல்லாம் நான் பட்ட பாடே அன்றோ / பூமியில் இதையாரும் அறிவாரோ" என்று ஒரு பாடலில் கேட்டிருக்கிறார். அவர் பட்ட பாடுகள் மட்டுமல்ல, பாடல்களும் கவனிக்கப்பட்டே வந்திருக்கின்றன.

புதுக்கவிதைகளின் தோற்றுவாயில் நின்றிருந்த அவர், திரைப்பாடல்களையும் இலக்கிய முகத் துவாரத்திற்கு முன்னே கொண்டுபோய் நிறுத்தியிருக்கிறார். "ஒண்ணுக்கொண்ணு துணையிருக்கும் பூமியிலே / அன்பு மட்டும்தான் அநாதையா" என்று "நந்தலாலா" திரைப்படத்தில் அவர் எழுதிய ஒற்றைவரி, மீண்டும் மீண்டும் அவர் பெயரைச் சொல்லிக்கொண்டிருக்கும். இரண்டாவது பாடல் எழுதும்வரை திரைத்துறையே வேண்டாமென்று இருந்தவரைத் தொடர்ந்து தம் படங்களில் பயன்படுத்தி, வெகுமக்களிடம் சேர்ப்பித்துவரும் இளையராஜாவை ஏனோ சிலர், கவிஞர்களை மதிக்காதவர் என்று தூற்றிவருகிறார்கள். "கரையைப் கைப்பற்றாமல் நதிமகளே உன்னால் நடக்கமுடியுமா? என்று மேத்தா தம் கவிதை ஒன்றில் ஆதங்கப்பட்டிருக்கிறார்.

அதே வரிகளை நாமும் அவருக்குக் சொல்லலாம். திரையின் கரையைப் கைப்பற்றாமல் போயிருந்தால், மு.மேத்தாவின் பெயரும் காகிதங்களில் மட்டுமே இருந்திருக்கும். நொடிக்கொருதரம் காற்றலையில் கேட்கும் வாய்ப்பிருந்திருக்காது. நம்முடைய முடிவுகளே நம்மை மக்களிடம் கொண்டு சேர்க்கின்றன. மக்களிடம் சேர்ந்தபிறகு எல்லா முடிவுகளும் நம்முடையதல்ல.

பஞ்சு அருணாசலம்

தூரத்தில் நான்கண்ட உன்முகம்

தமிழ்த் திரையிசையின் மறுமலர்ச்சி நாயகர்களாகச் சிலபேரை மட்டுமே சொல்லமுடியும். அப்படி, இருபதாண்டுகளுக்கு ஒருமுறையோ முப்பதாண்டுகளுக்கு ஒருமுறையோ தோன்றிய நாயகர்கள், தங்களால் இயன்ற அளவுக்குத் திரையிசையின் போக்குகளைத் தீர்மானித்திருக்கிறார்கள். அந்தவிதத்தில் இளையராஜாவின் வருகைக்கு முன்னும் பின்னும் நிகழ்ந்த மாற்றங்கள் முக்கியமானவை. இசை ஆளுமையும் ஆகிருதியும் பொருந்திய ஒருவரைத் தமிழ்த் திரையுலகத்திற்கு அறிமுகப்படுத்திய அளப்பெரும் சாதனையைச் செய்திருப்பவர் பஞ்சுஅருணாசலம்.

திரையிசை நுட்பங்களை உணர்ந்தவர்கள் பாடலாசிரியர்களாகவும், பாடலாசிரியர்களாயிருந்து பிற்காலத்தில் இசைத் துறையில் நிபுணத்துவம் பெற்றவர்களாகவும் பலர் இருந்ததுண்டு. என்றாலும், அடுத்த ஐம்பதாண்டுக்காலத் தமிழ்த் திரையிசையை உலகளாவிய கவனத்துக்கு எடுத்துச்செல்லும் ஒருவரைக் கண்டடைந்த

யுகபாரதி ☐ 237

பெருமை அவருக்கே உண்டு. இசை, மொழி மற்றும் பண்பாட்டு அறிவில்லாமல் ஒருவர், அக்காரியத்தில் ஈடுபட வாய்ப்பே இல்லை. தாம் கேட்டுவந்த இசைக்கு மாற்றையும் அதற்குப் பொருத்தமான நபரையும் தேர்ந்தெடுப்பது பெரிய கலை. போதிய அனுபவங்களும் புழக்கத்திலிருந்த இசைமீதான அதிருப்திகளுமே அவர் அம்முடிவுகளை எடுக்கத் தூண்டியிருக்கலாம்.

பஞ்சு அருணாசலத்தைப் பொறுத்தவரை அவர், இளையராஜாவை அறிமுகப்படுத்தியவர் என்கிற பெருமைக்கு முன்னால் அவருடைய தனிப்பட்ட ஆற்றல்கள் கண்டுகொள்ளப்படாமல் போயிருக்கின்றன. அதுமட்டுமல்ல, இசையமைப்பாளர்களே பாடலாசிரியர்களை அறிமுகப்படுத்துவர் என்னும் நியதியை மாற்றும் சக்தியும் அவருக்கு இருந்திருக்கிறது. இது, தற்செயலான நிகழ்வு அல்ல. பஞ்சுஅருணாசலம், மிகத் தீர்மானமாக மேற்கொண்ட முடிவுகளில் ஒன்று. இந்திப்பாடல்களே மிகுந்திருந்த தமிழகத் தெருக்களில், அப்பாடல்களின் ஆதிக்கத்தில் இருந்து தமிழையும் திரையிசையையும் மீட்க அவர் முன்னெடுத்த முயற்சியாகவும் இதைப் பார்க்கலாம். இருப்பதை அப்புறப்படுத்திவிட்டால் அந்த இடத்திற்கு எதைக் கொண்டுவந்து வைப்பதென்னும் தெளிவும் அவருக்கு இருந்திருக்கிறது.

சூழலை மாற்றவேண்டுமென எண்ணுகிற எத்தனைப்பேருக்கு அதை ஈடேற்றும் சந்தர்ப்பமும் சாதுர்யமும் இருக்கின்றன? என்பது பெரிய கேள்வி. பஞ்சுஅருணாசலம் முனைந்து கையிலெடுத்த ஒரு காரியம், அவர் காலத்திலேயே வெற்றியடைந்திருக்கிறது. அந்த வெற்றிகளைப் பார்த்துச் சந்தோசப்படுகிறவராகவும் அவர் இருந்தது குறிப்பிடத்தக்கது. இளையராஜாவின் ஒவ்வொரு பாடலின் வெற்றிக்கு பின்னும், பஞ்சுஅருணாசலத்தின் எண்ணங்கள் முழுமையுற்றிருக்கின்றன. வெகு நேர்த்தியாகவும் அதேசமயம், ஜாக்கிரதையாகவும் அவர் மேற்கொண்ட பணிகளின் பிரதிபலனே, இன்றைக்கு நாம் கேட்டுக் குதூகலிக்கும் திரைப்பாடல்கள். குறிப்பாக, இளையராஜாவின் இசையில் வெளிவந்துள்ள திரைப்பாடல்கள். இளையராஜாவுக்கு முன்பே பஞ்சுஅருணாசலம், விஜயபாஸ்கர்

238 □ நேற்றைய காற்று

என்னும் இசையமைப்பாளரை அந்த இடத்திற்குக் கொண்டுவர நினைத்திருக்கிறார். ஆனால், காலமும் சூழலும் ஒத்துழைப்பை வழங்கவில்லை. எனினும், தொடர் தேடலிலேயே அவர் இருந்திருக்கிறார். ஒரு எண்ணமோ முடிவோ கைகூடவில்லையெனில், அதைக் கைவிட்டுவிட்டு வேறு வேலைக்குப் போக அவர் விரும்பவில்லை. அத்துடன், அவர் செய்துவந்த வேலையையும் சிரத்தையின்றித் தொடரவில்லை.

எடுத்துக்கொண்டதில் வெற்றி கிடைக்கும்வரை போராடிப்பெறும் வைராக்கியகுணம் அவருக்கு இருந்திருக்கிறது. ஒருவிஷயம், இளையராஜா தம்மிடம் வாசித்துக்காட்டிய மெட்டுகள் அனைத்துமே கிராமியத் தன்மையில் இருந்ததை உணர்ந்த அவர், அம்மெட்டுகளுக்கு ஏற்ற கதையைத் தேர்ந்தெடுத்துத் தயாரிக்க எண்ணியதிலிருந்தே, அவருடைய தேடலின் தீவிரத்தை உணர்ந்துகொள்ள முடிகிறது. விஜயபாஸ்கரை அறிமுகப்படுத்தியும் கிட்டாத ஒன்றை, இளையராஜாவைக் கண்டடைந்து பெற்றிருக்கிறார். தாம் வழங்கவிருக்கும் வாய்ப்பில் ஒருவருக்கு வாழ்க்கை கிடைக்கும் என்கிற நல்லெண்ணத்தைத் தாண்டியும், அவர் அம்முயற்சியில் ஈடுபட்டதற்குக் காலமே நன்றி சொல்லவேண்டும்.

யாரோ ஒருவரை அறிமுகப்படுத்துகிறோம். அவர் கிரகப்படியோ கிருபைப்படியோ எதுவேண்டுமானாலும், நடந்துவிட்டுப் போகட்டும் என அலட்சியத்துடன் அவர் இருக்கவில்லை. மாறாக, அந்த மெட்டுகளுக்கு ஏற்ற வரிகளையும் கதையையும் அமைத்திருக்கிறார். புது இசையமைப்பாளரை அறிமுகப்படுத்திய வேறு எவர்க்கும் இந்த புரிதலும் தெளிவும் இருந்ததாகத் தெரியவில்லை. வரக்கூடிய கதைகளுக்கேற்ப இளையராஜாவால் மெட்டமைக்க முடியுமா? என்கிற யோசனைக்கே போகாமல், அவரிடமிருந்த மெட்டுகளை அப்படியே பயன்படுத்திக்கொள்ள நினைத்ததுதான் அவர் எடுத்த முடிவில் விசேஷம்.

அறிமுகப்படுத்தியதுடன் விட்டுவிடாமல், தம்முடைய தகுதியை அடுத்தடுத்த படங்களில் நிரூபிக்கும் சூழலையும் பஞ்சு அருணாசலமே ஏற்படுத்திக் கொடுத்திருக்கிறார்.

யுகபாரதி □ 239

இன்றைக்கு இளையராஜாவின் அருமை பெருமைகளை ஆராய்ந்து சொல்ல கோடிக்கணக்கானவர்கள் உண்டு. ஆனால், அவரை யார் என்றே அறியாத காலத்தில், கதாசிரியர் ஆர். செல்வராஜ் அழைத்துவந்த அவர் நண்பர் இளையராஜாவின் மெட்டுகளைக் காதுகொடுத்துக் கேட்டிருக்கிறார். இசைக்கருவிகள் எதுவுமில்லாமல் மேஜையைத் தட்டித்தட்டி இளையராஜா பாடிக்காட்டிய மெட்டுகளில் இதுஇது தேறுமென்று ஊகித்திருக்கிறார்.

இந்த யூகமே அவருடைய அனுபவங்கள். பாடலாசிரியராக அவர் கற்றுத்தேர்ந்த கணிப்புகள். கிராமத்திலிருந்து வந்த ஓர் ஏழை இளைஞனின் பின்புலத்தையோ சமூக அடையாளத்தையோ விசாரிக்காமல், உரியவிதத்தில் உற்சாகப்படுத்தி வாய்ப்பளித்திருக்கிறார். சமூக அடையாளத்தை இளையராஜா உடைப்பதற்கு முன்பே அதற்கான உந்துவிசையாக பஞ்சுஅருணாசலம் இருந்திருக்கிறார். கவனிக்கவேண்டிய இடம் இதுதான். சமூகநீதிக்கான போராட்டங்கள் திராவிடக் கழகத்தினரால் முன்னெடுக்கப்பட்டு, அதற்காக நியாயங்கள் மலர்ந்துகொண்டிருந்த தருணத்தில், சனாதன திரைத்துறையின் கதவுகளை இளையராஜாவுக்கு அவர் திறந்துவிட்டிருக்கிறார். ஒருவரைத் திரைத்துறைக்குள் வரவேற்பதன்மூலம் வைதீக மரபுகளை வெளியேற்றிவிடலாம் என யோசித்திருக்கிறார். உடனிருப்பவர்களும் உறவுக்காரர்களும் போட்ட முட்டுக்கட்டைகளைத் தகர்ந்தெறிந்த அவர், அக்காரியத்திற்காக நியாயமான பாராட்டுதலை திராவிட இயக்கங்களிடமிருந்து பெற்றிருக்கிறாரா என்றால் அதுவும் இல்லை.

எவருமே செய்யத் துணியாத அல்லது செய்ய விரும்பாத பணிக்காகவே அவரை நான் அண்ணாந்து பார்க்கிறேன். இத்தனைக்கும் "அன்னக்கிளி" திரைப்படத்தின் பாடல் பதிவைத் தொடங்கும்போதே, மின்சாரம் துண்டிக்கப்பட்டிருக்கிறது. அதை அபசகுணமாக இசைக்க வந்த கலைஞர்களே சொல்லியிருக்கிறார்கள். அதைவிட, அப்படத்திற்கு இணைத் தயாரிப்பாளராயிருந்த தமது தம்பியே தடுத்தபோதும், மூடநம்பிக்கையை முட்டிக் கீழே தள்ளியிருக்கிறார். அறிவினால் சாத்தியமாவதை படாடோபம் எதுவுமில்லாமல் சொல்லிவிட்டுப் போயிருக்கிறார். நாள், நட்சத்திரம், நேரம்,

240 □ **நேற்றைய காற்று**

காலம் என அனைத்தையும் பார்த்தே வேலைகளைத் தொடங்கும் திரைத்துறையில், அத்தனைத் தடைகளையும் இளையராஜாவுக்காகத் தாண்டியிருக்கிறார். இளையராஜாமீது அவர்வைத்த அளவற்ற நம்பிக்கையின் வெளிப்பாடுகளே அவையெல்லாம். அந்த அளவுக்கு இளையராஜாவை நம்பியவர்கள், அவருக்கு முன்னாலும்சரி பின்னாலும்சரி வேறு ஒருவர் இல்லையென்பது கவனிக்கப்படவேண்டியது. தொட்டதெல்லாம் வெற்றி என்று முழுமையாக இளையராஜா தம்மை நிரூபித்த பிறகுதான் மற்றவர்கள் நம்பினர். ஆனால், பஞ்சு அருணாசலம் அவ்வாறில்லை. முதலிலேயே முழுமையாக நம்பியிருக்கிறார். அந்த நம்பிக்கைக்குத் தம்மால் எந்த அளவுக்கு உதவமுடியுமோ அதைச் சிறு எதிர்பார்ப்பும் இல்லாமல் செய்திருக்கிறார். "ஏதோ ஊரில் பாடும் பாடல்களை வைத்து வெற்றி பெற்றுவிட்டார்" என்று இளையராஜாவின் வெற்றியைக் குறைத்து மதிப்பிட்டவர்களின் வாயையும் அவர்தான் அடைத்திருக்கிறார்.

அன்னக்கிளியைத் தொடர்ந்து அவர் தயாரித்த, கவிக்குயில், ப்ரியா, காயத்ரி போன்ற படங்களில் அடுத்தடுத்த படிக்கட்டுகளில் இளையராஜாவை அவரே ஏற்றிவிட்டிருக்கிறார். "கல்யாணராமன்" திரைப்படத்தில் "ஆகா வந்திருச்சு" பாடலில், இளையராஜா இசையமைத்த படங்களின் பெயரை வரிசைப்படுத்தி எழுதியிருப்பதைக் கவனிக்கலாம். ஒருவரை ஆத்மார்த்தமாக வளர்த்தெடுக்க விரும்பினால் அன்றி, அவ்விதம் எழுதுவது சாத்தியமே இல்லை. சாஸ்திரிய இசையிலும் மேற்கத்திய இசையிலும்கூட இளையராஜா சமர்த்தர்தான் என்று சொல்வதற்கு அவர் எடுத்த முயற்சிகள் பிரமிப்பானவை.

பாடலாசிரியர்களில் இத்தகைய பன்முக ஆற்றலுடையவர்கள் பலர் இருக்கிறார்கள். எனினும், அவர்கள் அனைவரும் ஒருகட்டத்தில் ஏதோ ஒன்றில் தோற்று, தங்கள் புகழையும் பொருளையும் இழந்திருக்கின்றனர். ஒருவாதத்துக்குச் சொல்வதென்றால், கண்ணதாசனே இத்தகைய பன்முக ஆற்றலுடையவர்தான். என்றாலும், அவரால் ஒரு இசையமைப்பாளனைத் திரையுலகிற்குத் தரமுடியவில்லை. எழுத்து, இயக்கம், தயாரிப்பு என சகலமும் கையில்

வைத்திருந்த அவருக்கு அரசியல், பத்திரிகை போன்றவற்றில் ஆர்வம் இருந்திருக்கிறதே தவிர, இசைத் துறை சார்ந்து எதைச் செய்யவும் அவர் பிரியப்படவில்லை. இது, குறையல்ல. காலம் யார் கையில் சிலவிஷயங்களை செய்யத் தருகிறது என்பதை உணர்த்துவது.

ஒருவேளை, கண்ணதாசனின் எண்ணத்தைத்தான் அவர் உதவியாராளாய் இருந்த பஞ்சுஅருணாசலம் ஈடேற்றினார் என்றும் சிலர் சொல்லக்கூடும். ஏனெனில், கண்ணதாசனின் ஆதரவும் அரவணைப்பும்தான் பஞ்சு அருணாசலத்தை உருவாக்கியிருக்கின்றன. கண்ணதாசனின் சகோதரர் மகன் என்கிற சின்னப் புள்ளியிலிருந்தே பஞ்சுஅருணாசலம் தம் வாழ்வைத் தொடங்கியிருக்கிறார். மற்றபடி, அவர் வாழ்வில் நிகழ்ந்த அத்தனை ஏற்றங்களும் அவருடைய தன் முயற்சியால் விளைந்தவை.

காரைக்குடியிலிருந்து சென்னைக்கு வந்த அவர், முதலில் போய்ச் சேர்ந்தது ஏ. எல். சீனிவாசனிடம்தான். ஏ. எல். சீனிவாசன், அந்தக்காலத்தில் பெரிய தயாரிப்பாளர். கண்ணதாசனின் மற்றுமொரு சகோதரர். ஏ. எல். எஸ்ஸிடம் பஞ்சுஅருணாசலம் போனது, பத்திரிகையில் வேலை வாங்கித் தரச்சொல்லித்தான். ஆனால், ஏ. எல். எஸ்ஸோ அதெல்லாம் வேண்டாத வேலையென்று சொல்லி, தம்முடைய நிறுவனத்திலேயே வேலை போட்டுக் கொடுத்திருக்கிறார். மேலும், “பத்திரிகையாளனாகவோ எழுத்தாளனாகவோ ஆகி, அஞ்சுக்கும் பத்துக்கும் அல்லாடுவதைவிட, திரைத்துறையில் இருந்து எதையாவது கற்றுக்கொண்டு முன்னேறு” என்றே அவர் பஞ்சுஅருணாசலத்திற்குச் சொல்லியிருக்கிறார்.

எதார்த்தத்தை புரியவைக்கவேண்டிய கடமையை மட்டுமே ஒரு சிறிய தந்தையாக அவர் செய்திருக்கிறார். என்ன இருந்தாலும், பெரியவர்கள் சொல்லைத் தட்டக்கூடாது என பஞ்சுஅருணாசலமும் அவர் சொல்லியபடி, ஏ. எல். எஸ் ஸ்டூடியோவிலேயே செட் அசிஸ்டண்டாக வேலைக்குச் சேர்ந்திருக்கிறார். படப்பிடிப்புக்குத் தேவையான தளவாடங்களை பராமரிக்கும் வேலையே அது. கதை கவிதைகளை வாசிப்பதிலும் எழுதுவதிலும் ஆர்வம் கொண்டிருந்த பஞ்சு அருணாசலத்திற்கு அங்கே முழு

242 □ நேற்றைய காற்று

ஈடுபாட்டுடன் பணி செய்ய முடியவில்லை. நேரம் கிடைக்கும் போதெல்லாம், கண்ணதாசன் நடத்திவந்த “தென்றல்” பத்திரிகைக்கு ஓடியிருக்கிறார். அப்போது தென்றல் பத்திரிகையில், கண்ணதாசன் நடத்திவந்த வெண்பாப் போட்டிக்கு உரிய கவிதைகளைத் தேர்ந்தெடுத்துத் தருபவராகவும் அருணன் என்னும் பெயரில் அவ்வப்போது கவிதையோ கதையோ எழுதுபவராகவும் இருந்திருக்கிறார். இவருடைய நடவடிக்கைகளைப் பற்றி ஆரம்பத்தில் பெரிதாக கண்டுகொள்ளாத கண்ணதாசன், அண்ணன் மகன் என்பதால் வந்து போகிறான் என்றே எண்ணியிருக்கிறார். பஞ்சு அருணாசலத்திடம் எதேச்சையாக ஒருநாள், “என்னவெல்லாம் நீ வாசித்திருக்கிறாய் எனக் கேட்டிருக்கிறார். உடனே, “மாபஸான், சரத்சந்திரர், டால்ஸ்டாய், பக்கிம்சந்திர சாட்டஜி” என்று இவர் பதிலளிக்க, “அவர்களுடைய பெயரை மனப்பாடம் செய்து சொல்கிறாயா? இல்லை, உண்மையிலேயே அவர்களையெல்லாம் படித்திருக்கிறாயா” என மடக்கியிருக்கிறார்.

அதன்பின் ஒரு நூலை முழுமையாகப் படித்திருந்தால் எப்படி பேசுவோமோ அப்படிப் பேசத் தொடங்கிய பஞ்சு அருணாசலத்தை கண்ணதாசனுக்குப் பிடித்துப் போயிருக்கிறது. ஏனெனில், அப்போதெல்லாம் என்ன வாசித்திருக்கிறீர்கள் என்றதும், பலரும் சொல்லக்கூடிய பெயர்கள் கல்கி, மு. வரதராசன், கலைஞர், அண்ணாத்துரை, கண்ணதாசன் என்பதுதான். ஆனால், அந்த வழக்கத்தைப் பின்பற்றாமல் வேறு வேறு பெயர்களைச் சொல்லியதும், கண்ணதாசனுக்கு வியப்பேற்பட்டிருக்கிறது. நுனிப்புல் மேயாமல் ஆழ்ந்து படித்திருக்கிறான் என்பதையும் கிரகித்திருக்கிறார். பிறிதொரு சந்தர்ப்பத்தில், பத்திரிகைக்கு எழுதவேண்டிய தலையங்கத்தைக் கண்ணதாசன் சொல்லச் சொல்லப் பஞ்சுஅருணாசலம் எழுதியிருக்கிறார். உதவியாசிரியர்கள் அலுவல் நிமித்தம் வெளியே போயிருந்தபோது, அவ்வேலையை அலுவலகத்தில் அமர்ந்திருந்த பஞ்சுஅருணாசலம் செய்திருக்கிறார்.

அந்தத் தருணத்திலிருந்து கண்ணதாசனுடனான இலக்கிய உறவை அவர் ஆரம்பித்திருக்கிறார். எழுதிய தலையங்கத்தை அழகாகப் படியெடுத்து வைத்தவுடன், கண்ணதாசனுக்கு

யுகபாரதி □ 243

பஞ்சுஅருணாசலத்தின் வேகமும் கையெழுத்தும் பிடித்திருந்தன. தாம் விரைவாகச் சொல்லியபோதிலும் அதைச் சரியாக உள்வாங்கி, தவறில்லாமல் எழுதியிருக்கிறானே என மகிழ்ந்திருக்கிறார். அந்த மகிழ்ச்சியில் உதவியாளனாய் ஆக்கிக்கொள்ளவும் யோசித்திருக்கிறார். பொதுவாக, பாடலோ கட்டுரையோ எழுதுவதாயிருந்தால் அதை அவர் தம் கைகளால் எழுதும் வழக்கமில்லை. அவர் சொல்லச்சொல்ல வேறு யாராவதுதான் எழுதுவார்கள் என அறிந்திருக்கிறோம். சிந்தனைகளைத் தடையில்லாமல் அவர் சொல்லச் சொல்ல, நூல் பிடித்தாற்போல எழுதும் பணிக்காகவே பலபேரை நியமித்து வைத்திருந்தார்.

தென்னரசு, தமிழ்ப்பித்தன், இராம. கண்ணப்பன் போன்றோர் பத்திரிகையில் உதவி ஆசிரியராக இருந்துகொண்டே, இம்மாதிரி பணிகளையும் கவனித்து வந்திருக்கிறார்கள். ஆட்கள் அருகில் இருக்கும்பொழுதே ஆழ்மனச் சஞ்சாரத்தில் இறங்க அவரால் முடிந்திருக்கிறது. கண்ணதாசன், பஞ்சுஅருணாசலத்தை உதவியாளராகச் சேர்த்துக்கொள்ள ஏன் எண்ணினார் என்றால், அவர் அண்ணன் மகன் என்பதனால் அல்ல. ஏதோ ஓர் உள்ளுணர்வின் அடிப்படையில்தான். இத்தனைக்கும் பலபேரை உதவியாளராய் வைத்துக்கொள்ளும் அளவுக்கு அவருமே அன்றைக்குப் பெரும் பிரபல்யம் அடைந்திருக்கவில்லை. பத்திரிகை மூலமும் கட்சி நடவடிக்கைகள் மூலமும் ஓரளவிற்குச் செல்வாக்குப் பெற்றிருந்தவர் அவ்வளவுதான்.

இப்போதுபோல், உலகே கொண்டாடக்கூடிய ஸ்தானத்திற்கு வந்திருக்கவில்லை. ஆனால், பஞ்சுஅருணாசலத்தைத் தம்முடனே வைத்துக்கொள்ள விரும்பியிருக்கிறார். அழகிய கையெழுத்தைப் பார்த்த மாத்திரத்திலேயே "ஸ்டூடியோ வேலையை விட்டுவிட்டு என்னுடன் வந்துவிடு" என்றிருக்கிறார். வந்துகொண்டிருக்கும் வருமானத்தைப் பற்றியோ அவரை மட்டுமே நம்பி இருக்கும் குடும்பத்தைப் பற்றியோ யோசிக்காமல் அந்த விநாடியே பஞ்சுஅருணாசலமும் சம்மதித்திருக்கிறார். சம்மதித்த பிறகும் மனசுக்குள் லேசான ஊசலாட்டம் இருந்ததாக பேட்டியொன்றில் தெரிவித்திருக்கிறார். அந்த ஊசலாட்டம் எதனால் என்றால்

அப்போது கண்ணதாசனும் ஏ. எல். எஸ்ஸும் தனித் தனி முகாமாக இருந்திருக்கின்றனர். முகம்பார்த்து பேசமுடியாத வருத்தம். அதுகூட கட்சி, பத்திரிகை என்று கையில் கிடைக்கும் பணத்தையெல்லாம் செலவழித்து, பொறுப்பில்லாமல் இருக்கிறாரே எனக் கண்ணதாசன்மீது ஏ. எல். எஸ். கொண்டிருந்த கரிசனத்தால் விளைந்ததுதான். இருவரும் எதிரெதிர் பாதையில் நடந்ததாகத் "திரைத்தொண்டர்" நூலில் பஞ்சுஅருணாசலம் கூறியிருக்கிறார்.

ஒருவர் அழைப்பது மகிழ்ச்சியே என்றாலும், இன்னொருவரை உதற பஞ்சுஅருணாசலத்திற்கு விருப்பமில்லை. அதீத மனப்போராட்டத்தில் உழன்றிருக்கிறார். நம் வாழ்வில் நாம் எடுக்கக்கூடிய முடிவுகள் நல்லதாகவும் கெட்டதாகவும் போய்விடும் ஆபத்துண்டு. நல்லதென்றால் பாராட்டவும் கெட்டதென்றால் இருந்ததையும் இழந்துவிட்டாயேயென கேலிபேசவும் வாய்ப்புள்ள சூழலில், நாம் எடுக்கக்கூடிய முடிவுமீது சந்தேகமேற்பது சகஜமே. எதுவந்தாலும், சமாளித்துவிடுவோம் என்கிற துணிச்சலே உயர்வுகளுக்கு அடிப்படை. பஞ்சு அருணாசலம் அப்படியொரு துணிச்சலான முடிவை எடுத்ததன் காரணமாகவே அவர் வாழ்வு, பிறர் பேசும்படி அமைந்திருக்கிறது.

தொடர்ந்து, கண்ணதாசனின் உதவியாளராக அவர் இருந்து பல பாடங்களைக் கற்றிருக்கிறார். வெண்பாவின் இலக்கண நுணுக்கங்களை அறிந்து, சிறந்த வெண்பாவைத் தேர்ந்தெடுக்கக்கூடிய அளவுக்குத் தமிழை, அவர் கண்ணதாசனிடம் வருவதற்கு முன்பே கற்றிருந்திருக்கிறார். வெண்பா இலக்கணத்தை ஒருவர், பிழையறக் கற்றுவிட்டாலே தமிழ் அவருக்குள் புகுந்துவிட்டது என்றுதான் பொருள். ஆகவே, அவர் கண்ணதாசனிடமிருந்தே இலக்கிய நுணுக்கங்களைப் படித்துக்கொண்டார் எனச் சொல்வதற்கு இடமில்லை. கண்ணதாசனிடம் வந்தபிறகு ஏற்கெனவே தெரிந்ததிலும் பார்க்க, கூடுதலாகக் கற்றிருக்கிறார். திரைத்துறை ஆளுமையுடன் நேரடித் தொடர்பும் நெருக்கமும் ஏற்பட, கண்ணதாசனுடன் இருந்தது உதவியிருக்கிறது. இந்த உலகத்தில் யாருமே கேட்காத ஒரு மெட்டை இசையமைப்பாளர் இசைக்க, அதற்கு உரிய வார்த்தைகளைச் சூடு குறையாமல்

யுகபாரதி □ 245

கண்ணதாசன் சொல்லச்சொல்ல எழுதக்கூடிய சந்தர்ப்பத்தை எனக்கு விவரிக்கத் தெரியவில்லை. நம்மில் யாருக்கும் கிடைக்காத அரிய வாய்ப்பு அது.

உலகமே மகிழ்ந்து ரசிக்க இருக்கும் ஒரு பாடலை, அதன் பிரசவ அறையிலேயே தரிசிக்கக்கூடிய ஆனந்த அனுபவத்தை பஞ்சுஅருணாசலம் பலமுறை பெற்றிருக்கிறார். ஒரு பாடலில் இறுதிசெய்யப்பட்ட வரிகளையே நாம் கேட்கிறோம். ஆனால், இறுதிசெய்யப்படுவதற்குமுன் என்னென்ன வரிகளை அவர் எழுதினார் என்பதை அறிந்துகொள்வது பெரும் பாக்கியமில்லையா? அப்படி, ஒரு பாடல் இரண்டு பாடல் அல்ல. நானூறு படங்களுக்குமேல் பஞ்சு அருணாசலம் உடனிருந்திருக்கிறார்.

அன்றைக்கிருந்த சினிமா கம்பெனிகளுடன் உறவும் பரிச்சயமும் அப்படித்தான் ஏற்பட்டிருக்கிறது. கண்ணதாசனுடன் தாம் இருந்த காலங்களை, தமது தகுதிகளை மேம்படுத்திக்கொண்ட காலமாகவே பஞ்சுஅருணாசலம் கருதியிருக்கிறார். போர்ப் பயிற்சிகளை களத்திலே நின்று கற்றுகொள்வதுபோல. எங்கெல்லாம் பஞ்சுஅருணாசலம் கண்ணதாசனைப் பற்றிச் சொல்லியிருக்கிறாரோ அங்கெல்லாம் அபரிமிதமான அன்பைக் காணமுடிகிறது.கண்ணதாசன் தமக்கு வழங்கிய சுதந்திரத்தைப் பற்றியும் பல நேர்காணல்களில் சொல்லியிருக்கிறார். உதவியாளராய் இருந்தும்கூட, கண்ணதாசன் அவரை அடிமைபோலவோ வேலைக்காரனைப் போலவோ அல்லது இரண்டுமாகவோ நடத்தவில்லை.

தமக்கு உதவியாக இருக்கும் நேரத்தைத் தவிர, மற்ற நேரங்களில் பஞ்சுஅருணாசலம் எதைவேண்டுமானாலும் செய்யலாம். பஞ்சுஅருணாசலத்தின் கையிலேயே பணக் கட்டுகளைக் கொடுத்து, வரவு செலவுகளைப் பார்க்கவும் தேவைப்பட்டால் எடுத்துக்கொள்ளவும் சொல்லியிருக்கிறார். திரைப்படத்திற்குப் போவதென்றாலும் திரைஆளுமைகளைச் சந்திப்பதென்றாலும் தம்முடைய அனுமதியைக் கோரவேண்டியதில்லை எனவும் தெரிவித்திருக்கிறார். இந்த சுதந்திரத்தைப் பயன்படுத்தி, பஞ்சுஅருணாசலம் எதைவேண்டுமானாலும் செய்திருக்கலாம். எல்லைகளைக் கடந்து எங்கே வேண்டுமானாலும் சென்றிருக்கலாம், ஆனால்,

246 □ நேற்றைய காற்று

கறாரும் பொறுப்பும் மிக்க அவர், தம்மால் இயன்றவரை ஒழுக்கத்தைக் கடைப்பிடித்திருக்கிறார். இயன்றவரை என்று சொல்வதில் பொருளிருக்கிறது.

ஒருகட்டத்தில் கண்ணதாசனின் பாடல்வரிகளுக்கு மாற்று சொல்லும் நிலையையும் பஞ்சுஅருணாசலம் அடைந்திருக்கிறார். தம் உதவியாளர் சொல்லும் திருத்தங்களை ஏற்கும் பக்குவம் கண்ணதாசனுக்கும் இருந்திருக்கிறது. 'உனக்கும் கீழே உள்ளவர் கோடி' என்பது அவருக்குத் தெரியாதா என்ன? பஞ்சுஅருணாசலம், 1960இல் வெளிவந்த 'நானும் மனிதன்தான்' திரைப்படம் மூலம் பாடலாசிரியராக அறிமுகமாகியிருக்கிறார். ஆயினும், அவர் பெயர் பிரபல்யமடைந்தது 1962இல் வெளிவந்த 'சாரதா' திரைப்படத்திலிருந்துதான். "மணமகளே மருமகளே வா வா" என்கிற அந்தப்பாடல், இன்றுவரை கல்யாண வீடுகளில் தவறாமல் ஒலிக்கும் பாடல்களில் ஒன்று. அந்தத் திரைப்படத்தின் ஏனைய பாடல்களைக் கண்ணதாசன் எழுதியிருக்கிறார்.

அவசரப் படப்பிடிப்பு என்பதாலும் கவிஞர் அப்போது ஊரில் இல்லை என்பதாலும் எப்படியாவது பாடலை எழுதவேண்டும் என்று பஞ்சுஅருணாசலத்தை அணுகியிருக்கிறார்கள். 'கவிஞர் அனுமதியில்லாமல் நான் எழுதுவதா' என்று தயங்கிய பஞ்சு அருணாசலத்தைக் கட்டாயப்படுத்தியே இயக்குநரும் இசையமைப்பாளரும் எழுத வைத்திருக்கிறார்கள். அரைமனதோடு எழுதியபோதிலும், அப்பாடலில் இசையையும் காட்சியையும் உள்வாங்கிக்கொண்டு அவர் எழுதியிருக்கும்விதம், அசாத்தியமானது. தாம் எழுதவேண்டிய பாடலை தம் உதவியாளன் எழுதிவிட்டானே என ஆதங்கப்படாமல், தாமே எழுதியதுபோல கண்ணதாசன் அவ்வரிகளைக்கேட்டு வாழ்த்தியிருக்கிறார்.

வேறு யாராக இருந்தாலும், அப்போதே இடத்தை காலிபண்ணச் சொல்லியிருப்பார்கள். ஆனால், அப்பாடலையும் தாமே எழுதியதாக கண்ணதாசன் நினைத்திருக்கிறார். 'தன்னைப்போல் பிறரை நினை' என்ற முதுமொழி ஏனோ தற்போது நினைவுக்கு வருகிறது. இதில் வேடிக்கை என்னவென்றால், கண்ணதாசன் நினைத்ததுபோல மற்றவர்களும்

நினைத்ததுதான். கண்ணதாசன்தான் அப்பாடலையும் எழுதியிருக்கிறார் என நினைத்துக்கொண்டவர்கள் பஞ்சுஅருணாசலத்தைப் பாடலெழுத அழைக்கவில்லை. அவரும், வழக்கம்போல உதவியாளர் பணியைத் தொடர்ந்திருக்கிறார். 'பூரண சுதந்திரம், பொறுப்பான பதவி, இதுபோதுமே' என்றுதான் நினைத்திருக்கிறார். தாம் எழுதிய பாடலைக் கண்ணதாசன் எழுதியதாக தம்மிடமே சிலர் வந்து புகழ்ந்ததையும் பஞ்சுஅருணாசலம் ரசித்திருக்கிறார்.

சிலபல மாதங்களுக்குப் பின் திடீரென்று பஞ்சுஅருணாசலத்தை அழைத்து, தாம் தயாரித்துவந்த 'நானும் ஒரு பெண்' திரைப்படத்திற்குப் பாடல் எழுத ஏ.வி.எம். சரவணன் அழைத்திருக்கிறார். "பூப்போல பூப்போல பிறக்கும் / பால் போல பால்போல சிரிக்கும்" என்பது அப்பாடலின் பல்லவி. அதன்பின், தொடர்ச்சியாகப் பாடல் வாய்ப்புகள் வந்திருக்கின்றன. 1965இல் எம்.ஜி.ஆர். நடிப்பில் வெளிவந்த 'கலங்கரை விளக்கம்' திரைப்படத்தில் இடம்பெற்ற "பொன்னெழில் பூத்தது புதுவானில்" என்னும் பாடலைக் குறிப்பிட்டுச் சொல்லவேண்டும். அக்காலங்களில் அவ்வப்போது கண்ணதாசனுக்கும் எம்.ஜி.ஆருக்கும் பிணக்கு ஏற்பட்டிருக்கிறது.

பிணக்கு ஏற்படுவதும் பிறகு கூடிக்கொள்வதும் அவர்களிடையே இருந்துவந்த இயல்பான நடைமுறை. பிணக்கு ஏற்பட்டதும் கண்ணதாசனே வேண்டாம் என்பதும் அன்பு வந்துவிட்டால் அவரைப்போல் ஒருவருமே இல்லையென்பதும் எம்.ஜி.ஆருக்கும் வழக்கமே. இந்தச் சூழலில், திடீர் பிணக்குவந்து இருவரும் வேறுவேறு திசைகளில் போயிருக்கின்றனர். இரண்டொரு பாடல்களைக் கலங்கரை விளக்கத்திற்கு எழுதவேண்டிய நிலையில் கண்ணதாசன் முரண்டுபிடிக்க, வேறு வழியே தெரியாமல் பஞ்சு அருணாசலத்திடம் அப்படத்தின் தயாரிப்பாளர் ஜி.என். வேலுமணி வந்திருக்கிறார்.

எப்படியாவது பாடலை முடித்துப் படப்பிடிப்பை நடத்தவேண்டிய கட்டாயம் அவருக்கு. வேண்டுகோளுக்கு இணங்கிய பஞ்சுஅருணாசலம், 'பொன்னெழில் பூத்தது' பாடலை எழுதியிருக்கிறார். பதிவு செய்த பாடலை

248 □ நேற்றைய காற்று

எடுத்துக்கொண்டுபோய் எம்.ஜி.ஆரிடம் ஜி. என். வேலுமணி காட்டியிருக்கிறார். எம்.ஜி.ஆருக்கோ அப்பாடலைக் கேட்டதும், கோபம் தலைக்கேறியிருக்கிறது. "எவ்வளவோ சொல்லியும் கண்ணதாசனைப் பாடல் எழுத வைத்திருக்கிறீர்களே" என்று வேலுமணியைக் கடிந்துகொண்டிருக்கிறார். "தென்னை வனத்தினில் உன்னை முகம்தொட்டு / எண்ணத்தைச் சொன்னவன் வாடுகிறேன் / உன்னிரு கண்பட்டு / புண்பட்ட நெஞ்சத்தில் / உன்பட்டுக் கைதொடப் பாடுகிறேன்" என்ற வரிகள் அச்சு அசலாக கண்ணதாசன் எழுதியதுபோலவே அவருக்குப் பட்டிருக்கிறது. கண்ணதாசனைத் தவிர வேறு யாரால் அவ்விதம் எழுதமுடியும்? என்று நினைத்தே கோபித்திருக்கிறார். கலைஞர்களுக்குள் இருக்கும் அழகிய கோபங்களும் ரசிக்கத் தக்கதே.

பிறகு, எம்.எஸ். விஸ்வநாதன் வந்து நடந்தவற்றை விளக்கி, உண்மையைச் சொல்லியிருக்கிறார். கண்ணதாசனுக்கு நிகராக எழுதியிருக்கிறார் என்பதையறிந்து, எம்.ஜி.ஆர் கொண்டாடியிருக்கிறார். ஒருவிதத்தில் பஞ்சுஅருணாசலத்திற்கு அதுவே சாதகமாகவும் பாதகமாகவும் இருந்திருந்திருக்கிறது. தனித்து தெரியக்கூடிய வாய்ப்பில்லாமல், அவர் எழுதிய எல்லாப் பாடல்களையும் கண்ணதாசன் என்கிற எடைக்கல்லை வைத்தே அளந்திருக்கிறார்கள். அதுமட்டுமல்ல, கண்ணதாசனின் கண்களை பஞ்சு அருணாசலத்தின் கைகளால் சிலர் குத்தவும் நினைத்திருக்கிறார்கள். இதை உணர்ந்துகொண்டு, சில வாய்ப்புகளைப் பஞ்சுஅருணாசலம் தவிர்த்துமிருக்கிறார்.

மொழிப் பிரயோகத்திலும் சொல்முறையிலும் ஒருகாலம்வரை கண்ணதாசனைப் பின்பற்றிய அவர், எப்போதிருந்து வித்யாசமாக எழுதத் தொடங்கினார் என்பது தனி விவாதம். உதாரணமாக "பொன்னெழில் பூத்தது புதுவானில்" பாடலில், இரண்டாவது வரி "வெண்பனித் தூவும் நிலவே நில்" என்று இப்போது இருக்கிறது. ஆனால், பஞ்சுஅருணாசலம் முதலில் அவ்வரியை எழுதவில்லை. "வெண்பனித் தூவும் இளவேனில்" என்றுதான் எழுதியிருக்கிறார். இளவேனில் என்பதைப் பாடும் போது "இழவே நில், இழவே நில்" என்று அனர்த்தமாகக் கேட்டுவிடும் என்பதால், மாற்றுவரியை எம்.எஸ்.வி. கேட்டிருக்கிறார். இளவேனில் என்பது,

யுகபாரதி ☐ 249

சாவே நில் என்பதாக எம்.எஸ்.விக்குப் பட்டிருக்கிறது. வார்த்தைகளைப் பிரித்துப் பாடும்போது ஒரு எளிய ரசிகன், தப்பிதமாகப் புரிந்துகொள்ள வாய்ப்பிருப்பதால் திருத்தத்தை ஏற்று பஞ்சுஅருணாசலம் மாற்றிக்கொடுத்திருக்கிறார். பஞ்சுஅருணாசலமே ஒரு தனியார் தொலைக்காட்சியில் இப்பாடல் பிறந்த கதையைப் பகிர்ந்திருக்கிறார்.

ஓசைக்கு வார்த்தைகளைப் போட்டாலும், அந்த ஓசை பாடலாக வரும்போது எப்படிக் கேட்கும் என்பதை யூகித்து எழுதும் திறன் அனுபவத்தில் கிடைப்பதுதான். அனுபவம் கிடைத்தபிறகு ஒரு சிக்கலுமில்லை. "கவிக்குயில்" திரைப்படத்தில் "சின்னக்கண்ணன் அழைக்கிறான்" என்ற பாடலில் இந்த ஓசை ஒழுங்குகளை மிகக் கவனமாகப் பஞ்சுஅருணாசலம் பிரதிபலித்திருக்கிறார். பாலமுரளிகிருஷ்ணா என்கிற இசைமேதையின் குரலில், அப்பாடல் வெளிவந்திருக்கிறது. "நெஞ்சில் உள்ளாடும் ராகம் இதுதானா? கண்மணி ராதா / உன் புன்னகை சொல்லாத அதிசயமோ / அழகே இளமை ரதமே / அந்த மாயனின் லீலையில் மயங்குது உலகம்" என்ற வரிகளில், ஓர் இடத்தில்கூட தடையே இல்லாமல் வார்த்தைகளைப் பிரயோகித்திருக்கிறார்.

பாடலுக்கான பாவமும் பக்தியும் இழையோட ரீதிகௌளை என்கிற பாரம்பரிய ராகத்தைத் திரைப்பாடலில் கொண்டுவந்த பெருமை இளையராஜாவுக்குரியது. அதுபோலவே, சந்தத்திற்கு வார்த்தைகளை அவர் பிரயோகித்திருக்கும் அழகை ரசிக்க, "காற்றினிலே வரும் கீதம்" திரைப்படத்தில் வெளிவந்த "சித்திரைச் செவ்வானம் சிரிக்கக் கண்டேன்" பாடல் ஒன்றுபோதும். அப்பாடலில், மடக்குச் சொற்களையும் அடுக்குத் தொடர்களையும் தேர்ந்த பாடலாசிரியனின் லாவகத்துடன் கையாண்டிருக்கிறார். மொழிமீது அதீத புரிதல் இருந்தால் மட்டுமே அம்மாதிரியான சந்தங்களை எதிர்கொள்ள முடியும். பிடிபடும்வரைதானே பிரமிப்புகள்?

ஆரம்பகாலப் பாடல்களே ஒரு பாடலாசிரியனையும் இசையமைப்பாளனையும் தொடர்ந்து அத்துறையில் இயங்குவதற்கான நம்பிக்கைகளை விதைக்கும். மேதைமை ஒருபுறமிருந்தாலும், அம்மேதைமை வெளிப்படக்கூடிய

250 □ நேற்றைய காற்று

வகையில் வாய்ப்புகள் அமையவேண்டும். பதற்றத்தையும் நடுக்கத்தையும் கடந்து, அப்படியான சந்தர்ப்பங்களில் அவர்கள் எவ்வாறு வெளிப்படுகிறார்களோ அதைவைத்துதான் எதிர்காலம் தீர்மானிக்கப்படுகிறது. பஞ்சுஅருணாசலம் இளையராஜாவின் மெட்டுகளைக் கேட்டுவிட்டு, அதற்கேற்பக் கதையையும் பாடல்வரிகளையும் அமைக்காமல் போயிருந்தால், அல்லது அதற்குப்பின்னும் இளையராஜாவைத் தூக்கித் தோளில் சுமக்காமல் போயிருந்தால், இசைஞானி என்று பலராலும் கொண்டாடப்படும் ஒருவர், இசைத்துறையில் ஜீவித்திருக்க முடியுமா என்பது சந்தேகமே.

"நானில்லை என்றாலும், இளையராஜா வந்திருப்பார்" என்று அடக்கத்துடன் பலபேட்டிகளில் பஞ்சு அருணாசலம் சொல்லியிருக்கிறார். அது, அவருடைய பெருந்தன்மையைக் காட்டுதாக இளையராஜாவும் பதிலுக்கு தம் உணர்வை வெளிப்படுத்தியிருக்கிறார். நான் பார்ப்பது, பஞ்சுஅருணாசலத்திடமிருந்து இளையராஜாவுக்குக் கிடைத்த முதல் திரைப்பட வாய்ப்பை அல்ல. அவர் இசைக்கு பஞ்சு அருணாசலம் எழுதிய பாடல் வரிகளைத்தான். "தெய்வீகராகம் தெவிட்டாத பாடல்" என்று "உல்லாசப் பறவைகள்" திரைப்படத்தில் அவர் எழுதியது, இளையராஜாவின் ஆளுமையைப் புகழ்வதற்கே என நான் நினைப்பதுண்டு.

ஓர் இசையமைப்பாளனின் மெட்டை, சேதமில்லாமல் காப்பாற்றும் அக்கறையும் ஆர்வமும் அவரிடம் இருந்திருக்கின்றன. கிராமிய மணம்கமழும் மெட்டுகளுக்கு நாட்டுப்புற வார்த்தைகளைக் கொண்டு அவர் அமைத்திருக்கும் உவமைகளை விவரித்து பல பக்கங்கள் எழுதலாம். "சுத்தச் சம்பா பச்ச நெல்லு குத்தத்தான்வேணும்" என்கிற பாடலில், தண்ணீரைப்போல வார்த்தைகள் வந்துவிழுந்திருப்பதைக் கவனிக்கலாம். பெரிய பிரயத்தனம் எடுத்து எழுதியதுபோல் தெரியாது. ஆனால், அந்த எளிமைக்காக அவர் எவ்வளவு உழைத்திருக்க வேண்டும் என்று என்னால் சொல்லமுடியும்.

அறிவு வெளிப்படாமல் ஒரு பாடலை எழுதுவதுதான் சிரமத்திலேயே பெரிய சிரமம். கதாபாத்திரத்தின் மனநிலையைக் கொஞ்சமும் கூட்டியோ குறைத்தோ விடாமல், அளவெடுத்துத் தைத்ததுபோல் வார்த்தைகள் அமையவேண்டும். எப்போது

யுகபாரதி □ 251

இளையராஜாவிடம் பாடலெழுதப் போனாலும், அவர் சொல்வது யோசிக்காமல் எழுது என்பதுதான். யோசித்தால் அறிவு வேலை செய்யும். அறிவு வேலை செய்தால் இயல்பு கெட்டுவிடும். "ஒரு மெட்டைக் கேட்டவுடன் மனதில் என்ன உணர்வு தோன்றுகிறதோ அதை அப்படியே எழுதிவிடு, அதுதான் சிறந்தபாடல்" என்பார். தொடக்கத்தில் அவர் அப்படிச் சொன்னதை என்னால் புரிந்துகொள்ளமுடியவில்லை. யோசிக்காமல் பாடல் எழுது என்றதும், கவிஞனை சிந்திக்கவே விடமாட்டேன் என்கிறாரே என்றுதான் இருந்தது. வெளியேறிய எல்லாக் கவிஞர்களும் அவரை விமர்சிப்பது சரிதானோ? என்றும் எனக்குப்பட்டதை மறைக்க விரும்பவில்லை. யோசிக்காமல் எழுது என்றதற்கு, நான் எவ்வளவு யோசித்தேன் என்று எனக்குத்தான் தெரியும்.

அறிவும் உணர்வும் ஒரேதளத்தில் வேலை செய்வதில்லை.. அறிவையும் உணர்வையும் ஒன்றாக நினைத்திருந்தேன். அப்போதுவரை, பகுத்தறிவே உணர்வென்று புரிந்துகொண்ட நிலையே என்னுடையது. அதனால், இளையராஜா சொல்லிய மிகச் சிக்கலான அவ்விஷயத்தைப் புரிந்துகொள்ளத் தடுமாறினேன். என்ன செய்வதென்று தெரியாமல் விழித்த வேளையில்தான், பஞ்சுஅருணாசலத்தின் பாடல்களை வரிசையாகக் கேட்கத் தொடங்கினேன். அவருடைய நூற்றுக்கணக்கான பாடல்களைக் கேட்டபிறகு, இளையராஜா ஏன் அவ்விதம் சொன்னாரென்று தெளிவாகப் புரிந்தது. மெட்டைக் கேட்டதும் கிளரக்கூடிய வார்த்தைகளே பரிசுத்தமானவை. ஒரு மெட்டை இசையமைப்பாளர் வாசித்துக் காட்டியதும், ஏற்கெனவே கேட்டிருந்த காட்சியும் சூழலும் சொற்களாக உள்ளிருந்து பீறிடும். அப்படிப் பீறிடும் சொற்களால் எழுதப்படுவதே ஆகச்சிறந்த பாடல். மேல்முலாமோ மேன்மையான உவமைகளோ ஒரு பாடலுக்கு முக்கியமில்லை. உணர்வுகளே முதன்மையானவை.

எங்கேயோ ஒரு குக்கிராமத்தில் கேட்கக்கூடியவனுக்கு நம்முடைய இலக்கியத் திறமையெல்லாம் தேவையே இல்லை. அவனுக்குத் தேவையானது, அந்த நேரத்தில் அவனை சந்தோசமோ துக்கமோ படுத்தும் சொற்கள். சொற்களின் தொடர்ச்சியிலிருந்து அவன் ஒரு சித்திரத்தை

உருவாக்கிக் கொள்ள எண்ணுகிறான். இதைப் புரிந்துகொள்ள எனக்கு பதினைந்து ஆண்டுகள் ஆயின. “மைனா” என்கிற திரைப்படத்தில் இருந்துதான், ரசிகனை நேரடியாகத் தொடர்புகொள்ளும் எளிய வரிகளை எழுதத் தொடங்கினேன். அதுவரை நானுமே திரைப்பாடல்களில் உலக இலக்கியங்களை எழுதிக்கொண்டிருப்பதாக அல்லது எழுதப் போவதாகச் சொல்லிக்கொண்டிருந்தேன். பஞ்சு அருணாசலம் எழுதிய பாடல்களில் மிகுதியானவை எளிய ரசிகனை முன்வைத்து எழுதப்பட்டவையே.

இளையராஜா தவிர்க்கமுடியாத ஆளுமையாக உருவாக அவருடைய ஆரம்பகாலப் பாடல்வரிகள் உதவியிருக்கின்றன. இளையராஜாவின் தொடக்ககால மெட்டுகளை முப்பது சதவீதம் கண்ணதாசனும், முப்பது சதவீதம் பஞ்சு அருணாசலமும் எழுதியிருக்கிறார்கள். ஏனைய நாற்பது சதவீத மெட்டுகளை கங்கை அமரனும் மற்ற பாடலாசிரியர்களும் எழுதியிருக்கின்றனர். இது, உத்தேசமாகச் சொல்லப்படும் கணக்கு. இந்த உத்தேசக் கணக்குள் வரக்கூடிய பாடல்களை உற்றுக் கவனித்தால், திரைப்பாடல்களின் சூட்சமங்கள் விளங்கிவிடும்.

சின்னஞ்சிறிய வண்ணப்பறவை (குங்குமம்), கண்மணியே காதலென்பது(ஆறிலிருந்து அறுபதுவரை), காதலின் தீபமொன்று(தம்பிக்கு எந்த ஊரு), அடிப் பெண்ணே பொன்னூஞ்சல்(முள்ளும் மலரும்), பருவமே புதியபாடல்(நெஞ்சத்தைக் கிள்ளாதே), விழியிலே மலர்ந்தது(புவனா ஒரு கேள்விக்குறி), அக்கரைச் சீமை அழகினிலே(ப்ரியா) ஒரேமுறை உன் தரிசனம் (என் ஜீவன் பாடுது) ஆகிய எத்தனையோ பாடல்களில் வரிகளின் லயத்தை மெட்டுக்கு இணைக்கமாக பஞ்சுஅருணாசலம் அமைத்திருக்கிறார். ஏனைய இசையமைப்பாளர்களிடம் படித்துக்கொண்டதையெல்லாம் இளையராஜா தமக்கு வழங்கிய மெட்டைவைத்து பரிசோதனையும் செய்திருக்கிறார்.

இந்தப் பரிசோதனையில் இளையராஜாவின் அளவில்லாத இசைப் பரிமாணங்களும் வெளிப்பட்டிருக்கின்றன. ஸ்தூல வடிவான இசைக்கு, உருவம் தரக்கூடிய வார்த்தைகள் எந்தவிதத்திலும், உறுத்தலையோ நெருடலையோ

ஏற்படுத்தி அனுபவத்தைக் கெடுத்துவிடக் கூடாதென்பதில் பஞ்சுஅருணாசலம் குறியாயிருந்திருக்கிறார். "விழியிலே மலர்ந்தது" பாடலில் சரணத்தில் "கையளவு பழுத்த மாதுளை / பாலில் நெய்யளவு பரந்த புன்னகை" என்றொரு இடம்வரும். "நெய்யளவு பரந்த புன்னகை" என்னும் உவமையை மெட்டுக்கேற்ப அவர் சிந்தித்திருக்கும் அழகை ரசித்துக்கொண்டே இருக்கலாம்.

பால் தயிராகி, அதன்பின் கடைந்தெடுத்தால் வரக்கூடிய நெய்யை, பால் பருவத்திலேயே புன்னகைக் காட்டுவதாக சொல்லியிருக்கிறார். அவரைப்பற்றியும் அவருடைய பாடல்களைப் பற்றியும் இப்படியான ஆராய்ச்சிக்குள் ஈடுபட்டால், சொல்லவேண்டியதைச் சொல்லாமல் விட்டுவிடும் அபாயமிருக்கிறது. ஆகவே, நயம் சொல்லும் வேலையிலிருந்து நழுவிக்கொள்கிறேன். கவிஞரும் பாடலாசிரியமான நா. காமராசன் ஒருமுறை, "கண்ணதாசன் இலக்கியத்திற்கு வழங்கிய கொடைகளில் பஞ்சுஅருணாசலமும் ஒன்று" என்று வியந்திருக்கிறார். ஆரம்பத்தில் அவர் கதை வசனத்தில் உருவான படங்கள் பலவும் பாதியிலேயே நின்றுபோக, "பாதிக் கதை பஞ்சு" என்னும் அடைமொழி வந்திருக்கிறது.

ஏறக்குறைய பனிரெண்டு ஆண்டுகள் போராடித்தான் அந்த அடைமொழியை அழித்து, வெற்றிப்படக் கதாசிரியராகவும் வசனகர்த்தாவாகவும் ஆகியிருக்கிறார். இடைப்பட்ட காலங்களில் அவருக்கு நேர்ந்த அவமானங்களை, உடனிருந்தவர்களும் உறவுக்காரர்களும் உதாசீனப்படுத்திய தருணங்களை, பல பாடல்களில் வெளிப்படுத்தியிருக்கிறார். தம்முடைய சொந்தத் தம்பிகளுக்காக அவர் தயாரித்த படங்களில் வந்த நஷ்டங்களையெல்லாம் ஏற்றுக்கொண்டு, லாபங்களை அவர்களுக்கு அளித்திருக்கிறார். "அண்ணனென்ன தம்பியென்ன / சொந்தமென்ன பந்தமென்ன" என்று தர்மதுரை திரைப்படத்தில், அவர் எழுதிய வரிகளையும் அன்னக்கிளி படத்தில் "சொந்தமில்லை பந்தமில்லை" பாடல் வரிகளையும் நினைவுகூரலாம். உண்மையில், உறவுகளால் ஏமாற்றப்படுகிறோம் எனத் தெரிந்தே எல்லாவற்றையும் ஏற்றுக்கொண்டிருக்கிறார். அண்ணன் என்னடா, தம்பி என்னடா பாடலில் கண்ணதாசனும் இதே வேதனைகளை விரக்திகளை

254 □ நேற்றைய காற்று

வெளிப்படுத்தியிருக்கிறார். வாழ்வில் கிடைக்கக்கூடிய அத்தனை அனுபவங்களையும் கதைகளாக வசனங்களாக மடைமாற்றவும் பஞ்சு அருணாசலத்திற்குத் தெரிந்திருக்கிறது.

ஒரே சமயத்தில் ரஜினி, கமல் என்ற இரு பெரும் நடிகர்களுக்குத் தொடர் வெற்றிக் கதைகளை எழுதிய பெருமை அவருக்கே உண்டு. இளையராஜாவின் வெற்றியில் அவருக்கு எந்த அளவுக்கு பாத்தியம் இருக்கிறதோ அதே அளவுக்கு ரஜினி, கமல் ஆகிய இருவருடைய வெற்றியிலும் அவருடைய பாத்தியம் அதிகமிருக்கிறது. அவர்கள் இருவருடனும் இணைந்து நாற்பத்து நான்கு திரைப்படங்கள் செய்திருக்கிறார். இயக்குநர் எஸ். பி. முத்துராமனின் இயக்கத்தில் வெளிவந்த பல படங்களில் அவர்கள் இருவரும் நடித்திருக்கின்றனர். அந்தப் படங்களுக்காக கதை வசனங்களைப் பஞ்சு அருணாசலம் எழுதியிருக்கிறார். இது, அசாத்திய சாதனை.

கதைகளிலும் வசனங்களிலும் கூடுதல் கவனம் செலுத்தியிருந்தாலும், அவ்வப்போது அவர் எழுதிய பாடல்களில் தன்னை வெளிப்படுத்திக்கொண்டேதான் இருந்திருக்கிறார் "ராஜா என்பார் மந்திரி என்பார் / ராஜ்ஜியமில்லை ஆள / ஒரு ராணியும் இல்லை வாழ" என்ற பாடலில், கையறு நிலையை மிகத் தத்ரூபமாகக் காட்டியிருக்கிறார். "நிலவுக்கும் வானமுண்டு / மலருக்கும் வாசமுண்டு / கொடிக்கொரு கிளையுமுண்டு / எனக்கென என்ன உண்டு?" என்று கேள்வியில் அப்பாடலை முடித்திருக்கிறார். முன்னமே தீர்மானித்துக்கொண்ட சொற்களை, இசைக்காகவும் மெட்டுக்காகவும் தூவுவதில் அவருக்கு நிகர் அவரே. கதாசிரியராகவும் வசனகர்த்தாவாகவும் இருந்தபடியால், ஒரு பாடலுக்குத் தேவையான மைய சிந்தனையை எளிதாக அவரால் தொட முடிந்திருக்கிறது. "ஏன் படைத்தானோ இறைவனும் என்னை / மனதில் எனக்கு நிம்மதி இல்லை" என்னும் வரிகளை, நெருக்கடி நிரம்பிய நேரங்களில் நம்மையறியாமல் சொல்ல வைத்திருக்கிறார்.

வகைக்கொன்றாக அவர் வடித்துக் கொடுத்திருக்கும் பாடல்களில், "கன்னித்தாய்" திரைப்படத்தில் இடம்பெற்ற "கேளம்மா சின்னப்பொண்ணு கேளு" என்ற பாடல்

யுகபாரதி ☐ 255

எம். ஜி. ஆரின் புரட்சிகர எண்ணங்களை மக்களிடம் கொண்டு சேர்த்திருக்கிறது. "சாலையிலே மேடு பள்ளம் வண்டியைத் தடுக்கும் / நாட்டு ஜனங்களிலே மேடு பள்ளம் தேசத்தையே கெடுக்கும் / ஏழை / மனம் கோபப்பட்டா என்னென்னமோ நடக்கும் / அதை / எண்ணிப் பார்த்து நடந்து கொண்டா நிம்மதி கிடைக்கும் கிடைக்கும்" என்ற வரிகளை ஆரம்பத்தில் பலரையும்போல பட்டுக்கோட்டை கல்யாணசுந்தரம் எழுதியிருப்பார் என்றே நினைத்திருந்தேன். ஆளும் வர்க்கத்தை நோக்கிக் கேள்வியெழுப்பும் இப்பாடலை முன்வைத்து, பஞ்சுஅருணாசலம் பட்டுக்கோட்டையின் வாரிசா? கண்ணதாசனின் வாரிசா? எனப் பட்டிமன்றமே நடந்திருக்கிறது.

கண்ணதாசனிடம் அத்தனை ஆண்டுகள் உடன் இருந்த அவர், அரசியல் ரீதியாக எந்தக் கொள்கையைப் பின்பற்றினார் என்பதற்கு ஒரு தடயமும் இல்லை. திராவிடக் கொள்கைகளிலோ தமிழ்த்தேசியக் கருத்தியலிலோ அவருக்கு உடன்பாடோ முரண்பாடோ இருந்ததாகத் தெரியவில்லை. முழு சினிமா ஆளுமையாக ஆவதிலேயே கவனம் செலுத்தியிருக்கிறார். கண்ணதாசனின் அருகிலேயே இருந்த காரணத்தால் அரசியலால் அவருக்கு நிகழ்ந்த சறுக்கல்களை எண்ணி, அரசியல் பக்கமே தலைவைக்க வேண்டாமென்று நினைத்தாரோ என்னவோ? பத்திரிகையாளராகவேண்டும் என்னும் ஆவலில் சென்னைக்கு வந்த அவர், திரைத்துறைக்குள் நுழைந்தபிறகு "பிலிமாலயா" என்னும் பத்திரிகையை நடத்தியிருக்கிறார். ஒரு சாதாரணக் கதையை வெற்றிக் கதையாக மாற்றக்கூடிய ஆற்றல் அவரிடமிருந்திருக்கிறது.

தமிழ்த் திரையுலகில் பல முன்னணிக் கதாசிரியர்கள் தங்கள் கதைகளில் விழுந்த முடிச்சுகளை அவிழ்க்க அவரிடமே வந்திருக்கிறார்கள். ஓரளவு எடுத்த படத்தை பார்த்துவிட்டு, இந்தக் கதையை என்ன செய்யலாம் என்று கமல்ஹாசன் ஆலோசனை கேட்டதும் அவரிடம்தான். "அபூர்வ சகோதரர்கள்" திரைப்படத்தின்மீது அப்படியொரு சந்தேகம் கமலுக்கு ஏற்பட, பஞ்சுஅருணாசலத்தைக் கூட்டிவந்து காண்பித்திருக்கிறார். அதன்பின் முழுத் திரைக்கதையையும் மாற்றி எழுதிக்கொடுத்து அத்திரைப்படத்தைப்

256 ☐ **நேற்றைய காற்று**

பஞ்சுஅருணாசலம் வெற்றிப்படமாக்கியது தனிக்கதை.

முரட்டுக்காளையில் ஜெயசங்கரை வில்லனாகப் போடும் யோசனையும் அவருக்குத்தான் வந்திருக்கிறது. அதுவரை கதாநாயகனாக மட்டுமே நடித்து வந்த ஜெய்சங்கர், பஞ்சுஅருணாசலத்தின் வார்த்தைக்காகவே வில்லனாக நடிக்கச் சம்மதித்திருக்கிறார். அதேபோல வில்லன் நடிகராய் இருந்த ரஜினியைக் குணச்சித்திர நடிகராக்கி, குணச்சித்திர நடிகராய் இருந்த சிவகுமாரை வில்லனாய் நடிக்கவைத்ததும் அவர்தான். "புவனா ஒரு கேள்விக்குறி" திரைப்படத்தில்தான் அப்படியான மாற்றங்களை செய்து பார்த்திருக்கிறார். ஒரே மாதிரியான அணுகுமுறையுடன் நடிகர்களை அணுகாமல், அவர்களை வித்யாசப்படுத்தி ரசிகர்களுக்கு ஆச்சர்யமேற்படுத்தியிருக்கிறார்.

வாசிப்புப் பழக்கம் இருந்ததால் எழுத்தாளர் சுஜாதாவின் கதையை வாங்கி திரைக்கதையாக்கத் துணிந்திருக்கிறார். பஞ்சுஅருணாசலம் இல்லையென்றால், எழுத்தாளர் சுஜாதா திரைத்துறைக்கு வந்திருப்பாரா என்பது ஐயமே. சுஜாதா பத்திரிகைகளில் தொடராக எழுதிவந்த கதையை, பெரிய திரைக்கு கொண்டுவந்ததில் அவரே முன்னோடி. நாவல்களைத் திரைப்படமாக்கும்போது எதை எதைக் கவனித்து, சேர்க்கவும் விலக்கவும் வேண்டுமென அவருக்குத் தெரிந்திருக்கின்றன. சுஜாதாவுக்குத் தம்கதையை பஞ்சுஅருணாசலம் பெருந்திரைக்குக் கொண்டுபோனதில் மகிழ்ச்சியே. எனினும், சிலவற்றை சேர்த்தும் தவிர்த்தும்விட்டாரே என்கிற அபிப்ராயபேதம் இருந்திருக்கிறது. ஆனால், அதை இருவருமே பிரச்சனையாக்கி விவாதிக்காமல் விட்டிருக்கிறார்கள்.

இன்னும் சொல்லப்போனால், தினமணி கதிரில் வெளிவந்த "காயத்ரி" கதையை திரைப்படமாக்கக் கேட்டபோது, சுஜாதா மறுத்திருக்கிறார். "பத்திரிகையில் கேட்டார்கள் என்பதற்காக அவசர அவசரமாக எழுதிய கதை இது, இந்தக் கதை வெளிவந்த சமயத்திலேயே நீங்கள் எல்லாம் இப்படி எழுதலாமா என்று நிறைய கண்டனங்கள் வந்தன. எழுத்திலேயே கண்டனங்கள் என்றால் அதைத் திரைப்படமாகப் பார்த்தால் என்ன சொல்வார்களோ" எனத் தயங்கியிருக்கிறார். காயத்ரியை படமாக்கிக் கொண்டிருக்கையில், பஞ்சுஅருணாசலம் புளூபிலிம் எடுக்கிறார் எனும் புரளியை ஒரு தரப்பினர்

யுகபாரதி □ 257

கிளப்பியிருக்கிறார்கள். வெவ்வேறு பெண்களை ஏமாற்றித் திருமணம்செய்து, அப்பெண்களுக்கே தெரியாமல் அவர்களுடன் தனிமையில் இருப்பதை வீடியோ எடுத்து வெளிநாட்டுக்கு அனுப்பும் கும்பலைப் பற்றியே கதையே அது.

மேலோட்டமாகப் பார்த்தால், அக்கதை அவர்கள் சொல்லியதுபோல விரசம் தொனிக்கக்கூடியதே. ஆனால், தம்முடைய அபாரமான திரைக்கதை ஆற்றலால் அந்த விரசத் தொனியே வெளிப்படாதவாறு படமெடுத்திருக்கிறார். கதையின் நகலை தணிக்கைத்துறைக்கு அனுப்பி, இந்தப் படத்திற்கு தடைகோரியவர்களும் உண்டு. அப்படியெல்லாம் சர்ச்சைக்குரிய காட்சிகள் எதுவுமில்லையே என்று அப்படத்திற்கு யு சான்றிதழ் கொடுத்துத் தணிக்கைத்துறை பஞ்சுஅருணாசலத்தைப் பாராட்டி அனுப்பியிருக்கிறது. "எந்தக் கதையாயிருந்தாலும், அது சொல்லப்படும்விதத்தில்தான் இருக்கிறது. நல்ல கதையை விரசமாக்குவதும் விரசமான கதையை நல்ல கதையாக மாற்றுவதும் திரைக்கதையாசிரியனின் திறமை" என்றே அவர் நம்பியிருக்கிறார்.

ஒரு கதையைத் திரைப்படமாக்கச் சுஜாதாவிடம் உரிமையை வாங்கிவிட்டு, அதற்கான தொகையைச் சம்பந்தப்பட்ட தயாரிப்பாளர் தராமல் இழுத்தடித்திருக்கிறார். இந்த விஷயத்தை சுஜாதாவும் பஞ்சு அருணாசலத்திடம் சொல்லாமல் இருந்திருக்கிறார். ஒருகட்டத்தில் சூழலை விவரித்து, நான்குவரி சுஜாதா எழுத, அதே நாளில் மொத்த தொகையையும் சுஜாதாவுக்குப் பெற்றுக்கொடுத்திருக்கிறார். எழுத்தாளர்களைத் திரைத்துறை நடத்தும்விதம் குறித்து, தமக்கிருந்த ஆதங்கத்தையெல்லாம் தம்மால் முயன்றவரை நிவர்த்திசெய்யவும் முயன்றிருக்கிறார். எழுத்தாளர் பொன்னீலனின் "பூட்டாத பூட்டுகள்" கதையை இயக்குநர் மகேந்திரனை வைத்துத் தயாரித்ததும் அவர்தான்.

காலத்திற்கேற்ப மக்களின் ரசனை மாறுவதைக் கணக்கிலெடுத்துக்கொண்டே அவர் கதைகளை அமைத்திருக்கிறார். தாம் எடுத்த படம் தோல்வியெனில், அதில் நாம் எதைத் தவறவிட்டிருக்கிறோம் என்பதை தீவிரமாக யோசித்துச் சரிசெய்திருக்கிறார். பழைய தோல்வியிலிருந்து பாடம் படித்துக்கொள்ளும் பண்பில் அவருக்கு நிகராக அவரே

258 □ நேற்றைய காற்று

இருந்திருக்கிறார். "கவரிமான், குருசிஷ்யன், கல்யாணராமன், ஆனந்தராகம், எங்கேயோ கேட்டகுரல், மைக்கேல் மதன காமராஜன், ராசுக்குட்டி, தம்பிப் பொண்டாட்டி, பூவெல்லாம் கேட்டுப்பார், சொல்ல மறந்த கதை, ரிஷி" என நாற்பதுக்கும் மேற்பட்ட படங்களைத் தயாரித்ததுடன், ஒன்பது படங்களுக்குமேல் இயக்கியுமிருக்கிறார். கதாசிரியராகப் பல படங்களுக்குப் பங்களிப்புச் செய்த அவர், ஒரு காலத்தில் "கதை மருத்துவர்" என்கிற அளவுக்கு மதிக்கப்பட்டிருக்கிறார்.

இளையராஜாவின் இருமகன்களான யுவன்ஷங்கர் ராஜாவையும் கார்த்திக் ராஜாவையும் இசையமைப்பாளர்களாக அறிமுகப்படுத்திய பெருமை அவருக்குண்டு. எனினும், தயாரிப்பு காரணங்களால் தள்ளிப்போன 'பூவெல்லாம் கேட்டுப்பார்' திரைப்படத்திற்கு முன்னதாக 'அரவிந்தன்' திரைப்படம் வெளிவந்து, யுவன்ஷங்கரை அறிமுகப்படுத்திய கணக்கு அம்மா கிரியேஷன்ஸ் சிவாவுக்குப் போயிருக்கிறது. "இன்று இளையராஜா இசைக் கருவிகளுக்கு முக்கியத்துவம் கொடுத்து இசையமைத்துக் கொண்டிருக்கிறார்.

இன்றைய நிலை மாறி மீண்டும் கருத்துகள் பொதிந்த பாடல்களை ரசிக்கும் காலம் வரும்" என்று 1983இல் வெளிவந்த வண்ணத்திரை நேர்காணலில் தெரிவித்திருக்கிறார். ஆனால், என்ன நேர்ந்ததென்றால் இளையராஜாவைத் தொடர்ந்து வந்தவர்கள், வரிகளை ஒரு பொருட்டாகவே கருதாமல், தங்கள் விருப்பப்படி நீட்டியும் குறுக்கியும் மொழிக்கு மூட்டுவலியை ஏற்படுத்தும் நிலைக்குப் போயிருக்கிறார்கள். தமிழை பிரயோகிக்கும்போது கிடைக்கும் சுகத்தையும் அச்சுகத்தினால் விளையும் மேன்மைகளையும் உணராமல், இந்துஸ்தானி பாணியிலான இசைக் கோர்ப்புக்கு தற்போதைய இசையமைப்பாளர்கள் தாவியிருக்கிறார்கள். எந்த இந்துஸ்தானியும் எந்த இந்திப்பாடல்களும் தவிர்க்கப்பட வேண்டுமென பஞ்சுஅருணாசலம் கருதினாரோ அதுவே மீண்டும் தமிழ்த் திரையிசையை ஆட்டுவிக்க தொடங்கியிருப்பதை அறிய அவர் இல்லை.

படங்களுக்குப் பாடல்களை எழுதும்போது திரைக்கதையின் சந்தர்ப்பச் சூழ்நிலைகள் பிரதிபலிக்கும்படி வரிகளை அமைப்பதே அவருடைய தனித்துவம். "மிஸ்டர் பாரத்"

யுகபாரதி ☐ 259

திரைப்படத்தில் "என்னம்மா கண்ணு சௌக்கியமா" என்று ரஜினியைப் பார்த்து சத்யராஜ் கேட்பார். பின்னர், அதே வசனத்தை சத்தியராஜைப் பார்த்து ரஜினி கேட்பார். இப்படி ஒரு வசனத்தை சூழலுக்கேற்ப மாற்றிப்போட்டு ரசிகர்களுக்கு இன்ப அதிர்ச்சியை உத்தியாகக் கையாண்ட வல்லமை அவருடையது. நானறிய, ரஜினி பேசிய முதல் பஞ்ச் டயலாக் அதுதான். திரைப்படத்தில் வரக்கூடிய ஒரு சொற்றொடர் பொதுவெளியில் பிரபலமாகி, பின் அதுவே, வழக்குச் சொற்றொடராக ஆகும் வழியையும் அவரே காட்டியிருக்கிறார். "ஒருதடவ சொன்னா நூறு தடவ சொன்னமாதிரி", "ஒரு தடவ நான் சொல்லிட்டா, அப்பறம் ஏம் பேச்ச நானே கேட்கமாட்டேன்" என்பவை மாதிரியான வசனங்களுக்குத் தோற்றுவாய் அவரே எனினும், இப்போதைய விபரீதங்களையோ பெண்களைக் கொச்சைப்படுத்தும் வகையிலேயோ அவர் எழுதவில்லை என்றே நினைக்கிறேன்.

அவர் வசனமெழுதிய பல மசாலா படங்களில் பெண்பற்றிய பார்வைகள் பிற்போக்கானவைதான். பிற்போக்கு என்பதற்கும் கொச்சை என்பதற்கும் வேறுபாடு உண்டென்று நினைக்கிறேன். தவிர, பஞ்சு அருணாசலமே அவ்வாறு எழுதியிருந்தால் அதையோ அவரையோ காப்பாற்ற வேண்டிய வேலையும் நமக்கில்லை. காலத்தின் கைகளில் அவற்றை விட்டுவிட்டு ஆகவேண்டியதைப் பார்க்கலாம். புதிய புதிய உத்திகளைப் பஞ்சுஅருணாசலம் கையாண்டு பார்த்திருக்கிறார். எப்படியாவது ஒரு திரைப்படத்தை மக்களின் ரசனைக்கேற்றவாறு உருவாக்கித் தருவதில் அவர் எடுத்துக்கொண்ட அக்கறைகள், திரை விமர்சகர்களின் பார்வைக்கு அப்பாற்பட்டவை.

"முள்ளும் மலரும், நெஞ்சத்தை கிள்ளாதே, கவிக்குயில், அன்னக்கிளி" போன்ற மத்தியதர கலைப் படங்களின் வெற்றிக்குப் பணியாற்றிய அவர், 'தூங்காதே தம்பி தூங்காதே, சகலகலாவல்லன், பாயும்புலி, தர்மதுரை, மாப்பிள்ளை, வீரா' போன்ற வியாபார ரீதியிலான ஜனரஞ் சகப் படங்களிலும் பணியாற்றி இருக்கிறார். இரண்டுக்கும் இடையில் உள்ள கோட்டை அவரால் புரிந்துகொண்டு செயல்பட முடிந்திருக்கிறது. கலைப் படங்கள்மீது கவனத்தைக்

260 □ **நேற்றைய காற்று**

குவிப்பவர்கள், ஜனரஞ்சகப் படங்களில் அதிருப்திகொள்வதும் ஜனரஞ்சகப் படங்களை முதன்மையாக எண்ணுபவர்கள் கலைப்படங்கள்மீது விமர்சனம்வைப்பதும் எதார்த்தமானதே. அந்த எதார்த்தத்தைப் புரிந்து, எந்த சர்ச்சைக்குள்ளும் சிக்கிக் கொள்ளாமல் தம் போக்கை தாமே தீர்மானித்து நடந்திருக்கிறார்.

இரண்டுவிதமான படங்களிலும், அவர் எழுதியிருக்கும் பாடல்கள் மேற்கூறிய பாகுபாடுகளைக் களைந்திருக்கின்றன. 'பூந்தளிர்' திரைப்படத்தில் "வா பொன்மயிலே" பாடலையும், 'அடுத்தவாரிசு' திரைப்படத்தில் இடம்பெற்ற "ஆசை நூறுவகை" பாடலையும் கேட்பவர்களுக்கு அந்த இரண்டையும் எழுதியவர் ஒருவரா? என்கிற சந்தேகம் எழலாம். "வந்தவரை லாபம் / கொண்டவரை மோகம் / உள்ளவரை நீயாடு" என்று அவர் எழுதிய வரிகள், கேளிக்கைப் பிரியர்களின் தேசிய கீதமாக ஒருகாலத்தில் ஒலித்திருக்கிறது.

'ப்ரியா' திரைப்படத்தில் "ஹே பாடல் ஒன்று" என்று ஆரம்பிக்கும் பாடலில், "மின்னல் உந்தன் பெண்மை / எனைத் தாக்கும் ஆயுதம் / மேகம் உந்தன் கூந்தல் நான் ஆடும் ஊஞ்சலாம்" என்றிருப்பார். மரபார்ந்த உவமைகளேயாயினும், இசைக்கு அவ்வரிகள் பொருந்திவருவதைப் புகழத் தோன்றுகிறது. உண்மையில், மெல்லிசையோ துள்ளிசையோ இரண்டையும் ஒரே மாதிரியே அணுகக்கூடிய ஆற்றல் அவருடையது. "கவிக்குயில்" திரைப்படத்தில் அவர் எழுதிய "குயிலே கவிக் குயிலே" பாடல், ஒரு பருவப் பெண்ணின் மன உணர்வுகளை நுட்பமாக விவரித்திருக்கிறது. "பாடல் எழுதுவதில் கண்ணதாசனைப்போலவே பஞ்சு அருணாசலமும் மெட்டைச் சொன்னவுடனே எழுதக்கூடியவர்" என்று இளையராஜா ஒரு நேர்காணலில் நெகிழ்ந்திருக்கிறார்.

பாடல்களில் சர்வ நெகிழ்வுகளையும் உணர்வுகளையும் வெளிப்படுத்த முடிந்த அவருக்கு, கதைகளிலும் வசனங்களிலும் அதே மாதிரியான அனுசரனைகள் கைவந்திருக்கின்றன. அதனால்தான் கமலும் ரஜினியும் மாறிமாறி கால்ஷீட் கொடுத்து, அவரைத் தொடர் வெற்றியிலேயே வைத்திருக்கிறார்கள். அவருடைய பண்பையும் கூர்த்த மதியையும் புரிந்திருந்த அவர்களே ஒரு கட்டத்தில், பின்வாங்கிய பொழுதுதான்

யுகபாரதி ☐ 261

திரைத்துறையில் அவருக்குப் பின்னடைவு ஏற்பட்டிருக்கிறது. இரண்டு பெரும் ஆளுமைகளை, அவர்கள் ஆளுமைகளாக உருவாக உதவிய ஒருவரை சந்தர்ப்ப சூழல்நிலைகள் கலங்கவும் வைத்திருக்கின்றன. சமயம் வரும்போது கால்ஷீட் தருவதாக இருவருமே ஒருகட்டத்தில் காத்திருக்கச் சொல்லியிருக்கின்றனர்.

அந்தக் காத்திருப்பின் கனம் தாங்காமல், அவர் எடுத்த பிந்தைய கால படங்கள் தோல்வியைத் தழுவியுள்ளன. இயக்குநர்கள் கையிலும் நடிகர்கள் கையிலும் சினிமா போய்விட்டதை அறிந்தும்கூட, அவரால் திரைப்படங்களை எடுக்காமலிருக்க முடியவில்லை. அதன் விளைவால், அவர் சம்பாதித்த அத்தனை சொத்துகளையும் இழக்க நேரிட்டிருக்கிறது.

வாடகை வீட்டிலிருந்து வாழ்வை ஆரம்பித்து, வசதியின் உச்சத்திற்குப் போனவர் மீண்டும் பழைய நிலைக்கு திரும்பவேண்டிய துர்பாக்கியத்தை சந்தித்திருக்கிறார். “எஸ்.பி. முத்துராமன் சினிமாவிலிருந்து ஒதுங்கிக்கொண்டபோதே நானும் ஒதுங்கியிருக்க வேண்டும் அல்லது ரஜினியும் கமலும் கால்ஷீட் தரத் தயங்கிய போதாவது ஒதுங்கியிருக்க வேண்டும். இரண்டு சந்தர்ப்பங்களையும் தவறவிட்டுவிட்டு, வம்படியாகத் திரைத்துறையுடன் மல்லுக்கட்டியதால்தான் அத்தனையையும் இழந்தேன்” என்று “திரைத் தொண்டர்” நூலில் கூறியிருக்கிறார். நம்பிக்கைகளும் விழுமியங்களும் அடிபட்டுப் போகிறதுபோது, அதையே கொழுகொம்பாகப் பற்றியிருக்கும் ஒருவருக்கு என்னநேருமோ அதுதான் பஞ்சு அருணாசலத்திற்கும் நடத்திருக்கிறது. ‘திரைத் தொண்டர்’ என்கிற அவருடைய சுயசரிதை நூலை, அவர் சொல்லச் சொல்ல எழுதிவந்த பத்திரிகையாளர் ம.கா. செந்தில்குமார் அவரைப் பற்றிய மதிப்பீடுகளையும் முன்னுரையாக அந்நூலில் எழுதியிருக்கிறார்.

யாரைப் பற்றியும் தவறுதலாக வந்துவிடக்கூடாதென்பதில் அவர் காட்டிய அக்கறையைச் சிலிர்த்திருக்கிறார். ஒருமுறை ரஜினி இருப்பதையறிந்து, புகைப்படம் எடுக்கலாம் என வீட்டுக்குச் சென்ற தம்மை, “தனிப்பட்ட முறையில் சந்திக்க வந்திருப்பவர்க்கு தர்மசங்கடத்தை ஏற்படுத்த வேண்டாமே”

என்று திருப்பி அனுப்பியதாகத் தெரிவித்திருக்கிறார். தன்னால் அடையாளப்பட்டவர்களே ஆனாலும், அவர்களின் புகழ்வெளிச்சத்தில் தம்மைப் பார்த்துக்கொள்ளப் பஞ்சு அருணாசலம் தயங்கியிருக்கிறார். சினிமாவின் சகல உயரங்களையும் பார்த்த அவருக்கு பிற்காலத்தில் சினிமாவால் ஏற்பட்ட சறுக்கல்களை எதிர்கொள்வதில் சிரமம் இருந்திருக்கிறது. மாலைகளையும் மரியாதைகளையும் கொடுத்த அதே தமிழ்சினிமா, அதையெல்லாம் தம்மிடமிருந்து பறித்துகொண்டதே என்கிற வேதனையில்லை. அதை அவர், இயல்பாகவே எடுத்துக்கொண்டிருக்கிறார். சில இயக்குநர்களைப் பற்றியும் சில நடிகர்களைப் பற்றியும் அவர் கொண்டுவிட்ட தப்பான அபிப்ராயத்தை நேர்காணல்களில் வெளிப்படுத்தியிருந்தாலும், அவற்றையெல்லாம் தமது சுயசரிதை நூலில் கவனமாகத் தவிர்த்திருக்கிறார்.

தம்மால் அவர்களுடைய திரைவாழ்வு சிதையக்கூடாதே என்கிற அக்கறையை அந்நூலில் பார்க்கமுடிகிறது. தொடர்ந்து பாடலாசிரியராக மட்டுமே இருந்திருந்தால் கண்ணதாசனையும் வாலியையும் மிஞ்சக்கூடிய விதத்தில் அவரும் பாடல்களை எழுதியிருக்கலாம். இளையராஜாவின் பிந்தையகால மெட்டுகளில் இல்லாமல்போன இயல்பான தமிழை நாம் பெற்றிருக்கலாம்.

இலக்கியத்தை எழுதுகிறேன் என்கிறபேரில் கதைக்கும் காட்சிக்கும் சம்பந்தமில்லாத உவமைகளும் உவமேயங்களும் தவிர்க்கப்பட்டிருக்கலாம். ஒரு பாடலை கேட்கும்போது நமக்குள் விரியும் சிறகுகளை ஆகாயம்தொட அனுமதித்திருக்கலாம். அதையெல்லாம்விட, அறுபதாண்டுக்கால தமிழக அரசியலில் மீண்டும் இரண்டுபேர் முதல்வராக விரும்பும் ஆசையைத் தடுத்திருக்கலாம். இந்த நேரத்திலும் பக்கத்து வீட்டு ஜன்னலிருந்து கசிந்துகொண்டிருக்கிறது, "நிழல்கள்" திரைப்படத்தில் அவர் எழுதிய "தூரத்தில் நான் கண்ட உன்முகம்" பாடல். தூரங்களைக் கடந்தபின்னும் காணக்கூடியதே அவருடைய அகமும் முகமும்.

யுகபாரதி □ 263

கலைஞர் மு. கருணாநிதி

மானம் அவன் கேட்ட தாலாட்டு

எழுத்தையும் பேச்சையும் முழு நேரத் தொழிலாகக் கொண்டவர்களால்கூட, எட்டிப்பிடிக்க முடியாத உயரத்தைத் தொட்டவர் கலைஞர் மு. கருணாநிதி. இத்தனைக்கும் அவர் தனது தளமாக வரித்துக்கொண்டது இலக்கியமல்ல, அரசியல். அவருக்கு முன்னாலும் சரி பின்னாலும் சரி அவர்போல ஒருவர் தமிழக அரசியல் களத்தில் தலையெடுக்கவில்லை. தலையெடுப்பதற்கான அறிகுறியும் தென்படவில்லை. தனித்துவமான ஆற்றல்களால், கழகத்தின் கடைநிலைத் தொண்டராக இருந்த அவர், தலைமைப் பொறுப்புவரை வந்தது அசாதாரணச் செயல்.

நன்றாகப் பேசத் தெரிந்தவர்க்கு எழுதவராது. அதேபோல, அழகழகாக மேடைகளில் சொற்பொழிவாற்றும் திறன் உடையவர்கள் எழுத்துகளில் மிளிர்வதில்லை. உதாரணமாக, ஓரிருவரைக் காட்டலாம். அவர்களும்கூட எழுத்தாளராகவோ இலக்கியவாதியாகவோ இருந்திருக்கிறார்களே அன்றி, அரசியல் தலைவராக அவதாரமெடுக்கவில்லை. அவதாரமென்கிற சொல், அவர் தூக்கிப்பிடித்த பகுத்தறிவுக் கொள்கைக்கு முரணானது.

264 □ **நேற்றைய காற்று**

எனவே, அரசியல் தலைவராகத் தலையெடுக்கவில்லை என்று சொல்வதே சரி.

அரசியல், இலக்கியம் ஆகிய துறைகளில் ஆர்வம் கொண்டிருந்த அவர், திரைத்துறைக்குச் செய்திருக்கும் பங்களிப்புகள் அளவில்லாதவை. ஒரு துறையிலிருந்து இன்னொரு துறைக்குள் நுழைபவர்கள், ஏற்கெனவே பங்குபற்றிய துறைகளில் இடைவெளியையோ இழப்பையோ சந்திப்பது தவிர்க்கமுடியாதது. ஆனால், கலைஞர் மு.கருணாநிதி, தாம் ஈடுபட்ட அனைத்திலுமே முன்னணியில் இருந்திருக்கிறார். கதை, திரைக்கதை, வசனம், பாடல்கள், தயாரிப்பு என்று திரைத்துறையில் அவர் மேற்கொண்ட பணிகள் ஒவ்வொன்றிலும், உரிய கவனத்தையும் வெற்றியையும் பெற்றிருக்கிறார். குறிப்பாக இங்கே நாம் கவனிக்க வேண்டியது, திரைத்துறையை அவர் தமது லௌகீகத் தேவைகளுக்காகக் கைகொள்ளவில்லை என்பதுதான்.

தான் சார்ந்திருந்த கட்சியையும் கொள்கையையும் வளர்த்தெடுக்கவே திரைத்துறையைப் பயன்படுத்தியிருக்கிறார். தனிப்பட்ட ஆற்றல்களால் திரைத்துறையில் காலூன்றிய அவர், அதன்மூலம் கிடைத்த செல்வாக்கையும் புகழையும் அரசியலுக்கான அஸ்திவாரமாகவே ஆக்கிக் கொண்டிருக்கிறார். தம்மை ஓர் அரசியல் தலைவராக வரித்துக்கொள்ளவும், அதன் விளைவாகக் கிடைக்கக்கூடிய சாதகங்களை மேலதிக அரசியல் முயற்சிகளுக்குப் பயன்படுத்தவுமே அவர் விரும்பியிருக்கிறார்.

சமூக நீதிக் கொள்கையில் தமக்கிருந்த பற்றை வெளிப்படுத்தவே அவர் திரைவசனங்களையும் பாடல்களையும் எழுதியிருக்கிறார். ஏனைய படைப்பாளிகளுக்குக் கிடைக்காத அந்தஸ்தும் மரியாதையும் அதனாலேயே அவருக்குக் கிடைத்திருக்கின்றன. குறிக்கோள்களை வரையறுத்து, அதற்கேற்ப செயல்களையும் பாதைகளையும் அமைத்துக்கொண்டவராக அவரைக் கருதலாம். பொருளாதார வசதியில்லாத மிக எளிய இசைக் குடும்பத்தில் பிறந்த அவர், தமிழகத்தின் முதல்வராக ஐந்துமுறை இருந்திருக்கிறார். அகில இந்திய ரீதியில் அவருடைய அரசியல் பங்களிப்புகள் அதிகம். திருவாரூரை அடுத்த திருக்குவளையில் பிறந்த

யுகபாரதி ☐ 265

அவருக்குத் தமிழும் இலக்கியமுமே அத்தகைய உயரங்களைத் தந்திருக்கின்றன. திரை வசனங்களிலும் பாடல்களிலும் அவர் செய்திருக்கும் சாதனைகளை முழுமையாக நம்மால் பட்டியலிட முடியாது. ஏனெனில், அவர் ஆக்கங்களாக வெளிவந்திருக்கும் படைப்புகள் இத்தொகுப்பில் இடம்பெற்றிருக்கும் ஆளுமைகள் எவரைவிடவும் அதிகம். அவருக்கு இணையாகத் திரைத்துறையில் மட்டும் பங்களிப்பு செய்தவர்கள் இருக்கிறார்கள். ஆனால், அவர்களுக்கு அரசியலில் இடமில்லை. அரசியலில் அவர்களுக்கு இடமில்லை என்று சொல்வதைவிட, அவர்களில் எவருமே திரையைப் பயன்படுத்தி அரசியல் ஆளுமையாக வளரவில்லை என்பதுதான் உண்மை.

அரசியல், கலை இலக்கியம், திரைத்துறை என அனைத்திலும் அண்ணாவுக்கு இணையாகக் கலைஞரைக் கருதலாம். அதிலும், கலைஞர் அளவுக்கு அண்ணா திரைத்துறையில் பங்காற்றவில்லை. விரல்விட்டு எண்ணக்கூடிய அளவுக்கே திரைப்படங்களுக்குக் கதை வசனங்களை எழுதியிருக்கிறார். கலைஞர், தன் தலைவராகவும் வழிகாட்டியாகவும் அண்ணாவை ஏற்றுக்கொண்டதற்கு, கொள்கை ஒரு காரணமென்றால், அண்ணாவின் எழுத்தும் பேச்சும் மற்றொரு காரணமாயிருக்கலாம்.

இரண்டு பேரையும் ஈர்த்த பெரியார், திராவிடக் கொள்கையின் அவசியத்தையும் அவசரத்தையும் தமிழ் நிலத்திற்கு உணர்த்தியவர். பெரியார், எழுத்தையும் பேச்சையும் இலக்கிய அணுகுமுறையாகக் கொண்டவரில்லை. எழுத்தினாலும் பேச்சினாலும் மக்களைக் கவரமுடியும் என்பதை மிகச்சிறிய வயதிலேயே கலைஞர் மட்டுமே உணர்ந்திருக்கிறார். தம் தந்தை முத்துவேலரின் வழியாகத் தமிழும் இலக்கியமும் அவருக்குப் பரிச்சயப்பட்டிருந்தாலும், தம்மை அவர் அண்ணாவின் தம்பியாக வெளிப்படுத்திக்கொள்வதில்தான் விருப்பமுற்றிருக்கிறார்.

காலத்தின் தேவையறிந்து தமிழை வசப்படுத்திக்கொண்டதில் கலைஞருக்கு நிகராக வேறு ஒருவரைச் சொல்வதற்கில்லை. ஏன் அண்ணா இல்லையா என்று மறுபடியும் கேட்கலாம். அண்ணாவைப் பொறுத்தவரை அரசியல்,

266 □ **நேற்றைய காற்று**

பொருளாதாரத் துறைகளில் முதுகலைப் பட்டம் பெற்றவர். அதுமட்டுமல்ல, வரலாற்றிலும் இலக்கியத்திலும் ஆழ்ந்த வாசிப்புடையவர். தம்மை அவர் ஓர் அரசியல் ஆளுமையாக உருவாக்கிக்கொள்வதற்கு முன்பாகவே பேசவும் எழுதவும் தெரிந்த கல்வியாளர் என்னும் பெருமை அண்ணாவுக்குக் கிடைத்திருக்கிறது. தமிழ், ஆங்கிலம் இரண்டிலும் புலமைமிக்கவராக இருந்திருக்கிறார். ஆனால், கலைஞருக்கு அப்படியில்லை.

பள்ளிக் கல்வியில் அதிக நாட்டமில்லாமல் இருந்த கலைஞர், தன்னுடைய தனிப்பட்ட ஆர்வத்தின் காரணமாகவே அத்தனை இலக்கியங்களையும் கற்றிருக்கிறார். கல்லூரிப் பேராசிரியர்களே கடினமென்று ஒதுக்கிவைக்கும் தொல்காப்பியத்திற்கு உரையெழுதியிருக்கிறார். தன்னைத் தானே செதுக்கிக் கொண்டவர் என்பதால் கூடுதல் தகுதியைக் கொண்டுவிடுகிறார். பாடசாலைகளில் கால்படாமலும் ஒருவர் முன்னேறமுடியும் என்பதற்கு சாட்சியாக அவர் இருந்திருக்கிறார்.கலைஞர் மு. கருணாநிதி, எண்ணிக்கையில் மிகக் குறைந்த பாடல்களே திரைப்படங்களுக்கு எழுதியிருக்கிறார். என்றாலும், குறிப்பிட்டுச் சொல்லத்தக்க வகையிலேயே அவருடைய பாடல்கள் அமைந்திருக்கின்றன.

கிடைத்த வாய்ப்புகளில் தம்முடைய தனித் திறமையை வெளிப்படுத்தும் சாதுர்யம் அவருக்கு இருந்திருக்கிறது. 1950இல் வெளிவந்த "மந்திரிகுமாரி" திரைப்படத்தில் அவர் எழுதிய "ஊருக்கு உழைப்பவன்டி" பாடலில் எருமைக் கண்ணுக்குட்டியிடம் உரையாடுவதுபோல வரிகளை அமைத்திருக்கிறார். "ஏச்சுப் பொழைக்கிறவன் / ஏழடுக்கு மாளிகையில் / எகத்தாளம் போடுறானே / அவன் பேச்சை மறுக்கிறவன் பிச்சை எடுக்கிறானே" என்று முதல் பாடலிலேயே சமூகம் சார்ந்த சிந்தனையை முன்வைத்திருக்கிறார்.

வசனகர்த்தாவாகவோ பாடலாசிரியராகவோ வரவேண்டுமென்பது அவர் இலட்சியமாக இருக்கவில்லை. மாறாக, தம் எழுத்துகளால் கவரப்பட்டவர்களின் அழைப்பின் காரணமாகவே அவற்றில் ஈடுபட்டிருக்கிறார். அப்போதும், தம்முடைய அரசியல் செயல்பாடுகளுக்கு இடையூறு இல்லாமல் இருந்தால் தொடர்ந்து பணியாற்றுகிறேன்

யுகபாரதி □ 267

என்றுதான் சம்மதித்திருக்கிறார். ஈரோட்டிலிருந்து வெளிவந்த குடியரசு பத்திரிகையில் பணியாற்றிக்கொண்டிருந்த அவரை, இயக்குநர் ஏ.எஸ்.ஏ. சாமியே வசனமெழுத அழைத்திருக்கிறார்.

கோவை ஜூபிடர் பிக்சர்ஸ் தயாரித்த "ராஜகுமாரி" திரைப்படத்திற்கு அவர் எழுதிய வசனங்கள் தனித்துத் தெரிந்ததுடன், அவரை யாரென்று திரையுலகைக் கேட்க வைத்திருக்கின்றன. தொடர்ந்து அதே நிறுவனமும் குழுவும் தயாரித்த "அபிமன்யூ" திரைப்படத்திற்கும் வசனமெழுதியிருக்கிறார். ஆனால், அபிமன்யூவில் அவர் பெயரை இருட்டடிப்புச் செய்திருக்கிறார்கள். மனைவியுடனும் நண்பர்களுடனும் அத்திரைப்படத்தைப் பார்க்கப் போனவர்க்கு பெருத்த ஏமாற்றம் ஏற்பட்டிருக்கிறது. உழைப்பைச் சுரண்டிவிட்டு, பெயரைக்கூட போடாமல் தம்மை அவமதித்துவிட்டார்களே என்னும் ஆத்திரத்தில், திரைத்துறையே வேண்டாமென்று சொந்த ஊருக்குத் திரும்பியிருக்கிறார்.

திரும்பியவர் சும்மா இருக்கவில்லை. தமது ஆதார அரசியல் பணியை மேற்கொண்டிருக்கிறார். பொதுக்கூட்டங்களில் பேசுவதும் மக்களிடம் சேரவேண்டிய கருத்துகளை நாடகங்களாக எழுதி, அதை இயக்குவதுமாக இருந்திருக்கிறார். அப்படி அவர் எழுதி இயக்கிய "மந்திரிகுமாரி" நாடகமே மீண்டும் அவரைத் திரைத்துறைக்கு அழைந்து வந்திருக்கிறது.சேலம் மாடர்ன் தியேட்டர்ஸில் பணியாற்றிய கவி. கா.மு.ஷெரீப் மூலம் மந்திரிகுமாரியைப் படமாக்கும் திட்டத்தை, அதன் நிறுவனர் டி.ஆர்.சுந்தரம் கருணாநிதிக்குத் தெரிவித்திருக்கிறார். ஐநூறு ரூபாய் மாதச் சம்பளத்திற்குச் சேலம் மாடர்ன் தியேட்டர்ஸில் பணிக்குச் சேர்ந்த அவர், அங்கேதான் கண்ணதாசனிடமும் எம்.ஜி.ஆரிடமும் நெருங்கிய தோழமையை உற்றிருக்கிறார். அங்கே ஏற்பட்ட நெருக்கமும் உறவும் அடுத்த ஐம்பதாண்டுக்கால அரசியலைப் புரட்டிப்போடும் என்று அவர்கள் மூவருமே நினைத்திருக்க வாய்ப்பில்லை.

அதேபோல, தமது எழுத்துகளால் எண்பது ஆண்டுகளைத் தன்வயப்படுத்தமுடியும் என்று கலைஞரும் யோசித்திருக்கமாட்டார். அவர்கள் இருவரையும் அரசியலுக்கு

268 □ நேற்றைய காற்று

அழைத்துவந்தது கலைஞர்தான். காங்கிரஸ் பற்றாளர்களாக இருந்துவந்த அவர்கள் இருவருக்கும் திராவிட இயக்கத்தின் தேவையை உணர்த்தி, அரசியல் மயப்படுத்தியிருக்கிறார். காந்தீயக் கொள்கைகளில் ஈடுபாடுடைய எம்.ஜி.ஆரை, பெரியாரை நோக்கியும் அண்ணாவை நோக்கியும் அவரே திருப்பியிருக்கிறார்.மாடர்ன் தியேட்டர்ஸுக்கு போனதில் இருந்து, அவருடைய திரை அத்தியாயம் தொடங்கியிருக்கிறது. வரிசையாகப் படங்கள் வந்திருக்கின்றன.

கதையும் வசனமும் கலைஞர் எழுதியிருக்கிறார் என்று சொல்வதையே அப்போதைய திரை நிறுவனங்கள் பெருமையாகக் கருதியிருக்கின்றன. தொடர்ந்து அவர் எழுதிய படங்களெல்லாம் பெருவெற்றி கண்டிருக்கின்றன. திரைப்படத்தின் ஆரம்பத்திலேயே கலைஞர் தோன்றி கதையைப் பற்றிப் பேசுவதும், எல்லோருக்கும் முன்பாக அவர் பெயரை அகலத் திரையில் பெரிதாகக் காட்டுவதும் மரபாக மாறியிருக்கின்றன. அந்தச் சூழலில்தான், அபிமன்யூ திரைப்படத்தில் கலைஞரின் பெயரை விளம்பரப்படுத்தத் தயங்கியவர்கள் மீண்டும் அவருடைய எழுத்துக்காகக் காத்துக்கிடந்த சம்பவங்களும் நடந்திருக்கின்றன. தம்மைப் புறக்கணித்தவர்கள் தேடிவரும்பொழுது, பழைய இடறலை நினைவில் வைத்து கலைஞர் திருப்பி அனுப்பியிருக்கலாம். ஆனால், அவர் அவ்வாறு செய்யவில்லை.

திராவிட இயக்கக் கருத்துகளை மக்கள் மத்தியில் பரப்பும் வாய்ப்பாகவே அவற்றைக் கருதி, கதையும் வசனமும் எழுதிக் கொடுத்திருக்கிறார். அதுமட்டுமல்ல, சனாதனிகள் நிறைந்த திரைத்துறையில் நாத்திகக் கருத்துகளைத் துணிச்சலாக எழுதக் கூடியவராகவும் அவரே விளங்கியிருக்கிறார். ஒரு கட்டத்தில் அவர் எதை எழுதினாலும் ஏற்கும் நிலைக்கு அவர்களும் தள்ளப்பட்டிருக்கின்றனர். வியாபார சினிமாவின் சூட்சமங்கள் வெற்றியிலும் அதுதரும் லாபத்திலுமே இயங்குவதைச் சொல்ல வேண்டியதில்லை.

தமிழ்த் திரை வசனத்தின் உச்சமென்று சொல்லக்கூடிய பராசக்தியைத் தவிர்த்துவிட்டு, அவருடைய வரலாற்றை எழுத முடியாது என்பதல்ல. தமிழ்த்திரை வரலாற்றையே அறியமுடியாது என்பதுதான் உண்மை. “பராசக்தி”

யுகபாரதி □ 269

திரைப்படத்திற்காக இந்தி மெட்டைத் தழுவி இசையமைப்பாளர் சுதர்சனம் ஒரு பாடலை அமைத்திருக்கிறார். அமைக்கப்பட்ட அந்தப் பாடலுக்கு இரண்டொரு பாடலாசிரியர்கள் வரிகளையும் எழுதிக்கொடுத்திருக்கின்றனர். ஆனாலும், அவ்வரிகளில் ஏ.வி. மெய்யப்பச் செட்டியாருக்குத் திருப்தி ஏற்படவில்லை. அப்போது தற்செயலாக அங்கேயிருந்த கலைஞர் “பூமாலை நீயே / புழுதி மண் மேலே” என்ற ஆரம்பவரியைச் சொல்லியிருக்கிறார். அவர் சொல்லிய அந்த வரி அனைவரையும் ஈர்த்துவிட, அடுத்தடுத்த வரிகளை அங்கேயே எழுதித் தந்திருக்கிறார். பிறரால் முடியாமல் போனதை கலைஞர் முடித்துக்காட்டினார் என்பது ஒருபுறமிருந்தாலும், சூழலுக்கேற்ப சமயோசிதமாக அவர் சிந்திக்கக் கூடியராக இருந்திருக்கிறார் என்பதே கவனிக்கத் தக்கது. வசனத்தைப்போல பாடலை உடனுக்குடன் எழுதுவது சாத்தியமில்லை. ஏனெனில், பாடலைப் பொறுத்தவரை, அது மெட்டிற்குப் பொருந்தவேண்டும்.

அமைக்கப்பட்ட மெட்டிற்கு ஏற்ப வார்த்தைகளைப் போட அனுபவஸ்தர்களே திணறும்போது, அதைக் கலைஞர் எங்கிருந்து படித்துக்கொண்டார் என்பது ஆராய்ச்சிக்குரியது. தங்களைப் பெரும்புலவர்கள் என்று சொல்லிக்கொண்ட பலர், மெட்டிற்கு எழுதமுடியாமல் சொந்த ஊருக்குத் திரும்பிய கதைகள் அநேகமுண்டு. எல்லோருக்கும் தெரிந்த மற்றுமொரு சம்பவம், “காகித ஓடம் கடலலைமீது” என ஆரம்பிக்கும் பாடலைப் பற்றியது. மாயவநாதன் எழுதுவதாக இருந்த அப்பாடலுக்கு மெட்டை அமைத்திருந்தவர் டி.கே. இராமமூர்த்தி. எம்.எஸ். விஸ்வநாதனும் ராமமூர்த்தியும் இணைந்து பல திரைப்படங்களுக்கு இசையமைத்து, பின் கருத்து முரண்பாட்டால் பிரிந்திருந்த நேரம் அது. பாடலை எழுதவந்த மாயவநாதனுக்கு இராமமூர்த்தி மெட்டை வாசித்துக் காட்டியிருக்கிறார். மெட்டைப் புரிந்துகொள்வதற்கு ஏதுவாக ‘மாயவநாதன், மாயவநாதன்’ என்று சிரித்துக்கொண்டே பாடியிருக்கிறார்.

சந்தத்தைத் தெளிவுபடுத்த இசையமைப்பாளர்கள் தங்களுக்குத் தோன்றும் அசைச் சொற்களைப்போட்டுப் பாடிக்காட்டுவது வழக்கம்தான். என்றாலும், மாயவநாதனுக்கு

இராமமூர்த்தியின் செய்கை எரிச்சலை ஏற்படுத்தியிருக்கிறது. தம்மை கேலி செய்யவே அவர் அவ்வாறு பாடிக்காட்டுவதாகக் கோபித்துக்கொண்டு, பாடலையெழுத மறுத்துக் கிளம்பியிருக்கிறார். அப்போதும் ஆபத்பாந்தவனாக ஆகிக் கருணாநிதியே முழுப்பாடலையும் எழுதிக் கொடுத்திருக்கிறார். "ஏழைகள் வாழ இடமே இல்லை / ஆலயம் எதிலும் ஆண்டவன் இல்லை" என்று துயர்மிக்க சூழலை விவரித்து அவர் எழுதிய அப்பாடல், நாத்திகத்தை நாசூக்காக மக்களுக்குச் சொல்லியிருக்கிறது.

இவ்வளவு துயர்களைத் தரக்கூடிய இறைவனை இன்னுமா நம்பவேண்டும் என்பதுபோலச் சூழலுக்கும் காட்சிக்கும் பொருந்துமாறு அப்பாடலில் வரிகளைப் போட்டிருக்கிறார். நேரடியாக இறைவன் இல்லையென்று எழுதினால் எவரும் ஏற்கமாட்டார்கள். ஆனால், சூழலை விவரித்து கையறுநிலையில் அப்படிப் பாடுவதாக எழுதினால் ஏற்கத்தானே வேண்டும்? இம்மாதிரியான வேலைகளில் கலைஞர் குயுக்தி மிக்கவராக இருந்திருக்கிறார். திரைக்கதையிலும் வசனத்திலும் அவருக்கிருந்த பயிற்சியுடன் ஒப்பிடுகையில், பாடல்களில் அவர் அந்த அளவு சாதித்திருக்கிறாரா என்னும் சந்தேகம் சிலருக்கு எழலாம். என்வரையில், ஒரு பாடலாசிரியனாகவும் அவருடைய பணி சந்தேகத்திற்கும் விமர்சனத்திற்கும் அப்பாற்பட்டதே என எண்ணுகிறேன். மெட்டிற்குப் பொருந்தக்கூடிய வரிகளைப் போடுவதுடன், சூழலையும் காட்சியையும் உள்வாங்கியே அவர் எல்லாப் பாடல்களையும் எழுதியிருக்கிறார்.

1963இல் வெளிவந்த 'காஞ்சித் தலைவன்' திரைப்படத்தில் அவர் எழுதிய "வெல்க நாடு வெல்க நாடு வெல்க வெல்கவே" பாடலில் "மகிமைகொண்ட மண்ணின்மீது எதிரிகளின் கால்கள் / மலர் பறிப்பதில்லையடா வீரர்களின் கைகள்" என்ற வரிகள் மெட்டுக்காக எழுதப்பட்டதே எனினும், போருக்குக் கிளம்பும் படைவீரர்களைத் தயார்படுத்தும்விதத்திலேயே எழுதியிருக்கிறார். 'காஞ்சித் தலைவன்' என்ற தலைப்பே அண்ணாவைக் குறிப்பதாக இருப்பதால் அப்பாடலுக்கான பல்லவியாக அவர் முதலில் எழுதியது, "வெல்க காஞ்சி வெல்க காஞ்சி வெல்க வெல்கவே" என்பதுதான். ஆனால்,

யுகபாரதி □ 271

தணிக்கைத்துறை அனுமதிக்க மறுத்ததால் வெல்க காஞ்சியை, வெல்க நாடு என்றாக்கியிருக்கிறார். எந்தக் கதையாக இருந்தாலும் எந்தப் பாடலாக இருந்தாலும் அவற்றில் தமது கட்சியையும் கொள்கைகளையும் சொல்லிவிடுவதில் குறியாக இருந்திருக்கிறார். “வீரன் வேலுத்தம்பி” என்னும் திரைப்படத்தில் “சுருளு மீசைக்காரன்டி” என்றொரு பாடல். அப்பாடலில், “எரிமலையில் அடுப்பெரிப்பான் / ஏழையர்க்கு உணவளிப்பான்” என்று சிந்தித்திருக்கிறார். “தனி உடைமைக்குத் தடைவிதித்து / பொதுவுடைமைக்குப் போர் தொடுத்து” என்ற வரிகளில் கலைஞர் தென்பட்டிருக்கிறார். அப்பாடலை அவர் சிறையிலிருந்து எழுதியதாகச் சொல்லப்படுகிறது.

இசையமைப்பாளர் எஸ்.ஏ. ராஜ்குமார் விரும்பிக் கேட்டதற்காக அப்பாடலை எழுதிக் கொடுத்திருக்கிறார். அத்துடன், அப்பாடல் காகிதத்தில் அடிக்குறிப்பாக “தேவை எனில், திருப்தி எனில்” பயன்படுத்திக்கொள்க என்று கலைஞர் எழுதியிருந்ததாக ஒரு நேர்காணலில் எஸ்.ஏ.ராஜ்குமார் குறிப்பிட்டிருக்கிறார். வலிந்து திரைப்பாடல் எழுதும் ஆசையை அவர் தவிர்த்திருக்கிறார். பிறர் விருப்பத்திற்காகவே எழுதியிருக்கிறார். பிறரால் எழுதமுடியாமல் போன சூழல்களிலேயே எழுதவும் முனைந்திருக்கிறார். “ஓரே இரத்தம்” திரைப்படத்தில் ஒரு போராளியின் மரணத்தை முன்வைத்து எழுதிய பாடலும் அப்படியே உருவாகியிருக்கிறது. அத்திரைப்படத்தில்தான் முதல்முறையாக ‘ஒன்றே குலம், ஒருவனே தேவன்’ என்பதற்கு மாற்றாக ‘ஒன்றே குலம். உண்மையே தெய்வம்’ என்ற முழக்கத்தை முன்வைத்திருக்கிறார்.

கொள்கையளவில் அண்ணாவை எங்கேயும் தாண்டிவிட அவர் எண்ணியதில்லை. என்றாலும், அத்திரைப்படத்தில் அப்படியொரு வசனத்தை எழுதியிருப்பதைக் குறிப்பிட்டுச் சொல்லத் தோன்றுகிறது. அதையும், தம் இளைய மகனான மு.க. ஸ்டாலினின் வாயால் சொல்ல வைத்திருக்கிறார். 1988இல் வெளிவந்த “மக்கள் ஆணையிட்டால்” திரைப்படத்திலும் மு.க. ஸ்டாலின் முகம் காட்டியிருக்கிறார். தேர்தலுக்கு வாக்கு சேகரிப்பதுபோன்று அமைந்த அப்பாடல் காட்சியில்

272 □ நேற்றைய காற்று

தி. மு. கழகக் கொடியைத் தாங்கியபடி மு. க. ஸ்டாலின் முன்னே செல்ல, அவரைப் பின்தொடர்ந்து ஒரு பெரும்படை அணிவகுத்திருக்கிறது. அரசியலில் நாளை நிகழ்வதை இன்றே கணிக்கத் தெரிந்த கலைஞர், அப்பாடல் வரிகளை எல்லாத் தேர்தலுக்குமான பிரச்சாரப் பாடலாக எழுதியிருக்கிறார். "ஆற அமர யோசிச்சிப்பாரு" என ஆரம்பிக்கும் அப்பாடலில், அன்றைய ஆளும்கட்சியை விமர்சித்திருக்கிறார்.

ஆளும்கட்சியின் அரசியலை விமர்சித்திருக்கிறாரே தவிர, தேர்தலை விமர்சிக்கவில்லை. பாராளுமன்ற ஜனநாயகத்தை ஏற்று, அதன்மூலம் ஆட்சியையும் அதிகாரத்தையும் கைப்பற்ற நினைத்த அவர், தம்முடைய திரைப்பாடல்களிலும் அதற்கான பணியையே செய்திருக்கிறார். ஆட்சி அதிகாரங்களைக் கைப்பற்ற நினைக்கும் ஒரு கட்சியின் தலைமைத்தொண்டராக இருந்துகொண்டே, கலையிலும் இலக்கியத்திலும் அவரால் பங்காற்ற முடிந்திருப்பதுதான் அதிலுள்ள விசேஷம். கலை இலக்கியத்தையும் அவர் கட்சியின் செயல்பாடுகளில் ஒன்றாகவே கருதியிருக்கிறார்.

இயல்பிலேயே அவரிடமிருந்த எழுத்தாற்றலும் பேச்சாற்றலும் மற்றவர்களைவிட, அவர் ஒருபடி மேல் என்பதை நிரூபித்திருக்கிறது. கட்சிக்கு உள்ளும் கட்சிக்கு வெளியிலும் ஆளுமையாக அவர் வளர அவை இரண்டுமே உதவியிருக்கின்றன. திரைத்துறையில் தமக்கிருந்த செல்வாக்கை அரசியலிலும் அரசியலில் தமக்கிருந்த செல்வாக்கைத் திரைத்துறையிலும் மடைமாற்றிக் கொள்ளத் தெரிந்தவராக அவர் இருந்திருக்கிறார். இரண்டையும் அவர் அரசியலாக அணுகியிருக்கிறார். அரசியலுடன் அணுகியிருக்கிறார் என்று சொல்லவில்லை. அரசியல் அதிகாரத்தை நோக்கிய அவர் பயணத்திற்கு திரைத்துறையே முக்கிய தடத்தைப் போட்டிருக்கிறது. எழுத்தினாலும் பேச்சினாலும் இறுதிவரையில் உயிர்ப்புள்ள கலைஞராகத் தம்மை அவர் தகவமைத்திருக்கிறார்.

வாழ்வின் கடைசிநொடிவரை எழுதிக்கொண்டும் பேசிக்கொண்டும் இருந்த தலைவராகத் தம்மை நிறுவிக்கொண்டவர் அவர் ஒருவர்தான். தன்னைவிட வயதிலும் அனுபவத்திலும் மூத்தவர்கள் இருந்தபோதும்,

யுகபாரதி □ 273

கட்சிக்குள் அவர் வேகமாக முன்னேற கலை இலக்கியத் தகுதிகளே ஏணியாக இருந்திருக்கின்றன. இலக்கியத்தில் அவருக்கிருந்த பரிச்சயத்தைப் பற்றி விவரித்துச் சொல்ல நிறைய உண்டு. வேறு எவருமே சிந்திக்காத வகையில் காட்சிகளையும் சூழல்களையும் உருவாக்கியிருக்கிறார். அவருடைய வசனங்களைக் குறிப்பிட்டுப் பேசும்படியான நிலையை தொடர்ந்து தக்கவைத்திருக்கிறார்.

தம்மைப் பற்றிய பிம்பத்தை உருவாக்கி, அந்த பிம்பம் பற்றிய விவாதங்களை கொதிநிலையிலேயே வைத்திருக்கவும் அவரால் முடிந்திருக்கிறது. வாழும்காலம்வரை ஒருவருடைய பெயர் பத்திரிகையில் வராத நாளே இல்லையென்பது எத்தனை பெரிய சாதனை. இதை அவர் திட்டமிட்டு செய்ததாகத் தெரியவில்லை. அரசியல் திட்டங்களாலும் படைப்புகளின் செழுமைகளாலும் உண்டாக்கியிருக்கிறார். அவருடைய எத்தனையோ திரைப்பாடல்களில் என்னைக் கவர்ந்த பாடல் ஒன்றிருக்கிறது. 1982இல் வெளிவந்த "தூக்குமேடை" திரைப்படத்தில் இடம்பெற்ற "குடி உயரக் கோல் உயரம்" பாடலே அது. அப்பாடலில் "புளிச்சக்காடி மதுவை உண்டு / புருஷன் மனைவி சேர்வதுண்டு / வெளிச்சம் போட்ட காரு வந்தா / விலகி விலகிப் படுப்பதுண்டு" என்று எழுதியிருக்கிறார்.

நடைபாதைவாசிகளின் வாழ்வில் காமத்திற்கும் வழியில்லை என்பதை இதைவிடவும் ஒரு திரைப்பாடலில் எழுதமுடியுமா என்ன? நாவலிலும் சிறுகதையிலும் எழுதவேண்டிய ஒன்றை மெட்டுக்காக எழுதிய பாடலிலும் அவரால் கொடுக்க முடிந்திருக்கிறது. "முத்தெல்லாம் மூக்குச்சளி / இரத்தக்காயம் இரத்தினமாம் / வைரங்கள் நட்சத்திரம் / வானவில்லே வைடூரியம் / குத்துக்கல் சிம்மாசனம் / குப்பைத் தொட்டி ராஜாங்கம்" என்று வரிசையாக அடுக்கி இறுதியில் "செத்துப் பிழைக்கும் மக்களுக்கு / ஜகத்தை அழிக்கும் சக்தியுண்டு" என்று முடித்திருக்கிறார். அதேபோல, ஓடையிலே ஒருநாள், ஆயர்பாடி கண்ணா, வான்மலர் சோலையில் (ரங்கோன்ராதா), வீணையில் எழுவது வேணுகானமா? (பெண்சிங்கம்) கண்ணின் மணியே (மண்ணின் மைந்தன்), தங்கை எனும் பாசக்கிளி (பாசக்கிளிகள்), இன்றிரவு மிக நல்லிரவு,

பூனை கண்ணை மூடிக்கொண்டால், சொல்லாலே வீணானதே(ராஜாராணி) அகல இருக்குது(குறவஞ்சி)" எனச் சட்டென்று நினைவுக்கு வரக்கூடிய பாடல்களிலும் கலைஞரின் தனித்துவம் வெளிப்பட்டுள்ளன. திரும்பத் திரும்ப ரசித்துக்கேட்பதற்கென்றே 'காஞ்சித் தலைவன்' திரைப்படத்தில் ஒரு பாடலை எழுதியிருக்கிறார். "நீர்மேல் நடக்கலாம் / நெருப்பிலே படுக்கலாம்" என ஆரம்பமாகும் அப்பாடலில், "உலகம் சுத்துது எதனாலே / நம் உடம்பு சுத்துது அதனாலே" என்று கேள்வி பதிலாக எழுதியிருக்கும்முறை ரசிப்புக்குரியது.

எதனாலே, அதனாலே என்ற இயைபை வைத்துக்கொண்டு அவர் ஆடியிருக்கும் வார்த்தை விளையாட்டைக் குறிப்பிட்டுச் சொல்லலாம். வார்த்தைகளில் அவருக்கிருந்த மயக்கமும் அதன் இயைபுகளில் அவருக்கிருந்த வினோத ஈடுபாடுமே அவரை ஓர் ஆகச்சிறந்த சொற்பொழிவாளராக ஆக்கியிருக்கின்றன. "அடிமையாக இருப்பவன் தனக்குக்கீழே ஓர் அடிமை இருக்கவேண்டும் என்று கருதினால், உரிமையைப் பற்றிப் பேச அவனுக்கு உரிமையே கிடையாது" என்று வார்த்தைகளின் அடுக்கிலிருந்து அர்த்தத்தையும் சிந்தனைகளையும் எழுதுவது அவருக்கு சாத்தியமாகியிருக்கிறது. மேற்கூறிய வாக்கியத்தில் உள்ள கருத்தை எல்லோராலும் எழுதமுடியும். ஆனால், ஓசை ஒழுங்குடன் ஒரு வார்த்தைக்கு இன்னொரு வார்த்தையை இயைபாகக் கொள்வதற்குக் கவிதையுணர்வு வேண்டும்.

எழுதிவைத்து வாசித்தாலும், எதிர்க்கேள்வியை எழுப்பினாலும் அவரின் தனித்துவமான சொல்லாட்சிகள் சட்டென்று யாரையும் ஈர்த்துவிடும். காத்திரமான அரசியல் கூட்டங்களில்கூட, அவர் தனக்குள்ள தமிழ்ப்புலமையை வெளிப்படுத்தி வியப்பை ஏற்படுத்தியிருக்கிறார்.

தமிழகத்தின் முதல்வர் பொறுப்பை வகித்த ஒருசமயம், விதவைகள் மறுவாழ்வுத் திட்டத்தை அறிமுகப்படுத்தி அவர் பேச ஆரம்பித்திருக்கிறார். அப்போது கூட்டத்திலிருந்த கட்சித் தொண்டர் ஒருவர் எழுந்து "தலைவா, விதவை என்ற சொல்லுக்கே பொட்டில்லை. இந்த நிலையில், விதவைகளின் நெற்றிக்கு எப்படிப் பொட்டிடுவது" எனக் கேட்டிருக்கிறார். உடனே சற்றும் தயங்காமல் மறுவிநாடியே

யுகபாரதி □ 275

"ஏன் தம்பி விதவை என்கிறாய், கைம்பெண் என்று தமிழில் சொல்லிப்பார். ஒரு பொட்டிற்கு இரண்டு பொட்டு வரும்" என்று கலைஞர் பதிலளித்திருக்கிறார். இது, ஏதோ மேடை சுவாரஸ்யத்துக்காக அவர் சொல்லி சமாளித்தது இல்லை. எது தமிழ்? எது சமஸ்கிருதம்? என்பதை உற்றுணர்ந்து கற்றதனால் விளைந்தது. இதே சம்பவத்தைப் பற்றி கவிஞர் மேத்தா தம்முடைய உரையொன்றில் வேறுமாதிரி குறிப்பிட்டிருக்கிறார். சம்பவத்தில் நிகழ்ந்த சங்கதி ஒன்றுதான்.

வார இதழில் வந்த கவிதையைக் குறிப்பிட்டு, கலைஞர் பேசியதாக மேத்தா தெரிவித்திருக்கிறார். மற்றபடி, விதவை, கைம்பெண் என்ற சொற்களை வைத்து அவர் அளித்த பதிலில் வித்யாசமில்லை. இதை அவர் தொண்டனுக்காகச் சொன்னாரா? தாமாகவே சொன்னாரா? என்பது முக்கியமில்லை. வார்த்தைகளை வைத்துக்கொண்டு அவர், செய்கின்ற மாயவித்தைகள் எப்படிப்பட்டவை என்பதே முக்கியம். எதிரே இருப்பவரை விமர்சிக்கையிலும், அதில் ஒரு சிலேடையோ இலக்கியச் சொற்றொடரோ அவரே அறியாமல் வந்து விழுந்திருக்கிறது.

ஒருமுறை அவர் தலைமையில் ஹாக்கிப் போட்டிக்கான பரிசளிப்பு விழா நடந்திருக்கிறது. இரண்டு அணியினரும் சமமாக கோல் எடுத்திருந்த நிலையில், வெற்றியை அறிவிக்க டாஸ் போடப்பட்டிருக்கிறது. நாணயத்தை சுழற்றி வெற்றி பெற்ற அணியை தீர்மானிக்க வேண்டிய சூழல். நாணயத்தில் உள்ள தலை பகுதியை ஒரு அணியினரும், பூ பகுதியை மற்றொரு அணியினரும் கோரியிருக்கிறார்கள். நாணயம், பூ பகுதியைக் கேட்டவர்க்குச் சாதகமாக விழுந்திருக்கிறது. பரிசளித்து பேசிய கலைஞர், "இது நாணயமான வெற்றி. நாணயத்தால் தீர்மானிக்கப்பட்ட வெற்றி. தலை கேட்டவர்கள் தோற்றிருக்கிறார்கள். பூ கேட்டவர்கள் வென்றிருக்கிறார்கள். தலை கேட்பது வன்முறையில்லையா? அதனால்தான் நாணயம் பூவாக விழுந்திருக்கிறது" என்று சமயோசிதமாகப் பேசி கைதட்டலை அள்ளியிருக்கிறார்.

மொழியை லாவகமாகப் பயன்படுத்துவதில் ருசிகண்ட கலைஞர், "உங்களை மிகவும் கவர்ந்த இலக்கியப் பாத்திரம் எது" என்ற கேள்விக்கு, "மணிமேகலையின் கையில்

276 □ **நேற்றைய காற்று**

இருந்ததாகக் கூறப்படும் அட்சய பாத்திரம்" என்றிருக்கிறார். மணிமேகலையைப் பிடிக்கும் என்று சொல்லியிருக்கலாம். ஆனால், அப்படிச் சொல்லாமல், மணிமேகலையின் கையில் இருந்ததாகக் கூறப்படும் அட்சயப் பாத்திரம் என்றதுதான் அவருடைய தமிழார்வம்.

மணிமேகலை கையில் இருந்த அட்சயப் பாத்திரம் என்றால், அப்படியொரு பாத்திரம் இருந்ததாகவும், அதை தாம் நம்புவதாகவும் ஆகிவிடும் என்பதனால் "கூறப்படும்" என்னும் சொல்லையும் இணைத்தே கூறியிருக்கிறார். சொற்களின் பொருள் அறிந்து பிரயோகிப்பது மட்டுமல்ல, அச்சொற்கள் ஏற்படுத்தும் விளைவுகளையும் கணக்கிட்டே பதிலளித்திருக்கிறார். கேள்வி கேட்டவரே அதிசயத்துப்போகும் விதத்தில்தான் அவருடைய பதில்கள் அமைந்திருக்கின்றன. சிந்தனைக்கும் ரசனைக்கும் உரியவற்றை உரையாடல்களின் இடையிடையே தெளிக்கும் பாணியை அவர் வைத்திருந்திருக்கிறார். வலிந்து ஒன்றைச் சொல்லாமல், போகிறபோக்கில் புன்னகை இழையோட அவர் பேசும் அழகிற்காகவே பல பத்திரிகையாளர்கள் அவரை நேர்காணல் செய்திருக்கிறார்கள்.

மற்ற தலைவர்களின் பதில்களைவிட, கலைஞரின் பதில்களுக்கு பொதுமக்களிடமும் வரவேற்பு மிகுந்திருந்ததை அறியமுடிகிறது. தொடர்ந்து திராவிட இயக்கத்தை எதிர்த்து வந்த குமுதம் பத்திரிகை ஒருசமயம், "கி. வீரமணியும் கலைஞரும் ஆத்திகராகிப் பல நாள்கள் ஆகிவிட்டன" என்று எழுதியிருக்கிறது. உடனே மற்றொரு பத்திரிகை அதுகுறித்து கலைஞரிடம் கேட்க, "இரவில் கண்மலர்வதுதானே குமுதம்; அதனால் கறுப்புச்சட்டை அதன் கண்களுக்குத் தெரியாது" என்று அங்கதமாகப் பதிலளித்திருக்கிறார்.

ஆழ்ந்தும் அகன்றும் கற்ற தமிழை, அழகுபடுத்துவதே அவருக்கு வாடிக்கையான வேலையாக இருந்திருக்கிறது. வேடிக்கையான வேலையாகவும் இருந்திருக்கிறது. "அரசவைக் கவிஞர் பதவியை ஏன் எடுத்துவிட்டீர்கள்? என்றதற்கு, "அரசனே கவிஞனாக இருக்கையில் அப்புறம் எதற்கு அப்பதவி" என்று கேட்டிருக்கிறார். தற்பெருமையாக அதைக் குறைசொல்பவர்கள் உண்டு. ஆனால், அதற்கான எல்லாத்

யுகபாரதி ☐ 277

தகுதியும் அவருக்கு உண்டென்பதை பல கவியரங்குகளில் மெய்ப்பித்திருக்கிறார். எப்பொருள் குறித்தும், மேடையிலேயே கவிதை சொல்லி, கூட்டத்தைக் கலகலப்பாக்கியிருக்கிறார். குறிப்பாக, சங்க இலக்கிய நூல்களின் பெயர்களைப் பட்டியலிட்டு அவர் வாசித்த கவிதை ஒன்று இணையத்தில் கிடைக்கிறது. ஏதோ ஒரு கவியரங்கில் வாசித்த கவிதை அது.

ஓசை அழகுடன் எழுதப்பட்ட அக்கவிதையை அவர் நிறுத்தி நிதானமாக வாசித்து அரங்கத்தை ஆச்சர்யப்படுத்தியிருக்கிறார். பத்துப்பாட்டு, எட்டுத்தொகை, அகநானாறு, புறநானாறு என்று வரிசைப்படுத்திய விதத்தில் அவருடைய திரைக்கதை உத்தி வெளிப்பட்டிருக்கிறது. கவிதைகளில் திரைக்கதையையும் திரைக்கதைகளில் கவிதையையும் பயன்படுத்தியவர்களில் முதன்மையானவர் அவரே. மறுமலர்ச்சி வசனகர்த்தாவாக அறியப்படும் இளங்கோவனிடமும் திரைக்கதையில் கவிதை உத்திகள் தென்பட்டிருக்கின்றன. ஆனால், அவர் கலைஞரைப்போல கவியரங்க மேடைகளுக்கோ அரசியல் மேடைகளுக்கோ வரவில்லை என்பது குறிப்பிடத்தக்கது.

வாழ்வின் மிக நெருக்கடியான கட்டங்களை அவர் தாண்டி மேலே வருவதற்கு அடிப்படையாக இருந்தது தமிழ்தான். “தென்றலைத் தீண்டியதில்லை. தீயதைத் தாண்டியிருக்கிறேன்” என்ற அவருடைய வாக்கியத்தை எடுத்துக்கொள்வோம். தீண்டுதல், தாண்டுதல் என்பதில் ஓரழகு இருக்கிறதென்றால் தீயதை, “தீ அதை” என்று பிரித்து பொருள்கொள்ளும்போது வேறொரு அர்த்த அழகு, அச்சொற்களுக்குள் வந்துவிடும்படி சொல்ல அவர் பழகியிருக்கிறார்.

திராவிட இயக்கத்தை விமர்சிப்பவர்கள், “அடுக்குத் தமிழால் ஆட்சியைப் பிடித்தார்கள்” என்பதுண்டு. எனினும், ஒரு மொழியை முதன்மையான ஆயுதமாகக் கொண்டு ஆட்சியை அதிகாரத்தைக் கைப்பற்றுவது, உலக வரலாற்றில் வேறெங்குமே நடவாதது. இனத்தின் மீட்பும், இனத்தின் உரிமையும் அவ்வினம் பேசும் மொழியிலிருந்துதான் கிடைக்கும் என்கிற தெளிவை அண்ணாவுக்குப் பிறகு கலைஞரே அறிந்திருக்கிறார்.

சேரன் செங்குட்டுவன் ஓரங்க நாடகத்தில், தம்முடைய

278 □ நேற்றைய காற்று

கட்சித் தலைவர்களின் பெயர்களை வரிசையாக அடுக்கி அவர் எழுதிய வசனத்தைப் பற்றி "திரையாண்ட கலைஞர்" என்னும் கட்டுரையில் வைரமுத்து குறிப்பிட்டிருக்கிறார். "சிங்கத் திருவிடமே உன்னை இகழ்ந்தார்கள், ஈடற்ற புலவனே இளங்கோ, ஆசைத்தம்பி உன்னை இகழ்ந்தார்கள், நீதிக்கு உயிர்நீத்த பாண்டியனே ஆரியப்படை கடந்த நெடுஞ்செழியனே உன்னை இகழ்ந்தார்கள். அரங்க அண்ணலே உன்னை இகழ்ந்தார்கள், செந்தமிழ் வளங்குறைய சிங்க ஏறுகளே, அறிஞரே, கவிஞரே, கலைவாணரே உம்மையெல்லாம் இகழ்ந்தார்கள்" என ஓரே பத்தியில் பி.எஸ். இளங்கோ, ஆசைத்தம்பி, நெடுஞ்செழியன், அரங்கண்ணல், கண்ணதாசன், அண்ணா, கலைவாணர் ஆகியோரின் பெயர்கள் வரும்படி வசனத்தை எழுதி தமது திராவிட இயக்கப் பற்றை வெளிப்படுத்தியிருக்கிறார்.

அதே காட்சிக்கு வேறுமாதிரியும் அவரால் எழுதமுடியும். ஆனாலும், தமது சகாக்களையும் தலைவர்களையும் சொல்வதில் அவருக்கு அப்படியொரு ஆர்வம் இருந்திருக்கிறது. அது ஆர்வம் மட்டுமல்ல, இயக்கத்தை வளர்த்தெடுப்பதில் கொண்ட அக்கறையென்றும் கொள்ளலாம். திரையை அவர் அரசியலுக்கே பயன்படுத்தியிருக்கிறார் என்பதற்கான உதாரணங்களில் இதுவும் ஒன்று. இன்றைக்கும் கலைஞரின் தமிழுக்கு மக்கள் மத்தியில் இருக்கும் முக்கியத்துவத்தை மறுப்பதற்கில்லை.

அவர் வாக்கியங்களாக, உரையாடல்களாக வெளிப்படுத்தியவைதான் முழக்கங்களாக முன்வைக்கப்படுகின்றன. தமிழரின் அற நூலான திருக்குறளை, எளிய மக்களின் கைகளிலும் உதடுகளிலும் கொண்டு சேர்ந்த பங்கு அவருடையது. பள்ளிக்கூடத்தையே தாண்டாத ஒருவர், ஆறு இலக்கண இலக்கிய நூல்களுக்கு உரை எழுதும் அளவுக்கு வளர்ந்திருக்கிறார் என்றால், அதன்பின்னே இருக்கும் உழைப்பைக் குறைத்தா மதிப்பிடமுடியும்? அந்நூல்களில் பிழைகாண்பவர்கள் உண்டு. அது, நூல்களின் பிழையா? காண்பவர்களின் பிழையாயென்பதை காலமே தீர்மானிக்கும். எட்டு கவிதை நூல்கள், பத்துக்கும் மேலான சமூக நாவல்கள், ஆறு சரித்திர நாவல்கள், என எத்தனையோ

யுகபாரதி □ 279

படைப்புகளை அவர் தமிழுக்குத் தந்திருக்கிறார். இவை தவிர, அவர் திரைப்படங்களுக்கும் நாடகங்களுக்கும் எழுதிய வசனங்கள் எண்ணிலடங்காதவை. அத்துடன், கழக உடன் பிறப்புகளுக்கு அவர் எழுதிய கடிதங்கள், கூடவே, அன்றாட சம்பவங்களில் கட்சியின் குரலை தம்முடைய தம்பிகளாகிய தொண்டர்கள் தெரிந்துகொள்ள ஏதுவாக எழுதப்பட்ட மடல்கள், அறிக்கைகள் எனப் பல லட்சம் பக்கங்களை படைப்புகளாக மாற்றியிருக்கிறார். அறிக்கைகளையும் மடல்களையும் நான் படைப்புகளாகவே கருதுகிறேன். "பழம் கனிந்துகொண்டிருக்கிறது. பாலில் எப்போது விழும் என்று முடிவாகவில்லை" எனக் கூட்டணி பற்றி அவர் விடுத்த அறிக்கையும், "கூடா நட்பு கேடாய் முடிந்தது" என்று கூட்டணி முறிவைப்பற்றி அவர் எழுதிய மடலையும் படைப்பின் சிதறல்களாக கருதியே இன்னமும் அரசியல் விமர்சகர்கள் விவாதிக்கிறார்கள்.

ஒரு சந்தர்ப்பதில் அவர் விடுக்கிற அறிக்கையில் தர்க்க நியாயங்களை வைத்து, அதையும் படைப்பாக ஆக்கிவிடும் ஆளுமை அவருடையது. அவர் எழுதியவைகளில் மிக முக்கியமானது, அவருடைய சுயசரிதை நூலான "நெஞ்சுக்கு நீதி". ஆறு பாகங்களாக வெளிவந்துள்ள அந்நூலை வாசித்தால் தமிழக திராவிட இயக்க வரலாற்றை விளங்கிக்கொள்ளலாம். தம்முடைய வாழ்வில் நிகழ்ந்த சம்பவங்கள் முழுவதையும் அந்நூலில் எழுதியிருக்கிறார். பரபரப்பான அரசியல் பணிகளுக்கிடையிலும் அவரால் அத்தனை சம்பவங்களையும் நினைவில்வைத்து எழுத முடிந்திருக்கிறது.

அதே தலைப்பில் 1979இல் அவர் கதை வசனத்தில் ஒரு திரைப்படமும் வந்திருக்கிறது. அத்திரைப்படத்தில் அவர் எழுதிய "நெஞ்சுக்கு நீதியும் / தோளுக்கு வாளும்" என்ற பாடலில், "ஊழல் ஊழல் என்று தினம் பாடினாயே பாட்டு / உன் முகத்தை நீயே கண்ணாடியில் காட்டு / வீண் பழி போடும் வேலை உனக்கு ஆகாதடாங்கப்பா / தூண் ஒன்று உன் தலையில் வீழுமப்பா" என்று எழுதியிருக்கிறார். அத்திரைப்படம் வெளிவந்தபோது எம். ஜி. ஆர். முதலமைச்சராக இருந்திருக்கிறார்.

தம்மீது ஊழல் குற்றச்சாட்டை சுமத்தி, ஆட்சியை

280 □ **நேற்றைய காற்று**

விட்டிறக்கிய எம். ஜி. ஆரின் செயலைக் கண்டிப்பதுபோல அப்பாடல் அமைந்திருக்கிறது. தம்மை ஊழல்வாதியாக சித்திரித்தவரின் ஊழலைப்பற்றிச் சொல்லும் சந்தர்ப்பம் வேறு பாடலாசிரியர் எவர்க்கும் கிடைக்காதது. வாழ்வை அரசியலுடன் பிணைத்துக்கொண்ட அவர், அவ்வரசியலை சினிமாமூலம் தெரியப்படுத்தும் வாய்ப்பையும் பெற்றிருக்கிறார். தன்முனைப்பு மிக்கவராக இருந்த கருணாநிதி, எந்தச் சூழ்நிலையிலும் மனம் தளராமல் பிரச்சனைகளை எதிர்கொண்டிருக்கிறார். பத்திரிகையாசிரியராகவும் இருந்த காரணத்தால் ஒரு செய்தியை அல்லது ஒரு கருத்தை என்ன வடிவத்தில் கொடுக்கலாம் என அவருக்குத் தெரிந்திருக்கிறது. இலக்கியத்தின் அத்தனை வடிவங்களையும் எழுதிப்பார்க்க அசாத்திய திறன் இருந்திருக்க வேண்டும். அத்திறனுக்கு அளவில்லாத உழைப்பை நிபந்தனையில்லாமல் வழங்கியிருக்கவேண்டும். இல்லையெனில், இத்தனை இலக்கிய அரசியல் வெற்றிகளை அவரால் குவித்திருக்க முடியாது.

கல்லூரிகளிலும் பல்கலைக் கழகங்களிலும் பட்டங்களைப் பெற்ற பலபேர் தமக்குப் போட்டியாக இருக்கும்போது, அத்தனைபேரையும் கடந்துவிடும் வசீகரத் தமிழை அவர் வசப்படுத்தியிருக்கிறார். இல்லையெனில், தம்மிலும் சிறந்த வசனகர்த்தாக்கள் தமிழ்த் திரையுலகில் கோலோச்சிக் கொண்டிருந்த காலத்தில், திரைத்துறைக்குள் நுழைந்து, தனக்கான அடையாளத்தையும் அங்கீகாரத்தையும் அவரால் பெற்றிருக்க முடியுமா? ஆயிரம் திரைப்படங்களுக்குமேல் வசனமெழுதிய ஆரூர்தாஸ், தமக்கு வசனத்தில் உந்துதல் ஏற்படக் காரணமே கலைஞர்தான் என்று ஒரு நேர்காணலில் தெரிவித்திருக்கிறார். அவருக்கு மட்டுமல்ல, கலைஞருக்குப் பின் திரைத்துறைக்கு வசனமெழுத வந்த அத்தனைபேரையும் கலைஞர் கவர்ந்திருக்கிறார்.

எந்தத் துறையாயிருந்தாலும், அதில் முத்திரை பதிப்பவர்களாகச் சிலபேரைத்தான் சொல்லமுடியும். அப்படிப்பட்டவர்களே தனக்குப் பின்னே வருகிறவர்களுக்கு வழிகாட்டியாக அமைகிறார்கள். கலைஞரை பொறுத்தமட்டில், முன்மாதிரியோ வகைமாதிரியோ இல்லாமல் தானாக

யுகபாரதி □ 281

வளர்ந்திருக்கிறார். எவருடனும் ஒப்பிட்டுச் சொல்லமுடியாத தன்மைகளைக் கொண்டிருந்த அவர், காலத்தைப் புரிந்துகொண்டு அதற்கேற்ப எழுதியவரில்லை. காலத்தையே தம்பக்கம் திருப்ப எழுதியிருக்கிறார். வசனங்களிலும் பாடல்களிலும் அதற்கான தடயங்களைக் காணலாம். அவரது உள்ளத்தில் இருந்த சமூக நீதிக் கொள்கையை, கதாபாத்திரங்களின் வாயிலாகப் பேச வைத்திருக்கிறார். "அம்பாள் என்றைக்கடா பேசினாள்" என்பது வெறும் வசனமல்ல. அந்த வசனத்திற்குப் பின்னால் சில நூற்றாண்டுகளின் வலியும் வேதனையும் அடங்கியிருந்தன.

யாரையும் பின் தொடராமல், தன்னை பிறர் தொடர ஏதுவான வழியை ஏற்படுத்திய பெருமை அவருடையது. புராண இதிகாசப் பாத்திரங்களுக்கு வசனம் எழுதினால்கூட, அதிலும் தம்முடைய கொள்கைகள் எவை என்பதில் அவருக்குக் குழப்பமே இருக்கவில்லை. பெரும் சர்ச்சையை, பெரும் விவாதத்தைத் தம்முடைய எழுத்துகள் ஏற்படுத்தும் என்று தெரிந்தே பயணத்தைத் தொடர்ந்திருக்கிறார். "துணிவிருந்தால் துக்கமில்லை. துணிவில்லாதவனுக்கு தூக்கமில்லை" என்பதெல்லாம் அனுபவத்தினால் வரக்கூடியதே.

அவரைவிடவும் தமிழ்ப் புலவர்கள், பண்டிதர்கள் இல்லாமல் இல்லை. கலைஞரின் சிறப்பென்பது, தனக்குத் தெரிந்த அல்லது தான் கற்ற அத்தனை இலக்கியத்தையும் ரசனையுடன் பகிர்ந்துகொள்ளப் பழகியதுதான். 1970 என்று நினைவு. அரசுப் பேருந்துகளில் திருக்குறள் எழுதப்பட வேண்டும் என்ற சட்டம் கருணாநிதியின் அமைச்சரவையில் முன்மொழியப் பட்டிருக்கிறது. அதன் மீதான விவாதத்தில் பேசிய காங்கிரஸ் சட்டமன்ற உறுப்பினர் கருத்திருமன், "பெரியாரைப் பேணாது ஒழுகின் பெரியாரால் / பேரா இடும்பைத் தரும்" என்னும் குறள் ராஜாஜி வீட்டிலும், "கற்றதனால் ஆய பயனென்கொல் வாலறிவன் / நற்றாள் தொழாஅர் எனின்" என்னும் குறள் பெரியாரின் வீட்டிலும் எழுதி வைக்கப்படுமா என விளையாட்டாகக் கேட்டிருக்கிறார்.

அது, விளையாட்டு அல்ல. வினை. தமக்கும் தமது கட்சிக்கும் உவப்பில்லாத விஷயத்தை கலைஞர் செய்கிறாரே என்னும் வெறுப்பில் கருத்திருமன் அவ்வாறு கேட்டிருக்கிறார்.

முதல்வர் இருக்கையில் அமர்ந்திருந்த கருணாநிதி எதிர்க்கட்சிஉறுப்பினரின் அதிருப்தியைப் புரிந்துகொண்டு, "ராஜாஜி வீட்டிலும் பெரியார் வீட்டிலும் நீங்கள் சொல்கின்ற குறள்களை எழுதி வைக்கிறோமோ இல்லையோ, "யாகாவா ராயினும் நாகாக்க காவாக்கால் / சோகாப்பர் சொல்லிழுக்குப் பட்டு" என்னும் குறளை உங்கள் வீட்டில் எழுதிவைக்க ஏற்பாடு செய்யப்படும்" என்றிருக்கிறார்.

எவர் எதனால் தம்மை வீழ்த்த நினைக்கிறாரோ, அவரை அதே அஸ்திரத்தில் வீழ்த்தும் வல்லமை அவருடைய தமிழுக்கு இருந்திருக்கிறது. அதுமட்டுமல்ல, திருக்குறளை தமிழர்கள் தங்கள் மறைநூலாகக் கொள்ள வேண்டுமென தொடர்ந்து பரப்பியவரும் அவர்தான். 1963இல் வெளிவந்த 'பூம்புகார்' திரைப்படத்தில் இடம்பெற்ற "வாழ்க்கை என்னும் ஓடம்" பாடலில்கூட தொகையறாவாக "அறன் எனப்பட்டதே இல்வாழ்க்கை" என்னும் குறளையே மேற்கோள் காட்டியிருக்கிறார். கே.பி.சுந்தராம்பாளின் குரலில், "திருக்குறளை மறவாதே, திசைமாறிப் போகாதே" என்று எழுதியது கதாபாத்திரத்தின் குரல் மட்டுமல்ல, அவருடைய குரலும் அதுவே.

அதே பூம்புகார் திரைப்படத்தில் கவுந்தியடிகளாக நடித்த கே.பி.சுந்தராம்பாள் ஒரு பாடல் வரியைப் பாட மாட்டேன் என மறுத்திருக்கிறார். கோவலன் கொல்லப்பட்டதும் மதுரையைக் கண்ணகி எரிப்பதாகக் காட்சி. அக்காட்சிக்குப் பின்னணி ஒலிக்கும் பாடல் வரி "அன்று கொல்லும் அரசின் ஆணை வென்றுவிட்டது / நின்று கொல்லும் தெய்வம் எங்கே சென்றுவிட்டது" என்பதாக இருந்திருக்கிறது. "நின்று கொல்லும் தெய்வம்" என்ற வரியைப் பாடவே கே.பி.சுந்தராம்பாள் மறுத்திருக்கிறார்.

பக்தி நெறியைப் பற்றிய அவர்க்குத் தெய்வத்தை நிந்திப்பதுபோல் அமைந்த அவ்வரியைப் பாடுவதில் தயக்கம். யார் யாரோ எடுத்துச்சொல்லியும் அவ்வரியைப் பாட அவர் மறுக்க, பிரச்சனை பெரிதாகும் சூழலில், "நின்று கொல்லும் தெய்வம் இங்கே வந்துவிட்டது" என வைத்துக்கொள்ளும்படி கருணாநிதியே சொல்லியிருக்கிறார். சென்றுவிட்டது என்றால்தானே நிந்தனை. வந்துவிட்டது என்றால்

யுகபாரதி □ 283

நிந்தனையில்லையே என அடுத்த விநாடியே வார்த்தையைத் திருத்தி பிரச்சனையைத் தீர்த்திருக்கிறார். உண்மையில், ஏற்கெனவே எழுதப்பட்ட வரிகளைவிட திருத்திய வரிகளே கதைக்கும் சூழலுக்கும் பொருந்திவந்திருக்கிறது. குறைந்தபட்ச சமரசங்களைச் செய்துகொள்ளாமல் திரைத்துறையில் நிலைபெறுவது சாத்தியமில்லை. திரைக்குத் தாம் எழுதிய ஒரு பாடலின் பல்லவி பொருந்தவில்லையென்று சம்பந்தப்பட்ட இசையமைப்பாளரோ இயக்குநரோ தெரிவிக்கும்போது, அதை அவர்கள் விருப்பத்திற்கேற்ப மாற்றித் தருவதே ஏற்கத்தக்கது. அப்படியல்லாமல், என் கொள்கைக்கு மாற்றாக எழுத மாட்டேன் என்றால், வாய்ப்பு பறிபோகுமே தவிர, தாம் வேண்டாம் என்று எண்ணிய கருத்தோ வாக்கியமோ இடம்பெறாமல் போவதில்லை.

எண்ணிக்கையில் அதிக பாடல்களை எழுதிய வாலியும் கண்ணதாசனும் இவ்விதமான சமரசங்களுக்கு உட்பட்டே காரியங்களை ஆற்றியிருக்கிறார்கள். எம். ஜி. ஆர் நடித்த "எங்கள் தங்கம்" திரைப்படத்திற்கு கவிஞர் வாலி, இரண்டு பாடல்களை எழுதியிருக்கிறார். அதில் ஒன்று, "நான் அளவோடு ரசிப்பவன்" என்ற ஆரம்ப வரியைக் கொண்டது. இரண்டாவது வரி என்னவாக இருக்கலாம் என யோசித்த வாலிக்கு எதுவும் பிடிபடாமல் போயிருக்கிறது. விஷயமறிந்து குறுக்கிட்ட கலைஞர், "எதையும் அளவின்றிக் கொடுப்பவன்" என்று அடியெடுத்துக் கொடுத்திருக்கிறார்.

வள்ளல் குணமுடைய எம். ஜி. ஆரை அதைக்காட்டிலும் திரைப்பாடலில் எழுதமுடியுமா? என்று வாலியும் வியந்திருக்கிறார். பொருளை அளவின்றி கொடுப்பதில் எம்.ஜி.ஆர். வள்ளலென்றால், பொருளுடைய வரிகளை கவிஞனுக்கே அள்ளித்தந்த வள்ளலாகக் கலைஞரே இருந்திருக்கிறார். "நானும் இந்த நூற்றாண்டும்" என்னும் நூலில், வாலி இதுகுறித்து விளக்கமாக எழுதியிருக்கிறார்.

பாடலைக் கேட்ட எம்.ஜி.ஆர். முதல்வரியைவிட இரண்டாவது வரி அருமையென்று பாராட்டியிருக்கிறார். பதிலுக்கு "நான் செத்துப் பிழைச்சவண்டா" என்னும் பாடலில், கல்லக்குடி போராட்டத்தில் உயிருக்கு அஞ் சாமல் இருப்புப்பாதையில் தலைவைத்துப்படுத்த

284 □ **நேற்றைய காற்று**

கலைஞரை, புகழ்ந்தெழுதும்படி வாலியை எம்.ஜி.ஆர். வேண்டிக்கொண்டிருக்கிறார். அதன்படி, "ஓடும் ரயிலை இடைமறித்து / அதன் பாதையில் தனது தலைவைத்து / உயிரையும் துரும்பாய்த்தான் மதித்து / தமிழ்ப் பெயரைக் காத்த கூட்டமிது" என்று வாலியும் எழுதியிருக்கிறார். எம்.ஜி.ஆரும் கலைஞரும் தங்கள் அன்பைப் பரிமாறிக்கொள்ள இப்படிப் பல பாடல்களையும் வசனங்களையும் பயன்படுத்தியிருக்கின்றனர்.

அரசியல் ரீதியாக இருவரும் பிரிந்தவுடன், வாய்த்த பாடல்களிலும் வசனங்களிலும் ஒருவரை ஒருவர் தூற்றியும் தாக்கியும் எழுதிக்கொண்ட சம்பவங்கள் இப்போதைக்கு அவசியமில்லை. எதையும் அளவின்றிக் கொடுப்பவன் என்னும் பதம், எம்.ஜி.ஆரின் அரசியல் வாழ்வுக்கு எத்தகைய உதவியை, உயர்வை நல்கியதென சொல்லத் தேவையில்லை. ஒரு சில வார்த்தைகளே ஒருவரை நல்லவராகவும் கெட்டவராகவும் மக்கள் மத்தியில் பரப்புகின்றன.

பெயருக்கு முன்னால் பட்டங்களை இட்டுக்கொள்ளும் வழக்கம், திராவிட இயக்கத் தலைவர்களால் தோற்றுவிக்கப்பட்டது. நடிகவேள், கலைஞர், பேரறிஞர், சிவாஜி, பெரியார், மக்கள் திலகம், இலட்சிய நடிகர் எல்லாமே பட்டங்கள்தான். இம்மாதிரியான பட்டங்கள் வழங்கப்பட்டதற்குப் பின்னாலும் அரசியல் உண்டு. திரைப்படத்துறையைக் கைப்பற்றிய திராவிட இயக்கத்தவர்கள், அதிலிருந்து அரசியல் அதிகாரத்தை நோக்கி நகர இப்பட்டங்கள் பயன்பட்டுள்ளன. ஒரு பாடலோ வசனமோ கதாபாத்திரத்தின் குரலாக அல்லாமல், சம்பந்தப்பட்ட நடிகருக்கு வெளி உலகில் என்னமாதிரியான வரவேற்பு இருக்கிறதோ அதை உத்தேசித்து எழுதுவதில் கலைஞர் முன்னோடியாக இருந்திருக்கிறார்.

"வீழ்வது நாமாயினும் வாழ்வது தமிழாகட்டும்" என்பதோ, "இன்றைய செய்தி நாளைய வரலாறு" என்பதோ வெற்று முழக்கங்கள் அல்ல. கலைஞரின் உதடுகள் உச்சரித்த உயிர்ப்புள்ள சொற்கள். "கலைஞரென்றால் தமிழ். தமிழ்த்தாய் வாழ்த்துக்கு என்னை இசையமைக்க வைத்தது என் வாழ்நாள் பேறு" என்று எம்.எஸ்.விஸ்வநாதன் வெளிப்படுத்தியிருக்கிறார். இந்தியாவுக்குத் தேசியகீதம் இருப்பதுபோல், தமிழுக்கும் தமிழருக்கும் ஒரு பாடல்

வேண்டும் என்று யோசித்த நிலையிலேயே கலைஞர் உயர்ந்திருக்கிறார். அதையும் மிக அழகான வரையறைகளை உள்ளடக்கிய மனோன்மணியம் பெ. சுந்தரனாரின் வரிகளைத் தெரிவு செய்ததில், உச்சாணிக் கொம்பிற்குப் போயிருக்கிறார். முழுப்பாடலில் எந்தெந்த வரிகளை நீக்கவேண்டும் எனவும் அவருக்குத் தெரிந்திருக்கிறது.

வரிகளை நீக்கியதில் சிலருக்கு உடன்பாடில்லை. இருந்தும், சர்ச்சைகளைத் தவிர்த்திருக்கிறார். அதையெல்லாம் விட, நிகழ்ச்சியின் இறுதியில்தான் தேசிய கீதம் இசைக்கப்படுகிறது. ஆனால், தமிழ்த்தாய் வாழ்த்தை நிகழ்ச்சிக்கு முன்னால் இசைக்கப்படும்படி செய்திருக்கிறாரே, அது தமிழுக்கும் தமிழருக்கும் அவர் செய்திருக்கும் தனிச் சிறப்பு. அவரே எழுதி ஏ. ஆர். ரகுமானின் இசையில் வெளிவந்த "செம்மொழியான தமிழ்மொழியாம்" என்ற உலகத் தமிழ் மாநாட்டுப் பாடலையும் இவற்றுடன் இணைத்துக்கொள்ளவேண்டும்.

கலைஞர், சமூக வெளிச்சத்திற்கான தீபமாக தமிழை ஏந்திப் பிடித்திருக்கிறார். குமரிக்கடலோரத்தில் 133 அடிக்கு வள்ளுவர் சிலையை நிறுவி, தமிழரின் ஒரே வேதம் குறள்தான் என்பதைக் குறிப்பால் உணர்த்தியிருக்கிறார். "என்னதான் கலைஞரைத் திட்டினாலும், அவரை நேருக்கு நேராக சந்திக்கையில் எந்தப் பெரிய மனிதரும் சரணாகதி அடைந்துவிடுவர்" என கண்ணதாசன் ஒருமுறை கூறியிருக்கிறார். இருவருக்குமிடையே எத்தனையோ மாச்சர்யங்கள் இருந்தபோதும், அவர் அவ்விதம் கூறியதற்குக் காரணம் கலைஞரின் தமிழ்ப் பங்களிப்பென்றே நான் புரிந்துகொள்கிறேன். வனவாசம் என்னும் நூலில், கலைஞரைப் பற்றி கண்ணதாசன் ரசக்குறைவான செய்திகளை சொன்னபோதும், கண்ணதாசனின் தமிழுக்காக மறுப்பேதும் தெரிவிக்காமல் கலைஞரும் கடந்திருக்கிறார். தம்முடைய கட்சித் தொண்டர்களால் மட்டுமல்ல, எதிர்முகாமில் உள்ளவர்களையும் ஈர்ப்பவராகக் கலைஞர் இருந்திருக்கிறார். அந்தக் கவர்ச்சி தமிழால் கிடைத்தது.

மருதநாட்டு இளவரசி திரைப்படத்தில் ஒரு காட்சி. எம். ஜி. சக்ரபாணிக்கும் எம்.ஜி.ஆருக்கும் இடையே நிகழும் வாத பிரதிவாதத்தில் கலைஞர், "நிறுத்து, உன் உபதேசத்தை. இது, குற்றவாளிக்கூண்டு. குருமத பீடமல்ல" என்றொரு வசனத்தை

286 □ நேற்றைய காற்று

எழுதியிருக்கிறார். அத்திரைப்படம் வெளிவந்த காலத்தில் அவ்வசனம் எத்தகைய அதிர்வலைகளை திரையரங்கில் ஏற்படுத்தியதென்று கவிஞர் கலாப்ரியா ஒரு கட்டுரையில் பகிர்ந்திருக்கிறார். “ஆக்கப் பொறுத்தவன் மனம், ஆறப் பொறுப்பதில்லையா?” என்ற வழக்கு மொழியை எடுத்து, “பூமியைத் தோண்டிப் பொன்னைப் புதையல் எடுத்தவன், அது ஆபரணமாகும் வரையாவது காத்திருக்கக் கூடாதா?” எனத் திரைத்தமிழை அழகாக்கிய பெருமை கலைஞருக்குண்டு.

சமூக அரசியல் களத்தில் நிகழ்வதைப் பாடல்களிலும் வசனங்களிலும் எழுதும்முறை கலைஞரிடமிருந்தே தொடங்கியிருக்கிறது. பெரியார், அண்ணா, என். எஸ். கிருஷ்ணன், உடுமலை நாராயணகவி எனப் பலரும் தமக்களித்த வாய்ப்பையும் அங்கீகாரத்தையும் முறையாகப் பயன்படுத்திக் கொண்டிருக்கிறார். வசனமெழுதும் பக்கங்களிலேயே அந்த காட்சி எப்படி வரவேண்டும், என்னென்ன பொருட்கள் அக்காட்சியில் இடம்பெற வேண்டுமென்றும் எழுதியிருக்கிறார். ஓர் இயக்குநருக்குத் தேவையான விஷயங்களையும் அவர் தெரிந்து வைத்திருந்ததாகக் கலைஞரைப் பற்றிய கேள்விக்கு கமலஹாசன் பதிலளித்திருக்கிறார்.

கலைஞர் எழுதிய பழைய வசனப் பிரதிகளை மாடர்ன் தியேட்டர்ஸில் பார்த்த பிரமிப்பிலிருந்தே அவர் அப்படி ஒரு பதிலைத் தெரிவித்திருக்கிறார். கலைஞரின் நினைவாற்றலை வியக்காதவர்கள் இல்லை. கடைக்கோடி தொண்டனின் பெயர்கூட அவர் நினைவில் இருக்குமென்று சொல்கிறார்கள். ஒருமுறை பார்த்துவிட்டால் பிறகு எத்தனை ஆண்டு கழித்தும் அந்த நபரை அந்த நாளை அவர் மறக்காமல் இருந்திருக்கிறார். படித்ததை நினைவிலிருந்து சொல்வதும், அதை நேர்த்தியாக வெளிப்படுத்திப் பாராட்டுப் பெறுவதும் அவருக்கே உரிய கைவந்த கலையாக இருந்திருக்கிறது; வாய்வந்த கலையாகவும்.

மொழி, “ஒருவருக்கு ஒருவர் பேசிக்கொள்ளவும் பழகிக்கொள்ளவும் உதவும் கருவிதானே, அதைத்தாண்டி அதைப் பிடித்துக்கொண்டு தொங்க என்ன இருக்கிறது?” என்பன போன்ற கருத்துகளை அவர் ஒருபோதும் ஆதரித்ததில்லை. இருமொழிக் கொள்கையை ஏற்றாலும்,

தமிழே ஆட்சியிலும் அதிகாரத்திலும் நிர்வாகத்திலும் இருக்க வேண்டும் என விரும்பியிருக்கிறார். "கம்பரசம்" என்னும் தலைப்பில் அண்ணா, கம்பராமாயணத்தை விமர்சித்து எழுதிய நூலை நாமறிவோம். கம்பனின் காப்பியத்தில் சொல்லப்பட்டிருப்பவை முழுக்க முழுக்க விரசங்கள் என்னும் விதத்தில் அந்நூலை அண்ணா எழுதியிருக்கிறார். கம்பனை விமர்சிப்பது அவரின் நோக்கமோ பெரியாரின் நோக்கமோ அல்ல. கம்பனால் முன்வைக்கப்பட்ட ராமாயண நம்பிக்கையைத் தகர்க்க வேண்டும் அவ்வளவே.

கட்டுக்கதைகளால் மக்களின் பகுத்தறிவு பாழ்படுகிறதே என்பதுதான் அவர்களுடைய வாதம். இதையெல்லாம் கேட்டு வளர்ந்த கலைஞரோ, பூம்புகார் திரைப்படத்தில் "அவள் அழகை வர்ணிக்க ஆயிரம் நாவு கொண்ட ஆதிசேஷனே வந்தாலும், கம்பனிடம் ஒன்றிரண்டு கடன் வாங்கவேண்டும்" என்று எழுதியிருக்கிறார். "ஆதிசேஷனே ஆனாலும், அவனுக்கும் கடன் தரும் அளவுக்குக் கம்பனிடம் தமிழ் இருக்கிறது" என்பதுதான் கலைஞரின் பார்வை.

பெரியார், அண்ணாவிடமிருந்து அவர் பெற்ற அரசியல் ஞானமே இலக்கியக் கேள்விகளை எழுப்ப வைத்திருக்கிறது. என்றாலும், சில இடங்களில் அவர்களிடமிருந்து அவர் வேறுபட்டும் மாறுபட்டும் இருந்திருக்கிறார். இலக்கியம் சார்ந்த பார்வைகளில்தான் இந்த வேறுபாடும் மாறுபாடும் இருந்திருக்கிறதே தவிர, அரசியல் களத்தில் பெரிதாக இல்லை என்றே நினைக்கிறேன். பெரியாரிடமிருந்து அண்ணா மாறுபட்டு ஓர் இயக்கத்தைக் கட்டியதுபோல அண்ணாவிடமிருந்து கலைஞர் அரசியல் களத்தில் மாறுபாடு கொள்ளவில்லை. அதே சமயம், திரையிலும் இலக்கியத்திலும் அண்ணா ஏற்கமாட்டார் அல்லது பெரியார் ஏற்கமாட்டார் என்பதற்காக தமக்குத் தோன்றியதை அவர் சொல்லாமல் மறைத்ததாகவும் தெரியவில்லை. தனக்குச் சரியெனப் பட்டதை சாமர்த்தியமாக எழுதியும் பேசியும்விடுவதை வழக்கமாக வைத்திருந்திருக்கிறார்.

பழம்பெரும் இலக்கியங்களில் அவருக்கு ஏற்பும் மறுப்பும் சமவிகிதத்தில் இருந்திருக்கிறது. தனக்குப் பிடித்த தமிழ்க் காப்பியமாகச் சிலப்பதிகாரத்தைச் சொல்லியிருக்கிறார்.

288 □ நேற்றைய காற்று

தமிழரின் மாண்பையும் வீரத்தையும் காட்டக்கூடிய ஒரே காவியமாக அதையே கொண்டாடியுமிருக்கிறார். கண்ணகிக்குச் சிலை நிறுவும் ஆசையும் அதனால்தானோ எனக் கருத இடமிருக்கிறது. காப்பிய கதாபாத்திரங்கள் மூலம் மக்களுடைய அறிவு மழுங்கடிக்கப்படுகிறதே என்று பெரியாரும் அண்ணாவும் பேசிய அதே காலத்தில், கண்ணகியை கொண்டுவந்து முன் நிறுத்தியது, தமிழ்மீது அவர் வைத்திருந்த காதலே அன்றி வேறில்லை.

நவீன இலக்கியவாதிகள் கலைஞரிடம் வேறுபடுவதும் அந்த இடத்தில்தான். சிலப்பதிகாரம் முக்கியமாக மூன்று விஷயங்களை சொல்கிறது. உரைசால் பத்தினியை உயர்ந்தோர் ஏத்தல். அரசியல் பிழைத்தோர்க்கு அறம் கூற்று ஆவது. ஊழ்வினை உருத்துவந்து ஊட்டும் என்பது. மூன்றில் இறுதியாக வரக்கூடிய ஊழ்வினையில் கலைஞருக்கு நம்பிக்கை இருக்க வாய்ப்பில்லை. கடவுளே இல்லை என்ற கொள்கையுடைய அவர், ஊழ்வினையை ஒருபோதும் ஒத்துக்கொள்ளமாட்டார். ஆனால், அரசியல் பிழைத்தோர்க்கு அறம் கூற்று ஆவதும், உரைசால் பத்தினியை உயர்ந்தோர் போற்றுவதும் அவர் சிந்தனைக்கு அப்பாற்பட்டதல்ல.

அறத்தை முன் நிறுத்தியே அரசியல் என்பதில் சிக்கலில்லை. உரைசால் பத்தினி என்பதைத்தான் நவீன இலக்கியவாதிகள் ஏற்க மறுக்கிறார்கள். பத்தினி என்கிற பிம்பம், பெண்ணைக் கீழ்மைப்படுத்தும் செயல் அல்லவா? என்கிறார்கள். சீதைக்கு மாற்றாக கலைஞர், கண்ணகியைக் காட்டினாரே தவிர, கண்ணகியே பெண்ணுக்கான ஏக உதாரணமென்று எங்கேயும் சொல்லவில்லை. கலை இலக்கிய வடிவங்களை அரசியலுக்குப் பயன்படுத்திய ஒரே இயக்கம் திராவிட இயக்கம்தான். ஏனெனில், திராவிட இயக்கம் முன்வைத்த கொள்கைகள், ஏற்கெனவே இருந்த சமூகக் கட்டுமானத்தையும் சாதியக் கட்டுமானத்தையும் தகர்த்தெறிய உருவாக்கப்பட்டவை.

சமகால அரசியலில் இருந்துகொண்டே, வரக்கூடிய எதிர்ப்புகளுக்கோ விமர்சனங்களுக்கோ அஞ்சாமல் அவர் எழுதியும் பேசியும் வந்திருக்கிறார். எண்ணிக்கையில் அதிகமாக எழுதியவர்கள், ஒருகட்டத்தில் கூறியது கூறலைத் தவிர்க்கமுடியாமல் திணறுவார்கள். ஒரே கட்சி, ஒரே

யுகபாரதி □ 289

கொள்கை என்றாலும், தமது பேச்சிலும் எழுத்திலும் கலைஞர், அந்தச் சவாலை நுனி பிசகாமல் தாண்டியிருக்கிறார். கூறியது கூறல் கருத்துகளில் தென்பட்டாலும், வார்த்தைகளில் கூறியது கூறலை அறவே தவிர்த்திருக்கிறார். கட்சிக்கான முழக்கங்களை முன் வைக்கையிலும், அவருக்கே உரிய ஆற்றல் வெளிப்பட்டிருக்கிறது. கட்சிக்கான முழக்கங்களைக்கூட, தாரக மந்திரமாக மாற்றும் வல்லமை அவருக்கு வாய்த்திருக்கிறது. 'உறவுக்குக் கை கொடுப்போம், உரிமைக்குக் குரல் கொடுப்போம்', 'மத்தியில் கூட்டாட்சி, மாநிலத்தில் சுயாட்சி', 'சொன்னதைச் செய்வோம், செய்வதைச் சொல்வோம்' போன்ற முழக்கங்கள் இன்றும் மக்கள் மத்தியில் புகழ்வாய்ந்த முழக்கங்களாக இருக்கின்றன.

கலைஞரின் அரசியல் கலை உலக வாழ்வை எண்ணுந்தோறும் மேலே காணப்படும் மூன்று முழக்கங்களும் முக்கியமாகப்படுகின்றன. மத்திய மாநில அரசுகளின் இன்றைய செயல்பாடுகள் அம்முழக்கங்களைக் கேள்விக்கு உட்படுத்தியுள்ளன. மொழியும் இனமுமே ஒரு பாடலாசிரியனின் அடையாளம் என்பதை மாற்றி, அவனே அவற்றைக் காக்கும் பொறுப்புடையவன் எனக் கலைஞர் நிறுவியிருக்கிறார்.

ஐந்துமுறை முதல்வராக இருந்த ஒருவர் திரைப்பாடல்கள் எழுதியிருக்கிறார் என்பது பெருமையல்ல. அவருக்கு முன்னே முதல்வராக இருந்த எவருமே திரைப்பாடல்கள் எழுதியதில்லை என்பதே அவருக்கான கூடுதல் பெருமையாக மாறியிருக்கிறது. அவரிடம் ஒருமுறை "உங்கள் கவிதையில் உங்களையே பிரமிக்க வைத்த வரி எது?" என்று கேட்கப்பட்டிருக்கிறது. அதற்கு அவர், "மானம் அவன் கேட்ட தாலாட்டு / மரணம் அவன் ஆடிய விளையாட்டு" என்று பதிலளித்திருக்கிறார். மரணத்திலும் முடியாத அவருடைய தமிழ் விளையாட்டு ரசிப்பதற்கு மட்டுமல்ல.

எம்.ஜி.வல்லபன்

மீன்கொடித் தேரில் மன்மதராஜன்

தமிழ்த் திரையிசைப் பாடல்களின் இன்றையத் தரம் குறித்து பேசவோ எழுதவோ வருகிறவர்கள், எண்பதுகளில் வெளிவந்த திரைப்பாடல்களைக் குறிப்பிடாமல் இருப்பதில்லை. பெரும்பாலும், எண்பதுகளில் வெளிவந்த பாடல்களில் இருந்துவந்த தமிழ் அடையாளமும் மரபும் இன்றையத் திரையிசைப் பாடல்களில் இல்லை என்பதுதான் அவர்கள் சொல்ல வருவது. எப்போதும் இப்படிக் குறைபட்டுக்கொள்வது சிலருக்கு வியாதி என்று கடந்துசென்றாலும், அக்கருத்தில் பொதிந்துள்ள உண்மையை மறுப்பதற்கில்லை.

எண்பதுகளில் வெளிவந்த பாடல்களையும் அதற்கு முந்தைய தலைமுறையினர் அப்படித்தான் விமர்சித்திருக்கின்றனர். ஆக, பதின் பருவத்தில் நம்முடைய நினைவுகளில் எவை சிறந்ததாகப் பதிகிறதோ அதையே வாழ்நாள் முழுக்க நம்பி, அதற்குப் பின்னால் வந்தவற்றைக் குறைத்து மதிப்பிடுவது வாடிக்கையான விஷயம். நிஜத்தில், காலத்தின் மாறுதலுக்கேற்ப அளவுகோல்கள் மாறுகின்றனவே தவிர, விமர்சனங்கள் தொடர்ந்தபடியே இருக்கின்றன.

யுகபாரதி □ 291

கூத்துக்கலையிலிருந்து நாடகத்தையும் நாடகத்திலிருந்து திரைப்படக் கலையையும் கட்டமைத்த நம்முடைய முன்னோர்கள், பாடல் என்பதை இசை மரபின் அடையாளமாகவே புரிந்துவைத்திருக்கின்றனர்.

சங்க காலந்தொட்டு பாடலின் வாயிலாகக் கதைசொல்லிய சமூகம் நம்முடையது என்பதால் மேற்கத்திய கலை வடிவமான சினிமாவை, தமிழர்கள் தங்களுக்கே உரிய தனித்த லட்சணங்களைப் பொருத்தித்தான் ஏற்றிருக்கிறர்கள். உண்மையில், தமிழ்ச் சமூகம் எப்பொழுதுமே எந்தக் கலையையும் அப்படியே சுவீகரித்துக்கொண்டதில்லை. தனக்குரிய பண்புகளையும் அடையாளங்களையும் இழந்துவிட்டு, அது எந்த ஒரு கலையையும் கொண்டாடியதில்லை. இசையிலும் ஓவியத்திலும்கூட அதே அலகுகளை வைத்தே நம்முடைய கலைஞர்கள் தங்களுக்கான பாணியைத் தகவமைத்துக்கொண்டிருக்கின்றனர்.

பாடப்படுவதால் பாடல் என்ற தளத்திலிருந்து, பாடல்களின் முக்கியத்துவத்தை போற்றுபவர்களாகத் தமிழர்கள் இருந்திருக்கின்றனர். இன்றைக்குக்கூட நவீன சினிமாக்காரர்கள் பாடல்களை அசூயையாகக் கருதினாலும், பாடல்கள் இடம்பெறாத திரைப்படங்களைத் தமிழ் ரசிகர்கள் அவ்வளவாக விரும்பாததற்கு அதுவே காரணம். திரைப்படங்களுக்குப் பாடல்கள் தேவையா, இல்லையா என்பது குறித்த விவாதத்திற்குள் நான் போகவில்லை.

பாடல்கள் இடம்பெறாத தமிழ்த் திரைப்படங்கள், தமிழ்த் திரைப்படமே இல்லை என்பதுதான் என் அபிப்ராயம். தவிர, தமிழ் இலக்கியப் பாரம்பரியம் எத்தகைய அடர்த்தியையும் தொடர்ச்சியையும் கொண்டுள்ளனவோ அதேவிதமான அடர்த்தியையும் தொடர்ச்சியையும் திரைப்பாடல்களும் கொண்டுள்ளன. இந்நூலின் முதலிலேயே இதுகுறித்துச் சொல்லியிருக்கிறேன். எனினும், நினைவூட்டலுக்காக மீண்டும் ஒருமுறை சொல்லவேண்டியது அவசியமாகிறது.

திரைப்படப்பாடல்களுக்கு இலக்கிய அந்தஸ்தைப் பெற்றுத்தர வேண்டிய கடமையோ கவலையோ இசை ரசிகர்களுக்கு முக்கியமில்லை. கேட்டு இன்புறுவதைத் தவிர,

292 □ நேற்றைய காற்று

அவர்கள் வேறொன்றும் அறியாத பாமரர்கள். பிடித்திருந்தால் பாராட்டுவார்கள். இல்லையென்றால், குறுக்கே ஓடும் ஓடையைத் தாண்டுவதைப் போல வெகு இயல்பாகத் தாண்டிவிடுவார்கள். நூறாண்டுக்காலத் தமிழ் சினிமாவில் அகம் சார்ந்தும் புறம் சார்ந்தும் எத்தனையோ மாற்றங்கள் நிகழ்ந்துள்ளன.

தொழில் நுட்ப ரீதியிலான வளர்ச்சிக்குத் தன்னை ஆட்படுத்திக்கொண்ட தமிழ்த் திரைப்படங்கள், கருத்தையும் பாட்டையும் இன்னும் கைவிடவில்லை என்பது ஆறுதல். அதுவே சிலருக்கு எரிச்சலை ஏற்படுத்துகிறது. எதார்த்த சினிமாவில் எதற்குப் பாட்டு என்று அவர்கள் கேட்கிறார்கள். காலந்தோறும் மாறிவரும் சினிமாவில், இன்னும் பாடல்களைக் கட்டிக்கொண்டு அழவேண்டுமா? என்கிறார்கள். சிலர் பாடல்களே இல்லாத திரைப்படங்களை எடுத்து, இதுதான் அசல் சினிமா எனவும் சொல்ல விழைகிறார்கள். ஆனாலும், சினிமாவிலிருந்து பாடல்களை நீக்கும் முயற்சியில் அவர்கள் இன்னுமே வெற்றி பெறவில்லை.

உலக சினிமாவிலிருந்து இந்திய சினிமாவும் தமிழ் சினிமாவும் ஏனைய பிராந்திய மொழி சினிமாக்களும் இந்த இடத்தில்தான் வேறுபடுகின்றன. இந்தியா என்கிற ஒற்றை அடையாளத்திற்குள் தமிழ்த் திரைப்படங்களோ ஏனைய பிராந்திய மொழித் திரைப்படங்களோ பொருந்துவதில்லை. இன்னும் சொல்லப்போனால், தென்னிந்திய சினிமா வேறு. வட இந்திய சினிமா வேறு. இங்கேயே இத்தனை மாறுபாடுகளும் வேறுபாடுகளும் உள்ளபோது, உலக சினிமா இலக்கணத்தைக் கொண்டுவந்து ஒப்பிட்டுக்கொண்டிருப்பதில் ஒரு பிரயோசனமுமில்லை.

இப்பொழுதுகூட தென்னிந்திய சினிமாவில் இடம்பெறும் பாடல்கள், வட இந்திய சினிமாப் பாடல்களுக்கு சவால்விடும் விதத்தில்தான் அமைகின்றன. இங்கே உள்ள இசைக் கோர்ப்பு முறைகளும் வாத்தியப் பிரயோகங்களும் வித்தியாசமான ஒலிக்குறிப்புகளைக் கொண்டுள்ளன. அதிலும், தமிழ்த் திரையிசை கூடுதல் விசேஷமுடையது. பிரதேச அடையாளங்களைக் கொண்டிருப்பதால் தமிழ்த் திரையிசை தனித்து விளங்குவதாகக் கருதலாம். அதே சமயத்தில்,

யுகபாரதி □ 293

வேறு மொழிப் பாடல்களிலிருந்து தமிழ்த்திரையிசை தெளிவான கட்டமைப்பைக் கொண்டுள்ளது கவனிக்கத்தக்கது. வார்த்தைகளுக்கு சிராய்ப்பு ஏற்படாமல் பாடல்களைக் கேட்கும் பழக்கம் நம்முடையது.

வார்த்தைகள் தெளிவாகப் புரியவில்லை என்றால் இசை மோசமாக இருக்கிறது என்று சொல்லும் வழக்கத்தை நாம் கொண்டிருக்கிறோம். அமைக்கப்பட்ட மெட்டுக்கு துல்லியமான ஒலியுடைய வார்த்தைகளைக் கொடுப்பவர்களே இங்கே கவியரசர்களாகிறார்கள். கவியரசுப் பட்டம் போதாதவர்கள் கவிப்பேரரசு ஆகிறார்கள்.

இசைக்கு ஏற்ப வார்த்தைகளைப் பொருத்துவதற்கு ஏதுவான மொழியாகத் தமிழ் இருக்கிறது. "தனனா" என்ற ஒலிக்குறிக்கு "கனவா, மலரா, நிலவா" என மிகப் பொருத்தமான சொற்களைத் தரக்கூடிய மொழி, தமிழ் மட்டுமே என்று நான் சொல்ல மாட்டேன். தமிழும் ஒன்று என்றுதான் சொல்லுவேன். யாமறிந்த மொழிகளிலே என்று சொல்லுவதற்கு எனக்கென்ன பத்துமொழியா தெரியும்? தெரிந்தது தமிழும் ஆங்கிலமும் மட்டுமே என்பதால் மற்ற மொழிக்காரர்களின் ஏச்சுக்கும் பேச்சுக்கும் ஆளாக நான் தயாரில்லை.

உருது சொற்களில் பாண்டித்தியம் உடையவர்கள், தமிழுக்கு நிகராக உருதுவையும் இசை மொழியாகக் கருதுகிறார்கள். ஏழு ஸ்வரங்களுக்குள் இசை அடக்கம் என்பதுபோல மூன்று ஒலிக்குறிக்குள் தமிழின் மொத்த சந்தங்களும் அடங்கிவிடுகின்றன. குறில், நெடில், ஒற்று என்பதை விவரித்து, இலக்கணச் சலிப்பை உண்டாக்க விரும்பவில்லை.

சாஸ்திரிய இசைப் பரிச்சயமுடையவர்கள், தமிழிசையை ஒருகாலத்தில் ஒதுக்கிவந்தாலும், இசைக்கு லகுவாக வார்த்தைகளைத் தமிழாலும் தரமுடியும் என்பதை பின்னரே ஏற்றுக்கொண்டனர். தெலுங்குக் கீர்த்தனைகளின் ஆதிக்கம் மிகுந்த சூழலில், தமிழிசை அதற்கு எதிரான குரலை எழுப்பியிருக்கிறது. தமிழிசையை இயக்கமாக வளர்த்தெடுக்க எத்தனையோ தமிழறிஞர்களும் அரசியல்

தலைவர்களும் பாடுபட்டிருக்கின்றனர். அட்சர சுத்தமாக இரண்டு மொழிகளிலும் பாடத் தெரிந்தவர்கள், தமிழும் தெலுங்கைப்போல பாடுவதற்குத் தோதான மொழியே என்பதை மறுக்கமாட்டார்கள். அக்கீர்த்தனைகளில் விரவிவருகின்ற பாவங்கள், மொழியினால் விளைவதல்ல. பாடுபவரின் கற்பனையினாலும் குரலினாலுமே மேம்படுகின்றன. ஆபிரகாம் பண்டிதரின் "கருணாமிருத சாகரம்" என்னும் நூல், அதன் அடிப்படையை விளக்கியே எழுதப்பட்டிருக்கிறது. தெலுங்குப் பாடல்களுக்கு எந்தவிதத்திலும் தமிழ்ப் பாடல்கள் குறைவில்லை என்பதை நிறுவுவதற்காக அவர் அவ்வாய்வு நூலை எழுதவில்லை. தமிழிசையின் நுட்பங்களை விவரிக்கவே முயன்றிருக்கிறார். தெலுங்கைவிட, தமிழ்மொழி வயதினாலும் வளத்தினாலும் மூத்தது. எனவே, தெலுங்குக் கீர்த்தனைகளை ஒப்பிட்டு தமிழின் சிறப்புகளை அலசவேண்டிய அவசியமில்லை.

இசை என்றால் திரையிசை மட்டுமல்லை. இசையின் ஒரு வடிவமாகத் திரையிசை இருக்கிறது. ஃபியூஷன் என்று சொல்லக்கூடிய விதத்தில்தான் திரையிசை அமைகிறது. என்றாலும், நம்முடைய இசை ரசிகர்கள் அதுபற்றியெல்லாம் அக்கறை கொள்வதில்லை. இளையராஜாவும் ஏ.ஆர். ரகுமானும் ஆக்கியளிக்கும் இசையைத் தவிர, அவர்கள் வேறு எந்த இசையையும் கேட்கப் பிரியப்படுவதில்லை. மேடைகளில் பாடப்படும் கீர்த்தனைகளையோ தனிப்பாடல்களையோ அவர்கள் ஒரு பொருட்டாகவே கருதுவதில்லை.

யாரோ சிலபேர் மட்டும் கேட்கக்கூடிய ஒன்றாக, அதை சர்வ சாதாரணமாகக் கடந்துவிடுகிறார்கள். எண்ணிறைந்த இசைமேதைகள் திரைக்கு வெளியே இருக்கிறார்கள். இசையைத் தன் வாழ்வின் ஆதாரமாகக் கொண்டு இயங்கிவரும் அவர்களை, சினிமாவில் என்ன பாட்டு பாடியிருக்கிறார்கள் எனக்கேட்டு சங்கடப்படுத்தும் நிலைதான் இன்றுமிருக்கிறது.

அப்படியான இசைமேதைகளை நம்மூர் இசை ரசிகர்கள், பத்மஸ்ரீயோ பத்ம விபூசனோ வாங்கும்போதுதான் அறிவார்கள். அதிலும், அவர்கள் வாய்ப்பாட்டுக்கு வாங்கினார்களா?, வாத்திய இசைப்புக்கு வாங்கினார்களா? என்று தெரிந்துகொள்ளமாட்டார்கள். கர்நாடகப் பாடகி

யுகபாரதி □ 295

சுதாரகுராமனை மேடையில் வைத்துக்கொண்டு, நம்முடைய தமிழக அமைச்சர் திண்டுக்கல் சீனிவாசன், நீங்கள் நாட்டியமாடுபவரா எனக்கேட்டது நினைவிருக்கலாம். இதுதான் தமிழ்நாட்டில் இசைக்கான இடம். ஆனாலும், சினிமாப் பாடல்களை அவர்கள் ரசிக்காமலில்லை. இசைப்புலமை மிக்கவர்கள் சினிமாப் பாடல்களைக் குறைத்து மதிப்பிட்டாலும், அதைக் கொண்டாட்டத்திற்கு உரியதாக மக்கள் நினைக்கிறார்கள்.

சினிமாப் பாடல்கள் அடைந்திருக்கும் உச்சத்தை ஏன் ஏனைய பாடல்கள் அடையவில்லை என்பது தனி விவாதம். நல்ல ஓவியத்தை நல்ல சிற்பத்தை நல்ல கவிதையை விளங்கிக்கொள்வதில் ஏற்பட்டுள்ள இடைவெளி, நல்ல இசையைக் கேட்பதிலும் ஏற்பட்டிருக்கிறது. நல்ல இசையை நுகரும் பயிற்சி நமக்கு வாய்க்கவில்லை அல்லது இசை என்றால் அது ஏதோ பெரிய சமாச்சாரம் என்று ஒதுங்கிக்கொள்ளும் நிலைக்குத் தள்ளப்பட்டிருக்கிறோம். தமிழ் மக்கள் இசைவிழாக்கள் தொடர்ந்து நடத்தப்பட்டும்கூட, நல்ல இசையை நாமின்னும் கண்டடையவில்லை. இசையென்பது வார்த்தைகளுக்கு வெளியே இருக்கிறது. ஒரு காலம்வரை நம்முடைய கவிஞர்களும் இசையறிவு மிக்கவர்களாக இருந்திருக்கிறார்கள்.

தங்களுடைய பாடல்களில் பயின்றுவரும் ராகத்தின் பெயரைக் குறிப்பிட்டு எழுதும் வழக்கமும் இருந்திருக்கிறது. கவிதை எழுதுபவரின் முதல் தகுதியாக இசையை வைத்திருக்கிறார்கள். அந்த இசை ஒழுங்குகளுக்கு ஏற்ப யாப்பு அமைந்திருக்கிறது. அறுசீர் விருத்தம், எண்சீர் விருத்தம் என்று சொல்லக்கூடிய விருத்தப்பாக்களிலும் இசையின் தாளத்திற்கேற்ப கவிதைகளை வடிக்கும் ஆற்றலை அந்தக் காலத்துப் பாணர்கள் பெற்றிருக்கின்றனர். பாரதி,பாரதிதாசன் போன்றோர் நாட்டுப்பாடல்களில் உள்ள இசை ஒழுங்குகளை, தங்கள் கவிதைகளில் கொண்டுவர முயன்றிருக்கிறார்கள். குறவஞ்சி முதலான இலக்கிய வகைகளில் உள்ள சந்தங்களை உற்றுணரும் பயிற்சியில்லாமல் ஒருவர் நல்ல கவிஞராக ஆக முடியாது என்னும் எண்ணம் அன்றிருந்திருக்கிறது.

புதுக்கவிதை என்ற வடிவத்தால் தமிழ்க் கவிஞர்கள்

296 □ **நேற்றைய காற்று**

இழந்த முதன்மையான ஒன்று, சந்தத்திற்குப் பாடலோ கவிதையோ எழுதும் பயிற்சி. எதுகை மோனையை விடுத்து இயல்பாக எழுதினால் போதுமென்று வந்ததால், மரபுப் பயிற்சி அறவே இல்லாமல் போய்விட்டது. ஒருமை பன்மை மயக்கங்களைக்கூட சரிவரப் புரிந்துகொள்ளாமல் எழுதிவரும் எத்தனையோ பேர் நவீனக் கவிஞர்களாக வலம் வருகிறார்கள். அவர்களில் சிலர், திரைப்படங்களுக்குப் பாடல்களும் எழுதியிருக்கிறார்கள். மரபுப் பயிற்சியில்லாத காரணத்தால் அவர்களால் இசைக்கேற்ப வார்த்தைகளைப் போட முடியாமல் திணறியிருக்கிறார்கள். தனனன்னா, தனனன்னா என்ற தத்தகாரத்தை உள்வாங்கி, அதற்கேற்ப வார்த்தைகளை இட்டு நிரப்புவது பெரிய கம்பசூத்திரமா? என ஒரு சந்தர்ப்பதில் நக்கலாகக் கேட்ட அவர்கள், அந்த தனனன்னா தனனன்னாவுக்கு எப்படி வார்த்தைகளைப் போடுவது என என்னிடமே கேட்ட சூழல்கள் நிறையவே உண்டு.

எண்பதுகளில் திரைப்பாடல் எழுதிக்கொண்டிருந்த அல்லது எழுத வந்த பாடலாசிரியர்கள் பலரும் யாப்புப் பயிற்சி பெற்றிருந்தார்கள். புதுக்கவிதைகளால் அறியப்பட்ட நா. காமராசன், மு. மேத்தா, வைரமுத்து போன்றோர்க்கு திரைப்பாடல் சித்திக்கக் காரணம், அவர்கள் இயல்பாகவே பெற்றிருந்த மரபுப் பயிற்சிதான். இசைப்பயிற்சி இல்லாதபோதும், அதை ஈடுசெய்யக்கூடிய தகுதியாக யாப்பை அவர்கள் கற்றிருந்தார்கள்.

மேற்கூறிய மூவரும் தமிழிலக்கிய மாணவர்கள். எனவே, அவர்கள் தமிழைக் கற்றிருப்பதில் ஆச்சரியமில்லை. இளவயதிலிருந்தே பாட்டுடனும் இசையுடனும் புழங்கிய கங்கைஅமரனும் அப்படித்தான். எந்தச் சந்தத்திற்கும் வார்த்தைகளை இட்டு நிரப்பும் சாகசக் கலையை அவர் தன்னுடைய சகோதரர்களிடமிருந்து பெற்றிருந்தார். ஆனால், ஒரு பாடலாசிரியராக என்னை திரும்பத் திரும்ப வியப்பில் ஆழ்த்தியவர் எம். ஜி. வல்லபன்தான். பத்திரிகையாளராகப் பணிபுரிந்துகொண்டே பாடலாசிரியரானதாலோ என்னவோ அவர்மீது எனக்கேற்பட்ட பெருமித உணர்வுகள் குறையவே இல்லை. எண்ணிக்கையில் முந்நூறு பாடல்களுக்குமேல்

யுகபாரதி □ 297

எழுதியிருப்பதாகக் தகவல்கள் சொல்கின்றன. ஆனால், இணையத்தில் காணக் கிடைப்பவை நூறு பாடல்களுக்கும் குறைவே. அவரிடம் நெருங்கியிருந்தவர்களிடம் விசாரிக்கையில் நூற்றுக்கும் குறைவான பாடல்களே அவர் எழுதியிருக்கிறார் என்றனர்.

பாரதிராஜா, பாலுமகேந்திரா, பாக்யராஜ் ஆகியோரிடம் உதவியாளராக இருந்தவரும் பாடலாசிரியருமான கவிஞர். அறிவுமதியின் பெயரை முதலில் திரையில் காட்டிய பெருமை எம். ஜி. வல்லபனையே சேரும். அறிவுமதி மட்டுமல்ல, எழுத்தாளர் சுஜாதாவையும் திரையில் காட்டிய பெருமை அவருடையது. எழுத்தாளர் சுஜாதா மீதும் அவர் எழுத்துகள் மீதும் அபிமானம் கொண்டிருந்த வல்லபன், அவரைத் தான் இயக்கிய “தைப்பொங்கல்” திரைப்படத்தில் நடிக்க வைத்திருக்கிறார். சுஜாதாவுக்கே சொல்லாமல் படப்பிடிப்பைக் காண வாருங்கள் என அவரையும் அவருடைய துணைவியாரையும் அழைத்திருக்கிறார்.

தன் எழுத்துகள் மீது அபிமானம் கொண்டவர் அழைக்கிறார் என்று சுஜாதாவும் போயிருக்கிறார். போனால் ‘அடுத்த காட்சி உங்களுக்குத்தான் வாருங்கள்’ என அழைக்க, சுஜாதா பதறியிருக்கிறார். “நானாவது, நடிப்பதாவது” என்று விலகி ஓடிய சுஜாதாவிடம் ‘படத்திலும் நீங்கள் எழுத்தாளராகவே வருகிறீர்கள். கதாநாயகி ராதிகா, எழுத்தாளர் சுஜாதாவை சந்திப்பதுபோல் காட்சி. இந்தக்காட்சியில் வேறு ஒருவரையா சுஜாதாவாகக் காட்டுவது?’ எனக்கூறி. சம்மதிக்க வைத்திருக்கிறார். “படப்பிடிப்புக்குக் கூப்பிட்டு, தன்னோடு உங்களை இருக்கவைத்து, புகைப்படம் எடுத்து பத்திரிகைகளுக்குக் கொடுப்பாரென்று நினைத்தால் இவர், உங்களை வைத்து திரைப்படமே எடுத்துவிட்டாரே” என திருமதி. சுஜாதா சொல்லியிருக்கிறார்.

தன்னால் நேசிக்கப்படுபவர்களையும் தன்னை நேசிப்பவர்களையும் பிரித்துப்பார்க்காமல், அவர்கள் உயரத்தை உலகுக்குக் காட்டுவதில் எம்.ஜி. வல்லபன் குறியாயிருந்திருக்கிறார். “பொண்ணு ஊருக்குப் புதுசு” என்னும் திரைப்படத்தில் முதல் பாடலை எழுதிய அவர், கொஞ்சம் காலம் பள்ளி ஆசிரியராகவும் அதன்பின்

பத்திரிகையாசிரியராகவும் இருந்திருக்கிறார். பாடகி எஸ்.பி. ஷைலஜாவுக்கும் அதுவே முதல் பாடல். "சோலைக் குயிலே காலைக் கதிரே" என்று ஆரம்பிக்கும் அப்பாடல் 1979 இல் வெளிவந்தது. வெளிவந்த காலத்திலிருந்து இன்றுவரை பலராலும் கொண்டாடப்படும் பாடலாக அப்பாடல் இருந்து வருகிறது.

அப்பாடலுக்கான ஊதியத்தைக்கூட பெறாமல் அப்போது தில்லியில் நடந்த திரைப்படவிழாவுக்குக் கிளம்பியிருக்கிறார். பின், தொகையை மக்கள் தொடர்பாளராக இருந்த சித்ராலட்சுமணனிடம் தில்லிக்கே கொடுத்தனுப்பியதாக கதாசிரியர் ஆர். செல்வராஜ் குறிப்பிட்டிருக்கிறார். அவர் பாடலாசிரியாக இருந்தபோதிலும், தீவிர சினிமாவை நோக்கியே ஓடியிருக்கிறார். இளையராஜா திரைத்துறைக்கு வருவதற்கு முன்பாகக் கதாசிரியர் செல்வராஜ் மூலம் அவருடன் பழகியிருக்கிறார்.

சோலைக்குயிலே பாடலை அடுத்து, அவர் 'குங்குமக்காரி' என்னும் திரைப்படத்திற்கு ஒரு பாடலை எழுதியிருக்கிறார். ஆனால், அப்படம் பாதியிலேயே நின்றுபோக அப்பாடல் வெளிவராமல் இருந்திருக்கிறது. பாடலின் சிறப்பைக் கணித்திருந்த இளையராஜா அதை எப்படியாவது பயன்படுத்தவேண்டும் என எண்ணியிருக்கிறார். அதன் விளைவாக "கரும்பு வில்" திரைப்படத்தில் அப்பாடலைச் சேர்த்திருக்கிறார். அந்தப்பாடல்தான் "மீன்கொடி தேரில் மன்மதராஜன்". அப்பாடல் வெளிவந்த பிறகு எம்.ஜி. வல்லபனின் பெயர் திரையுலகினரால் கண்டுகொள்ளப்பட்டிருக்கிறது.

"காலையில் தோழி நகக் கோலமும் தேடி / காண நாணம் கூடுதே / மங்கள மேளம் சுக சங்கம கீதம் / காமன் கோயில் பூஜையில் / நானே உனதானேன் நாளும் சுபவேளைதானே" என்று அப்பாடலின் சரணத்தை எழுதியிருப்பார். மோகன ராகத்தில் அமைந்த அப்பாடலில், "மங்கள மேளம் சங்கம கீதம்" என்பது அடிக்கடி என் நினைவை மோதும்வரி. அதன் பாதிப்பில்தான் மன்மதராசா என்னும் பதத்தை என்னையுமறியாமல் பயன்படுத்தினேனோ என்னவோ? ஒருமுறை எழுத்தாளர் செந்தூரம் ஜெகதீஷிடம் பாடலாசிரியர்

யுகபாரதி □ 299

எம்.ஜி. வல்லபனைப்பற்றிப் பேசிக்கொண்டிருந்தேன். நவீன இலக்கிய பரிச்சயமுடையவரும் நல்ல நண்பருமான ஜெகதீஷ், எம்.ஜி. வல்லபனை மிக நேர்த்தியான சொற்களால் பகிர்ந்துகொண்டார். "சினிமா பத்திரிகை என்றால் நடிகைகளின் கவர்ச்சிப்படங்கள், கிசுகிசுக்கள் இன்னபிற ஆபாசங்கள் மட்டுமே இடம்பெறும் என்னும் நிலையை மாற்றியதில் வல்லபனுக்குப் பெரும் பங்குண்டு" என அவர் அந்த சந்தர்ப்பத்தில் தெரிவித்தது இன்னமும் என் நினைவில் இருக்கிறது. அதற்கு முன்புவரை ஜெகதீஷின் வார்த்தைகள் யார் ஒருவரைப் பற்றியும் அத்தனை புளகாங்கிதத்தோடு வெளிப்பட்டதில்லை.

பத்திரிகையாளராக அவருடைய பங்களிப்பு திரைப்பாடல் பங்களிப்பை காட்டிலும் கூடுதலானது. தமக்குக்கீழே பணியாற்றிய இளைஞர்களை நண்பர்களைப் போலவே நடத்தியிருக்கிறார். தற்போது 'குங்குமம்' பத்திரிகையில் ஆசிரியராயிருக்கும் கே.என். சிவராமன் அவரிடம்தான் பாலபாடத்தைக் கற்றிருக்கிறார். பேசும்போது திக்கக்கூடிய பிரச்சனை அப்போதும் அவருக்கு இருந்திருக்கிறது. அதை வல்லபனிடம் வேலைக்குச் சேரும்போதே சொல்லியிருக்கிறார்.

அதற்கு வல்லபன், 'ஒரு பத்திரிகையாளனுக்கு எழுத்துத்தான் திக்கக் கூடாது; பேசும்போது திக்கினால் பரவாயில்லை' என்று சொல்லி சோர்ந்திருந்த அவரை உற்சாகப்படுத்தியிருக்கிறார். வல்லபனின் படைப்புகளைத் தொகுக்கும் முயற்சியில் இறங்கியுள்ள பத்திரிகையாளர் அருள் செல்வனையும் அவர் அப்படியே நம்பிக்கையூட்டி வளர்த்திருக்கிறார்.

அட்டையிலிருந்து அட்டைவரை பார்க்கக் கூடியதாக மட்டுமே இருந்துவந்த சினிமா பத்திரிகையை, படிக்கக்கூடிய பத்திரிகையாக அவரே உருவாக்கியிருக்கிறார். அதன் விளைவாகத்தான் தமிழ் ரசிகர்கள் நிமாய்கோஷையும் சத்யஜித்ரேவையும் ஷியாம் பெனகலையும் அடூரையும் தகழியையும் அறிந்துகொள்ளும் வாய்ப்பு ஏற்பட்டிருக்கிறது. நவீனச் சிற்றிதழ்களில்கூட வெளிவராத பல அரிய தகவல்களை உள்ளடக்கி வெளிவந்த பிலிமாலயா, சினிமா பத்திரிகைகளின் முன்மாதிரியாக அமைந்திருக்கிறது. அதில், எம். ஜி. வல்லபனால் தொடர்ந்து எழுதப்பட்டுவந்த

“ஜீனியஸ்” கேள்வி பதில் பகுதி குறிப்பிடத்தக்கது. ஒரு பத்திரிகையாளனுக்கு இருக்க வேண்டிய அடிப்படைக் குணங்களில் ஒன்றான கேள்வி எழுப்புதலை அவர் இறுதிவரை செய்து வந்திருக்கிறார்.

தனிப்பட்ட ஆதாயங்களுக்காக பிரபலங்களைத் தட்டிக்கொடுக்கும் பழக்கம் அவரிடம் அறவே இருந்ததில்லை. அன்றைய சினிமா பிரபலங்கள் பலருடனும் அவருக்கு நெருங்கிய தொடர்பிருந்தும், பாடல் வாய்ப்புக்காக அவர் யாரிடமும் போய் நிற்கவில்லை. வைரமுத்துவைத் தவிர, வேறு யாருமே பாடலாசிரியர் இல்லை என்று புத்தகம் எழுதிய காவ்யா சண்முகசுந்தரம்கூட வல்லபனைக் குறைத்து மதிப்பிடவில்லை. மாற்றுக்கருத்து உள்ளவர்களாலும் நேசிக்கப்படுபவராக வல்லபன் இருந்திருக்கிறார்.

அவரை ஆசிரியராகக்கொண்ட “பிலிமாலயா” அலுவலகத்திலிருந்து வெளிவந்த “பெண்மணி, ஹெல்த்” ஆகிய பத்திரிகைகளும் வழக்கமான வடிவத்திலிருந்து, புதுவகையான உள்ளடக்கத்திற்கு மற்ற பத்திரிகைகளை மடைமாற்றியுள்ளன. ஒவ்வொரு துறைக்கும் தனித் தனி பத்திரிகை என்னும் கருத்தையும் அவர்தான் முன்மொழிந்திருக்கிறார். இன்று பெரும் பத்திரிகைகள் எல்லாம் அவர் போட்டுத் தந்த பாதையில்தான் பயணிக்கின்றன.

பெண்கள் பத்திரிகை என்றால் சமையல் குறிப்பு, கோலப் போட்டி என்று இருந்துவந்த நிலையைப் புனரமைத்து பெண்களின் அந்தரங்கத்தை அலசும் அரிய விஷயங்களை அவரே பேசுபொருளாக்கியிருக்கிறார். பெண்களே கேட்கத் தயங்கும் கேள்விகளை வெளியிட்டு உரிய நிபுணர்கள் கொண்டு பதிலளிக்க வைத்திருக்கிறார். உலகியலின் அடங்கலுக்குத் துறைதோறும் நூல்கள் என்று பாரதிதாசன் எழுதுவார். அதை பத்திரிகை உலகில் சாதித்தவராக எம்.ஜி. வல்லபனைச் சொல்லலாம்.

பிலிமாலயா நிறுவனத்தில் இருந்து ஓர் ஆன்மிக பத்திரிகையை ஆரம்பிக்கலாம் என அதன் வெளியீட்டாளர் எண்ணியபோது, அப்பத்திரிகைக்கு ஆசிரியராக ஸ்ரீவேணுகோபாலனின் பெயரை வல்லபனே பரிந்துரை செய்திருக்கிறார். புஷ்பாதங்கத்துரை

என்னும் பெயரில் வேறுமாதிரிக் கதைகளை எழுதிவந்தவர்தான் ஸ்ரீவேணுகோபாலன். ஆன்மிகம் பத்திரிகைக்கு அவர் ஆசிரியரான பிறகு புஷ்பாதங்கத்துரையின் பிம்பம் மாறியிருக்கிறது.

யாரிடம் என்ன திறமை இருக்கிறதோ அதைச் சரியாகக் கிரகித்து, அதன்படி அவர்களின் வளர்ச்சிக்கு உதவி செய்பவராக அவர் இருந்திருக்கிறார். “சினிமா என்பது விஷுவல் மீடியம். ஆனால், ஏன் உங்கள் கதாபாத்திரங்கள் பக்கம் பக்கமாக வசனங்களை ஒப்பிக்கின்றன” என இயக்குநர் பாலச்சந்தரிடம் கேட்க அவரால் முடிந்திருக்கிறது. உலகமே வியக்கக்கூடிய ஒரு சினிமா இயக்குநரிடம், இப்படியான கேள்விகளை முன் வைக்கத் துணிவு மட்டும் போதாது; அறிவும் வேண்டும். உலக சினிமாவையும் உள்ளூர் சினிமாவையும் கரைத்துக் குடித்திருக்காமல் இப்படி ஒரு கேள்வியை ஒருவர் எழுப்புவது சாத்தியமில்லை. கேள்வி எழுப்புவரின் அறிவை பரிசோதிக்காமல், பதில் அளிப்பவரும் இம்மாதிரியான கேள்வியை அனுமதிக்க மாட்டார். ஆனால், பாலச்சந்தர் தன் தரப்பு நியாயங்களை மிக அழகாக வல்லபனிடம் விளக்கியிருக்கிறார்.

பத்திரிகையாளனுக்கு இருக்கவேண்டிய அறச்சீற்றமும் போர்க்குணமும் வல்லபனிடம் மிகுதியென்று அவரிடம் பழகியவர்கள் சொல்லியிருக்கிறார்கள். “திரிசூலம்” திரைப்பட வெற்றிவிழாவில் அதன் மக்கள் தொடர்பாளராகப் பணிபுரிந்த பிலிம் நியூஸ் ஆனந்தனுக்கு உரிய மரியாதை வழங்கப்படவில்லை. இது ஏதோ ஒரு பத்திரிகையாளருக்கு நிகழ்ந்த சம்பவம் என்று வல்லபன் விட்டுவிடவில்லை. தன் சகா ஒருவருக்கு நிகழ்ந்த அவமானத்தைத் தனக்கு நிகழ்ந்த அவமானமாகக் கருதியிருக்கிறார். “பத்திரிகையாளர்களை சினிமா பிரபலங்கள், கிள்ளுக் கீரைகளாக நினைத்துவிடக் கூடாது” என எண்ணியிருக்கிறார்.

இத்தனைக்கும் சிவாஜி கணேசனின் தீவிர விசிறியான வல்லபன், ஆனந்தனுக்கு இழைக்கப்பட்ட அநீதிக்காக ஒருவருட காலம் சிவாஜி கணேசனின் புகைப்படங்களையோ செய்திக் கட்டுரைகளையோ பிலிமாலயாவில் வெளியிட மறுத்திருக்கிறார். இதனால் சிவாஜி கணேசனுக்கு எந்த

302 □ நேற்றைய காற்று

நஷ்டமுமில்லை. பத்திரிகைக்குத்தான் நஷ்டம். அந்த நஷ்டத்தைப் பொறுத்துக்கொள்ள அவர் துணிந்திருக்கிறார். தனக்கு விருப்பமானவரே ஆனாலும், பிழையைக் கண்டிக்க அவர் எடுத்துக்கொண்ட உறுதியை எழுத்தாளரும் பத்திரிகையாளருமான சுரா தமது கட்டுரையொன்றில் குறிப்பிட்டிருக்கிறார்.

சுரா, மக்கள் தொடர்பாளராகப் பல திரைப்படங்களுக்கு இருந்திருக்கிறார். மலையாள நாவல்களை இன்றும் தமிழில் மொழிபெயர்க்கும் அரிய பணியைச் செய்துவருகிறார். பாடலாசிரியர், பத்திரிகையாளர், திரைக்கதையாளர், வசன கர்த்தா, இயக்குநர் எனப் பல முகங்களை வல்லபன் கொண்டிருந்தாலும், என்னைக் கவர்ந்த முகம், பாடலாசிரியர் முகமே.

தைப்பொங்கல், ஒரு இனிய உதயம், பகவதிபுரம் ரயில்வே கேட், எச்சில் இரவுகள், உன்னை நான் சந்தித்தேன், தர்மயுத்தம், நிலவு சுடுவதில்லை, உயிரே உனக்காக, அம்பிகை நேரில் வந்தாள், அகல்விளக்கு, உறங்காத நினைவுகள் உள்ளிட்ட எத்தனையோ படங்களில் அவர் பாடல்கள் வெளிவந்துள்ளன. அவற்றில் குறிப்பாக, தைப்பொங்கல் திரைப்படத்தில் அவர் எழுதிய "தீர்த்தக் கரைதனிலே" என்னும் பாடல், இலக்கியக் குணமுடைய மிகச் சிறந்த திரைப்பாடல்.

"தீர்த்தக்கரையினிலே / தெற்கு மூலையில் செண்பகத் தோட்டத்திலே" என்னும் பாரதியின் கவிதை வரிகளை "தீர்த்தக் கரைதனிலே / செண்பகப் புஷ்பங்களே" என பல்லவியாக்கியிருக்கிறார். அப்பாடலில் அவர் நிகழ்த்தியிருக்கும் இலக்கிய வேள்வி, ஆயிரமாயிரம் ஜுவாலைகளை நமக்குள் எழுப்புகிறது. ஒரு திரைப்பாடலுக்கு தேவைக்கு அதிகமான உழைப்பைச் செலுத்தியவராக அவரைச் சொல்லலாம்.

முதல் இரண்டு வரியில் மொத்தச் சூழலின் சாரத்தையும் விளக்கிய அவர், பாரதியின் வரிகளைப் பல்லவியாக்காமல் சுயமாகவே சிந்தித்திருக்கலாமே என்றுதான் நானும் யோசித்தேன். ஆனால், மெட்டையும் சூழலையும் உள்வாங்கிக்கொண்ட பிறகுதான் அவர் ஏன் அவ்வரிகளை

யுகபாரதி ☐ 303

எடுத்தாண்டிருக்கிறார் எனப் புரிந்தது. அப்பாடல் முழுவதிலும் காவிய ரசமுடைய சொற்களைப் பயன்படுத்தவே பாரதியின் துணையை நாடியிருக்கிறார். அவரே அத்திரைப்படத்தின் இயக்குநராகவும் இருந்தபடியால் காட்சிகளைப் பாடலின் வாயிலாகவும் விளக்க முயன்றிருக்கிறார்.

ஒரு திரைப்பாடலில் அதிகபட்சம் மெட்டுக்கும் சூழலுக்கும் ஏற்ப, சில வார்த்தைகளைச் சிந்தனைகளைப்போல இட்டு நிரப்புவதுதான் வாடிக்கை. ஆனால், எம்.ஜி. வல்லபனைப் பொறுத்துவரை அதற்கு மேலும் சொல்ல, அவருடைய இலக்கிய அறிவு அவரைத் தூண்டியிருக்கிறது. சிலப்பதிகாரத்தில் வரும் "கானல் வரி" என்னும் பதத்தை மிக அனாயசமாகத் திரைப்பாடலில் கையாண்டிருக்கிறார். கோவலனும் மாதவியும் காவிரிக் கரையில் ஊடாடிப் பிரிந்ததை தம்முடைய நாயகிக்கும் நாயகனுக்கும் பொருத்திச்சொல்லும் அவருடைய இலக்கிய ஞானம் குறிப்பிடத்தக்கது. "நாண மேக வானிலே / நானும் நீயும் கூடியே / மோக ராகம் பாடியே / போடும் சோக நாடகம்" என்று சூழலை விவரித்துவிட்டு, "காவிரி ஓரமாய் / கோவலன் காதலி / பூவிழி மாதவி / காதலில் பாடிய / கானல்வரி சுகம் / தேடிடும் நெஞ்சங்களே / கொஞ்சவா" என்று முடித்திருக்கிறார்.

"கானல்வரி சுகம் தேடிடும் நெஞ்சங்கள்" என்ற வரியை திரும்பத் திரும்ப கேட்கையில், கானல் வரி என்றால் என்ன என்பதை அறியும் ஆவல் ஏற்பட்டுத்தான் சிலப்பதிகாரத்தை முதல்முறை வாசிக்கத் தொடங்கினேன். பாடப்புத்தகங்கள் இருந்தபோதுகூட அதைப்பற்றி அக்கறை கொள்ளாத எனக்கு, எம்.ஜி. வல்லபனே சிலப்பதிகாரத்திடம் சிநேகத்தை ஏற்படுத்தியவர். ஒரு திரையிசைப்பாடல்தான் சிலப்பதிகாரத்தை வாசிக்க என்னைத் தூண்டியது.

என்னைப்போல எத்தனைப் பேரை அப்பாடல் வாசிக்கத் தூண்டியதோ? காற்றில் மிதந்துவரும் திரைப்பாடல்மூலம் நம்முடைய ஆதி இதிகாசங்களையும் இலக்கியங்களையும் நினைவிற்கொள்ளத்தக்க பாடல்கள் இப்போது வருகின்றனவா? என்றால் என்னிடம் பதில் இல்லை. திரைப்பாடலை கேட்கும் ஒவ்வொரு கணத்திலும் யாரோ ஒருவர் எதையோ கற்கத் தொடங்குகிறார் என்றே எண்ணுகிறேன். ஆரம்ப

காலங்களில் நம்முடைய திரைப்பாடலாசிரியர்களும் திரைக்கதையாசிரியர்களும் காவியக் கதாபாத்திரங்களை எடுத்தாளும் காரியத்தில் ஈடுபட்டிருக்கின்றனர், "அம்மி கொத்த சிற்பி எதற்கு" என்று திரைப்பாடல் குறித்து அப்துல்ரகுமான் சொல்வதற்கு முன்பும்கூட.

இலக்கியத்தின் சாறுபிழிந்த திரைப்பாடல்கள் வராமல் இல்லை. அதை கவனிக்கத் தவறிய அல்லது ஏற்கத் தயங்கியவர்களே ஏகடியம் பேசியிருக்கின்றனர். ஆழ்ந்து புரிந்துகொண்டால் தமிழ்த் திரையிசை நம்முடைய நீண்ட நெடிய இலக்கியப் பாரம்பர்யத்தின் தொடர்ச்சியைக் கொண்டிருக்கிறது. திரைப்பாடல்களுக்கும் இலக்கியத்திற்கும் எந்த சம்பந்தமுமில்லை என்று, இன்றும் சில நவீன சிறுபத்திரிகைகள் விவாதித்துக் கொண்டிருக்கின்றன. அவை ஏன் இன்னும் சிறுபத்திரிகைகளாகவே இருக்கின்றன என்பதற்கான சான்றுகளை இம்மாதிரியான விவாதங்களே நிரூபிக்கின்றன.

கொடுக்கப்பட்ட சந்தத்திற்குள் இரண்டாயிரமாண்டுக் காலத் தமிழ் இலக்கியத்தைத் தொட்டுக்காட்டும் செயலை, அப்பத்திரிகைகளாலும் அப்பத்திரிகையில் எழுதுபவர்களாலும் விளங்கிக்கொள்ள முடியுமென எனக்குத் தோன்றவில்லை. ஒரு திரைப்பாடலாசிரியனாக எம்.ஜி. வல்லபன் தனித்துத் தெரிந்திருக்கிறார். மிகச்சில பாடல்களே எழுதியிருந்தாலும், அவற்றில் தம்முடைய முத்திரைகளைப் பதிக்க அவர் தவறியதில்லை. மலையாளத்தைத் தாய்மொழியாகக் கொண்ட ஒருவர், தமிழ் இலக்கியத்திற்குத் திரைப்பாடல் வாயிலாகச் செய்திருக்கும் பங்களிப்பை எடுத்துச்சொல்லவும் ஆளில்லாமல் போனதுதான் சோகம். திரைப்பாடல்களை ரசித்து, அதன் விரிந்த தளத்தை உள்வாங்கி எழுதுபவர்களால் மட்டுமே திரைப்பாடல்கள் மேல் பதிந்துள்ள கறைகளைத் துடைக்கமுடியும்.

இந்தி ட்யூனுக்கு பாடல் எழுதிப் புகழ்பெற்றிருந்த ஆசிரியர் மாணிக்கத்தின் பாதிப்பில்தான் வல்லபனும் பாடல் எழுதத் தொடங்கியிருக்கிறார். இள வயதில் தொடங்கிய ஆர்வம் நாளடைவில் திரைப்படங்களுக்குப் பாடலும் வசனமும் திரைக்கதையும் எழுதும் ஆற்றலை

யுகபாரதி □ 305

வழங்கியிருக்கிறது. “ஈரவிழி காவியங்கள்” என்னும் திரைப்படத்தில் “தென்றலிடைத் தோரணங்கள்” என ஆரம்பிக்கும் பாடல் இடம்பெற்றிருக்கிறது. அப்பாடல், இளையராஜாவின் இசை மேதைமையை வெளிப்படுத்தும் அதே வேளையில் வல்லபனின் எழுத்துகளையும் கவனத்திற்குக் கொண்டு வந்திருக்கிறது.

அப்பாடலில் வெளிப்படும் ஒரு கற்பனை, “வானமுகில் வாகனத்தில் / நானவளை ஏற்றி வைத்து / வானுலக தேவதைகள் / நாணும்வரை / போய் வரவா” என்று அமைந்திருக்கிறது. இதெல்லாம் ஒரு திரைப்பாடலின் வரியென்றால் நம்ப முடியாமல் போகலாம். நம்ப முடியாத பல சொற்சேர்க்கைகளை எம். ஜி. வல்லபன் செய்திருக்கிறார். கலாபூர்வ அணுகுமுறையுடைய ஒருவரால்தான் இப்படியெல்லாம் எழுத முடியும். ஏதோ மெட்டு, ஏதோ சொற்கள் என விட்டேத்தியாய் இட்டு நிரப்பாமல், தமிழாய்ந்து பாடலெழுதும் பயற்சியை அவர் பெற்றிருக்கிறார்.

ஏனைய பாடலாசிரியர்களிடமிருந்து அவர் தன்னை ஏதோ ஒருவிதத்திலாவது மேம்படுத்திக் கொள்ள எண்ணியிருக்கிறார். “வானமுகில் வாகனம்” என்னும் பதம், கம்பராமாயணத்தில் வரும் புஷ்பக விமானம்போல் வந்து விழுந்திருக்கிறது. ஆரம்பகால இளையராஜாவின் பரிசோதனை முயற்சிகளில் அமைந்த பல பாடல்களில் வல்லபனின் பங்களிப்பு இருந்திருக்கிறது. தென்றலிடைத் தோரணங்கள் பாடலைக் கேட்கையில், வாத்தியக் கருவிகள் அதிகமில்லாமல் மிக மெல்லிய குரலில் “தென்றலிடை தோரணங்கள் / தோளினிலே கூந்தல் அலை” என்று ஆரம்பிக்கும் இளையராஜாவின் குரல், மாய உலகத்திற்கு நம்மை அழைத்துக் கொண்டு போகிறது. “தாளலயம் நெஞ்சினிலே / தாளவில்லை / தாங்கவில்லை” என்று பல்லவி முடியுமிடத்தில் சொல்லமுடியாத சுகானுபவத்தை ஏற்படுத்தியிருக்கிறார்.

வார்த்தைகளுக்கு அப்பால்தான் இசை உள்ளது என்பதை அவ்வப்போது இளையராஜா சொல்லி வந்திருக்கிறார். என்றாலும், அப்பாடலிலுள்ள வார்த்தைகள் இசையை நெருக்கமாக உணர வைக்கின்றன. எம். ஜி. வல்லபன்

306 □ நேற்றைய காற்று

எழுதிய பாடல்களில் மிகுதியும் இளையராஜாவின் இசையில் வெளிவந்தவை. சொன்னால் சட்டென்று நினைவுக்கு வரக்கூடிய "ஆகாய கங்கை தேன்மலர்ச் சூடி (தர்மயுத்தம்), கல்யாணச்சேலை எனதாகும் நாளை(அம்பிகை நேரில் வந்தாள்), கண்மலர்களின் அழைப்பிதழ் (தைப்பொங்கல்), பூமேலே வீசும் பூங்காற்றே(எச்சில் இரவுகள்), என்னோடு பாட்டுப் பாடுங்கள் (உதயகீதம்), கவிதைகள் விரியும் விழியிலே(உயிரே உனக்காக), நறுமண மலர்களின் சுயம்வரமோ(உறங்காத நினைவுகள்) போன்ற பாடல்கள் வல்லபனை உயிர்ப்புடன் காட்டுகின்றன.

பாடல்களைத் தவிர, அவர் திரைக்கதை வசனத்திலும் ஈடுபட்டிருக்கிறார். "அன்னக்கிளி" திரைப்படம் உருவாவதற்கு முன்பே "மருத்துவச்சி" என்னும் பெயரில் அக்கதையை எழுதிவைத்திருந்த கதாசிரியர் ஆர். செல்வராஜுக்கு அக்கதையை திரைக்கதையாக்கும் எண்ணத்தைத் தூண்டியிருக்கிறார். அதுமட்டுமல்ல, சினிமாவுக்கு ஏற்ற கதைகளை நூலாக்கும் திட்டத்தையும் அவரே யோசித்துச் செயல்படுத்தியிருக்கிறார். பெரிய திரையில் கதைசொல்லிப் பழகிய இயக்குநர்களின் எழுத்து முயற்சிகளை அவர் வளர்த்தெடுக்க விரும்பியிருக்கிறார்.

அதன்படி, ஆர். செல்வராஜ், வினுசக்ரவர்த்தி, கஸ்தூரிராஜா, டி. ராஜேந்தர், பாண்டியராஜன் போன்றோர் கதைகள் புத்தகவடிவில் வந்திருக்கின்றன. அவர் யோசித்த அந்தத் திட்டம் இந்தக் காலத்திற்குப் பொருந்தாது. ஏனெனில், கதைத் திருட்டுகள் மலிந்துவிட்ட தற்போதைய தமிழ்சினிமாவில், யாராவது தங்கள் கதைகளை திருட தாங்களே முன்வந்து எழுதித்தர சம்மதிப்பார்களா? பொதுவாகத் திரைப்பாடல்கள் பற்றிக் கருத்துச்சொல்கிறவர்கள், வேகமான துள்ளலிசைப் பாடல்களை மட்டுமே கவனிக்கிறார்கள்.

அப்படி அவர்கள் கவனிக்கும் பாடல்களில் தென்படும் உவப்பில்லாத சிலேடைகளை முன்வைத்து, பார்த்தீர்களா திரைப்பாடலில் உள்ள ஆபாசத்தை என ஒட்டுமொத்தத் திரைப்பாடல்களையும் ஒரே தரத்தில் வைத்து விமர்சிக்க ஆரம்பிக்கிறார்கள். அவர்கள் மேற்கோளாகக் காட்டக்கூடிய வரிகள் ஆபாசமாக இருக்கின்றன என்பதில் எனக்கும்

யுகபாரதி □ 307

உடன்பாடுதான். அருவருப்பை ஆதரித்து அதற்கு முலாம்பூசி நல்ல விமர்சனத்தை மறுக்கவேண்டிய அவசியமில்லை. நுகர்வுக்காகவும் கேளிக்கைக்காவும் கீழான வரிகளைக் கண்டிக்காமல் ஏற்கவேண்டியதுமில்லை. எனினும், அவர்களுடைய காத்திரமான விமர்சனத்தால் இலக்கியத் தரமுள்ள பல பாடல்கள், யார் கண்ணிலும் படாமல் போவதுதான் எனக்குள்ள வருத்தம்.

எம்.ஜி. வல்லபன், தமது பிலிமாலயா பத்திரிகையில் "நல்லதைக் கூறும்போது நன்றி சொல்ல நேரமில்லாதவர்கள் அல்லதைக் கூறும்போது எரிந்துவிழ உரிமையில்லாதவர்கள்" என்ற வாசகத்தை முத்திரையாகப் பயன்படுத்தியிருக்கிறார். அது, அவருடைய பத்திரிகைக்கான முழக்கம் மட்டுமல்ல, திரைப்பாடல்கள் குறித்தும் அதுவே அவர் எண்ணமாக இருந்திருக்கக்கூடும். "அரிசி குத்தும் அக்கா மகளே" என்ற அவருடைய பாடலுக்கு எழுந்த விமர்சனத்தில், ஏனைய பாடல்கள் கவனம்பெறாமல் போகவில்லை.

உலகத் திரைப்படத் தகவல்களை விரல் நுனியில் வைத்திருந்த அவருக்கு, தமிழ்த் திரைப்படங்கள் செல்லவேண்டிய தடம் குறித்துத் தெளிவாகத் தெரிந்திருக்கிறது. எம்.ஜி.ஆரை சந்திரபாபு எப்போது சந்தித்தார் என்றால், அவர்கள் இருவரும் சந்திப்பதற்கு முன்பிருந்த கால மற்றும் திரைச்சூழலை அவரால் சொல்ல முடிந்திருக்கிறது. சினிமாவில் நடைபெறும் சகலவிதமான மாற்றங்களையும் தெரிந்து வைத்திருந்தது போலவே, சினிமா சம்பந்தப்பட்ட பலருடைய வாழ்க்கைச் சம்பவங்களையும் அவர் தெரிந்து வைத்திருந்திருக்கிறார். திரைத் தொடர்பாக அவர் எழுதிய கட்டுரைகளையும் இன்னபிற ஆக்கங்களையும் தொகுத்தால் இன்றைய சினிமாக்காரர்களுக்கு ஆச்சர்யமளிக்கும். "மாடி வீட்டு ஏழை" திரைப்படத்தின்மூலம் சந்திரபாபுவின் வாழ்வில் நிகழ்ந்த ஆபத்துகளை அவரே வெளி உலகுக்குக் கொண்டுவந்திருக்கிறார்.

முற்றிலும் புதுமுகங்கள் நடித்து வெளிவந்த "ஒருதலை ராகம்" திரைப்படம் மக்கள் மத்தியில் பெருவெற்றி நேரத்தில், ஒரு இதழையே அவர்களுக்கு அர்ப்பணித்து, அப்படக் குழுவினரின் புகைப்படங்களை வண்ணத்தில் அச்சிட்டு

308 □ **நேற்றைய காற்று**

கௌரவித்திருக்கிறார். இன்றுபோல் அன்றைக்கு அச்சுத்துறை இந்த அளவு வளர்ந்திருக்கவில்லை. எழுத்துருக்களை அச்சில் கோர்க்கும் கம்பாசிடர் முறையே இருந்திருக்கிறது. ஒரு நல்ல திரைப்படம் வெளிவந்துவிட்டால் கொண்டாடி, அப்படக் குழுவினரை உச்சிமோந்து அவர் எழுத்துகள் வரவேற்றுள்ளன. அதேபோல, மோசமான படமென்றாலும். அதீத காரத்துடன் அக்குழுவினரைக் கிழித்திருக்கிறார். புகழ்வாய்ந்த ஒரு நடிகை, திடீரென்று சதை போட்டிருக்கிறார்.

அப்போது அந்த நடிகையைப் பற்றி வாசகர் ஒருவர் பத்திரிகைக்கு கேள்வி அனுப்பியிருக்கிறார். குறிப்பிட்ட நடிகையைப் பற்றி உங்கள் அபிப்ராயம் என்ன என்பதுதான் கேள்வி. வல்லபனோ தமக்கே உரிய குறும்பில் "அவர் கழுத்துமேலே பாப்பா, கழுத்துக்கீழே பீப்பா" என்று பதிலளித்திருக்கிறார். பாப்பாவுக்கு பீப்பாவை இயைபாகச் சொல்லிய அவர், அப்பதிலால் கோர்ட் படிவரை ஏறியது தனி அத்தியாயம். தனக்குத் தோன்றுவதை நாகரிகமாகச் சொல்லும் குணமுடையவரே அவர் எனினும், வார்த்தைகளைப் பிரயோகிப்பதில் ஒருவித ஆர்வமும் மயக்கமும் அவரிடம் அதிகமாக இருந்திருக்கிறது.

"சினிமாவைப் புரிந்துகொள்ளுங்கள்" என்னும் தலைப்பில் அவர் எழுதிய தொடர்கட்டுரைகள் அக்காலத்தில் பெரும் பரபரப்பை ஏற்படுத்தியிருக்கின்றன. நடிகர் நாசர், வல்லபனின் தொடர் கட்டுரைகள் தம்மை வளர்த்துக்கொள்ள உதவியதாக ஒரு நேர்காணலில் தெரிவித்திருக்கிறார். சினிமாவின் ஆடம்பரங்களைப் பெரிதுபடுத்தியெழுதும் பத்திரிகை சூழலில், அதன் இன்னொரு பக்கத்தை வாசகர்களுக்குச் சொல்ல வல்லபன் நினைத்திருக்கிறார்.

வெறும் வசனங்களால் நகர்ந்துகொண்டிருந்த தமிழ்சினிமாவை தொழில்நுட்ப ரீதியில் அணுகியவர்கள் மிகச்சிலர். டெக்னிக்கல் எக்ஸலன்சி நோக்கி தமிழ் சினிமா நகர ஆர்வமுற்றிருந்த அவரை, இரண்டொருமுறை சந்தித்திருக்கிறேன். ஒருமுறை பத்திரிகையாளரும் என் அண்ணனுமான ஆர். சி. ஜெயந்தனின் மூலமாக. இரண்டாவது சந்திப்பில் இயக்குநர். ருத்ரையாவும் கவிஞர். வித்யாஷங்கரும் உடனிருந்தார்கள். அப்போது பிலிமாலயா பத்திரிகை

யுகபாரதி ☐ 309

அலுவலகம் மகாலிங்கபுரத்தில் இயங்கி வந்தது. அதே நிர்வாகத்தின் கீழ் இயங்கிவந்த பெண்மணி பத்திரிகையில் ஜெயந்தன் உதவியாசிரியராக இருந்து வந்தார். பத்திரிகையின் பால பாடத்தைக்கூட அறியாத எனக்கு வல்லபனின் அறிமுகம் அவரால்தான் கிடைத்தது.

வல்லபனின் பாடல்களைக் கேட்டிருந்த எனக்கு, அவருடைய குரலும் முகமும் எப்படியிருக்குமென்று அதுவரை தெரிந்திருக்கவில்லை. ஆனால், என்னை அவர் அடையாளம் கண்டு நிறைய பேசினார். கவிதைகள் குறித்தும் திரைப்பாடல் குறித்தும் அவர் பகிர்ந்துகொண்டவை நிறைய. அவருடைய பேச்சிலிருந்த தாய்மை போற்றத்தக்கது. முதல் சந்திப்பிலேயே வெகுநாள் பழக்கமுடையவர்போல அவர் நடந்துகொண்டார். சொல்ல செய்திகளும் அனுபவங்களும் இருப்பவர்கள் அப்படித்தான் நடந்துகொள்கிறார்கள். உரையாடலின் இறுதியில், “வேண்டுமானால் சுதந்திர பத்திரிகையாளராக நம்முடைய பத்திரிகைக்கு ஏதாவது எழுதலாமே” என உற்சாகப்படுத்தினார்.

இன்றைக்கு முன்னணி பத்திரிகைகளில் ஆசிரியராகவும் நிருபர்களாகவும் இருக்கும் பலபேரை இவ்வாறான உரையாடல்கள் மூலம்தான் அவர் உருவாக்கியிருக்கிறார். ஃப்ரிலேன்ஸாக எழுதுங்கள் என்று அவர் சொன்னதைத்தான் சுதந்திரப் பத்திரிகையாளனாக என்று எழுதியிருக்கிறேன். மாதச் சம்பளத்திற்கு வேலைக்குச் சேராமல், வெளியிலிருந்தே எழுதுவதுதான் சுதந்திரப் பத்திரிகையாளராக இருப்பதென்பது. அதாவது, எழுதுவதற்கு மட்டும் சன்மானத்தைப் பெற்றுக்கொள்ளலாம். வேலைதேடியோ சினிமா வாய்ப்புதேடியோ வரக்கூடிய படைப்பாளர்கள் ஆரம்பத்தில் அப்படித்தான் பிழைப்பை நடத்தவேண்டும்.

தன்னைச் சந்திக்க வருபவரின் தேவையறிந்து உதவுவது ஒருவகை. தன்னை சந்திக்க வருபவரின் வாழ்க்கைக்கு உதவுவது இன்னொருவகை. வல்லபன் இரண்டாவது வகையைச் சேர்ந்தவர். இவரால் என்ன ஆகும்? அல்லது இவர் நாளை நமக்கு என்னவாக ஆவார்? என்பதையெல்லாம் அவர் யோசித்துச் செயல்பட்டதாகத் தெரியவில்லை. முதல்முறை சந்திக்கச் சென்ற என்னுள், அவர் எழுப்பிய அன்புக்கோட்டை

310 □ நேற்றைய காற்று

இன்னமும் சிதிலமடையாமல் இருக்கிறது. இன்னும் கொஞ்ச நாள் அவர் வாழ்ந்திருக்கலாம். பலபேருடைய வாழ்க்கைக்கு பக்கபலமாக இருந்த அவருடைய கட்டுரைகளோ கவிதைகளோ நேர்காணல்களோ இதுவரை தொகுக்கப்படவில்லை.

தமிழ்த் திரைப்படங்களை ஆவணமாக்கத் துடித்த அவர், தன்னுடைய படைப்புகளை நூலாக்கவோ தொகுத்து வைக்கவோ எண்ணாமல் இருந்தது வருத்தத்துக்குரியது. 1984இல் "பாடலாசிரியனாக அறியப்படுவதைவிட, பத்திரிகையாசிரியனாக பணியாற்றுவதே" என் விருப்பம் என வண்ணத்திரைக்குப் பேட்டியளித்திருக்கிறார். அவர் என்னவாக வேண்டும் என விரும்பினாரோ அதுவாகவே ஆகியிருக்கிறார். ஆனால், அவர் என் போன்றவர்களால் அறியப்படுவது பத்திரிகையாளராக அல்ல. ஆகச்சிறந்த பாடலாசிரியர்களில் ஒருவராக.

எண்ணிக்கையால் ஒருவரை மதிப்பிடுவதைவிட, எண்ணங்களால் மதிப்பிடுவதே ஏற்புடையது. தமிழ்த் திரைப்பாடல் குறித்து கருத்து தெரிவிக்கவரும் இலக்கியக் காவல்காரர்கள், ஒருமுறையாவது எம். ஜி. வல்லபனின் பாடல்களைக் கேட்கலாம். ஏனெனில், அவரே "சீதா புகழ் ராமன்" என்று "ஆகாய கங்கை தேன்மலர்ச் சூடி" பாடலில் எழுதியிருக்கிறார். சீதாவால் ராமனுக்குப் புகழ். இலக்கியத் தரமுள்ள பாடல்களை எழுதியவர் எம்.ஜி. வல்லபன் என்பதற்கு வேறு ஏதாவது சான்றுகள் தேவையா?

அறிவுமதி

அழகூரில் பூத்தவளே

புதிதாக எழுத வருகிறவர்களுக்கு எழுதவேண்டும் என்கிற உந்துதலைத் தரக்கூடிய படைப்பாளிகள், தமிழில் குறைவு இல்லை. வகைக்குப் பத்துபேரை வரிசைப்படுத்தலாம். அந்த வரிசையில் யார் நம்முடைய விருப்பத்திற்கும் கொள்கைக்கும் நெருங்கி வருகிறார்களோ அவர்களைப் பின்பற்றி எழுதத் தொடங்கலாம். இத்தனை ஆண்டுக்காலத் தமிழ் இலக்கிய நெடும்பரப்பில் இத்தகைய அணுகுமுறையைத்தான் அத்தனைப் படைப்பாளிகளும் கைக்கொண்டு இருக்கின்றனர். ஆரம்பத்தில் தம்மைப் பாதிப்பவரின் வழியில் எழுதினாலும், பிற்பாடு அவரவரும் தனித்தனி மொழியாளுமையுடன் வெளிப்பட்டிருக்கின்றனர். காலப்போக்கில் கொள்கையளவில் சிறுசிறு மாறுதல்களுக்கு அவர்கள் உட்படாமல் இல்லை.

எழுத்து வசப்பட்டுவிட்ட பிற்பாடு கொள்கைகளை மாற்றிக்கொள்வதே வளர்ச்சியாகப் பார்க்கப்பட்டிருக்கிறது. ஆரம்பத்தில் நாத்திகவாதியாகவும் இறுதியில் ஆன்மிகவாதியாகவும் ஆன கண்ணதாசனை, முரண்பாடுகளின் மொத்த உருவமென்று வர்ணிப்பதில் எனக்கு உடன்பாடில்லை.

312 □ நேற்றைய காற்று

ஒரு கருத்தோ கொள்கையோ அதனளவில் மாற்றங்களுக்கு உட்பட்டதே என்ற தெளிவைக் கொண்டவர்கள், இதை பெரிதுபடுத்துவதில்லை.

ஆரம்பநிலையில் தம்முடைய பாதையைத் தீர்மானித்துக்கொள்ள ஒரு படைப்பாளனால் அல்லது பாடலாசிரியனால் முடியுமென்று நான் நம்பவில்லை. நடந்து நடந்தே சரியான பாதையை அடையமுடியும். எதிர்த்திசையில் போகிறோமா, இல்லை எதிர்பார்த்த திசையில் போகிறோமோ? எனத் தெரிந்துகொள்வதற்கே சில காலங்களைச் செலவழிக்கவேண்டிய சூழல் தவிர்க்கமுடியாதது. ஆனால், அறிவுமதியின் தடங்கள் தீர்மானிக்கப்பட்ட திசையில் போயிருக்கின்றன. அவரே உருவாக்கிக்கொண்ட அப்பாதைகள், மற்றவர்களில் இருந்து அவரை வித்யாசமானவராக நிறுவியிருக்கின்றன.

அண்ணன் அறிவுமதியென்றே அழைத்துப்பழகிய எனக்கு, இக்கட்டுரையில் அவ்விதம் எழுதமுடியாமல் போவது அசௌகர்யமே. ஒவ்வொரு பாடலாசிரியரைப் பற்றியும் ஆய்வுநோக்கில் எழுதவேண்டிய அவசியம் ஏற்பட்டுள்ளதால், அவர்மீதான என் சகோதர அன்பை வெளிப்படுத்தும் சந்தர்ப்பத்தை இழக்க நேரிடுகிறது. அண்ணனே ஆனாலும், கொஞ்சம்போல விலகி நின்று எழுதினால்தான் அவருடைய முழு ஆகிருதியையும் அலச முடியும் என்பதால், அண்ணனென்று விளிப்பதைத் தவிர்க்கிறேன்

ஒருவரைத் தொடர்ந்தே இன்னொருவர் எழுதுலகில் மேலே வரமுடியும். அந்தவிதத்தில் தனக்குப் பின்னே வரக்கூடிய இளம்படைப்பாளிகளைக் கரிசனத்துடன் அணுகி, மேலேற்றிவிட்ட மிகச்சிலரில் அவர் முதன்மையானவர். தம்மை பாதித்த அல்லது தமக்கு இலக்கியத்தைக் கற்பித்த அப்துல்ரகுமானை அவர் ஆசானாக கொண்டிருந்தாலும், தம்மைத் தொடர்ந்த இளம் படைப்பாளிகளின் முகங்களில் தம்மை பார்த்து பெருமிதமடைந்த மனமே அவருடையது. யாருடைய நிழலிலும் அவர் பதுங்கிக்கொள்ளவில்லை. மாறாக, தம் நிழலில் ஒரு பெரும்படையை வளர்ந்தெடுக்கும் வாய்ப்பைப் பெற்றவராக அவர் அறியப்படுகிறார்.

யுகபாரதி □ 313

அவருடைய திரைப்பாடல் சாதனைகளில் அதுவும் ஒன்றாகக் கருதப்பட இடமிருக்கிறது. அப்படியான வாய்ப்பு அவருக்குக் கிடைத்திருக்கிறது என்பதைவிட, அவருக்கு மட்டுமே கிடைத்திருக்கிறது என்பதுதான் சரி. அது, தானாக அமைந்ததாக பல நேர்காணல்களில் அவர் தெரிவித்திருக்கிறார். உண்மையில், அது தானாக அமைந்ததில்லை. அவரே விரும்பி விரிவுபடுத்திய விஷயம். தம்மை ஒரு நிழல்குடையாக ஆக்கி, அத்தனை இளம் படைப்பாளிகளையும் அரவணைத்துக்கொண்ட ஆச்சர்யம் அது. ஐம்பதாண்டுக்காலத்தில் ஓர் இலக்கியவாதி, தம் வாழ்வை அடுத்து வருபவர்களுக்கு அர்ப்பணித்திருக்கிறார் என்பது எளிய விஷயமில்லை. மற்றவர்க்கு எப்படியோ, என்னைப் பொறுத்தவரை அதுவே அவருடைய ஆகச்சிறந்த அன்பின் வெளிப்பாடு.

என்னுள்பட, இன்றைக்குத் திரைப்பாடல் எழுதும் பலருக்கும் அவருடைய 73, அபிபுல்லா சாலை அலுவலகமே ஆரம்ப முகவரியாக அமைந்திருக்கிறது. திராவிட இயக்கக் குடும்பப் பின்னணியுடைய அவர், எழுத்தினால் ஈர்த்த ஓர் இளைஞர் கூட்டத்தை வழிநடத்தி, அவர்கள் வாழ்விலும் முன்னேற்றத்திலும் அதீத அக்கறையைக் காட்டியிருக்கிறார். தமிழகத்தின் குக்கிராமங்களில் இருந்து கிளம்பிவரும் இளம் எழுத்தாளர்களுக்கு, சகல வசதிகளையும் ஏற்படுத்திக்கொடுத்து ஆக்கமாகவும் ஊக்கமாகவும் இருந்திருக்கிறார். சமயங்களில் தமக்குக் கிடைத்த வாய்ப்புகளைப் பகிர்ந்தளித்துப் பரவசப்பட்டிருக்கிறார். பாரதிதாசன் பரம்பரைக் கவிஞர்கள் என்னும் பட்டியலில் இடம்பிடித்தவர்களுக்குப் பாரதிதாசன் எவ்வகையான உதவிகளைச் செய்திருக்கிறார் எனத் தெரியவில்லை. ஆனால், அறிவுமதியின் பட்டியலுக்குள் வருபவர்கள் அத்தனைபேருக்கும் அவர் ஏதோ ஒருவிதத்தில் உதவியிருக்கிறார்.

எழுதப் பழக்குவதோடு ஒரு மூத்த கவிஞனின் வேலை முடிந்துவிட்டதாக அவர் எண்ணியதில்லை. எழுதப் பழகியபின் அவர்களுக்கான வாய்ப்புகளை உருவாக்கித் தரக்கூடிய இடத்தில் இருந்திருக்கிறார். திரைப்பாடல்கள் எழுதுவதை அவர் முதன்மையான நோக்கமாகக் கொண்டிருந்தால் இதெல்லாம்

சாத்தியமில்லை. அதையும் ஒரு சமூகச் செயல்பாடாகக் கருதியதால் மற்றவர்களின் முன்னேற்றத்தில் அக்கறை கொண்டிருக்கிறார். அடிப்படையில் தமிழ் மாணவனாக இருந்த அறிவுமதி, திரைத்துறையில் தம்மை ஓர் இயக்குநராக ஆக்கிக்கொள்ளவே ஆசைப்பட்டிருக்கிறார். அதன்படி, பாரதிராஜா, பாலுமகேந்திரா, கே. பாக்யராஜ், எம்.ஜி. வல்லபன் ஆகியோரிடம் இணைந்து பணியாற்றியிருக்கிறார்.

"கிழக்கே போகும் ரயில்" திரைப்படம் வெளிவந்த நேரத்தில், அது குறித்து அவர் பாரதிராஜாவுக்கு எழுதிய மிக நீண்ட மடல், அவரைத் திரைத்துறையுடன் இணைத்திருக்கிறது. "அந்த அல்லிநகரத்து அழகுக் கறுப்பனின் பதினாறு வயதினிலே படம்பார்த்த பிறகு, இயக்குநராக ஆக வேண்டும் என்கிற ஆவல்தான் எனக்குள் உயர்ந்ததே தவிர, பாடலாசிரியராக வரவேண்டும் என்கிற எண்ணம் நுங்குநீர் தடவிய வேர்க்குருவாய்த் தணிந்துவிட்டது" என்று பத்திரிகை பேட்டியொன்றில் தெரிவித்திருக்கிறார். எண்ணியது ஒன்று, இயங்கியது மற்றொன்று என்பதாகக் காலம் அவரைக் காட்டினாலும், தமக்குக் கிடைத்த திரைப்பாடல் வாய்ப்புகளில் மிக அற்புதமாக வெளிப்பட்டிருக்கிறார்.

திரையிலக்கியப் பயிற்சியும் திராவிட இயக்கப் பின்புலமும் அவருடைய பாடல்களைத் தனித்துவமிக்கதாகக் காட்டுகின்றன. எளிய சொற்களே ஆனாலும், அவற்றிலும் இலக்கிய நுகர்வுக்கான சாத்தியங்களை ஆக்கி அளித்திருக்கிறார். அந்தவிதத்தில், "சிறைச்சாலை" திரைப்படத்திற்கு அவர் எழுதிய வசனங்களும் பாடல்களும் தன்னிகரில்லாதவை.

ஒரு மொழிமாற்றுத் திரைப்படத்தில் இலக்கியத்தரம் வாய்ந்த பாடல்களையும் வசனங்களையும் அவரால் எழுத முடிந்திருக்கின்றன. "கனவு கொடுத்த நீயே என் உறக்கம் வாங்கலாமோ / கவிதை விழிக்கும் நேரம் நீ உறங்கப் போகலாமோ / ஆசை அகத்திணையா / வார்த்தை கலித்தொகையா / அன்பே நீ வா வா காதல் குறுந்தொகையா" என்று அவர் எழுதிய வரிகள் மெட்டுக்காக எழுதப்பட்டதெனில், நம்பமுடியாமல் போகலாம். வசனங்களிலும்கூட உதட்டசைவிற்கு ஏற்ப அவர் நடத்தியிருக்கும் தமிழ் விளையாட்டு, அதை ஒரு மொழிமாற்றுப் படமென்பதையே

யுகபாரதி □ 315

மறக்கடித்திருக்கிறது. தமிழின அடையாளத்தைத் தம்முடைய எழுத்துகளில் கொண்டுவர மூல படத்தில் இடம்பெற்ற சில வசனங்களையும் தமிழில் மாற்றியிருக்கிறார். மொழிமாற்றுப் படமெனில், உச்சரிப்பை கவனித்து மாற்றுவதே வழக்கம். ஆனால், அறிவுமதி மொழியை மட்டும் மாற்றாமல், தமிழியக்கச் சிந்தனைகளையும் சேர்த்தே மாற்றியிருப்பது குறிப்பிடத்தக்கவை.

பாலுமகேந்திரா தெலுங்கில் இயக்கிய "நீரக்ஷனா" திரைப்படம் தமிழில் "கண்ணே கலைமானே" என்னும் பெயரில் தமிழாக்கம் செய்யப்பட்டிருக்கிறது. அப்படத்தை உருவாக்கிய ரகுபதிரமணன், பாபு ஆகியோரின் வற்புறுத்தலுக்கு இணங்கியே முதல் திரைப்பாடலை எழுதியிருக்கிறார். "தாலாட்டே நீ தூங்கிப் போகத் தாயானேன் / நாள்காட்டித்தாள் தேங்கிபோக நான் நீயானேன்" என்பதே திரைக்கு அவர் எழுதிய முதல் பல்லவி. அதன்பிறகு, இயக்குநர் பொன்வண்ணன் இயக்கிய "அன்னைவயல்" திரைப்படத்தில் இரண்டுபாடல்களை எழுதியிருக்கிறார்.

இளையராஜாவின் இசையில் அவரெழுதிய நேரடித் தமிழ்த்திரைப்பாடல் "ராமன் அப்துல்லா" திரைப்படத்தில் இடம்பெற்ற "முத்தமிழே முத்தமிழே" என ஆரம்பிக்கும் பாடல்தான். "காதல்வழிச் சாலையிலே வேகத்தடை ஏதுமில்லை / நாணக்குடை நீ பிடித்தும் வேர்வரைக்கும் சாரல்மழை" என்கிற வரிகள் திரைத்தமிழைத் திவ்யபிரபந்தம் அளவுக்கு உயர்த்தியிருக்கின்றன. அடிப்படையில், ஒரு கவிஞன் பாடலாசிரியனாகித் திரைப்பாடலை எழுதுவதற்கும், பாடலாசிரியனாக மட்டுமே அறியப்பட்டவர் எழுதுவதற்கும் நிறைய வித்யாசமுண்டு.

அது என்னமாதிரியான வித்யாசமென்பதை அறிவுமதியின் பாடல்களைக் கேட்பவர்க்குப் புரியும். "அணுஅணுவாய் / வாழ்வதற்கும் சாவதற்கும் / முடிவெடுத்த பிறகு / காதல் சரியான வழிதான்" என கவிதைகளில் எழுதிய அவர், அதே உணர்வுகளைத் திரைப்பாடல்களிலும் கொண்டுவர முயன்றிருக்கிறார். "பிரியாத வரம்வேண்டும்" என்றொரு திரைப்படம் 2001இல் வெளிவந்தது. மலையாளத்தில் "நிறம்" என்கிற தலைப்பில் வெளிவந்த படமே அது.

316 □ நேற்றைய காற்று

அத்திரைப்படத்தில் "பிரிவொன்றைச் சந்தித்தேன் முதல்முதல் நேற்று / நுரையீரல் தீண்டாமல் திரும்புது காற்று" என எஸ்.ஏ. ராஜ்குமார் இசையில் ஒரு பாடலை எழுதியிருக்கிறார். முழுக்க முழுக்க அப்பாடல்வரிகள் கவிதையில் தோய்ந்தவை. அப்பாடலில் "உன் கைகள் நான் என்றும் துடைக்கின்ற கைக்குட்டை / நீ தொட்ட அடையாளம் அழிக்காது என் சட்டை" என்று யோசித்திருக்கிறார்.

இசையோடு அவ்வரிகளைக் கேட்கும்போது, திரைப்பாடலை வேறொரு தளத்திற்கு அவர் இட்டுச் செல்ல எண்ணியிருப்பது பிடிபடும். அப்பாடல் வரிகளை வாசித்த இசையமைப்பாளர் கட்டியணைத்து, தமது கணையாழியைக் கழற்றி பரிசாகக் கொடுத்திருக்கிறார். "தங்கம் அணிவதில்லை" என்று அறிவுமதி மறுத்தபோதும், "தங்கள் தமிழை கௌரவிக்க விரும்புகிறேன்" என்றிருக்கிறார். திராவிட இயக்கத் தொடர்புடையவர்களுக்கு கணையாழியின் முக்கியத்துவம் அரசியல் ரீதியிலான ஞாபகங்களைக் கிளரக்கூடும். கணையாழிக்கும் எனக்குமுள்ள தொடர்பு அரசியல் ரீதியிலானதல்ல. இலக்கிய ரீதியில் அமைந்தது.

"கணையாழி" என்கிற இலக்கியப் பத்திரிகையில் நான் பணியாற்றிய தொண்ணூறுகளின் பிற்பகுதியில், அப்பத்திரிகையில் எழுத்தாளர் சுஜாதா புறநானூற்றுக்கு உரையெழுதிக் கொண்டிருந்தார். அந்த உரையில் ஒருமுறை அவருக்கே உரிய குசும்புத்தனத்துடன் புறநானூற்றுப் பாடலுக்குப் பிழையான பொருளைக் கூறிவிட்டார். பாடலுக்குப் பொருள் கூறவந்த அவர், தமிழர்களின் நம்பிக்கையைக் கொச்சைப்படுத்தியது போகிறபோக்கில் நிகழ்ந்தல்ல. அதை அவர் தெரிந்தே செய்தாரா, தெரியாமல் தம்முடைய தமிழ் எதிர்ப்பை வெளிப்படுத்தினாரா என்பதற்குள் நான் போகவில்லை. தவிர, அவர் எப்படிக் கொச்சைப்படுத்தினார் என்பதைச் சொல்லவும் விரும்பவில்லை.

ஓர் உதவியாசிரியரான நான் அக்கட்டுரையை பிரசுரிப்பதற்கு முன்பே அதுகுறித்து அதிகம் யோசித்தேன். பொதுவெளியில் பாரதூரமான விளைவுகளை அவ்வுரை ஏற்படுத்தும் என எனக்கும் தெரிந்தே இருந்தது. ஆனாலும், அறியப்பட்ட ஓர் எழுத்தாளரின் எழுத்தை வாங்கி பிரசுரிக்கும் இடத்தில் இருந்து

யுகபாரதி ☐ 317

என்னால் அதைத் தடுக்க முடியவில்லை. நான் அவ்வுரை குறித்து முரண்பட்டாலும் அதை பிரசுரிக்கலாமா வேண்டாமா என்று முடிவெடுக்கும் இடத்தில் இல்லை. ஆசிரியர் குழுவின் முடிவுக்குக் கட்டுப்பட்டே எதையும் செய்யமுடியும். ஆசிரியர் குழுவில் எழுத்தாளர் சுஜாதாவும் இருந்தார். எனவே, அவ்வுரை மறுப்பில்லாமல் பிரசுரிக்கப்பட்டது. எண்ணியதுபோலவே அவ்வுரை வெளிவந்தவுடன் பெரும் எதிர்ப்பலையில் சுஜாதா சிக்கினார்.

திருக்குறளுக்கு உரை, புறநானூற்றுக்கு உரை என்று, தம்மை ஒரு தமிழ் மேதாவியாகக் காட்டிக்கொள்ள சுஜாதா முயன்றுவருவதாக அந்த சமயத்தில் பலரும் ஆத்திரமடைந்தனர். ஒருசிலர் எழுதவும் தொடங்கினர். எழுதத் தொடங்கியவர்களில் தமது கண்டனத்தைக் காத்திரமாக வெளிப்படுத்தியவர் அறிவுமதியே என்பது பலரும் அறிந்ததுதான். எழுத்தாளர் சுஜாதா, ஆகச்சிறந்த தமிழ்ப் படைப்புகளை தமிழுக்கு அளித்திருக்கிறார். அறிவியல் புனைகதைகளின் முன்னோடியாகவும் உரைநடையில் புதுமைகளைப் புகுத்தியவராகவும் அவரைக் கருதலாம். ஆனால், ஒரு பழம்தமிழ் இலக்கியநூலுக்கு உரையெழுத விரும்பிய எழுத்தாளர் சுஜாதா, அதை வாய்ப்பாகப் பயன்படுத்தி, தமிழர்களையும் தமிழர் மாண்பையும் குறைத்துச் சொல்லியதை அறிவுமதியால் பொறுத்துக்கொள்ளமுடியவில்லை.

விளைவாக, சுஜாதா எழுதிய அதே புறநானாறு பாடலுக்கு உரிய உரையெழுதி, தம் தரப்பு வாதத்தை மறுப்புரையாக என்னிடம் எழுதிக்கொடுத்தார். அதை ஆசிரியர்குழுவின் பார்வையில் வைத்து, அம்மறுப்பை பிரசுரிக்க நான் பட்டபாடு எனக்குத்தான் தெரியும். அடுத்த இதழில் 73, அபிபுல்லா சாலையிலிருந்து அறிவுமதி என்றொருவர் என அலட்சியமாக சுஜாதா பதிலெழுதியிருக்கிறார். மறுப்புக்கு மறுப்பு என்று நீளாமல் அத்துடன் அப்பிரச்சனை ஆசிரியர் குழுவினால் தடுக்கப்பட்டது. பழந்தமிழ் இலக்கிய நூலுக்கோ இலக்கண நூலுக்கோ யார் வேண்டுமானாலும் உரை எழுதலாம். தற்கால புரிதலைக் கொண்டு எழுதப்படும் உரைகள், அவ்விலக்கியத்தையோ இலக்கணத்தையோ

கேவலப்படுத்திவிடக் கூடாது. மணிரத்னம் இயக்கத்தில் வெளிவந்த 'இருவர்' திரைப்படம் குறித்தும், அறிவுமதி ஒரு விமர்சனக் கட்டுரை எழுதியிருக்கிறார்.

திராவிட இயக்கத் தலைவர்களில் ஒருவரான கலைஞர் மு. கருணாநிதியை அப்படம் சித்திரித்திருந்த விதம் அருவருப்பானது. பதவிப் பித்தர்களின் கூடாரமே திராவிட இயக்கம் என்பதுபோல சித்திரித்த அத்திரைப்படத்தைக் கண்டித்து அவர் எழுதிய கட்டுரை "ராஜரிஷி" வார இதழில் பிரசுரமாகியிருக்கிறது. தமிழுக்கோ தமிழருக்கோ எப்போதெல்லாம் அவமரியாதை ஏற்படுகிறதோ அப்போதெல்லாம் ஆவேசப்படுபவராக அவர் இருந்திருக்கிறார்.

திராவிட முன்னேற்றக் கழகத்தில் இருந்து வைகோ பிரிந்த சமயத்தில், அவர் தலைமையை வரவேற்கும் இடத்தில் அறிவுமதி இருந்திருக்கிறார். கட்சி உறுப்பினராக அல்லாமல், இலக்கியச் செயல்பாட்டின் வழியே அத்தனை திராவிட மற்றும் முற்போக்குச் சக்திகளுக்கும் துணையாக செயல்பட விரும்பியிருக்கிறார். உள்ளூர் தொடங்கி உலகத்தில் எங்கே தமிழர்களுக்கு பிரச்சனை என்றாலும், அதுகுறித்து இரண்டுவரியாவது எழுதிவிடுவதை வழக்கப்படுத்தி வைத்திருக்கிறார். "சுபமங்களா" நடத்திய இலக்கியவிழா ஒன்றில், தமிழ் மக்கள் விரோதத்தைக் கக்கிய எழுத்தாளர் ஜெயமோகனை, அதே அரங்கில் பேசவிடாமல் செய்த கலகக்காராக அவரைச் சொல்பவர்கள் உண்டு.

நாகரிகம் என்கிற பேரில் அமைதியாக எல்லா அவதூறுகளையும் சகித்துக்கொள்ள அறிவுமதி சம்மதித்ததில்லை. அதன் காரணமாக அவர் ஆத்திரக்காராகவும் அறியப்பட்டிருக்கிறார். கொள்கையினால் அவர் வெளிப்படுத்திய ஆத்திரத்தை, அவருடைய எழுத்துகளிலும் காணலாம். "நான் பெரியாரின் மகன், பிரபாகரனின் சகோதரன்" என்கிற அடையாளத்தை திரைத்துறைக்காக மறைத்துக்கொள்ளாத வைராக்கிய மனம் அவருடையது. ஒருமுறை "எனக்குத் தமிழ்த்தேசியத்தைப் பற்றி பாலபாடம் கற்பித்தவர் அறிவுமதி அண்ணனே" என்று "நாம் தமிழர் கட்சி"யின் ஒருங்கிணைப்பாளர் சீமான் அறிவித்திருக்கிறார். திராவிடம், தமிழ்த்தேசியம், மார்க்சியம், தலித்தியம் என

யுகபாரதி □ 319

அத்தனையிலும் அறிவுமதிக்கு பரிச்சயமுண்டு. ஒரு தரப்பைத் தூக்கிப்பிடிக்கையில் மற்றொரு தரப்பு அவரைத் தாக்கியதும் உண்டு. அந்தத் தாக்குதல்களைக் கடந்தே அரசியல் திரையுலகப் பணிகளை மேற்கொண்டிருக்கிறார்.

வைகோவை பெரும் அரசியல் சக்தியாக பார்த்த அந்தக்காலத்தில், அவர் கையை வலுப்படுத்த இயக்குநர் மணிவண்ணன் "நீதியின் போர்வாள்" என்னும் பத்திரிகையை ஆரம்பித்திருக்கிறார். அப்பத்திரிகையின் வெளியீட்டு விழாவில் கலந்துகொண்ட பத்திரிகையாளர் சுதாங்கன், "இன்னும் எத்தனை நாளைக்கு திராவிடம் என்கிற துருப்பிடித்த வாளை வைத்திருப்பீர்கள்" எனும் பொருள்படும்படி பேசியிருக்கிறார். திராவிட இயக்கம் நீர்த்துப் போயிருந்தாலும் அதன் தேவை இருப்பதை உணராத சுதாங்கன் அவ்விதம் பேசியதும், கொதித்தெழுந்து முதல் குரல் கொடுத்தது அறிவுமதியே. மொழிமானமும் இனமானமும் அவருடைய இரு கண்களாக இருந்துள்ளன.

திராவிட இயக்கத்தின்மீது பற்றுதல் இருந்தாலும், அவ்வியக்கத்தைச் சார்ந்தவர்கள் மக்கள் மீதோ சமூகநீதிமீதோ தாக்குதலைத் தொடுத்தால் அதைக் கண்டிக்கக்கூடிய நேர்மையே அவருடையது. "வயதாகிவிட்டது, ஓய்வெடுத்துக்கொள்ளுங்கள்" என்று கலைஞர் மு. கருணாநிதிக்கு அறிவுரைகூறிய பத்திரிகையாளர் ஞானியின் கட்டுரை ஒன்றிற்கு "நரம்பே பூணூலாகிவிட்ட தங்களுக்கு அதைச் சொல்லும் அருகதையில்லை" என்று அவர் ஆவேசப்பட்டிருக்கிறார். "பார்ப்பன வாத்தியார்கள்" என்னும் தலைப்பில் அவர் எழுதிய அக்கட்டுரை இணையத்தில் புழங்கும் எல்லாருக்கும் தெரிந்ததுதான்.

அதேபோல, பாரதிய ஜனதா என்கிற மதவாதக் கட்சியுடன் தி.மு.க. தேர்தல் கூட்டணி அமைத்தபோது, "சூரியனே உனக்குச் சூடு இல்லையா" என்று எழுதும் துணிச்சலும் அவருக்கிருந்திருக்கிறது. அக்கட்டுரையை அவர் சுப. வீரபாண்டியன் ஆசிரியராயிருந்த "நந்தன்" பத்திரிகையில் எழுதியிருக்கிறார். அப்போது, சுப. வீரபாண்டியன் தீவிர தி.மு. க. எதிர்ப்பாளர் என்பதைக் குறிப்பிட வேண்டியதில்லை. நட்பு முரண்களையும் பகை முரண்களையும் பிரித்தறியப் பழகிய

அறிவுமதி, பல்லாயிரக்கணக்கான மக்கள் கலந்துகொண்ட மதுரை உலகத் தமிழ் மாநாட்டுக் கவியரங்கின் மூலமே இலக்கியத்திற்குள் பிரவேசித்திருக்கிறார். வைரமுத்து, அறிவுமணி, பழநிபாரதி ஆகியோருடன் புஷ்கின் இலக்கியப் பேரவையில் செயலாற்றி வந்த அவரை, மதுரை உலகத் தமிழ் மாநாட்டுக் கவிதையே மீராவிடமும் அப்துல் ரகுமானிடம் கொண்டு சேர்த்திருக்கிறது.

அப்துல்ரகுமான் அவரைத் தம் மகன்களில் ஒருவராகவே கருதி இலக்கியத்தைக் கற்பித்திருக்கிறார். மீராவின் அறிமுகத்தால் அன்னம் வெளியீடாக அறிவுமதியின் "நிரந்தர மனிதர்கள்" கவிதைநூல் வெளிவந்திருக்கிறது. தொடர்ச்சியாக "அவிழரும்பு, என் பிரிய வசந்தமே, ஆயுளின் அந்திவரை, அன்பான ராட்சசி, கடைசி மழைத்துளி, அணுத்திமிர் அடக்கு, வலி, நட்புக்காலம்" ஆகியன வந்துள்ளன. கடைசி மழைத்துளியில் ஜப்பானிய ஹைக்கூ வடிவை அசலான தமிழ் ஹைக்கூக்களாக எழுதிக்காட்டியவர் அவர்தான்.

"படையாச்சி சுடுகாடு / பறையர் சுடுகாடு / தலை முழுக ஒரே ஆறு" என்றும் "மரக்கிளையில் குழந்தை / வரப்பில் பண்ணையார் / வயலில் சிந்துகிறது பால்" என்றும் தமிழ் ஹைக்கூக்களை, சமூகத் தடத்தை நோக்கி திருப்பிவிட்ட பெருமை அவருடையது. 5-7-5 என்கிற அசைக்கணக்கோ பருவநிலைக் குறியீடுகளோ இல்லையென்றாலும், மூன்று வாக்கியங்களில் ஒரு கருத்தையோ சிந்தனையையோ ஹைக்கூவாக எழுதலாம் என்கிற புதுமுறையை அவரே உருவாக்கியிருக்கிறார். முதல் ஹைக்கூ நூல் வெளியிட்டவர் என்கிற பெருமையைத் தமது அன்பினால். இன்னொருவர் தட்டிப் பறித்ததைக்கூட, அவர் பெரிதுபடுத்தாதது குறிப்பிடத்தக்கது.

ஆண் - பெண் நட்பை மையமாக வைத்து அவர் எழுதிய "நட்புக்காலம்" நூல், கல்லூரிகளில் படிக்கும் மாணவர்களுக்கான கவிதைக் கையேடாக மாறிப்போயிருக்கிறது. தமிழ்த்தேசத் தன்னுரிமை மாநாட்டிற்கு முதல் முறையாக சென்னைக்கு வந்த எனக்கு, அம்மாநாட்டில் அவர் வாசித்த கவிதை வெகுவாகப் பிடித்திருந்தது. "ஒரு நள்ளிரவில் அந்த ஆங்கிலேயன்" என்று ஆரம்பிக்கும் அந்தக் கவிதையை

யுகபாரதி □ 321

மனப்பாடமாகச் சொல்லி, பல மேடைகளில் கைத்தட்டல் பெற்றிருக்கிறேன். கேட்டவுடனேயே யாரையும் ஈர்த்துவிடும் அக்கவிதை, இந்தியத் தேசியத்தை எச்சரிக்கும் தொனியில் எழுதப்பட்டிருந்தது.

இந்தியத் தேசியத்தை எச்சரிக்க எழுதப்பட்ட அக்கவிதையை, பிரிவினைவாதத்தைத் தூண்டும் கவிதையாக 'துக்ளக்' பத்திரிகை விமர்சித்திருக்கிறது. துக்ளக் அச்சுறுத்திவிட்ட பிறகு, ஆட்சியாளர்கள் சும்மா இருப்பார்களா? உடனே, காவல்துறையை ஏவி நெருக்கடியைக் கொடுத்திருக்கிறார்கள். ஒரு கவிதைக்காகக் காவல்துறை படிக்கட்டிலும் நீதிமன்ற வாசலிலும் நிற்கவேண்டிய நிலையை அறிவுமதி சந்தித்திருக்கிறார். பல கவியரங்குகளில் அவர் கவிதை வாசிக்க ஆரம்பித்த உடனேயே, மொத்த கூட்டமும் அவர் பின்னே நடக்கத் தொடங்கியதை நிறைய மேடைகளில் நேரடியாகக் கண்டிருக்கிறேன்.

எதை எழுதுவதென்றாலும் அல்லது எதைச் சொல்வதென்றாலும் தீர்க்கமான கொள்கைப் பின்னணியில் இருந்தே சொல்லியிருக்கிறார். வாய்ப்பைப் பற்றியோ வாழ்வைப் பற்றியோ அக்கறையே இல்லாமல் அவர் சொல்லிய வார்த்தைகள், சமூகத்தில் பலவேளைகளில் அதிர்வலைகளை ஏற்படுத்தியுள்ளன. அப்படிப்பட்ட அவர்தான், "சொல்லாதே சொல்லச் சொல்லாதே" என்கிற பாடலை "சொல்லாமலே" படத்திற்காக எழுதியிருக்கிறார். "காத்திருக்கும் வேளையெல்லாம் கண் இமையும் பாரம் / காதல் வந்து சேர்ந்துவிட்டால் பூமி வெகுதூரம்" என்ற அப்பாடலுக்கு, தமிழக அரசின் சிறந்த பாடலாசிரியர் விருதைப் பெற்றிருக்கிறார்.

ஒரு பாடலாசிரியரே அனைத்துப் பாடல்களையும் எழுதிவந்த சூழலில், ஆளுக்கு ஒரு பாடலைத் தரச் சொல்லி இமையமைப்பாளர்களிடம் கோரிக்கை வைத்திருக்கிறார். அவர் வைத்த அந்தக் கோரிக்கையின் அடிப்பிடையில்தான் நா. முத்துக்குமார், கபிலன், தாமரை, பா. விஜய், விவேகா, நான் என எல்லோரும் கலந்து எழுதும் சூழல் உருவானது. எங்களை வழிநடத்தும் தலைமைப் பாடலாசிரியராக பல படங்களுக்கு அவரே இருந்து எங்களுக்குச் சிபாரிசு

322 □ நேற்றைய காற்று

செய்திருக்கிறார். “ரன்” திரைப்படத்தில் அமைத்த அத்தனைப் பாடல்களும் பெருவெற்றி பெற அவரே முதன்மையான காரணம். தம்முடைய தம்பிகள் எழுதியவற்றில் எது தக்கது, எது அபாரமென இசையமைப்பாளரிடம் எடுத்துச் சொல்லி அவர்கள் மேலதிக வாய்ப்புகளைப் பெற மறைமுக உதவியும் புரிந்திருக்கிறார்.

படைப்பாளுமையில் குறியாக இருக்கும் அறிவுமதி, எந்தவொரு படைப்பாளியின் தனிப்பட்ட ஆதிக்கத்தையும் நியாயப்படுத்தத் துணிந்ததில்லை. “பாநிரை கவர்தல்” என்னும் சிறுவெளியீட்டில், தம்முடைய நண்பரான வைரமுத்துவையே கேள்விக்கு உட்படுத்தியிருக்கிறார். போர் அறிவிப்பைச் செய்த பிறகும் அவ்வறிவிப்பை உணராத பசுக்களை, எதிரி நாட்டவர் கவர்ந்துவந்து பாதுகாப்பதே “ஆநிரை கவர்தல்” என்று சங்க இலக்கியம் சொல்கிறது. ஆநிரை கவர்தல் என்பதற்கு ஈடாக “பாநிரை கவர்தல்” என்றொரு பதத்தை அறிவுமதி யோசித்திருக்கிறார். ‘ரன்’ திரைப்படத்தில் அவர் எழுதிய “பொய் சொல்லக்கூடாது காதலி” என்னும் பாடலைப் பற்றிச் சொல்லவேண்டும்.

இரண்டாயிரமாவது ஆண்டில், நான்கைந்து இளம் பாடலாசிரியர்கள் தங்களுக்குக் கிடைத்த சிறுவாய்ப்பினால் அடையாளப்பட்டிருந்த நேரம் அது. வெவ்வேறு இசையமைப்பாளர்களாலும் வெவ்வேறு இயக்குநர்களாலும் அடையாளப்பட்டிருந்த அவர்கள் ஐவரையும் ஒன்றாக இணைத்து, ரன் திரைப்படத்திற்கு பாடல் எழுதவைக்கலாம் என்னும் யோசனையை, இயக்குநர் லிங்குசாமிக்கும் இசையமைப்பாளர் வித்யாசாகருக்கும் சொல்லியவர் அறிவுமதியே. அதன்படி, அவரும் அத்திரைப்படத்திற்கு ஒரு பாடலை எழுதியிருக்கிறார்.

பாடல்கள் தயாராகும் ஒவ்வொரு சந்தர்ப்பத்திலும் ஐந்துபேரும் கலந்துகொண்டு, அடுத்தவர் வரிகளில் திருத்தம் சொல்லலாம். ஒருவிதத்தில் சங்கப்பலகைபோல சந்தப்பலகையாக அமைந்த மிக அழகிய நாள்கள் அவை. கவிஞர்களும் பாடலாசிரியர்களும் ஒன்றாக இணைந்து பயணிக்க மாட்டார்கள் என்கிற பொதுப்புத்திக்கு மாற்றாக, அனைவரும் கூட்டாகச் செயல்பட அவர் காட்டிய

யுகபாரதி □ 323

அக்கறை சாதாரண விஷயமல்ல. அதன்பிறகு அதுவே, வழக்கமான முறையாகி ஐவரும் அதிகமான பாடல்களை எழுதியிருக்கின்றனர்.

வெற்றியைத் தனிநபர் சொத்தாக ஆக்க எண்ணாமல் அதை, கூட்டுமுயற்சிக்குக் கிடைக்கும் பலனாக ஆக்கிக்காட்டியதில் அவருடைய பங்கு மிகுதி. அந்தத் திரைப்படத்தில் அவர் எழுதிய "பொய் சொல்லக் கூடாது காதலி" என்ற வரிக்கு அடுத்த வரி, எப்படி இருக்கலாம் என்று பாடலாசிரியர்கள் யோசித்துக்கொண்டிருக்கையில், "பொய் சொன்னாலும் நீயே என் காதலி" என்ற வரியைச் சொன்னவர், லிங்குசாமியின் சகோதரரான சுபாஷ்சந்திரபோஸ். எதேச்சையாகப் பாடல் பதிவைப் பார்வையிட வந்த அவரே இரண்டாவது வரியை எடுத்துக்கொடுத்தார் என்பது வெளியுலகிற்குத் தெரியாதது. அப்படி, யாரையும் கவிஞனாக்கிவிடும் அன்பையும் ஆற்றலையும் அறிவுமதி மட்டுமே வைத்திருந்திருக்கிறார். அப்பாடலில், "அழகிய பொய்கள் பூக்கும் பூச்செடி கண்டேன் / அதை ரகசியமாக உயிரைத் தோண்டி பதியம் போட்டுக்கொண்டேன் / கண்டவுடன் எனையே தின்றதடி விழியே / என்னைவிட்டுத் தனியே சென்றதடி நிழலே" என அவர் எழுதியிருக்கும் வரிகளைப் பாடலென்று சொல்வதைவிட, கவிதையே என்றே கொண்டாடத் தோன்றுகிறது.

சந்தத்திற்குத் தக்கவாறு வரிகளைக் குழைத்து எழுதும் பாணி அவருக்கே உரியது. சின்னச்சின்னக் கவிதைகளை இரண்டிரண்டு வரிகளாக சிந்தித்தே முழுப்பாடலையும் எழுதியிருக்கிறார். 'உதயா' திரைப்படத்திற்கு அவர் எழுதிய "உதயா உதயா உளறுகிறேன்" பாடலை கேட்டிருப்பவர்கள் நான் சொல்ல வருவதிலுள்ள சூட்சமத்தைப் புரிந்துகொள்ளலாம். "மூச்சின் குமிழ்களிலே உயிர் ஊற்றி அனுப்பிவைத்தேன் / கூச்சம் அவிழ்கையிலே உடல் மாற்றி நுழைந்துவிட்டேன்" என்பதெல்லாம் அப்பாடலில் வரக்கூடிய வரிகளே. "மூச்சுக்குமிழ்" என்கிற சொற்சேர்க்கை வேறு யாருடைய பாடலிலும் இடம்பெற்றதில்லை. மொழியைப் புதுவிதமாக அமைத்து அவர் எழுதும் முறை, நவீன கவிதைகளைத் திரைப்பாடலாக்கிய முயற்சி என்றே எனக்குத் தோன்றுகிறது.

ஏ.ஆர்.ரகுமான் 'உதயா' திரைப்படத்திற்குப் பாடலெழுத அவரை அழைத்தபோது, அவர் கொடுக்க நினைத்த மெட்டு இதுவல்ல. முதலில் அவர் கொடுக்க நினைத்தது மணவிழா பாடலுக்குரிய மெட்டுதான். ஆனால், அந்த துள்ளலிசை மெட்டைக்காட்டிலும், மெல்லிசை மெட்டிற்கே எழுத விரும்புவதாக அறிவுமதி சொல்லியதும் மாற்றிக் கொடுத்திருக்கிறார்.

தொடர்ந்து, ஏ.ஆர்.ரகுமான் இசையில் "தெனாலி" படத்தில் "அத்தினி சித்தினி" என்கிற பாடலையும் அவர் எழுதியிருக்கிறார். "நாணம் கூச்சலிடும் சிவந்தனம்" என்கிற வரி அப்பாடலில் இடம்பெற்றுள்ளது. பெண்களின் வகைகளாக நான்கை தமிழ் பிரித்துவைத்திருக்கிறது. அந்த நான்கையும் அழகாகத் திரைப்பாடலில் வரிசைப்படுத்தி, அவர் எழுதியிருக்கும்விதம் ரசிக்கத்தக்கது.

மரபார்ந்த தமிழ் எழுத்துமுறையிலிருந்து புதுக்கவிதைகள் திரைப்பாடலாக வெளிப்பட்டதுபோல, புதுக்கவிதைகளின் அடுத்த பரிணாமமான நவீன கவிதைகளைத் திரைப்பாடலாக்கிய முன்னோடியாக அவர் இருந்திருக்கிறார். அவருடைய பாடல்வரிகளின் அமைப்புமுறை குறித்து தனி ஆய்வே மேற்கொள்ளலாம். அந்த அளவுக்கு மொழியை நுணுகியும் அணுகியும் பாடல்களைக் கட்டியிருக்கிறார். மெல்லிசைப் பாடல்கள் என்றில்லை, துள்ளலிசைப் பாடல்களிலும் நம்முடைய நாட்டுப்புறப் பாடல் வடிவத்தை நேர்த்தியாக எழுதிக் காட்டியிருக்கிறார். 'தூள்' திரைப்படத்தில் வெளிவந்த "மதுரை வீரன் தானே" என்னும் பாடலை பத்துப்பதினைந்து நிமிடத்தில் எழுதி, ஒலிப்பதிவுக்கு அவர் தயாரானதை அருகிருந்து பார்த்தவன் நான். பறவை முனியம்மாவின் குரலில் வெளிவந்த அப்பாடல், பத்து ஆண்டுகளுக்கும் மேலாகத் திருவிழாக் கொண்டாட்டப் பாடல்களில் தனியிடம் பிடித்தது குறிப்பிடத்தக்கது.

நம்முடைய மக்கள் மொழியில் அவருக்கு அலாதியான பயிற்சியுண்டு. நாட்டுப்புற சந்தங்களிலும் உத்திகளிலும் அவருக்குள்ள தேர்ச்சியை 'பார்த்திபன் கனவு' திரைப்படத்தில் வெளிவந்த "சோ சிட்டு சோள சோள சிட்டு" பாடலைக் கேட்டால் புரிந்துவிடும். அப்பாடலில்

"பனையேறிக் கெண்டபோல" என்றொரு உவமையைப் பயன்படுத்தியிருக்கிறார். நகரமயமாக்கலுக்கு முன்பு நம்முடைய தமிழ் மக்கள் புழங்கிய வழக்குச்சொற்களை அவருடைய திரைப்பாடல்களில் காணலாம். 'எம். குமரன் சன் ஆஃப் மகாலெட்மி' திரைப்படத்தில் "வச்சிக்க வச்சிக்கவா இடுப்புல என்னும் பாடல் அத்திரைப்படத்தின் வெற்றிக்கு பெரு உதவி புரிந்திருக்கிறது. உடனே, தொடர்ந்து அம்மாதிரியான பாடல் எழுத அழைப்பு வந்திருக்கிறது.

பெண்களின் உடல்சார்ந்த வர்ணனைகளை எழுதும்படி திரையுலகம் கேட்டதும், அப்படியான பாடல்களை எழுதுவதில்லை என முடிவெடுத்திருக்கிறார். முடிவெடுத்தோடு மட்டுமில்லை, அம்முடிவைச் செயல்படுத்தத் திரைப்பாடல்துறைக்கே சிலகாலம் முழுக்குப் போட்டிருக்கிறார். ஈழ விடுதலைப்போரில் தங்கள் உறுப்புகளை இழந்து தமிழ் சகோதரிகள் போராடிக்கொண்டிருக்கையில், அதே உறுப்புகளை வர்ணித்து திரைப்பாடல் எழுத அவர் மனம் ஒப்பவில்லை. கலை இலக்கியமும் சினிமாவும் மக்களின் அவ்வப்போதைய பிரச்சனைகளை பிரதிபலிக்க வேண்டுமே அல்லாமல், வெறும் நுகர்வுக்கான பண்டமாக கையாளுவதை அவரால் ஏற்றுக்கொள்ள முடியவில்லை.

"தமிழ்ப் பாதுகாப்பு இயக்க"த்தின் மூலவர்களில் ஒருவராக இருந்த அறிவுமதி, அதன் தொடக்கவிழாவில் இனி திரைப்பாடல் எழுதுவதில்லை என அறிவித்தற்குக் காரணம் அதுதான். அவ்வாறு அவர் மேடையில் அறிவித்ததை ஆதரிக்கும் மனநிலையில் எவருமே இல்லை. ஏனெனில், அவருடைய பங்களிப்புகள் வேறு எவரைக்காட்டிலும் கூடுதல் பொறுப்பைக் கொண்டிருந்தன. உணர்ச்சிவசப்பட்டோ மேடையின் கவனத்தை ஈர்ப்பதற்காகவோ அவர் அம்முடிவை அறிவிக்கவில்லை என எல்லோருக்கும் தெரியும். இருந்தாலும், திடீரென்று அவர் அப்படி அறிவித்ததை யாருமே எதிர்பார்க்கவில்லை.

திரைப்பாடல்துறையிலிருந்து சில ஆண்டுகள் முற்றாகத் தம்மை விலக்கிக் கொண்டிருந்த அறிவுமதியை, இயக்குநர் கரு. பழனியப்பனும் இயக்குநர் வ. கௌதமனும் வற்புறுத்தியே மீண்டும் திரைப்பாடல் எழுத அழைத்து வந்திருக்கின்றனர்.

326 □ **நேற்றைய காற்று**

திரைப்படங்களுக்குப் பாடல் எழுதுவதற்கு முன்பே, அவர் தனிப்பாடல்களை நிறைய எழுதியிருக்கிறார். சமூகத்தில் நிகழும் கொடுமைகளுக்கு எதிராக அவர் எழுதிய பாடல்களைத் தனி நூலாகத் தொகுக்கும் அளவுக்கு நிறைந்துள்ளன. "தொரப்பாடி ஜெயிலுக்குள்ள" என்று ஆரம்பிக்கும் ஒரு பாடல் அதில் முதன்மையானது. ஈழ விடுதலைப் போருக்கு அவர் எழுதியளித்த பல பாடல்கள் குறுந்தகடுகளாக வெளிவந்துள்ளன. "இன்னும் என்னடா விளையாட்டு" என்னும் பாடல், மாவீரர் நாள் நிகழ்வில் இசைக்கப்படும் பாடலாக ஆகியிருக்கிறது.

புலம்பெயர்ந்து வாழும் உலகத் தமிழர்கள், மதிக்கக்கூடிய பாடலாசிரியர்களில் அறிவுமதியும் ஒருவரல்லர். அவரே, அவர்களுடைய அளவில்லாத நம்பிக்கைக்கும் அன்பிற்கும் பாத்திரமானவர். ஆங்கிலம் கலக்காத தமிழில் திரைப்பாடல் எழுதுவதை வழக்கமாக கொண்ட அவரை, உலகத் தமிழர்கள் தங்கள் இதய சிம்மாசனத்தில் அமர்த்திவைத்திருப்பதில் ஆச்சர்யம் ஒன்றுமில்லை. கேளிக்கை உணர்வுடைய தமிழர்கள் அவருக்குத் தந்திருக்கும் இடத்தைப் பற்றி, தெரிந்துகொள்வது தேவையற்றது. தான் நம்பி எடுத்த முடிவிலும் அதைப் பற்றிப் படருவதிலும் அவருக்கு இணையாக அவரே இருந்திருக்கிறார்.

கரு.பழனியப்பனின் மந்திரப்புன்னகை திரைப்படத்தில் "மேகம் வந்துபோகும்", "என்ன குறையோ என்ன நிறையோ" ஆகிய இரண்டு பாடல்களை எழுதியிருக்கிறார். அதில், இரண்டாவது பாடல் கண்ணனைப் பற்றியது. "நேர்க்கோடு வட்டமாகலாம் / நிழல்கூட விட்டுப்போகலாம் / தாளாத துன்பம் நேர்கையில் / தாயாகக் கண்ணன் மாறுவான்" என்ற வரிகள் அப்பாடலில் இடம்பெற்றுள்ளன. தீவிர திராவிடப் பற்றாளர், நாத்திகக் கருத்துகளில் பின்வாங்காதவர் என அறியப்பட்ட அவரிடமிருந்தும், கண்ணன் கருணையுடன் வெளிப்பட்டிருப்பது கவனிக்கத்தக்கது.

மற்றவர்க்குத்தான் அது, கண்ணனைப் பற்றிய பாடல். ஆனால், அறிவுமதிக்கோ அது, தம்முடைய அண்ணனான பிரபாகரனைப் பற்றிய பாடல். இருக்கிறாரா, இறந்துவிட்டாரா எனத் தமிழ்த்தேசியத் தலைவர் பிரபாகரனைப் பற்றிப்

யுகபாரதி ☐ 327

பலரும் கேட்கத் தொடங்கிய நேரத்தில் எழுதிய பாடலே அது. அண்ணன் கண்ணனான கதையை மேலும் விவரிக்க விரும்பவில்லை. "என்னகுறையோ என்ன நிறையோ" என்பது தோல்விக்கான காரணத்தை விவாதிப்பதே. "தாளாத துன்பம் நேர்கையில், தாயாக அண்ணன் வருவான்" என்றுதான் அவ்வரியை நான் அர்த்தப்படுத்திக்கொள்கிறேன். ஒரு பாடலின் உட்பொருளைக் கிரகித்து, அதை எழுதிய பாடலாசிரியனின் சமூக அரசியலை அறியவேண்டிய அவசியமிருக்கிறது. அதேசமயம், ஒரு பாடலாசிரியனுக்கு நேரக்கூடிய தர்மசங்கட சூழ்நிலையாகவும் இதைப் பார்க்கலாம்.

முருகனை மூத்தோனாக, முப்பாட்டனாக வழிபட விரும்பும் அவருக்குக் கண்ணனும் திரைப்பாடலில் கடவுளாகத் தெரிந்திருக்கிறான். காட்சிக்கும் சூழலுக்கும் தேவையென்றால் எதையும் எழுதிவிடுபவர் அவரல்லர். மக்களின் நம்பிக்கைகள் எதில் பொதிந்துள்ளனவோ அதை விமர்சனத்துக்கு அப்பாலும் நேசிக்கப் பழகியிருக்கிறார். என்னுடைய கவிதைநூல் வெளியீட்டு விழாவில், ஞானப்பழத்தைப் பெற முருகனுக்குப் பிள்ளையார் செய்த சூழ்ச்சியைப் பற்றிப் பேசியிருக்கிறார். பக்தியை மூடத்தனமாக கருதும் நாத்திகக் கொள்கைக்கு மாற்றாக, சிறுதெய்வ வழிபாட்டையும் நடுகல் வழிபாட்டையும் முன்வைத்திருக்கிறார். வீட்டின் நிலைப்படியில் தொங்கவிடப்படும் படிகாரக் கல் குறித்து, அவர் பேசிய ஒரு பேச்சு ஆபத்துக்காலங்களில் தங்களைத் தற்காத்துக்கொள்ள தமிழர்கள் கையாண்ட உத்திகளை வெளிப்படுத்தியுள்ளன.

மொழியறிவும் பண்பாட்டு அறிவும் ஒரு பாடலாசிரியனுக்குத் தேவை என்பதை அவர் திரும்பத் திரும்பச் சொல்லிவந்திருக்கிறார். பொங்கல் பண்டிகைக்கு நான்கு நாள்கள் விடுமுறை என்றிருந்த நிலையை மாற்றி, இரண்டு நாளாக ஆக்கிய அ. தி. மு. க. அரசைக் கண்டித்து அறிவிக்கைவிட்ட, ஒரே கவிஞரும் பாடலாசிரியரும் அவர்தான். அவரது அறிக்கையைத் தொடர்ந்து, அடுத்துவந்த தி.மு.க. அரசு மீண்டும் நான்கு நாள்களை விடுமுறையாக அறிவித்தது குறிப்பிடத்தக்கது. இது, ஏதோ விடுமுறை

328 ☐ நேற்றைய காற்று

பிரச்சனையில்லை. ஆளும் அரசின் தமிழ் விரோதப் போக்கை உலகிற்கு அறிவிக்கும் காரியம். தமிழர்கள் தங்கள் ஆதிப் பண்டிகைகளைக் கொண்டாடுவதற்கு அரசோ அதிகாரமோ தடையாயிருக்கும் போதெல்லாம், அவர் எழுதுகோல் கேள்விகளை எழுப்பியிருக்கிறது.

ஒரு பாடலாசிரியன் திரைக்கு வெளியே செய்யவேண்டிய வேலைகளை வரையறுத்துக்கொள்ள அவர் மேற்கொண்ட நடவடிக்கைகள் முக்கியமானவை. "திருமலை" திரைப்படத்தில் அவரெழுதிய "அழகூரில் பூத்தவளே" பாடலைப் பற்றி சொல்லாமல் விடுவது முறையல்ல. "எந்த ஊர் என்றவனே இருந்த ஊரைச் சொல்லவா" என்று கண்ணதாசன் "காட்டுரோஜா" திரைப்படத்தில் எழுதியிருக்கிறார். அந்தப் பாடலின் அடர்த்தியை, திரட்சியை அப்படியே உள்வாங்கி அறிவுமதி எழுதியதாகக் கருதலாம். ஆனால், அறிவுமதியின் தமிழ் எளிய சொற்களால் ஆனதல்ல. இலக்கியச் சொற்களை ஏந்திக் கொண்டது. "நீ உடுத்திப் போட்ட உடை என் வயதை மேயுதடா" என்று அவள் சொல்ல, "நீ சுருட்டிப் போட்ட முடி மோதிரமா ஆகுமடி" என்று அவன் சொல்கிறான்.

இரண்டாவது சரணத்தில் இன்னும் ஒருபடி மேலேபோய், "நீ இழுக்கும் மூச்சுக்குள்ளே நான் இறங்கி தூங்கிடுவேன்" என்று அவன் சொல்ல, "குறிலாக நானிருக்க / நெடிலாக நீ இருக்க / சென்னைத் தமிழ் சங்கத்தமிழ் ஆனதடி" என்று முடித்திருப்பார். ஒரு பாடலில் சிற்சில இடங்களில் மட்டுமே பாடலாசிரியன் கவிஞனாகத் தென்படும் சந்தர்ப்பம் உண்டு. பெரும்பகுதி கதையும் சூழலுமே ஆக்கிரமித்துக்கொள்ள, அப்படிக் கிடைக்கும் சொற்ப இடத்தில்தான் கவிஞர்கள் தங்களை நிரூபிக்க முயன்றிருக்கின்றனர். ஆனால், அறிவுமதி பாடலின் மொத்த வரிகளையுமே கவிதையாக எழுதிவிட முனைந்திருக்கிறார்.

தலைமுறை (என்னப்பெத்த ராசா), பிரியமுடன் (ஆகாசவாணி), மனம் விரும்புதே உன்னை (இளவேனிற்கால பஞ்சமி), ஆஹா எத்தனை அழகு (காடு பத்திக்கிச்சி), தென்றல்(பத்தரக்கோட்ட மாமா), மூவேந்தர் (நான் வானவில்லையே பார்த்தேன்) பாலா (பூப்பூவாய்) ஆகிய படங்களிலும் அவருடைய குறிப்பிடத்தக்க பாடல்கள்

யுகபாரதி □ 329

இடம்பெற்றுள்ளன. முறையாகப் பல்கலைக்கழகத்தில் தமிழ் பயின்ற அவர், திரைப்பாடல்களிலும் இலக்கியப் பாடத்தை எடுக்கவே விரும்பியிருக்கிறார். அவர் பாடல்கள் முழுவதையும் அறிந்தவன் என்கிற வகையில், இன்னும் கூடுதலாகவே அதற்கான தரவுகளைத் தரமுடியும்.

இயக்குநர் ஸ்ரீதர்பிரசாத் இயக்கத்தில் வெளிவந்த 'அள்ளி தந்த வானம்' திரைப்படத்தில் "தோம் தோம் தித்தித்தோம்" என்றொரு பாடல். அப்பாடலில் "கண்ணால் கண்ணில் கற்பித்தோம் / காதல் பாடம் ஒப்பித்தோம் / தீண்டித் தீண்டித் தூண்டும்விரலை / திட்டிக்கொண்டே தித்தித்தோம்" என்று சிந்தித்திருக்கிறார். "காதலன் தீண்டும்போது கைகளை மன்னித்தேன்" என்றுதான் "எதிர்நீச்சல்" திரைப்பாடலில் வாலி எழுதியிருக்கிறார். "தாமரைக் கன்னங்கள் / தேன்மலர்க் கிண்ணங்கள்" பாடலில் "மாலையில் சந்தித்தேன் / மையலில் சிந்தித்தேன் / காதலன் தீண்டும்போது கைகளை மன்னித்தேன்" என்று எழுதிய வரிகள் நினைவிருக்கலாம்.

பெண்மையின் மரபார்ந்த அணுகுமுறையை மீறக்கூடாதென வாலி ஒரு கட்டுக்குள் நின்றதையும் மீறி, அறிவுமதி "திட்டிக்கொண்டே தித்தித்தோம்" என்றிருக்கிறார். ஆண் குரல் பாடுவதுபோல அமைந்த அவ்வரிகள் பெண்மையின் வட்டத்தைப் பெரிதாக்கியிருக்கின்றன. "ஒற்றைச்சொல்லைச் சொல்லத்தானே கோடிச் சொல்லை வாதித்தோம் / மெல்லப்பேசி மெல்லத் தொட்டு / மெதுவாய் வயதைச் சோதித்தோம்" என்கிற இடத்தில் இசையமைப்பாளர் வித்யாசாகரின் நுட்பம் வெளிப்பட்டிருக்கிறது. "சுற்றிச் சுற்றி வீசும்காற்றை நிற்கச் சொல்லி சுவாசித்தோம்" என்ற வரியை இசையுடன் கேட்கவேண்டும். இலக்கியச் சொற்களுக்கு இசையமைக்கும் அவர்போன்ற இசையமைப்பாளர்கள் தமிழில் அதிகமில்லை. வார்த்தைக்கு வார்த்தை ரசித்து, அவர் ஒருவரே இசை வாகனத்தில் இலக்கிய மொழியை ஏற்றியிருக்கிறார்.

பாடலாசிரியர்களிடமிருந்து வரிகளைப் பெற்று, அதன் அழகை மேம்படுத்த அவர் எடுத்துக் கொண்டிருக்கும் அக்கறை அசாத்தியமானது. அறிவுமதியின் ஏராளமான பாடல்கள் அவர் இசையில் வெளிவந்துள்ளன. ஏனைய

330 ▢ **நேற்றைய காற்று**

இசையமைப்பாளர்களைவிட, அவர் இசையில் எழுதிய பாடலாசிரியர்கள் கவிதைக்காரர்களாக அறியப்பட்டிருக்கிறார்கள். இசையின் நுட்பத்தைப் போலவே மொழியின் நுட்பத்தையும் விளங்கிக்கொண்டவராக அவர் இருந்திருக்கிறார். கே. வி. மகாதேவனின் வழியைப் பின்பற்றி, அவர் அமைத்துக்கொடுத்திருக்கும் பாடல்கள், திரைப்பாடல்களும் இலக்கியமே என நிறுவுவதற்குப் போதுமான சான்றாக அமைந்துள்ளன.

அதே ‘அள்ளித்தந்த வானம்’ திரைப்படத்தில் அறிவுமதி எழுதிய மற்றொரு பாடல், “வாடி வாடி நாட்டுக்கட்ட” என்பது. துள்ளலிசைப் பாடலின் தன்மைகளை உள்வாங்கி அவர் எழுதிய அப்பாடலால், கடும் விமர்சனத்திற்கு ஆளாக நேர்ந்ததை மறைக்கவேண்டியதில்லை. “விடியச்சொல்லி கூவுற சேவல் குழம்பில் கொதிக்கிறதே” என்றொரு வரி அப்பாடலில் இடம்பெற்றிருக்கிறது. வேகமான ஆட்டப் பாடல்களிலும் அப்படியான உவமைகளை எழுதி, விமர்சனங்களிலிருந்து தப்பிக்க அவரால் முடிந்திருக்கிறது. பாடலையும் நடனத்தையும் புறக்கணிக்கும் சமூகம், வளர்ச்சியிழந்துவிடும் என்பது அவரது நம்பிக்கை. “சேது” திரைப்படத்தில் அவரெழுதிய “எங்கே செல்லும் இந்தப் பாதை” பாடலை, துயர்மிகுந்த தருணங்களின் தத்துவமாகவே ஆக்கியிருக்கிறார்.

“மண் கேட்டா அந்த மழைபொழியும் / மேகம் பொழியாமல் போவதுண்டா / கரை கேட்டா அந்த அலைகள் வரும் / அலைகள் தழுவாமல் போவதுண்டா / கண்ணீர் மழையில் உந்தன் முன்னே முன்னே / காதல் மழை பொழி கண்ணே கண்ணே” என்று இளையராஜா குரலில் அப்பாடலைக் கேட்பவர்கள், அழாமல் இருந்தால் அதிசயம். ஒரு பாடலை காட்சிபூர்வமாக உள்வாங்க முதலில் வரிகளே உதவுகின்றன. திரைப்படம் வெளிவருவதற்கு முன்பே அக்கதை குறித்தும் காட்சி குறித்தும் ரசிகனை யோசிக்க வைக்கின்றன.

இந்த அடிப்படைப் புரிதலில்லாமல் இன்றைக்கு வரக்கூடிய இசையமைப்பாளர்கள் வெற்றுச் சத்தங்களைச் சந்தங்களாக்க முயல்கிறார்கள். ஒழுங்குபடுத்தாத ஓசை

இசையாக ஆவதில்லை. தொடர்ச்சியற்ற வார்த்தைகளும் பாடல்களாக ஏற்கப்படுவதில்லை. "சேது" திரைப்படத்தில் அவர் எழுதிய "மாலை என் வேதனை கூட்டுதடி" என்ற பாடலும் குறிப்பிடத்தக்கது.

இயக்குநர் பாலாவை பாலுமகேந்திராவுக்கு அறிமுகம் செய்வித்து, பாலாவைத் தமிழ்த் திரையுலகின் கவனிக்கத்தக்க இயக்குநராக ஆக்கியதில் அறிவுமதிக்கே முதன்மை பங்குண்டு. "இவன் தான் பாலா" என்னும் நூலில் இதுகுறித்துப் பாலாவே பெருமைப்படக் குறிப்பிட்டிருக்கிறார். இயக்குநர் பாலா மட்டுமல்ல, இன்றைக்குத் திரைத்துறையில் முக்கியமான இடத்தில் இருக்கும் பலருக்கும் அறிவுமதியே அன்னை மடியாக ஆகியிருக்கிறார். அப்துல்ரகுமானை அவ்வப்போது "ஆண் தாய்" என்று விளிக்கும் அறிவுமதி, தானும் அப்படியே என்று எந்த இடத்திலும் சொல்லியதாகத் தெரியவில்லை.

தம்மை நம்பிவரும் இளைஞர்களுக்கு வழிகாட்டும் வேலையும் இலக்கியச் செயல்பாட்டின் ஒருபகுதியே என்று எண்ணியிருக்கிறார். பாடலாசிரியரும் கவிஞருமான நா. முத்துக்குமார், தம்முடைய 'பட்டாம் பூச்சி விற்பவன்' கவிதைநூலை அச்சிட்ட ஈரம் காய்வதற்குள் கொண்டுவந்து கொடுத்ததும் அதை முழுமையாக வாசித்து, அதிலுள்ள "தூர்" கவிதையைச் சீமானிடம் வாசித்துக்காட்டி, திரைப்பாடல் வாய்ப்பை வாங்கிக்கொடுத்தவர் அவரென்பது எல்லோரும் அறிந்ததுதான்.

"வீரநடை" திரைப்படத்தில் நா. முத்துக்குமாருடன் கவிஞர் தாமரையும் ஒரு பாடலை எழுத உதவி செய்ததை அருகிருந்து பார்த்தவர்களில் நானும் ஒருவன். என்னுடைய "மனப்பத்தாயம்" கவிதைநூலையும் அவர் அவ்விதமே எல்லோரிடமும் கொண்டுசேர்க்க எடுத்துக்கொண்ட முயற்சிகள் முக்கியமானவை. அறிவுமதியின் 73, அபிபுல்லா சாலை அலுவலகத்தில், எப்போதும் இளைஞர்கள் நிறைந்திருப்பர்.

இயக்குநர் கனவிலும் பாடலாசிரியர் கனவிலும் மிதந்துகொண்டிருக்கும் அவ்விளைஞர்களை அமரவைத்து, அவர்கள் தேவைகளையும் கனவுகளையும் கேட்டு அவர் செய்த நல்ல காரியங்களை எண்ணிச்சொல்வது எளிதல்ல.

332 □ நேற்றைய காற்று

தாம் எழுதுவதற்காகத் தரப்பட்ட மெட்டுகளை எல்லோரும் கேட்கும்படி ஒலிக்கச்செய்து இளையவர்களுக்கு அவர் அளித்த பயிற்சிகள், வேறு எந்த பாடலாசிரியரும் செய்யாதவை.

கவிதை ஆர்வமுடைய இளைஞர்களை மெட்டுக்கு எழுதும் தகுதியுடையவர்களாக அவரே ஆக்கியிருக்கிறார். உண்மையில், அறிவுமதியின் அந்த அலுவலகம் அவர் "உள்ளேன் ஐயா" என்னும் தலைப்பில் படம் இயக்குவதற்காக, அதன் தயாரிப்பாளரால் ஏற்பாடு செய்து தரப்பட்டது. ஆனால், அங்கே ஒரு படமல்ல, பல படங்களுக்கான படைப்பாளர்களையும் தொழில்நுட்பக் கலைஞர்களையும் உருவாக்கியிருக்கிறார்.

அலுவலகத்தைப் பயிற்சிக் கூடமாக்கி, ஏழை எளிய இளைஞர்களுக்கு ஏணியாக இருக்க அவர் உத்தேசித்திருக்கிறார். பலதரப்பட்டவர்கள் வந்துபோகும் இடமாக அது இருந்ததால், சகல கருத்துகளும் அங்கே விவாதிக்கப்பட்டிருக்கின்றன. தீவிர இலக்கியம், அரசியல், சினிமா என்கிற தளங்களில் அவர் மேற்கொண்ட பயணங்கள், தனிப்பட்ட வாழ்க்கையில் அவருக்கு எத்தகைய சகாயங்களைக் கொடுத்தன என்பது முக்கியமான கேள்வி. ஆனால், அந்தக் கேள்வியை அவர் புறங்கையால் தள்ளியிருக்கிறார். நாற்றுநடும் விவசாயக் கூலிகளின் மகனாகவோ மகளாகவோ பிறந்தவர்கள், பொருளாதாரத்தை முன்வைத்து இயங்கக்கூடாதென எல்லா இடங்களிலும் சொல்லி வந்திருக்கிறார்.

கிராமத்தில் ஒரு கீரையை ஆய்ந்தால்கூட, அதைப் பக்கத்துப் பக்கத்து வீடுகளுக்குப் பகிர்ந்தளிக்கும் மரபையே பாடல்துறையிலும் பின்பற்றியிருக்கிறார். புகழ்பூத்த அரசியல் தலைவர்கள் பலருடனும் அவருக்கு நெருக்கமான தொடர்பு இருந்திருக்கிறது; இருக்கிறது. அவர் நினைத்திருந்தால் அந்தத் தொடர்பைப் பயன்படுத்தி, பத்மபூஷனோ, பத்மவிபூஷனோ, ஏன் ஞானபீடமோகூட வாங்கியிருக்கலாம்.

ஆனால், அத்தகைய காரியங்களில் அவர் ஈடுபடவோ அப்படி ஈடுபடுகிறவர்களை ஆதரிக்கவோ எண்ணவில்லை. தமிழ்ச் சமூகத்தின் விடுதலைக்காகவே எழுத்துகளையும் பாடல்களையும் ஆக்கி அளித்திருக்கிறார். அதனால்தான்,

யுகபாரதி □ 333

தமிழ்த்தேசியத் தலைவர் பிரபாகரனின் நேரடி அன்பை அவரால் பெற முடிந்திருக்கிறது. இறுதிப்போருக்கு முன்பே பிரபாகரனின் அழைப்பை ஏற்று, வன்னிக்காடுகளுக்குள் சுற்றியலைந்த வரலாறு அவருடையது. பிரபாகரனைச் சந்தித்து, புகைப்படமெடுத்து, அதையே தம் அடையாளமாக ஆக்கிக்கொண்டவர்களுக்கு மத்தியில், சத்தமே இல்லாமல் அவர் பிரபாகரனைச் சந்தித்து வந்தது பலருக்குத் தெரியாதது. நெருக்கமான ஓரிருவர் அதைப்பற்றி ஊடகத்திற்குச் சொல்லலாம் என்றபோதும், ஒரு மாபெரும் போராளியைச் சந்திப்பது விளம்பரப்படுத்திக்கொள்வதற்கல்ல என்றே தட்டிக் கழித்திருக்கிறார். அறிமதியின் இயக்கத்தில் வெளிவந்த 'நீலம்' குறும்படம், சுனாமியால் பாதிக்கப்பட்ட மக்களைப் பற்றியது.

அக்குறும்படத்தில், இருபது ஆண்டுகள் அவர் உதவி இயக்குநராய் இருந்து பயின்ற பாடங்கள் வெளிப்பட்டுள்ளன. திராவிட இயக்கம் நீர்த்துப்போன கால கட்டத்தில் திரைப்பாடல் எழுதவந்த பாடலாசிரியராக அவர் இருந்தாலும், அவ்வுணர்வுகளை மீட்கும் ஏக்கங்களையும் எண்ணங்களையும் முடிந்தவரை வெளிப்படுத்தியிருக்கிறார். "தமிழ்த் திரைப்படங்கள் தமிழில் எடுக்கப்படும் திரைப்படங்களாக இருக்கின்றனவே தவிர, அவை தமிழருக்கான திரைப்படங்களாக இருப்பதில்லை" என்பதைத் தம்முடைய நேர்காணல்கள் பலவற்றில் சொல்லியிருக்கிறார்.

எது தமிழ்ப்படம், எது தமிழருக்கான படம் என்பதை உணர்த்தவேணும் அவர், திரைப்படங்களை இயக்கவேண்டுமென எதிர்பார்க்கிறேன். தீரத் தீர தமிழையும் வாழ்வையும் கற்பித்த அவரை, ஆய்வுக்காகவும் அண்ணனென்று சொல்லாமல் இருக்க என்னால் முடியவில்லை. அன்பு மீதூற அணைத்துக்கொள்ளும் அவர் மற்றவர்களுக்குத்தான் அறிவுமதி. எனக்கோ என்றைக்கும் அண்ணன்தான். அண்ணன் என்னைவிடவும் அதிக உயரமில்லை. ஆனால், எப்போதும் அவரை நான் கருத்துகளிலும் கொள்கைகளிலும் அண்ணாந்து பார்த்துக்கொண்டே இருக்கிறேன்.

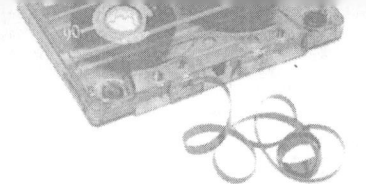

கங்கை அமரன்

ஏதோ நினைவுகள் மனதிலே

ஒரே துறையில் தம்முடைய மொத்த ஆற்றலையும் குவிக்காமல் ஒவ்வொரு துறையிலும் கால்பதித்துக் கவனத்தை ஈர்த்தவர், கங்கை அமரன். பாடலாசிரியர், இசையமைப்பாளர், இயக்குநர், நடிகர், நிகழ்ச்சித் தொகுப்பாளர், தயாரிப்பாளர், அரசியல்வாதி என அவர் விரும்பியவாறு வெவ்வேறு திசைகளில் சென்றிருந்தாலும், நின்று நிலைபெற்றிருப்பது பாடலாசிரியர் என்கிற பதாகையில்தான். தம்மை யாரென்று மக்களிடமும் சமூகத்திடமும் வெளிப்படுத்த துறைதோறும் அவர் சாதித்த வெற்றிகள் குறிப்பிடத்தக்கவை.

இளையராஜாவின் சகோதரர் என்கிற அறிமுகமும் அடையாளமும் அவருடைய வளர்ச்சிக்கு உதவிய அதே அளவிற்கு, அவருடைய தனித்துவமான முயற்சிகள் இளையராஜாவின் நிழலில் நின்றிருந்தபடியால் கவனிக்கப்படாமலும் போயிருக்கின்றன. தவிர்க்கவே முடியாத ஆளுமையாக உயர்ந்த ஒருவருக்கு, தம்பியாகவோ மகனாகவோ இருப்பது கலை இலக்கியத்தில் மட்டுமல்ல, சினிமாவிலும் சிக்கலுக்குரியதே. ஏனெனில், எத்தனை

யுகபாரதி □ 335

சிரத்தையுடன் காரியங்களை ஆற்றினாலும் அதுவெல்லாம் குறிப்பிட்ட ஆளுமையின் உறுதுணையால் விளைந்ததென்று சொல்லக்கூடிய அபாயமிருக்கிறது. கங்கைஅமரன் அந்த அபாயத்தை அதிகமாகச் சந்தித்திருக்கிறார்.

பாவலர் வரதராஜனின் கடைசித் தம்பியான அவர், எழுத்தை முழுநேரத் தொழிலாகத் தேர்ந்துகொள்ள எண்ணியிருக்கிறார். ஐம்பது அறுபதுகளில் இடதுசாரி மேடைகளில் மிகத் தீவிரமான பிரச்சாரப் பாடகராகவும் பாவலராகவும் இருந்த வரதராஜன், தன்னுடன் தம் தம்பிகளையும் அம்மேடைகளுக்கு அழைத்துப் போயிருக்கிறார். அக்காலங்களில் வெளிவந்த பிரபலமான சினிமாப் பாடல்களின் மெட்டில், இடதுசாரிக் கொள்கைகளையும் காங்கிரஸ் எதிர்ப்பையும் தாமே எழுதி இசையமைத்துப் பாடியும் வந்திருக்கிறார். "மாட்டுவண்டி போகாத ஊருக்குக்கூட எங்கள் பாட்டுவண்டி போனது" என்று கங்கை அமரன் இதுகுறித்துப் பல நேர்காணலில் குறிப்பிட்டிருக்கிறார். பாவலர் வரதராஜன், அப்பணியை வருமானத்திற்கான விஷயமாகப் பார்க்கவில்லை.

எளிய மக்களின் எதிர்கால வாழ்வுக்குத் தம்மால் இயன்றதைச் செய்யவேண்டுமெனும் எண்ணத்துடனே உழைத்திருக்கிறார். கம்யூனிஸ்ட் கட்சி நிர்வாகிகள் மக்களிடம் வசூலித்துத்தரும் சொற்பத் தொகையைப் பெற்றுக்கொண்டு, தமிழகத்திலும் கேரள எல்லையோர மாவட்டங்களிலும் பாவலர் வரதராஜன் ஏராளமான இசைக்கச்சேரிகளை நடத்தியிருக்கிறார். அவரிடமிருந்த இசையை இளையராஜாவும் எழுத்தாற்றலைக் கங்கை அமரனும் கற்றிருக்கின்றனர். தனிப்பட்ட வாழ்வை மேம்படுத்திக்கொள்ள இசையையும் எழுத்தையும் பயன்படுத்தாத அண்ணனின் வழிகாட்டலில் வளர்ந்த அவர்கள், அதுவே தம் வாழ்வின் ஆதார ஸ்ருதியாக மாறுமென்று அப்போது நினைத்திருக்கவில்லை. அண்ணனுக்கு உதவியாகவே அம்மேடைகளில் கலந்துகொண்டிருக்கின்றனர்.

அண்ணனுக்கு மக்கள் மத்தியில் கிடைத்துவந்த பாராட்டும் வரவேற்பும் அவர்களை உற்சாகப்படுத்தத் தாங்களும் அப்படியான பாராட்டையும் வரவேற்பையும் பெற விரும்பியிருக்கின்றனர். ஹார்மோனியப் பெட்டியைக் கல்லாப்பெட்டியாக்க விரும்பாத பாவலர் வரதராஜன், சொந்த

நிலபுலன்களை விற்றுத்தான் நாடகங்களையும் கட்சியையும் வளர்த்திருக்கிறார். ஆனால், தம்முடைய தம்பிகளுக்குத் தொடர்ந்து கம்யூனிஸ்ட் கட்சிப் பாடகர்களாக இருப்பதில் ஆர்வமில்லாமல் போயிருக்கிறது. இந்த இடத்தில்தான் இறுகப்பற்றியிருந்த அண்ணனின் கைகளை அவர்கள் விட்டு விலகியிருக்கின்றனர். பாஸ்கர், ராசைய்யா, அமர்சிங் ஆகிய மூன்று தம்பிகளும் தம்மைவிட்டு விலகுவதை அவர் என்னவிதமாக எடுத்துக்கொண்டாரெனத் தெரியவில்லை. பின்னாளில் ராசைய்யா இளையராஜாவாகவும் அமர்சிங் கங்கை அமரனாகவும் மாறியிருக்கின்றனர். இந்த விடுபடல் லௌகீக ரீதியிலான விடுபடல் மட்டுமல்ல, சிந்தனை ரீதியிலான விடுபடலையும் உள்ளடக்கியது. இதுவே, இளையராஜா இன்றுவரை சந்தித்துவரும் விமர்சனங்களின் மையப்புள்ளி. தனிநபராக அவர் சாதித்த அத்தனை வெற்றிகளையும் ஒரே அடியாக கீழே சாய்க்கும் காரணிகளில் அதுவும் ஒன்று.

தமிழகத்தின் உள்ளடங்கிய கிராமம் ஒன்றிலிருந்து பெரும் ஆளுமையாக உருவெடுத்த அவர், தம்முடைய முந்தைய அடையாளங்களை முற்றாக விலக்கிக்கொண்டே முன்னேறியிருக்கிறார். தற்செயலாக நிகழ்ந்த மாற்றங்களைத் தத்துவார்த்தப் புரிதலுடன் அணுகி, அவரையும் அவருடைய சாதனைகளையும் கேள்விக்கு உட்படுத்துகின்றனர். இடதுசாரி முகாமிலிருந்து வெளியேறிய மூவரில் ஒருவர் சாமியாராகவும் இன்னொருவர் சாமியார்களை ஆதரிக்கும் கட்சிக்காரராகவும் ஆகியிருப்பது விமர்சனத்திற்கு அப்பாற்பட்டதல்ல.

இசைக் கலைஞர்களாக வாழ்வை ஆரம்பித்த அந்தச் சகோதரர்கள் நாற்பதாண்டுக்காலத் திரையுலகில் தவிர்க்கமுடியாத சக்தியாக உருவெடுத்திருக்கின்றனர். இந்த உருமாற்றம் ஒரே நாளில் நடந்ததில்லை. எண்ணி எண்ணி அவர்கள் எடுத்தவைத்த கால்களே இந்த இடத்தில் கொண்டுவந்து சேர்த்திருக்கின்றன. இளையராஜா அளவிற்கு கங்கைஅமரன் விமர்சனங்களையும் தாக்குதல்களையும் எதிர்கொள்ளவில்லை. எனினும், தடைகளைத் தாண்டியே அவரும் வந்திருக்கிறார். ஒப்பீட்டளவில் சில சாதகங்கள் அவருக்கு கிடைத்தன. தன் அண்ணனின் அணைப்பிலும்

யுகபாரதி □ 337

ஆதரவிலும் காயங்கள் குறைவாகப் பட்டாரே தவிர, காயங்களே இல்லாமல் அவர் காப்பாற்றப்படவில்லை என்பது உண்மை. கங்கை அமரனைப் பொறுத்தவரை அவர், தம்மிடமிருந்த எழுத்தாற்றலைக் கொண்டு தனக்கே உரிய தனித்துவங்களைக் கட்டமைத்திருக்கிறார். பாவலர் வரதராஜன்மூலம் எழுத்தைப் பழகிய அவர், இசையின் நுட்பங்களுக்குத் தக்கவாறு வார்த்தைகளைப் பிரயோகிக்க முனைந்திருக்கிறார்.

இளையராஜா திரைத்துறைக்கு வருவதற்கு முன்பே அவர் இசையமைத்துப் பழகிய பல மெட்டுகளுக்குக் கங்கைஅமரன் பாடல்களை எழுதியிருக்கிறார். அவையே பிற்காலங்களில் திரைப்பாடல்களாக வெளிவந்திருக்கின்றன. “மூன்று தமிழ் காவியமும் முருகனுக்குத் தொட்டிலடி / முத்தமிழின் சங்கமும் முருகனுக்குக் கட்டிலடி / நன்று சொன்ன தலைவனுக்கு நாடலெல்லாம் கோவிலடி / நாளும் அந்தக் கோயிலிலே நல்லநாள் கோலமடி” என்று கங்கை அமரன் எழுதிய வரிகளே பின்னாளில் “கண்ணன் ஒரு கைக்குழந்தை / கண்கள் சொல்லும் பூங்கவிதை” என்பதாக மாறியிருக்கின்றன. திரையில் இடம்பெற்ற அப்பாடலுக்கான வரிகளை வாலி எழுதியிருக்கிறார்.

தம்மால் உருவான மெட்டு என்பதால், திரையிலும் தம்முடைய பெயரே வரவேண்டுமென எண்ணாதவராக கங்கை அமரன் இருந்திருக்கிறார். அதைவிட, குறிப்பிட்ட பாடலை எழுதிய வாலியின் வரிகளை அவரே பிரதியெடுத்திருக்கிறார். வாலியிடம் உதவியாளராகச் சேர விரும்பி அவ்வப்போது அமர்சிங் என்னும் பெயரில் கடிதம் எழுதிவந்த கங்கை அமரன், அண்ணனின் மெட்டிற்குப் பாடலெழுதவந்த வாலியின் வரிகளைப் பிரதியெடுத்து, தம்முடைய ஆதி ஆசையை நிறைவேற்றிக் கொண்டிருக்கிறார்.

கண்ணதாசனிடமோ வாலியிடமோ உதவியாளராகச் சேர்வதே இலட்சியமென்று எண்ணியிருந்த அவருக்கு, அவர்கள் இரண்டுபேரையும் தம் இசையில் எழுத வைக்கும் வாய்ப்பைக் காலம் வழங்கியிருக்கிறது. கம்பன் என்பதில் “க” முதலெழுத்தாகவும் “ன்” இறுதி எழுத்தாகவும் வருகிறது, அதேபோல, கண்ணதாசன் என்பதிலும் முதல்

எழுத்து “க”, இறுதியெழுத்து “ன்”. இந்தப் பொருத்தத்தை உத்தேசித்தே அமர்சிங்காக இருந்த அவர் கங்கை அமரனாக ஆகியிருக்கிறார். இளமையிலிருந்தே இசையுடனும் பாடல்களுடனும் புழங்கிய அவர், கிடார் இசைக் கலைஞராக பல படங்களுக்குப் பணிபுரிந்திருக்கிறார். அறுபதுகளிலும் எழுபதுகளிலும் இருந்த முன்னணி இசையமைப்பாளர்கள் பலருடனும் நெருங்கிப்பழகித் திரையிசையின் நுட்பங்களைப் பயின்றிருக்கிறார். இளையராஜா இசையமைப்பாளராக வரும்வரை இந்தப் பயிற்சியை அவர் மேற்கொண்டிருக்கிறார். இளையராஜா இசையமைக்க வந்ததற்குப் பிறகும்கூட கங்கை அமரனுக்குத் திரைக்கதவுகள் திறக்கப்படவில்லை. “அன்னக்கிளி” திரைப்படத்தில் இடம்பெற்ற பாடல்களை அதன் தயாரிப்பாளர் பஞ்ச அருணாசலமே எழுதியிருக்கிறார். அடுத்தடுத்த படங்களிலும் அப்படியே.

பால்யத்தைத் தம்முடன் பகிர்ந்துகொண்ட பாரதிராஜாவின் வருகைக்குப்பிறகே பாடலாசிரியராக அறிமுகப்படுத்தப்பட்டிருக்கிறார். இளையராஜாவின் தம்பி என்பதால் அவருக்குக் கிடைத்திருக்கவேண்டிய நியாயமான சகாயங்கள் எதையுமே அவர் ஆரம்பத்தில் பெறவில்லை. தம்முடைய தம்பி என்பதற்காக அறிமுகப்படுத்தினால் அதைப் பிறர் எப்படி எடுத்துக்கொள்வார்களோ என்று இளையராஜா அவர் விஷயத்தில் தயங்கியிருக்கிறார். அதுமட்டுமல்ல, அந்தக் காலத்தில் ஒரு திரைப்படத்திற்கு யார் பாடல் எழுதவேண்டும் என்பதை இயக்குநர்களும் தயாரிப்பாளர்களுமே தீர்மானித்திருக்கின்றனர். இப்போதுபோல இசையமைப்பாளரின் தயவில் பாடலாசிரியர்கள் தங்களை வெளிப்படுத்திக்கொள்ள வழியில்லை.

இந்தமுறையையும் இளையராஜாவே தொடங்கியிருக்கிறார். யார் எழுதவேண்டும், ஒருபாடல் எப்படி அமையவேண்டும் என்பதையெல்லாம் தாமே தீர்மானிக்கும் சக்தியாக பின்னாள்களில் நிறுவியவர் இளையராஜாவே. ஒருவேளை, இளையராஜாவின் தம்பியாக கங்கை அமரன் இல்லாமல் இருந்திருந்தால், திரைவாழ்வை முன்னமே தொடங்கியிருப்பாரோ என்னவோ? பாரதிராஜாவின் “பதினாறு வயதினிலே” திரைப்படத்தில் கங்கை அமரன்

எழுதிய "செந்தூரப்பூவே" பாடலைத் தவிர்த்துவிட்டு, இளையராஜாவைப் பார்க்கமுடியாது. இன்னும் சொல்லப்போனால் இளையராஜாவை மேல்நோக்கி இழுத்துச்சென்ற படங்களில் பதினாறு வயதினிலே படத்திற்கும் அப்பாடலுக்கும் முக்கிய பங்கு உண்டு.

ஓர் அறிமுகப் பாடலாசிரியனின் வரிகளைப்போல் அல்லாமல், தேர்ந்த இசைக்கலைஞனின் பிரதிபலிப்பை அத்திரைப்பாடல் வரிகளில் அறியலாம். திரைப்பாடலில் அன்று கோலோச்சிக் கொண்டிருந்த கண்ணதாசனே அவ்வரிகளைக் கேட்டுக் கங்கைஅமரனைப் புகழ்ந்திருக்கிறார். இல்லாத பூவை எழுதி, இதயங்களைக் கவர்ந்த கங்கை அமரன் தம் பாட்டுப் பயணத்தை மலர்ந்த மனத்துடனே ஆரம்பித்திருக்கிறார்.

செந்தூரப் பூவே பாடலுக்கு மாற்றாக இளையராஜா இசையமைத்த "கண்ணன் வருவான் / மாலை இடுவான் / இந்த மனதில் இன்பம் தருவான்" என்ற வரிகளையும் கங்கை அமரனே எழுதியிருக்கிறார். அப்பாடல் "பொண்ணு ஊருக்குப் புதுசு" என்னும் திரைப்படத்தில் "சோலைக் குயிலே காலைக் கதிரே" என்பதாக மாற்றப்பட்டிருக்கிறது.

மாற்றத்துக்குரிய வரிகளை எம்.ஜி. வல்லபன் எழுதியிருக்கிறார். பாடலாசிரியர்களில் அரிதான குணமுடையவராக கங்கை அமரன் இருந்திருக்கிறார். வாய்ப்புகளைப் பாடலாசிரியர்களுக்கு வழங்கக்கூடிய இடத்தில் இருந்தும்கூட, தம்முடைய வரிகளையும் மெட்டுகளையும் தாரை வார்க்கத் தயங்காதது ஆச்சர்யமளிக்கிறது. கதையையும் சூழலையும் உள்வாங்கி, அவர் எழுதிய எத்தனையோ பாடல்களில் ஆகச்சிறப்பாக வெளிப்பட்டிருக்கிறார். என்னை ரொம்பவும் ஈர்த்த "பன்னீர் புஷ்பங்களே" பாடல், "அவள் அப்படித்தான்" திரைப்படத்தில் இடம்பெற்றிருக்கிறது.

பெண்ணியக் கருத்துகள் பெரிதாக வேர்விடாத எழுபதுகளின் இறுதியில் வெளிவந்த அத்திரைப்படம் ருத்ரையாவின் எழுத்திலும் இயக்கத்திலும் உருவானது. ஒட்டுமொத்தத் திரையுலகையும் அதிரவைத்த படங்களில் அதுவும் ஒன்று. தமிழ்த் திரைரசிகனின் பார்வையை விசாலப்படுத்திய

படமாகவும் அதைக் கருதலாம். ரஜினி, கமல் என்ற இருபெரும் நடிகர்கள் அதில் நடித்திருந்தும், அக்கதையில் ஸ்ரீபிரியாவுக்கே முக்கியத்துவம் அளித்திருக்கிறார். பெண் கதாபாத்திரத்தை முதன்மைப்படுத்தி, அவள் பேசும் வசனங்களை பொதுவெளியில் விவாதமாக்கிய ஆளுமை அவருடையது. ஒரு திரைப்படத்தின் மைய நோக்கை வெளிவந்த திரைப்பாடல் என்னும் வகையில், பன்னீர் புஷ்பங்களே பாடல் கவனத்துக்குரியது.

இதிகாசக் கதாபாத்திரங்களை எதார்த்தத் தளத்திலிருந்து விமர்சித்த கங்கை அமரனின் அப்பாடல் வரிகளை கண்ணதாசன் எழுதியதாகவே நானும் கருதிக்கொண்டிருந்தேன். அதே திரைப்படத்தில் கண்ணதாசனின் பெயரும் இடம்பெற்றிருப்பதால், இப்படியான வரிகளைக் கண்ணதாசனே எழுதியிருப்பார் என்ற முன்முடிவுக்கு என்போலவே பலரும் வந்திருக்கின்றனர். எனினும், அத்திரைப்படத்தில் இடம்பெற்ற முக்கியமான இரண்டு பாடல்களைக் கங்கைஅமரனே எழுதியிருக்கிறார். "உறவுகள் தொடர்கதை / உணர்வுகள் சிறுகதை" என்னும் பாடலும்கூட அவர் எழுதியதுதான்.

இரண்டுபாடல்களையும் எழுதிய கங்கை அமரன், அப்பாடல்களைக் கண்ணதாசனை மனதில்வைத்தே எழுதியிருக்கிறார். அவர்போல் எழுதவேண்டும் என்கிற எண்ணம், அவரே எழுதியதாக கருதும் சூழலை உருவாக்கியிருக்கிறது. தனக்கென்று தனியான பாணி அமையாத காலகட்டத்தில் இன்னொருவர்போல எழுதிப்பார்ப்பது இயல்பே. இதில் என்னவேடிக்கையென்றால், யாரை நினைத்துக்கொண்டு எழுதினாரோ அந்த அவரே "என்னைவிடச் சிறப்பாக எழுதியிருக்கிறாய்" எனப் புகழ்ந்ததுதான். ஒருவிதத்தில் கங்கை அமரன் தம்மை ஸ்திரப்படுத்தத் தவறிய இடமாக அதைக் கருதலாம்.

தம்முடைய பாடல் பிறருடைய சாயலை ஒத்திருப்பதை உணர்ந்துமே தவிர்க்கவில்லை என்பதல்ல. வலிந்தே அவர் அதை அமைத்திருக்கிறார். தனித்த ஆளுமையாக ஆவதைவிட தம்மைத் தற்காத்துக்கொள்ள மேற்கொண்ட நடவடிக்கையாக அதைப் பார்க்கலாம். கண்ணதாசனையும் வாலியையும்

தம்முடைய மானசீகக் குருவாக எண்ணிய அவர், "பாஞ்சாலி வாழ்ந்த பரிதாப வாழ்வைப் / பாராட்ட யாருமில்லை / நிஜவாழ்க்கையிலே / பலபேரைச் சேர்ந்த / பரந்தாமன் தன்னை / புகழ்பாடக் கேட்டதுண்டு / இந்த பூமியிலே" என்று எழுதிய வரிகள், இயல்பாக இசைக்கு வந்து விழுந்த வரிகளல்ல. கதையை முன்னும் பின்னுமாக உணர்ந்து உருவாக்கிய வரிகள்.

பெண்ணியம் தொடர்பாக அவர் வைத்திருந்த கருத்துகளாக அவற்றைக் கொள்வதற்கு வழியில்லை. ஏனெனில், ஒரேசமயத்தில் இரண்டு படகுகளில் அவர் பயணம் செய்திருக்கிறார். ஒருபக்கம் "சிறுபொன்மணி அசையும், காற்றில் எந்தன் கீதம்" பாடல்களை எழுதிய அவரே இன்னொருபக்கத்தில் "வாடி ஏங் கப்பக்கிழங்கே, ஓரம்போ ஓரம்போ ருக்குமணி வண்டி வருது" போன்ற பாடல்களையும் எழுதியிருக்கிறார். இரண்டு தளங்களிலும் வெற்றிகரமான பாடல்களை எழுதக்கூடிய கமர்ஷியல் பாடலாசிரியராகவே தம்மைக் காட்டிக்கொள்ள முனைந்திருக்கிறார். எந்தக் கதைக்கும் பொருந்தக்கூடிய வரிகளை அவரால் எழுத முடிந்திருக்கிறது. பெண்ணியம் குறித்து அவர் எங்கேயும் பிரஸ்தாபித்ததில்லை. தவிர, வாடி ஏ கப்பக்கிழங்கையும் ஓரம்போ ஓரம்போவையும் வானொலி ஒலிபரப்பத் தடைவிதித்தது என்றதும், கடுமையான கண்டனங்களை எழுப்பியிருக்கிறார்.

மக்கள் மத்தியில் பிரபலமான பாடல்களுக்கு வானொலி நிலையம் வரப்பு கட்டுவதை எதிர்த்துப் பத்திரிகைகளுக்குக் கடிதம் எழுதியிருக்கிறார். விஷயத்தைக் கேள்விப்பட்ட கண்ணதாசன், கங்கை அமரனுக்கு அறிவுரை சொல்லி ஆற்றுப்படுத்தியிருக்கிறார். "எழுதுவதோடு நம்முடைய வேலை முடிந்துவிட்டது. அதை யார் கேட்கிறார்கள். யார் எதிர்க்கிறார்கள் என்பது முக்கியமில்லை" என்றிருக்கிறார்.

மூவாயிரத்து அறுநூறு பாடல்களுக்குமேல் எழுதியுள்ள கங்கை அமரன் தம்மை ஒரு வெகுஜனப் பாடலாசிரியர் என்னும் தளத்தில் வைத்துக்கொள்ளவே விரும்பியிருக்கிறார். காத்திரமான கருத்துகளையும் தம்மால் எழுதமுடியுமென நிரூபித்திருக்கிறாரே தவிர, அதையே தம்முடைய

342 □ நேற்றைய காற்று

அடையாளமாக ஆக்கிக்கொள்ளத் தயங்கியிருக்கிறார். "உறவுகள் தொடர்கதை" என ஆரம்பமாகும் அவள் அப்படித்தான் பாடலில், "ஒருகதை என்றும் முடியலாம் / முடிவிலும் ஒன்று தொடரலாம் இனியெல்லாம் சுகமே" என்று எழுதியதுடன் "வேதனை தீரலாம் / வெறும்பனி விலகலாம்" என யோசித்திருக்கிறார். அவ்வரிகளில் ஏறக்குறைய கண்ணதாசனை எட்டிவிட்டார் என்றுதான் சொல்லவேண்டும்.

ஏறக்குறைய என்ற பதத்தைக் கவனமாகவே கையாண்டிருக்கிறேன். நிகராக என்று எழுதவில்லை. கண்ணதாசனுக்கு நிகராக கங்கை அமரன் எழுதியிருப்பதாகச் சொல்ல முனைந்தால் அது, இரண்டுபேருக்குமே பெருமையில்லை. அத்துடன், கண்ணதாசனின் ஆற்றலுக்கு நிகராக எவரையுமே சொல்லமுடியாது அல்லது சொல்லக்கூடாது என்பது பொதுவான அபிப்ராயம். கங்கைஅமரனே இதைப் பல இடங்களில் வெளிப்படுத்தியிருக்கிறார். நான் கவனப்படுத்த விரும்புவது, தனக்கு முன்னே இருந்த ஆகிருதியின் ஆற்றலை அவரால் தொட்டுவிட முடிந்திருக்கிறது என்பதுதான்.

இளையராஜா இசையில் கொடிகட்டிப் பறந்த காலத்தில், கங்கை அமரனும் நூற்றுக்கணக்கான படங்களுக்கு இசையமைத்திருக்கிறார். இளையராஜாவை நெருங்கியும் நெருங்காமலும் அவர் இசையமைத்த பாடல்கள் பெருவெற்றியைக் கண்டிருக்கின்றன. வாழ்வே மாயம், சுவரில்லாத சித்திரங்கள், மௌன கீதங்கள், ஒருவிடுகதை ஒரு தொடர்கதை, சட்டம், ராமாயி வயசுக்கு வந்துட்டா, நீதிபதி ஆகிய திரைப்படங்கள் அவற்றில் முக்கியமானவை.

பாரதிராஜாவின் உதவியாளராக இருந்த கே. பாக்யராஜூம் இளையராஜாவின் உதவியாளராக இருந்த கங்கை அமரனும் இணைந்து பணிந்தபுரிந்த முதல் படம் "சுவரில்லாத சித்திரங்கள்". அப்படத்திற்கு "காதல் வைபோகமே" என்னும் பாடலை எழுதிய கண்ணதாசன், "காதல் வைபோகமே / காணும் நன்நாளிதே / வானில் ஊர்கோலமாய் / ஜோடி கிளிகள் கூடி இணைந்து / ஆனந்தப் பண்பாடுதே " என்று இருவருக்கும் ஆசி வழங்கியிருக்கிறார். பாரதிராஜாவுக்கும் இளையராஜாவுக்கும் தம்மிடமிருந்தவர்கள் தனித்துச்சென்று வெற்றி பெறுவதில் மகிழ்ச்சியே என்றாலும், அதை

அவர்கள் இருவருமே வார்த்தைகளால் வெளிப்படுத்தத் தவறியிருக்கின்றனர். கசப்பையும் வெறுப்பையும் காட்டிய அவர்கள் இருவரும் இறுதியில், தங்களைக் கொண்டாடி அரவணைத்துக் கொண்டதைக் கங்கைஅமரனும் பாக்யராஜும் பல மேடைகளில் தெரிவித்திருக்கின்றனர்.

“வாழ்வே மாயம்” திரைப்படத்திற்கு இசையமைத்த கங்கைஅமரனை இளையராஜா இன்னும் ஒருபடிமேலேபோய் தங்கச் சங்கிலியால் கௌரவித்திருக்கிறார். “தங்கச் சங்கிலி மின்னும் பைங்கிளி / காதல் சொல்லியதோ” என்று “தூறல் நின்னுப்போச்சு” திரைப்படத்தில் வைரமுத்து எழுதிய பல்லவிக்கும் கங்கை அமரனுக்கும் ஒரு சம்பந்தமுமில்லை. ஆனால், “கல்லுக்குள் ஈரம்” திரைப்படத்தில் “சிறு பொன்மணி அசையும் / அதில் தெறிக்கும் புது இசையும்” என்று கங்கை அமரன் எழுதியிருக்கிறார். முடுக்குச் சந்தங்கள் நிறைந்த அப்பாடலில் கங்கை அமரனின் வார்த்தைப் பிரயோகம் களைகட்டியிருக்கிறது. “தெளியாதது எண்ணம் / கலையாதது வண்ணம் / அழியாதது அடங்காதது / அலைமீறிடும் உள்ளம்” என்று அவர் எழுதியுள்ள வரிகள், இசையோடு இயைந்த அழகை விவரித்தால் பக்கங்கள் நீண்டுவிடும்.

பாடல்களில் வார்த்தைகளுக்குத் தரவேண்டிய அந்தஸ்தை தாம் இசையமைத்த அத்தனைப் பாடல்களிலும் அவர் வழங்கியிருக்கிறார். ஒரு பாடலாசிரியன் இசையமைப்பாளனாக மாறும்போது, வரிகளும் அதை எழுதிய கவிஞர்களும் மதிப்புடன் நடத்தப்பட்டிருப்பதை அவர் பாடல்களில் மட்டுமே உணரமுடியும். கங்கை அமரனின் மற்றொரு சிறப்பு, அவர் இசையமைத்த பல படங்களுக்கு அவரே பாடல்களை எழுதாமல் பிற பாடலாசிரியர்களைப் பயன்படுத்தியிருப்பதுதான். அதுவும், அன்றைக்குத் தனக்குப் போட்டியாக இருந்த அத்தனை பேரையும் பாரபட்சமில்லாமல் அவர் படங்களில் எழுதவைத்திருக்கிறார்.

தம் இசையில் பிறரை எழுதவைத்ததுபோல, தாம் எழுதிய ஒரு பாடலுக்கு இன்னொருவர் பெயரைப் போடவும் சம்மதித்திருக்கிறார் “கேளடி கண்மணி” திரைப்படத்தில் இடம்பெற்ற “மண்ணில் இந்த காதல் அன்றி” பாடலை கங்கை அமரன் எழுதியிருக்கிறார்.

என்றாலும், அப்பாடல் தம் அண்ணன் பாவலர் வரதராஜன் பெயரில் வெளிவருவதை விரும்பியிருக்கிறார். தம்முடைய வாழ்வுக்கும் அடையாளத்திற்கும் காரணமான அண்ணனுக்குத் தம்மால் முடிந்த நன்றிக்கடன் என்று அவர் சொல்லும்வரை அவ்விஷயம் வெளியே தெரியவில்லை.

பாடலுக்கு முன்னீடாக வரும் வசனத்தில் பாவலர் வரதராஜன் பெயரே உச்சரிக்கப்பட்டதால் எல்லோருமே அப்பாடலை எழுதியவர் பாவலர் வரதராஜன் என்றே எண்ணியிருக்கின்றனர். இயக்குநர் வஸந்த் அப்பாடலை மிக நேர்த்தியாகப் படம்பிடித்திருக்கிறார். மூச்சுவிடாமல் முழுசரணத்தையும் எஸ்.பி. பாலசுப்ரமணியம் பாடுவதுபோல அமைந்த அந்தப்பாடல் அந்தக்காலத்தில் ரசிகர்களின் ஏகோபித்த வரவேற்பைப் பெற்றிருக்கிறது. மூச்சுவிடாமல் ஒரு பாடலைப் பாட வேண்டுமானால், இசையும் வரிகளும் அதற்குத் தோதாக அமையவேண்டும். நதியில் விழும் இலைபோல முழு பாடலும் மிதந்துசெல்ல ஒரேவிதமான ஓசை தேவை.

வார்த்தைகளில் தடையோ தர்க்கமோ இருக்கக்கூடாது. அப்படியான பாடல்களை இசைநுட்பம் அறியாத ஒருவரால் எழுதிவிட முடியுமென்று நான் நம்பவில்லை. அப்பாடலில் விரவிவந்துள்ள வரிகள், மரபார்ந்த தமிழின் செழுமையை உணர்த்துபவை. “முத்துமணி ரத்தினங்களும் கட்டிய பவளமும் / கொத்துமலர் அற்புதங்களும் குவிந்த அதரமும் / சிற்றிடையும் சின்னவிரலும் வில்லென புருவமும் / சுற்றிவரச் செய்யும் விழியும் சுந்தர மொழிகளும் எண்ணிவிட மறந்தால் எதற்கோ பிறவி / அத்தனையும் இழந்தால் அவன்தான் துறவி” என்பதுபோல் கங்கை அமரன் எழுதியிருப்பதை ரசிக்கலாம்.

அசப்பில் ஒரு பாவலர் எழுதிய வரிகளே அவையென்று சொல்லுமளவுக்கு ஆகச்சிறந்த வர்ணனைகள் அப்பாடலில் இடம்பெற்றிருக்கின்றன. இரண்டு சரணத்தையும் மனப்பாடமாக என்னால் சொல்லமுடியும். அப்பாடல் வெளிவந்த சமயத்தில் பள்ளிகளிலும் கல்லூரிகளிலும் நிகழ்ந்த பாட்டுப் போட்டிகளில் மிகுதியாக இடம்பிடித்த பாடல் அதுவே. திரைப்பாடல் வரிகளில் செவ்வியல் தன்மைகளையும் நாட்டுப்புற வழக்காற்றுப் பண்புகளையும்

கொண்டுவந்தவர்களில் கங்கை அமரன் குறிப்பிடத்தக்கவர். “அகல்விளக்கு” திரைப்படத்தில் அவர் எழுதிய “ஏதோ நினைவுகள் மனதிலே மலருதே” என்னும் பாடலில் “நாடிய சொந்தம் / நாம் காணும் பந்தம் / இன்பம் பேரின்பம் / நாளொரு வண்ணம் / நாம்காணும் எண்ணம் / ஆஹா ஆனந்தம்” என்றிருக்கிறார். அண்ணன்களின் பாசத்தில் கட்டுண்டு வளர்ந்த அவர், அவர்களின் சிறப்புகளை எல்லா இடங்களிலும் பதிவு செய்தபடியே இருந்திருக்கிறார்.

அவர் இசையமைத்த பாடல்களில் பல பாடல்கள் என்னைக் கவர்ந்தவை. குறிப்பாக, “வாழ்வே மாயம்” திரைப்படத்தில் இடம்பெற்ற “நீலவான ஓடையில் நீந்துகின்ற வெண்ணிலா” பாடலும் “சின்னத்தம்பி பெரியதம்பி” படத்தில் வெளிவந்த “மழையின் துளியில் லயம் இருக்குது” பாடலும் கவனிக்கத்தக்கவை. அதே திரைப்படத்தில் இடம்பெற்ற “ஒரு காதல் என்பது” பாடலும் விசேஷம்தான். ஆனால், அப்பாடல் ஒன்றுக்கு மட்டும் இளையராஜா மெட்டமைத்திருக்கிறார். தாம் மெட்டமைத்த பாடலை தம்பிக்காக விட்டுக்கொடுத்தாரென்று இலங்கை ‘கேப்பிட்டல் எப்.எம்.மில்’ கங்கை அமரன் தெரிவித்திருக்கிறார். அவரை நேர்கண்ட வானொலி நிகழ்ச்சித் தொகுப்பாளர் ஜபீர் என் அன்பிற்குரியவர்.

இசைத்துறையில் வேகமாக வளர்ந்துவந்த கங்கைஅமரன், சட்டென்று இயக்குநர் அவதாரமெடுக்கவும் இளையராஜாவே காரணமாக இருந்திருக்கிறார். தம்மை இசையமைப்பாளனாக அறிமுகப்படுத்திய பஞ்சு அருணாசலத்தின் துணையுடன், கங்கைஅமரனை இயக்குநராக ஆக்க அவர் எடுத்தமுடிவு, எதன்பொருட்டு என்பதை ஆலோசிக்கவேண்டிய அவசியம் நமக்கில்லை. பாடலாசிரியர், இசையமைப்பாளர் என்கிற இரண்டு முகத்துடன் இயங்கிய கங்கை அமரனுக்கு,

இயக்குநர் என்கிற மூன்றாவது முகத்தையும் இளையராஜா வழங்கியிருக்கிறார். தன்னுடைய தம்பியை தாம் தயாரித்த “கோழிக்கூவுது” படத்திற்கு இயக்குநராக அறிமுகப்படுத்திய அவர், அதன்பின் கங்கை அமரன் இயக்கிய இருபத்து இரண்டு படங்களில் இருபத்தியொரு படங்களுக்கு இசைமைத்திருக்கிறார். ஒரே ஒரு திரைப்படத்திற்கு

மட்டும் கங்கை அமரனே இசையமைக்க நேர்ந்திருக்கிறது. எந்தச் செயலில் இறங்கினாலும், அதில் வெற்றியடையும் வித்தை கங்கை அமரனுக்குக் வாய்த்திருக்கிறது. கோழி எங்கே கூவுகிறது? சேவல் அல்லவா கூவக்கூடியது என்று அப்படத்திற்கு எழுந்த ரசமான உரையாடல்கள் சுவாரஸ்யமானவை.

இயக்குநராக முன் அனுபவம் எதுவுமில்லாமல் அவர் இயக்கிய பல படங்கள் வெள்ளிவிழாக்களைக் கண்டிருக்கின்றன. அதிலும், சிறிய பட்ஜெட்டில் அவர் இயக்கிய "கரகாட்டக்காரன்" திரைப்படம் வெள்ளி விழாவையும் கடந்து ஓடியிருக்கிறது. முன்னணி நடிகர்கள் நடித்து வெளிவந்த படங்களால்கூட எட்டி முடியாத வசூல் சாதனையை அவருடைய "கரகாட்டக்காரன்" திரைப்படம் செய்திருக்கிறது. அத்திரைப்படத்தில் நடித்த ராமராஜன் அதன்பின் பாராளுமன்ற உறுப்பினராக ஆகும் அளவுக்கு அரசியலிலும் சினிமாவிலும் தலையெடுத்திருக்கிறார். சினிமாவின் விநோதமான வெற்றிகளில் ஒன்றாக அத்திரைப்படத்தை விமர்சகர்கள் சொன்னாலும், அத்திரைப்படத்தில் இடம்பெற்ற பாடல்களும் நகைச்சுவைக் காட்சிகளும் மறக்கமுடியாதவை.

எளிய மக்களின் கலை வடிவங்களைப் புரிந்து, அவர் கையாண்ட உத்திகள் தொழில்நுட்பத்தின் சாத்தியங்களுக்கு அப்பாற்பட்டவை. இருபது ஆண்டுகளுக்கு மேலாகப் பாவலர் வரதராஜனுடன் ஊர்தோறும் சுற்றி அலைந்து கச்சேரி செய்த அனுபவங்களே அவ்வெற்றிகளுக்குக் காரணமாக இருக்கலாம். நேரடியாக மக்களுடன் புழங்கும்போதுதான் அவர்களுடைய எதிர்பார்ப்புகளை பூர்த்திசெய்யமுடியும். குளிர்சாதன அறைக்குள் அமர்ந்து கதையையும் பாடல்களையும் எழுதுகிறவர்களால் அப்படியான எதிர்பார்ப்புகளை ஈடுசெய்யமுடிவதில்லை.

கங்கைஅமரன் எப்பொழுதும் தன்னை மக்களுடன் ஐக்கியப்படுத்திக் கொண்டிருக்கிறார். மேடைகளில் அவர் நிகழ்ச்சிகளைத் தொகுத்து வழங்கும்போதுகூட தமக்கும் மக்களுக்குமுள்ள இடைவெளியைக் குறைக்கவே விரும்பியிருக்கிறார். "பூந்தோட்டக் காவல்காரன்" திரைப்படத்தில் அவர் எழுதிய "சிந்திய வெண்மணி

யுகபாரதி □ 347

சிப்பியில் முத்தாச்சு" என்னும் பாடல், கண்ணதாசனின் பாதிப்பிலிருந்து எழுதியதாக அவரே ஓர் இடத்தில் குறிப்பிட்டிருக்கிறார். தம்முடைய படைப்புகள் யாவும் தமதே என்று உரிமைகொண்டாடும் வழக்கத்தை அவர் ஏனோ தவிர்த்து வந்திருக்கிறார்.

தமக்குக் கிடைக்கும் வெற்றிகளுக்கும் தமக்கும் ஒரு சம்பந்தமும் இல்லை என்பதுபோல அவர் அளித்திருக்கும் நேர்காணல்கள் இணையத்தில் கொட்டிக் கிடக்கின்றன. அண்ணன்களும் அண்ணன்களாக தாம் நினைப்பவர்களுமே தம்முடைய வெற்றிக்கெல்லாம் காரணமென்று அவர் ஒதுங்கிக்கொண்டிருக்கிறார். தம்மை தாழ்த்திக்கொள்ளத் தயங்காத அவர், அந்த மனோநிலையை இன்றுவரையிலும் மாற்றிக்கொள்ளவில்லை என்பது ஆச்சர்யத்துக்குரியது. இத்தனை திரைப்படங்கள், இத்தனை ஆயிரம் பாடல்கள் என்று வெற்றியில் திளைக்கவேண்டிய அவர், ஒரு படைப்பாளனின் நியாயமான கர்வத்தைக்கூட வெளிப்படுத்தியதில்லை.

இசையோ பாடலோ எதுவானாலும், அது இன்னொருவரின் படைப்பிலிருந்து உருவாவதுதான் என்னும் எண்ணத்தை ஒவ்வொரு சந்தர்ப்பத்திலும் சொல்லிவந்திருக்கிறார். ஒருவித பற்றற்ற மனோநிலைக்கு அவரே அவரைத் தள்ளிக்கொண்டதால், அவருடைய படைப்புகளில் தென்படும் சிறப்புகள் பிறர் கண்களுக்கு எட்டாமல் போயிருக்கின்றன. அவர் விரும்பியோ விரும்பாமலோ திரும்பத் திரும்பத் தன்னை ஓர் அசல் படைப்பாளியாக அறிவித்துக்கொள்ளவே இல்லை. இளையராஜாவைக்கூட இந்தப் பண்புகளுக்காகக் கடிந்துகொண்டிருக்கிறார். ராயல்டி பிரச்சனையை இளையராஜா கிளப்பியபோது, அவருக்கு எதிரான முடிவுகளை எடுத்த கங்கை அமரன், இளையராஜாவையும் அவருடைய இசை மேதைமையையும் கேள்விக்கு உட்படுத்தியிருக்கிறார்.

எல்லாப் படைப்புகளுமே முன்னோர்களைத் தழுவியதுதான் என்பதில் அவருக்கு அப்படியொரு நம்பிக்கை. பிறருடைய படைப்பு உந்துதல் இல்லாமல் எதையுமே யாராலும் செய்யமுடியாது என்பதில் ஆழ்ந்த பற்றைக் கொண்டிருக்கிறார். ஒரு படைப்பாளனுக்கு இருக்கவேண்டிய தார்மீகச் செருக்கைக்கூட வெளிப்படுத்தாத

348 □ **நேற்றைய காற்று**

அவர் குணாம்சம் வியப்புக்குரியது. "ராமன் ஆண்டாலும் ராவணன் ஆண்டாலும் எனக்கொரு கவலை இல்லே" என்கிற "முள்ளும்மலரும்" திரைப்பாடலில் அவர் அதையே பாடலாக ஆக்கி அளித்திருக்கிறார். "பொன்னா பூப்பூத்து / வைரம் காயாக காய்க்கும் என்னோட தோட்டம் / மாசம் மூணு போகம் / விளையும் லாபம் மேலும் கூடும்" என்பதாகச் செல்லும் வரிகளில் "கையிருக்கு உழச்சிக் காட்டுறேன் / மனசிருக்கு பொழச்சிப் பாக்குறேன்" என்றே எழுதியிருக்கிறார்.

முதலில் அப்பாடலுக்கு கங்கை அமரன் எழுதிய பல்லவி "உலகம் அது ஒரு கழுதய மாதிரி தினசரி சுழலுதடா" என்பதுதான். ஆனால், வரிகளை வாசித்துப்பார்த்த இயக்குநர் மகேந்திரன், விட்டேத்தியான மனநிலையைத் தத்துவமாக எழுதித்தரும்படிக் கேட்டிருக்கிறார். அப்படி அவர் கேட்டதற்காக எழுதிய வரிகளே "ராமன் ஆண்டாலும் / ராவணன் ஆண்டாலும்" என்பவை.

மகேந்திரன் மாதிரியான இயக்குநர்களுக்கு எழுதும்போது அவர்கள் எதை எதிர்பார்க்கிறார்களோ, அதைச் சரியாக எழுதித் தருபவராக கங்கை அமரன் இருந்திருக்கிறார். உடனடியாக பாடல் தேவை என்ற நிலையிலும், வரிகளைப் பார்வையிடாமல் பதிவுசெய்ய அனுமதிக்காத அவர்கள், கங்கைஅமரன் விஷயத்தில் முழு சுதந்திரத்தை அளித்திருக்கின்றனர். மகேந்திரன் இயக்கிய "ஜானி" திரைப்படத்தில் நான்கு பாடல்களை கங்கைஅமரனும் ஒரு பாடலை கண்ணதாசனும் எழுதியிருக்கின்றனர்.

சென்டிமெண்ட்டாக ஒவ்வொரு படத்திலும் ஒரு பாடலைக் கண்ணதாசனிடம் எழுதி வாங்குவது மகேந்திரனின் வழக்கம். அதன்படி, "முள்ளும் மலரும்" திரைப்படத்தில் கண்ணதாசன், "செந்தாழம்பூவில் வந்தாடும் தென்றல் என்மீது மோதுதம்மா" பாடலை எழுதிக் கொடுத்திருக்கிறார். "வந்தாடும் தென்றலு"க்குப் பதில் "நின்றாடும்" என்றே முதலில் அவர் எழுதியிருக்கிறார்.

பதிவு செய்யவிருக்கும் முதல் பாடலே நின்றாடும் என்னும் சொல்லுடன் வர வேண்டாமென மகேந்திரன் கருதியிருக்கிறார். ஆனாலும், கண்ணதாசனிடம் அதைத்

யுகபாரதி □ 349

தெரிவிக்கத் தயங்கிய நிலையில், நின்றாடும் என்பதை வந்தாடும் என கங்கை அமரனே மாற்றியிருக்கிறார். தாம் எழுதும் பாடல்களில் திருத்தம் தேவையெனில், கங்கை அமரனை வைத்து எழுதிக்கொள்ளலாம் என கண்ணதாசனே பலமுறை இளையராஜாவிடம் சொல்லியிருந்ததால் பிரச்சனை எழவில்லை.

கண்ணதாசனைப்போல எழுத எண்ணிய ஒருவர், கண்ணதாசனின் வரிகளையே திருத்தம் செய்யும் நிலைக்கு உயர்ந்தாரென்று சொல்லவில்லை. கங்கை அமரனைக் கண்ணதாசன் எவ்வளவு அனுமதித்திருக்கிறார் என்பதைச் சொல்லவே இதைக் குறிப்பிடுகிறேன். யாரிடமும் கல்மிஷமில்லாத அன்பை வைத்த கங்கை அமரனை, சம்பந்தப்பட்டவர்களும் அப்படியே நடத்தியிருக்கின்றனர்.

"பூ"வை முதலெழுத்தாகக் கொண்டு கங்கை அமரன் எழுதிய பாடல்கள் தொடர்ந்து வெற்றி அடைந்துவந்த நிலையில், கண்ணதாசன் ஒரு கம்பெனிக்குப் பாட்டெழுதப் போயிருக்கிறார். அப்போது அவரை வரவேற்ற தயாரிப்பாளர் பாலாஜி, கங்கை அமரனின் சில பாடல்களைச் வரிசைப்படுத்தி, "அதுபோலவே நீங்களும் பூவை முதலெழுத்தாக வைத்து பாடல் எழுதுங்கள்" என்றிருக்கிறார். பூவரசம்பூ பூத்தாச்சு, செந்தூரப்பூவே, கொத்தமல்லிப்பூவே என கங்கை அமரன் எழுதியிருந்த அத்தனை பூப்பாட்டையும் அறிந்திருந்த கண்ணதாசன், சிரித்துக்கொண்டே "இந்த கங்கைஅமரன், செருப்பு, சாயபு இரண்டைத் தவிர எல்லாப் பூவையும் எழுதிவிட்டானே" என்றிருக்கிறார்.

தனக்குப் பின்னே வந்த ஒருவரின் வரிகளைக் காட்டி அதுபோல தன்னையும் எழுதச் சொல்கிறார்களே என கோபிக்காமல் கண்ணதாசன் எழுதிக்கொடுத்த பாடலே "தேன் மல்லிப் பூவே / பூந்தென்றல் காற்றே" என்னும் பாடல். தியாகம் திரைப்படத்தில் இடம்பெற்றிருக்கிறது சிவாஜி நடிப்பில் வெளிவந்த அத்திரைப்படத்திற்கு இளையராஜா இசையமைத்திருக்கிறார். தயாரிப்பாளர் பாலாஜி கண்ணதாசனிடம் கோரிக்கை வைத்தபோது கங்கை அமரனும் அவ்விடத்தில் இருந்திருக்கிறார். இளையராஜாமீதும் கங்கைஅமரன்மீதும் கண்ணதாசன் அளவில்லாத அன்பைக்

350 □ **நேற்றைய காற்று**

காட்டியிருக்கிறார். பாவலர் வரதராஜனின் பாடல்கள் மீது அவருக்கிருந்த மதிப்பும் மரியாதையுமே அந்த அன்பிற்குக் காரணமென்று கருத இடமிருக்கிறது. அன்பிற்குக் காரணம் தேவைப்படுவதில்லை. என்றாலும், ஓர் ஆளுமை தன் அன்பைக் காரணமில்லாமல் காட்டுவதில்லை என்பதும் உண்மைதானே? ஏனெனில், பாடல் எழுதவந்த ஒவ்வொரு சந்தர்ப்பத்திலும் பாவலரின் பாடல்வரிகளைக் கண்ணதாசன் கேட்டிருக்கிறார்.

அப்படி அவர் கேட்ட ஒவ்வொருமுறையும் பாவலரின் பாடல்களைக் கங்கை அமரன் பாடிக்காட்டியிருக்கிறார். இடதுசாரிகளின் அரசியல் எழுச்சியைப் பார்த்திருந்த கண்ணதாசனுக்குப் பாவலரின் எழுத்துகளில் தென்பட்ட துணிச்சலும் கம்பீரமும் பிடித்திருக்கின்றன. குறிப்பாக, "பாலிருக்கும் பழமிருக்கும்" மெட்டில் அவர் எழுதிய "ஏர் பிடிக்கும் உழவனுக்கு நிலமிருக்காது / எந்திரமாய் உழைத்திடுவான் பலன் இருக்காது" என்ற வரிகளை அடிக்கடி பாடச்சொல்லிக் கேட்டிருக்கிறார்.

திரைப்படத்தில் வெளிவந்து பிரபலமான மெட்டுகளை அடிப்படையாக வைத்தே பாவலர் தம் பாடல்களை இயற்றியிருக்கிறார். சமூக அரசியலை வெகுஜன ரசனைக்கேற்ப பாடி அவர் பெற்ற பாராட்டும் செல்வாக்கும் கம்யூனிஸ்ட் கட்சியின் வளர்ச்சிக்கு உதவியிருக்கின்றன. "பாவலர் பிரதர்ஸ்" என்கிற பெயரில் நாடகங்களுக்கும் கச்சேரிகளுக்கும் இசையமைத்து வந்த பாஸ்கர், இளையராஜா, கங்கைஅமரன் ஆகிய மூவருமே தம் அண்ணனை "ஞானத்தந்தை"யாகப் பார்த்திருக்கின்றனர். தங்களை உற்சவர்களாக உணர்ந்திருந்த அவர்கள், பாவலரை மூலவர் என்னும் ஸ்தானத்தில் வைத்திருக்கின்றனர்.

இதுவொரு புறமிருக்க, இடதுசாரி குடும்பப் பின்னணியுடைய கங்கை அமரனும் இளையராஜாவும் சமயம் கிடைக்கும்போதெல்லாம் கம்யூனிஸ்ட் கட்சி தங்கள் அண்ணனைக் கைவிட்டுவிட்டதாகத் தாக்கியிருப்பதைக் கவனிக்கவேண்டும். தொடர்ந்து அவர்கள் சொல்லிவரும் குற்றச்சாட்டுக்களில் இரண்டு முக்கியமானவை. "திருச்சி கலெக்டருக்கு மிரட்டல் கடிதம் எழுதினார்" என்னும் புகாரில்

யுகபாரதி □ 351

பொய்வழக்குப் போடப்பட்டு, பாவலர் வரததாஜன் கைது செய்யப்பட்டிருக்கிறார். அந்த வழக்கிலிருந்து விடுவிக்க கட்சிக்காரர்கள் முன்வரவில்லை என்பது முதலாவது குற்றச்சாட்டு. மற்றொரு குற்றச்சாட்டு. கட்சிக்காரர்கள் நிதிதிரட்டி எடுத்த "பாதை தெரியுது பார்" திரைப்படத்தில் பாவலருக்கு வாய்ப்பு தரப்படவில்லை என்பது. முகவை ராஜமாணிக்கம், கே. சி. எஸ். அருணாச்சலம், ஜெயகாந்தன், பட்டுக்கோட்டை கல்யாணசுந்தரம் ஆகியோருக்கு வாய்ப்பளித்த கட்சி, பாவலர் வரதராஜனுக்கு ஏன் வாய்ப்பளிக்கவில்லையோ? அதுபோல, அவர் கைதுசெய்யப்பட்டபோது பிணையில் எடுக்கக்கூட கட்சிக்காரர்கள் முன்வராதது ஏன் என்றும் புரியவில்லை.

இரண்டு குற்றச்சாட்டுகளும் இன்றுவரை குற்றச்சாட்டுகளாகவே இருக்கின்றன. பதில் சொல்லவோ பரிந்துபேசவோ கம்யூனிஸ்ட் கட்சியிலிருந்து ஒருவருமே முன்வரவில்லை. மேலும், இதை ஆராய்ந்து நீதி சொல்லும் அருகதை எனக்கில்லை என்பதால் இதை இத்துடன் விட்டுவிடுகிறேன். உண்மையில், பட்டுக்கோட்டை கல்யாணசுந்தரம் உள்ளிட்ட ஒருசிலரை கட்சி வளர்த்திருக்கிறது. ஆனால், பாவலர் வரதராஜனோ கட்சியை வளர்க்கப் பாடுபட்டிருக்கிறார்.

கையிலிருந்த காசையெல்லாம் கட்சிக்காகச் செலவழித்தும் உரிய அங்கீகாரம் கிடைக்காததால், பாவலர் தம்முடைய இறுதிக்காலங்களை தி.மு.க. மேடைகளில் கழித்திருக்கிறார். கங்கை அமரனும் இளையராஜாவும் அரசியல் சார்ந்து இயங்காமல் போனதற்கு, கம்யூனிஸ்ட் கட்சிமீது அவர்களுக்கு ஏற்பட்ட அருப்தியே அடிப்படைக் காரணமாக இருக்கலாம். எதிர்பார்ப்புகள் பொய்த்துப் போகையில் எதிர்த்திசைக்குப் போக நேர்வது எதார்த்தமே.

தனித்த ஆற்றலால் உச்சத்திற்கு வந்த இளையராஜாவும் கங்கை அமரனும் தங்கள் வெற்றிகளால் சமூக மதிப்பீட்டை மட்டுமல்ல, சமூகத்தால் தாங்கள் சுமந்த இழிவுகளையும் போக்கியிருக்கின்றனர். இசைக்கு மொழியில்லை என்பதை அறிந்த அவர்கள், இசைக்கு வர்க்கபேதமும் வர்ணபேதமும் இல்லையென்பதை நிறுவியிருக்கின்றனர். இசைமூலம் தமக்குக் கிடைத்த செல்வத்தைக் கொண்டு அவர்கள் தயாரித்த

352 □ நேற்றைய காற்று

முதல் திரைப்படம் பாரதிராஜாவின் இயக்கத்தில் வெளிவந்த "அலைகள் ஓய்வதில்லை" என்னும் பெயரையுடையது. மதக் குறியீடுகளை அழித்து, மனிதத்தை பிரதானப்படுத்திய அத்திரைப்படத்தில் கங்கை அமரன் இரண்டு பாடல்களை எழுதியிருக்கிறார். அவற்றில் ஒன்று, "புத்தம் புது காலை பொன்னிற வேளை" என்னும் பல்லவியைக் கொண்டது. மற்றொன்று, கங்கை அமரனை விமர்சனத்துக்கு உட்படுத்திய "வாடி ஏங் கப்பக் கிழங்கு". இந்த இரண்டு பாடல்களில் "புத்தம் புது காலை" படமாக்கப்பட்டும் படத்தில் இடம்பெறவில்லை. அலைகள் ஓய்வதில்லை திரைப்படத்தில் இடம்பெற்ற ஏனைய பாடல்களை வைரமுத்து எழுதியிருக்கிறார்.

பாஸ்கர், இளையராஜா, கங்கைஅமரன் ஆகிய மூவரும் இணைந்து திரைப்படங்களைத் தயாரிக்க எண்ணியபோது, அந்நிறுவனத்திற்கு "பாவலர் கிரியேஷன்ஸ்" என்றே பெயரிட்டிருக்கின்றனர். தங்களுடைய சொந்த கம்பெனி தயாரித்த படத்திலும் தம் பாடல்கள் அதிக அளவு இடம்பெறாமல் போன வருத்தம் கங்கைஅமரனுக்கு இருந்திருக்கிறது. அதை அவர் பெரிதுபடுத்தவில்லை என்றாலும், அந்தக் காலங்களில் தாம் தனிமைப்படுத்தப்படுவதாக உணர்ந்திருக்கிறார்.

ஒரு பாடலாசிரியனோ நடிகனோ யாராயிருந்தாலும் தனக்குரிய வாய்ப்புகள் பறிபோகின்றனவே என்பதைவிட, களத்தில் நாம் காணாமல் போய்விடுவோமோ என்கிற கவலை இல்லாமல் இருக்காது. இல்லாததுபோல் நடிக்கலாமே தவிர, கவலையே இல்லையென்று சொல்வது ஏமாற்று வேலை. அந்த ஏமாற்றுவேலையில் கவலை அதிகரிக்குமே அன்றி குறைவதற்கோ இல்லாமல் போவதற்கோ வாய்ப்பில்லை. வைரமுத்துவின் வருகையினால் தனக்குக் கிடைத்துவந்த வாய்ப்புகள் குறைவதை உணர்ந்த கங்கைஅமரன், சட்டென்று விழித்துக்கொண்டு வெவ்வேறு துறைகளில் கால் பதிக்க எண்ணியிருக்கிறார்.

இருப்பைத் தக்கவைக்க அவர் எடுத்த முயற்சிகள் ஒவ்வொன்றிலும் வெற்றிகள் குவிய, பன்முகக் கலைஞராகப் பரிமளித்திருக்கிறார். பாடலாசிரியராகத் தம்மை நிறுவிக்கொள்வதே அவருடைய முதல் விருப்பமாக இருந்திருக்கிறது. எனினும், இடையில் ஏற்பட்ட சரிவை

யுகபாரதி □ 353

சமன்படுத்த வெவ்வேறு துறைகளுக்குத் தாவியிருக்கிறார். 'புத்தம் புது காலை' பாடல் பற்றிச் சொல்லவந்து வேறெங்கோ போய்விட்டேன். உண்மையில், அப்பாடலை அவர் அலைகள் ஓய்வதில்லை திரைப்படத்திற்காக எழுதவில்லை. அதற்கு முன்பே பாவலர் கிரியேஷன்ஸ் தயாரிக்க எண்ணிய "மருதாணி" படத்திற்கே எழுதியிருக்கிறார். "உதிரிப்பூக்கள்" வெற்றியைத் தொடர்ந்து பாவலர் கிரியேஷன்ஸுக்கு ஒப்பந்தமான மகேந்திரனின் அத்திரைப்படம், முழுப் பக்க பத்திரிகை விளம்பரத்துடன் நிறுத்தப்பட்டிருக்கிறது. இரண்டுமுறையும் புத்தம் புது காலைக்கு நேர்ந்த அவமதிப்பு, முப்பது மூன்று வருடம் கழித்து வெளிவந்த "மேகா" திரைப்படத்தில் சரிசெய்யப்பட்டிருக்கிறது.

ஒரு நல்ல பாடல் எத்தனை ஆண்டுகள் கழித்து வந்தாலும், மக்களால் வரவேற்கப்படும் என்பதற்கு அப்பாடல் மிகச்சிறந்த எடுத்துக்காட்டு. காலத்தைத் தாண்டி வரவேற்பைப் பெற்ற அப்பாடலின் வரிகளில் எந்த மாற்றமும் செய்யாமல் பயன்படுத்தியிருக்கின்றனர். "பூவில் தோன்றும் வாசம் அதுதான் ராகமோ / இளம் பூவை நெஞ்சில் தோன்றும் அதுதான் தாளமே / மனதின் ஆசைகள் / மலரின் கோலங்கள் / குயிலின் ஓசைகள் பரிபாஷைகள் / அதிகாலையின் வரவேற்புகள்" என்னும் வரிகள், இன்னும் சில ஆண்டுகள் கழித்தாலும் புதிதுபோலவே இருக்கக்கூடும். பொதுவாக, கங்கை அமரன் தம் பாடல்களில் பூவின் பெயரை அதிகமாகக் கையாண்டிருப்பது தெரிந்ததுதான். ஆனால், அதை அவர் தற்செயலாகச் செய்யவில்லை. அவ்வாறு எழுதினால் வெற்றிபெறலாம் என நம்பியே செய்திருக்கிறார். அதுபோல, அவர் எழுதிய அத்தனைப் பாடல்களும் வெற்றியடைந்திருப்பதால் அந்த நம்பிக்கையை எப்படி எடுத்துக்கொள்வதெனத் தெரியவில்லை. முதல் பாடலில் தொடங்கிய அவருடைய அந்த நம்பிக்கையை மூட நம்பிக்கையாகப் பார்ப்பது அவரவரவர் கருத்தியலுக்கு உட்பட்டது.

இடையில் ஏற்பட்ட சரிவை வெவ்வேறு துறைகளுக்குச் சென்று சரி செய்த அவர், மீண்டும் பூ வரிசைப் பாடல்களைத் தொடர்ந்திருக்கிறார். விட்ட இடத்தைப் பிடிக்க பூக்களின்

பெயர்களே அவருக்கு உதவியிருக்கின்றன. பூபூபூ பூப்பூத்த சோலையென்றும், ஏ ராசாத்தி பூச்சூடி என்றும் அவரால் எழுதப்பட்ட பூப்பாடல்கள் கணம்தோறும் காற்றில் மலர்ந்துகொண்டிருக்கின்றன. இரண்டாவது சுற்றில் அவர் எழுதிய பூ வரிசைப் பாடல் பட்டியல், புது நெல்லு புது நாத்து, என் உயிர்த்தோழன் ஆகிய திரைப்படங்களிலிருந்து ஆரம்பிக்கிறது. பூவை அவர் விட்டாலும், பூ அவரை விட்டபாடில்லை. இனிமேல் யாருமே பூவை எழுதவே வாய்ப்பில்லை என்னும் அளவிற்கு "நாடோடிப் பாட்டுக்காரன்" திரைப்படத்தில் ஒரு பாடலை எழுதியிருக்கிறார்.

"வனமெல்லாம் செண்பகப்பூ / வானெல்லாம் குங்குமப்பூ / தென்பொதிகைக் காற்றினிலே செந்தாழம்பூ" என்று ஆரம்பிக்கும் அப்பாடலில் அத்தனைப் பூக்களையும் எழுதித் தீர்த்திருக்கிறார். கூடவே, ஏய்ப்பு, வாய்ப்பு, மூப்பு, டாப்பு, தித்திப்பு, காப்பு, சிலம்பு, வனப்பு, தோப்பு, மாராப்பு, வீராப்பு, சுறுசுறுப்பு, கணக்கெடுப்பு எனத் தனக்குத் தெரிந்த அத்தனையும் "பு" வையும் அப்பாடலில் பட்டியலிட்டிருக்கிறார். மேலோட்டமாகப் பார்த்தால் அது ஏதோ வார்த்தை விளையாட்டுப் போல தோன்றும். ஆனால், மெட்டிற்குப் பாட்டெழுதிய அனுபவமுள்ள எனக்கு அவ்விதம் அவர் எழுதியிருப்பது சாதாரணமாகப்படவில்லை.

இசைப்பயிற்சியும் ஓரளவு இலக்கிய வாசிப்பும் இல்லாத ஒருவர் இக்காரியத்தை ஈடேற்ற வாய்ப்பில்லை. ஒரு பாடலாசிரியன் கவிஞனாகவும் இருக்கும்பட்சத்தில்தான் இப்படியான முயற்சிகளில் ஈடுபடமுடியும். கங்கைஅமரன் கவிஞனாக அறியப்படவில்லை. பாடலாசிரியர் என்பதுடன் தம் எல்லையைச் சுருக்கிக் கொண்டிருக்கிறார். எல்லாவிதமான சந்தங்களுக்கும் எழுதமுடிந்த அவர் ஏன் கவிதைத் தொகுப்புகளை வெளியிட்டு இலக்கிய கோதாவில் இறங்கவில்லை என அவரிடம்தான் கேட்கவேண்டும்.

பாடலாசிரியர் என்கிற ஒற்றை அடையாளமே போதுமென்று நினைத்திருக்கலாம். அல்லது எப்பவும்போல தம்மைப் பற்றிய குறைவான மதிப்பீடுகளால் இலக்கிய முயற்சிகளுக்கு முக்கியத்துவம் அளிக்காமல் போயிருக்கலாம். கங்கை அமரனின் பாடல் வரிகளில் இடம்பெற்ற இலக்கிய

யுகபாரதி □ 355

அவதானிப்புகளைப் பற்றி தனி ஆய்வே நடத்தலாம். "குங்குமச் சிமிழ்" திரைப்படத்தில் இடம்பெற்ற "நிலவு தூங்கும் நேரம் பாடலில், "கீதை போல காதல் மிகப் புனிதமானது / கோதை நெஞ்சில் ஆடும் இந்த சிலுவை போன்றது" என்பதிலும் "அறுவடை நாள்" திரைப்படத்தில் வெளிவந்த "தேவனின் கோயில் மூடிய நேரம்" பாடலில் "ஆறுதல் தேடி அலையுது நெஞ்சம் / அழுதிடக் கண்ணில் நீருக்குப் பஞ்சம்" என்பதிலும் கங்கை அமரனின் கவித்துவத்தை உணரலாம். "தேவனின் கோயில்" பாடலைப் பற்றி எழுத்தாளர் சுகா மிகவிரிவாக ஒரு கட்டுரையில் பகிர்ந்திருக்கிறார்.

கங்கை அமரனின் ஆகப்பெரும்பான்மையான மெல்லிசைப் பாடல்கள் திரைரசிகர்களுக்கு நெருக்கமானவை. "அம்மன் கோயில் கிழக்காலே" திரைப்படத்தில் அவர் எழுதிய "பூவ எடுத்து ஒரு மாலை தொடுத்து வச்சேனே" என்ற பாடலில் வரும் இரண்டு வரிகள், இலக்கிய சுகிப்புக்கு உரியவை. அப்பாடலின் சரணத்தில் "காத்துல சூடம்போல கரையிறேன் உன்னால / கண்ணாடி வள முன்னாடி விழ / என்தேகம் மெலிஞ்சாச்சு / கல்யாண வரம் உன்னால பெறும் / நன்னாள நெனைச்சாச்சு" என்று எழுதியிருக்கிறார். "கண்ணாடி வள / முன்னாடி விழ" என்கிற பதம், சங்க இலக்கியத்தில் பசலை நோய் பற்றிய குறிப்பை உணர்த்த புலவர்கள் கையாண்டிருப்பது. கைவளை கழன்று விழுமளவுக்கு மெலிந்துவிட்டதாகத் தலைவி தம்மை உணர்த்துவது. எங்கேயோ எப்போதோ படித்த சங்க இலக்கிய உவமையை உள்வாங்கித் திரைப்பாடலில் இணைத்திருக்கிறார்.

சந்தத்தில் போகிறபோக்கில் இப்படியான அழகிய உவமைகளை அவர் பாடல்களில் இடம்பெறச் செய்திருக்கிறார். "மெல்ல திறந்தது கதவு" திரைப்படத்தில் அவருடைய "ஊருசனம் தூங்கிருச்சு / ஊதக்காத்தும் அடிச்சிருச்சு" என்னும் பாடல் "நள்ளென்றே யாமம்; சொல் அவிந்து / இனிது அடங்கினரே மக்கள்; முனிவு இன்று / நனந்தலை உலகமும் துஞ்சும்; / ஓர்யான் மன்ற துஞ்சாதானே" என்ற குறுந்தொகையை நினைவூட்டக்கூடியது. பதுமனார் குறுந்தொகையில் எழுதியிருப்பதை அடியொற்றி "தென்றல் உறங்கியபோதும் / திங்கள் உறங்கியபோதும் / கண்கள்

356 □ நேற்றைய காற்று

உறங்கிடுமா" என்று மருதாசியும் எழுதியிருக்கிறார். எந்த சிரமமும் இல்லாமல் வழங்கப்பட்ட மெட்டில், இலக்கியச் செறிவுமிக்க வரிகளை அவரால் எழுத முடிந்திருக்கிறது.

"உன்பார்வையில் ஓராயிரம்" என்று ஆரம்பமாகும் "அம்மன் கோயில் கிழக்காலே" பாடலில் "நிதமும் உன்னை நினைக்கிறேன் / நினைவினாலே அணைக்கிறேன்" என்ற கங்கை அமரனின் வரியை, அவர் அனுமதியுடன் வாலியும் ஒரு பாடலில் பயன்படுத்தியிருக்கிறார். "மௌனராகம்" திரைப்படத்தில் இடம்பெற்ற "நிலாவே வா" பாடலில் "எனை நீதான் பிரிந்தாலும் / நினைவாலே அணைப்பேன்" என்று மாற்றியிருக்கிறார்.

ஒரு சொல்லோ ஒரு வரியோ தனக்குப் பிடித்துவிட்டால் அதை எங்கேயாவது எழுதிவிடுவதும் அதை எழுதிய கவிஞரைப் பாராட்டுவதும் வாலியின் குணம். அந்தவிதத்தில் கங்கை அமரனை வாலி பல இடங்களில் வியந்து பேசியிருக்கிறார். அந்த வியப்பின் உச்சமாக "என்னிடம் கவித்துவம் ஏதேனும் இருப்பதாக நினைத்தால் அது அத்தனையும் கங்கை அமரனிடமும் இருக்கிறது" எனவும் சொல்லியிருக்கிறார். அதுமட்டுமல்ல, "நினைவே ஒரு சங்கீதம்" என்னும் திரைப்படத்தில் "எடுத்துவச்சப் பாலும் விரிச்சிவச்ச பாயும்" என்ற பாடலுக்கான சோக வடிவை அவரே எழுதியிருக்கிறார்.

அதில், அனைத்துப்பாடல்களும் கங்கை அமரனால் எழுதப்படவேண்டிய நிலையில், வேலைப்பளுவினால் முடியாமல் போயிருக்கிறது. கங்கை அமரன் எழுதவேண்டிய பாடல் எனத் தெரிந்தும் எழுதவந்த வாலி, அப்பாடலை எழுதிக்கொடுத்து அப்பாடலுக்கும் கங்கை அமரன் பெயரையே போடச் சொல்லியிருக்கிறார். கங்கை அமரனே முழுப்பாடலையும் எழுதியதாக வரட்டுமென்கிற பெருந்தன்மையில் வாலியின் அன்பே வெளிப்பட்டிருக்கிறது.

கண்ணதாசனின் பல்லவியை வைத்துக்கொண்டு "சிவப்பு ரோஜாக்கள்" திரைப்படத்திற்கு இரண்டு சரணங்களையும் கங்கை அமரன் எழுதியிருக்கிறார். "இந்த மின்மினிக்கு கண்ணில் ஒரு மின்னல் வந்தது"

யுகபாரதி □ 357

பாடலுக்குக் கண்ணதாசன் எழுதிய இரண்டு சரணங்களும் பாரதிராஜாவுக்குத் திருப்தியைத் தராததால் கங்கை அமரனை எழுதச் சொல்லியிருக்கிறார். அதுபோல, கங்கை அமரனின் பல்லவியை வைத்துக்கொண்டு “எடுத்துவச்ச பாலும்” பாடலை வாலி எழுதியிருக்கிறார். பரஸ்பர புரிதலில் இருந்து வெளிப்படும் இம்மாதிரியான காரியங்கள் கலையுலகத்தின் தகுதிப்பாட்டைச் சிதைப்பவையல்ல.

நினைவிலிருந்து அகலாத கங்கை அமரனின் பாடல்களில் எதை எடுப்பது? எதை விடுப்பது? எண்பதுகளின் தொடக்கத்திலும் எழுபதுகளின் இறுதியிலும் அவர் பங்குபற்றிய பல பாடல்கள் முக்கியமானவை. இசையாலும் வரிகளாலும் என்னைக் கவர்ந்த மிகச் சிலவற்றை இத்துடன் இணைத்திருக்கிறேன். கண்ணதாசனின் தொய்விற்கும் வைரமுத்துவின் வருகைக்கும் இடைப்பட்ட காலம், கங்கை அமரனின் காலம் என்று தயங்காமல் சொல்லிவிடலாம். வைரமுத்துவின் வருகைக்குப்பிறகு, கங்கை அமரனுக்கான வாய்ப்புகள் குறைந்திருக்கிறதே தவிர, முற்றிலும் இல்லையென்று சொல்ல முடியாது. கிடைத்த வாய்ப்பைத் தவறவிடாமல் பயன்படுத்தி, தம்முடைய இருப்பைத் தக்கவைத்திருக்கிறார்.

இன்றைய இளைஞர்களின் திரைப்படங்களிலும் அவருடைய பாடல்கள் இடம்பெற்றுவருகின்றன. வயதாலும் அவர் தம்மை பாடல்துறையிலிருந்து விலக்கிக்கொள்ள எண்ணவில்லை. அவருடைய பாடல்களில், “பன்னீர் புஷ்பங்கள் (ஆனந்தராகம் கேட்கும் காலம், பூந்தளிராட), முள்ளும் மலரும்(நித்த நித்தம் நெல்லுச்சோறு), பயணங்கள் முடிவதில்லை (வைகறையில் வைகை கரையில்),வைதேகி காத்திருந்தாள்(இன்றைக்கு ஏனிந்த ஆனந்தமே),பகல் நிலவு(பூமாலையே), எங்க ஊரு பாட்டுக்காரன் (செண்பகமே செண்பகமே), பாசப்பறவைகள்(தென்பாண்டித் தமிழே), செண்பகமே செண்பகமே (வாசலிலே பூசணிப்பூ), ஊருவிட்டு ஊருவந்து(சொர்க்கமே என்றாலும்), என் ராசாவின் மனசிலே (மஞ்சப்பொடி தேய்க்கையிலே), நான்பாடும் பாடல் (சீர் கொண்டுவா), டிசம்பர் பூக்கள்(மாலைகள் இடம்மாறுது) சின்னத்தம்பி(போவோமா ஊர்கோலம்) ஆகியன குறிப்பிடத்

தக்கவை. மூவாயிரத்து அறுநூறு பாடல்கள் எழுதியவரின் முழுப்பட்டியலையும் வரிசைப்படுத்தி, நல்லதையும் ரசித்ததையும் பகிரமுடியாது என்பதால், எழுதும்பொழுது நினைவிற்கு வந்ததை மட்டுமே சொல்லியிருக்கிறேன்.

இந்தப் பட்டியலில் இடம்பெறத் தக்க அவருடைய பாடல்கள் அநேகம் உண்டு. "வெவ்வேறு துறைகளில் கால்பதிக்க எண்ணாமல், பாடலில் மட்டுமே கவனம் செலுத்த கங்கை அமரன் நினைத்திருந்தால், ஏனைய பாடலாசிரியர்களுக்கு சவாலாக இருந்திருக்கும். வேலை இருந்திருக்காது" என்ற வாலியின் சொற்கள் இந்த இடத்தில் நினைவுக்கு வருகின்றன.

கங்கை அமரனின் துள்ளலிசைப் பாடல்களில் சில பொதுவெளியில் சர்ச்சை ஏற்படுத்தியுள்ளன. பெண்களை கொச்சைப்படுத்திவிட்டதாகவும் பொது அமைதிக்கு பங்கம் விளைவிப்பதாகவும் எழுந்த சர்ச்சைகள் எத்தனையோ உண்டுதான். அதிலும், அவர் கோழிகூவுது திரைப்படத்தில் எழுதிய "அண்ணே அண்ணே சிப்பாயண்ணே / நம்ம ஊரு நல்ல ஊரு / இப்ப ரொம்ப கெட்டுப்போச்சண்ணே" என்ற பாடலைப் பற்றிய சர்ச்சை முக்கியமானது. எம்.ஜி.ஆர். முதல்வராக இருந்த சமயத்தில் வெளிவந்த அப்பாடல், விலைவாசி ஏற்றத்தையும் எதார்த்த நிலையையும் நையாண்டி செய்திருக்கிறது. "ஒண்ணரையனா காய்கறிய / ஒன்னாரூவா ஆக்கிட்டாங்க" என்ற அப்பாடலில் இடைவரியை எடுத்து "வாக்களிப்பீர் உதயசூரியன்" எனத் தி.மு.க.வினர் சுவரொட்டி போட்டிருக்கின்றனர்

விஷயத்தைக் கேள்விப்பட்ட எம்.ஜி.ஆர்., அதுநிமித்தம் கங்கை அமரனை நேரில் அழைத்து விசாரித்திருக்கிறார். "நல்ல ஊர் கெட்டுவிட்டதென்றால், என்னால் கெட்டுவிட்டதா? என்று எம்.ஜி.ஆர். கேட்டிருக்கிறார். இப்படி அவர் கேட்பார் என எதிர்பார்க்காத கங்கை அமரன், அக்கேள்விக்கு பதில்சொல்ல முடியாமல் பதறியிருக்கிறார். "தெரிந்த பையனாக இருப்பதால் சும்மா விடுகிறேன்" என்ற எம்.ஜி.ஆரின் எச்சரிக்கையுடன் திரும்பியிருக்கிறார். "தெரியாத பையன்களைத் தம்மை விமர்சித்ததற்கு எம்.ஜி.ஆர். என்ன செய்திருப்பார்" என்பது விவாதத்துக்குரியது.

யுகபாரதி □ 359

அவருடைய ஆட்சித்திறனின் அடிப்படைகளை அவருடைய எச்சரிக்கையிலிருந்தே புரிந்துகொள்ளலாம்.

எம்.ஜி.ஆரின் அன்பைப் பெற்றவரே கங்கை அமரன் என்றாலும், அதே அளவு அன்பைக் கலைஞரிடமும் அவர் பெற்றிருக்கிறார். 'பாலைவன ரோஜாக்கள்' திரைப்படத்திற்கு இளையராஜாவின் பெயரில் இசையமைத்தவர் கங்கை அமரனே என்பது பலரும் அறியாதது. அதில் அவர் எழுதிய "காதலென்பது பொதுவுடமை" பாடல் காதலில் தோல்வியுற்றவர்களின் தேசிய கீதமாக அமைந்த காலம் ஒன்றுண்டு.

ஜெயலலிதாவின் ஆட்சிக் காலத்தில் தனிப்பட்ட முறையில் அவர் அடைந்த நெருக்கடிகளைச் சொல்ல வேண்டியதில்லை. பொருளாதார ரீதியாகப் பெரும் பின்னடைவைக் காணும்படி, அவருடைய சொத்துகளை உடன்பிறவா சகோதரி அபகரித்த அத்தியாயம் தனிக்கதை. தன்னைப் பற்றிய உயரிய மதிப்பீடுகளைக் கொள்ளாத கங்கை அமரனின் திரைப்பாடல்கள் பலவும் காலத்தைத் தாண்டியும் நிற்கக்கூடியவை. வற்றவே வற்றாத அவருடைய வார்த்தை கங்கையை, இதயத்தில் அமர்த்திக்கொள்ளலாம்.

தன்னை நிலைநிறுத்திக்கொள்ள அவர் பட்டபாடுகளை ஒவ்வொரு பாடலிலும் உணரலாம். இலக்கியத்திற்குப் பக்கத்தில் வந்தும் அதைப் பற்றிக்கொள்ளாத அவருடைய மனம், பூ வண்ணம் போல மின்னுகிறது. சலீல் சௌத்ரியின் இசையில் வெளிவந்த "அழியாத கோலங்கள்" திரைப்படத்தில் அவர் எழுதிய "பூ வண்ணம்போல மின்னும்" பாடலில், "பிறக்கும் ஜென்மங்கள் / பிணைக்கும் பந்தங்கள்" என்று எழுதியிருக்கிறார். இசையினாலும் வரிகளாலும் பந்தங்களைப் பிணைத்த அவருடைய பாடல்கள் ஜென்மங்களை சாபல்யப்படுத்துபவை.

ஆலங்குடி சோமு

ஒரு கொடியில் இரு மலர்கள்

முன்னறிவிப்பு எதுவுமில்லாமல் நம் காதில்விழும் ஒரு திரைப்பாடல், மேலதிக ரசனைகளையும் சிந்தனைகளையும் தூண்டிவிடுகிறதென்றால் அதுவே ஆகச்சிறந்த பாடலென்று அர்த்தப்படுத்தலாம். ஆலங்குடி சோமுவின் ஒரு பாடல், அவ்விதம் என்னை ஆட்கொண்டு முப்பது வருடத்திற்கும் மேலாகிறது. 1965இல் வெளிவந்த "இரவும் பகலும்" திரைப்படத்திற்காக அவர் எழுதிய "உள்ளத்தின் கதவுகள் கண்களடா" என்கிற பாடலே அது. கடந்த முப்பது வருடங்களாக அப்பாடல் என்னைத் தொடர்கிறது என்பதைவிட, நானே அப்பாடலைத் தொடர்ந்து போய்க்கொண்டு இருக்கிறேன். விளைவாக, இரண்டு விஷயங்கள் எனக்குத் தெரியவந்தன. ஒன்று, ஆலங்குடி சோமுவின் ஆளுமையைப் பற்றியது. மற்றொன்று, ஆலங்குடி சோமுவின் ஏனைய பாடல்களையும் அறிந்துகொள்ள ஆரம்பித்தது.

ஒரு திரைப்பாடல் தன்னை ஆக்கியவனை அறிமுகப்படுத்தும்விதத்தில் அமைந்திருப்பது இயல்பான விஷயமில்லை. எல்லாப் பாடல்களும் யாரோ ஒருவரால்

யுகபாரதி □ 361

எழுதப்பட்டதுதான். என்றாலும், ஒருசில பாடல்களே நம்மைக் கவர்கின்றன. அந்த ஒருசில பாடல்களே காலம் தாண்டியும் வாழ்கின்றன. ஆலங்குடி சோமுவின் உள்ளத்தின் கதவுகள் என்னும் பாடல், நேர்க்கோட்டில் அமைந்த சோகப்பாடல். எளிய புரிதலுக்கு இடமளிக்கும் அப்பாடலைத் தத்துவப்பாடலென்னும் வரிசையிலும் வைத்துப்பார்க்கலாம். சோகத்தை அதிகப்படுத்தவும் அச்சோகமே தத்துவ தரிசனத்தை கவனப்படுத்தவும் உதவுவதாக நாம் நம்புகிறோம். சோகத்தில் உதிர்க்கும் வார்த்தைகள் தத்துவமாகத் தெரிவது, கற்பிதமே அன்றி வேறில்லை. "காதல் என்பது தேன்கூடு / அதைக் கட்டுவதென்றால் பெரும்பாடு" என்னும் வரிகளெல்லாம் அப்பாடலில் இடம்பெற்றுள்ளன.

ஏதோ ஒருவிதத் தெளிவை ஏற்படுத்துவதுபோல அப்பாடல் வரிகள் அமைந்திருப்பதை அறியலாம். ஆனாலும், என்னை வெகுவாகக் கவர்ந்தவை, முதலிரண்டு வரிகள்தான். "உள்ளத்தின் கதவுகள் கண்களடா / இந்த உறவுக்குக் காரணம் பெண்களடா" என்ற ஆரம்ப வரிகளிலேயே அப்பாடலின் தன்மையையும் நோக்கத்தையும் ஆலங்குடி சோமு சொல்லியிருக்கிறார். கண்களைப் பற்றி எத்தனையோபேர் எத்தனையோவிதமாகச் சிந்தித்திருந்தாலும், அவருடைய அணுகுமுறை வித்யாசமானது.

ஒரு வரியையோ ஒரு சொல்லையோ எப்படிப் பயன்படுத்தி உணர்வுகளைக் கிளர்த்துவதென அறிந்த ஒருவராக அவர் இருந்திருக்கிறார். "கண்ணானது சரீரத்தின் விளக்காயிருக்கிறது. உன் கண் தெளிவாயிருந்தால் சரீரம் வெளிச்சமாயிருக்கும் (மத்தேயு6:22)" என்ற விவிலிய வாசகத்தை நினைவூட்டும் அத்திரைப்பாடல் வரியைச் சிலாகிக்கலாம். அகத்தின் அழகு முகத்தில் தெரியும் என்கிற முதுமொழியை மாற்றி எழுதியிருக்கிறாரே தவிர, அதில் வியக்க என்ன இருக்கிறது? எனச் சிலருக்குத் தோன்றலாம்.

முதுமொழியோ மூதுரையோ எதுவாயிருந்தாலும், அதைத் திரைப்பாடல் சட்டகத்திற்குள் பொருத்துவது எளிதான காரியமில்லை. நமக்குத் தெரிந்த உவமையை அல்லது நாம் ஏற்கெனவே அறிந்திருந்த ஒரு விஷயத்தை அப்படியே விவரிக்காமல் தம்முடைய ஆக்கமாக மாற்றிக்காட்டுவதில்

ஆலங்குடி சோமு தனித்துத் தெரிந்திருக்கிறார். அவருடைய திரைப்பாடல்களில் மிகுதியும் இந்தத் தன்மைகளை உள்ளடக்கியே ஆக்கப்பட்டுள்ளன. பாடலின் மொழியை உணர்ந்து, கதைக்கும் சூழலுக்கும் தக்கவாறு எழுதி வெகுஜன ரசனையை எட்டியிருக்கிறார்.

திராவிட இயக்கத்தின் எழுச்சிக் காலத்தைத் தம் பாடல்கள் வழியே பதிவு செய்த அவர், பள்ளிக் கல்வியைத் தாண்டாதவர். பட்டறிவின் துணைக்கொண்டே பாடல்களைப் படைத்திருக்கிறார். கேள்வி ஞானத்தில் அவர் கண்டடைந்த திரைப்பாடல் மொழி, நம்முடைய மரபார்ந்த எழுத்துமுறையைச் சேர்ந்தது. எதுகை, மோனை, இயைபு என்பதாக விரியும் அடிப்படை பாவிலக்கணத்தின் அடிப்படையிலேயே அவர் பாடல்களை எழுதியிருக்கிறார். அழகழகான அவருடைய பதங்கள், எளிய மக்களை சிரமமில்லாமல் ஈர்க்கக்கூடியவை. திரைப்பாடலையே முழுநேரப் பணியாகக் கொண்டிருந்த அவர், முனைந்து தம்மை முன்நிறுத்திக்கொள்ள விரும்பாமல் இருந்திருக்கிறார்.

அவர் காலத்தில் எழுதவந்த ஏனைய பாடலாசிரியர்கள், பலவிதத்தில் பாடல்களுக்கு அப்பாலும் தங்களை நிறுவிக்கொள்ள நினைத்திருக்கின்றனர். ஆனால், ஆலங்குடிசோமுவுக்கு அவ்வாறான காரியங்களில் ஈடுபாடு இருந்ததாகத் தெரியவில்லை. என் கடன் பணி செய்து கிடப்பதே என்பதேபோல திரைப்பாடல்கள் எழுதுவதை மட்டுமே நம்பியிருக்கிறார். அரசியல் கட்சியிலோ இலக்கிய முயற்சியிலோ அவர் தீவிரமாக இயங்கியதாகவும் தெரியவில்லை. அரசியல் சார்பு அவருக்கு இருந்திருக்கிறது. அரசியல் கட்சித் தலைவர்களுடன் பழகியிருக்கிறார். என்றாலும், அதெல்லாமே திரைத்துறை உறவாகவே மட்டுமே அவர் வைத்திருந்ததை அறியமுடிகிறது.

எளிய பாடலாசிரியனாகத் திரைத்துறைக்குள் நுழைந்து, பிரம்மாண்டமான பல வெற்றிப்பாடல்களைக் கொடுத்த அவரை, ஒரு பெரும் கூட்டமோ இயக்கமோ தூக்கிக் கொண்டாடவில்லை. ஒருவேளை அவர்கள் அப்படித் தூக்கிக் கொண்டாடி இருந்தால், கூடுதலான பிரபல்யத்தையும் கவனத்தையும் அவரும் அடைந்திருக்கலாம். எம்.ஜி.ஆரின்

யுகபாரதி □ 363

ஆரம்பகால படங்களில் எழுதிய அவர், பின்னாள்களில் அவ்வாய்ப்பினைப் பெறும் சந்தர்ப்பங்களை இழந்திருக்கிறார். திராவிட முன்னேற்றக் கழகத்துடனும் கலைஞருடனும் அவர் வைத்திருந்த பற்றின் காரணமாக எம்.ஜி.ஆரின் கரிசனப்பார்வை அவர்மீது விழாமல் போயிருக்கிறது. அவரைப் பற்றி அறிந்துகொள்ள அவருடைய திரைப்பாடல்களே போதுமானவையாக அமைந்திருக்கின்றன. ஒருவகையில் அதுவே அவருடைய சாதனையாகவும் எனக்குப்படுகிறது. அரசியலிலும் இலக்கியத்திலும் ஏககாலத்தில் பணியாற்றி அதன்மூலம் அடையவேண்டிய புகழை, திரைப்பாடல்களால் மட்டுமே அவர் பெற்றிருப்பது குறிப்பிடத்தக்கது.

1960இல் வெளிவந்த "யானைப்பாகன்" திரைப்படத்தில் "ஆம்பளைக்கு பொம்பள அவசியந்தான்" என்னும் பாடல்மூலம் அறிமுகமான அவர், காரைக்குடியை அடுத்த ஆலங்குடியைப் பூர்வீகமாகக் கொண்டவர். பாபநாசம் சிவனைப்போலவும் பட்டுக்கோட்டை கல்யாணசுந்தரத்தைப்போலவும் ஊர்ப்பெயரை தம்முடன் இணைத்துக்கொள்ள எண்ணியிருக்கிறார். உடுமலை நாராயணகவியும் கொத்தமங்கலம் சுப்புவும்கூட அவர் ஊர்ப்பெயரை இணைத்துக்கொள்ள காரணமாக இருந்திருக்கலாம். திரைத்துறையில் கதாசிரியனாக ஆகவேண்டும் என்ற எண்ணத்தில் சென்னை வந்த அவருக்கு, பாடல்துறையே மதிப்புக்குரிய துறையாகப் பட்டிருக்கிறது. பாடல்துறையில் அன்றைக்கு இருந்தவர்கள் அவருக்குள் ஏற்படுத்திய தாக்கத்தின் விளைவாகப் பாடலாசிரியராக ஆகியிருக்கிறார்.

நண்பர் புரட்சிதாசன்மூலம் சாண்டோ சின்னப்பாதேவரிடம் முதல் வாய்ப்பைப் பெற்ற போதிலும் இரண்டாவது மூன்றாவது வாய்ப்புகள் அவ்வளவு எளிதாக அவருக்குக் கிடைத்துவிடவில்லை. பெரும் போராட்டங்களுக்குப் பிறகு அடுத்தடுத்த வாய்ப்புகள் கனிந்திருக்கின்றன. சிறுசிறு வாய்ப்புகள்மூலம் இசைமேதை கே.வி.மகாதேவனை வந்தடைந்த அவரை, நடிகர் அசோகனே எம்.ஜி.ஆரிடம் அறிமுகப்படுத்தி வைத்திருக்கிறார். அசோகனின் தொடர் பரிந்துரையினால் திடீரென்று ஒருநாள், ஆலங்குடி

364 □ நேற்றைய காற்று

சோமுவை எம்.ஜி.ஆர். அழைத்திருக்கிறார். “நீங்கள் எழுதி வைத்திருக்கும் பாடல்களில் ஒன்றிரண்டைப் பாடிக்காட்டுங்கள்” என்றிருக்கிறார். ஆலங்குடி சோமுவோ ஒன்றிரண்டுக்குப் பதிலாக பதினோரு பாடல்களைப் பாடிக் காட்டியிருக்கிறார். அப்போது அவர் பாடிக்காட்டிய அத்தனைப் பாடல்களுமே எம்.ஜி.ஆருக்குப் பிடித்திருக்கின்றன. கேட்ட அந்த நொடியிலேயே மொத்தப் பாடல்களையும் எம்.ஜி.ஆர் பிக்சர்ஸுக்காக வாங்கிக் கொள்ளச் சம்மதித்திருக்கிறார். சம்மதத்தை வார்த்தைகளில் தெரிவிக்காமல் மறுநாளே ரொக்கத்தையும் அனுப்பியிருக்கிறார். உடனே, இரண்டு பாடல்களைத் தேர்வுசெய்து ஒலிப்பதிவும் செய்திருக்கிறார். அதிலிருந்து எம்.ஜி.ஆருக்கு எழுதும் ஆஸ்தான கவிஞர்களில் அவரும் ஒருவராக ஆகியிருக்கிறார்.

எம்.ஜி.ஆரைச் சந்திப்பதற்கு முன்னும் பின்னும் ஏராளமான பாடல்களை அவர் எழுதியிருந்தாலும், அவருடைய முக்கியமான பாடல்கள் எம்.ஜி.ஆரின் திரைப்படங்களில் இடம்பெற்றிருக்கின்றன. 1969இல் வெளிவந்த எம்.ஜி.ஆரின் “அடிமைப்பெண்” திரைப்படத்தில் அவர் எழுதிய “தாயில்லாமல் நானில்லை” என்னும் பாடல், பெண்கள் மத்தியில் எம்.ஜி.ஆருக்கு இருந்த மதிப்பை மேலும் கூட்டியிருக்கிறது. “தூய நிலமாய்க் கிடப்பாள் / தன் தோளில் என்னைச் சுமப்பாள் / தன்மையில்லாமல் நான் மிதித்தாலும் / தாய்மையிலே மனம் கனிந்திடுவாள்” என்கிற வரிகளில், ஆலங்குடி சோமுவின் தனித்துவம் வெளிப்பட்டிருக்கிறது. அன்னை பூமி என்பதைச் சற்றே மாற்றி, பூமியே அன்னை என்பதாகச் சிந்தித்திருக்கிறார்.

பொறுத்தார் பூமியாள்வார் என்கிற முதுமொழியை மிக லாவகமாக “தன்மையில்லாமல் நான் மிதித்தாலும் தாய்மையிலே மனம் கனிந்திடுவாள்” என்றிருக்கிறார். நிலமாகத் தாயை சித்திரித்து, அவர் எழுதிய அந்தப்பாடல் அடுத்தடுத்த வாய்ப்புகளைப் பெற உதவியிருக்கிறது. “தாயில்லாமல் நானில்லை” பல்லவிக்கு முன் ஆலங்குடி சோமு, “பாட்டுப்பாடும் குயிலம்மா / என்னைக்கொஞ்சம் பாரம்மா / இங்கு உனக்கிருக்கும் அம்மாவைப்போல் / எனக்கு யாரம்மா” என்றே எழுதியிருக்கிறார். பாடலை வாசித்த

யுகபாரதி □ 365

எம்.ஜி.ஆர்., "அம்மாவை நேரடியாகவே புகழலாமே, எதற்குச் சுற்றிவளைத்து சொல்லவேண்டும்" என்று கேட்டிருக்கிறார். அத்துடன், "ஆத்துக்குள்ளே ஒற்றைக் கால்கடுக்க / நித்தம் காத்திருந்து மீன்பிடிக்கும் கொக்கண்ணா/ உழைத்து வாழ்ந்திட முயற்சி பண்ணு / உடம்பில் சோம்பலை வளர்க்காதே கண்ணு / இது தப்பண்ணா" என்று எழுதிய சரணத்தையும் வேறுமாதிரி எழுதித்தரக் கோரியிருக்கிறார்.

"தாயில்லாமல் நானில்லை" பாடலுக்கான ஆரம்பப் பல்லவியைப் பற்றிய தகவலை பாடலாசிரியர் காளிதாசன் தம்முடைய நேர்காணல் ஒன்றில் தெரிவித்திருக்கிறார். இந்தக் காளிதாசனே திருப்பத்தூரான் என்னும் பெயரில் திரைப்பாடல்களை எழுதிவந்தவர். இசையமைப்பாளர் தேவாவின் ஆரம்பகாலப் படங்களுக்கு பாடல் எழுதிவந்த அவர், ஆலங்குடி சோமுவிடம் உதவியாளராக இருந்திருக்கிறார். ஒரு பாடல் உருவாகும்போது என்னென்ன மாற்றங்களுக்கு உள்ளாகின்றன என்பதை சம்பந்தப்பட்ட பாடலாசிரியரோ அல்லது அவருடைய உதவியாளரோ சொன்னால்தான் உண்டு. "மறக்கமுடியாத மாமனிதர்" என்னும் நூலிலும் இத்தகவல் இடம்பெற்றிருக்கிறது. அந்நூலை மணவை பொன் மாணிக்கம் தொகுத்திருக்கிறார். தாயில்லாமல் நானில்லை பாடலுக்கு முன்னதாக நாற்பத்து இரண்டு பல்லவிகளை ஆலங்குடி சோமு எழுதியதாகவும் நாற்பத்து மூன்றாவது பல்லவியே எம்.ஜி.ஆரை திருப்திபடுத்தி திரையில் இடம்பிடித்த பல்லவி என்றும் ஆலங்குடி சோமுவின் இளையமகன் சரவணன் ஒரு கட்டுரையில் குறிப்பிட்டிருக்கிறார்.

ஒருபாடலுக்கு நாற்பத்து மூன்று பல்லவிகள் என்பது தலைசுற்றக்கூடிய சமாச்சாரம். சோர்வோ சலிப்போ இல்லாமல் ஒரே சூழலுக்குத் திரும்பத் திரும்ப எழுதுவதென்றால் அது எத்தகைய வாதை நிறைந்தது? மனதில் திட்பமும் நம்பிக்கையும் இருந்தால்தான் அவ்விதமான வாதைகளைக் கடக்கமுடியும். ஆலங்குடி சோமு தம்முடைய ஆற்றலையும் நம்பிக்கையையும் துளிகூட இழக்காமல் திரைப்பாடலில் பயணித்திருக்கிறார். குறிப்பாக, எம். எஸ். விஸ்வநாதன் இசையில் "சொர்க்கம்" திரைப்படத்தில் அவர் எழுதிய "பொன்மகள் வந்தாள்" என்னும் பாடல், அவரை மிக உயரிய

366 □ நேற்றைய காற்று

இடத்திற்குக் கொண்டு போயிருக்கிறது. இன்றுவரைகூட அந்தப் பாடலின் இசையும் வரிகளும் புதிதுபோலவே இருக்கின்றன. ஏ.ஆர். ரகுமான் அப்பாடலை ரீமிக்ஸ் செய்து, 2007இல் வெளிவந்த "அழகிய தமிழ்மகன்" திரைப்படத்தில் பாடியிருக்கிறார். இதே பாடல் ஜேசுதாஸ் பாட விக்ரமன் இயக்கிய "பெரும்புள்ளி" திரைப்படத்திலும் இடம்பெற்றிருக்கிறது.

எத்தனையோ பல்லவிகளை ஆலங்குடி சோமு எழுதியும், சம்பந்தப்பட்ட இயக்குநருக்குத் திருப்திவராமல் கண்ணதாசனை அணுகியிருக்கிறார். கண்ணதாசனோ ஆலங்குடி சோமுவின் ஆற்றலில் நம்பிக்கை கொண்டவர் என்பதால் அவரே எழுதட்டும் என்று சொல்லி திருப்பி அனுப்பியிருக்கிறார். சமகாலத்தில் எழுதிக்கொண்டிருந்த இருவர், ஒருவருக்கு ஒருவர் பகிர்ந்துகொண்ட அன்பிற்கு ஈடாக எதையும் சொல்வதற்கில்லை. கண்ணதாசன் தம்மீது வைத்த அன்பை புரிந்துகொண்ட ஆலங்குடி சோமு, வருடந்தோறும் கண்ணதாசனின் பிறந்தநாள் அன்று வீடுதேடிப்போய் வாழ்த்திவிட்டு வந்திருக்கிறார். காலங்கடந்தும் ஒரு திரைப்பாடல் நிலைக்கும் என்பதற்குப் "பொன்மகள் வந்தாள்" பாடல் மிகச்சிறந்த உதாரணம்.

சந்தங்களை அழகாக ஒடித்து, சிந்தனைகளை அவர் சொல்லியிருக்கும் விதத்தைப் புகழ்ந்துகொண்டே இருக்கலாம். "முத்துக்கள் சிரிக்கும் நிலத்தில் / தித்திக்கும் நினைப்பை விதைக்கும் பாவை நீ வா / சொர்க்கத்தின் வனப்பை ரசிக்கும் / சித்தத்தில் மயக்கம் வளர்க்கும் யோகமே நீ வா" என்று ஒற்றெழுத்துகளை மிகுதியாகப் பயன்படுத்தி, வரிகளின் அழகை ஓசையில் உட்காரவைத்திருக்கிறார். திராவிட இயக்கச் சார்பைக் கொண்டிருந்த ஆலங்குடி சோமு திரைப்படங்களில் தமக்கு வாய்ப்பளித்த எம்.ஜி.ஆரைவிடவும் கலைஞரிடமே நெருக்கம் கொண்டிருக்கிறார்.

எம்.ஜி.ஆர். தி.மு.க.விலிருந்து பிரிந்து தனிக்கட்சி ஆரம்பித்தபோதும் கலைஞர்மீது கொண்ட பற்றிலும் பாசத்திலும் அவர் அ.தி.மு.க.வை ஆதரிக்கவில்லை. அண்ணா, கலைஞர், எம்.ஜி.ஆர் ஆகிய மூவருடனும் இணக்கமாக இருந்த காலத்தில் அல்லது எம்.ஜி.ஆரும்

யுகபாரதி ☐ 367

கலைஞரும் இணக்கமாக இருந்த காலத்தில் தி.மு.க.வின் பிரச்சாரப்பாடல்கள் பலவற்றை ஆலங்குடி சோமுவே மிகுதியாக எழுதியிருக்கிறார். 1967 தேர்தலில் காங்கிரஸ் படுதோல்வியடைந்து தி.மு.க. ஆட்சியைப் பிடித்ததும், "அதிகாரம் செய்தவனோ ஆட்டத்தை முடித்தான் / இங்கு அன்புவழி நடந்தவனோ ஆட்சியைப் பிடித்தான்" என்று 1968இல் வெளிவந்த "கணவன்" திரைப்படத்தில் எழுதியிருக்கிறார்.

நடப்பு அரசியலை திரைப்பாடலில் எழுதி, கட்சித் தொண்டர்களிடம் பாராட்டுப் பெற்றிருந்த அவர், அண்ணா மேடைதோறும் முழங்கிவந்த "கத்தியைத் தீட்டாதே, புத்தியைத் தீட்டு" என்ற முழக்கத்தையும் ஒரு பாடலுக்கு பல்லவியாக்கியிருக்கிறார். அப்பாடல் 1965இல் வெளிவந்த "விளக்கேற்றியவள்" திரைப்படத்தில் இடம்பெற்றிருக்கிறது. அண்ணாவின் பெருமையை மறைமுகமாக அல்ல, வெளிப்படையாகச் சொல்லி வெளிவந்த அப்பாடல், திராவிட முன்னேற்றக் கழக மாநாடுகளிலும் பேரணிகளிலும் அதிகமுறை ஒலித்திருக்கிறது. அப்பாடல் குறித்து அவரே ஒருமுறை "என் வாழ்வில் மறக்க முடியாத லட்சிய வேட்கை தீர்ந்தது" என்றிருக்கிறார். "ஆத்திரம் கண்ணை மறைத்திடும்போது /அறிவுக்கு வேலைகொடு / உன்னை அழித்திட வந்த பகைவனென்றாலும் அன்புக்குப் பாதை விடு" என்கிற வரிகள் அப்பாடலில் இடம்பெற்றுள்ளன.

கொள்கை சார்ந்தும் கட்சி சார்ந்தும் சிந்திப்பதில் ஆலங்குடி சோமு சில வகைமாதிரிகளைத் திரைப்பாடலில் உருவாக்கியிருக்கிறார். பாடலைக் கேட்கக்கூடிய பெரும்பான்மையினர், எந்தக் கருத்தை அல்லது எந்தக் கொள்கையைப் பின்பற்றுகிறார்களோ அதற்கு ஏதாகவும் தோதாகவும் பாடல்களை எழுதிவந்த அவர், தம்முடைய திரைப்பாடல்களில் நாகரிகத்தைக் கடைப்பிடித்திருக்கிறார்.

மெல்லிசைப் பாடல்களில் அழகியலைக் கைக்கொண்டதுபோலவே துள்ளலிசைப் பாடல்களிலும் அழகழகான படிமங்களையும் குறியீடுகளையும் பயன்படுத்தியிருக்கிறார். காமத்தைக்கூட சிலேடையாக வெளிப்படுத்தலாமே தவிர, பச்சையாகவும் கொச்சையாகவும்

368 □ **நேற்றைய காற்று**

எழுதிவிடக் கூடாதென்னும் எச்சரிக்கையுடன் நடந்திருக்கிறார். "பார்வையில் புதுமை இருந்தால் படைப்பிலும் புதுமை இருக்கும். எந்தப் பாடலும் இலக்கிய அந்தஸ்தோடு இருக்கவேண்டும். சில பாடல்களைக் கேட்டால் எங்கோ படித்த சாயல் தெரிகிறது என்றால் அது சிறந்த படைப்பாகாது" என்று தெரிவித்திருக்கிறார். மேலும், "பசு, புல்லைத் தின்றாலும் கறவைக்கு நிற்கும்போது பாலைத்தானே தருகிறது. புல்லையா தருகிறது" எனக் கேட்டிருக்கிறார்.

ஆலங்குடி சோமு என்றதுமே சட்டென்று நினைவுக்கு வரும் பாடல், "ஆடலுடன் பாடலைக் கேட்டு ரசிப்பதிலேதான் சுகம் சுகம்" என்ற "குடியிருந்த கோயில்" திரைப்பாடல்தான். பஞ்சாப் பாங்க்ரா பாணியில் அமைந்த அந்நடனப்பாடல், இசையமைப்பு முறையில் கவ்வாலி வகையைச் சேர்ந்தது. முதலில் அப்பாடலுக்கு நடனமாட எம்.ஜி.ஆர் தயங்கியிருக்கிறார். தம்முடன் இணைந்து ஆடும் எல். விஜயலட்சுமி அளவிற்குத் தம்மால் ஆட இயலாதெனத் தயங்கிய எம்.ஜி.ஆரைக் கட்டாயப்படுத்தியே இயக்குநர் கே. சங்கர் ஆட வைத்திருக்கிறார். ஒருமாதகாலம் தீவிர ஒத்திகையை மேற்கொண்ட பிறகே அப்பாடல் காட்சிப்படுத்தப்பட்டிருக்கிறது.

சரியில்லையென்றால் நீக்கிவிடலாம் என்ற நிபந்தனையுடன் எடுக்கப்பட்ட அப்பாடல், காலங்கடந்தும் ரசிகர்களின் கொண்டாட்டத்துக்குரிய பாடலாக மாறியிருக்கிறது. அதுமட்டுமல்ல, சிறந்த நடிகருக்கான விருதும் அப்பாடலை முன்வைத்தே எம்.ஜி.ஆருக்கு வழங்கப்பட்டிருக்கிறது. குடியிருந்தகோயில் வெளிவந்த சமயத்தில்தான் சிவாஜிகணேசன் நடிப்பில் உருவான "தில்லானா மோகனாம்பாள்" திரைப்படமும் வந்திருக்கிறது. நடிப்பில் எல்லோரையும் தூக்கி விழுங்கிவிடக்கூடிய சிவாஜியைவிடவா, எம்.ஜி.ஆர் நடித்துவிட்டார் என்ற சர்ச்சையும் அப்போது கிளம்பாமல் இல்லை.

இரட்டைவேடத்தில் எம்.ஜி.ஆர். குடியிருந்தகோயிலில் சிறப்பாகவே நடித்திருக்கிறார் என்றாலும், அதைவிடவும் சிவாஜியின் நடிப்பே பாராட்டப்பட்டிருக்கிறது. இருந்தும், எம்.ஜி.ஆருக்கே விருது என்று அரசு அறிவித்ததில்

யுகபாரதி □ 369

அரசியல் இருப்பதாகப் பத்திரிகைகள் எழுதியிருக்கின்றன. “காங்கிரஸுக்கு ஆதரவாக சிவாஜி பிரச்சாரம் செய்ததால் அவரைப் பழிவாங்கவே எம்.ஜி.ஆருக்கு விருதைக் கொடுத்திருக்கிறார்கள்” எனவும் பொதுவெளியில் பேச்சு இருந்திருக்கிறது. ஒரு பாடலுக்குப் பின்னே நிகழ்ந்துள்ள அரசியல் விஷயங்களை அலச ஆரம்பித்தால், தமிழ்நாட்டின் மொத்த அரசியலும் திரைத்துறையை ஒட்டியே நிகழ்ந்திருப்பதை உணரமுடியும். சக்திமிக்க திரைத்துறையின் தாக்கத்திலிருந்து விடுபட முடியாத மக்கள், ஒரு கட்டத்தில் தங்களுக்கான தலைவர்களையும் முதல்வர்களையும் அங்கிருந்தே பெற்றார்கள் என்பதுதானே ஐம்பதாண்டுக்காலத் தமிழக வரலாறு.

எம்.ஜி.ஆரின் குடியிருந்தகோயில் திரைப்படம் இன்னொருவகையிலும் முக்கியமான திரைப்படம். புலவர் புலமைப்பித்தனும் பெண் பாடலாசிரியரான ரோஷனோரா பேகமும் அத்திரைப்படத்தில்தான் அறிமுகமாகியிருக்கின்றனர். நெற்றியில் திலகம் தீட்டாத இஸ்லாமியப் பெண்ணான ரோஷனோராபேகம், குங்குமப் பொட்டின் மங்களத்தைப் பற்றி பாடலை எழுதியது அழகிய முரண். ஆலங்குடி சோமு **1965**இல் பதினொரு திரைப்படங்களுக்கு பாடல்கள் எழுதியிருக்கிறார். “எங்க வீட்டுப்பிள்ளை, இரவும் பகலும், ஒருவிரல், கார்த்திகை தீபம், எங்கவீட்டுப்பெண், நாணல், நீர்க்குமிழி, விளக்கேற்றியவள், பூஜைக்கு வந்த மலர், பட்டத்துராணி, தாழம் பூ” ஆகிய படங்களில் திரைப்பாடல்களை எழுதிய அவர், அப்பாடல்களில் தம்மை முழுமையாக வெளிப்படுத்தியிருக்கிறார்.

ஆலங்குடி சோமுவின் படைப்பு மனோநிலை உச்சத்தில் இருந்த ஆண்டாக அவ்வாண்டைக் கருதலாம். தமக்குக் கிடைத்த வாய்ப்புகளில் எதையுமே வீணடித்துவிடாமல் அவ்வாண்டில் அவர் எழுதிய அத்தனைப் பாடல்களும் மிகச்சிறந்த பாடல் என்னும் தகுதியைப் பெற்றுள்ளன. அந்த ஆண்டில்தான் “எங்க வீட்டுப்பிள்ளை” திரைப்படத்திற்காக அவர் ஏழே நிமிடத்தில் ஒரு பாடலை எழுதிக் கொடுத்திருக்கிறார். ஏழே நிமிடத்தில் அவர் எழுதிய அந்தப் பாடல் அண்ணாமலை ரெட்டியாரின் காவடிச் சிந்தை நினைவூட்டக்கூடியது. “கண்களும் காவடிச்

சிந்தாகட்டும் / காளையர் நெஞ்சைப் பந்தாடட்டும்" என்ற பாடலே அது. அப்பாடலில் "என்னசெய்வோமென்ற நிலை மாறட்டும் / உன்னாலே மக்கள் எண்ணம் நிறைவேறட்டும்" என்று எழுதியிருக்கிறார். அவ்வரி திரையில் ஒலிக்கும்போது எம்.ஜி.ஆரின் முகத்தை நெருக்கத்தில் காட்டியிருக்கின்றனர். "உன்னாலே மக்கள் எண்ணம் நிறைவேறட்டும்" என்ற வரியைக் கேட்டு, அரங்கமே ஆரவாரம் செய்திருக்கிறது. அவ்வரியின் வலுவா, இல்லை எம்.ஜி.ஆருக்கு மக்கள் மீதிருந்த செல்வாக்கா என்று பிரித்தறிய முடியாத காலமாக அது இருந்திருக்கிறது.

திராவிட முன்னேற்றக் கழகம், ஆட்சியைப் பிடிப்பதற்கான கொதிநிலையை அடைந்த சூழலில், ஆலங்குடி சோமு எழுதிய அப்பாடலை எல்.ஆர்.ஈஸ்வரி பாடியிருக்கிறார். நடுநாயகமாக ஒரு பெண் ஆடிப்பாடக்கூடிய கேளிக்கைப் பாடலே அதுவெனினும், அதிலும் அரசியல் பொருந்திய வார்த்தைகளை எழுதத் துணிந்திருக்கிறார். அப்பாடலை முன்வைத்து பாடலாசிரியர் முத்துலிங்கமும் தம்முடைய "பாடல் பிறந்த கதை" நூலில் குறிப்பிட்டிருக்கிறார். அதே கருத்தை விரித்து "ஆனந்தத்தேன் காற்று தாலாட்டுதே" என்னும் தலைப்பில் தினமணியில் அவர் எழுதிய கட்டுரைத் தொடரிலும் பதிவு செய்திருக்கிறார்.

முதல்முதலாகச் சென்னை வந்ததும் தாம் போய்ச் சந்தித்த பாடலாசிரியர் ஆலங்குடி சோமு என்றும் அவரே அக்காலத்தின் உச்ச நட்சத்திரப் பாடலாசிரியராக இருந்தார் என்றும் அக்கட்டுரையில் தெரிவித்திருக்கிறார். "யாரை முதன்முதலில் சந்தித்தேனோ அவரே பின்னாட்களில் என்னை வந்து சந்திக்கும் நிலைக்கு உயர்ந்தேன்" என்பதுபோல அவர் அக்கட்டுரையை எழுதவில்லை. மாறாக, ஆலங்குடி சோமுவின் தனித்துவமான தகுதிகளை வியந்திருக்கிறார். மேலவை உறுப்பினராக முத்துலிங்கம் இருந்த காலத்தில் ஆலங்குடி சோமு தம்முடைய திரைப்பாடல்களைத் தொகுத்து வெளியிடும்படி கோரிக்கை வைத்திருக்கிறார்.

கதாசிரியர் பனசை மணியன் மூலம் தொடர்ந்து நினைவூட்டியும் முத்துலிங்கத்தால் அவ்வுதவியைச் செய்ய முடியாமல் போயிருக்கிறது. எத்தனையோவிதத்தில் தமக்கு

யுகபாரதி ☐ 371

உதவிய அவருக்கு இறுதிக்காலங்களில் எதுவும் செய்ய இயலாது போனது பற்றியே அக்கட்டுரையில் வருந்தியிருக்கிறார். காலத்தின் வேகமான சுழற்சியில், ஒருவர் மேலேயும் மற்றொருவர் கீழேயும் போயிருப்பதை உணரமுடிகிறது. மேலே கீழே என்று நாமாக உணர்ந்துகொள்ளும் விஷயம், அவர்களுடைய தகுதியாலும் திறமையாலும் நேர்வதல்ல. சந்தர்ப்பங்களும் சூழ்நிலைகளும் ஏற்படுத்தக்கூடியவை.

தன்னை முன்நிறுத்தத் தெரியாதவர் அல்லது தயங்குபவர் முதலிடத்திற்கு வருவதில்லை என்பதுபோல ஒரு தோற்றம் இருக்கிறது. உண்மையில், அது தோற்றம்தான். சந்தர்ப்பங்களும் சூழ்நிலைகளும் ஏற்படுத்தித்தரும் வாய்ப்பைக் கொண்டு மேலேறுபவர்களே நம் பார்வையில் சாதனையாளர்கள். ஆலங்குடி சோமுவிற்கு வாய்க்காத சந்தர்ப்பங்களும் சூழ்நிலைகளும் முத்துலிங்கத்திற்கு வாய்த்திருக்கின்றன. முத்துலிங்கமும் தன்னை முன்நிறுத்த முயலாதவரே. எனினும், காலம் எம்.ஜி.ஆர் மூலம் சில சகாயங்களை அவருக்கு வழங்கியிருக்கிறது. அதே சகாயங்கள் ஆலங்குடி சோமுவிற்குக் கிடைக்காமல் போயிருக்கின்றன.

துலாபாரத்தின் நடுமுள் காலத்தின் பாரத்திற்கு ஏற்பவே அங்கும் இங்கும் அசைந்திருக்கிறது. "ஆடலுடன் பாடலைக் கேட்டு ரசிப்பதிலே" என்ற மிகப் பிரபலமான ஆலங்குடி சோமுவின் பாடல், வாலி எழுதியதாக இணையத்தில் தகவல்கள் உலவுகின்றன. உண்மையில், அதற்குக் காரணம் இணையப் பதிவர்கள் அல்லர். சம்பந்தப்பட்ட திரைக்குழுவினரே. எப்படியெனில், அப்பாடல் ஒலித்தகட்டில் ஆலங்குடி சோமுவின் பெயருக்குப் பதிலாக வாலியின் பெயரே பொறிக்கப்பட்டிருக்கிறது. இத்தகவலை இலங்கை வானொலியைச் சேர்ந்த பாடல் தொகுப்பாளர்கள் பலரும் தெரிவித்திருக்கின்றனர். ஒரு வெற்றிப் பாடலை எழுதியவரின் பெயரைக்கூட சரியாக எழுதவைக்காத சமூகத்தில்தான், பாடலாசிரியர்களின் அடையாளம் குறித்தும் அவர்களுடையப் பங்களிப்புகள் குறித்தும் பேசிக்கொண்டிருக்கிறோம்.

"கார்த்திகை தீபம்" திரைப்படத்தில் ஆலங்குடி சோமு எழுதிய "மலை சாய்ந்து போனால் சிலையாகலாம்" என்னும் பாடலை அவ்வளவு எளிதாக மறந்துவிடமுடியாது.

372 □ **நேற்றைய காற்று**

தம்முடைய முதல் மனைவி மரணமுற்ற தருவாயில் எழுதிய அப்பாடலில் அன்பின் மகத்துவத்தை மிக அழகாக பதிவு செய்திருக்கிறார். மலர் சாய்ந்துபோனால் சரமாகலாம், மனம் சாய்ந்துபோனால் என்ன செய்யலாம் என்கிற தவிப்புடன் பல்லவியை முடித்திருக்கிறார்.

ஆர். சுதர்சனத்தின் இசையில் வெளிவந்த அப்பாடல், திரைப்பாடல்களில் விரவியுள்ள செவ்வியல் தன்மையைப் பிரதிபலிப்பது. “செத்த பிணத்தருகே இனிச் சாம்பிணம் சூழ்ந்துகொண்டு கத்தும் கணக்கென்ன காண் கயிலாபுரிக் காளத்தியே” என்ற பட்டினத்தாரின் வரியை உள்ளடக்கி, அவர் எழுதிய “இறந்தவனைச் சுமந்தவனும் இறந்துவிட்டான் / அவனை இருப்பவனும் நினைத்துப்பார்க்க மறந்துவிட்டான்” என்ற “இரவும் பகலும்” திரைப்பாடலும் முக்கியமானது. தம்முடைய திரைத்துறை வளர்ச்சிக்கு உதவிய நடிகர் அசோகனுக்காக அப்பாடலை அவர் எழுதியிருக்கிறார். அசோகன் திரைப்படத்தில் பாடி நடித்த ஓரே பாடல் அதுவே. “இளமையிலே சிலநாள் முதுமையிலே சிலநாள் / இன்பத்திலே சிலநாள்/ துன்பத்திலே சிலநாள்” என்று அப்பாடலின் ஊடே வாழ்வியலை அவர் அணுகியிருக்கும்விதம் அசாத்தியமானது.

இயக்குநர் பாலச்சந்தரின் நீர்க்குமிழி, நாணல் ஆகிய படங்களுக்குப் பாடல் எழுதிய ஆலங்குடி சோமு, எழுதி ஈட்டிய செல்வத்தையெல்லாம் திரைப்படத் தயாரிப்பில் இழந்திருக்கிறார். பாலச்சந்தரின் “பத்தாம்பசலி” திரைப்படத்தையும் எம்.ஜி. மூர்த்தி இயக்கத்தில் வெளிவந்த “வரவேற்பு” திரைப்படத்தையும் ஆலங்குடி சோமு தயாரித்திருக்கிறார். இறுதியாக அவர் தயாரித்த “மாதங்களில் அவள் மார்கழி” என்னும் திரைப்படம், திரைக்கு வரமுடியாத சிக்கலுக்கு உள்ளாகியிருக்கிறது. அதுவே அவரை மனச்சோர்வுக்கும் கடனுக்கும் ஆளாக்கி, படுக்கவைத்துவிட்டதாக அவருடைய மகள் காவேரி தெரிவித்திருக்கிறார்.

இடையில் ஒரு திரைப்படத்தைத் தயாரிக்க முயன்று, அப்படத்திற்கான முதல் பாடலை முத்துலிங்கத்தை வைத்து எழுதியிருக்கிறார். ஆனால், அத்திரைப்படம் ஆரம்பநிலையிலேயே நிறுத்தப்பட்டிருக்கிறது. தாமே

யுகபாரதி □ 373

பாடலாசிரியராக இருந்தும், இன்னொரு பாடலாசிரியரை தாம் தயாரிக்கும் படத்திற்கு எழுத வைத்திருக்கிறார் என்பது அவர் குணாம்சத்தை பற்றியது. அவர் தயாரித்த முதலிரண்டு படங்களும் வசூல் ரீதியாக வெற்றியடையவில்லை. என்றாலும், அத்திரைப்படங்களில் அவர் எழுதிய பாடல்கள் இன்றைக்கும் மக்களின் வரவேற்புக்குரியதாகவே இருக்கின்றன. அதிலும், "வெள்ளை மனம் கொண்ட பிள்ளை ஒண்ணு" என்று அவர் எழுதிய "பத்தாம்பசலி "திரைப்பாடல், தாலாட்டு வகைப் பாடல்களில் தனித்துத் தெரிவது. 1970இல் வெளிவந்த அப்பாடலில் ஒரு படிமம் என்னை திரும்பத் திரும்ப யோசிக்கவைப்பது. "தூக்குக் கயிற்றை தொட்டில் கயிறாய் மாற்ற வந்தாயோ" என்ற படிமமே அது.

ஒரு குழந்தையைக் கொஞ்சித் தூங்கவைக்கும் தாலாட்டுப் பாடலில், நிரந்தரத் தூக்கத்தைத் தரும் மரணம் குறித்த சிந்தனையைக் கிளறியிருக்கிறார். அதேபாடலில், "துன்பத்திலே சிரிக்கச் சொல்லிப் பார்க்க வந்தாயோ / இங்கு தெய்வம் ஒண்ணு இருக்குதுன்னு காட்ட வந்தாயோ" என்றும் எழுதியிருக்கிறார். பாடலின் சூழலுக்கு ஏற்பவும் சமயத்தில் மீறியும் கவித்துவமாக எழுத அவருக்குத் தெரிந்திருக்கிறது. அவருடைய அத்தியந்த நண்பர்களான அசோகனுடனும் புரட்சிதாசனுடனும் ஒருமுறை கடற்கரைக்குப் போயிருக்கிறார். மூவரும் சுண்டலை வாங்கிக் கொறித்துக்கொண்டிருக்கையில் சுண்டலில் கலந்திருந்த மிளகாயை சோமு கடித்து, 'ஆ' என்று அலறியிருக்கிறார். உடனே அருகிலிருந்த அசோகன், மாங்காயும் இருக்கும், தேங்காயும் இருக்கும் ஏன் மிளகாயும் இருக்கும். ஆனால் சுண்டல் ஒன்றுதான் எனக் கிண்டலடித்திருக்கிறார்.

அசோகன் அவ்வாறு கிண்டலடித்ததும் "இரவும்வரும் பகலும்வரும் உலகம் ஒன்றுதான் / உறவும்வரும் பகையும்வரும் இதயம் ஒன்றுதான்" என்று சோமு பாடியிருக்கிறார். உடனிருந்த மற்றொரு நண்பரான புரட்சிதாசனுக்கு சோமு எதேச்சையாகப் பாடிய அப்பாடல் பிடித்துவிட, இயக்குநர் ஜோசப் தளியத்திடம் அப்பாடலைப் பற்றிப் பகிர்ந்திருக்கிறார். அதுவரை படத்திற்குச் சரியான தலைப்புக் கிடைக்காமல் தவித்திருந்த தளியத் பாடலை பெற்றுக்கொண்டதுடன்

374 □ **நேற்றைய காற்று**

படத்திற்கும் அதையே தலைப்பாக்கியிருக்கிறார். 1965இல் ஜெய்சங்கர் நடித்து வெளியான அப்படத்திற்கு டி.ஆர். பாப்பா இசையமைத்திருக்கிறார்.

ஆலங்குடி சோமுவின் முக்கியமான பாடலொன்று பாரதிராஜாவின் "பதினாறு வயதினிலே" திரைப்படத்தில் இடம்பெற்றிருக்கிறது "மஞ்சக்குளிச்சி அள்ளி முடிச்சி" என்கிற அந்தப் பாடலை அறியாதவர்கள் இருக்க வாய்ப்பில்லை. ஆனாலும்கூட, அதை எழுதியவர் ஆலங்குடி சோமு என்பது பலரும் அறியாதது. எழுபதுகளின் இறுதியில் வெளிவந்த அப்பாடல், இளையராஜாவின் தனித்துவமான கிராமிய இசைச் சந்தங்களால் ஆனது. காட்சிக்கான சூழலை விளக்கிய கொஞ்ச நேரத்திலேயே அம்மெட்டுக்கான வரிகளை ஆலங்குடி சோமு எழுதித் தந்ததாக பாரதிராஜா ஒரு நேர்காணலில் தெரிவித்திருக்கிறார். பண்டிகைக் காலங்களில் இன்றும் வழக்கத்திலுள்ள மஞ்சள் நீறூற்றி விளையாட்டை முதல்முதலாக திரையில் காட்டியதுடன், அதற்குப் பாடலை அமைத்த பெருமை பாரதிராஜாவையே சேரும்.

மக்களின் சம்பிரதாயங்களையும் விளையாட்டுகளையும் தம்முடைய திரைப்படங்களில் காட்சிப்படுத்திய பாரதிராஜா, அவை குறித்த செய்திகளை உரையாடல்களில் வைத்திருக்கிறார். ஒருவேளை கிராமத்து ரசிகனுக்குத் தெரிந்திருக்கும் நடைமுறைகள், நகரத்து ரசிகனுக்குத் தெரியாமல் போய்விடுமோ எனும் அச்சத்தில் அவர் அவ்வுரையாடல்களை உருவாக்கியிருக்கிறார். அதன்மூலமே குறிப்பிட்ட விளையாட்டையும் சம்பிரதாயங்களையும் அனைத்துத் தரப்பு மக்களும் அறிந்திருக்கின்றனர். மண்வாசனை இயக்குநர் என்று அவரை மக்கள் கொண்டாடுதற்கான காரணமும் அதுவே. "மஞ்சக்குளிச்சி அள்ளி முடிச்சி / மெட்டி ஒலிக்க மெல்ல சிரிச்சி" என்னும் பாடலைப் பொறுத்தவரை அதை முதலில் கேட்பவர்க்கு குழப்பம் ஏற்படலாம்.

திருமணமாகாத பெண்களே மஞ்சள் நீறூற்றில் கலந்துகொள்வார்கள். தங்களுக்கு உரிமையுள்ள மாமன்மீதும் மச்சினன்மீதும் மஞ்சள் நீறூற்றி திருமண பந்தத்தை தெரிவிப்பதே அவ்விளையாட்டின் அடிப்படை. அப்படியிருக்கையில் பாடலில் ஏன் மெட்டி ஒலிக்க

யுகபாரதி □ 375

என்ற வார்த்தைகள் வருகின்றன? மேலோட்டமாகப் பாடலைக் கேட்பவர்களுக்கு ஏற்படும் குழப்பம் எனக்கும் ஏற்பட்டிருக்கிறது. மெட்டி ஒலிக்க என்ற சொற்கள் திருமணமான பெண்களைக் குறிக்கின்றன. ஆனால், பாடலோ மாமனையும் மச்சினனையும் திருமணம் செய்துகொள்ள தேடுவதுபோல அமைகிறது. ஏற்கெனவே திருமணமான பெண்கள் மீண்டும் மாமனையும் மச்சினனையும் ஏன் தேடுகிறார்கள்? என்றுதான் எனக்கும் தோன்றிற்று. உண்மையில், அப்பாடலை ஒருமுறைக்குப் பலமுறை கேட்டபிறகே பாடலின் உள்ளார்ந்த அர்த்தம் விளங்கியது. அப்பாடல், திருமணமான பெண்கள் திருமணமாகாத பெண்களுக்கு அறிவுரை சொல்வதுபோல அமைந்திருக்கிறது. வேகமான தாளத்தில் உணர்வுகளை உட்பொதித்த அப்பாடலில், ஆலங்குடி சோமுவின் வட்டார வழக்கு மேதைமையை உணரலாம்.

வழக்கிலுள்ள சொற்களைக் கேலியாகவும் கிண்டலாகவும் உபயோகப்படுத்தி, அவர் அப்பாடலில் செய்திருக்கும் நூதனத்தை வியக்கலாம். தமிழ் மண்ணின் மரபுகளையும் பழக்க வழக்கங்களையும் கற்றறியாத ஒருவரால் அப்படியான பாடல்களை எழுதமுடியாது. மெட்டி ஒலிக்க என்ற வார்த்தைகள், நமக்குத்தான் குழப்பம் தருகின்றதே தவிர, அப்பாடலுக்கு அவ்வார்த்தைகளே மரியாதையைத் தந்திருக்கின்றன. அவ்வார்த்தைகளை அவர் பயன்படுத்தாமல் போயிருந்தால், திருமணத்திற்கு வயதுப் பெண்கள் அலைவது போன்ற தோற்றத்தை ஏற்படுத்தியிருக்கும். மூத்த பெண்கள் இளைய பெண்களுக்குச் சொல்வதுபோல் அமைந்ததால்தான் அது கண்ணியமான பாடலாக ஆகியிருக்கிறது. இல்லையென்றால், வேறு மாதிரியான புரிதலைத் தந்திருக்கும்.

வயதுக்கு வந்த பெண்கள், தங்கள் துணையைத் தேடி அல்லது துணைக்காக ஏங்குகிறார்கள் என்பதுபோல ஆகியிருக்கும். அதைத் தவிர்க்கவே சர்வ ஜாக்கிரதையுடன் ஆலங்குடி சோமு, மெட்டி ஒலிக்க என்ற வார்த்தைகளைச் சேர்த்திருக்கிறார். "பூமணம் கொண்டவள் / பால் மணம் கொண்டாள் "என்ற ஒரே வரியில் கண்ணதாசன், பெண்ணின் வயதையும் பருவத்தையும் காட்டியதுபோல "மெட்டி ஒலிக்க" என்ற வார்த்தைகளில் ஆலங்குடி சோமுவும் தம்மை யாரென்று

376 □ நேற்றைய காற்று

ஸ்தாபித்திருக்கிறார். அதே போல ''எங்க வீட்டுப் பிள்ளை'' திரைப்படத்தில் அவர் எழுதிய "மலருக்குத் தென்றல் பகையானால் / அது மலர்ந்திட கதிரவன் துணையுண்டு'' என்ற பாடலும் கவனத்துக்குரியது. இரு எம்.ஜி.ஆர்., இரண்டு கதாநாயகிகள் இடம்பெற்ற அத்திரைப்படத்தில் கதைப்படி ஆள்மாறாட்டத்தில் குழப்பம் ஏற்படும் சூழலுக்கு வழக்கமான முறையில் அல்லாமல் கவித்துவமாகப் பாடலை எழுதியிருக்கிறார். வழக்கமான என்றுநான் சொல்வது, அவருடைய வழக்கமல்ல. அப்படியான சூழலுக்கு அன்றைய திரைப்படங்களில் அமைந்த பாடல்களைப் பற்றியது.

ஓர் உவமையை முதலிரண்டு வரிகளில் எழுதிவிட்டு, மூன்றாவது வரியில் கேள்வியை எழுப்பும்படி, வார்த்தைகளை அமைக்கும்முறையை அவரே தொடங்கியிருக்கிறார். "படகுக்குத் துடுப்பு பகையானால் / அங்கு பாய்மரத்தாலே உதவியுண்டு / கடலுக்கு நீரே பகையானால் / அங்கு கதை சொல்லும் அலைகளுக்கிடமேது'' என்ற வரிகளையும் "கண்ணுக்குப் பார்வை பகையானால் / அங்கு கருத்தினில் உணர்ந்திட வழியுண்டு / பெண்ணுக்குத் துணைவன் பகையானால் / அந்த பேதையின் வாழ்வில் ஒளியேது'' என்ற வரிகளையும் கதையுடன் இணைத்துப்பார்க்கையில், ஆலங்குடி சோமுவின் அசாத்தியச் சொல்முறை ஆச்சர்யமேற்படுத்துகிறது.

இயல்பாக கண்ணில்படக்கூடிய காட்சிகளை உவமையாகச் சொல்லிவிட்டு, அதன்வழியே கருத்தையும் சூழலையும் துல்லியமாகக் கொண்டுவர அவரால் முடிந்திருக்கிறது. இத்தனைக்கும் பள்ளிக் கல்வியைக்கூடத் தாண்டாத அவர், குடும்ப வறுமையின் பொருட்டே திரைத்துறைக்குள் நுழைந்திருக்கிறார். அப்படியிருந்தும் திரைத்துறைக்கு ஏராளமான செல்வங்களைத் தம்பாடல்கள் மூலம் சேர்த்துக் கொடுத்திருக்கிறார். கலைஞரின் கதை வசனத்தில் உருவான "காஞ்சித் தலைவன்'' திரைப்படத்திற்கு ஆறு பாடல்களை அவர் எழுதியிருக்கிறார். திராவிட முன்னேற்றக் கழகத்துடன் நெருங்கிய தொடர்பு கொண்டிருந்த அவர் அத்திரைப்படத்தில் எழுதிய அவனியெல்லாம் புகழ் மணக்கும், வானத்தில் வருவது, மக்களொரு தவறு செய்தால், மயங்காத மனம் யாவும், உயிரைத் தருகிறேன், ஒரு கொடியில் இரு மலர்கள்

யுகபாரதி □ 377

ஆகிய பாடல்களில் முழுமையான பாடலாசிரியராக அறியப்பட்டிருக்கிறார். குறிப்பாக, அதில் இடம்பெற்ற "ஒரு கொடியில் இரு மலர்கள்" என்னும் பாடல், அண்ணன் தங்கை பாசத்திற்கான ஆதாரப் பாடலாக ஆகியிருக்கிறது. "சிறகடிக்கும் ஆசைகளைச் சிறையில் பூட்டுவேன் / நீ சிரித்திருக்கும் காட்சியிலே மனதைத் தேற்றுவேன்" என்ற வரிகளைக் கலைஞர் வியந்திருக்கிறார்.

கே.வி. மகாதேவனின் இசையில் வெளிவந்த அப்பாடலைத் தொடர்ந்து பல பாடல்கள் அண்ணன் தங்கை பாசத்திற்கு வந்துவிட்டன. என்றாலும், முதல் கல்லையே மைல்கல்லாக வீசிய பெருமை ஆலங்குடி சோமுவுக்குரியது. எந்தச் சூழல்நிலைக்கும் உதாரணப் பாடலைச் சொல்லமுடியும் என்னும் விதத்திலேயே அவர் திரைப்பாடல்கள் அமைந்திருக்கின்றன. எம்.ஜி.ஆருக்கு அவர் எழுதிய முதல் பாடலான "ஆண்டவன் உலகத்தின் முதலாளி / அவனுக்கு நானொரு தொழிலாளி" என்ற பாடலுக்குப் பிறகே "கடவுளென்னும் முதலாளி / கண்டெடுத்த தொழிலாளி" என்னும் விவசாயி திரைப்பாடலை மருதகாசி எழுதியிருக்கிறார். ஆலங்குடி சோமு 1964இல் தொழிலாளி திரைப்படத்தில் எழுதிய பாதிப்பில்தான், மருதகாசி 1967இல் வெளிவந்த விவசாயி திரைப்படத்தில் எழுதியிருக்கிறார் எனச் சொல்ல இடமிருக்கிறது.

இரண்டுபேருமே எம்.ஜி.ஆரின் மக்கள் செல்வாக்கை முன்வைத்தே எழுதியிருக்கின்றனர் என்றாலும், சோமுவும் மருதகாசியும் சொல்ல நினைத்த கருத்துகள் ஒத்திருக்கின்றன. ஒரு பாடல் மக்கள் மத்தியில் அதீத கவனத்தைப் பெற்றுவிட்டால், அதேபோல பாடல்கள் தொடர்ந்து வருவதைக் கவனிக்கலாம். ஆலங்குடி சோமுவின் பல பாடல்கள் அத்தகைய தொடர்ச்சியைத் திரைப்பாடலில் ஏற்படுத்தியிருக்கின்றன. "வாழ்க்கை என்றொரு பயணத்திலே / சிலர் வருவார் சிலர் போவார் / வானத்து நிலவாய் சிலர் இருப்பார் / அந்த வரிசையில் வருபவன் தொழிலாளி" என்று ஆலங்குடிசோமு சிந்திக்கிறார். அதேபோல அல்லது அதையே எழுதிய பல திரைப்பாடல்களை என்னால் காட்டமுடியும். ஒரு கருத்தை உள்வாங்கி, அதே கருத்தை வேறு வகையில்

378 □ **நேற்றைய காற்று**

வெளிப்படுத்துவது தவறில்லை. ஆனால், பல பாடல்களில் அதே வரியை அதே கருத்தை எழுதியிருக்கின்றனர். ஆலங்குடி சோமுவின் "மலை சாய்ந்து போனால் சிலையாகலாம்" பாடல், "கல்லென் றுரைத்தாலும் உடைபடும் பலவேலை கட்குமுலையாகப்படும் / கட்டுமரமென்று சொன்னாலுமது தக்கர் கைக் கற்பனைக் கொத்துதவுமே" என்பதன் தழுவலென்று சுரதா தமது "முன்னும்பின்னும்" நூலில் குறிப்பிட்டிருக்கிறார்.

பரம்பக்குடி பி. எஸ். சிவலிங்கம் தொகுத்துள்ள "பஜனைக் கீர்த்தனைகள்" நூலில் மேற்கூறிய வரிகள் இடம்பெற்றிருப்பதை குறிப்பிடும் சுரதா, ஆலங்குடி சோமுவின் ஏராளமான பாடல்வரிகள் பிற பாடலாசிரியர்களால் எடுத்தாளப்பட்டுள்ளதையும் அதே நூலில் பட்டியலிட்டிருக்கிறார். ஒரு பாடலின் பாதிப்பில் இருந்தோ தாக்கத்தில் இருந்தோதான் மற்றொன்று வருகிறது என்பதை நிறுவ சுரதா முயன்றிருக்கிறார். அதனால் ஒரு பாடலாசிரியரையும் விடாமல் கண்காணித்து, அந்நூலில் பதிவு செய்திருக்கிறார். அவர் எழுதிய திரைப்பாடல்களில் சிலவும் அம்மாதிரியான பாதிப்பிலும் தாக்கத்திலும் இருந்தே பிறந்ததாகக் குறிப்பிடுவதால், அவர் நோக்கம் மற்றவர்களைக் குறைகாண்பதில்லை என்று புரிந்துகொள்ளலாம்.

ஆலங்குடி சோமுவின் எழுத்துமுறையைப்பற்றிக் கூறிய கவிஞர் நா. காமராசன், "உழைப்பில்லாத உன்னத கற்பனை உதவாக்கரைக்குச் சமமானது என்பதற்கு ஆலங்குடி சோமு ஒரு உதாரணம்" என்று குறிப்பிட்டிருக்கிறார். உழைக்காமலா அவர் இத்தனை அழகழகான பாடல்களை எழுதியிருக்கிறார் எனக்கேட்டுத் தெரிந்துகொள்ள இப்போது வழியில்லை. 1968இல் வெளிவந்த "கண்ணன் என் காதலன்" திரைப்படத்தில் அவர் எழுதிய "சிரித்தாள் தங்கப் பதுமை" என்ற பாடலும் "குடியிருந்தகோயில்" திரைப்படத்தில் இடம்பெற்ற "துள்ளுவதோ இளமை" பாடலையும் குறிப்பிட்டுச் சொல்ல வேண்டும். அதிலும், சிரித்தாள் தங்கப்பதுமை பாடலில் அவர் வார்த்தைகளை பிரயோகித்திருக்கும் விதம் அபாரமானது.

"கயல்விழி இரண்டில் வயலமைத்து / காதல் என்றொரு விதை விதைத்து / கலமறிந்து கதிரறுப்போமா? காவிய உலகில் குடியிருப்போமா" என்றிருக்கிறார். வயல், விதை,

யுகபாரதி □ 379

கதிர், அறுவடை என்று வரிசையாகச் சிந்தித்து, அதற்கேற்பக் கற்பனைகளைப் பொருத்தியிருக்கிறார். ஒரு கதைபோல பாடல் வரிகளை எழுதிச்செல்லும் முறையை ஆலங்குடி சோமு தம்முடைய ஒவ்வொரு பாடலிலும் கைக்கொண்டிருக்கிறார்.

கண்ணதாசன், வாலி, பட்டுக்கோட்டை, மருதகாசி, புலமைப்பித்தன் என்ற வரிசையில் ஆலங்குடி சோமுவும் இணைக்கப்படவேண்டியவர். ஆனால், என்ன காரணத்தினாலோ அவருடைய பெயரை விட்டுவிடுகின்றனர். ஏனையவர்கள் எல்லோரும் எம்.ஜி.ஆருக்கு நெருக்கமாக இருந்ததாலோ அல்லது ஆலங்குடி சோமு கலைஞருடன் தொடர்பு வைத்திருந்ததாலோ அந்த வரிசையில் அவருக்குரிய இடம் வழங்கப்படவில்லை என்னும் கருத்து நிலவுகிறது. ஆழ்ந்து யோசித்தால், அப்படியும் இருக்கலாம் என்றே தோன்றுகிறது. ஆட்சிக் கட்டிலில் ஏறிய எம்.ஜி.ஆர்., அவருக்குப் பாடல் எழுதிய அத்தனைபேரையும் ஏதோ ஒருவிதத்தில் கௌரவித்திருக்கிறார். ஆனால், ஆலங்குடி சோமுவை சந்தித்ததாகவோ சகாயமேதும் செய்ததாகவோ தெரியவில்லை.

தம்முடைய பாடல்களைத் தொகுத்து வெளியிடக்கூட முத்துலிங்கத்தையே ஆலங்குடி நாட வேண்டிய நிலையே இருந்திருக்கிறது. பாடலாசிரியர்கள் தங்கள் உறவை நடிகர்களுடனும் இயக்குநர்களுடனும் தொடர்ந்து வைத்திருக்கவேண்டிய கட்டாயமிருக்கிறது. அந்தக் கட்டாயத்தை உணராமல் வெட்டிக்கொண்டாலோ விலகி நின்றாலோ தொடர் வாய்ப்புகள் வருவதில்லை என்பதுடன், தொடர்ந்து அவர்கள் அத்துறையில் இயங்கமுடியாத நிலைக்குத் தள்ளப்படுகிறார்கள் என்பதுதான் உண்மை. "வேட்டையாடு விளையாடு" என்ற "அரச கட்டளை" திரைப்பாடலில் "அருகினிலே தழையிருக்க / ஆகாயத்தில் தாவாதே" என ஆலங்குடி சோமு எழுதியிருக்கிறார்.

ஓர் ஆட்டுக்குட்டிக்கான அறிவுரைப் பாடல்போல அமைந்த அவ்வரிகளில் மனிதனுக்கான தத்துவங்களையும் தொட்டுக் காட்டியிருக்கிறார். "தேவை அங்கிருக்கு, தீனி இங்கிருக்கு, செம்மறியாடே நீ சிரமப்படாதே" என்றும் அப்பாடலில் எழுதியிருக்கிறார். சிரமப்பட நேர்ந்த காலங்களில்கூட

380 □ நேற்றைய காற்று

தேவைக்காகவும் தீனிக்காகவும் கொள்கையில் மாறுபாடு கொள்ளாதவராக அவர் இருந்திருக்கிறார். காலம், தன்னை பின் தொடர்ந்து வரும்படியான எழுத்தும் சூழலும் அவருக்கு வாய்த்திருக்கின்றன. ஆனாலும், அவர் எங்கேயும் தன்னை வலிந்து முன்நிறுத்தும் முயற்சிகளில் ஈடுபடவில்லை.

படாடோபமோ ஆடம்பரமோ எதுவுமில்லாமல் அமைதியாக திரைப்பாடல்களை எழுதிவந்த அவர், காதல் படுத்தும்பாடு, சாது மிரண்டால், மெட்ராஸ் டூ பாண்டிச்சேரி, செல்வம், தேன்மழை, நான் ஆணையிட்டால், கன்னிப்பெண், மனசாட்சி, குமரிக்கோட்டம், ஆசை அறுபதுநாள், மழைமேகம், திருமாங்கல்யம், பொன்வண்டு ஆகிய படங்களுக்குப் பாடல்களை எழுதியிருக்கிறார். 1960இல் தொடங்கி 1990 வரை ஏறக்குறைய 170 பாடல்கள் எழுதியதாகக் குறிப்புகள் சொல்கின்றன. இந்த நூற்றி எழுபது பாடல்களில் கடைசியாக அவர் எழுதிய திரைப்பாடல் "பொற்காலம்" திரைப்படத்தில் இடம்பெற்றிருக்கிறது. 1997இல் இயக்குநர் சேரன் இயக்கத்தில் வெளிவந்த பொற்காலம் அல்ல. அதற்குமுன்னே அதே தலைப்பில் ஒரு திரைப்படம் வெளிவந்திருக்கிறது. சங்கர் கணேஷ் இசையமைப்பில் வெளிவந்த அத்திரைப்படத்தை துரை இயக்கியிருக்கிறார்.

1966இல் வெளிவந்த "நான் ஆணையிட்டால்" திரைப்படத்தில் "ஓடிவந்து மீட்பதற்கு உண்மைக்கோர் கால்களில்லை / ஓய்ந்திருந்து கேட்பதற்கு நீதிக்கோ நேரமில்லை / பார்த்த நிலை சொல்வதற்கு பரமனுக்கோ உருவமில்லை / பழி சுமந்து செல்வன்றி இவனுக்கோ பாதையில்லை" என்று எழுதியிருக்கிறார். அவரைப் பற்றிய உண்மைகளை மேலும் தெரிந்துகொள்ளும் வாய்ப்பில்லாமல்தான் நாமும் இருக்கிறோம். ஆனால், அவர் பழி சுமந்து செல்லவில்லை. ஆகச்சிறந்த பாடல்களை ஆக்கி அளித்துவிட்டே சென்றிருக்கிறார்.

யுகபாரதி □ 381

கு.சா. கிருஷ்ணமூர்த்தி
குற்றம் புரிந்தவன் வாழ்க்கையில்

திராவிட இயக்கத்தின் ஆகப்பெரும் கலை ஆளுமைகளில் ஒருவராகப் பார்க்கப்பட்ட நடிகவேள் எம். ஆர். இராதாவின் "இரத்தக்கண்ணீர்" திரைப்படத்தை அறியாதவர்களை விரல்விட்டு எண்ணிவிடலாம். எம்.ஆர். இராதா என்கிற பெயர் எத்தனைப்பேருக்குத் தெரியுமோ, அத்தனைபேருக்கும் அத்திரைப்படமும் அதில் இடம்பெற்ற "குற்றம்புரிந்தவன் வாழ்க்கையில் நிம்மதி கொள்வதென்பதேது" பாடலும் தெரியாமல் இருக்காது. அந்த அளவுக்கு அப்பாடல் இன்றுவரை பிரபல பட்டியலில் இடம்பெற்றிருக்கிறது. அப்பாடலை எழுதியவர் கு.சா. கிருஷ்ணமூர்த்தி.

மூன்று நான்கு தலைமுறைகளுக்கும்மேலாக அத்திரைப்படமும் பாடலும் மக்கள் மத்தியில் அமோகமாக இருப்பதற்கு நடிவேளின் நடிப்பு ஒரு காரணமென்றால் அப்பாடலும் மற்றொரு காரணம். திருவாரூர் தங்கராசுவின் ஆக்கத்தில் உருவான நாடகப்பிரதியையே சிறுசிறு வசன மாறுதல்களுடன் இரத்தக்கண்ணீர் திரைப்படமாக எடுத்திருக்கின்றனர். நாடகவெற்றிக்கு சற்றும்

382 □ நேற்றைய காற்று

குறைவில்லாதவகையில் வெற்றியடைத்த அத்திரைப்படத்தில் இடம்பெற்றுள்ள வசனங்கள் சமகால வாழ்வையும் அரசியலையும் பிரதிபலிப்பவை.

கலையும் அரசியலும் கைகோர்க்கும் ஒரு நாடகமோ திரைப்படமோ காலத்தை ஒட்டியும் காலத்தைத் தாண்டியும் வாழும் என்பதற்கு இரத்தக்கண்ணீர் மிகச் சிறந்த உதாரணம். எம்.ஆர். இராதா தம் நடிப்பின் உச்சத்தை வெளிப்படுத்திய திரைப்படங்களில் அதுவும் ஒன்று. பாவங்களை வெளிப்படுத்துவதுதான் நல்ல நடிப்பென்றால், அப்பாடலில் எம்.ஆர். இராதா படைத்தளித்த பாவங்கள் தனித்தன்மை வாய்ந்தவை. ஓர் உண்மையான தொழுநோயாளியைப்போல தம் நடிப்பை மேம்படுத்திக்கொள்ள நடிகவேள் அப்பாடலை பயன்படுத்தியிருக்கிறார். பாடலுக்கு இடையிடையே வரும் உரையாடல்கள் பாடலில் இடம்பெற்றுள்ள கருத்துகளுக்கு அடிக்கோடிட்டுள்ளன. குற்றம் புரிந்தவன் வாழ்க்கையில் பாடலை எழுதியதன்மூலம் கு.சா. கிருஷ்ணமூர்த்தி அறியப்படவில்லை. அதற்கும்முன்பே பல்லாண்டுகள் நாடக நடிகராகவும் நாடகப் பிரதிகளை உருவாக்குபவராகவும் கு.சா. கிருஷ்ணமூர்த்தி அறியப்பட்டிருக்கிறார்.

1935இல் வெளிவந்த "சந்திரகாந்தா" திரைப்படம் மூலம் அன்றைய உச்சநட்சத்திரம் பி.யு. சின்னப்பாவால் திரைத்துறைக்கு அறிமுகப்படுத்தப்பட்ட அவர், குற்றம் புரிந்தவன் பாடலை இரத்தக் கண்ணீருக்காக எழுதவில்லை. 'என் காணிக்கை' என்னும் நாடகத்திற்காகவே அப்பாடலை அவர் எழுதியிருக்கிறார். அந்த 'என் காணிக்கை' நாடகம், முதலில் 'தூக்குமேடை' என்னும் தலைப்பில் பல ஊர்களில் அரங்கேற்றப்பட்டிருக்கிறது. எம்.கே.தியாராஜபாகவதர் திரைப்படத்துறையில் இல்லாத குறையை நிறைவு செய்ய, அன்று பாடும் நட்சத்திரமாக விளங்கிய கே. ஆர்.ராமசாமியை கலைத்துறையில் முக்கியமானவராக ஆக்கியதில் அந்நாடகத்திற்கும் பெரும்பங்கு உண்டு.

தஞ்சாவூரில் கிருஷ்ண கான சபாவை நிறுவி, அதன்மூலம் தொடர்ந்து நாடகங்களை அரங்கேற்றிவந்த கே.ஆர். ராமசாமி, திராவிட இயக்கப் பற்றினால் திரைத்துறையில் கிடைத்த புகழையும் செல்வத்தையும் அண்ணாவின் நாடகங்களுக்குச்

யுகபாரதி ☐ 383

செலவழித்திருக்கிறார். அண்ணாவின் அரசியல் கருத்துகள் மக்களிடம் எடுபடவேண்டும் என்பதற்காகத் தொடர்ந்து அவர் நாடகங்களை நடத்திவந்திருக்கிறார். அவர் நடத்திவந்த நாடகங்கள் மக்கள் மத்தியில் பெரும் வரவேற்பை பெற்றிருக்கின்றன.

கே.ஆர்.ஆர். நடத்திய 'வேலைக்காரி' நாடகத்தைப் பார்த்தே எழுத்தாளர் கல்கி "இதோ ஒரு பெர்னாட்ஷா தமிழில் இருக்கிறார்" என்று அண்ணாவைப் பாராட்டியிருக்கிறார். அண்ணாவின் ஓர் இரவு, வேலைக்காரி, சிவாஜி கண்ட இந்து ராஜ்ஜியம் ஆகிய நாடகங்களை மேடையேற்றிய கே.ஆர். இராமசாமி, அண்ணாவைத் தொடர்ந்து பெரிதும் விரும்பிய நாடகாசிரியராக கு.சா. கிருஷ்ணமூர்த்தி விளங்கியிருக்கிறார். அதன்படி கு.சா. கிருஷ்ணமூர்த்தியின் தூக்குமேடை நாடகத்தைத் தஞ்சாவூரில் மேடையேற்றவும் திட்டமிட்டிருக்கிறார். மேடையேற்றத் தயாராயிருந்த சமயத்தில், அதே தலைப்பில் கலைஞர் மு. கருணாநிதி எழுதிய "தூக்குமேடை" நாடகத்தை அரங்கேற்றுவதாக எம்.ஆர். இராதாவின் நாடகக் குழுவினரால் அறிவிப்பு செய்யப்பட்டிருக்கிறது.

ஒரே தலைப்பில் இரண்டு நாடகங்களா என மக்கள் குழம்பிய நிலையில், இரு குழுவினருக்கும் இடையே பிரச்சனை எழுந்திருக்கிறது. பிரச்சனையைத் தீர்த்து வைத்த அண்ணாவே கு.சா. கிருஷ்ணமூர்த்தியின் தூக்குமேடை நாடகத்திற்கு என் காணிக்கை என்னும் தலைப்பைத் தந்திருக்கிறார். 1944இல் கு.சா. கிருஷ்ணமூர்த்தி எழுதி வெளியிட்ட "அந்தமான் கைதி" நாடகநூலின் முதல் நாடகமே 'தூக்குமேடை' என்றுதான் அச்சாகியிருக்கிறது.

பெரியார்முதல் அண்ணாவரை பேசியும் தீராத தலைப்புப் பிரச்சனை, கு.சா.கியின் பெருந்தன்மையால் தணிந்திருக்கிறது. யாரோ ஒருவர் விட்டுக்கொடுத்தால்தான் பிரச்சனை தீருமென்று அண்ணாவும் பெரியாரும் எம்.ஆர். ராதாவை நிர்ப்பந்திக்கவில்லை. கலைஞரின் தூக்குமேடை நாடகத்திற்குக் கிடைத்த பாராட்டு, கு.சா. கிருஷ்ணமூர்த்தியின் என் காணிக்கை நாடகத்திற்குக் கிடைக்கவில்லை. எனினும், அதில் இடம்பெற்ற ஒரு பாடல் எம். ஆர். இராதாவின்

384 □ நேற்றைய காற்று

இரத்தக் கண்ணீருக்கு அடையாளமாக ஆகியிருக்கிறது. கு.சா. கிருஷ்ணமூர்த்தியின் என் காணிக்கை முழுக்க முழுக்க பாடல்களால் நிறைந்த நாடகம். ஒரு காட்சிக்கும் மறுகாட்சிக்கும் இடையே திரையை மூடாமல் பின்னணியில் இசைக்கப்படும் பாடல்களால் அடுத்தடுத்த காட்சிகளை நகர்த்தியிருக்கின்றனர். "பாலுக்கு சர்க்கரை இல்லையென்று / ஏழைமேல் பாம்பெனச் சீறுகின்றான் முதலாளி" என்று முதல் காட்சியின் இறுதியில் இசைக்கப்பட்டால், "கூழுக்கு உப்பில்லையென்று குமைகிறான் இங்கே கூலிக்குழைக்கும் ஏழைத் தொழிலாளி" என்று அடுத்த காட்சியின் சாராம்சத்தை விளக்கியிருக்கின்றனர். அவ்விதம் இசைக்கப்பட்ட பாடல்களில் ஒன்றுதான் குற்றம் புரிந்தவன் வாழ்க்கையில் பாடலென்று அறியமுடிகிறது. "அற்றது மானம் / அழிந்தது கற்பு / ஆணவம் கொண்ட பணம் / பெற்றவன் ஒருவன் பேயினும் கொடியன் / பெரும்பலி கொண்டான்" என்று வரும் ஒரு பாடல் அவற்றில் குறிப்பிடத்தக்கது.

கு.சா.கிருஷ்ணமூர்த்தி எழுதி, சிதம்பரம் ஜெயராமனால் மெட்டமைத்துப் பாடப்பட்ட நாடகப் பாடல்கள் தனி இசைத்தட்டாகவும் வந்திருக்கிறது. அவ்விதம் வெளிவந்து பிரபலமான பாடலைத்தான் முன் அனுமதி கோராமல் இரத்தக் கண்ணீரில் எடுத்தாண்டுள்ளனர். "யார் பாடல் என்றெல்லாம் தெரியாது; பிடித்திருந்தது; எடுத்துக்கொண்டேன்" என்று அப்பாடலைப் பற்றி எம்.ஆர். இராதா ஒரு மேடையில் சொல்லியிருக்கிறார். தனி இசைத்தட்டிற்கு இசையமைத்த சிதம்பரம் சி.எஸ்.ஜெயராமனே இரத்தக்கண்ணீர் திரைப்படத்திற்கும் இசையமைத்திருக்கிறார். அவர்மூலமே பாடலை எழுதியவர் கு.சா. கிருஷ்ணமூர்த்தி எனத் தெரியவர, உரிய தொகைக்குப் பதிலாகக் கூடுதல் தொகைகொடுத்து அப்பாடலை பெற்றிருக்கின்றனர்.

திராவிட இயக்கத்தவரால் இம்மாதிரியான சிறுசிறு நெருக்கடிகளுக்கு ஆளான கு.சா. கிருஷ்ணமூர்த்தி, அடிப்படையில் காங்கிரஸ்காரர். காந்தியக் கொள்கைகளில் ஈடுபாடுகொண்ட அவர், காலப்போக்கில் ம.பொ. சிவஞானத்தின் தமிழரசுக் கழகத்தில் இணைந்திருக்கிறார். "மங்கையர்க்கரசி" திரைப்படத்திற்கு வசனமெழுதும் வாய்ப்பு

யுகபாரதி □ 385

அவருக்கே முதலில் வந்திருக்கிறது. ஆனால், தம்மைவிடச் சிறப்பாக எழுதுவார் என்று சுரதாவை அப்பணிக்குக் கு.சா. கிருஷ்ணமூர்த்தியே பரிந்துரை செய்திருக்கிறார். புதுக்கோட்டையிலிருந்து வெளிவந்த "தலைவர்" பத்திரிகையில் சுரதா துணையாசிரியராக இருந்தபோது இந்த வாய்ப்பை ஏற்படுத்திக் கொடுத்திருக்கிறார். அதுமட்டுமல்ல, இந்தியில் புகழ்பெற்ற நடிகையான வஹிதா ரஹ்மான், நடிகர் ஏவி.எம் ராஜன், பாடலாசிரியர் அவினாசிமணி, இயக்குநர் ப.நீலகண்டன், இயக்குநர் என்.எஸ். ராமதாஸ் ஆகியோரின் திரை அறிமுகத்திற்கு அவரே உதவியிருக்கிறார்.

எம். கிருஷ்ணசாமியின் இயக்கத்தில் வெளிவந்த "ஒன்றே குலம்" திரைப்படத்திற்குக் கதை வசனம் எழுதிய அவர், வஹிதா ரஹ்மானைச் சிறுவேடத்தில் நடிக்க சிபாரிசு செய்திருக்கிறார். எம். கிருஷ்ணசாமி இயக்குநர். கே.சுப்ரமணியனின் மருமகன் என்பது குறிப்பிடத்தக்கது. தம் காலத்தில் தம்மிடம் உதவிகேட்டு வந்த கலைஞர்களை வளர்த்தெடுப்பதில் ஆர்வம் கொண்டிருந்த கு.சா. கிருஷ்ணமூர்த்தி, தாம் எழுதும் பாடல்களுக்குத் தாமே மெட்டமைக்கும் திறனைப் பெற்றிருந்திருக்கிறார். எந்தப் பாடலை எழுதினாலும் அதற்கு அவரே மெட்டமைத்துப் பாடியும் காட்டக்கூடிய ஆற்றலால் திரைத்துறையில் சிரமமில்லாமல் மேலேறியிருக்கிறார். "நிலவோடு வான்முகில் விளையாடுதே" என்னும் ஆரம்பவரிகளைக் கொண்ட "ராஜராஜன்" திரைப்பாடலும், "எளியோரைத் தாழ்த்தி வலியோரை வாழ்த்தும்" என்ற "தை பிறந்தால் வழி பிறக்கும்" திரைப்பாடலும், இசையுடன் வார்த்தைகள் இயைந்திருப்பதை உணரலாம்.

அன்றைக்குப் பிரபலமாக இருந்த இசையமைப்பாளர்களான கே.வி.மகாதேவன், ஆர். சுதர்சனம், ஜி. ராமநாதன் போன்றோர் கு.சா.கி.யின் பாடலுக்கு இசைக்கோர்ப்பை மட்டும் செய்து, மெட்டை அப்படியே பயன்படுத்தியிருக்கின்றனர். ராஜராஜன் திரைப்படத்திற்கு அவர் எழுதிய நிலவோடு வான்முகில் என்னும் பாடல் கே.வி. மகாதேவனின் வேண்டுகோளுக்காக அவசரகதியில் எழுதப்பட்டிருக்கிறது. என்றாலும், வார்த்தைகளை மிக அற்புதமாக கு.சா.

386 □ **நேற்றைய காற்று**

கிருஷ்ணமூர்த்தி அமைத்திருக்கிறார். வெளியூரில் படப்பிடிப்பு நடந்துகொண்டிருந்த நிலையில், உடனடித் தேவையாக எழுதப்பட்ட அப்பாடலின் முதல் இரு வார்த்தைகளைக் கொண்ட சீர்காழி கோவிந்தராஜனின் இசைத்தகடு வெளிவந்திருக்கிறது. "நிலவோடு வான்முகில் விளையாடுதே" என்னும் பாடல், நிலவுள்ளவரை நிற்கும் பாடலென்று இசைமேதை கே.வி. மகாதேவன் புகழ்ந்திருக்கிறார்.

கர்நாடக சங்கீதத்தை அடிப்படையாக கொண்டு மெட்டமைக்கப்பட்ட அப்பாடல், தமிழிசையின் வடிவ நேர்த்தியுடன் வந்திருப்பதை அறியலாம். கர்நாடக சங்கீதம், தமிழிசையின் மற்றொரு வடிவமென்றே கு.சா. கிருஷ்ணமூர்த்தி குறிப்பிட்டிருக்கிறார். தமிழிசையை அடித்தளமாகக்கொண்டு, கர்நாடக சங்கீதம் என்ற மாற்று அமைப்பு முறையை முதல்முதலில் ஏற்படுத்திக் கையாளத் தொடங்கிய புரந்தரதாசருக்குப் பிறகே தமிழிசை அருகிவிட்டதாக தமிழ் நாடக வரலாறு நூலில் தெரிவித்திருக்கிறார். சிலப்பதிகாரத்தில் வரும் ஆய்ச்சியர் குரவைப் பகுதியில் ஏழுபெண்களை வரிசையாக நிறுத்தி, அந்த எழுவருக்கும் ஏழு சுரங்களின் பெயர்களைச் சூட்டி, அவ்வேழு சுரங்களும் ஒலிக்கும் குரலைப் பண்பாடுவதாகவும் குரவைக் கூத்தாடுவதாகவும் வந்திருப்பதைத் தமிழிசையின் தடயங்களாக நிறுவியிருக்கிறார்.

அதுமட்டுமல்ல, சரிகமபதநி என்ற ஏழு சுரங்களைத் தமிழிசை வாணர்கள் குரல், துத்தம், கைக்கிளை, உழை, இளி, விளரி, தாரம் என்ற பெயர்களில் அழைத்திருப்பதாகவும் அந்நூலில் சொல்லியிருக்கிறார். இசைகுறித்தும் நாடகம் குறித்தும் மிகவிரிவாகப் பேசும் அந்நூல் அவருடைய சொற்பொழிவுகளின் தொகுப்பு. மூன்று தினங்கள் சென்னைப் பல்கலைக்கழகத்தில் அவர் ஆற்றிய உரையின் தொகுப்பே நூலாக வந்திருக்கிறது. தமிழிசையை வளர்க்கும் நோக்கில் கு.சா. கிருஷ்ணமூர்த்தி ராகக் குறிப்புகளுடன் வெளியிட்டுள்ள தமிழின்பம், இசையமுதம் ஆகிய நூல்களும் கவனிக்கத்தக்கவை. மேல ஜன்ய அபூர்வராகங்களை வைத்து அவர் எழுதியுள்ள பாடல்களை சுத்தானந்தபாரதியார் பாராட்டியிருக்கிறார். ராம்சந்தர் என்னும் பெயரில் சிறு வேடங்களில் நடித்துவந்த எம்.ஜி.ஆர்., அவர் கதை வசனம் பாடல்கள் எழுதிய

யுகபாரதி □ 387

"அந்தமான் கைதி" திரைப்படம்மூலமே முக்கியமான நடிகராக ஆகியிருக்கிறார். ஜூபிடர் பிக்சர்ஸ் சந்திரகாந்தா நாடகத்தை திரைப்படமாகத் தயாரிக்க முனைந்தபோது, நாடகத்தில் நடித்துவந்த நம்மாழ்வார் என்பவரையே சுண்டூர் இளவரசன் கதாபாத்திரத்திற்கு நடிக்கவைக்க எண்ணியிருக்கின்றனர். ஆனால், அப்பாத்திரத்திற்கு பி.யு. சின்னப்பாவை சிபாரிசு செய்தது கு.சா.கி.யே என்கின்றனர். பி.யு.சின்னப்பா அந்தக்காலத்தில் சூப்பர் ஸ்டாராக விளங்கியதால் அவர் சொல்லை தயாரிப்பு நிறுவனம் ஏற்றுக்கொண்டதாக எண்ணுவதற்கில்லை.

ஒரு சூப்பர் ஸ்டாரையே தீர்மானிக்கும் சக்தி, அன்றைய தேதியில் கு.சா. கியின் சொற்களுக்கு இருந்திருக்கிறது என்பதுதான் அதிலுள்ள நுட்பம். யாரை யார் சிபாரிசு செய்கிறார்கள் என்பதற்குப் பின்னால் சொல்பவரின் சக்தியையும் சொல்லப்படுபவரின் சக்தியையும் விளங்கிக்கொள்ளலாம். கு. சா. கிருஷ்ணமூர்த்தி இயல்பிலேயே தனித்த அரசியல் ஆளுமையாக இருந்திருக்கிறார். அவரால் நடப்பு அரசியலையும் எதிர்கால அரசியலையும் ஊகித்து அதன்படி முடிவுகளை எடுக்க முடிந்திருக்கிறது.

ஒருமுறை டி.கே.எஸ். சகோதரர்களின் ஔவையார் நாடகத்தைக் காணவந்த கவிமணி தேசிகவிநாயகம் பிள்ளை, அந்நாடகத்தில் இடம்பெற்ற பாடல்களைக் கேட்டு கு.சா.கிருஷ்ணமூர்த்தியை ஆரத்தழுவி அன்பைப் பகிர்ந்திருக்கிறார். ஔவையார் நாடகத்தில் "கிழவியைக் காதலிடா" என்றொரு பாடலை கு.சா.கி. எழுதியிருக்கிறார். முதல் வரி அப்படி அமைந்திருந்ததைக் கேட்டு நாடக ரசிகர்கள் அதிர்ந்திருக்கின்றனர். 'என்னது? கிழவியைக் காதலிப்பதா' என்று அவர்கள் யோசிக்கும்பொழுதே அடுத்தவரி, "ஔவைக் கிழவியைக் காதலிடா" என்று வந்திருக்கிறது. உடனே, நாடகம் பார்த்துக் கொண்டிருந்த மொத்தக்கூட்டமும் ஆரவாரம் செய்து பாடலைப் பாராட்டியிருக்கிறது.

வித்தியாசமான உத்தியில் ஔவையைப் பெருமைப்படுத்திய கு.சா.கியின் "பெருமை கொள்வாய் தமிழா" என்ற பாடலை டி.கே.எஸ். சகோதரர்கள் உணர்ச்சிபொங்கப் பாடியதைக்கேட்ட கவிமணி, கண்ணீரை உகுத்து

கௌரவித்ததாகவும் தகவல் இருக்கிறது. இதையெல்லாம்விட, நகைச்சுவையில் சீர்திருத்தக் கருத்துகளைச் சொல்லிய என்.எஸ். கிருஷ்ணனுக்கு, கலைவாணர் என்கிற பட்டமே, கு.சா. கிருஷ்ணமூர்த்தியால்தான் வந்திருக்கிறது. அவருடைய கதைவசனத்தில் வெளிவந்த கலைவாணன் திரைப்படத்தில் சிறப்பாக நடித்ததாலேயே கிருஷ்ணனின் பெயர், கலைவாணர் என்.எஸ். கிருஷ்ணன் என்பதாக மாறியிருக்கிறது.

மதுரையில் ஔவையார் நாடகம் நடந்துகொண்டிருந்த சூழலில்தான் டி.கே.எஸ். சகோதரர்களிடம் அந்தமான் கைதி நாடகப்பிரதியை கு.சா. கிருஷ்ணமூர்த்தி கொடுத்திருக்கிறார். "எனது நாடக வாழ்க்கை" என்னும் நூலில் ஔவை டி.கே. சண்முகம் இதுகுறித்து எழுதியிருக்கிறார். முதல்முறை கு.சா.கிருஷ்ணமூர்த்தி கொடுத்த நாடகப்பிரதியை வாசிக்காமல் விட்டுவிட்ட சண்முகம், இரண்டாவதுமுறை நினைவூட்டலுக்குப் பிறகே வாசித்திருக்கிறார். நாடகம், திருத்தம் எதுவும் செய்யப்படாமல் அப்படியே மேடையேற்றும்விதத்தில் அமைந்திருப்பதைக் குறிப்பிட்ட டி.கே. எஸ், "அதுவரை அப்படி ஒரு நாடகப்பிரதியை ஒருவரும் தந்ததில்லை" என்றிருக்கிறார்.

திருத்தமே இல்லாமல் அப்படியே மேடையேற்றும் நாடகத்தைத் தங்களால் எப்படி எழுதமுடிந்தது எனக் கேட்டதற்கு, "நானும் நாடக நடிகன்தானே" என்று கு.சா. கிருஷ்ணமூர்த்தி தெரிவித்திருக்கிறார். அந்நாடகத்தில் எஸ்.எஸ். இராஜேந்திரனை பாலு என்கிற கதாபாத்திரத்தில் நடிக்க வைத்திருக்கின்றனர். சிவாஜி நாடகத்தில் ஜெய்வந்தாக நடித்துப் பெரும் பாராட்டுப் பெற்றிருந்த நிலையில், எஸ்.எஸ். ஆருக்கு அந்தமான் கைதி நாடக வாய்ப்புக் கிடைத்திருக்கிறது. எம்.ஜி.ஆருடனும் எஸ்.எஸ். ஆருடனும் நாடக காலத்திலிருந்து தொடர்பு இருந்தபோதிலும், அவர்களின் அரசியல் அணுகுமுறையை கு.சா.கி. பின்பற்றவில்லை.

தம்முடைய அரசியல் பார்வை அவர்களிடமிருந்து வேறுபட்டும் மாறுபட்டும் இருந்துமேகூட அவர்களுடனான உறவை இறுதிவரை பேணியிருக்கிறார். அந்நாடகத்தில் தங்கைக்கு அண்ணன் பாடல்களைச் சொல்லிக்கொடுப்பதுபோன்ற காட்சிகளுக்கு பாரதி,

பாரதிதாசன் பாடல்களைப் பயன்படுத்தியிருக்கின்றனர். அத்துடன் கு.சா.கிருஷ்ணமூர்த்தி நாடகத்திற்கென்றே பிரத்யேகமாக எழுதிய பாடல்களும் இடம்பெற்றிருக்கின்றன. காதலனும் காதலியும் அண்ணனைப் பற்றி பேசுவதுபோன்ற காட்சிகளும் பெரும் வரவேற்பு பெற்றிருக்கின்றன. காரணம், அப்போது எஸ்.எஸ்.ஆர்., அண்ணன் என்று உச்சரித்தால் அது, அறிஞர் அண்ணாவையே குறிக்குமென்று ரசிகர்களுக்குத் தெரிந்திருக்கிறது.

அந்தமான் கைதி நாடகத்தைப் பற்றி "சாதுபோல இருக்கும் கு.சா.கி, குமாஸ்தா பெண்ணுக்குப் பிறகு மிக அற்புதமான சமூக நாவலை எழுதிவிட்டாரே" என்று வ. ரா. பாராட்டியிருக்கிறார். கு.சா. கிருஷ்ணமூர்த்தியின் திரைத்துறைப் பங்களிப்புக்கு ஈடாக நாடகத் துறைக்கும் அவர் ஏராளமாகச் செய்திருக்கிறார். இன்றளவும் தமிழ் நாடகங்களைப் பற்றி நாம் தெரிந்துகொள்ள உதவுவது அவருடைய "தமிழ் நாடக வரலாறு" நூல் மட்டுமே.

கூத்துக்கலையிலிருந்து நாடகம் எப்படி உருவானது என்பதிலிருந்து, நாடகங்கள் திரை வடிவை எடுத்துக்கொண்டதுவரை மிக விரிவான ஆய்வுநூலாக அது, அமைந்திருக்கிறது. மேடை நாடகப் பாடல்கள் குறித்தும், அப்பாடல்கள் உருவானவிதம் குறித்தும் அந்நூலில் விபரமாக எழுதியிருக்கிறார். அத்துடன், அப்பாடல்களுக்கு மக்கள் ஆற்றிய எதிர்வினைகள் எப்படி இருந்தன என்பதையும் வரலாற்றுப் பின்னணியுடன் குறிப்பிட்டிருக்கிறார். அந்நூலில் தண்டோரா கிருஷ்ணய்யர் என்பவரைப் பற்றிய குறிப்பு ஒன்று வருகிறது. கிராமப்புறங்களில் நடத்தப்படும் நாடகங்களுக்கு கட்டணமாக நிலக்கடலையை மரக்கால் கணக்கில் பெற்றிருக்கின்றனர். நுழைவுச் சீட்டுக்குப் பதிலாக பண்டமாற்று முறையில் மல்லாக்கொட்டைகளை வசூலித்த ஒருவருக்கு "மல்லாக்கொட்டை சுப்பராவ்" என்றே பெயர் வந்திருக்கிறது.

அவருடன் இணைந்து நாடகங்களில் நடித்தவர்தான் தண்டோரா கிருஷ்ணய்யர் என்பவர். அச்சியந்திர வசதிகள் குறையினால் துண்டு பிரசுரங்களோ சுவரொட்டிகளோ இல்லாமல் தண்டோரா மூலம் நாடகம் நடக்கும் இடத்தையும்

நேரத்தையும் தெரிவிப்பவராக கிருஷ்ணய்யர் இருந்திருக்கிறார். கோமாளி வேடத்துக்குரிய ஒப்பனைகளை அணிந்துகொண்டு, "கற்புக்கரசி என்னும் சதாரம் சரித்திரம் மிகவும் விமரிசையாக நடைபெறும். கள்ளபார்ட் கனகராஜய்யரின் டப்பாடோமரி ஆட்டமும் பாட்டமும் பார்க்க பரமானந்தமாயிருக்கும். மகாஜனங்கள் அனைவரும் குடும்ப சமேதராய் வந்து கண்டு களித்து ஆதரிக்க வேண்டுமாய்க் கேட்டுக்கொள்கிறோம்" என்பதாக அறிவித்து, "சிட்டாஞ் சிட்டாங்குருவி சினுக்குத்தான் / அந்த சின்னக்குட்டி அழகில் மோகம் எனக்குத்தான்" என்று பாடிக்கொண்டே அடுத்த கிராமத்தை நோக்கி புறப்பட்டிருக்கிறார்.

ஊர்தோறும் இப்படித்தான் நாடகக் கலையை வளர்த்திருக்கின்றனர். டப்பாடோமரி ஆட்டமும் பாட்டமும் பார்க்கக் கூடிய மக்களிடம், இந்திய தேசிய விடுதலையின் தேவையை உணர்த்த அவர்கள் பட்ட பாடுகளை அந்நூலில் பட்டியலிட்டிருக்கிறார். நாடகக் கலையைச் சமூக அரசியலின் பின்புலத்திலிருந்து எழுதுவதற்கு அவர் மேற்கொண்டுள்ள முயற்சிகளும் ஆய்வுகளும் முக்கியமானவை. அவருடைய அந்தமான் கைதி நாடகமும் குறிப்பிடத்தக்க அதிர்வை சமூகத்தில் ஏற்படுத்தியதன் விளைவாக அதையே தலைப்பாகவைத்து திரைப்படம் எடுத்திருக்கின்றனர்.

புரட்சிகர சிந்தனைகளைப் பேசும் கதாபாத்திரங்களை வடிவமைத்து, "அஞ்சுரூபா நோட்டை கொஞ்ச முன்னே மாத்தி மிச்சமில்லை காசு மிச்சமில்லை" என்னும் பாடலையும் எழுதியிருக்கிறார். அதே பாடலில் "பத்து அவுன்ஸ் எட்டு அவுன்ஸ் ஏழு அவுன்சாய் ஆச்சுது / பாதி கல்லு மண்ணு இப்போ பதருமாகிப் போச்சு" என்று எழுதியிருக்கிறார். அன்றைய அரசு நியாயவிலைக்கடைகளில் ஆளுக்கு பத்து அவுன்ஸ் பால் கஞ்சி வழங்கிவந்திருக்கிறது. படிப்படியாக அவுன்ஸின் அளவும் குறைக்கப்பட்டு தரமும் குறைந்திருக்கிறது. அதை விமர்சிப்பதுபோல அமைந்த பாடல்வரிகள் திரையாக்கப்படும்போது நீக்கப்பட்டிருக்கின்றன. திரையில் இடம்பெற்றுள்ள பாடலில், "ஏச்சிப் பிழைக்கும் சிலர் ஏற்றமுடன் வாழுறார் / ஏழைமக்கள் பட்டினியால் ஏங்கிமனம் வாடுறார்" என்றும் "மேடைப் பேச்சைக்

யுகபாரதி □ 391

கேட்டுக்கேட்டு காதடைச்சிப் போகுது / மேலே மேலே திட்டம் போட்டு காலமும் வீணாகுதே" என்றும் அவர் எழுதிய வரிகள் கவனிக்கத்தக்கவை. 1952இல் வெளிவந்த அத்திரைப்பாடலில், அன்றைய ஆட்சியாளர்களைக் கடுமையாக விமர்சித்திருப்பதை அறியலாம்.

அந்தப் பாடலின் தாக்கத்திலிருந்தே கங்கைஅமரன் "கோழிக்கூவுது" திரைப்படத்தில் "அண்ணே அண்ணே சிப்பாயண்ணே" பாடலில் விலைவாசி குறித்து எழுதப்போக, எம்.ஜி.ஆரின் கோபப் பார்வைக்கு ஆளாகியிருக்கிறார். "வேப்பமர உச்சியில் நின்னு பேயொண்ணு ஆடுதின்னு" என்ற பட்டுக்கோட்டைப் பாடலை மூடநம்பிக்கைக்கு எதிரான பாடலாகப் பலரும் பல மேடைகளில் சொல்வதுண்டு. ஆனால், அதே கருத்தை ஒட்டி 1959இல் வெளிவந்த "பாஞ்சாலி" திரைப்படத்தில் கு.சா. கிருஷ்ணமூர்த்தி ஒரு பாடலை எழுதியிருக்கிறார். "நம்நாட்டு வைத்தியத்தை லேசா எண்ணாதே" என ஆரம்பமாகும் அப்பாடலில், ஆங்கில மருத்துவத்திற்கும் பாட்டி வைத்தியத்திற்கும் உள்ள முரண்பாடுகளைக் குறிப்பிட்டிருக்கிறார். கு.சா. கிருஷ்ணமூர்த்தியின் பாடல், ஆங்கில மருத்துவத்திற்கு ஆதரவாகவே எழுதப்பட்டிருக்கிறது.

அறிவியல் பூர்வமாக மருத்துவத்தை அணுகும் சிந்தனை பரவத் தொடங்கிய தருணத்தில், நம் நாட்டு வைத்தியத்தில் கடைபிடிக்கப்பட்ட மூட நம்பிக்கைகளை சுட்டிக்காட்டியிருக்கிறார். 1960இல் வெளிவந்த "ஜெய்வாணி" திரைப்படத்தில் "உன்னை எண்ணிப் பாரடா மனிதா / வினைவிட்டுப் போகுமா மனிதா" என்ற பாடலில் எந்த மூட நம்பிக்கையை விமர்சித்தாரோ அதே மூடநம்பிக்கைச் சொற்களாகப் பார்க்கப்படும் விதியையும் வினையையும் குறிப்பிட்டு எழுதி, "நீயே நிஜமாய் முயற்சி செய்தால் / நேர்மையோடு நடந்தால் / தீமைகள் ஒருநாள் தீமுன் சருகாய் தீய்ந்தே போகுமடா" என்று எழுதியிருக்கிறார்.

சமூக சீர்திருத்தக் கருத்துகளை முன்வைத்த பெரியாருடனும் அண்ணாவுடனும் அவர் இணக்கமாக இருந்தாரென்று சொல்லமுடியாது. ஆனால், அவர்கள் வழியே பரப்பட்டுவந்த கருத்துகளை உள்வாங்கியிருக்கிறார்.

392 □ **நேற்றைய காற்று**

சமயம் கிடைக்கும்போதெல்லாம் அதைத் தம் பாடல்கள் வாயிலாக வெளிப்படுத்தவும் எண்ணியிருக்கிறார். அவர் எழுதிய பாடல்களில் எத்தனையோ என்னைக் கவந்தவை உண்டு. அதிலும், 1976இல் வெளிவந்த "தேவரகசியம்" திரைப்படத்தில் "இரண்டு சந்திர பிம்பம்" என்னும் பாடல் வெகுவான விருப்பத்திற்குரியது. "இரண்டு சந்திர பிம்பம் இந்த இரவினில் வந்ததே" என்று ஆரம்பித்து, "ஒன்று வானின் முகட்டிலும் / வேறொன்று உந்தன் முகத்திலும்" என்றிருப்பார். அதன் தொடர்ச்சியாக எழுதியிருப்பதுதான் விசேஷம். "உன் யௌவன ஒளிச்சுடரில் நிலவின் ஒளி குறைந்தது பார் / உனைக் கண்டு ஓடிக் கரியமேகம்தனில் ஒளிந்தது பார்" என்ற வரிகளை கேட்டுவிட்டு சிலிர்த்திருக்கிறேன்.

திரைப்பாடலில் ஓர் உவமையை நீட்டித்து உரையாடல் தன்மையை உருவாக்கியிருக்கிறார். அப்பாடலுக்கு இசையமைத்த குருவாயூர் பொன்னாம்மாளுடன் இணைந்தே சில தனிப் பாடல்களை இசைத்தட்டாகவும் வெளியிட்டிருக்கிறார். தேவரகசியம் மொழிமாற்றுப் படமாயினும் அதற்கு வசனம் பாடல்களுடன் தயாரிப்பையும் அவரே செய்திருக்கிறார். "அருமை மகள் அபிராமி" என்றொரு படம் 1959இல் வெளிவந்திருக்கிறது. அதில், "இணை சொல்லமுடியாத எழிலோவியம்" என்னும் பாடலில், "மின்னலைக் குழம்பாக்கி வார்த்தெடுத்த வடிவம் / வில்லை இரு கூறாக்கி வளைந்தசெம் புருவம்" என்று எழுதியிருக்கிறார். இசைமேதை வி. தட்சணாமூர்த்தி இசையில் வி. கிருஷ்ணன் அத்திரைப்படத்தை இயக்கியிருக்கிறார். "விண்ணில் தவழும் முழுமதிபோல் முக உருவம் / மதன் வித்தையெல்லாம் இத்தரைமேல் சித்திரிக்கும் பருவம்" என்று அதே பாடலில் கு.சா. கிருஷ்ணமூர்த்தி சிந்தித்திருக்கிறார்.

கவிதைகளின் வழியே திரைப்பாடல் எழுதவந்ததால் வார்த்தைகளில் ஒருவிதமான அடர்த்தியை அவரால் கொண்டுவர முடிந்திருக்கிறது. "பருவமழை" என்கிற தலைப்பில் வெளிவந்துள்ள அவருடைய கவிதைநூலை வாசித்தால், மொழிமீது அவர் கொண்டிருந்த பற்றுதலையும் அதைப் பயன்படுத்துவதில் இருந்த ஆற்றலையும் உணர்ந்துகொள்ளலாம். பெரும்பாலான கவிதைகள் கவியரங்க

யுகபாரதி ☐ 393

பாணியில் அமைந்துள்ளன. அவ்வப்போது கவியரங்குகளில் வாசித்த கவிதைகளுடன் தனிக் கவிதைகளாக அவர் எழுதியவற்றுள் பலவும் ஈர்ப்புக்குரியவை. சொற்களின் வேகமும் அதன் ஊடே விரவிவரும் கருத்துகளும் முழுக்க முழுக்க தமிழரசுக் கழகத்தின் கொள்கைகளைப் பிரதிபலிக்கின்றன. உவமைகளையும் உருவகங்களையும் கவிதைகளின் போக்கிலேயே கையாண்டிருக்கிறார். நூல் முன்னுரையில் "கு.சா.கிருஷ்ணமூர்த்தியின் கவித்துவத்தில் மயங்கியே முப்பதாண்டுகளுக்கு முன்பு நண்பராக ஆக்கிக்கொண்டேனென" ம. பொ.சி தெரிவித்திருக்கிறார்.

இந்தி எதிர்ப்பு உச்சத்தில் இருந்த காலத்தில் கு. சா. கிருஷ்ணமூர்த்தி "செங்கோல்" பத்திரிகையில் எழுதிய கவிதை ஒன்று பெரும் தாக்கத்தை ஏற்படுத்தியிருக்கிறது. திராவிட இயக்கத்தினர் ஆங்கிலத்தை ஆதரித்து, இந்தியை தமிழ்நாட்டிற்குள் விடமாட்டோம் என்று போராடி வந்ததை அக்கவிதையில் கண்டித்திருக்கிறார். ஆங்கிலத்தை ஒழிக்கவேண்டுமே தவிர, இந்தியை அல்ல என்பதுதான் அவர் கருத்தாக இருந்திருக்கிறது. அதற்கு வலுசேர்க்க திராவிட இயக்கத்தவர்களைக் கொள்கையற்றவர்களாக சித்திரித்திருக்கிறார். வீட்டுக்குள் இந்தியைப் படித்துக்கொண்டு வெளியிலே அதை எதிர்க்கிறார்கள் என்பதாக அவர் எழுதியுள்ள கவிதை விமர்சனத்திற்கு அப்பாற்பட்டதல்ல.

இந்தி எதிர்ப்பை ஆங்கில ஆதரவாகப் பார்த்த தமிழரசுக் கழகத்தின் பார்வையே அவருடையது. எனினும், அதைக் கவிதையில் எழுதும்போது மிக அழகாகச் சொல்லியிருக்கிறார். "பூமான்கள் வீட்டுக்குள் இந்திப் பாட / போதனைக்குள் திட்டமிட்டு படித்துக்கொண்டே / ஏமாந்த கூட்டத்தை ஏவி இந்தி / எதிர்ப்பென்று நடிக்கின்றார்; என்ன சூழ்ச்சி" என்று "கதிருடன் பிறந்த கழகம்" கவிதையில் எழுதியிருக்கிறார். எண்சீர் விருத்தத்தில் அமைந்துள்ள அக்கவிதை சொல்லாட்சிகளில் தனித்துத் தெரிகிறது.

தமிழரசுக் கழகம் நடத்திய கவியரங்குகளில் முதன்மைக் கவியாக இருந்துவந்த கு. சா. கிருஷ்ணமூர்த்தி ஒருமுறை தஞ்சைத் தமிழ்ப் பல்கலைக்கழகம் நடத்திய கவிதைக் கருத்தரங்கில் கலந்துகொண்டிருக்கிறார். 1980இல் நடந்த

394 □ நேற்றைய காற்று

அக்கருத்தரங்கில் கோவை ஞானி, கலாப்ரியா, நா. காமராசன், மீரா, புத்தனேரி சுப்ரமணியன் ஆகியோருடன் கு.சா.கி.யும் பங்கேற்றிருக்கிறார். அக்கருத்தரத்தில் கோவை ஞானி மரபுக்கவிதை செத்துவிட்டது என்று சொல்லப்போக, கு.சா.கியும் புத்தனேரியும் கடுமையாக விவாதத்தில் ஈடுபட்டிருக்கிறார்கள்.

விஷயத்தை அத்தோடு விடாமல் அப்பிரச்சனையை எம்.ஜி.ஆரின் காதுவரை கொண்டுபோன தகவலை கலாப்ரியா தம் கட்டுரை ஒன்றில் தெரிவித்திருக்கிறார். மரபுக் கவிதைகளை ஆதரிப்பவர்கள் அத்தனைபேரும் அதை ஏதோ தமிழின் காப்புக்கவசமாகக் கருதியிருக்கின்றனர். மரபுக் கவிதைகளை மறுப்பவர்கள் தமிழை எதிர்ப்பவர்கள் என்றே எண்ணியிருக்கின்றனர். புதுக்கவிதைகள் வருகையினால் தமிழின் சிறப்பும் இலக்கியத் தகுதியும் குறைந்துவிடும் எனக் கருதியவர்களில் கு.சா.கியும் இருந்திருக்கிறார்.

மரபுக் கவிதைகளிலும் புதுக்கவிதைத் தெறிப்புகளை கொண்டுவரமுடியுமென நம்பிய அவர், தம் மகன் அசோகன் சாலை விபத்தில் மரணமடைந்த துக்கத்தில் "திரைப்படத்துறையில் முன்பு / திரட்டிய செல்வமெல்லாம் / வரட்டு ஜம்பத்துக்காக / வருபவர் போவோர்க்கெல்லாம் / இரைத்துவிட்டதனால், கல்வி / இளமைக்குப் பயனில்லாமல் / இருட்டினிலே வைத்தேன் என்றா / இவ்வாறு என்னைத் தண்டித்தாய்" என்ற இரங்கல் கவிதைமூலம் சுயபரிசோதனையில் இறங்கியிருக்கிறார். "பூதங்கள் ஐந்தாலே உடலின் சேர்க்கை / புலன் ஐந்தின் ஆட்டம்தான் மனிதன் வாழ்க்கை / நாதங்கள் ஒன்றுபட்டு ஓர் உருவமாகி / நல் உயிர்ப்புக் கொண்டிடுங்கால் பிறப்பென்கின்றோம் / பேதமுற்று பூதம் ஐந்தும் பிரிந்து சென்று / பிரபஞ்சப் பெருவெளியில் கலத்தல் சாவாம்" என்று அதே மரணத்தைத் தத்துவமாகவும் வேறொரு கவிதையில் பார்த்திருக்கிறார்.

'ஏழைக் கவிஞன் தான் என்றாலும் மற்றவர்போல் கோழைக் கவிஞன் இல்லை குமுறும் எரிமலை நான்' என்று தம்மைத்தாமே உயர்வாகக் கருதிக்கொண்ட கு.சா.கி, இயற்கை உவமைகளை "அழகுமுகில் காதலினால் மயங்கியோடும் / கலையெழிலில் தனைமறந்து காற்றுத்தேவன் / கைகோர்த்து

யுகபாரதி □ 395

கார்முகிலை அணைப்பான்; அங்கே / நிலைதவறி வீழ்பவள்போல மேகப்பெண்ணாள் / நிலமனைத்தும் மழைமாரி பொழிவாள் வாழி" என்று வித்தியாசமாக எழுதியிருக்கிறார். மேகப்பெண்மீது காற்று தேவன் காதல்கொள்வதால் மழைக்குழந்தை பிறக்கிறது என்ற கற்பனையைச் சிலம்பொலி செல்லப்பன் வியந்திருக்கிறார்.

புதுக்கவிதைகளை ஏற்காத கு.சா.கி தம்முடைய கவிதைச் சிந்தனைகளை மரபின் வழியேதான் வெளிப்படுத்தியிருக்கிறார். "விலைவாசி தனையேற்றிப் பதுக்கல்காரன் / விளையாட்டாய்ப் பணம்சேர்க்கும் கொடுமையாலே / அலைமோதித் தெருவெங்கும் அரிசிக்காக / அலைந்தலைந்து ஏழைமக்கள் பசியில்வாடும் / நிலைகண்டும் காணார்போல் சுகபோகங்கள் / நிலையென்று நம்பி சுகித்திருக்கும் / கொலைகாரர் தமைஇந்த நாட்டுமக்கள் / குறித்துவைத்துக் கொள்ளாமல் மறந்தா போவார்" என்னும் கவிதை அடிக்கடி என் நினைவுக்கு வருவதுண்டு.

ஏழை பணக்காரன் என்கிற பாகுபாட்டை எதிர்ப்பவராக இருந்த கு.சா. கிருஷ்ணமூர்த்தி, சமயம் கிடைக்கும்போதெல்லாம் தம் கவிதைகளில் அதைப் பதிவு செய்திருக்கிறார். கொள்கையடிப்படையில் தமிழரசுக் கழகத்தில் இணைந்த அவர், தமிழக எல்லைமீட்புப் போராட்டத்திலும் தமிழ்நாடு பெயர் மாற்றப் போராட்டத்திலும் ஈடுபட்டு சிறைசென்றிருக்கிறார். தமிழ்நாடு சங்கீத நாடக சங்கம் வழங்கிய சிறந்த நாடக நூலுக்கான பரிசு, 1952இல் அவர் எழுதிய "அந்தமான் கைதி" நூலுக்குக் கிடைத்திருக்கிறது. அந்நாடகம் மேடையில் நிகழ்த்தப்பட்டபோது அதைக் காணவந்த கூட்டத்தால் ஒரே நாளில் மூன்றுநான்குமுறை அதே நாடகம் அரங்கேற்றப்பட்டிருக்கிறது.

நாடக ஆக்கத்தில் அவர் கொண்டிருந்த ஆர்வம், திரைத்துறையை நோக்கி அவரை நகர்த்தியிருந்தாலும் தம்மை ஒரு நாடக கர்த்தாவாகவே நிறுவிக்கொள்ள விரும்பியிருக்கிறார். திரைப்படங்களை நாடகங்களுக்கு எதிரான சாதனமாகப் பார்த்தவர்களில் அவரும் ஒருவர். நாடகக் கலையையும் இசைக் கலையையும் பயன்படுத்தி மேலே வந்த மு. கருணாநிதி அத்துறைகளுக்காக எதுவுமே

396 □ நேற்றைய காற்று

செய்யவில்லை என்னும் குற்றச்சாட்டு அவருடையது. "நாடகத்துறையையே விளம்பரச் சாதனமாகக் கொண்டு மிகக்குறுகிய காலத்திலேயே தங்கள் இயக்கத்தை வளர்த்து, ஆட்சிப் பீடத்தை கைப்பற்றிய திராவிட முன்னேற்றக் கழகத்தினர் குறிப்பாக, இசை மரபில் தோன்றிய கலைஞர் மு. கருணாநிதி போன்றவர்கள் தொடர்ந்து ஒன்பது ஆண்டுகள் ஆட்சிப் பொறுப்பில் இருந்தும் இத்துறைகளைப் பற்றிய ஆராய்ச்சிகள் மேற்கொள்வதற்கான முயற்சிகளில் சிரத்தை காட்டாது போனது, தமிழகத்தின் துர்பாக்கியம்" என்று மிகக் கடுமையாக விமர்சித்திருக்கிறார். அவரைத் தொடர்ந்து ஆட்சிக்கு வந்த எம்.ஜி.ஆர். நாடகக்கலைக்கும் இசைக்கலைக்கும் என்னென்ன செய்திருக்கிறார் அல்லது செய்ய முனைந்தார் என்பதுபற்றி எங்கேயும் குறிப்புகள் இல்லை.

நாடகக் காலத்தை இரண்டாக பிரித்து, திரைப்படங்களின் வருகைக்கு முன்புவரை இருந்த சூழலையும் திரைப்படங்களின் வருகைக்குப் பின் நடந்த மாற்றங்களையும் விவரித்திருக்கிறார். இரண்டு துறைகளிலும் பங்குபற்றிய அனுபவம் இருப்பதால் தம்முடைய கருத்துகளை தெளிவாக முன்வைத்திருக்கிறார். மேடை நாடகப் பாடல்களின் வழியே அரசியலைச் சொல்லியிருக்கிறார் என்பதல்ல, பாடல்களை மக்கள் அரசியலுடன் புரிந்துகொள்ளும் சூழல் இருந்திருப்பதை அவர் எழுத்துகளில் அறியமுடிகிறது.

புராண இதிகாச நாடகங்கள் பெருமளவு நடத்தப்பட்ட காலத்திலேயும் சமூக அரசியல் கருத்துகளை அந்நாடகங்களில் பின்புலமாக வைத்திருந்தது ஆச்சர்யமளிக்கிறது. கலையைக் கொண்டாட்டத்திற்கு எனக் கருதிய அதே மக்கள் போராட்டத்திற்கான கருவியாகவும் பார்த்திருக்கின்றனர். இது, மிக முக்கியமான தகவல். "காலத்திற்குத் தேவையான இலக்கியங்களைத் தோற்றுவிக்க வேண்டும் என்னும் உணர்ச்சியும் எழுச்சியும் உள்ள அறிஞர்களைப் பெறாத சமுதாயம், அதன் வளர்ச்சியிலும் பின் தங்கியதாகவே இருக்குமென்பது கண்கூடு" என ஓரிடத்தில் தெரிவித்திருக்கிறார். எது காலத்திற்குத் தேவையான இலக்கியம் என்பதிலும் அவருக்குத் தெளிவு இருந்திருக்கிறது.

யுகபாரதி □ 397

இசையும் நாடகமும் அவருக்கு பிரதான துறையாக இருந்திருக்கிறது. திரைப்படங்களைப் பொறுத்தவரை அவர் அவை இரண்டைவிடவும் தாழ்வாகவே கருதியிருக்கிறார். நாடக அரங்கங்கள் எல்லாம் திரையரங்கங்களாக மாறிய சூழலைப் பதற்றத்துடனும் பரிதாபத்துடனும் பார்த்திருக்கிறார். கண்ணெதிரே நாடகக் கலைக்கு நேர்ந்துவரும் அபாயங்களைக் குறித்து பேசியிருக்கிறார். ஆனாலும், ஓரளவுக்குமேல் அவரால் எதுசெய்யவும் முடியாமல் போயிருக்கிறது.

அறிவியல் வளர்ச்சியைத் தடுப்பதற்கோ அல்லது அதை வேண்டாமென்று மறுப்பதற்கோ அவர் துணியவில்லை. அதேசமயம், புதிய கலையின் வருகையால் ஏற்கெனவே இருந்த கலைகளுக்கு ஏற்றம் இல்லாமல் போகிறதே என்றுதான் வருந்தியிருக்கிறார். சிற்சில இடங்களில் திரைப்படங்களில் விரவிவந்த ஆபாசங்களைக் குறிப்பிட்டு, நாடகக் கலையே மேன்மையானதென்று நிறுவவும் முயன்றிருக்கிறார். காலப்போக்கில் திரைத்துறையின் அபரிமிதமான வளர்ச்சியைப் பார்த்து "நாடகக்கலையின் மறுபதிப்பாக, மக்களின் மனத்தை எளிதில் கவரும் சாதனமாக, பொழுதுபோக்கும் கருவியாக ஏற்றமிகு கருத்துகளைப் பரப்பி, எழுச்சிமிகு சமுதாயத்தை உருவாக்கத்தக்க காலக் கண்ணாடியாக விளங்கும் திரைப்படத் துறையைப் புதிய கண்ணோட்டத்தில், புரட்சிக் கருத்துகளை மக்களின் உள்ளங்களிலே விதைத்து வளர்க்கும் பொறுப்பை எதிர்காலத்திலாவது நாம் ஏற்றுக்கொள்ள வேண்டும்" என்றிருக்கிறார்.

அத்துடன், நாடகக்கலை புனர்வாழ்வு பெற்றால்தான் திரைக்கலைக்கு கலைஞர்களை உருவாக்கமுடியுமெனவும் அவர் நம்பியிருக்கிறார். எதிர்காலத்திலாவது நாம் ஏற்றுக்கொள்ள வேண்டும் என்று அவர் எழுதியிருப்பதில் இருந்தே அவர் முழுமையாகத் திரைத்துறையை ஏற்காமல்தான் அதில் பணியாற்றியிருக்கிறார் என்பதைப் புரிந்துகொள்ள முடிகிறது. இந்த ஏற்பை அவர் முதலிலேயே கொண்டிருந்தால் கூடுதலான திரைப் பங்களிப்பைச் செய்திருக்கலாம். அவர் ஏறக்குறைய ஐந்நூறு பாடல்களுக்குமேல் திரையில் எழுதியிருக்கலாம் எனச் சொல்கிறார்கள். எனினும், நூலாக தொகுக்கப்பட்டுள்ளவை நூற்றிமுப்பது மட்டுமே. முப்பத்துயேழு திரைப்படங்களில்

எழுதியுள்ள பாடல்கள் மட்டுமே கிடைத்திருக்கின்றன. ஏனைய பாடல்கள் குறித்த தகவல்களை அறியமுடியவில்லை. கு.சா. கிருஷ்ணமூர்த்தி தம்முடைய நாடக ஆக்கங்களையும் இசைப் பனுவல்களையும் சிரத்தையுடன் தொகுத்து வெளியிட்டிருக்கிறார். திரைப்பாடல்களை தொகுக்கவோ முறையாகப் பாதுகாக்கவோகூட எண்ணாமல் இருந்திருக்கிறார். அரசியல் பார்வையுடன் இயங்கிய அவர், தம் திரைப்பாடல்களில் தமிழின் மாண்பு குறித்தும் தமிழரின் மேன்மை குறித்துமே எழுதியிருக்கிறார்.

விலைவாசி உள்ளிட்ட ஒருசில விஷயங்களைத் தாண்டி, அரசியல் கருத்துகளுக்கு முக்கியத்துவம் அளிக்கவில்லை. கிடைத்த பாடல்களை வைத்துக்கொண்டு அப்படி ஒரு முடிவுக்கு வர முடியாது என்றாலும், கிடைத்தவற்றில் எதுமிகுதியாக இருக்கிறதோ அதைக்கொண்டு ஒரு முடிவுக்கு வந்திருக்கிறேன். வேறு எவரைவிடவும் கு.சா. கிருஷ்ணமூர்த்தியின் திரைத்துறை முயற்சிகளைக் கவனமாகப் பார்க்கவேண்டிய அவசியமிருக்கிறது. ஏனெனில், கவி. கா.மு.ஷெரீப், கு.மா. பாலசுப்ரமணியம், மருதகாசி, உடுமலை நாராயணகவி எனப் பலருடனும் இணைந்து திரைத்துறையில் அவர் பணியாற்றியிருப்பதால் அவர்களுடைய பங்களிப்பை பேசும் சிலர், கு.சா. கியை ஏனோ விட்டுவிடுவார்கள். தமிழரசுக் கழகத்தின் கொள்கைகளையும் கோட்பாடுகளையும் உள்வாங்கி எழுத்துத்துறையில் இயங்கிய கு.சா. கிருஷ்ணமூர்த்தி சிலப்பதிகாரத்திற்கு முன்பு நாடகக் காவியங்களே இல்லை என்பதை மறுத்திருக்கிறார்.

தம் கட்சியின் தலைவர் ம.பொ.சி, சிலப்பதிகாரத்தைப் பற்றிய மிகை மதிப்பீடாகச் சொல்லிய கூற்றைக்கூட தக்க சமயத்தில் மறுத்திருக்கிறார். சங்க இலக்கியங்களில் பொருநர், கூத்தர், விறலியர் போன்ற நாடகக் கலைஞர் இருந்ததற்கான சான்றுகளை வைத்தே அம்மதிப்பீட்டை மறுத்திருக்கிறார். மதிவாணர் நாடகத் தமிழ் என்னும் நூலிலும், மதங்க சூளாமணி நூலிலும் நாடகக் கலையின் குறிப்புகள் இருப்பதாக தெரிவித்திருக்கிறார். திருக்குறளில்கூட நாடகக்கலை பற்றி வரும் சித்திரங்களைக் குறிப்பிட்டிருக்கிறார். கலைவாணன் என்னும் பெயரில் அவர் எழுத்தில் வெளிவந்த நாடகநூல்,

ஒட்டக்கூத்தருக்கும் புகழேந்திப் புலவருக்கும் இடையே நிகழ்ந்த சம்பவங்களை அடிப்படையாகக் கொண்டது. ஒட்டக்கூத்தரையும் புகழேந்திப் புலவரையும் நம்முடைய கர்ணபரம்பரைக் கதைகள் என்னவாக சித்திரிக்கின்றன என்பதை வைத்தே எழுதியிருக்கிறார் என்றாலும், இரண்டுபேருடைய குணாம்சங்களையும் துல்லியமாகக் காட்சிப்படுத்தியிருக்கிறார். புலமைக் காய்ச்சலாலும் பொறாமையினாலும் ஒருவரை ஒருவர் ஏற்க மறுத்ததை சுவாரஸ்யமான வசனங்களால் விளக்கியிருக்கிறார்.

நாடகப்போக்கில் ஓர் இடத்தில் ஒட்டக்கூத்தரின் தொல்லைகளுக்கு ஆட்படும் புகழேந்திப்புலவர், ஒட்டக்கூத்தரைக் கொலை செய்துவிட எண்ணுவதாக ஒரு காட்சி வருகிறது. அந்தக் காட்சியை அக்காலத்தில் பலரும் கண்டித்திருக்கின்றனர். குறிப்பாக எழுத்தாளர் நாரண துரைக்கண்ணன், "தக்கயாகப் பரணி போன்ற உயர்ந்த நூலை எழுதிய ஒட்டக்கூத்தரை சாதாரண பொறாமைக் கவியாக சித்திரித்திருப்பது சிறிதும் அடாது என்பதே என் அபிப்ராயம்" என்றிருக்கிறார். புகழோடு விளங்கிய புலவர் ஒருவர் என்பதைத்தான் புகழேந்திப்புலவராக ஆக்கியிருக்கின்றனர். அப்படி ஒருவர் இருந்தாரா இல்லையா என்பது சர்ச்சைக்குரியது. ஒட்டக்கூத்தருடன் முரண்பட்டதால் வெளியே தெரிந்திருக்கிறார். அவர் எழுதியதாகச் சொல்லப்படும் நளவெண்பாவும் அம்மானைப் பாடல்களும் ஒரே தரத்தில் அமைந்தவை அல்ல.

நளவெண்பா ஒருமாதிரியும் அம்மானைப் பாடல்கள் வேறு ஒருமாதிரியும் இருப்பதால் இரண்டையும் எழுதியவர் ஒருவரா என்னும் ஐயம் நிலவுகிறது. இதுகுறித்தும் நாரண துரைக்கண்ணன் அக்கட்டுரையில் குறிப்பிட்டிருக்கிறார். ஒரு கவிஞரோ புலவரோ இருவேறு ரசமுடைய பாடல்களை எழுதுவதற்கு இடமிருக்கிறது. உயர்ந்த தரத்தில் எழுதக்கூடிய ஒருவர், ஜனரஞ்சகமாகவும் எழுத வாய்ப்பிருப்பதால் ஐயத்தைத் தவிர்க்கலாம் என்று கூறிய அவர், ஒட்டக்கூத்தருக்கும் புகழேந்திப்புலவருக்கும் இடையே நடந்ததாகச் சொல்லப்படும் சம்பவங்களை யாரோ ஒருவரின் சிறுமை குணத்தினால் விளைந்த சித்திரிப்புகள் என்றிருக்கிறார். வாய்மொழியாகச்

400 □ நேற்றைய காற்று

சொல்லப்பட்டு வந்த கதைகளின் உண்மைத் தன்மை குறித்து நமக்கு மாறுபாடான கருத்து இருக்கலாம். அப்படியெல்லாம் நடந்திருக்கவே வாய்ப்பில்லை என்று மறுக்கலாம். ஆனால், அக்கதைகளையும் சம்பவங்களையும் உள்வாங்கி அதையே கலை வடிவமாக ஆக்கிக்காட்டும் ஆர்வம் கு.சா. கிருஷ்ணமூர்த்திக்கு இருந்திருக்கிறது.

*1961*இல் வெளிவந்த திருடாதே திரைப்படத்தில் அந்திசாயும் நேரத்திலே ஆசை மச்சான் ஓரத்திலே என்றொரு பாடலை எழுதியிருக்கிறார். எஸ்.எம். சுப்பையாநாயுடு இசையில் வெளிவந்துள்ள அப்பாடல், மெல்லிய துள்ளலிசைக்கு உதாரணப்பாடலாக அமைந்துள்ளது. பூலோகரம்பை, மாயா மச்சேந்திரா, முல்லைவனம், ராஜநந்தினி, மந்திரவாதி, மேனகா, வாழ்விலே ஒருநாள், பதியே தெய்வம், தங்கமலை ரகசியம், பக்காத் திருடன், அவன் அமரன் போன்ற படங்களிலும் அவருடைய பாடல்கள் இடம்பெற்றுள்ளன.

வரிவரியாக அப்பாடல்களின் சிறப்புகளை இசையுடன் விவரிக்கலாம். எனினும், அவரே திரைப்பாடல்களைவிட தனி இசைப்பாடல்களே முக்கியமானவையாகக் கருதியிருப்பதால் விவரணைகளைத் தவிர்க்கிறேன். அருட்பா இசையமுதம், அமுதத் தமிழிசை, இசையின்பம் ஆகிய நூல்களில் ராக தாள குறிப்புகளுடன் அவருடைய பாடல்கள் வெளிவந்துள்ளன. திரைப்பாடல்களைவிடவும் கூடுதல் கவனத்தை அவர் அப்பாடல்களுக்கு செலுத்தியிருக்கிறார். தமிழிசையை வளர்க்க பெருமுயற்சி எடுத்துக்கொண்ட கு.சா. கிருஷ்ணமூர்த்தி, திரையிசையை அதிகம் பொருட்படுத்தியதாகத் தெரியவில்லை.

“அந்தக் காலத்தில் இருந்தே எனக்கு சினிமாத்துறைமீது மரியாதை இருந்ததில்லை. பி.யு. சின்னப்பா வற்புறுத்தித்தான் என்னை எழுதவைத்தார். இப்ப மியூசிக் டைரக்டர் தமக்கு யார் வேணுமின்னு நினைக்கிறாரோ அவருக்கு திறமையும் புலமை எதுவும் இல்லாட்டியும் கவிஞனாக்கிவிட முடியுது. அதனாலதான் பாடல்கள் நிக்கிறதில்லை” என *1987*இல் ஒரு வார இதழுக்குப் பேட்டியளித்திருக்கிறார். நல்ல பாடல்களை எழுதியிருக்கிறாரே தவிர, திரைப்பாடலுக்கென்று தனி மொழியையோ தனி அங்கீகாரத்தையோ வழங்காமல் போயிருக்கிறார். இசை அனுபவங்களும் நாடக அனுபவங்களும்

யுகபாரதி □ 401

திரைப்பாடல் எழுத அவருக்கு உதவியிருக்கின்றன. மற்றபடி, திரைப்பாடல்களே தம்முடைய பிரதான அடையாளமாக ஆக்கிக்கொள்ள அவர் விரும்பவில்லை என்றே தோன்றுகிறது. திரைப்படங்களுக்கு பாடல்களை எழுதுவதன் மூலம் கிடைத்த செல்வத்தைக்கூட நாடகங்களுக்கே செலவழித்திருக்கிறார். தீவிரமான நாடக ஆளுமைகளில் ஒருவராக இருந்த அவர், சமூக நாடகங்களை மக்களிடம் கொண்டு செல்வதில் கூடுதல் அக்கறை செலுத்தியிருக்கிறார்.

சங்கரதாஸ் சுவாமிகளை நாடகத் தந்தையாக வரித்துக்கொண்ட அவர், உடுமலை நாராயணகவி கேட்டுக்கொண்டதற்கு இணங்க நாடகப் பனுவல்கள் பலவற்றை எழுதியிருக்கிறார். நாடக ஆக்கத்தில் விளைந்த பயிற்சியை வைத்து, எஸ்.டி. சுந்தரம் மற்றும் வி. சீதாராமனுடன் இணைந்து “ஒன்றே குலம்” திரைப்படத்திற்கு வசனங்களை எழுதியிருக்கிறார். 1943இல் புதுக்கோட்டை சமஸ்தானம் மன்னரின் ஆளுகைக்குட்பட்டிருந்த சூழலில், மன்னராட்சியை மக்களாட்சியாக அறிவிக்கப் போராடியிருக்கிறார். புதுக்கோட்டை காங்கிரஸ் கட்சியின் அமைப்பாளராக இருந்து, மக்கள் ஆட்சிக்கு ஆதரவாக அவர் எழுப்பிய குரல் முக்கியமானது.

ஒருமுறை சென்னை ராயப்பேட்டை அரசு மருத்துவமனைக்கு நண்பரைப் பார்க்கச் சென்றிருந்த கு.சா.கியை ஒருவர் அழைத்திருக்கிறார். உடல் நலிவுற்ற நிலையில் தரையில் கிடத்தப்பட்டிருந்த கவிஞர் கம்பதாசனே அவரென அறிந்து, உடனே ம.பொ.சி.யின் உதவியுடன் சிறப்புச் சிகிச்சைக்கு ஏற்பாடு செய்திருக்கிறார். கு.சா.கி.யை கம்பதாசனுக்கு அடையாளம் தெரியாமல் போயிருந்தாலோ அல்லது கம்பதாசனுக்கு கு.சா.கியை அடையாளம் தெரியாமல் போயிருந்தாலோ கம்பதாசன் என்னவானார் என்றே நமக்குத் தெரியாமல் போயிருக்கும். ஆகப்பெரும் கவி கம்பதாசன் அநாதையாகத் தம்மை உணராமல் இருக்க, கு.சா.கி. அந்த நேரத்தில் செய்த உதவிகள் முதன்மையானவை.

கம்பதாசனை கு.சா.கி அடையாளம் கண்டிருக்கிறார். கு.சா.கியை கம்பதாசனும் அடையாளம் வைத்திருக்கிறார். இரண்டுபேருக்கும் எழுத்தே அடையாளமென்பதை சொல்லவேண்டியதில்லை. இந்தியத் தேசிய விடுதலையின்

கருத்தாக்கத்தின் மற்றொரு வடிவாகவே மன்னராட்சிமுறை ஒழிப்பு வேலையில் ஈடுபட்டிருக்கிறார். அதன்பின்பு தமிழரசுக் கழகத்தில் ஈடுபட்டு ஏனைய போராட்டங்களில் கலந்துகொண்டிருக்கிறார். களப்போராளியாகவும் இருந்த கு.சா. கிருஷ்ணமூர்த்தி, தம்மைப் பின் தொடந்து எழுத்துலகிற்கு வந்த ஒருவர் கு.சா.கி.தாசன் என்று பெயர் வைத்துக்கொண்டதைக் கண்டித்திருக்கிறார். எழுத்துலகில் யாரும் யாருக்கும் குருவும் இல்லை; சீடனும் இல்லை. வேண்டுமானால் தங்கள் பெயரை பாரதன் என்று வைத்துக்கொள்ளுங்கள் என்றிருக்கிறார்.

பாரதன் என்ற பெயரை பாவை ரதத்தில் ஏற்றுபவன் என பொருள் கொள்ளலாம். இன்னொருவிதத்தில் பாரதன் என்றால் இந்திய நாட்டவன் என்றும் பொருள் வருகிறது. இந்தியத் தேசியச் சிந்தனையிலிருந்த அவர் இறுதிக்காலங்களில் இந்தியத் தேசியத்திற்கு எதிரான தமிழ்த் தேசியத்தை நோக்கி வந்திருக்கிறார். இந்த மாற்றம், கழகச் செயல்பாட்டினால் வந்ததல்ல. கருத்தியல் ரீதியாக அவருக்குள் நிகழ்ந்த மாற்றம். கு.சா.கிருஷ்ணமூர்த்தியின் அரசியல், நாடக, திரைத்துறைப் பங்களிப்புகளை இன்னும் கூடுதலாக அலசலாம்.

போதிய கவனிப்பைப் பெறாத அவருடைய கலையுலக வாழ்வு, நாடகக் கலையின் சிதைவுக்குள் சிக்கியிருக்கிறது. நவீன நாடகங்களை மேடையேற்ற ஆர்வம் கொண்டிருப்போர் அவர் குறித்து மேலதிக தகவல்களை திரட்டித் தரலாம். ஏனெனில், அவரை மீட்பதும் நாடகக்கலையை மீட்பதும் ஒன்றுதான். "ரத்த வேர்வை சிந்த உழைத்திடுவோர்க்கு / பசித்தால் புசித்திடக் கிடைப்பதில்லை / குடித்திடக் கஞ்சியும் கிடைப்பதில்லை" என்று 1956இல் வெளிவந்த "வெற்றி வீரன்" திரைப்படத்தில் எழுதியிருக்கிறார். உண்மையாக உழைத்தவருக்கு எதுவும் கிடைப்பதில்லை.

உழைத்ததைப்போல் நடிப்பவர்களுக்கே பதவிகளும் விருதுகளும் கிடைக்கின்றன. கு.சா.கிருஷ்ணமூர்த்தி, தம்மை நிலைப்படுத்தத் தவறியவரில்லை. அரசியல் மாற்றங்களினால் தவிர்க்கப்பட்டிருப்பவர். தனி நபர்களே இயக்கங்களைக் கட்டி எழுப்புகிறார்கள். ஆனால், அவ்வியக்கங்கள் அவர்களை காலப்போக்கில் இடிந்த கோட்டைகளாக இருத்திவிடுகின்றன. "காணும் பொருளெல்லாம் அவள் தோற்றம் / ஆசைக்

யுகபாரதி □ 403

கனிவுடன் நெருங்கினால் ஏமாற்றம்" என்று 1957இல் "அம்பிகாபதி" திரைப்பாடலில் எழுதியிருக்கிறார். எல்லா தோற்றமும் ஒரு காலத்திற்குப் பின் ஏமாற்றம் என்பதுபோல ஏனோ அந்த வரிகள் ஞாபகத்திற்கு வருகின்றன.

கம்பதாசன்

கனவுகண்ட காதல்கதை

இலட்சியவாதமே படைப்புகளின் ஆதாரமையமாக விளங்கிய நாற்பதுகளில் திரைப்பாடல் எழுதவந்த கம்பதாசன், தம்மை ஒரு சோஷலிஸக் கவியாக நிறுவிக்கொள்ள முனைந்தவர். பாரதி, பாரதிதாசனைத் தொடர்ந்து கவிதைத்துறையில் ஆகப்பெரும் படைப்புகளை ஆக்கி அளித்த அவர், இடதுசாரிக் கொள்கைகள்மீது கொண்டிருந்த பற்றினால் எளிய மக்களின் ஈர்ப்புக்கு உரியவராக இருந்திருக்கிறார். தேசியத்தைப் பாரதியும் திராவிடத்தைப் பாரதிதாசனும் முழுவீச்சில் எழுதியும் முழங்கியும் வந்த காலத்தில், அதிலிருந்து வேறுபட்டு பொதுவுடைமையைத் தம் படைப்புகளில் வெளிப்படுத்தியவராக அவரைப் பார்க்கலாம்.

பாரதியும் பாரதிதாசனும் பொதுவுடைமைக் கோட்பாட்டுக்கு எதிரானவர்கள் அல்லர். அவர்களுமே தங்கள் படைப்புகளில் பொதுவுடைமைக் கருத்தியலை வைத்திருக்கின்றனர் என்றாலும், கம்பதாசன் அதையே தம் பிரதான கொள்கையாக அறிவித்திருக்கிறார். இந்தியத் தேசியம், திராவிடம் என்பதற்கு மாற்றாக சர்வதேசியத்தையும் மானுடவிடுதலையையும்

பேசிய கம்பதாசன், எங்கேயும் தமிழ், தமிழர், தமிழ்த்தேசியம் என்பதை விரோதமாகப் பார்க்கவில்லை. மனித சமூகம் முழுமைக்குமான விடுதலையே அவருடைய இலட்சியத்தின் அடிப்படை.

பாரதிக்கும் பாரதிதாசனுக்கும் கிடைத்த பொதுவெளிச்சம் கம்பதாசனுக்குக் கிடைக்கவில்லை. ஏன் கிடைக்கவில்லை அல்லது கிடைத்திருக்க வேண்டிய சந்தர்ப்பத்தை எது தடுத்தது என்பது தனி விவாதம். கம்பதாசன் என்றொருவர் இருந்ததாக மட்டுமே இன்றைய தலைமுறையினருக்கு அவரைத் தெரிகிறது. ஆனால், அவர் அவ்வளவு சாதாரணமாக கடந்துவிடக்கூடியவர் அல்லர். ஒரு காலத்தின் முக்கிய கவியாகப் பார்க்கப்படவேண்டியவர். பாரதிக்கும் பாரதிதாசனுக்கும் அடுத்த இடத்தில் இருந்திருக்க வேண்டிய அவர், ஏதேதோ காரணங்களால் இருட்டடிப்புக்கு உள்ளாகியிருக்கிறார். சமூகத்தின் பொதுவெளிச்சம் படாமலே போய்விட்ட பலபேரின் முகமாக அவர் எனக்குத் தெரிகிறார்.

காலத்தின் இருட்டைப் போக்கக்கூடிய வெளிச்சம் அவர் கவிதைகளில் இருக்கிறது. என்றாலும், இருளில் நிழலாக அவர் மறைந்திருக்கிறார். பொதுவெளிச்சம் என்று நான் சொல்வது, இன்றுவரை மக்கள் மத்தியில் அவர்கள் இருவருக்கும் இருக்கக்கூடிய வாழ்த்தையும் வரவேற்பையும் பற்றியதே. இந்திய விடுதலையும் சுயமரியாதைச் சிந்தனையும் வேர்பிடித்து விளையத் தொடங்கிய பருவத்தில், கம்பதாசனின் படைப்பும் பார்வையும் பொதுவுடைமைக் கருத்தாக்கத்தில் குவிந்திருக்கின்றன. ஒருவிதத்தில் அவர் தம் திசையைச் சரியாகவே தீர்மானித்திருக்கிறார். பொதுப்போக்கிலிருந்து விலகி நடந்திருக்கிறார். அதேசமயம், அப்போக்குகளுக்கு எதிராகப் போகவில்லை. பாரதியையும் பாரதிதாசனையும் உள்வாங்கிக்கொண்டு அவர்கள் இருவருக்கும் இணையான கோடொன்றைப் போட்டிருக்கிறார்.

பாரதியின் சீடராகத் தம்மை வரித்துக்கொண்ட பாரதிதாசன், எப்படி பாரதியின் கருத்துநிலைக்கு மாற்றாக இருந்தாரோ அப்படித்தான் பாரதிதாசனை அடுத்துவந்த கம்பதாசனும் தம்மை தகவமைத்திருக்கிறார். பாரதிதாசனுடன் நெருங்கிப் பழகிய அவர், கருத்துநிலையிலும் கவிதை ஆக்கத்திலும்

அவருக்கு மாற்றாகத் தம்மை நிலைநிறுத்த நினைத்திருக்கிறார். ஆனால் துரதிஷ்டவசமாக அவர் தம் பாதைமீதும் பயணத்தின்மீதும் வைத்திருந்த அபார நம்பிக்கை எங்கோ ஓரிடத்தில் சறுக்கியிருக்கிறது அல்லது சறுக்கியதுபோல் நமக்குத் தோன்றுகிறது. இந்தத் தோற்றமே கம்பதாசன் குறித்த மேலதிகச் சிந்தனைகளைக் கிளர்த்துகிறது.

பாரதி, பாரதிதாசன் என்னும் வரிசையில் வரக்கூடியவர் கம்பதாசன் என்பதை நான் என் விருப்பத்தினாலும் கணிப்பினாலும் சொல்லவில்லை. ஏற்கெனவே பலபேர் முன்வைத்த அபிப்ராயங்களைக் கிரகித்தே சொல்லுகிறேன். ஏன் ஒரு பெருங்கவிஞன் பிரதானப்படுத்தப்படாமல் போயிருக்கிறான் என்பதில் அரசியலிருக்கிறது. அந்த அரசியலை அறிந்துகொள்ளாமல் அவனுடைய படைப்புகளை அணுகுவதோ அவனுடைய தனிப்பட்ட ஆளுமைகளை ஆராய்வதோ பிரயோசனமில்லை. ஒரு கவிஞனோ பாடலாசிரியனோ அரசியலைத் தனதாகக் கொள்ளாமல் அறியப்படும் இடத்திற்கு வருவதில்லை. கம்பதாசனோ தம் அரசியல் எதுவென்று அறிவித்திருக்கிறார். ஆனாலும், தொடர்ந்து அவர்குறித்த அலைகளும் ஓசைகளும் காலத்தின் காதுகளில் எட்டாமலேயே போயிருக்கின்றன. ஒரு முப்பதாண்டுக்காலம் திரைத்துறையில் தீவிரமாக இயங்கிய அவர், ஆரம்பநாள்களில் நாடக நடிகராக, ஆர்மோனியம் வாசிப்பவராக, பின்பாட்டுப் பாடக்கூடியவராக இருந்திருக்கிறார்.

தம்மிடம் இருந்த கலை ஆர்வத்தினால் வெவ்வேறு ரூபத்தில் தம்மை வெளிப்படுத்தியிருக்கிறார். எத்தனை ரூபங்களை அவர் எடுத்திருந்தாலும், இறுதியில் கவிஞர் என்கிற ரூபமே அவருடைய அசல் ரூபமாக ஆகியிருக்கிறது. சமஸ்கிருத ஆதிக்கத்தில் இருந்துவந்த திரைப்பாடல்களை, தமக்கேயுரிய தனித்துவத்தால் அடுத்த கட்டத்திற்கு அவரே அழைத்துச்சென்றிருக்கிறார். திரைப்பாடல்களில் முதல் மறுமலர்ச்சியை ஏற்படுத்திய பாடலாசிரியர் என்னும் பெருமை அவருக்குரியது. 1940இல் வெளிவந்த "வாமன அவதாரம்" திரைப்படம்மூலம் பாடலாசிரியராக அறிமுகமான அவர், அதற்கு முன்பே திரைநடிகராகப்

யுகபாரதி □ 407

பல படங்களில் பணியாற்றியிருக்கிறார். முப்பதுகளின் பிற்பகுதியிலேயே திரைத்துறையில் பல்வேறு பணிகளில் ஈடுபட்டிருந்த அவர், 1941இல் வேணுகானம், 1942இல் ஆராய்ச்சிமணி, 1943இல் பூம்பாவை எனத் தொடர்ச்சியாக வெளிவந்த திரைப்படங்களில் பாடல்களை எழுதியிருக்கிறார். 1945இல் வெளிவந்த "சாலிவாஹனன்" திரைப்படத்திற்குப் பாடல்களுடன் கதை வசனமும் எழுதியிருக்கிறார்.

அவரைப் புகழின் உச்சிக்குக் கொண்டுசென்ற படமாக "மஹாமாயா"வைச் சொல்லலாம். அத்திரைப்படம் 1944இல் வெளிவந்திருக்கிறது. 1930இல் வெளிவந்த "திரௌபதி அல்லது வஸ்திராபரணம்" என்னும் திரைப்படத்தில் நடிக்கத் தொடங்கிய கம்பதாசன், 1949இல் வெளிவந்த "மங்கையர்க்கரசி" திரைப்படத்தில் கவி வித்யாபதி வேடத்தில் நடித்துப் பெரும் கவனத்தைப் பெற்றிருக்கிறார். பாபநாசம் சிவனும் உடுமலை நாராயணகவியும் கோலோச்சிய பாட்டுத்துறையில் கம்பதாசனின் நுழைவு அதீத அதிர்வை ஏற்படுத்தியிருக்கிறது. ஒப்பிடளவில் அவர்கள் இருவரையும்விட, குறைவான பாடல்களே கம்பதாசன் எழுதியிருக்கிறார். ஆயினும், குறிப்பிடத்தக்க பாடல்களால் தம்மை ஒரு தவிர்க்க இயலாத பாடலாசிரியராக ஆக்கிக்கொண்டிருக்கிறார்.

பக்திப் பாடல்களில் பாபநாசம் சிவனும் நகைச்சுவைப் பாடல்களில் உடுமலை நாராயணகவியும் புகழ்பெற்றிருந்த சூழலில், நளினமும் மொழிநயமுடைய பாடல்களை கம்பதாசனால் எழுதப்பட்டிருக்கின்றன. "பூமியாம் காதலி தம்முடனே / வானம் / பொங்கிக் கலவிகொள் போதினிலே / தேமலர் வாய்மென்ற தாம்பூலத்தைத் துப்ப / சித்திர வானவில் ஆனதடா" என்று கவிதையாக உருவெடுத்த கற்பனைகளை திரைப்பாடலிலும் எழுதமுடியுமென அவரே நிரூபித்திருக்கிறார். திரைப்பாடல்களை இலக்கியத் தரத்திற்கு உயர்த்தவேண்டும் என்கிற உந்துதல் அவரிடமிருந்தே ஆரம்பிக்கிறது.

பாபநாசம் சிவனும் உடுமலை நாராயணகவியும் எழுதிய பாடல்களைவிட, கம்பதாசனின் பாடல்களில் அழகுணர்ச்சியும் இலக்கியநயமும் மிகுந்திருப்பதை அறியலாம். வெறும் சமஸ்கிருத வார்த்தைக்குவியலாக இருந்துவந்த தமிழ்த்

திரையிசைப் பாடல்களில் தனி பாணியை அமைத்து எழுதத் தொடங்கியவர் அவர்தான். முற்றாக சமஸ்கிருதச் சொற்களை அவர் விலக்கியதாகச் சொல்லமுடியாது. முடிந்தவரை தமிழ்ச் சொற்களைப் பயன்படுத்திய பாடலாசிரியராக அவரைக் கொள்ளலாம். அவருடைய பாடல்முறையைப் பின்பற்றியே பின்னால் வந்தவர்கள் எழுதியிருக்கின்றனர்.

ஒருவிதத்தில் நவீன திரைப்பாடல்களின் வகைமாதிரிகளை அவரே உருவாக்கித் தந்திருக்கிறார். "வீங்குவெயில் தனில் பழனம் உழுவோன் / நெற்றி வேர்வையென என் கண்ணீர் விரையுதடி" என்று கண்ணீருக்கு, உழவனின் நெற்றி வேர்வையை உவமையாக்கிய ஆற்றல் கம்பதாசனுடையது. கம்பதாசனே திரைப்பாடலுக்கு காவிய வீச்சை நல்கியதாகப் பத்திரிகையாளர் வாமனன் தம் கட்டுரை ஒன்றில் தெரிவித்திருக்கிறார். "பார்த்தால் பசிதீரும் / பங்கஜ வதன செங்கனி வாய்ச் சிரிப்பை / பார்த்தால் பசி தீரும்" என்று பி.யு. சின்னப்பாவின் குரலில் வெளிவந்த அவருடைய ஒரு பாடல், அந்தக்காலத்தில் அனைத்துத் தரப்பினரையும் ஆட்கொண்டிருக்கிறது. அதேபோல, 1950இல் வெளிவந்த "இதயகீதம்" திரைப்படத்தில் அவர் எழுதிய "ஆசைக்கிளியே அழைத்து வாராய்த் தென்றலே" பாடலும் 1953இல் வெளிவந்த "பூங்கோதை" திரைப்படத்தில் இடம்பெற்ற "நான் ஏன் வரவேண்டும் ஏதுக்காகவோ / யாரை காண்பதற்கோ" என்ற பாடலும் திரைத்துறையில் அவருக்கு நிலையான இடத்தைப் பெற்றுத் தந்திருக்கின்றன.

தமிழில் அன்றைக்கு எழுதிவந்த பலரும் கம்பதாசனின் எழுத்துகளை வியந்திருக்கின்றனர். "கவிஞரின் கவிஞர் கம்பதாசன்" என்று நாமக்கல் இராமலிங்கம்பிள்ளையும் "இவர் கம்பதாசன் அல்லர், கம்பரே" என்று ரஸிகமணி டி.கே.சி.யும் சொல்லியிருக்கின்றனர். குறிப்பாக, பாரதிதாசன் "கம்பதாசன் எழுதும் நூல்கள் எனக்கு மகிழ்ச்சியை அளிக்கின்றன. அவை அவராலேயே இயற்றப்பட்டவை. அவர் நெஞ்சினின்று தங்குதடையின்றி எழும் ஊற்று. உண்மையில், கம்பதாசன் எண்ணம் நன்று. உள்ளம் நன்று" என்று குறிப்பிட்டிருக்கிறார். கம்பதாசனின் பூர்வீகம் புதுச்சேரியை அடுத்த வில்லியனூர் என்பதால் தொடக்கத்திலிருந்தே பாரதிதாசனுடன் அவருக்கு

யுகபாரதி □ 409

நெருங்கிய உறவு இருந்திருக்கிறது. பாரதிதாசனின் எழுத்துகளில் அவருக்கிருந்த பற்றுதலும், கம்பதாசனின் கவிதைகளில் பாரதிதாசனுக்கு இருந்த பிரமிப்பும் அந்த உறவை அகலப்படுத்தியிருக்கின்றன. வில்லியனூரை விட்டு மிகச் சிறிய வயதிலேயே சென்னைக்கு இடம்பெயர்ந்த கம்பதாசன், பாரதிதாசன் பரம்பரைக் கவிஞர்கள் பட்டியலில் வருபவரல்லர். ஏனெனில், அப்படியொரு பட்டியல் உருவாவதற்கு முன்பே பாரதிதாசனால் கம்பதாசன் அடையாளம் காணப்பட்டிருக்கிறார். இடதுசாரியாகத் தம்மைப் பாவித்துக்கொண்ட அவர், பாரதிதாசனின் பரம்பரைக் கவிஞர்கள் வரிசையில் வராதது தற்செயலானதல்ல.

"தமிழரசு" பத்திரிகையை வெளியிட்டுவந்த நேரத்தில் வாரமிருமுறையாவது புதுச்சேரியிலிருந்து சென்னைக்கு வரவேண்டிய சூழல் பாரதிதாசனுக்கு ஏற்பட்டிருக்கிறது. அப்படியான சந்தர்ப்பத்தில் கம்பதாசனை அடிக்கடி சந்தித்த பாரதிதாசன், அவரைத் தம் இல்லத்திற்கு அழைத்துச்சென்று சிலகாலம் தம்முடனே தங்க வைத்திருக்கிறார். இந்தத் தோழமை இறுதிவரை தொடர்ந்திருக்கிறது. இடையில் ஒரு சம்பவத்தால் சிலகாலம் இருவரும் பேசாமல் இருந்திருக்கின்றனர். இடையில் ஏற்பட்ட பிரிவு கோட்பாட்டு ரீதியிலான பிரிவு அல்ல. கருத்துமுரண்பாடுகளால் நேர்ந்ததும் அல்ல. அது ஒரு சின்ன விஷயம். விஷயம் என்னவெனில், 1940இல் வெளிவந்த "காளமேகம்" திரைப்படத்திற்கு பாரதிதாசன் அனைத்துப் பாடல்களையும் எழுதியிருக்கிறார். பாரதி பாடலொன்றின் தாக்கத்தில் அவர் எழுதிய "முல்லை மலர் நான் உனக்கு" என்னும் பாடலை பாரதிதாசன் எழுதிய சூட்டோடு கம்பதாசனிடம் காட்டியிருக்கிறார்.

அப்போது இளங்கவிஞராக இருந்த கம்பதாசன் ஆர்வமிகுதியில், அப்பாடலில் ஒரு திருத்தத்தைச் சொல்லியிருக்கிறார். இது, பாரதிதாசனுக்குப் பிடிக்கவில்லை. என் பாடலிலேயே திருத்தம் சொல்லும் அளவுக்கு வந்துவிட்டாயா? என்பதுபோல கோபித்து, "நீ எனக்குக் குருவும் இல்லை. நான் உனக்கு சிஷ்யனும் இல்லை" என்று கடிந்துகொண்டிருக்கிறார். இச்சம்பவம் நடந்த அன்று இரவே கம்பதாசன், பாரதிதாசனை விட்டுவிலகியதாகச்

410 □ நேற்றைய காற்று

சொல்லப்படுகிறது. அதன்பிறகு சிலநாள்களிலேயே அந்தப் பிணக்கு சரிசெய்யப்பட்டு இருவரும் பழைய உறவை பகிர்ந்திருக்கின்றனர். வித்யாகர்வத்தில் ஒருவரை ஒருவர் புரிந்துகொள்ளாமல் போனதை இருவருமே உணர்ந்த தருணத்தில் இடைவெளி தகர்ந்திருக்கிறது.

பாரதிதாசன் தம் எழுத்துகளில் கொண்டிருந்த தீவிரமும் நம்பிக்கையும் பிறருக்குக் கர்வமாகப் படலாம். ஆனால், அதுவே அவருடைய இயல்பாக இருந்திருக்கிறது. பாரதிதாசன் அதிகத் திரைப்பாடல்களை எழுதமுடியாமல் போனதுகூட அதனால்தான். "வளையாபதி" திரைப்படத்தில் அவர் எழுதிய ஒரு பாடலை அவரைக் கேட்காமல் ஒரே ஒரு வார்த்தையை மாற்றியதால், நாற்பதாயிரம் ரூபாய்க்கு மாடர்ன் தியேட்டர்ஸுடன் போட்ட ஒப்பந்தத்தைக் கிழித்து எறிந்த கோபக்கார பாரதிதாசனை நாமறிவோம். அந்த ஒற்றை வார்த்தையை மாற்றிக்கொடுத்தவர் கண்ணதாசன் என்பது பின்னால்தான் வெளியுலகிற்குத் தெரியவந்தது. "கமழ்ந்திடும் பூவில் எல்லாம் தேனருவி" என்று அவர் எழுதிய வரியில், கமழ்ந்திடும் என்னும் சொல், பாடுவதற்கு சிரமமாக இருந்திருக்கிறது.

இசையமைப்புக்கு இடைஞ்சலாக இருக்கிறதென்று இசையமைப்பாளர் எஸ். தட்சிணாமூர்த்தி கேட்டதும், கமழ்ந்திடும் என்பதற்கு மாற்றாக குலுங்கிடும் என்று கண்ணதாசன் மாற்றிக்கொடுத்திருக்கிறார். கண்ணதாசன் எப்படி இசைக்கேற்ப வார்த்தைகளை சட்டென்று பொருத்தக்கூடியவரோ அப்படித்தான் கம்பதாசனும் அவர் காலத்தில் இருந்திருக்கிறார். கண்ணதாசன் என்று தாம் பெயர்வைத்துக்கொள்ள திரைத்துறையில் அன்றைக்கு வளர்ந்திருந்த கம்பதாசனும் ஒரு காரணமென்று தம்முடைய "வனவாசம்" நூலில் தெரிவித்திருக்கிறார்

கம்பதாசனின் விசேஷ தகுதிகளில் ஒன்று, அவர் அப்போது வெளிவந்த பல இந்தி மொழி மாற்று தமிழ்ப் படங்களுக்கு அட்சரம் பிசகாமல் எழுதக்கூடியவர் என்பதுதான். இந்தி மெட்டுகளுக்கு ஏற்ற தமிழ்ச் சொற்களை அவர் எழுதினாலும், அவை அனைத்தும் அசல் தமிழ்ப் பாடல்கள் போலவே இருந்திருக்கின்றன. மொழியை இசைக்கேற்ப பிரயோகிப்பதில்

அவருக்கிருந்த புலமை அன்றைக்கு திரைப்பாடல் எழுதிய வேறு எவர்க்கும் வாய்க்காதது. அந்தப் புலமையை முன்வைத்தே பாடல் எழுத அதிக தொகை பெற்ற முதல் பாடலாசிரியர் என்னும் பெருமை அவருக்குச் சேர்ந்திருக்கிறது. இந்தித் தயாரிப்பாளர்களும் இசையமைப்பாளர்களும் அவருடைய வருகைக்காகவும் வார்த்தைக்காகவும் காத்திருந்த கதைகளை பலபேர் பலவிதமாக எழுதியிருக்கின்றனர். தமிழ்க் கவிஞர்களில் அகில இந்திய அளவில் கவனம்பெற்ற ஒருவராகக் கம்பதாசன் விளங்கியிருக்கிறார்.

வெறும் திரைப்பாடலாசிரியராக அல்லாமல் கவிஞராகவும் சமூகச் செயல்பாட்டாளராகவும் இருந்ததால் கவிக்குயில் சரோஜினி தேவியின் சகோதரரும் கவிஞருமான ஹரீந்திரநாத் சட்டோபாத்யாயாவின் நட்பைப் பெற்றிருக்கிறார். அந்த நட்பின் வழியே இந்தி இசைமேதை நௌஷத்தின் அறிமுகம் கிடைத்திருக்கிறது. இந்தியா முழுவதுமே நௌஷத்தின் இசையில் மூழ்கியிருந்த நிலையில், அவர் இசையில் 1961இல் வெளிவந்த "அக்பர்" திரைப்படத்தின் அனைத்துப் பாடல்களையும் கம்பதாசன் எழுதியிருக்கிறார். இன்றுகூட, அத்திரைப்படத்தில் இடம்பெற்ற "கனவு கண்ட காதல் கதை கண்ணீராச்சே / நிலாவீசும் வானில் மழை சூழலாச்சே" என்ற பாடலைக் கேட்கமுடிகிறது. "முன்பே எண்ணிப்பாராமல் நெஞ்சம் ஈந்திட்டேனே / எந்தன் ஆசையே இன்று என்னைக் கொல்லலாச்சே" என்ற வரிகளும் "அகம்வாட்டும் காதல்தீ யார்க்கும் சொல்லாதே / மறைத்தே நான் வாழ்கின்ற மார்க்கம் காணாதே" என்ற வரிகளும் திரைப்பாடலுக்காக அவர் எழுதியவை அல்ல.

தமக்கு நேர்ந்த காதல் தோல்வியைக் குறித்தே அவர் அவ்விதம் எழுதியதாகச் சொல்லப்படுகிறது. மிதமிஞ்சிய கலையுணர்வில் மதுவும் காதலும் அவரை படாதபாடு படுத்தியிருக்கின்றன. அதே அக்பர் திரைப்படத்தில் அவர் எழுதிய "ஆற்றங்கரைதனிலே கண்ணன் என்னைக் கேலி செய்தான்" என்ற பாடலும் குறிப்பிடத்தக்கது. அக்பர் திரைப்படத்தைத் தொடர்ந்து மொழிமாற்றுப் படங்களின் பிரத்யேக பாடலாசிரியர் என்னும் அந்தஸ்தை அவர் பெற்றிருக்கிறார். "அறுபதுகளுக்கு முன் சினிமாத்

துறையில் ஓரளவு வசதியாக ஒருவர் இருந்தார். நான் எழுதத் தொடங்குவதற்கு முன்பே அவரது கவிதைத் தொகுதிகள் வந்திருக்கின்றன. பம்பாய்க்காரர்கள் படம் எடுத்தால் அவரைத்தான் கூப்பிடுவார்கள். நிறைய பணம் கொடுப்பார்கள்" என்று கம்பதாசனைப் பற்றி கண்ணதாசன் ஒருமுறை கூறியிருக்கிறார். அந்த அளவுக்குக் கம்பதாசனின் பேரும் புகழும் அவருக்குப் பின்னால் வந்தவர்களை கவனிக்க வைத்திருக்கின்றன. இந்தியில் "ஆல்" என்னும் பெயரில் வெளிவந்த திரைப்படம் தமிழில் "அவன்" என்னும் தலைப்பில் மொழிமாற்றம் செய்யப்பட்டிருக்கிறது. அந்தப் படத்தில் இடம்பெற்ற அத்தனை பாடல்களையும் எழுதிய கம்பதாசன், "மேகம் நுழைந்த மின்னல் போலே / கண் காண வரும் / மனம் கனிந்து வரும்" என்ற பாடல்மூலம் ஒட்டுமொத்தத் தமிழ்த் திரையுலகையுமே தம் பக்கம் திருப்பியிருக்கிறார்.

இந்திநடிகர் ராஜ்கபூரின் தயாரிப்பில் வெளிவந்த அத்திரைப்படத்தில் இடம்பெற்ற மற்றொரு பாடலான "கல்யாண ஊர்வலம் வரும்" என்னும் பாடல், பல ஆண்டுகள் தமிழ்த்திரை ரசிகர்களால் கொண்டாடப்பட்டிருக்கிறது. கவிதைகளில் அவருடைய பாதை எப்படி மக்களை நோக்கி இருந்ததோ அப்படியே திரைப்பாடல்களையும் எழுதினார் என்று சொல்வதற்கில்லை. ஏனெனில், திரைப்பாடல்களைப் பொறுத்தவரை அவர் வெகுசன ரசனையை ஒட்டியே எழுதியிருக்கிறார். ஒருசில பாடல்களில் மட்டுமே சமூகம் சார்ந்த பதிவுகளைச் செய்திருக்கிறார். உதாரணத்திற்கு 1956இல் வெளிவந்த "நன்னம்பிக்கை" திரைப்பாடலை எடுத்துக்கொள்ளலாம். தொழிலாளியை கடவுளுக்கு நிகராக ஒப்பிட்டு அவர் எழுதிய "சூரியனும் ஓர் தொழிலாளி / தினம் சுற்றும் உலகும் தொழிலாளி" என்னும் பாடலில் "பாரை நடத்தும் தொழிலாளி / இனிப் பரமனடா கலைப் பிரமனடா" என்று எழுதியிருக்கிறார்.

எஸ். வி. வெங்கட்ராமன் மற்றும் குன்னக்குடி வெங்கட்ராம ஐயர் இசையமைப்பில் வெளிவந்த அத்திரைப்படத்தில் இடம்பெற்ற பாடல்கள் கம்பதாசனின் அடிமனத்தில் ஊடாடிய எண்ணங்களின் வெளிப்பாடுகளாக அமைந்திருக்கின்றன.

மறுமலர்ச்சி வசனகர்த்தாவாக அறியப்படும் இளங்கோவன் அத்திரைப்படத்திற்கு கதையும் திரைக்கதையும் எழுதியிருப்பது குறிப்பிடத்தக்கது.

கம்பதாசனுக்கு இயல்பாகவே அமைந்திருந்த கவிதை வீச்சும் இசைப்புலமையும் திரைப்பாடல் துறையில் வேகமாக முன்னேற உதவியிருக்கின்றன. அப்பாவு என்கிற இயற்பெயரை நடிக்கும் காலங்களில் சி. எஸ். ராஜப்பாவாக ஆக்கிக்கொண்ட அவர்தான், கவிஞராகவும் பாடலாசிரியராகவும் ஆனதற்குப் பிறகு கம்பதாசனாக மாறியிருக்கிறார். திராவிட இயக்கங்கள் கம்பராமாயணத்திற்கும் கம்பனுக்கும் எதிராகக் கொடியுயர்த்தி எதிர்ப்பு தெரிவித்த கட்டத்தில், கம்பதாசன் என்று தமக்குத் தாமே பெயர் சூட்டிக்கொள்ள எண்ணியிருக்கிறார். இது, அவருடைய இலக்கிய அணுகுமுறை குறித்த புரிதலை விளங்கிக்கொள்ள உதவுகிறது.

திரைப்பாடல்களில் தம்முடைய இருப்பையும் செல்வாக்கையும் நிலைநிறுத்தியவாறே இலக்கிய முயற்சிகளையும் இடையறாமல் தொடர்ந்திருக்கிறார். கனவு, விதியின் விழிப்பு, முதல் முத்தம், அருணோதயம், அவளும் நானும், பாட்டு முடியுமுன்னே, புதுக்குரல், தொழிலாளி, கல்லாத கலை, புதிய பாதை, குழந்தைச்செல்வம், மொழிமுத்தம், இந்து இதயம் ஆகிய கவிதைத் தொகுப்புகளையும் "முத்து சிமிக்கி" என்னும் சிறுகதைத் தொகுதியையும் வெளியிட்டிருக்கிறார்.

ஆதிகவி, சிற்பி, அருணகிரிநாதர் என்னும் தலைப்புகளில் அவர் எழுதிய நாடக ஆக்கங்களும், 'புத்தர் புனர் ஜென்மம், வேளை வந்தது, சொல்லாத சொல், சாவுக்கு விருந்து, காதலும் கண்ணீரும், கற்கனி, காணிக்கை, கம்பக்குயில், இரத்த ஓவியம்' ஆகிய அவருடைய காவிய முயற்சிகளும் குறிப்பிடத்தக்கவை. காவிய முயற்சிகள் என்றதும் கனதியான பக்கங்களில் அவர் எழுதிக் குவித்ததாக எண்ணவேண்டியதில்லை. காவியத் தன்மைகளைக் கொண்ட மிகச்சிறிய காவியங்களே அவருடையவை. "மறு பிறப்பில் நம்பிக்கை இல்லாத புத்தனைக்கூட புனர்ஜென்மம் எடுக்கும்படியாகக் கம்பதாசன் செய்திருப்பது விசித்திரமான வேலைப்பாடாகும்" என்று பாரதி அறிஞர் வ.ரா. தெரிவித்திருக்கிறார். "புத்தர் புனர்

ஜென்மம்" காவியத்தைப்பற்றி எழுதவந்த அவர், "காளிதாசன், பாரதியார், பாரதிதாசன், கம்பதாசன் இவர்கள் நம் நாட்டு முதல்தரக் கவிஞர்கள்" என்றும் குறிப்பிட்டிருக்கிறார். கம்பதாசனின் ஒவ்வொரு காவியங்களும் ஒரு சமூகப் பிரச்சனையை மையமாக வைத்தே எழுதப்பட்டிருக்கின்றன. வேளை வந்தது காவியத்தில் விடுதலைப் போராட்டத்தையும் கற்கனி காவியத்தில் பெண்ணடிமை பிரச்சனையையும் விவாதித்திருக்கிறார். புத்தர் புனர்ஜென்மம் காவியத்தில் அவர் எழுதியிருப்பவை முழுக்க முழுக்க புத்தரைப் பற்றியதல்ல. புத்தரை முகப்பாக வைத்து அவர் காந்தியையே எழுதியிருக்கிறார். கற்கனி காவியத்தில் பெண்ணுரிமையின் அவசியத்தை விளக்கியிருக்கிறார்.

அகலிகையையே அவர் கற்கனியாகக் பார்த்திருக்கிறார். இதே அகலிகையை முன்வைத்து ச.து.சு. யோகியாரும் ஒரு காப்பியத்தை எழுதியிருக்கிறார். பொதுவாக, அக்காலத்தில் எழுதிவந்த பலரையும் அகலிகை என்கிற காப்பியப் பாத்திரம் சிந்திக்க வைத்திருக்கிறது. பெண்ணடிமையும் பெண்ணுரிமையும் பேச அவர்கள் அத்தனைபேருமே அகலிகையின் குரலிலே ஒலித்திருக்கின்றனர். "பாட்டு முடியுமுன்னே" நூலுக்கு முன்னுரை எழுதிய ச.து.சு. யோகியார் "கவிராயனுக்குரிய கவலையற்ற தன்மையும், மிடுக்கும், திமிரும், காம்பீர்யமும் அவரிடம் காண்பதுபோல் மற்றவரிடம் காணமுடியாது.

வாழ்வையும் கவிதையையும் காவியக் கனவையும் ஒன்றாக்கிய கவின் அவரது உள்ளத்தின் கனிவு" என்றிருக்கிறார். "இக்கவிதைகளைப் படிக்கும்போது நமக்கு ஷெல்லியின் ஞாபகம் வருகிறது. அவனது கற்பனை அடுக்குகளின் கவின் விளங்குகிறது. டென்னிசனின் அமர காவியக் கவிதையான இன்மெமோரியம் போன்ற அகன்ற தன்மை ஆங்காங்கே ஒளிவிடுகிறது. சங்க இலக்கியமான கலித்தொகையின் கனிவு சிற்சில இடங்களில் கவின் விடுகிறது" என்றும் புகழ்ந்திருக்கிறார்.

சமகாலக் கவிஞர்கள் பலராலும் வரவேற்புக்குரிய ஒருவராக கம்பதாசன் இருந்துமேகூட, அவருடைய படைப்புகளும் ஆளுமைகளும் பின்வந்த தலைமுறையால்

கண்டுகொள்ளப்படாமல் போயிருக்கின்றன. ஏனெனில், கம்பதாசன் படைப்பாளியாக வலம்வந்த காலகட்டம் மிகச் சிக்கலான காலகட்டம். இந்திய நாடு விடுதலை அடைந்த முதல் பதினைந்து ஆண்டுகளில் (1947 - 1962) இருவகையான அரசியல் மாற்றம் நிகழ்ந்திருக்கிறது. "ஒருபக்கம் காங்கிரஸ் பேரியக்கம். இன்னொரு பக்கம் திராவிட இயக்கம். இந்த இரண்டுக்கும் இடையில் தம்மை ஒரு சோஷலிஸக் கவியாக அடையாளப்படுத்திக்கொண்டு தனிப்பெரும் சக்தியாக கம்பதாசன் உருவெடுத்திருக்கிறார்.

ஆளுமை நிறைந்த கவியாக கம்பதாசன் இயங்கியபோதிலும், இரண்டு இயக்கங்களும் அவரை முதன்மைப்படுத்தத் தயங்கியுள்ளன. இதுவே அவருடைய பலமும் பலவீனமும்" என்று முனைவர். நா. இளங்கோ "கம்பதாசன் படைப்பாளுமை" நூலில் குறிப்பிட்டிருக்கிறார். அரசியல் கட்சிகளின் ஆதரவையும் அன்பையும் பெறாத படைப்பாளிகள், காலவெள்ளத்தில் மறக்கப்படுவதே அல்லது மறக்கடிக்கப்படுவதே மரபாக இருந்து வருகிறது. இருபது முப்பது ஆண்டுகளுக்குப் பிந்தைய எண்ண ஓட்டங்களை முன்பே சிந்திக்க முடிந்த கம்பதாசன், இந்த மரபின் தாக்குதலுக்கு ஆளாகியிருக்கிறார்.

ஒருவிதத்தில் பட்டுக்கோட்டை கல்யாணசுந்தரத்தின் முன்னோடி கம்பதாசனே எனினும், மக்கள் மத்தியில் பட்டுக்கோட்டை பெற்ற செல்வாக்கையும் அங்கீகாரத்தையும் கம்பதாசன் பெறவில்லை. பொதுவுடைமைக் கட்சித் தலைவராக இருந்த ஜீவானந்தமும் ஏனைய தோழர்களும் பட்டுக்கோட்டையின் பாடல் வரிகளை பொதுவெளியில் பெருமளவு எடுத்துச் சென்றிருக்கின்றனர். பட்டுக்கோட்டையின் வார்த்தைகளை உவந்து ஊர்தோறும் பரப்பியிருக்கின்றனர். அதுமட்டுமல்ல, இடதுசாரிப் பின்புலத்தைக் கொண்டிருந்த பட்டுக்கோட்டை தம்முடைய பாடல்களை திராவிட இயக்கத்தவர் பயன்படுத்திக்கொள்ள அனுமதித்திருக்கிறார்.

எம்.ஜி.ஆர் என்கிற திராவிட முன்னேற்றக் கழக நடிகரின் வாயசைப்பில் ஒலிக்கச் செய்ததால் அவருடைய பாடல்கள் அதிக கவனத்தைப் பெற்றிருக்கின்றன. ஆனால், கம்பதாசனுக்கு அப்படியான வாய்ப்புகள் அமையவில்லை. தமிழகத்

416 □ நேற்றைய காற்று

தலைவர்களுடனும் கட்சிகளுடனும் நெருங்கிய தொடர்பிருந்தும், கம்பதாசன் அவர்களுடன் தம்மை இணைத்துக்கொள்ளத் துணியவில்லை. மாறாக, எழுபதுகளில் இந்திராகாந்தியை எதிர்த்த ஜெயப்பிரகாஷ் நாராயணனின் பிரஜா சோஷலிஸ்ட் கட்சியில் தம்மை இணைத்துக்கொண்டிருக்கிறார். இந்த இணைவால் தமிழக மக்கள் அவரையும் அவருடைய படைப்புகளையும் போதிய அளவு புரிந்துகொள்ளத் தவறியிருக்கின்றனர்.

காங்கிரஸிலும் திராவிட இயக்கத்திலும் கலந்திருந்த மக்கள் திரள், பிரஜா சோஷலிஸ்ட் கட்சியைச் சேர்ந்த ஒருவரை பூரணமாக உள்வாங்கிக்கொள்ள முடிந்திருக்குமா என்பதும் சந்தேகமே. அத்துடன், கம்பதாசனின் அரசியல் செயல்பாடுகள் அவரை ஓர் ஆளுமையாக அறிவதற்கான தோற்றத்தைத் தந்ததாகவும் தெரியவில்லை. வெறும் கட்சி உறுப்பினராக இருப்பதனாலோ அல்லது அக்கட்சியின் கொள்கைகளை எழுத்தில் கொண்டுவருவதனாலோ ஆளுமையாக ஒருவரை மக்கள் அங்கீகரிப்பதில்லை. பாரதிதாசன் தம்மைத் திராவிட இயக்கத்தில் இணைத்துக்கொண்டு பெரியாருடனும் அண்ணாவுடனும் அதே தளத்தில் இயங்கிய ஏனைய தலைவர்களுடனும் களப்பணி ஆற்றியிருக்கிறார். எழுத்தில் எந்த அளவுக்கு ஈடுபாடு காட்டினாரோ அதே அளவுக்கு களத்திலும் தீவிரமாகச் செயல்பட்டிருக்கிறார்.

இந்தி எதிர்ப்பையும் வடவர் எதிர்ப்பையும் மிகக் காத்திரமாகத் தெரிவித்திருக்கிறார். பெரியாருக்கு நிகரான தலைவராக மதிக்கப்பட்டிருக்கிறார். வாழும் காலத்திலேயே தம்மை நிறுவிக்கொள்ள அவர் கைக்கொண்ட காரியங்களால்தான் பாரதிக்கு அடுத்த இடத்தில் பாரதிதாசனை வைத்திருக்கிறோம். பாரதிதாசனுக்கு அடுத்த இடத்தில் வரவேண்டிய கம்பதாசனுக்கோ தம் இடத்தை அல்ல, தம்முடைய பெயரைக்கூட நிலைநிறுத்தும் சூழல்கள் வாய்க்கவில்லை.

காங்கிரஸுக்கும் திராவிட இயக்கத்துக்கும் இடையில் கம்பதாசன் சிக்கிக்கொண்டதால் அவர் அறியப்படாமல் போயிருக்கிறார் என்பதை ஏற்பவர்களும் உண்டு; மறுப்பவர்களும் உண்டு. தம் குரலை ஓங்கி ஒலிக்கத் தவறியதால் பின் தங்கினாரே தவிர, அதற்கு இயக்கங்களோ

யுகபாரதி □ 417

கொள்கைகளோ பொறுப்பாகமுடியுமா எனக் கேட்பவர்களும் இருக்கின்றனர். என் கவலை, அரசியல் சார்பற்ற வேறு சிலர் பெற்ற இடத்தைக்கூட கம்பதாசனால் ஏன் பெறமுடியாமல் போனது என்பதுதான். தனிப்பட்ட முறையில் தம்மையும் தம் படைப்புகளையும் சந்தைப்படுத்தத் தெரியாததால் இவ்விளைவுகளை அவர் சந்தித்ததாகவும் ஒருசிலர் சொல்கிறார்கள். அந்த ஒருசிலர் அவர்மீது அக்கறையும் அபிமானமும் கொண்டவர்கள் என்பதால் அதுகுறித்து சந்தேகிக்க இடமில்லை.

சோஷலிஸத்தை பிரதானக் கொள்கையாக வரித்துக்கொண்ட கவிஞன், பெரு வணிகர்களின் கோரப்பிடியில் சிக்கியுள்ள அப்பாவி மக்களை விடுவிக்க முனைவானே அன்றி, தம்மையும் தம் படைப்புகளையும் அதே சந்தையிலும் அதேமாதிரியான வணிகத்திலும் ஈடுபடுத்துவானா என்கிற கேள்விக்கு பதிலில்லை. ஆக, கம்பதாசனின் கொள்கைகளும் இயல்புகளுமே அவர் பின்தங்கும் சூழலை ஏற்படுத்தியுள்ளன. கோட்பாட்டு ரீதியிலான இந்தப் பின்னடைவால் அவருடைய படைப்புகளுக்கு எந்த பாதிப்பும் ஏற்படவில்லை.

1949இல் அவர் எழுதிய பாடல்களுடன் நவஜீவனம், நாட்டிய ராணி, மங்கையர்க்கரசி ஆகிய திரைப்படங்கள் வெளிவந்துள்ளன. கம்பதாசனின் பத்துப் பாடல்கள் இடம்பெற்ற மங்கையர்க்கரசி திரைப்படம், சுரதாவின் வசனத்தில் வெளிவந்திருக்கிறது. திரைப்பாடல் மொழியைப் புதுவிதமாக கட்டமைத்த கம்பதாசனின் எழுத்துமுறைகள் அழகுணர்ச்சியை அடிநாதமாகக் கொண்ட "உடலதை ஒளித்து வான்குளத்தில் / முகம் உந்தியே நீந்தும் ஒளி மங்கையோ / கடல் நடுவிலொரு வெள்ளித் தீவோ / எழில் கந்தர்வர் ஆடும் பந்துதானோ / பொதுவுடைமை முழக்கம் புரிய / கடல் பொங்கி எழுந்திட்ட வெண்சங்கமதோ" என்று நிலவை எழுதினாலும், அதில் பொதுவுடமையைக் கொண்டுவந்து சேர்த்திருக்கிறார்.

புரசைவாக்கம் மாதாகோயிலின் மணியோசையை அடியொற்றி அவர் எழுதிய "அருள் தாரும் தேவ மாதாவே / ஆதியே இன்ப ஜோதியே" என ஆரம்பமாகும் பாடல், 1948இல் வெளிவந்த "ஞானசௌந்தரி" திரைப்படத்தில்

418 □ நேற்றைய காற்று

இடம்பெற்றிருக்கிறது. பக்திப் படமென்றால் அது, இந்துக்கடவுளர்களைப் பற்றியே இருக்கும் என்றிருந்த நிலையில், திரையில் வெளிவந்த முதல் கிறிஸ்தவப் பாடல் என்னும் பெருமை அப்பாடலுக்குண்டு. எஸ். வி. வெங்கட்ராமனின் இசையில் வெளிவந்த அப்பாடலை ஜிக்கி என்கிற கிருஷ்ணவேணி பாடியிருக்கிறார். இளவயது ஞானசௌந்தரியாக குரல்கொடுத்த பாடகி ஜிக்கிவிற்கு அதுவே அறிமுகப் பாடல். அதே பாடலை பி.ஏ.பெரியநாயகியும் பாடியிருகிறார்.

அதேபோல "அருள் புரிவாய் ஆண்டவனே அந்தோ கதியில்லை ஆண்டவனே" என்றொரு பாடலை 1956இல் வெளிவந்த "மூன்று பெண்கள்" திரைப்படத்திற்கு எழுதியிருக்கிறார். "காதலில் கனலில் பேதை நானே / கருகலானேன் ஆண்டவனே / சூழ்ந்தது இருளே; சுற்றிலும் புயலே / சோகம் தீராப் பெரும் மருளே / வாய்த்த சுகமும் மறைமின் தானோ / வந்தோர் கனவும் கலைந்ததும் ஏனோ" என அப்பாடலில் இடம்பெற்றுள்ள வரிகள் கவனிக்கத்தக்கவை. இயக்குநரோ தயாரிப்பாளரோ தம்மிடம் எந்தச் சூழலை சொல்லிப் பாடலைக் கேட்டாலும், அந்த இடத்திலேயே எழுதித் தருபவராக கம்பதாசன் இருந்திருக்கிறார். "பாடலைக் கொடு, பணம் தருகிறேன்" என்ற தயாரிப்பாளருக்கு "கடவுளே நீயும் நானும் கைதி / ஜனனம் என்னும் கருவின் / மூலச் சிறையினிலே நீயொரு கைதி / மரணமென்னும் மாயவிநோத சிறையினிலே நானுமொரு கைதி" என்று அடுத்த நிமிடமே எழுதிக்கொடுத்திருக்கிறார். வரகவிகளுக்கு மட்டுமே வாய்த்த இத்தகைய அரிய தன்மைகள் அவரிடம் இருந்ததாக கண்ணதாசனின் சகோதரரும் தயாரிப்பாளருமான ஏ. எல். சீனிவாசன் "கம்பதாசனின் வாழ்வும் பணியும்" நூலில் தெரிவித்திருக்கிறார்.

கம்பதாசனின் ஆக்கங்களையும் ஆகிருதிகளையும் ஓரளவாவது இன்று நாம் பேசுவதற்கு சிலோன் விஜயேந்திரனே முதன்மைக் காரணம். அவர் அப்பணியை முனைந்து செய்திருக்காவிட்டால், கம்பதாசனின் பாடல்கள் காற்றோடு காற்றாகக் கலந்திருக்குமே தவிர, நம்முடைய கண்களுக்கும் காதுகளுக்கும் வசப்பட்டிருக்காது. இளவயதில் வானொலியில்

யுகபாரதி □ 419

தாம் கேட்டுரசித்த பாடல்களை எழுதியவர் யார்? என அறியும் ஆவலில் சிலோன் விஜயேந்திரன் தொடங்கிய தேடலால்தான் இத்தனையும் கிடைத்திருக்கின்றன. ஒரு சீமானைப்போல் வாழ்ந்த கம்பதாசன், இறுதிக்காலங்களில் தங்க வீடில்லாமலும் தாங்கிக்கொள்ள ஆளில்லாமலும் இருந்திருக்கிறார். கையில் கிடைத்த பணத்தையெல்லாம் வாரி இறைத்த அவர், மாதாமாதம் அரசு வழங்கிய உதவித் தொகையில் வாழும் நிலைக்குத் தள்ளப்பட்டிருக்கிறார். தள்ளப்பட்டிருக்கிறார் என்பதைவிட அந்நிலையை நோக்கித் தம்மைத் தாமே தள்ளிக்கொண்டிருக்கிறார்.

சினிமா உலகச் சீழிவுகளில் சிக்கிய அவருடைய இளமைக்கால இன்பங்களெல்லாம், துயரத்தின் சம்பளமாக பின்னாளில் அவரை வதைத்திருக்கின்றன. ஆடம்பர பங்களாவில் வாழ்ந்திருக்க வேண்டிய அவர், ஏழைகளுக்கு அரசாங்கம் வழங்கிய குடிசை மாற்று வாரிய வீட்டில் வசித்திருக்கிறார். ஆரம்பகாலங்களில் சென்னை ராயப்பேட்டை மணிக்கூண்டுக்கு அருகே அமைந்திருந்த சோஷலிஸ்ட் கட்சி அலுவலகத்தில் தங்கியிருக்கிறார். அவருடன் சிலகாலம் ஒன்றாக தங்கி இருந்ததாக 'கம்பதாசன் படைப்பாளுமை' நூலில் புதுவைக் கவிஞர் பாரதிவசந்தன் குறிப்பிட்டிருக்கிறார். இணைந்து தங்கியிருந்த காலங்களில் கம்பதாசன் பணத்தைக் கையாண்டவிதம் குறித்து பாரதிவசந்தன் தம்முடைய கட்டுரை ஒன்றில் பதிவு செய்திருக்கிறார். "ஆல்" திரைப்படத்தில் பாட்டெழுதி அவர் பெற்ற பத்தாயிரம் ரூபாயை அலட்சியமாக மேஜைமேல் போட்டிருந்த கம்பதாசனிடம், வழக்கம்போல் இதையும் செலவழிக்காமல் வங்கியில் சேமித்துவைக்குமாறு பாரதிவசந்தன் சொல்லியிருக்கிறார். அதற்கு, "பணத்தைப் பாதுகாக்கச் சொல்லும் நீ ஒரு சோஷலிஸ்டா" என்று கேட்டுக் கோபித்திருக்கிறார்.

சில நாள்களுக்குப் பின் யாரோ ஒரு டாக்ஸிக்காரர் நிறைபோதையிலிருந்த கம்பதாசனை, கைத்தாங்கலாக அறைக்குக் கொண்டுவந்து சேர்த்திருக்கிறார். அந்த சந்தர்ப்பத்தில் கம்பதாசனின் சட்டையில் மூன்று ரூபாய் மட்டுமே மீதமிருந்திருக்கிறது. அந்தக் காலத்தில் பத்தாயிரம் ரூபாய் என்பது எவ்வளவு பெரிய தொகை? அதை அவர்

420 □ நேற்றைய காற்று

'தண்ணியைப்' போல் செலவழித்திருக்கிறார் என்றும் சொல்லலாம். 'தண்ணி'க்காகச் செலவழித்திருக்கிறார் என்றும் சொல்லலாம்.

தனி மனித ஒழுக்கத்தைப் பின்பற்றுவதில் கம்பதாசனுக்குத் தயக்கம் இருந்திருக்கிறது. அதுமட்டுமல்ல, ஒரு படைப்பாளன் தம்மை எதற்குள்ளும் கட்டுப்படுத்திக்கொள்ளக் கூடாதென்றும் எண்ணியிருக்கிறார். அதுவே அவருடைய ஆளுமையைப் பாதித்திருக்கிறது. "கம்பதாசனின் வாழ்க்கை, அவராகவே பாழ்படுத்திக்கொண்ட ஒன்று. இன்னும் நீண்டகாலம் வாழ்ந்திருந்து கலைக்கும் இலக்கியத்திற்கும் வளம் சேர்த்திருக்க முடியும்" என்று "கம்பதாசன் திரைப்பாடல்கள்" முன்னுரையில் கலைஞர். மு. கருணாநிதி தெரிவித்திருக்கிறார். ஒருமுறை கம்பதாசன் மதுவருந்தி தகராறு செய்த புகாரில் சைதாப்பேட்டை போலிசார் கைது செய்திருக்கின்றனர். அதன் பின் பாரதிதாசனின் முயற்சியில் பிணையில் வந்திருக்கிறார். இச்செய்தியைப் புலவர் த. கோவேந்தன் தம் கட்டுரை ஒன்றில் குறிப்பிட்டிருக்கிறார்.

பாரதிதாசனை மானசீக ஆசானாக ஏற்றிருந்த கம்பதாசன், அவரையே ஒருதரம் உயர்தர ஓட்டலுக்கு அழைத்துப்போய் மதுவிருந்து கொடுத்திருக்கிறார். அளவுக்கு அதிகமாக மதுவருந்திய சூழலில், "இது எனக்குப் பழக்கம்தான். ஆனால், கம்பதாசன் அழைத்தால் நீ போய்விடாதே" என அருகில் இருந்த முருகு சுந்தரத்தைப் பார்த்து பாரதிதாசன் எச்சரித்திருக்கிறார். பாரதிதாசனின் பரம்பரைக் கவிஞர் பட்டியலில் வருபவர் முருகுசுந்தரம் என்பது பலரும் அறிந்ததுதான். கம்பதாசனின் படைப்புகளைப் பற்றி பேசவேண்டிய இடத்தில் அவர் கைதானதும் காதலில் வீழ்ந்து தோற்றுப்போனதும் விவாதிக்கத்தக்கதா எனத் தோன்றலாம். உண்மையில், கம்பதாசனின் படைப்புகளின் ஊடே வெளிப்பட்ட தனித்துவங்கள் ஒருகட்டத்தில் மேற்கூறிய காரணங்களால் தடைப்பட்டிருப்பதால் அதையும் சேர்ந்தே பார்க்கவேண்டிய அவசியம் ஏற்படுகிறது.

மலையாளப் பெரும் கவிஞர் வள்ளத்தோளின் மகள் சித்திரலேகாவை மணம்முடித்த கம்பதாசன், விரைவிலேயே அவரிடமிருந்து பிரிந்திருக்கிறார். பிறகு, ஆசிரியை சுசீலா

யுகபாரதி □ 421

என்பவரை மணந்திருக்கிறார். அதுவும் தோல்வியிலேயே முடிந்திருக்கிறது. இறுதியாக, நர்த்தகி அனுசுயாவை வாழ்க்கைத் துணையாக கொண்டிருக்கிறார். அவரும் அவரைவிட்டுப் பிரிந்திருக்கிறார். இப்படி, இல்லற வாழ்வின் ஏமாற்றங்களால் அளவில்லாத அலைக்கழிப்புகளுக்கு உள்ளாகியிருக்கிறார். தவிப்பும் தடுமாற்றமும் கொண்டதாக அவர் வாழ்க்கை இருந்தாலும், அவருடைய படைப்புகளில் அவ்வாறான தள்ளாட்டங்கள் தென்படவில்லை.

தெள்ளிய சிந்தனைகளும் தெளிந்த கருத்துகளுமே வெளிப்பட்டுள்ளன. "சாவிலே வாழ்வு" என்னும் கவிதையில், "சிலர் விழிப்பார் சிலர் துயில்வார் / நான் விழித்துக்கொண்டே துயில்கின்றேன் / சிலர் வாழ்வார் சிலர் சாவார் / நான் வாழ்ந்துகொண்டே சாகின்றேன்" என்றிருக்கிறார். இதே பதத்தில் அல்ல, இதையே "சிலர் அழுவார் சிலர் சிரிப்பார் / நான் சிரித்துக்கொண்டே அழுகின்றேன்" என்று 1961இல் வெளிவந்த "பாவமன்னிப்பு" திரைப்படத்தில் கண்ணதாசன் எழுதியிருக்கிறார். கம்பதாசனின் பாதிப்பில் கண்ணதாசன் எழுதினாரா? கண்ணதாசனின் பாதிப்பில் கம்பதாசன் எழுதினாரா? என்பதுகுறித்து அறியவும் ஆராயவும் வழியில்லை. சமகாலத்தில் ஒரேமாதிரி இருவர் சிந்திப்பது இயற்கையே எனினும், இக்கவிதை கம்பதாசனின் தனிப்பாடல் திரட்டு நூலில் இடம்பெற்றிருப்பதால் உரிய ஆண்டை ஊகிக்க வழியில்லை.

பெரும் சிரமத்திற்குப் பின் கம்பதாசனின் கவிதைகளைத் தொகுத்திருக்கும் சிலோன் விஜேயந்திரனிடம், ஏன் வருட வாரியாக கவிதைகளைத் தொகுக்கவில்லை எனக்கேட்பதும் நியாயமாகப்படவில்லை. கவிதைகளுக்காகவே "கவிதா" எனும் பத்திரிகையை நடத்திவந்த கம்பதாசன், ஆங்கிலத்திலும் இந்தியிலும் கவிதையெழுதிய தமிழ்க்கவியாக அறியப்படுகிறார். 1946இல் நடைபெற்ற எழுத்தாளர் மாநாட்டில் ஆங்கிலத்தில் "பிரார்த்தனை கீதம்" எழுதி காந்தியின் பாராட்டைப் பெற்றதாகவும் குறிப்பு இருக்கிறது.

தெலுங்குக் கீர்த்தனைகளின் அடிப்படையில் அமைந்துவந்த திரையிசையைத் தமிழிசை நோக்கித் திருப்பியதிலும் அவருடைய பங்கு அலாதியானது. இந்துஸ்தானி

422 □ நேற்றைய காற்று

மெட்டுக்களுக்குக்கேற்ப நல்ல தமிழில் பாடல்களை எழுதிய அவர், தமிழிசையின் பெருமைகளைத் தம் கவிதைகளில் பல இடங்களில் குறிப்பிட்டிருக்கிறார். "ஓம் என்னும் ஒலியில் மலர்ந்திடும் / உண்மைப் பொருளை உலகமேல் / காம்பெனத் தாங்கிடும் சக்தியும் / கன்னித் தமிழிசை பெற்றதே" என்றிருக்கிறார். மேன்மைத் தமிழிசை, ஆய்ந்த தமிழிசை, மதுரத் தமிழிசை என்பனபோல் அவர் கவிதைகளில் தமிழிசை குறித்த சொல்லாட்சிகள் வந்துள்ளன.

"காணி நிலம் வேண்டும்" என்னும் பாரதியின் கவிதையை அடியொற்றி அவர் எழுதிய ஒரு கவிதை முக்கியமானது. "தேவை" என்னும் தலைப்பில் "ஆற்றோரம் ஐந்து காணி" என்று ஆரம்பமாகும் அக்கவிதை ஏறக்குறைய பாரதியின் கவிதைச் சாயலை உடையது. "ஆற்றோரம் ஐந்துகாணி; மோட்டார் வண்டி / அறுபதடி அழகுமனை, பசுக்கள் நான்கு / காற்றாட மலர்த்தோட்டம் , வாழைத் தெங்கு / கண்போல காக்கின்ற உண்மைத் தோழன்" என நீளும் அக்கவிதையில் "ஊற்றான கவிசிறக்க ஒயிலாய் இல்லாள் / உயர்வடைய ஆண், பெண் இரு சேயர் தாமே" என்று முடித்திருக்கிறார். "பாட்டுக் கலந்திடவே அங்கே ஒரு பத்தினி பெண்வேணும்" என்று பாரதி எழுதினாரென்றால், அப்பத்தினிப் பெண்வழியே இரண்டு பிள்ளைகளைப் பெறும் கனவை கம்பதாசன் கண்டிருக்கிறார்.

அதுவும், கனவாகக் கலைந்திருக்கிறது. "நிலத்தினும் பெரிதே; வானினும் உயர்ந்தன்று / நீரினும் ஆரளவின்றே; சாரல் / கருங்கோல் குறிஞ்சிப் பூக்கொண்டு / பெருந்தேன் இழைக்கும் நாடனொடு நட்பே" என்ற குறுந்தொகை பாடலின் தொடர்ச்சியை "கண்டுகொண்டேன் நானே காதல் என்னவென்று தானே" என ஆரம்பமாகும் 1956இல் வெளிவந்த "கண்ணின் மணிகள்" திரைப்பாடலில் எழுதியிருக்கிறார். அப்பாடலின் சரணத்தில் "விண்ணின் விரிவிலும் பெரிது / ஆல் வித்ததனிலுமே சிறிது / தண்ணீரதிலும் மெலிது / சூழ் சாவதனிலுமே வலிது" என்று மெட்டுக்குத் தக்கவாறு சிந்தனைகளைப் பதித்திருக்கிறார். சங்க இலக்கியப் பாடலின் தொடர்ச்சியை "வண்டுபோல் மலர்மலர் தாவும் / புது வாழ்க்கையின் ருசியெனக் கூவும் / மண்ட விதிதனைத்

யுகபாரதி □ 423

தாண்டும் / அது மனம் கெடத் தனிமையைத் தூண்டும்" என்று எழுதியிருப்பதை வெகுவாக ரசிக்கலாம். டி. ஏ. மோதியும் ஆர். பாலசரஸ்வதியும் பாடிய அப்பாடலுக்கு

எஸ்.வி.வெங்கட்ராமன் இசையமைத்திருக்கிறார். இசைப்புலமையுடன் எழுதக்கூடிய கம்பதாசனின் பாடல்களில் என்னை வெகுவாகக் கவர்ந்த ஒரு பாடல், 1950இல் வெளிவந்த "சந்திரிகா" திரைப்படத்தில் இடம்பெற்றிருக்கிறது. "நினைத்திடில் உலகமே நிழல் பொம்மலாட்டமே / நிஜம் என்பதெல்லாம் நிராசை தானாகுமே" என்னும் பாடலே அது. சித்த மனோநிலையை எளிய சொற்களில் எழுதியிருக்கிறார். தத்துவ சாளரத்தின் வழியே வாழ்வையும் உலகையும் பார்க்கத் தெரிந்த அவர், எதார்த்தங்களுடன் முரண்பட்டிருக்கிறார். உள்முகப் பயணத்தில் திளைக்க மதுவை நாடியதால் புற உலகம் அவரை பொருட்படுத்தாமல் விட்டிருக்கிறது.

1953இல் வெளிவந்த "பிரியசகி" திரைப்படத்தில் "கடவுளே காலம் மாறியதே" பாடலில், "விந்தை மாளிகை அமைத்தவன் தனக்குக் குந்த குடிசையில்லை நாட்டிலே / இந்தக் கொடுமையை மாற்றிப் புதுவிதி எழுதாயோ பொன் ஏட்டிலே" என்று அவர் எழுதிய வரிகள் குறிப்பிட்டுச் சொல்லத்தக்கவை அதே திரைப்படத்தில் "குண்டு குண்டு மல்லிகை / இது வண்டே தொடா மல்லிகை" என்னும் பாடலும் இடம்பெற்றிருக்கிறது. பிரதர் லெஷ்மணன் இசையமைப்பில் வெளிவந்த அப்பாடல் இசைக்குப் பொருத்தமான வார்த்தைகளை கொண்டிருப்பதுடன், கவித்துவத்திலும் மிளிர்வதைக் காணலாம். 1952இல் தியாகராஜ பாகவதரும் வரலெஷ்மியும் இணைந்துநடித்த "சியாமளா" திரைப்படத்தில் "ராஜன் மகாராஜன்" போன்ற புகழ்பெற்ற பாடல்கள் இடம்பெற்றுள்ளன.

திருச்சி லோகநாதனும் ஜிக்கியும் பாடிய "இந்தக் கால கிருஷ்ணன்" என்னும் பாடல், நகைச்சுவைப் பாடலாக அமைந்திருக்கிறது. பாடலை உற்றுக்கேட்டால், அது நகைச்சுவை பாடல் என்பதிலும் பார்க்க, கிருஷ்ணன் கோபியர்களிடம் சேலை திருடிய சமாச்சாரத்தை விவாதிப்பது போல்தான் இருக்கிறது. கிருஷ்ணனாகத் தம்மை நினைத்துக்கொள்ளும் ஆண்கள் பெண்களிடம் நிகழ்த்தும் சில்மிஷங்களை

424 □ **நேற்றைய காற்று**

நாகரிகமாக அப்பாடலில் விமர்சித்திருக்கிறார். பொதுவாகவே கம்பதாசனின் பாடல்களில் கடவுள் குறித்த சிந்தனைகள் மிகுதியாக வருகின்றன. அந்தக்காலத் திரைப்படங்கள் புராண இதிகாசக் கதைகளை அடிப்படையாகக் கொண்டு எடுக்கப்பட்டிருப்பதால், அத்திரைப்படங்களில் இடம்பெற்ற கம்பதாசனின் பாடல்களிலும் அத்தகைய தன்மைகளே வெளிப்பட்டுள்ளன.

கடவுள் மறுப்பைப் பிரதானமாக முன்வைத்து பெரியார் எடுத்துவந்த நடவடிக்கைகள் ஒருபுறம் என்றால், அதற்கு நேர்மாறான திசையில் திரைப்படங்கள் வந்திருக்கின்றன. திரைப்படங்கள் தீவிரமாக பக்தியை பரப்பிவந்த நிலையில், அத்திரைப்படங்களுக்குப் பாடல் எழுதிய கம்பதாசன் நாத்திகவாதத்தைத் தம் திரைப்பாடல்களில் பிரதிபலிக்கவில்லை. ஆனால், அவர் கவிதைகளில் கடவுளைக் கண்டித்திருக்கிறார். கடவுளை நம்புகிறவர்களும் கடவுள் இருப்பதாகச் சொல்கிறவர்களும் அறிவுக்கும் விஞ் ஞானத்திற்கும் எதிரானவர்கள் என்பதுபோல எழுதியிருக்கிறார். குறிப்பாக, “கடவுளின் வேலை” என்னும் கவிதையில் பண்டாரம், கொல்லன், சூதாடி, கணிகை என்று துணைத் தலைப்பிட்டு, ஒவ்வொருவருடனும் கடவுள் குறித்த கேள்விகளை எழுப்பியிருக்கிறார்.

கடவுள் பக்தியுடைய ஒருவர் அப்படியான கேள்விகளை எழுப்ப முடியாது என்பதிலிருந்தே கம்பதாசனின் இறை நம்பிக்கையைப் புரிந்துகொள்ளலாம். “கண்காட்டியே அழைக்கும் கணிகையாளே / கடவுளை நீயேனும் கண்டதுண்டா” என்ற கேள்விக்கு, “அயராது தினம்தினமும் என்னைப்போல / அவிசாரி போவதுவே அவனின் வேலை” என்பதைப் பதிலாக அளித்திருக்கிறார்.

பண்டாரம், கொல்லன், சூதாடி, கணிகை ஆகியோரின் பார்வையிலிருந்து கடவுளை அவர் பார்த்திருக்கும்விதம் வித்தியாசமானது. தனக்குத் தோன்றிய கேள்விகளையும் பதில்களையும் வெவ்வேறு நபர்களின் வழியே வெளிப்படுத்தியிருக்கிறார். ஒரே கேள்விதான். எனினும், ஒவ்வொருவரும் தங்கள் நிலையிலிருந்து கடவுளைப் பழிப்பதுபோல் அக்கவிதையை அமைத்திருக்கிறார்.

யுகபாரதி □ 425

அக்கவிதையில் முழு நாத்திகவாதியாக தெரியும் அவர், “எல்லையிலாத் தெய்வமே நீ போவாய் போவாய் / இருந்திடிலோ இவ்வுலகில் சாவாய் சாவாய்” என்று மற்றொரு கவிதையில் எழுதியிருக்கிறார். அதே கவிதையில் மிக நுட்பமாக “தள்ளரிய சாதிநிற பேதம் வைத்தாய் / சமமென்றே தொழிலாளர் மாற்றிவிட்டார்” என்றும் கூறியிருக்கிறார். கடவுள் குறித்த சிந்தனைகளில் அவருக்கு இருந்த ஊசலாட்டத்தை வைத்து, அவர் நாத்திகவாதி இல்லையென்றோ கம்பதாசன் சோஷலிஸக்கவி இல்லையென்றோ சொல்லத்துணிந்தால் அதற்கு நான் பொறுப்பில்லை.

கடவுள் படைத்ததாகச் சொல்லப்படும் உலகில், கடவுள் செய்யக்கூடிய வேலைகளையெல்லாம் தொழிலாளர்களே செய்துவிடும் சாத்தியமிருப்பதால் கடவுளே தேவையில்லை என்னும் முடிவைத்தான் பின்வந்த கவிதைகளில் சொல்லியிருக்கிறார். 1955இல் வெளிவந்த “மாமன் மகள்” திரைப்படத்தில் இடம்பெற்ற “ஆசைநிலா சென்றதே” என்னும் பாடலை அவ்வளவு எளிதாக மறந்துவிடமுடியாது. எஸ். வி. வெங்கட்ராமன் இசையில் ஜிக்கியின் குரலில் வெளிவந்த அப்பாடலில், “வண்ண ரோஜா சூடிடும் முன்னே / வஞ்சக முள்ளும் பாய்ந்ததே / இன்பம் தந்த நினைவின் அலைகள் / எறியும் வேல்போல் வாட்டுதே” என்று எழுதியிருக்கிறார். இந்தித் திரைப்பாடல்களின் ஆதிக்கத்திலிருந்த தமிழ்த் திரையிசையை தம்முடைய வார்த்தைகளால் வசப்படுத்திய கம்பதாசன், நேரடித் தமிழ்ப்படங்களிலும் தம் இருப்பை அவ்வப்போது தெரிவித்திருக்கிறார்.

1956இல் வெளிவந்த “வானரதம்” திரைப்படத்தில் எழுதிய “எந்தன் கண்ணாளன் ஓ எந்தன் கண்ணாளன் / கரை நோக்கிப் போகிறான்” என்றொரு பாடலை எழுதியிருக்கிறார். அத்திரைப்படத்தில் இடம்பெற்ற ஏனைய பாடல்களையும் அவரே எழுதியிருக்கிறார். என்றாலும், ‘எந்தன் கண்ணாளன்’ பாடலுக்கு ஒரு சிறப்பு இருக்கிறது. இந்தித் திரையிசையின் இசையரசியாக இன்றும் விளங்கும் லதாமங்கேஷ்கர் பாடிய முதல் தமிழ்த் திரைப்பாடல் என்னும் சிறப்பே அது. நௌஷத் இசையில் வெளிவந்த இந்திப்பாடலின் தமிழ்ப் பதிப்பே அப்பாடல் எனினும், உச்சரிப்பு சுத்தத்துடன் லதாமங்கேஷ்கர்

பாடியிருக்கிறார். அதே திரைப்படத்தில் “இழந்தேன் அன்பே உன்னைநான்” என்ற பாடலையும் லதாமகேஷ்கர் பாடியிருப்பதை அறியலாம். வானரதத்தை அடுத்து, 1957இல் ஓ.பி. நய்யாரின் இசையில் வெளிவந்த “நயாதோர்” என்னும் இந்தித் திரைப்படம் “பாட்டாளியின் வெற்றி” என்னும் பெயரில் தமிழில் மொழிமாற்றம் செய்யப்பட்டிருக்கிறது.

அப்படத்தில் “வாழ்க வாழ்க பாட்டாளியே” என ஆரம்பமாகும் பாடல், கம்பதாசனின் வெற்றிப் பாடல் வரிசையில் இடம்பெற்றுள்ளது. ஒரு மொழியைப் புரிந்து, அந்த மொழியின் பாவத்திற்கேற்ப பாடப்படவேண்டுமானால் அப்பாடலில் இடம்பெறும் வார்த்தைகள் இசைக்கோ மெட்டுக்கோ இடையூறு இல்லாமல் அமையவேண்டும். மெட்டில் பிரிந்துவரும் சந்தங்களுக்கு ஏற்ப வார்த்தைகள் இருந்தால்தான் எந்த மொழிப் பாடகரும் அதைத் தவறில்லாமல் பாடமுடியும்.

தாய்மொழியில் பாடுகிறவர்களாக இருந்தாலும், பிறமொழியில் பாடுகிறவர்களாக இருந்தாலும் பாடலில் இடம்பெறும் வார்த்தைகள் சரியான அளவில் இல்லையென்றால் சிக்கல்தான். சின்னதாக இடித்தால்கூட, முழுப்பாடலிலும் சிராய்ப்பு ஏற்பட்டுவிடும். ‘இழந்தேன் அன்பே’ பாடலைக் கேட்டால் லதாமங்கேஷ்கரின் குரலும் கம்பதாசனின் வரிகளும் இசைக்கு ஏதுவாக பொருத்திப்போயிருப்பதை உணரலாம். கம்பதாசன் மரபார்ந்த தமிழ்ச் சந்தங்களை எழுதிப் பழகியவர் என்பதால் திரையிசைப்பாடலை எளிதாக எதிர்கொண்டிருக்கிறார். வார்த்தைகளை வலிந்து இசைக்காகப் பொருத்தாமல், கதையோட்டத்திற்கும் சூழலுக்கும் தக்கவாறு அவரால் எழுத முடிந்திருக்கிறது. பாடலாசிரியனாக அவருடைய அணுகுமுறை ஒன்றாகவும் கவிஞனாக அவருடைய அணுகுமுறை வேறொன்றாகவும் இருந்திருக்கின்றன. இந்த இரண்டிலும் அவருடைய பங்களிப்புகள் மற்றவரில் இருந்து வித்தியாசப்பட்டுள்ளன.

கவிஞனாக அவர் தம்முடைய ஆக்கங்களை இடதுசாரிகளின் தளத்திலிருந்து பார்த்திருக்கிறார். திரைப்பாடல்களைப் பொறுத்தமட்டில், அன்றைக்கிருந்த பொதுசமூகத்தின் மனசாட்சியைப் பிரதிபலித்திருக்கிறார். “தூற்றலென

கீழ்விழும் மனத்தை / மேல் தூக்கி நிறுத்தி பறக்கச் செய்து / காற்றும் நுழைந்திடா வானமென / ஒரு கட்டற்று நிற்போன் கவிஞனன்றோ" என்று கவிதையில் கேட்ட அவர்தான், "பாட்டு முடியுமுன்னே மீட்டிய வீணையைப் / பக்கம் வைத்தே நடந்தாய்" என்றும் கலங்கியிருக்கிறார். பாபநாசம் சிவனுக்கோ மதுரகவி பாஸ்கரதாஸுக்கோ திரைப்பாடல்களைத் தாண்டிய கவிதைப் பெருமிதங்களில் ஈடுபாடு இருந்ததாகத் தெரியவில்லை. உடுமலை நாராணயகவி திரைப்பாடல்களின் வழியேயும் தனிப்பாடல்கள் வழியேயும் திராவிடக் கருத்துகளை முன்வைத்திருக்கிறார். ஆனால், கம்பதாசனின் கவிதை முயற்சிகளைப் பொறுத்தவரை, அவை முழுக்க முழுக்க அழகியல் சார்ந்த பதிவுகளாகவே அமைந்துள்ளன.

முற்போக்குக் கருத்துகளை எழுதக்கூடியவராக இருந்தபோதிலும், ஒருசில திரைப்பாடல்களில் மட்டும் எதார்த்தத்தைப் பதிவுசெய்திருக்கிறார். காதல் ரசம்சொட்டும் பாடல்களில் அழகியலும் சோகரசம் சொட்டும் பாடல்களில் வேதனையும் வெளிப்பட்டுள்ளன. அன்றைக்கே புதுக்கவிதைகள் பரவலாக வரத்தொடங்கியும்கூட அவர் அக்கவிதைகளை கவிதைகளாக ஏற்றுக்கொள்ளத் தயங்கியிருக்கிறார். இலக்கண வரையறைகளை உத்தேசித்தே எழுதியிருக்கிறார். ஓசை ஒழுங்குகள் அமைந்த நாட்டுப்புற பாடல் வடிவில் சில கவிதைகள் எழுதியிருக்கிறாரே தவிர, எதுகை மோனைகளை முற்றும் தவிர்த்த கவிதைகளை எழுதுவதில் அவருக்கு மனத்தடை இருந்திருக்கிறது.

"எளிய பதங்கள், எளிய நடை, எளிதில் அறிந்துகொள்ளக்கூடிய சந்தம், பொதுஜனங்கள் விரும்பும் மெட்டு இவற்றினிடையே காவியமொன்று இக்காலத்தில் செய்து தருவோன் நமது தமிழ்மொழிக்கு உயிர் தருவோனாகிறான்" என்று பாரதி சொல்லியதை 1960இல் வெளிவந்த "கம்பதாசன் கவிதைகள்" முன்னுரையில் குறிப்பிட்டிருந்தாலும், பாரதியின் வசன கவிதைகளை அவர் வரவேற்கவில்லை. இவ்விஷயத்தில் அவர் பாரதிதாசனையே பின்பற்றியிருக்கிறார். இலக்கண சுத்தமில்லாத கவிதைகளையே ஏற்கத் தயங்கிய பாரதிதாசன், இலக்கணமே இல்லாமல் எழுதும் புதுக்கவிதைகளை எப்படி

ஏற்பார் என எதிர்பார்க்க முடியும்? கால மாற்றத்தையும் கவிதைப்போக்குகளையும் அறிந்திருந்த கம்பதாசன், அக்காலத்தையும் அக்கவிதைப் போக்குகளையும் தம்முடைய எழுத்துகளில் கொண்டுவர எண்ணாமல் இருந்திருக்கிறார். பாரதிக்கும் பாரதிதாசனுக்கும் அடுத்து வரக்கூடிய பெயர், அதனாலும் தவிர்க்கப்பட்டிருக்கலாம் எனக் கருத இடமிருக்கிறது.

பாரதிதாசனைப் போல் கம்பதாசனையும் ஓர் இயக்கமோ கட்சியோ தூக்கிப் பிடித்திருந்தால் முன்வரிசைக் கவிஞர்களில் ஒருவராக அவரும் இருந்திருப்பார். கம்பதாசனின் வாழ்விலிருந்து நாம் அறிந்துகொள்வது, ஆதரிக்க ஆளில்லாதவர் எத்தனைச் சிறப்பாக எழுதினாலும் காலம் அவரைக் கைவிட்டுவிடும் என்பதுதான். "ஆவதும் அழிவதும் / அவன் செயல் என்றே / ஆறுதல் அடைநெஞ்சே" என்று 1942இல் வெளிவந்த "ஆராய்ச்சிமணி" திரைப்படத்தில் கம்பதாசன் எழுதியிருக்கிறார்.

அவர் வாழ்வையும் படைப்பையும் ஆராய்ச்சி செய்யும் நமக்கு ஆறுதலுக்கு பதிலாக வருத்தமே மிஞ்சுகிறது. "வட்டநிலா புவி வீழ்ந்ததுவோ / ஷாஜகான் வடித்த கண்ணீரின் முதல் துளியோ" என்று தாஜ்மகாலை அவர் வர்ணித்திருக்கிறார். கம்பதாசனின் கண்ணீர்த் துளிகளில் கால தாஜ்மகால்கள் கருப்பு வண்ணத்தில் காட்சியளிக்கின்றன. சிவப்பை சிந்தாந்தமாகக் கொண்டிருந்த அவர், மொழிக்கு உயிர்கொடுத்திருக்கிறார். அதேசமயம், உயிர்களால் பேசப்படாத மொழியாகவும் மரித்திருக்கிறார்.

யுகபாரதி □ 429

கு.மா. பாலசுப்ரமணியம்
அமுதைப் பொழியும் நிலவே

திராவிட இயக்கத்தைக் கடுமையாக எதிர்த்தும் விமர்சித்தும் வந்த தமிழரசுக் கழகத்தின் மத்திய செயற்குழு உறுப்பினராகவும் பொதுச்செயலாளராகவும் பொறுப்பு வகித்தவர் கு.மா. பாலசுப்ரமணியம். தமிழ்த்திரையிசைப் பாடல்களில் கவித்துவத்தின் உச்சத்தைத் தொட்ட பெருமையும் அவருக்குண்டு. பாடலாசிரியராக அவர் செய்திருக்கும் சாதனைகளுக்கு ஈடாக பத்திரிகைத்துறையிலும் இலக்கிய முயற்சிகளிலும் இடையறாமல் ஈடுபட்டு வந்திருக்கிறார். தமிழரசுக் கழகத்தின் தலைமைத் தளபதிகளில் ஒருவராக அறியப்பட்ட அவர், தம் திரைப்பாடல் அறிமுகத்தை திராவிட முன்னேற்றக் கழகத்தை தோற்றுவித்த அண்ணாவின் "ஓர் இரவு" திரைப்படத்திலிருந்தே ஆரம்பித்திருக்கிறார்.

அண்ணாவின் தம்பியாக இருந்த அவர், ம.பொ. சியின் பாசறைப் பாவலராக மாறியிருக்கிறார். ஏ.வி.எம். நிறுவனத்தில் உதவி இயக்குநராகவும் கதை இலாகாவிலும் பணிபுரிந்து வந்த நிலையில், அந்நிறுவனம் அண்ணாவின் 'ஓர் இரவு' திரைப்படத்தைத் தயாரித்திருக்கிறது. அப்போது அண்ணாவின்

430 ☐ **நேற்றைய காற்று**

கதைவசனத்தைப் படியெடுத்த கு.மா. பாலசுப்ரமணியத்திற்கு "புவிமேல் மானமுடன் உயிர்வாழ வழியேதும் இல்லையே" என்னும் பாடலை எழுதும் வாய்ப்புக் கிடைத்திருக்கிறது. அவர் எழுதிய அந்தப் பாடல் அனைவருக்கும் பிடித்துப்போக, "என்ன உலகமடா ஏழைக்கு நரகமடா" என்னும் பாடலையும் எழுதச் சொல்லியிருக்கின்றனர். அண்ணாவிடம் நெருக்கமாக இருந்த கு.மா.பா., எந்தச் சந்தர்ப்பத்தில் ம.பொ.சி.யைத் தலைவராக ஏற்கத் துணிந்தார் என்பது முக்கியமானது. திராவிட இயக்கம் பெரும் எழுச்சியைக் கண்டுவந்த காலத்தில், அதை எதிர்க்கவும் அக்கொள்கைகளுக்கு மாற்றாக தங்களை முன்நிறுத்தவும் முனைந்த தமிழரசு கழகத்தில் அவர் தம்மை இணைத்துக்கொண்டதற்குப் பின்னால்தான் அவருடைய கலை இலக்கியப் புரிதல் அடங்கியிருக்கிறது.

அடிப்படையில் காங்கிரஸ்காரராக இருந்த கு.மா.பா., ம.பொ.சி.யின் காங்கிரஸ் ஆதரவு நிலைபாட்டினால் தமிழரசுக் கழகத்தில் தம்மை இணைத்துக்கொண்டாரோ? என்பது ஊகத்திற்கு அப்பாற்பட்டது. ஒன்றே ஒன்று தெளிவாகத் தெரிகிறது, தொடக்கத்தில் அவரைத் திராவிட அரசியலைவிட, தமிழ்த்தேசிய அரசியலே ஈர்த்திருக்கிறது. அண்ணா, கம்பராமாயணத்தை ஆபாசக் குப்பையாகக் கருதி அதை நிறுவுவதற்காகவே "கம்பரசம்" நூலை எழுதியவர். எனில், ம.பொ. சிவஞானமோ "இராமனே தமிழர்களின் கடவுளாக கருதப்பட்டு வந்திருக்கிறான்" என முழங்க விரும்பியவர். இரண்டில் எதன் பக்கம் கு.மா. பாலசுப்ரமணியம் நின்றிருக்கிறார் என்பதைவைத்து அன்றைய இலக்கியவாதிகளின் அசல் முகத்தையும் அறிந்துகொள்ளலாம். கம்பனை ஏற்பதா, கம்பனை நிராகரிப்பதா என்னும் பிரச்சனையில், கம்பனின் எழுத்துகளில் நெக்குருகிப் போனவராக அவர் இருந்திருக்கிறார். கம்பனின் இலக்கியத்தை அரசியல் கண்கொண்டு பார்ப்பதில் அவருக்குத் தயக்கமிருந்திருக்கிறது.

இரண்டுவிதமான சிந்தனைப் போக்கில் இலக்கியத்தை இலக்கியமாக மட்டுமே பார்க்கவேண்டும் என்னும் கட்சியையே அவர் ஆதரித்திருக்கிறார். அரசியலை இலக்கியத்திற்குள் கலக்கக்கூடாது என்பதிலும், இலக்கியத்தை

யுகபாரதி □ 431

அரசியலாகப் பார்க்கக்கூடாது என்பதிலும் அவர் முதலில் வைத்திருந்த புரிதல், பின்னாள்களில் மாறியுள்ளது. இலக்கியவாதியாக அன்றைக்கு அறியப்பட்ட பலரும் கு. மா. பாலசுப்ரமணியத்தின் கருத்தையே கொண்டிருந்தனர். திராவிட இயக்கத்தின் அரசியலில் அவர்களுக்கு ஈர்ப்பு இருந்தும், இலக்கியங்களை அவர்கள் அணுகியவிதம் குறித்து விமர்சனம் இருந்திருக்கிறது. மிக மெல்லிய ஆனால், மிக முக்கியமான இந்த வித்தியாசத்திலிருந்தே அன்றைய தமிழ்த்திரைப் பாடலாசிரியர்களின் அரசியலையும் ஆக்கங்களையும் புரிந்துகொள்ளமுடியும்.

கு.மா. பாலசுப்ரமணியத்தின் முழு வீரியமும் வெளிப்பட்ட பாடல்கள் அநேகமுண்டு. அதிலும், "வீரபாண்டிய கட்டபொம்மன்" திரைப்படத்தில் அவர் எழுதிய அத்தனைப் பாடல்களும் அபாரமானவை. முதலில் எஸ். எஸ். வாசன் தயாரிப்பதாக இருந்த அத்திரைப்படத்திற்குக் கதையும் வசனமும் எழுதும் பொறுப்பு ம.பொ.சி.க்கே வழங்கப்பட்டிருக்கிறது. அதன்படி, ஆரம்பவேலைகள் தொடங்கிய சூழலில் பி.ஆர். பந்துலு அத்திரைப்படத்தை தயாரிக்க எண்ணியிருக்கிறார். சக்தி கிருஷ்ணசாமி எழுதிய கட்டபொம்மன் நாடகத்தை அடிப்படையாக வைத்து பந்துலு தயாரிக்க விரும்பியதால் ம.பொ.சி.யின் கதைவசன முயற்சிகள் கைவிடப்பட்டுள்ளன.

கட்டபொம்மனை சுதந்திரப்போராட்ட வீரனாகத் தமிழரசுக் கழகம் முன்னெடுத்த அதேவேளையில், "கட்டபொம்பன் விடுதலை வீரனல்லன்; அவன் ஒரு கொள்ளைக்காரன்" என்று எழுத்தாளர் தமிழ்வாணன் தம்முடைய "கல்கண்டு" வார இதழில் தொடர் கட்டுரைகளை எழுதி வந்திருக்கிறார். அத்தொடர் கட்டுரைகளைப் பற்றி ஏனைய பத்திரிகைகளும் விவாதங்களைக் கிளப்பியிருக்கின்றன. தொடர் வெளிவந்து பெரும் பரபரப்பு ஏற்பட்டுவிட்ட நிலையில்தான், "சுதந்திரவீரன் கட்டபொம்மன்" என்னும் தலைப்பில் ம.பொ.சி. தம்முடைய "செங்கோல்" பத்திரிகையில் தமிழ்வாணனை மறுத்து கட்டுரைகளை வெளியிட்டிருக்கிறார். அந்தச் செங்கோல் பத்திரிகையின் பிரதான எழுத்தாளர் கு.மா. பாலசுப்ரமணியம் என்பது குறிப்பிடத்தக்கது. "செல்வாக்குமிக்க திரைப்படக்

432 □ **நேற்றைய காற்று**

கவிஞராக இருந்ததால் செங்கோலுக்கு எழுத அவருக்கு நேரமிருக்கவில்லை. ஆயினும், வாரந்தோறும் ஓர் இரவை ஒதுக்கி, அந்த இரவில் கண்விழித்து எந்த ஊதியத்தையும் பெற்றுக்கொள்ளாமல் செங்கோலுக்கு எழுதிவந்தார்" என்று "எனது போராட்டம்" நூலில் ம.பொ.சி. தெரிவித்திருக்கிறார். கட்டபொம்மன் திரைப்படத்திற்கு ம.பொ.சி. கதைவசனம் எழுதவில்லை என்றாலும், அத்திரைப்படம் உருவாகத் துணைபுரிந்திருக்கிறார். சர்ச்சைகளுடனும் சவால்களுடனும் ஆரம்பித்த அத்திரைப்படம், வரலாற்றுச் சிறப்பு வாய்ந்த படங்களில் ஒன்றாக ஆகியிருக்கிறது.

இன்றளவும் மக்கள் மனதில் அத்திரைப்படத்தின் வசனங்களும் சிவாஜிகணேசனின் கம்பீரமான புருவ அசைவுகளும் ஆச்சர்யத்தை ஏற்படுத்திக்கொண்டிருக்கின்றன. வரலாற்று நாயகர்களை முதன்மைப்படுத்தி திரைப்படம் எடுக்கும் முயற்சிகளும் அதிலிருந்தே ஆரம்பித்திருக்கின்றன. கட்டபொம்மனுக்குப் போட்டியாக கண்ணதாசனால் தயாரிக்கப்பட்ட "சிவகங்கைச் சீமை" திரைப்படம் மருது பாண்டியர்களின் வீர வரலாற்றை அடிப்படையாகக் கொண்டது. கட்டபொம்மனைத் தாக்கி தாம் நடத்திவந்த "தென்றல்" பத்திரிகையில் கண்ணதாசன் எழுதிவந்த போதிலும், மருது பாண்டியர்களின் வரலாற்றை அவர் படமாக்க எண்ணியதை ம.பொ.சி. வரவேற்றிருக்கிறார். வரவேற்றதுடன் அத்திரைப்படத்தின் தொடக்கவிழாவிலும் கலந்துகொண்டு வாழ்த்தியிருக்கிறார். கண்ணதாசன் தம் படத்திற்குப் போட்டியாக சிவகங்கைச் சீமையை எடுப்பதை உணர்ந்த பந்துலு, கட்டபொம்மன் திரைப்படத்திற்கான பாடல்களை கு.மா.பா.வை வைத்து எழுதியிருக்கிறார். இதற்குமேலும் உள் அரசியலுக்குள் நுழைய வேண்டியதில்லை.

சிவகங்கைச் சீமை தயாராகிக்கொண்டிருக்கும்போதே "நாம் தமிழர்" இயக்கத்தை நடத்திவந்த சி.பா. ஆதித்தனார் இரண்டு பேருக்கும் மாற்றாகப் பூலித்தேவனை தமிழனின் அடையாளமாகக் காட்டியிருக்கிறார். வீர வரலாற்று நாயகனாக பூலித்தேவனை சித்திரித்து எழுதப்பட்ட நாடகத்தை, தம் கட்சி மாநாடுகளிலும் கூட்டங்களிலும் அதிக அளவு நடத்தும்படி அறிக்கை விட்டிருக்கிறார். இருமுனை

யுகபாரதி □ 433

எதிர்ப்பையும் எதிர்கொண்ட வீரபாண்டிய கட்டபொம்மன் திரைப்படம், அடைந்த வெற்றியை அதற்குப் போட்டியாகக் கிளம்பியவர்களால் அடையமுடியாமல் போயிருக்கிறது.

வீரபாண்டிய கட்டபொம்மன் திரைப்படத்திற்குப் பின்னே இத்தனை அரசியலும் பிரச்சனைகளும் இருந்திருக்கின்றன. நமக்கு அதுவொரு வெற்றித் திரைப்படம். வெள்ளை ஏகாதிபத்தியத்தை எதிர்த்த வீரனின் வரலாற்றுச் சித்திரம். சிம்மக்குரலோன் என்று சிவாஜி தம்மை ஸ்தாபித்துக்கொள்ள பி.ஆர். பந்துலுவால் தயாரித்து இயக்கப்பட்ட சரித்திரக் காவியம். அதுமட்டுமில்லாமல், வரலாற்றுப் படங்களிலே வசூலை வாரிக்குவித்த ஒரே சாகசத் திரைப்படம். அவ்வளவுதான் நமக்குத் தெரிந்தது. நம்மால் புரிந்துகொள்ளப்பட்டிருப்பதும் அதுதான். ஆனால், அத்திரைப்படத்தின் ஆக்கத்திலும் தாக்கத்திலும் அரசியல் நெடியிருக்கிறது. கட்டபொம்மனை வரலாற்று வீரனாக நாம் கொண்டாடும் அதேதருணத்தில் அவன் தமிழனா என்கிற கேள்வியை வைத்தே அன்றைய சர்ச்சைகள் எழும்பியுள்ளன. தமிழ்த் தேசியத்தை முதன்மையாகக் கொண்ட ம.பொ.சி.யின் கட்டபொம்மன் ஆதரவு, எவற்றை அடிப்படையாகக் கொண்டது என்பதையெல்லாம் ஆராய்வது அவரவர் அரசியல் விருப்பம் சார்ந்தது. வீரபாண்டிய கட்டபொம்மன் திரைப்படத்தில் கு.மா. பாலசுப்ரமணியத்தின் பதினொரு பாடல்கள் இடம்பெற்றுள்ளன.

ஜி. ராமநாதனின் இசையில் வெளிவந்த அப்பாடல்கள் ஒவ்வொன்றுமே உயரிய தன்மைகள் கொண்டவை. அப்பாடல்கள் அத்தனையும் வெறும் சந்தத்திற்கு எழுதப்பட்டதல்ல. வரலாற்றுப் பின்புலத்தை உள்வாங்கி அதற்கேற்ப எழுதப்பட்டவை. "இன்பம் பொங்கும் வெண்ணிலா வீசுதே, சிங்காரக் கண்ணே உன் தேனூறும் சொல்லாலே, கறந்தபாலையும் காகம் குடியாது, ஜக்கம்மா வேறில்லை திக்கம்மா, மாட்டுவண்டி பூட்டிக்கிட்டு, ஆத்துக்குள்ளே ஊத்துவெட்டி" என அவர் எழுதிய பல்லவிகளை வைத்தே அப்பாடல்களின் தரத்தையும் தகுதியையும் கணித்துவிடலாம். தமிழை வேர்க்கால்களாகக் கொண்டே அவருடையத் திரைப்பாடல்கள் நின்றிருக்கின்றன.

1942இல் சி.பா. ஆதித்தனார் மதுரையில் நடத்திவந்த "தமிழன்" வார இதழ், 1944இல் கோவையிலிருந்து வெளிவந்த "வீரசக்தி" மாத இதழ், 1945இல் கொழும்பு "வீரகேசரி" நாளிதழ் எனத் தொடர்ந்து பத்திரிகையாளராக தம்மை தகவமைத்துக்கொள்ளவே விரும்பியிருக்கிறார்.

தமிழ் முரசு, செங்கோல் ஆகிய பத்திரிகைகளில் துணையாசிரியராகவும் பணியாற்றிய அவர், தம் நண்பர் பி.எம். சேவுகரத்தினத்துடன் இணைந்து "தமிழ்க்குரல்" என்னும் பெயரில் சொந்தப் பத்திரிகையும் நடத்தியிருக்கிறார். அப்பத்திரிகை பெரும் பொருளாதார நஷ்டத்திற்கு உள்ளாகிப் பாதியிலேயே நிறுத்தப்பட்டிருக்கிறது. பத்திரிகை அனுபவத்தின் வாயிலாக படைப்பு முயற்சிகளிலும் ஈடுபட்டிருக்கிறார். இன்பத்துளிகள், சூடிய மலர்கள், அதிர்ஷ்டக் குழந்தை, பச்சை மாலை ஆகிய சிறுகதை நூல்களையும் முதற்குரல், தணிகைவேள் சதகம், உளிக்கு பதிலளிக்க என்னும் தலைப்புகளில் கவிதைநூல்களையும் வெளியிட்டிருக்கிறார். தமிழரசுக் கழகத்தில் பொறுப்பு வகித்த சூழலில் "தமிழரசுப் படைவீரர்கள்" என்னும் தலைப்பில் இயக்கநூல் ஒன்றையும் பதிப்பித்திருக்கிறார். நாடக முயற்சிக்கு சான்றாக அவருடைய "காவிய நடனம்" நூல் ஒன்றும் வெளிவந்திருக்கிறது.

திருவாரூர் மாவட்டம் மன்னார்குடியை அடுத்த வேளுக்குடியில் பிறந்த அவர், சிறுவயதிலேயே தந்தையை இழந்ததாலும், குடும்பத்தின் வறுமையினாலும் ஆறாம் வகுப்புக்குமேல் பள்ளிக்கல்வியைத் தாண்டவில்லை. ஆனாலும், அவருக்கிருந்த ஆர்வத்தினால் தம் தாய் சொல்லிக்கொடுத்த பக்திப் பாடல்களின் வழியே இலக்கியத்தைக் கற்றிருக்கிறார். ஒருகட்டத்திற்குப் பிறகு பணி நிமித்தம் சென்னைக்குக் குடிபெயர நேர்ந்திருக்கிறது. அதன்பிறகுதான் சிந்தாதிரிப்பேட்டை உயர்நிலைப்பள்ளி தமிழாசிரியர் திருவேங்கடத்திடம் முறையாக யாப்பிலக்கணம் பயின்றிருக்கிறார். யாப்பிலக்கணத்தைப் பயில்வதற்கு முன்பே அவர் எழுதிய படைப்புகள் அன்றைக்குப் பிரபலமாயிருந்த பிரசண்ட விகடன், நவயுகன், சண்டமாருதம், திருமகள், கலைமகள் ஆகிய பத்திரிகைகளில் பிரசுரமாகியுள்ளன. தொடர்

யுகபாரதி □ 435

வாசிப்பின் மூலம் அவர் கண்டடைந்த இலக்கண இலக்கிய நுட்பங்களைத் திரைப்பாடலில் எழுதத் துணிந்திருக்கிறார். திரைப்பாடல்களை இலக்கண முறைப்படி எழுதவும் எண்ணியிருக்கிறார்.

திரைப்பாடல்களுக்கு இலக்கண வரம்புகள் எதுவுமில்லை. சந்தத்திற்கு வார்த்தைகளைப் பொருத்தவும் ஓரளவு எதுகை மோனை இயைபைப் பயன்படுத்தவும் தெரிந்திருந்தால் போதும். ஆனால், கு.மா.பா., தாம் பழகிய தமிழிலக்கண அறிவைத் திரைப்பாடல்களில் வெளிப்படுத்த முயன்றிருக்கிறார். "பூவில் இடம்கொள்ளப் போதாமல் என்னுடைய / நாவில் இடங்கொண்ட நாயகியே நோவில் / முடக்குற்றத் தாயிவளும் முன்போல் எழுந்து / நடக்கத் தருவாய் நலம்" என்று நேரிசை வெண்பாவில் 1966இல் வெளிவந்த "மகாகவி காளிதாஸ்" திரைப்படத்தில் ஒரு பாடலை எழுதியிருக்கிறார். "சின்னையா என்றழைத்த" எனும் ஆரம்பவரிகளைக் கொண்ட அப்பாடலின் இரண்டாவது பத்தியில்தான் அவ்வெண்பா இடம்பெற்றிருக்கிறது. அதே திரைப்படத்தில் புலவர்களே அஞ்சி நடுங்கும் கட்டளைக் கலித்துறையிலும் ஒரு செய்யுளைப் பாடலாக எழுதியிருக்கிறார். மகாகவி காளிதாஸ் என்றதும் அத்தலைப்புக்கு ஏற்பத் தமிழ் இலக்கண வரையறைகளுக்கு உட்பட்டு பாடல்களை எழுத முயன்றிருக்கிறார். விருத்தப்பாக்களையோ ஆசிரியப்பாக்களையோ எழுதுவது பெரிதில்லை. கட்டளைக் கலித்துறையிலும் வெண்பாவிலும் எழுதுவதுதான் விசேஷம்.

திரைப்பாடல் மொழி எளியமுறையில் இருக்கவேண்டும் என்றுதான் எல்லோரும் விரும்புவர். ஏனெனில், ஏற்கெனவே சந்தக் கெடுபிடிகள் இருப்பதால் இலக்கண நெருக்கடிக்குள் சிக்கிக்கொள்ளத் தயங்குவர். கு.மா. பாலசுப்ரமணியனோ அந்த நெருக்கடிகளையும் கெடுபிடிகளையும் தம்முடைய அளவில்லாத இலக்கிய ஆர்வத்தினால் எதிர்கொண்டு சாதுர்யமாக வெற்றியும் கண்டிருக்கிறார். "அறியாத மாந்தர்களே சாவைக் கண்டு / அஞ்சிடுவார் அழுதிடுவார் ஆத்மீகத்தின் / கரைகாணும் ஞானியரோ உயிருக்கென்றும் / அழிவில்லை என்றெண்ணிச் சிரிப்பதுண்டு" என்று அதே திரைப்படத்தில் வெளிவந்த அவருடைய இன்னொரு விருத்தம் என்னைக்

436 □ **நேற்றைய காற்று**

கவர்ந்தது. மகாகவி காளிதாஸ் திரைப்படத்திற்குக் கதையும் வசனமும் அவரே என்பது கவனிக்கத்தக்கது.

கு.மா.பா.வின் தமிழை அந்தக் காலத்துத் திரைத்துறையினர் நம்மைவிடவும் நன்றாக அறிந்திருக்கின்றனர். அதன்விளைவாக பாரதிதாசன் "பொன்முடி" திரைப்படத்திற்கு எழுதிய பாடல் ஒன்றை அவரிடம் கொடுத்து, சில வரிகளைத் திருத்தித் தரச் சொல்லியிருக்கின்றனர். "பாரதிதாசன் போன்ற பெருங்கவியின் கவிதைக் காகிதங்களைத் தொட்டு வணங்கவே தனக்குத் தகுதியிருக்கிறது. அடித்துத் திருத்தும் துணிவில்லை. அப்படிச் சம்பாதிப்பதைவிட, பட்டினி கிடப்பதுமேல்" என்று கோரிக்கை வைத்தவர்களிடம் அவர் கூறியிருக்கிறார். தனக்கு எல்லாம் தெரியும். தனக்கு மட்டுமே எல்லாம் தெரியும் என்கிற மனோபாவத்தைத் தவிர்த்த அவருடைய எளிய அணுமுறையை அன்றைய படைப்பாளர்கள் பலரும் வியந்திருக்கின்றனர். சுதந்திரத்திற்கு முந்தைய காலக்கட்டத்தில் வெளிவந்த "மணிக்கொடி" பத்திரிகை எழுத்தாளர்கள் பலருடனும் அவர் பழகியிருக்கிறார். தம் எழுத்தார்வத்திற்குத் திரிதூண்டிய அவ்வெழுத்தாளர்களின் நிழலில் இருந்தே படைப்பின் நுட்பங்களைப் பயின்றதாக ஒரு கட்டுரையில் தெரிவித்திருக்கிறார்.

பாரதி, பாரதிதாசன், புதுமைப்பித்தன், தி.ஜானகிராமன், கு.ப.ராஜகோபாலன், தேசிகவிநாயகம்பிள்ளை, உடுமலைநாராயணகவி ஆகியோரின் படைப்புகளால் ஈர்க்கப்பட்ட அவர், கவி.கா.மு.ஷெரீப், கு.சா. கிருஷ்ணமூர்த்தி, மருதகாசி ஆகியோருடன் இணைந்து கழகப்பணியும் ஆற்றியிருக்கிறார். தமிழரசுக் கழகத்தினர் முன்னெடுத்த தமிழக எல்லைப்போராட்டம், தமிழ்நாடு பெயர் மாற்றப் போராட்டம், மாநில சுயாட்சிப் போராட்டம் என அத்தனையிலும் கலந்துகொண்டு சிறைசென்றிருக்கிறார். ஒரு பாடலாசிரியராக இருந்துகொண்டே அரசியல் களத்தில் தம் இருப்பையும் பங்களிப்பையும் தொய்வில்லாமல் காட்டியிருக்கிறார்.

திராவிட இயக்கத்தவர், தமிழரசுக் கழகத்தவர் என இரண்டுபிரிவாக தமிழ்த் திரையுலகினர் செயலாற்றிய அக்காலத்தில் தமிழரசுக் கழகத்தின் திரைத்துறைப் பிரதிநிதிகளில்

யுகபாரதி □ 437

ஒருவராக கு. மா. பாலசுப்ரமணியம் பார்க்கப்பட்டிருக்கிறார். 1951இல் வெளிவந்த அண்ணாவின் "ஓர் இரவு" திரைப்படத்தில் அறிமுகமான அவர், அடுத்தடுத்த ஆண்டுகளில் இடைவிடாமல் திரைப்பாடல்களை எழுதிவந்திருக்கிறார். 1952இல் வெளிவந்த "வேலைக்காரன்" திரைப்படத்தில் அவரால் ஐந்து பாடல்கள் எழுதப்பட்டிருக்கின்றன. ஆர். சுதர்சனத்தில் இசையில் "ஆனந்தம் ஆகா ஆனந்தமே / அறியாமல் மனதில் பொங்கும் ஆனந்தமே" என்ற பாடல் அப்படத்தில் இடம்பெற்ற பாடல்களில் ஒன்று.

அப்பாடலை எம்.எல். ராஜேஸ்வரி பாடியிருக்கிறார். 1953இல் இன்ஸ்பெக்டர், 1954இல் ரத்தபாசம், 1955இல் செல்லப்பிள்ளை என வரிசையாக எழுதிவந்திருக்கிறார். அதே ஆண்டில் "கோமதியின் கணவன், கணவனே கண்கண்ட தெய்வம்" ஆகிய படங்களிலும் அவருடைய பாடல்கள் இடம்பெற்றுள்ளன. கம்பதாசனுக்குப் பிறகு இந்தி மொழிமாற்றுப் படங்களுக்கு தக்கவிதத்தில் எழுதுபவர் இல்லை என்ற குறையை அவரே போக்கியிருக்கிறார். மொழிமாற்றுப் படமான "சாம்ராட்" திரைப்படத்திற்கு அவர் எழுதிய மூன்று பாடல்கள் ரசிகர்களின் ஏகோபித்த வரவேற்பைப் பெற்றுள்ளன. "இன்பக் கண்ணாளன் உனைநான் காணவில்லை / எந்தன் கண்ணோடு இமையே மூடவில்லை" என்ற பாடல் அவற்றில் குறிப்பிடத்தக்கது.

கு.மா. பாலசுப்ரமணியத்தின் பாடல் வரிகளால் இருபெரும் பாடலரசிகள் புகழ்பெற்றிருக்கின்றனர். ஒருவர், பி. சுசீலா. இன்னொருவர், எஸ். ஜானகி. 1951இல் திரைத்துறையில் பாடகியாக அறிமுகமாகியிருந்தும், அறியப்படும் ஆளுமையாக மாறாமல் இருந்த பி. சுசீலா, 1955இல் வெளிவந்த "கணவனே கண் கண்ட தெய்வம்" படத்தில் "உன்னைக் கண் தேடுதே" என்னும் பாடலைப் பாடியிருக்கிறார். அடப்பள்ளி ராமாராவின் இசையில் அவர் பாடிய அப்பாடலுக்குப் பிறகே பி. சுசீலாவின் கிடைக்கோடு உயர்கோடாக உயர்ந்திருக்கிறது. பி.சுசீலாவின் ஆகச்சிறந்த மற்றுமொரு பாடல் "அமுதைப் பொழியும் நிலவே நீ அருகில் வராததேனோ" என்பது. 1957இல் வெளிவந்த "தங்கமலை ரகசியம்" திரைப்படத்தில் இடம்பெற்ற

438 □ நேற்றைய காற்று

அப்பாடலே பின்னாள்களில் கு.மா. பாலசுப்ரமணியத்தை அடையாளப்படுத்தும் பாடல்களில் ஒன்றாக ஆகியிருக்கிறது. ஏ.வி.எம். தயாரித்த "வேதாள உலகம்" திரைப்படத்தில் பவளக்கொடி நாட்டிய நாடகம் இடம்பெற்றிருக்கிறது. அந்நாடகக் காட்சியில் வரும் பாடலின் முதல்வரி "அமுதைப் பொழியும் நிலவே / என்மீது அனலை ஏன் அள்ளி வீசுகிறாய்" என்பதாக வந்திருக்கிறது. பவளக்கொடி நாட்டிய நாடகத்தை நடிகரும் பாடலாசிரியருமான கே.டி.சந்தானம் எழுதியதாக தெரிகிறது.

கே.டி.சந்தானத்தின் திரைப்பாடல் தொகுப்பில் வேதாள உலகம் படப்பாடல்கள் தொகுக்கப்பட்டுள்ளன. அதில், மிக நீளமான நாட்டிய நாடகப் பாடல்களும் இடம்பெற்றுள்ளதை அறியலாம். அதைப் பின்பற்றி அல்லது அதன் தாக்கத்தில் கு.மா.பா. இப்பல்லவியை எழுதியிருக்கிறார் என ஊகிக்கலாம். முதல்வரியை மட்டுமே அதன் தாக்கத்திலிருந்து எழுதியிருக்கிறார். ஏனைய வரிகள் அத்தனையும் அவருடைய சொந்தக் கற்பனையைச் சொல்லக்கூடியவை. ஒன்றின் தொடர்ச்சியாக இன்னொன்றை அடுக்கிச்சொல்லும் அற்புதமான வார்த்தை அமைப்புகள் அவருக்கேயுரியன.

தமிழில் வெளிவந்த அமுதைப் பொழியும் நிலவே பெரும் வரவேற்றைப் பெற்றதும், அதே மெட்டை "சம்கோ பூனம் சந்தா / தூ தில் கா சந்தேஷ் தே தோ" என்று இந்தியிலும் அமைத்திருக்கின்றனர். இந்திப்பாடலை லதா மங்கேஷ்கர் பாடியிருக்கிறார். இந்த உண்மையைத் தெரியாதவர்கள், இந்திப்பாடலை தமிழில் நகல் செய்துவிட்டதாக கிளப்பிய வதந்தியைப் பற்றி இசையமைப்பாளர் டி.ஜி.லிங்கப்பா தெரிவித்திருக்கிறார். "அற்புதக் கலைஞரான டி.ஜி. லிங்கப்பா அதிகத் தமிழ்ப் படங்களுக்கு இசையமைக்காவிட்டாலும், இசையமைத்த படங்களிலெல்லாம் இனிமையான பாடல்களையே தந்திருக்கிறார்.

குழு மனப்பான்மையால் தமிழ்த்திரையுலகம் அவரை பெரிய அளவில் பயன்படுத்தாவிட்டாலும், கன்னடத் திரையுலகம் போதுமான கவனிப்பைத் தந்திருக்கிறது. அமுதைப் பொழியும் நிலவே, சித்திரம் பேசுதடி, காணா இன்பம் கனிந்ததேனோ பாடல்களில் அவரின் இசைத் திறமை

யுகபாரதி □ 439

அபாரமாக வெளிப்பட்டிருக்கிறது" என இசை விமர்சகர் டி. சௌந்தர் தம் கட்டுரை ஒன்றில் குறிப்பிட்டிருக்கிறார். அமுதைப் பொழியும் நிலவே பாடலின் மற்றுமொரு பிரதியாகவே "ஆலயமணியின் ஓசையை நான் கேட்டேன்" என்னும் "பாலும் பழமும்" பாடல் வந்திருப்பதாக அதே கட்டுரையில் ஒரு குறிப்பு வருகிறது. ராகங்களின் அடிப்படையில் பாடல்களை உருவாக்கும்போது அசல் எது, நகல் எது என்று அறியமுடியாமல் போவதில் ஆச்சர்யமில்லை. பாடகி எஸ். ஜானகியைப் பற்றிச் சொல்லவந்து வேறெங்கோ போய்விட்டேன்.

1962இல் வெளிவந்த "கொஞ்சும் சலங்கை" திரைப்படத்தில் இடம்பெற்ற "சிங்கார வேலனே தேவா" என்னும் பாடல்மூலம் திரைக்கு அறிமுகமானவர் எஸ். ஜானகி என்பது அனைவரும் அறிந்ததுதான். முதல் கல்லையே பலமாக வீசிய ஜானகி, அப்பாடலைத் தொடர்ந்து ஐம்பது ஆண்டுகளுக்கும் மேலாக அத்துறையின் முன்னணி நட்சத்திரமாக விளங்கிவருவதைச் சொல்லவேண்டியதில்லை. கு.மா. பாலசுப்ரமணியத்தின் அற்புதமான வரிகளில் வெளிவந்த அப்பாடலில் மற்றும் ஒருவர் அறியப்பட்டிருக்கிறார். அவர்தான் நாதஸ்வரக் கலைஞர் காருக்குறிச்சி அருணாசலம். எஸ்.வி.ராமன் இயக்கிய அப்படத்தில், ஒரு பாடலை நாதஸ்வரக் கலைஞனுடன் அவனுடைய காதலி பாடுவதுபோல சூழல். இசையமைப்பாளர் சுப்பையா நாயுடு பல மெட்டுக்களை போட்டுக்காட்டியும் படக்குழுவினர்க்கு திருப்திவரவில்லை. அப்போது காருக்குறிச்சி அருணாசலம் கச்சேரிகளில் வாசிக்கின்ற துக்கடா பாடல்களை இசைக்கச்சொல்லிக் கேட்டிருக்கின்றனர். "மந்திரமாவது நீறு" என்ற தேவாரப் பாடலை அவர் வாசித்துக்காட்டியதும், அதையே மெட்டுக்குள் கொண்டுவரலாம் என எண்ணியிருக்கின்றனர். பாடல்வரிகள் பனிரெண்டுதான். ஆனால், கமகங்களும் காருக்குறிச்சியாரின் நாதஸ்வர பதிலுரைகளுமாக அப்பாடல் ஆறு நிமிடத்திற்கு நீண்டிருக்கிறது.

ஜானகியின் குரலுக்காகவும் காருக்குறிச்சி அருணாசலத்தின் நாதஸ்வரத்திற்காகவும் இன்றுவரை பேசப்படும் அப்பாடல், சங்கீத ரசிகர்களின் தனிச் சொத்தாக மாறியிருக்கிறது.

கு.மா. பாலசுப்ரமணியத்தின் தனித்துவம் என்னவெனில், வார்த்தைகளை இசைக்கேற்ப அமைப்பதல்ல. இசையை வார்த்தைகளுடன் குழைத்துவிடுவது. எழுதி இசையமைத்ததா, இசைக்கு பாடல் எழுதப்பட்டதா எனத் தெரியாதவகையில் ஒன்றோடு ஒன்றைப் பிணைத்துப் பாடல்களை எழுதிச்சென்றிருக்கிறார்.

இசையின்பத்தில் திளைத்து வார்த்தைகளை அவர் வழங்கியிருப்பதை உற்றுக்கவனித்தால், பக்தி இலக்கியத்தில் அவருக்குள்ள பரிச்சயத்தை உணர்ந்துகொள்ளலாம். பக்திப் பாடலானாலும் வெகுஜனப் பாடலானாலும் தமிழை எங்கேயும் அவர் நழுவவிட்டதாகத் தெரியவில்லை. இரண்டாயிரத்தின் பிற்பகுதிகளில் தொலைக்காட்சிகளில் பிரபலமான சூப்பர் சிங்கர் போன்ற பாட்டுப் போட்டிகளில் சிங்காரவேலனே தேவா பாடலைப் பாடுபவர்களே முதல் மூன்று பரிசுக்குத் தேர்ந்தெடுக்கப்பட்டு வருகிறார்கள். ஒருபாடல் காலபிரமாணத்தை அளவிட்டு இசைக்கப்பட்டாலும், காலத்தைத் தாண்டியும் வாழ்கிறது என்பதுதான் நாம் பார்க்கவேண்டியது.

ஒருபாடல் நேர்மையுடனும் நேர்த்தியுடனும் ஆக்கப்பட்டால் அது எத்தனை ஆண்டானாலும் பழசாகவே ஆகாது என்பதற்கு கு.மா. பாலசுப்ரமணியத்தின் எத்தனையோ பாடல்களை உதாரணமாகக் காட்டலாம். "அன்பே என் ஆரமுதே" என்றொரு பாடல். ஜி.ராமநாதன் இசையில் வெளிவந்த "கோமதியின் காதலன்" திரைப்படத்தில் இடம்பெற்றிருக்கிறது. சீர்காழி கோவிந்தராஜனும் ஜிக்கியும் இணைந்துபாடிய அப்பாடலின் ஒவ்வொருவரியையும் ரசித்துக்கொண்டே இருக்கலாம். வார்த்தையழகிலும் வடிவநேர்த்தியிலும் அதற்கு இணையான வேறொரு திரைப்பாடலைச் சொல்வதற்கில்லை.

அது ஒரு வழக்கமான காதல் பாடல்தான். ஆனால், அவ்வரிகளால் அக்காதல்பாடல் காவியப்பாடல் போன்ற தோற்றத்தை ஏற்படுத்துகிறது "மின்னல் ஒளிக் கோடுகளால் / மேகமெனும் வெண் திரையில் / உன்னழகை ஓவியமாய் வரைவேனே / விண்ணின் மழைத் தாரைகளை / வீணை நரம்பாக்கி அதில் / இன்னொலியை மீட்டி இசை மொழிவேனே" என்பதுபோல அப்பாடல் முழுவதையும்

யுகபாரதி ◻ 441

இல்பொருள் உவமையணியில் அமைந்திருக்கிறது. மொழிப் பாண்டித்தியம் வெளிப்படும் மிகச் சில திரைப்பாடல்களில் அதுவும் ஒன்று. மரபார்ந்த சொல்முறையாயினும், கற்பனைகளிலும் உவமைகளிலும் அப்பாடல் கொண்டுதரும் விநோத உணர்வு வியப்புக்குரியது. சிறுவயதில் தம் தாயிடம் பயின்ற தேவார, திருவாசக, திருவருட்பாப் பாடல்களில் அவருக்கிருந்த ஈர்ப்பைத் திரைப்பாடல்களில் வெளிப்படுத்திவிடும் விருப்பம் அவருக்கு இருந்திருக்கிறது. ப. நீலகண்டன் இயக்கத்தில் வெளிவந்த "கோமதியின் காதலன்" திரைப்படத்தில் "வானமீதில் நீந்தியோடும் வெண்ணிலா" என்றொரு பாடலை எழுதியிருக்கிறார்.

அப்பாடல் வள்ளலார் அருளிய இரண்டாம் திருமுறைப் பாடல் ஒன்றின் தாக்கத்திலிருந்து பிறந்ததாக அறியலாம். "தன்னையறிந்து இன்பமுற வெண்ணிலாவே" என்ற தொடங்கும் திருவருட்பா வரிகளையே "வட்டமான உன்முகத்தில் வெண்ணிலாவே / இரண்டு வண்டுகள் சுழல்வதேனோ வெண்ணிலாவே" என்று எழுதியிருக்கிறார். வள்ளலாரின் திருமுறை வாக்கியங்களில் "அம்பலத்தில் ஆடுகின்றார் வெண்ணிலாவே / அவர் ஆடுகின்ற வண்ணமென்ன வெண்ணிலாவே / அந்தரத்தில் ஆடுகின்றார் வெண்ணிலாவே / அவர் ஆடும்வகை எப்படியோ வெண்ணிலாவே" என்ற வரிகளை அதனுடன் சேர்த்து ரசிக்கலாம்.

முந்தைய இலக்கியங்களின் தாக்கங்களை முதல்வரியில் மட்டுமே எடுத்தாளும் அவர், ஏனைய வரிகளைத் தம்போக்கில் சிந்தித்து எழுதுபவராக இருந்திருக்கிறார். ஒருவிதத்தில் அவர் நமக்கு நம்முடைய பழந்தமிழ் இலக்கியங்களை மீட்டுத் தந்திருக்கிறார் என்றும் எடுத்துக்கொள்ளலாம். அவர் பணியாற்றிய பல படங்கள், இலக்கியக் கதைகளாகவும் வரலாற்றுக் காவியங்களாகவும் இருந்ததால், அவ்விதம் அவர் எழுதவேண்டிய அவசியம் ஏற்பட்டிருக்கிறது.

தாமாக ஒன்றை எழுதுவதைவிட, பழந்தமிழ் இலக்கியத்தின் சாறைப் பிழிந்து தருவதற்குத் தனித் திறனும் தளர்வில்லாத வாசிப்பும் தேவை. வெறுமனே கதையையும் சூழலையும் கருத்திற்கொண்டு எழுதியிருந்தால், அப்பாடல்கள் காவியத் தன்மைகளை எட்டியிருக்குமா? என்பது

442 □ நேற்றைய காற்று

சந்தேகமே. இலக்கியப் பயிற்சியுடைய பாடலாசிரியர்கள் எழுதும்போதுதான் திரைப்பாடல்களில் இம்மாதிரியான பதிவுகள் இடம்பெறும் வாய்ப்பு இருக்கிறது. காட்சிக்கும் சூழலுக்கும் வார்த்தைகளை இட்டுநிரப்புகிறவர்களால் வெற்றிப் பாடல்களை எழுதமுடியுமே தவிர, சிறந்த பாடல்களை எழுதமுடியாதென்பது என்னுடைய எளிய புரிதல். அத்துடன், வித்தியாசமான கற்பனைகளையும் உவமைகளையும் ஒருவர் வலிந்து எழுதுகிறாரா, இயல்பாக எழுதுகிறாரா என்பதையும் அதைக் கேட்பவர்களால் ஊகித்துவிடமுடியும்.

பாடலில் எங்கோ ஓர் இடத்தில் அதி அற்புதமான படிமம் வருகிறதென்றால் அதை அவர் வலிந்து எழுதியிருக்கிறார் எனலாம். ஆனால், பாடல் மொத்தமுமே அதே தரத்தில் அமைந்திருக்கிறது என்றால் நிச்சயமாக அது, பாடலாசிரியனின் தனித்துவமாகத்தான் கருதவேண்டும். கு.மா.பா.வின் பாடல்களைக் கேட்கும்பொழுது, அவர் எங்கேயும் வலிந்து எழுதியதாகத் தெரியவில்லை. வெகு இயல்பாகவே வார்த்தைகளைப் பிரயோகித்திருக்கிறார். 1956இல் வெளிவந்த "சிவசக்தி" திரைப்படத்தில் காய்கறிகளை உவமையாக வைத்து அவர் எழுதிய ஒரு பக்திப் பாடலைக் கேட்டிருக்கலாம். சிவபதிகம்போல் அமைந்த அப்பாடலில் காய்கறிகளின் வடிவத்தை சிவனுக்கு ஒப்பிட்டு எழுதியிருக்கிறார். ஒவ்வொரு காயையும் சொல்லி, அந்த காயின் வடிவத்தைச் சிவனின் விரலுடனோ முடியுடனோ உவமைசெய்து எழுதியிருக்கும் விதத்தை ரசிக்கலாம். முதல்முறை அப்பாடலைக் கேட்பவர்க்கு அதன் தொனிப்பொருளை விளங்கிக்கொள்வதில் சிரமமேற்படலாம். எதற்காகக் காய்கறிகளை அடுக்குகிறார் என்று தோன்றலாம். காய்கறிகளின் பெயர்களை வைத்துக்கொண்டு எழுதியிருக்கிறாரே அதன்மூலம் அவர் சொல்ல விழைவது என்ன என்றும் தோன்றலாம். எனினும், பாடல்முடிவில் மொத்த ஊகங்களையும் முறியடித்து, நம்முடைய சிந்தனைக்கு எட்டாத ஒன்றில் கொண்டுபோய் அப்பாடலை முடித்திருக்கிறார்.

ஒவ்வொரு காயையும் விவரித்து எழுதிவிட்டு இறுதியாக "செடிகொடி ஜீவனெல்லாம் சிவமல்லவா / அதை சிவபக்தர்

யுகபாரதி □ 443

உண்ணுவது பாவமல்லவா" என்றிருக்கிறார். "வெண்டைக்காய் சிவனோட விரலல்லவா / பூசணிக்காய் சிவனோட வயிறல்லவா" என்றெல்லாம் எழுதிக்கொண்டே வருபவர், இறுதியில் எப்படி இந்தப் பாடலை முடிக்கப்போகிறார் என எதிர்பார்த்தால், நம்முடைய எதிர்பார்ப்புக்கு மீறிய சிந்தனையைக் கொண்டுவந்து சேர்த்திருக்கிறார். வார்த்தைகளை வைத்துக்கொண்டு விளையாடுவதற்கும் இதற்கும் வித்தியாசமிருக்கிறது. வெறும் வார்த்தைக் குவியலாக வரிகளைப் பெருக்காமல் வார்த்தைக்கு வார்த்தை குறியீடுகளையும் படிமங்களையும் பயன்படுத்தும் போக்கில் தனித்துத் தெரிந்திருக்கிறார். "சித்திரம் பேசுதடி / என் சிந்தை மயங்குதடி" என்னும் பாடலைக் கேட்டுக் கிறங்காதவர்கள் குறைவு. அந்தப் பாடலை முழுவதுமாகக் கேட்காதவர்கள்கூட, முதல் இரண்டுவரிகளை நிச்சயமாக கேட்டிருப்பர். அந்த அளவுக்குப் பிரபலமான பாடல் அது. அதே தலைப்பில் இயக்குநர் மிஷ்கின் ஒரு திரைப்படத்தை இயக்கி, அதுவும் பெருவெற்றி பெற்றிருக்கிறது.

ஒரு பாடலின் முதல்வரி சிறப்பாக அமைந்துவிட்டால் அதைத் தலைப்பாக்கி திரைப்படங்களும் புத்தகங்களும் வருவது வழக்கமெனினும், ஏறக்குறைய ஐம்பதாண்டுகளைத் தாண்டியும் ஒரு சொற்றொடர் நம்முடைய எண்ணத்தில் விடாமல் சுழல்வது சாதாரணமில்லை. டி.ஜி. லிங்கப்பா இசையில் வெளிவந்த "சபாஷ்மீனா" திரைப்படத்தில் இடம்பெற்ற அப்பாடலில் "தாவும் கொடிமேலே / ஒளித் தங்கக்குடம் போலே / பாவையுன் பேரெழிலே / எந்தன் ஆவலைத் தூண்டுதடி" என்னும் வரிகள் ரசிக்கத்தக்கவை. அதே தொனியில் அமைந்த மற்றொரு பாடல் "சக்கரவர்த்தித் திருமகள்" திரைப்படத்தில் வந்திருக்கிறது. ஜி. ராமநாதன் இசையில் வெளிவந்த "காதலெனும் சோலையிலே" எனும் பாடலே அது. சீர்காழி கோவிந்தராஜனின் குரலில் "புன்னகை வீசுகின்றாய் ராதே ராதே / போதனைகள் பேசுகின்றாய் ராதே ராதே / கன்னம் குழிவதிலே ராதே ராதே / எண்ணம் சுழலுதடி" என்பதாக அவ்வரிகள் அமைந்துள்ளன. 1957இல் வெளிவந்த அப்பாடலின் ஒருவரி, பின்னால் வந்த பல பாடல்களில் இடம்பெற்றிருக்கிறது. கன்னக்குழியில்

444 □ நேற்றைய காற்று

எண்ணம் சுழல்வதாக கு.மா. பாலசுப்ரமணியம் எழுதியது, கன்னக்குழியில் பூமி சுழல்வதாகவும் கன்னக்குழியில் ஆவி சுழல்வதாகவும் பலபேரை யோசிக்க வைத்துள்ளது. எந்தெந்த பாடல்களில் அவை வந்துள்ளன என்பதை விரித்துச்சொல்ல விரும்பவில்லை. ஒரு சிந்தனையோ கற்பனையோ காலந்தோறும் அடுத்தடுத்து வருபவர்களால் கையாளப்படுவதுதான் கலையின் தர்மமோ என்னவோ?

சபாஷ்மீனாவில் இடம்பெறவிருந்த மற்றொரு பாடல்தான் "குங்குமப்பூவே கொஞ்சும் புறாவே" என்னும் பாடல். ஆனால், அப்பாடல் சந்திரபாபு செய்த குழப்படியால் "மரகதம்" படத்தில் இடம்பெற்றிருக்கிறது. சபாஷ்மீனாவுக்கு இசை டி.ஜி. லிங்கப்பா. மரகதம் திரைப்படத்திற்கு எம்.எஸ். சுப்பையாநாயுடு இசை. ஒருவர் இசையில் அமைந்த ஒரு பாடல், மற்றொருவர் பெயரில் எப்படி வெளிவந்தது எனக்கேட்கலாம். சபாஷ்மீனாவுக்கு அமைத்த பாடலைப் பாடவந்த சந்திரபாபு, இசைக்கோர்ப்பில் ஏதேதோ கருத்தைச்சொல்லி பாடல் இடம்பெறமுடியாத சூழலை ஏற்படுத்தியிருக்கிறார். பாடல்வரிகளையும் மெட்டையும் அறிந்திருந்த சந்திரபாபு, அதை அப்படியே மரகதம் திரைப்படத்தில் பயன்படுத்திவிட்டதாகச் சொல்லப்படுகிறது. இசையமைத்தவர் ஒருவர்; பெயர் வாங்கிக்கொண்டவர் இன்னொருவர் என்பதாக ஆகிவிட்ட அப்பாடல், கு.மா. பா.வின் பெயரில் வந்ததற்காக ஆறுதலடையலாம்.

நடிகர்கள் தங்கள் கையில் சினிமாவை வைத்துக்கொள்ள விரும்பிய காலத்தில், இப்படி எத்தனையோ விரும்பத்தகாத சம்பவங்கள் நடந்துள்ளன. கே.வி.மகாதேவன் இசையமைப்பில் வெளிவந்த "சுபதினம்" படத்தில் இடம்பெற்ற "புத்தம் புதுமேனி" பாடலுக்கும் இதே கதிதான் நேர்ந்திருக்கிறது. டி.ஜி. லிங்கப்பாவின் இசையில் வரவேண்டிய அப்பாடல் கே. வி. மகாதேவன் இசையில் வந்திருப்பது குறித்து "திரை இசை அலைகள்" நூலில் பத்திரிகையாளர் வாமனன் குறிப்பிட்டிருக்கிறார். "குங்குமப்பூவே கொஞ்சும் புறாவே" பாடல் வேகமான தாளக்கட்டை உடையது. மெல்லிசைப் பாடல்களுக்கு ஒருமாதிரியும் துள்ளலிசைப் பாடல்களுக்கு வேறுமாதிரியும் சொற்களைப் பயன்படுத்துவதுதான் முறை.

யுகபாரதி □ 445

என்றாலும், அதிக மெல்லோசைச் சொற்களைப் பயன்படுத்தி அத்துள்ளலிசைப் பாடலை கு. மா. பா. எழுதியிருக்கிறார். "ஐம்பரு பட்டும் தாவணிக் கட்டும் / சலசலக்கையிலே / என்மனம் கெட்டு ஏக்கமும் பட்டு என்னமோ பண்ணுதடி" என்று அவன்பாட "சித்திரப்பட்டுச் சேலையைக் கண்டு / உனக்குப் பிரியமா / நீ பித்துப்புடிச்சி பேசுறதெல்லாம் / எனக்குப் புரியுமா?" என்று அவள் பதிலுக்குப் பாடுவாள். ஆணும் பெண்ணும் ஒரே லயத்தில் பரிமாறிக்கொள்ளும் கேள்வியும் பதிலும் குதூகலம் தருபவை. 1958இல் வெளிவந்த "உத்தமபுத்திரன்" திரைப்படத்தில் அவர் எழுதிய "யாரடி நீ மோகினி" பாடலும்கூட அத்தகையதுதான்.

சட்டென்று பாடலைக் கேட்டால் அது, ஜே.பி.சந்திரபாபு பாடியதுபோல் தோன்றும். ஆனால், அப்பாடலை டி. எம். சௌந்தர்ராஜன் பாடியிருக்கிறார். "திராட்சையின் தேன்சாரடி/ மோட்சமே நீதானடி / மீறுகின்ற போதை / ஏறுகின்ற போதே / மேலும் மேலும் நீ ஊற்றடி" என்பதாக செல்லும் அப்பாடல், கேளிக்கைப் பாடலென்று நினைத்தால் நாம் ஏமாந்துவிடுவோம். நினைத்து நினைத்து ரசிக்கத்தக்க பல வரிகள் அப்பாடலில் அமைந்துள்ளன. எந்தப் பாடலை எழுதினாலும், அதில் தம்முடைய கையொப்பம் இருக்கவேண்டுமெனும் எண்ணத்துடனே கு.மா.பா. ஒவ்வொரு பாடலையும் அணுகியிருக்கிறார். "புதுமைப்பெண்" திரைப்படத்தில் இடம்பெற்ற "மாறாத காதலாலே" பாடலை குறிப்பிட்டுச் சொல்லவேண்டும். "என் ஆசை ராசா உன்னோடு வாழ்ந்தால் / மண்வீடும் மாளிகையாய் மாறுமய்யா / பொன்னாலே நகைசெய்து போட்டாலும் வேண்டாம் / புன்னகை செய்தால் போதுமய்யா / அது போதுமய்யா" என்று அவள் பாட, "கண்ணே உன் கையால் கஞ்சி தந்தாலும் / கற்கண்டு பாகுபோல் ஆகுமடி / எண்ணாத வேதனை வந்தாலும் / உந்தன் அன்பான பார்வையில் தீருமடி / இன்பம் சேருமடி என்று அவன் பாடுவதாக எழுதியிருக்கிறார்.

எளிய காதலர்கள் தங்கள் எதிர்பார்ப்புகளை ஒருவருக்கொருவர் பகிர்ந்துகொள்ள இதைவிடவும் அழகிய சொற்களைப் பயன்படுத்தமுடியுமா தெரியவில்லை.

ஆணும் பெண்ணும் இணைந்துபாடக்கூடிய கேள்வி பதில் வடிவிலான பாடல்களில், ஆணுக்கு நிகராகப் பெண்ணும், பெண்ணுக்கு நிகராக ஆணும் வார்த்தைகளைப் பரிமாறிக்கொண்டால்தான் அப்பாடல் முழுமைபெறும். ஆண் குறைவாகவும் பெண் நிறைவாகவும் பாடினாலோ அல்லது பெண் குறைவாகவும் ஆண் நிறைவாகவும் பாடினாலோ பாடலின் முக்கியத்துவமும் சுவாரஸ்யமும் பாழ்பட்டுவிடும். எண்ண ஓட்டங்களின் அடிப்படையிலோ உவமைகள் அடிப்படையிலோ வளர்த்திச்செல்லும் பாடல் வரிகள் ஒன்றை ஒன்று விஞ்சுவதாக அமைந்தால்தான் அழகு. கு.மா.பா.வின் பெரும்பாலான பாடல்கள், உரையாடல் தன்மையின் உயரத்தை எட்டியுள்ளன. நாஸ்திகன், மடாதிபதி மகன், பொன்னி, கொஞ்சும் சலங்கை ஆகிய படங்களுக்கு உரையாடலும் எழுதியிருப்பதால் அவருடைய பாடல்களில் அத்தன்மை இயல்பாக அமைந்துள்ளது.

“சவுக்கடி சந்திரகாந்தா, எல்லோரும் இந்நாட்டு மன்னர், கடவுள் குழந்தை, களத்தூர் கண்ணம்மா, குழந்தைகள் கண்ட குடியரசு, சங்கிலித் தேவன், விடிவெள்ளி, பெற்றவள் கண்ட பெருவாழ்வு” என 1960இல் மட்டும் எட்டுத் திரைப்படங்களுக்குப் பாடல்களை எழுதியிருக்கிறார். 1961இல் அரசிளங்குமரி, கானல்நீர், திருடாதே போன்ற திரைப்படங்களில் அவர் எழுதிய பாடல்களும் குறிப்பிடத்தக்கவை. 1963இல் வெளிவந்த “நானும் ஒரு பெண்” திரைப்படத்தில் “ஏமாறச் சொன்னது நானோ? / என்மீது கோபம் ஏனோ” என்னும் பாடல் ஏகப் பிரபலம். ஆர். சுதர்சனத்தின் இசையில் வெளிவந்த அப்பாடலை பி. சுசீலா ஒருமுறையும் டி.எம். சௌந்தர்ராஜன் ஒருமுறையும் பாடியிருக்கின்றனர்.

ஒரே பல்லவியை வைத்துக்கொண்டு, இரண்டுபேருக்கும் வெவ்வேறு சரணத்தை கு.மா.பா. எழுதியிருக்கிறார். அதிலும், சுசிலாவின் குரலில் வரக்கூடிய “கன்னி என் நெஞ்சிலே காட்சிநீ இல்லையா? கண்களே கலந்தபின் சாட்சியும் தேவையா” என்னும் வரிகள் இருக்கின்றனவே, அதைப்பற்றி தனிக் கட்டுரையே எழுதலாம். ஒருபாடலின் இடையில் வரும் வரிகள் சிலசமயத்தில் கவனத்திற்கு வராமல்

போய்விடுவதுண்டு. பாடலின் முதலிரண்டு வரிகளையோ அல்லது முதல் சரணத்தில் வரக்கூடிய வரிகளையோ கவனித்து சிலாகிக்கும் நாம், இரண்டாவது சரணத்தில்வரும் இறுதிவரிகளைக் கவனிப்பதில்லை. கு.மா. பாலசுப்ரமணியம் போன்ற பாடலாசிரியர்களின் பாடல்களைப் பொறுத்தவரை அனைத்துவரிகளுமே ரசிப்புக்குரியவைதான். ஒரு கதைபோல பாடலை எழுதிச்செல்லும் அவர்கள், வார்த்தைகளுக்கு இடையேயும் திரைக்கதை உத்தியைக் கையாண்டிருக்கின்றனர். ஒருசொல்லின் சரடில் இருந்து மற்றொரு சரடைப் பிடித்துவிடும் சாதுர்யம் அவர்களுக்குண்டு.

ஒரு சொல்லைத் தவறவிட்டாலும், நாம் அந்த சரடைப் பிடிக்கமுடியாது. எடுத்துக்காட்டாக "வீரபாண்டிய கட்டபொம்மன்" திரைப்படத்தில் இடம்பெற்ற "போகாதே போகாதே என் கணவா" பாடலைச் சொல்லலாம். வெளியே கிளம்பும் கணவனைத் தடுத்து நிறுத்தும் பெண், தம் கனவில் வந்த உருவங்களை வரிசைப்படுத்திக்கொண்டே வருவாள். அவ்வரிசையில் ஒரு தொடர்ச்சியை கு.மா. பா. கையாண்டிருக்கிறார். "கூந்தல் அவிழ்ந்து விழவும் கண்டேன் / ஐயோ கொண்டையில் பூவும் கருகக் கண்டேன்/ ஆந்தை இருந்து அலறக் கண்டேன் / பட்டத்து யானையும் மண்மேல் சாயக் கண்டேன்" என்று ஒவ்வொன்றாக சொல்லிக்கொண்டே வந்து "குளிக்க மஞ்சள் அரைத்தேன் அத்தான் / அது பொம்மங் கரிபோல் போச்சு அத்தான்" என்று முடித்திருப்பார். பூவும் பொட்டும் தம்மைவிட்டு போய்விடுமோ என அப்பெண் அஞ்சுகிறாள் என்பதைத்தான் பாடலின் வழியே சொல்ல நினைத்திருக்கிறார். ஆனால், அதை நேரடியாகச் சொல்லாமல் வரிகளை அமைத்திருக்கும் விதத்திலிருந்து நாமே புரிந்துகொள்ளும்படிச் செய்திருக்கிறார்.

கூந்தலில் ஆரம்பித்து பொம்பங் கரியில் பாடலை முடித்திருப்பதன் நோக்கம் அதுதான். இல்லையென்றால், இதே வரிசையை மேல்கீழாகவும் கீழ்மேலாகவும் எழுதியிருக்கலாம். ஒரு பெண், தம் கணவனைப் பூவாகவும் பொட்டாகவும் பார்க்கிறாள் என்பதைச் சொல்வதற்கே அவ்வாறு எழுதியிருக்கிறார். கணவன் போய்விட்டால் பூவும் பொட்டும் தம்மைவிட்டுப் போய்விடும் என்பதாகவும்

அப்பாடலை அர்த்தப்படுத்த இடமிருக்கிறது.

தமிழரசுக் கழகத்தில் தம்மை இணைத்துக்கொண்டு தீவிர கருத்துப் பணியிலும் களப்பணியிலும் ஈடுபட்ட அவர், இறுதிக்காலங்களில் மீண்டும் தி.மு.க.விற்கே திரும்பியிருக்கிறார். அண்ணாவுடன் தொடங்கிய அவருடைய கலை இலக்கிய சினிமா முயற்சிகள், பல்வேறு திசைகளில் செல்லாமல் மீண்டும் அதே இடத்திற்கே வந்திருக்கிறது. காங்கிரஸ், தமிழரசுக் கழகம், திராவிட முன்னேற்றக்கழகம் என மூன்றுடன் தம் அரசியல் வட்டத்தை முடித்திருக்கிறார். கலைஞரின் முதல் ஆட்சிக்காலத்தில் மேலவை உறுப்பினராக இருக்கும் வாய்ப்பு ம.பொ.சி.யினால் கிடைத்திருக்கிறது. ஆனாலும், 1976இல் இந்திராகாந்தி நெருக்கடி நிலையைக் கொண்டுவந்தபோது அதை ஆதரித்த ம. பொ. சி.யுடன் கருத்து வேறுபாடு ஏற்பட்டு, கழகத்திலிருந்து வெளியேறியிருக்கிறார். தி.மு.க.வின் ஆதரவு நிலைப்பாட்டிலிருந்து ஆரம்பகாலங்களில் இயக்கப் பாடல்களை எழுதிய அவருக்கு, கலைஞரின் பரிந்துரையால் கலைமாமணி விருதும், பாவேந்தர் விருதும் வழங்கப்பட்டிருக்கின்றன. 1989இல் இயல் இசை நாடக மன்றத்தில் செயலாளராக நியமிக்கப்பட்டிருக்கிறார். அந்தக் காலக்கட்டத்தில்தான் கலைமாமணி விருதுடன் தங்கப் பதக்கமும் வழங்கப்படும் வழக்கம் தொடங்கியிருக்கிறது.

அறுநூறு பாடல்களுக்குமேல் எழுதியிருப்பதாகக் குறிப்பு இருந்தாலும், இருநூறுக்கும் குறைவான பாடல்களே தொகுக்கப்பட்டுள்ளன. பொன். செல்லமுத்து தொகுத்து மணிவாசகர் பதிப்பகம் வெளியிட்டுள்ள அந்நூலில் கு. மா. பாவின் குடும்ப விபரங்களும் அரிய புகைப்படங்களும் இடம்பெற்றுள்ளன. கு.மா.பா. எழுதிய "ஆடாத மனமும் ஆடுதே" என்னும் பாடல் 'களத்தூர் கண்ணம்மா' திரைப்படத்தில் இடம்பெற்றிருக்கிறது. "இன்பம் பொங்கும் வெண்ணிலா வீசுதே" என்னும் பாடல், 'வீரபாண்டிய கட்டபொம்மன்' திரைப்படத்தில் இடம்பெற்றிருக்கிறது. இரண்டு பாடல்களையும் ஒருசேரக் கேட்கும்போது, இன்பம் பொங்கும் வெண்ணிலா ஆடாத மனதையும் ஆட வைப்பதாகத் தோன்றுகிறது. "மாசிலா நிலவே நம் காதலை மகிழ்வோடு மாநிலம் கொண்டாடுதே" என்று

யுகபாரதி □ 449

1957இல் வெளிவந்த "அம்பிகாபதி" திரைப்படத்தில் எழுதியிருக்கிறார். நிலவை அவர் அளவுக்கு வெவ்வேறு படிமங்களில் திரைப்பாடலில் எழுதியவர் எவருமில்லை. நிமிர்ந்துபார்க்காமல் வானத்திலுள்ள நிலவைத் தரிசிக்க முடியாது. திரைப்பாடல்களை நிமிரவைத்த கு.மா. பாலசுப்ரமணியம் நிலவா, வானமா என்பதைக் காலத்தின் கைகளுக்கு விட்டுவிடலாம்.

தஞ்சை ராமையாதாஸ்

வாராயோ வெண்ணிலாவே

தமிழ்த்திரைப்பாடல் ஆசிரியர்களில் அதிக விமர்சனத்தையும் கண்டனத்தையும் எதிர்கொண்டவர் தஞ்சை ராமையாதாஸ் என்கிற கூற்றிலிருந்து ஆரம்பிக்கலாம். திரைப்பாடல் வெகுமக்களின் கொண்டாட்டத்தையும் அவர்களுடைய ஆசாபாசங்களை பிரதிபலிக்கும் கலைவடிவம் என்பதையும் உணர்ந்துகொண்டால், தஞ்சை ராமையாதாஸின் பாடல்களைப் பாராட்டுவதில் சிக்கலில்லை. ஆனால், அதுமட்டுமேதான் திரைப்பாடல் என்ற முடிவுக்கு வருவோமேயானால் வருத்தமே மிஞ்சும். கலை இலக்கிய வடிவத்தில் கேளிக்கையை விரும்பும்நாம், வெறும் கேளிக்கைக்காக அவற்றைக் கையாள்வதை ஒருபோதும் ஏற்பதில்லை.

கேளிக்கையின் ஊடே அதுதரும் ரசமான உணர்வுகளை எதிர்பார்க்கிறோம். மனித உறவுகளின் மேன்மையையும் மென்மையையும் சொல்லக்கூடியதாகத் திரைப்பாடல்கள் இருக்கவேண்டும் என எண்ணுகிற நம்மில் பலருக்கு, தஞ்சை ராமையாதாஸின் பாடல்கள் தரத்தில் தாழ்ந்ததாகத் தெரிகின்றன. எனவேதான் அவர்மீது விமர்சனங்களையும் கண்டனங்களையும் வைக்கும் நிலைக்குத் தள்ளப்படுகிறோம்.

யுகபாரதி □ 451

முதன்முதலில் திரைப்பாடல்களை ஜனரஞ்சகம் எனும் பெயரில் அவை பெற்றிருந்த உன்னதத் தளத்தில் இருந்து, கீழே இறக்கிவிட்டவர் என்பதுபோல அவர் சித்திரிக்கப்படுவது சரியல்ல. ஏனெனில், எது ஒன்றையும் உன்னதம் என்கிற சொல்லால் புனிதப்படுத்துவது அறிவுக்கு விரோதமானது. புனிதம், உன்னதம் போன்ற சொற்கள் சாதாரண பிரஜையை கேவலமும் சிறுமையும் படுத்துவதற்காக உருவாக்கப்பட்டவை. எதையும் அல்லது எவரையும் புனித பிம்பமாகக் காட்டுவது, கீழ்நிலையில் உள்ளவர்களை மேலெழும்பவிடாமல் தடுக்கும் செயலன்றி வேறில்லை. அதுமட்டுமல்ல, திரைப்பாடலை உன்னதத் தளத்திற்கு உயர்த்திச் சொல்கிறவர்கள், அது எப்போது உன்னதத் தளத்தை அடைந்தது என்பதுகுறித்தோ அல்லது எது உன்னதம் என்பதுகுறித்தோ சொல்வதற்குத் தயாரில்லை என்பதுதான் உண்மை.

உன்னதம், புனிதம் இரண்டுமே தமிழ்ச் சொற்களில்லை. சமஸ்கிருதத்திலிருந்து தமிழுக்கு வந்தவை. தமிழும் தமிழர் பண்பாடும் உன்னதத்தையோ புனிதத்தையோ ஒருபோதும் கட்டமைக்கவில்லை என்பது வேறு விவாதம். சாஸ்திரிய சங்கீதத்தை உன்னதமாக கருதுகிறவர்கள், மக்களிசையை ரசக்குறைவான சங்கீதமென்று வாதிட்டு வருகின்றனர். மக்களிசையே மகோன்னத இசையென்று முழங்குகிறவர்கள் சாஸ்திரிய இசையை மேட்டுக்குடி இசையென்று வெறுக்கின்றனர். இரண்டுமே இசைதான் என்கிற புரிதலுடன் அணுகி, அதை ரசிப்பவர்களும் பாராட்டுகிறவர்களும் இல்லாமல் இல்லை. நாம் எந்த இடத்தில் நிற்கிறோம் என்பதை வைத்துத்தான் தஞ்சை ராமையாதாஸின் திரைப்பாடல்கள் குறித்த ஆதரவுநிலையோ எதிர்ப்பு நிலையோ எடுக்கமுடியும்.

தமிழாசிரியர் பணியில் இருந்துகொண்டே நாடக ஆக்கத்தில் ஆர்வம் செலுத்திவந்த அவர், ஜெயலட்சுமி நாடக சபா மூலம் பல்வேறு ஊர்களில் நாடகங்களை நடந்திவந்திருக்கிறார். அந்த சந்தர்ப்பத்தில்தான் ஜெகநாத நாயுடு என்பவர், தாம் நடத்திவந்த சுதர்ஸன கான சபாவில் ராமையாதாஸை நாடக வாத்தியாராக ஆக்கியிருக்கிறார். பாடசாலை வாத்தியாராக இருந்து நாடக வாத்தியாராக ஆனபிறகு குறிப்பிட்ட சபாமூலம்

452 □ நேற்றைய காற்று

"மச்சரேகை, விதியின் வெற்றி, பகடை பனிரெண்டு, அல்லி அர்ஜுனா, டம்பாச்சாரி, வள்ளித் திருமணம், பவளக்கொடி நாடகங்களை நடத்தி, மக்களின் ஏகோபித்த பாராட்டைப் பெற்றிருக்கிறார்.

ஊர்தோறும் நாடகங்களை நிகழ்த்திய சூழலில் இதே சபா சேலத்தில் முகாமிட்டிருக்கிறது. அந்தத் தருணத்தில் ராமையாதாஸின் தலைமையில் நடந்துவந்த மச்சரேகை நாடகத்தை அன்றைய பிரபல சினிமா நடிகர் டி.ஆர். மகாலிங்கம் பார்த்திருக்கிறார். பார்த்த உடனேயே ராமையாதாஸின் ஆளுமையும் எழுத்துகளும் மகாலிங்கத்திற்குப் பிடித்துப்போக, தாம் பணியாற்றிவந்த சேலம் மாடர்ன் தியேட்டர்ஸில் அவரை சிபாரிசு செய்திருக்கிறார். 1947இல் ராமநாதைய்யர் இசையில் வெளிவந்த "ஆயிரம் தலைவாங்கி அபூர்வ சிந்தாமணி" படத்தில் "வச்சேன்னா வச்சதுதான் புள்ளி / வச்சேன்னா வச்சதுதான்" என்ற பாடலே திரைக்கு அவர் எழுதிய முதல் பாடலாக அறியமுடிகிறது. 1948இல் வெளிவந்த "மாரியம்மன்" திரைப்படத்தில்தான் முதல் பாடல் எழுதியதாகவும் சொல்லப்படுகிறது.

மாடர்ன் தியேட்டர்ஸைத் தொடர்ந்து, விஜயா, வாஹினி நிறுவனங்கள் அவரை ஆஸ்தான கவியாக வரித்து, கதையும் வசனமும் எழுத வைத்திருக்கின்றன. தஞ்சை ராமையாதாஸ் என்கிற பெயர் பெருமளவு அறியப்பட்டது, 1951இல் வெளிவந்த "பாதாள பைரவி" திரைப்படத்திற்குப் பிறகுதான். அத்திரைப்படத்தில் அவர் எழுதிய பதினோரு பாடல்களும் மக்களிடம் அமோக வரவேற்பை பெற்றுள்ளன. குறிப்பாக, "என்னதான் உன் ப்ரேமையோ, வேதனையால் மனவேதனையால், அமைதியில்லாதென் மனமே, ஆனந்தமே தரும் காவனமதிலே" ஆகிய பாடல்கள் பெரும் அதிர்வை ஏற்படுத்த, பாபநாசம் சிவனுக்கும் உடுமலை நாராணயகவிக்கும் இணையான இடத்தை தஞ்சை ராமையாதாஸ் பெற்றிருக்கிறார்.

நாடகத்திலிருந்து வந்த அனுபவத்தினால் திரைப்பாடல் எழுதுவதிலும் கதை வசனம் எழுதுவதிலும் சிரமமில்லாமல் மேலேறிய அவர், பதினைந்து ஆண்டுகளுக்கும் மேலாக உடுமலை நாராயணகவியுடன் இணைந்து பல

யுகபாரதி □ 453

படங்களுக்கு பாடல்களை எழுதிவந்திருக்கிறார். ஒருமுறை பட்டுக்கோட்டையைப் பற்றிய பேச்சை உடுமலை நாராணயகவியிடம் எடுத்திருக்கிறார். "பட்டுக்கோட்டை கல்யாணசுந்தரமுன்னு ஒரு பிள்ளையாண்டான் எழுதிவர்றத கேட்டீங்களா?" என்று ராமையாதாஸ் ஆரம்பிக்க "நல்லாதானே எழுதுறான், என்ன சமாச்சாரம்" என உடுமலையார் கேட்டிருக்கிறார். அதற்கு ராமையாதாஸ் "அதெப்படி சட்டப்படி பாத்தா எட்டடி சொந்தமுன்னு எழுதியிருக்கான். ஆடி அடங்கும் மனிதனுக்கு ஆறடிநிலம்தானே சொந்தம்" என பட்டுக்கோட்டையின் வரிகளில் தென்பட்ட சொற்பிழையை சுட்டிக்காட்டியிருக்கிறார். "இதிலென்ன கஞ்சத்தனம் வேண்டியிருக்குன்னு தாராளமாக ரெண்டடி கூடுதலா எழுதியிருக்கான். நல்லதுதானே, உனக்கும் எனக்கும் ஆறடி போதாதே" எனப் பதிலுக்கு உடுமலையார் சொல்லியதாக ஒரு தகவல் உண்டு. இன்னொரு பாடலாசிரியர் எழுதிய வரிகளில் உள்ள கருத்து மயக்கத்தையும் சொல் பிழையையும் சுட்டிக்காட்டிய தஞ்சை ராமையாதாஸ், அவருடைய பாடல்களில் அவ்வாறான பிழைகள் நேராமல் பார்த்துக்கொண்டாரா? என்றால் அதுதான் இல்லை.

தம்முடைய பாடல்களுக்குக் கிடைத்துவந்த ஆதரவினால் அடுத்தடுத்த கட்டத்திற்கு நகர்ந்த தஞ்சை ராமையாதாஸ், ஒருகாலம்வரை இலக்கியச் செறிவுமிக்க பாடல்களையே எழுதியிருக்கிறார். எல்.வி. பிரசாத் இயக்கத்தில் 1955இல் வெளிவந்த "மிஸ்ஸியம்மா" திரைப்படத்தில் அவர் எழுதிய அத்தனைப் பாடல்களும் தனித்துவமான சொல்லாட்சிகளைக் கொண்டவை. "பிருந்தாவனமும் நந்தகுமாரனும் யாவருக்கும் பொது செல்வமன்றோ" என்ற பாடலும் "வாராயோ வெண்ணிலாவே கேளாயோ எங்கள் கதையே" என்ற பாடலும் இன்றும்கூட, பலருடைய விருப்பப் பட்டியலில் இடம்பெற்றிருக்கின்றன.

அதே திரைப்படத்தில் இடம்பெற்ற "எனையாளும் மேரிமாதா, பழகத் தெரியவேணும், தெரிந்துகொள்ளணும் பெண்ணே, அறியாப் பருவமடா, தர்மம் தலைகாக்கும்" ஆகிய பாடல்களும் குறிப்பிடத்தக்கவை. வாராயோ வெண்ணிலாவே பாடலில், "வாக்குரிமை தந்த பதியால் / வாழ்ந்திடவே வந்த

சதி நான் / நம்பிடச் செய்வார் நேசம் / நடிப்பதெல்லாம் வெளிவேசம்" என்ற வரிகளும் "அனுதினம் செய்வார் மோடி / அகம் மகிழ்வார் போராடி / இல்லறம் இப்படி நடந்தால் நல்லறமாமோ நிலவே" என்ற வரிகளும் காலம் கடந்து வாழும் தன்மையுடன் விளங்குகின்றன. "அனுதினம் செய்வார் மோடி" என்ற தொடரை வைத்துக்கொண்டு, இணையத்தில் பிரதமர் மோடிக்கு எதிரான பிரச்சாரத்தில் ஒருசிலர் ஈடுபடுவதையும் இத்துடன் இணைத்தே பார்க்கவேண்டும். "வாக்குரிமை தந்த பதியால்" என்பதைக்கூட, அவர்கள் அங்கதத்துடன் பார்த்திருக்கின்றனர். இயல்பாக அமைந்த வரிகளே அவை. பின்னாள்களில் மோடி என்பவர் பிரதமராக வருவார் என்றெல்லாம் ராமையாதாஸ் யோசித்திருக்க வாய்ப்பில்லை. ஆனால், எதேச்சையாக வாக்குரிமை, வெளிவேசம், நம்பிடச் செய்வார் என்ற வார்த்தைகள் அப்பாடலில் வந்திருக்கின்றன. ஒரு திரைப்பாடல் குறிப்பிட்ட காலத்திற்குப் பிறகும் சமூக வலைத்தளங்களில் விவாதிக்கப்படுமளவுக்கு ஈர்ப்புடன் இருக்கிறதென்றால், அப்பாடலையும் அதை எழுதியவரையும் நினைக்கவேண்டியது அவசியமே.

அவர் எழுதிய காதல் பாடல், அரசியல் பாடலாக பார்க்கப்படுகிற அதேசமயம், அவர் எழுதிய அரசியல் பாடல் ஒன்றைப் பற்றியும் அறியமுடிகிறது. நாட்டு நடப்பை மிகத்துல்லியமாகச் சொல்லக்கூடிய அப்பாடல் 1954இல் வெளிவந்த "மலைக்கள்ளன்" திரைப்படத்தில் இடம்பெற்றிருக்கிறது. "எத்தனை காலம்தான் ஏமாற்றுவார் இந்த நாட்டிலே" என ஆரம்பமாகும் அப்பாடல், எம்.ஜி.ஆரின் அரசியல் வெற்றிக்கு உதவியிருக்கிறது. பல்லவியை மட்டுமே தஞ்சை ராமையாதாஸ் எழுதியிருக்கிறார். சரணத்தை எழுதுவதற்குள் இயக்குநருடனோ இசையமைப்பாளருடனோ கருத்துவேறுபாடு ஏற்பட மேற்கொண்டு எழுதித்தர மறுத்திருக்கிறார்.

சொந்தப் பிரச்சனை காரணமாக எழுதமுடியாமல் போனதாக அவருடைய மகன் இரவீந்திரன் சொல்லியிருந்தாலும், அப்பாடலின் முதல் இரண்டு வரிகளை இழப்பதற்கு எம்.ஜி.ஆருக்கு மனமில்லாமல் எவ்வளவோ வற்புறுத்தியிருக்கிறார். எம்.ஜி.ஆர். அன்றைக்கு வெகுவாக

யுகபாரதி □ 455

வளர்ந்துவிட்ட நடிகர். ஆனாலும், அவர் சொல்லுக்குக் கட்டுப்பட்டு எழுத ராமையாதாஸ் மறுத்திருக்கிறார். பிறகு அப்பாடலின் சரணங்களை கோவை அய்யாமுத்து எழுதியிருக்கிறார்.

காந்தியத் தொண்டரான அய்யாமுத்து, பெரியாருடனும் வேறுசில அரசியல் ஆளுமைகளுடனும் நெருக்கமாக இருந்தவர் என்பது குறிப்பிடத்தக்கது. "கஞ்சன்" திரைப்படத்திற்கு தாமே கதை வசனம் பாடல்கள் எழுதித் தயாரித்து இயக்கிய பெருமை அவருக்குண்டு. இசையமைப்பாளர் எஸ். எம். சுப்பையாநாயுடுவின் பரிந்துரையின் பேரில் அய்யாமுத்துவை அணுகி, அப்பாடலை எம்.ஜி.ஆர். முடித்திருக்கிறார். "சத்தியம் தவறாத உத்தமர் போலவே நடிக்கிறார் / சமயம் பார்த்து பலவழியிலும் கொள்ளை அடிக்கிறார்" போன்ற வரிகள் தற்போதைய அரசியல்வாதிகளுக்கும் ஆட்சியில் இருப்பவர்களுக்கும் பொருந்தக்கூடியவை.

இதே வரிகளுக்கு நிகராக அவர் எழுதிய "ஏச்சிப்பிழைக்கும் தொழிலே சரிதானா எண்ணிப்பாருங்க" என்ற பாடலைச் சொல்லலாம். அப்பாடல், 1956இல் வெளிவந்த "மதுரை வீரன்" திரைப்படத்தில் இடம்பெற்றிருக்கிறது. "தேட்டை போடும் புள்ளிகள் எல்லாம் / கோட்டைவிட்டு கம்பி எண்ணனும் சிறையில்" என்ற வரிகள் கவனத்துக்குரியவை. காங்கிரஸ் கட்சியில் தம்மை இணைத்துக்கொண்டு காமராஜுடனும் கக்கனுடனும் நெருங்கியிருந்த அவர், அதைவைத்துப் பதவிகளையோ விருதுகளையோ பெற எண்ணவில்லை.

அன்றைக்கு வளர்ந்துவந்த திராவிட இயக்கத்துக்கு எதிர்நிலையிலே இருந்திருக்கிறார். திராவிட இயக்கத்தவர்கள் தயாரித்த திரைப்படங்களில் பாடல்களை எழுதியபோதிலும், அவர்களுடைய கொள்கைகளையோ கோட்பாடுகளையோ வரவேற்றதாகச் சொல்லமுடியாது. "பகடை பனிரெண்டு" என்று அவரால் எழுதி நடத்தப்பட்ட நாடகம், "குலேபகாவலி" என்னும் பெயரில் திரைப்படமாக எடுக்கப்பட்டிருக்கிறது. அத்திரைப்படமே திராவிட முன்னேற்றக் கழகத்தில் இருந்துவந்த எம்.ஜி.ஆரை பிரபலப்படுத்தியதாக அறிகிறோம். அதில் இடம்பெற்ற பாடல்களும் வசனங்களும் பகுத்தறிவை முன்னிறுத்தியவை. இருவர் பேசிக்கொள்வதாக அமைந்த

456 □ **நேற்றைய காற்று**

உரையாடலில் ஒருவர், "அவனின்றி ஓர் அணுவும் அசையாது என்பது எமது நோக்கம். விளக்கம்?" என்றதும், "ஆன்றோர்கள் முதுமொழிகேட்டு முடிவுக்கும்வரும் ஆஸ்திகப் பெரியோர்களுக்கு அவன் ஓர் ஆண்டவன். சிந்தித்துப் பார்த்துத் தன்னைச் சீர்திருத்திக்கொள்ளும் நாத்திகப் பெரியார்களுக்கு அவன் ஓர் அறிவாளி" என்று சொல்வதாக எழுதியிருக்கிறார். ஆன்மிகப் பெரியோர், நாத்திகப் பெரியார் என்ற பதங்களில் தம்மை வெளிப்படுத்திய அவர், இறுதிவரை திராவிட இயக்கத்தை ஆதரித்ததாகத் தெரியவில்லை. காங்கிரஸ் பேரியக்கவாதியாகவும் தேசபக்தராகவும் தம்மை முன்நிறுத்திய அவர், நாடகத் தந்தை சங்கரதாஸ் சுவாமிகளை மானசீகக் குருவாக வழிபட்டிருக்கிறார். புதுச்சேரியில் அடக்கம்செய்யப்பட்ட சங்கரதாஸ் சுவாமிகளின் கல்லறையைக் கண்டுபிடித்து, அங்கே நினைவு மண்டபம் எழுப்பி குரு பூஜை செய்யுமளவுக்கு அவருடைய குருபக்தி இருந்திருக்கிறது.

எம்.ஜி.ஆர். மதிக்கத்தக்க பாடலாசிரியராக இருந்த ராமையாதாஸ், அவரைக் கதாநாயகனாக வைத்து "லலிதாங்கி" என்னும் திரைப்படத்தைத் தொடங்கியிருக்கிறார். படம் பாதி முடிவடைந்த நிலையில், எம்.ஜி.ஆருக்கும் அவருக்கும் ஒரு பாடலால் கருத்து வேறுபாடு ஏற்பட்டு அப்படம் நிறுத்தப்பட்டிருக்கிறது. "ஆண்டவனே இல்லையே / தில்லைத் தாண்டவனே உன்போல் தாரணி மீதிலே" எனத் தொடங்கும் பாடலையே பிரச்சனைக்குரிய பாடலாக எம்.ஜி.ஆர் எண்ணியிருக்கிறார். அன்றைக்கு அவர் சார்ந்திருந்த கட்சியின் கொள்கைக்கு முரண்பாடுடைய வரிகள் அப்பாடலில் இருப்பதாகக் கருதியே எம்.ஜி.ஆர். நடிக்க மறுத்திருத்திருக்கிறார். பாடல் வரிகளில் திருத்தம் செய்தால் நடிப்பதாகவும் தெரிவித்திருக்கிறார். எனினும், கதை வசனம் பாடல்கள் தயாரிப்பு என அனைத்தையும் கவனித்துவந்த ராமையாதாஸ் எம்.ஜி.ஆரின் நிபந்தனைக்கு உட்படத் தயங்கியிருக்கிறார். பிரச்சனை வலுக்க படம் பாதியிலேயே நிறுத்தப்பட்டிருக்கிறது.

அப்படி நிறுத்தப்பட்ட படத்தை மீண்டும் "ராணி லலிதாங்கி" என்னும் பெயரில் சிவாஜிகணேசனை வைத்து எடுத்து வெளியிட்டிருக்கிறார். விஷயமறிந்த

யுகபாரதி □ 457

எம்.ஜி.ஆர்., ராமையாதாஸைக் கோர்ட்டுக்கு இழுத்து பிரச்சனையைப் பெரிய அளவுக்குக் கொண்டு சென்றிருக்கிறார். ஒப்பந்தங்களைக் காட்டி 'என் பெயரில் ஆரம்பிக்கப்பட்ட திரைப்படத்தை, சிவாஜிகணேசனை வைத்து எடுப்பதாக' அவர் முன்வைத்த வாதங்கள் நீதிமன்றத்தில் எடுபடவில்லை. உச்சநடிகராக இருந்த எம்.ஜி.ஆர். அந்த சந்தர்ப்பத்தில் நடந்துகொண்டவிதம் பற்றி வசனகர்த்தா ஆரூர்தாஸ் விரிவாக தம் கட்டுரையில் எழுதியிருக்கிறார். ஆரூர்தாஸ், தஞ்சை ராமையாதாஸால் சினிமாவிற்கு அறிமுகப்படுத்தப்பட்டவர். யேசுதாஸ் என்கிற தம் பெயரை "ஆரூர் தாஸ்" என்பதாக மாற்றியதே ராமையாதாஸ்தான் என்று ஒரு கட்டுரையில் குறிப்பிட்டிருக்கிறார். அதுமட்டுமல்ல, "லலிதாங்கி" பட விவகாரத்தில் இருவருக்கும் நெருக்கமாக இருந்த அவர் எவ்வாறு கையாண்டார் என்பதையும் அக்கட்டுரையில் அறியலாம். பிரச்சனைகளை ஆண்டவன் தீர்ப்பான் என்று நம்புகிறவர்கள் இருக்கிறார்கள். ஆனால், ராமையாதாஸ் விஷயத்தில் ஆண்டவன் என்கிற சொல்லே பிரச்சனைக்குரியதாக ஆகியிருக்கிறது. ஆயிரம் திரைப்படங்களுக்குமேல் வசனம் எழுதிய அவர், தமக்கு வசனமெழுதப் பயிற்சியளித்த தஞ்சை ராமையாதாஸின் மேதைமையை வெவ்வேறு சந்தர்ப்பங்களில் வெளிப்படுத்தியிருக்கிறார். குறிப்பாக, மொழிமாற்றுப் படங்களுக்கு வசனமெழுதும்போது கவனிக்கவேண்டிய விஷயங்களை அவரே கற்பித்ததாகவும் பகிர்ந்திருக்கிறார்.

கடவுள் மறுப்புக் கொள்கையை ஏற்காத ராமையாதாஸ் "மலைக்கள்ளன்" திரைப்படத்தில் இடம்பெற்ற "ஓ அம்மே ஓ அய்யா" பாடலில், "கடவுள் இல்லையென கண்டபடி பேசி கத்துகின்றாரே எதனாலே / காலம் காலமாய்க் காத்திருந்தும் அவர் காட்சி கொடுக்கலே அதனாலே" எனவும் எழுதியிருக்கிறார். எம்.ஜி.ஆருக்கும் அவருக்கும் இடையிலே பனிப்போர் தொடங்கியபிறகும்கூட ராமையாதாஸ் அவருடைய படங்களுக்கு எழுதாமல் இல்லை. "சொக்காபோட்டா நவாபு / செல்லாதுங்க ஜவாபு / நிக்கா புருஷன் போலவந்து / ஏமாந்தும் என்ன வீராப்பு" என்ற "குலேபகாவலி" பாடலைக் கேட்டுவிட்டு ஆரத்தழுவி அன்பை பகிர்ந்து, ராமையாதாஸ் எக்ஸ்பிரஸ் கவிஞரென்று எம்.ஜி.ஆர். பாராட்டியிருக்கிறார்.

அதே குலேபகாவலியில் இடம்பெற்ற “மயக்கும் மாலை பொழுதே நீ போ போ” என்ற பாடலை அறியாதவர்கள் இல்லை. ஆனால், அப்பாடலை எழுத்தாளர் விந்தன் எழுதியதாக கோ. நீலமேகம் தம்முடைய ‘திரைக்களஞ்சியம்’ நூலில் குறிப்பிட்டிருக்கிறார். கே.வி.மகாதேவன் இசையில் ‘கூண்டுக்கிளி’ திரைப்படத்திற்கு உருவாக்கிய பாடலை, குலேபகாவலியில் சேர்த்ததாகச் சொல்லியிருக்கிறார்.

இரண்டுபடத்தையும் தயாரித்தது ஆர்.கே.பிச்சர்ஸ். எம்.ஜி.ஆரும் சிவாஜியும் இணைந்து நடித்த கூண்டுக்கிளியில் அப்பாடலை சிவாஜிக்குத் தருவதா எம்.ஜி.ஆருக்குத் தருவதா எனும் குழப்பத்தில், உருவாக்கியப் பாடலை பயன்படுத்தாமல் விட்டதாக குறிப்பு இருக்கிறது. குலேபகாவலி திரைப்படத்திலோ ராமையாதாஸ் பெயர் மட்டுமே வருகிறது. விந்தன் எழுதிய பாடலை, ராமையாதாஸ் பெயரில் வெளியிடவேண்டிய நிர்பந்தம் என்னவென்பதும் விளங்கவில்லை. பாடல் இனிமையானது. ஆனால், அதை எழுதியவர் யாரென்று ஏற்பட்டுள்ள குழப்பத்தை எவர் தீர்ப்பதோ? இரண்டு படத்திற்கும் ராமண்ணாவே இயக்குநர் என்பது தெரிந்ததுதான்.

ராமையாதாஸூக்கும் ராமண்ணாவுக்கும் இடையே இருந்த புரிதலை, ‘கெமிஸ்ட்ரி ஒர்க்கவுட்’ ஆனதாக சொல்ல எனக்கு விருப்பமில்லை. இயக்குநரின் அன்பைப் பெற்ற பாடலாசிரியன், தம்மையும் மீறி வெளிப்படும் வாய்ப்புகள் இருக்கின்றன. சுதந்திர மனநிலையும் நம்பிக்கையும் ஒருசேர இணையும்பொழுதே உயிர்ப்புமிக்க பாடல்கள் உருவாகின்றன. 1957இல் புதுமைப்பித்தன், 1958இல் காத்தவராயன், 1961இல் ஸ்ரீவள்ளி ஆகிய டி.ஆர். ராமண்ணாவின் படங்களில் மிகுதியான பாடல்களை தஞ்சை ராமையாதாஸ் எழுதியிருக்கிறார். அத்திரைப்படங்களில் இடம்பெற்றுள்ள பாடல்களில் பலவும் முக்கியமானவை. இயக்குநர் மகேந்திரன் இயக்கத்தில் வெளிவந்த முள்ளும் மலரும் திரைப்படத்தில் ராமன் ஆண்டாலும் ராவணன் ஆண்டாலும் எனக்கொரு கவலை இல்லை என்றொரு பாடல் இடம்பெற்றிருக்கிறது. அப்பாடல் ரஜினிகாந்த்துக்கு மக்கள் மத்தியில் ஏகப் பிரபலத்தை ஏற்படுத்திக்கொடுத்தது.

யுகபாரதி □ 459

ஆனால், அதே வரிகளை ராமையாதாஸ் 1954இல் வெளிவந்த "கூண்டுக்கிளி" படத்திலேயே எழுதியிருப்பது பலருக்குத் தெரியாது. அதுவும் டி. ஆர். ராமண்ணாவின் இயக்கத்தில் வெளிவந்த திரைப்படம்தான்.

"ராமனே ஆண்டாலென்ன / ராவணனே ஆண்டாலென்ன / ராத்திரிப் பூவாவுக்கே லாட்டரி / வாழ்க்கை லைட்டெரிய பணந்தானே பாட்டரி" என்னும் வரிகளுடைய அப்பாடலில் "பஞ்சகாலம் வந்தாலென்ன / பட்டினியால் செத்தாலென்ன / பாதாம் அல்வா ஜாங்கிரிக் கூட்டம் / படாடோபமாய் வாழ்ந்திடும் நாட்டிலே" என்று மொத்தப் பாடலையும் ஒரே வேகத்தில் எழுதியிருக்கிறார். லாட்டரி, பாட்டரி போன்ற வரிகள் ராமையாதாஸுக்கே உரிய மொழிநடை. ஆங்கிலம் இந்தி, உருது என எதுவருகிறதோ அதை கலந்துகட்டி எழுதக்கூடியவராக அவர் இருந்திருக்கிறார். "மேலே பறக்கும் ராக்கெட்டு / மின்னல் பூச்சி ஜாக்கெட்டு / ஆளை மயக்கும் பேஸ்கட்டு / அதுதான் இப்போ மார்கெட்டு" என்று இயைபுக்காக அவர் எதைவேண்டுமானாலும் கோர்த்திருக்கிறார். இதையெல்லாம் நல்ல பாடல்கள் வரிசையில் வைக்கமுடியுமா என்பதுதான் பலருடைய வாதம். 1955இல் வெளிவந்த "நம்குழந்தை" திரைப்படத்தில் "ஜிகுஜிகுஜிகு டிங்கரி டப்ஸா / தகதகதக தகதின ரப்ஸா" என்றொரு பாடலுண்டு. டிங்கரி டப்ஸாவுக்கும் தகதின ரப்ஸாவுக்கும் என்ன அர்த்தம் என்று அதை எழுதிய ராமையாதாஸுக்கோ அப்பாடலை எழுதி வாங்கிய இயக்குநர் கே. எஸ். கோபாலகிருஷ்ணனுக்கோ தெரியுமா என்பது சந்தேகம்.

வேகமான ஆட்டப்பாடல்களுக்கு இப்படியான வார்த்தைகள் பொருந்தக்கூடியவையே எனினும், பாடலின் போக்கில் ஒருவித அந்நியத்தன்மையை அப்பாடல்கள் ஏற்படுத்திவிடுகின்றன. 1960இல் வெளிவந்த "தெய்வப்பிறவி" திரைப்படத்தில் அவர் எழுதிய "காளை வயசு / கட்டான சைசு / களங்கமில்லா மனசு / கன்னி உலகம் காணாத புதுசு / காதல் ஒரு தினுசு" பாடலோ 1951இல் வெளிவந்த "சிங்காரி "திரைப்படத்தில் இடம்பெற்ற "ஒரு ஜாண் வயிறே இல்லாட்டா / இந்த உலகினில் ஏதோ கலாட்டா" என்ற பாடலோ விகல்பமாகப்

படவில்லை. ஆனால், ஜிகுஜிகுஜிகுவும் ஜாலிலோ ஜிம்கானாவும் அப்படியானவையல்ல. அவை முழுக்க முழுக்க வெற்றுச் சொற்களின் குவியலாகவும் வேற்றுச் சொற்களின் குவியலாகவும் வெளிப்பட்டிருக்கின்றன. "அமரதீபம்" திரைப்படத்திற்கு இயக்குநர் ஸ்ரீதர் ராமையாதாஸை அணுகியபோது, "நம்புனா நம்பங்க / நம்பாங்காட்டி போங்க" என்றொரு பல்லவியை எழுதியிருக்கிறார்.

திரைத்துறையில் காலடி எடுத்துவைத்து மெல்ல மெல்ல முன்னேறிவந்த ஸ்ரீதருக்கு, அவ்வரிகளைக் கேட்டதுவும் முதல் பாடலே எதிர்மறையாக அமைவதில் அச்சம் எழுந்திருக்கிறது. அத்துடன், திரைப்படத்தை வாங்குவோரும் விநியோகஸ்தர்களும் நம்பாமல் போனால் நம்கதி என்ன ஆகும் என்றும் யோசித்ததால் மாற்று வரியைக் கேட்டிருக்கிறார். அதற்காக எழுதிய வரிகள்தான் "ஜாலிலோ ஜிம்கானா / டோலிலோ கும்கானா / ஆளுங்கோ டவுண்டானா / அசந்திட்டா டஹல்தானா" என்பவை. கொஞ்சம்கூட பொறுப்பே இல்லாமல் நோக்கம்போல தஞ்சை ராமையாதாஸ் பாடல்களை எழுதியதாக இன்றுவரை தொடரும் விமர்சனத்திற்கும் கண்டனத்திற்கும் இப்பாடலே காரணம். இப்பாடலை அவர் என்ன மனோநிலையில் எழுதினார் என்பதற்குள் நான் போகவில்லை. இயக்குநர் ஸ்ரீதர் இவ்வரிகளுக்கான விளக்கத்தைக் கேட்டபொழுது, "குறவனும் குறத்தியும் பேசும் பாஷை எனக்கும் தெரியாது, உனக்கும் தெரியாது. இருந்தும், அவர்கள் இருவரும் பாடுவதுபோல ஒரு பாடல் கேட்கிறாய். நம்மைப்போலவே கேட்பவர்களுக்கும் இதன் அர்த்தம் புரியவேண்டியதில்லை. ஆனால் பாடல் வெற்றியடையும்" என்று ராமையாதாஸ் சொல்லியிருக்கிறார்.

அவர் சொல்லியதுபோலவே பாடல் பெருவெற்றி பெற்று, அதுவே அவர் திரைவாழ்வு குறித்த விமர்சனத்திற்கும் வழிவகுத்திருக்கிறது. அமரதீபத்திற்குப் பிறகு இயக்குநர் ஸ்ரீதர் திரைப்படங்களுக்கு தஞ்சை ராமையாதாஸ் பாடல் எழுதாமல் போன பின்னணியைப் புரிந்துகொள்ளலாம். பாடலின் வெற்றியைவிட தரமே பிரதானம் என அவர் நினைத்திருக்கலாம். நவீன இயக்குநராக அறியப்பட்ட ஸ்ரீதர், தம்முடைய

யுகபாரதி □ 461

படங்களில் பாடல்களுக்கு அளித்த முக்கியத்துவத்தை குறைத்து மதிப்பிடமுடியாது. தஞ்சை ராமையாதாஸ் தம்முடைய வாய்ப்புகளைக் கறாரான அணுமுறைகளால் பலமுறை இழந்திருக்கிறார். அத்துடன், அதிகப்படியான விமர்சனங்களுக்கும் ஆளாகி, தம் படைப்புகளுக்குக் கிடைத்திருக்கவேண்டிய நியாயமான அங்கீகாரத்தையும் தவறவிட்டிருக்கிறார்.

மசாலா படங்களைப்போல மசாலா பாடல்களை அவரே தோற்றுவித்தார் எனவும் சொல்லப்படுகிறது. அவர் மீது வைக்கப்பட்ட விமர்சனங்களும் கண்டனங்களும் நேர்மைக்குப் புறம்பானவை. என்ன இருந்தாலும் ஒரு திரைப்பாடலாசிரியரை, இந்த அளவுக்கு அவமானப்படுத்தியிருக்கிறார்களே என்கிற ஆதங்கம் எனக்குண்டு. தஞ்சை ராமையாதாஸ் விமர்சனத்திற்கு அப்பாற்பட்டவர் என்றோ அவரை விமர்சிக்கவே கூடாது என்றோ நான் சொல்லவரவில்லை. அவர்மீது வைக்கக்கூடிய விமர்சனங்களில் பாதிக்குமேல் காழ்ப்பை அடிப்படையாகக் கொண்டவை.

ஒரு பாடலாசிரியராக அவருக்கு முட்டுக்கொடுப்பதன்மூலம் நான் என் துள்ளலிசைப் பாடல்களுக்கு நியாயம்சேர்த்துக் கொள்வதாக நீங்கள் நினைத்துக்கொண்டால் அதற்கு நான் பொறுப்பில்லை. இப்படியொரு பெயர் தங்களுக்கு வந்துவிடக்கூடாதென்றே ஏனைய பாடலாசிரியர்கள் அவரைக் கண்டுகொள்ளாமல் விட்டிருக்கிறார்கள். யாரோ ஒருவர்மீது வீசம்படும் கல், தம்மீதும் தம்முடைய படைப்புகள்மீதும் வீசப்பட்டுவிடுமோ என்கிற அச்சத்தினால் தஞ்சை ராமையாதாஸ் தனித்து விடப்பட்டிருக்கிறார். தஞ்சை ராமையாதாஸின் பாடல்களை முழுமையாகக் கேட்டறிந்தவன் என்கிற முறையில், அவருடைய எழுத்து நுட்பங்களை சிலாகிக்க மறுத்தால் நானே என்னை ஏமாற்றிக் கொள்வதாக ஆகிவிடும். ராமையாதாஸின் பாடல்கள் இலக்கியத் தகுதியுடைவை என்று சொல்வது என் நோக்கமல்ல. இலக்கியத் தரம் வாய்ந்த பாடல்களையும் அவரால் எழுத முடிந்திருக்கிறது. நா. காமராசன் சொன்னதுபோல "தமிழ்ப் பாடலில் தரங்கெட்ட நடையின் மூலம் பிரபலமானவர் தஞ்சை ராமையாதாஸ்" என்ற அபிப்ராயம் ஆரோக்கியமானதல்ல. ஒருவருடைய

462 □ நேற்றைய காற்று

முழுப் படைப்புகளையும் ஆய்வுசெய்து சொல்லப்பட்ட அபிப்ராயம் அதுவென்றால் ஏற்றுக்கொள்ளலாம். ஆனால், அது அவ்வாறு சொல்லப்பட்டதாகத் தெரியவில்லை. போகிறபோக்கில் உதிர்த்த அபிப்ராயம் அவ்வளவே. ஆழ்ந்த உண்மையின் அடிப்படையில் சொல்லப்படாத அபிப்ராயங்களைப் பெரிதுபடுத்திப் பேசுவதில் பயனில்லை என்றாலும், திரும்பத் திரும்ப தஞ்சை ராமையாதாஸ் இப்படியான விமர்சனங்களாலும் அபிப்ராயங்களாலும் அவமானப்படுத்தப்பட்டு இருக்கிறார்.

ஏறக்குறைய எழுநூறு பாடல்களை எழுதிய ஒருவர், அத்துறையில் எதையுமே சாதிக்கவில்லை என ஸ்தாபிக்க முயல்வது வருத்தத்துக்குரியது. தெள்ளிய தானியத்துடன் உமியும் கலந்திருப்பதுபோல, ராமையாதாஸின் பாடல்களில் ஒருசிலவற்றை ஒதுக்கிவிட்டு, மீதமுள்ளவற்றையேனும் அவர்கள் ஏன் கணக்கிலெடுத்துக்கொள்ள மறுக்கிறார்கள் என்பதுதான் என்கேள்வி. நான் கவனித்தவரையில், பாடல் எழுதுபவர்களால் மட்டுமே உணரமுடிந்த தொழில்நுட்பச் சங்கடங்களைத் தஞ்சை ராமையாதாஸ் மிக எளிதாகக் கடந்திருக்கிறார். இசைக்குத் தோதான வார்த்தைகளை தேர்ந்தெடுத்துப் பொருத்துவதல்ல நான் சொல்கிற தொழில்நுட்பச் சங்கடம். அதற்கும் அப்பாலுள்ள ஆற்றல்.

ஒரு மெட்டைக் கேட்டவுடனேயே அது என்னமாதிரியான பாடலென்பதை வரிகள் உணர்த்தவேண்டும். முதலிரண்டு வரிகளிலே மொத்தப் பாடலின் சாராம்சத்தைச் சொல்லிவிடவேண்டும். வேகமான பாடலோ மெல்லொலியைத் தாங்கிய பாடலோ எதுவாயிருந்தாலும் அதன் வார்த்தைகளே அதைக் கட்டமைக்கின்றன. அப்படி கட்டமைக்கப்படும் வார்த்தைகளிலிருந்தே பாடலின் தன்மையும் பண்பும் விரிகின்றன. சமயத்தில் அவ்வரிகளால் பாடலின் தொனி மாறிவிடும் வாய்ப்பிருக்கிறது. சந்தோசமான சூழ்நிலைக்கு அமைந்த மெட்டையே சோகமான சூழலுக்கும் பயன்படுத்தலாம். அப்படி எத்தனையோ பாடல்கள் இருக்கின்றன. முந்தைய காட்சியில் சந்தோசத்தைக் கொண்டுதந்த மெட்டு, பிந்தைய காட்சியில் சோகரசத்தைப் பிழிந்து தருவதாக அமைந்த பல பாடல்களை நீங்கள்

யுகபாரதி □ 463

கேட்டிருக்கலாம். அவை, மெட்டினால் விளைவதல்ல. எழுதப்படும் வரிகளால்தான் அவை என்ன உணர்வை பிரதிபலிக்கின்றன என்பதை அறிந்துகொள்கிறோம். ஆக, மெட்டுகள் ஆதாரமாக இருந்தாலும், அவற்றில் இடம்பெறும் வரிகளே உணர்ச்சிகளைத் தூண்டுகின்றன.

வரிகளை நீக்கிவிட்டு எந்த மெட்டைக் கேட்டாலும், அதுதரும் உணர்வை நம்மால் கிரகிப்பது கடினம். தமிழில் இசை விமர்சனம் எழுதும் பலருக்கு இந்த நுட்பம் பிடிபட்டதாக தெரியவில்லை. இசையைச் சிலாகிக்கும் அளவுக்கு அவர்கள் வரிகளைப் பொருட்படுத்தாமல் போவது வேதனைக்குரியது. வரிகளுக்குள் உள்நுழைந்து பார்க்கும் பயிற்சியில்லாத அவர்கள் மேம்போக்காக எழுதிவரும் இசைவிமர்சனங்கள், திரையிசைக்கு எந்தவிதத்திலும் பயன் தராது. அதிலும், ஒருசில இசை விமர்சகர்கள் பாடல்வரிகள் இசைக்கு இடையூறாக இருப்பதுபோல எழுதியிருப்பதை இவ்விடத்தில் நினைவுகூரலாம்.

பாடல் வரிகள் அல்லாமல் இசையை ரசிக்கவேண்டுமானால், சுத்தமான கீர்த்தனைகளை மட்டுமே கேட்கவேண்டும். திரையிசைப் பாடல்களைப் பொறுத்தவரை அவை முழுக்க முழுக்க காட்சிக்காகவும் சூழலுக்காகவும் புனையப்படுபவை. அப்படியிருக்கையில், பாடல்வரிகள் இடையூறாக இருக்கின்றன எனச்சொல்வது, ரசனைக்கு மட்டுமல்ல இயல்புக்கேகூட பொருந்தக்கூடியதாக எனக்குப்படவில்லை. தஞ்சை ராமையாதாஸ் திரைப்பாடலை அணுகியவிதம், இசை விமர்சகர்களின் ஊகங்களுக்கு அப்பாற்பட்டது. மெட்டுகளை அவர் விரும்பிய தன்மைக்கும் பண்புக்கும் தக்கவாறு ஒழுங்கு செய்திருக்கிறார். இது, வேறு எந்தப் பாடலாசிரியரும் செய்யத் துணியாதது.

வழக்கமான சொற்களில் இருந்து உணர்வுகளைக் கிளர்த்தாமல் அவராகவே உருவாக்கிய சொற்களைக்கொண்டு காட்சியையும் சூழலையும் விவரிக்க முயன்றிருக்கிறார். அவ்வாறு அவர் உருவாக்கிய சொற்களும் சொற்றொடர்களும் விநோதமான அர்த்தங்களைத் தந்திருக்கின்றன. ஒலிக்குறிப்புகளை மட்டுமே பிரதானமாக வைத்துக்கொண்டு அவர் எழுதியுள்ள பாடல்கள், வழக்கத்தில் இல்லாத பாடல்மொழியைத் தோற்றுவித்துள்ளன.

கேட்க வித்தியாசமாக இருக்கும் ஒலிக்குறிப்புகளை வரிசைப்படுத்தி, அவர் எழுதிய முறையே விமர்சனத்திற்கும் கண்டனத்திற்கும் உரியவையாகப் பார்க்கப்படுகின்றன. தொடர்ந்து பாடல்துறையில் பயணிப்பவர்களால் தஞ்சை ராமையாதாஸின் அணுகுமுறையை விளங்கிக்கொள்ளமுடியும்.

ஆங்கிலமோ இந்தியோ அல்லது வேறு ஏதோ ஒரு மொழியின் இசைச்சொற்களையோ அசைச்சொற்களையோ பயன்படுத்தி யாருமே எதிர்பார்க்காத வகையில் பாடலை அமைக்க அவர் விரும்பியிருக்கிறார். வரிகளோ வார்த்தைகளோ புரியாமல் போய்விடுமே என்கிற சிந்தனைக்குள்ளே அவர் போகாமல் இயங்கி இருக்கிறார். அப்படி ஒரு பாடலாசிரியர் இருக்கலாமா, இயங்கலாமா என்பதல்ல, அவருக்குமுன் அப்படியான முயற்சிக்குள் யாருமே இறங்கவில்லை என்பதுதான் வியப்புக்குரியது.

உதாரணத்துக்கு. பழங்குடிச் சமூகத்தைச் சேர்ந்த ஆணும் பெண்ணும் பாடுவதாக ஒரு பாடல் வருகிறது என வைத்துக்கொள்வோம். அதை எப்படி எழுவது? எழுத்துவடிவில் இல்லாத மொழி, எல்லோராலும் பேசப்படாத மொழி, ஒருசிலருக்கு மட்டுமே புரியக்கூடிய மொழி எனினும், அவர்கள் பாடவேண்டும். நான்குப் பக்கத்திலும் தடுப்புச்சுவர்களை அமைத்துவிட்டு தப்பிக்கச் சொன்னால் எப்படியோ அப்படித்தான் இதுவும். அம்மாதிரியான நேரங்களில் பழங்குடியினரின் பாஷையை ஒத்த ஒலிக்குறிப்புகளை வைத்துத்தான் சமாளிக்க முடியும். அவை வெற்றுச்சொற்களாக இருந்தாலுமே அவற்றின் துணையுடன்தான் பாடலை நிறைவுசெய்ய நேரும். தஞ்சை ராமையாதாஸை தாழ்த்திக்காட்டும் பல பாடல்களில் அவர் இந்த வேலையைத்தான் செய்திருக்கிறார்.

அறியாத சூழலுக்கோ அல்லது அவருக்கு அறிமுகமில்லாத சூழலுக்கோ எழுதும்போது, அவர் வெற்றுச்சொற்களையும் விநோதமான ஒலிக்குறிப்புகளையும் நாடியிருக்கிறார். வெற்றுச் சொற்களையும் கேளிக்கைக்கு உரிய மொழியாக வழங்கியிருப்பது அவருடைய தனித்துவம். இதைத்தான் தொழில்நுட்பச் சங்கடம் என்ற சொல்லால் குறித்திருக்கிறேன். திரைப்பாடலுக்கென்று வரையறுக்கப்பட்ட வடிவமோ

யுகபாரதி ☐ 465

நேர்த்தியோ எதுவுமில்லை. மெட்டின் இலக்கணத்தை ஒட்டியே வரிகளைச் சமன் செய்கிறோம். ஒழுங்கு சந்தங்கள் அல்லாத மெட்டுக்கு முன்னும் பின்னுமாக வார்த்தைகளை நிரவித்தான் உணர்வுகளைக் கிளர்த்துகிறோம். ஒரு சொல்லோ ஒரு தொடரோ தரும் அர்த்தத்திலிருந்தே எந்தப்பாடலும் முழுவடிவம் பெறுகிறது.

தஞ்சை ராமையாதாஸ் இந்த வடிவத்தை வெவ்வேறு மாதிரியாக எழுதிப் பார்த்திருக்கிறார். சீட்டைக் குலுக்கிப்போட்டு ஆட்டத்தை முதலிலிருந்து தொடங்கலாம் என்பது அவர் எண்ணமாக இருந்ததோ என்னவோ? ஆட்டத்தை முதலிலிருந்து தொடங்க விரும்பிய அவர், அதற்கான முன்னெடுப்புகளில் சறுக்கியும் தடுக்கியும் விழுந்திருக்கிறார். அது, நல்லதா; தேவையானதா என்பதற்குள் நான் போகவில்லை. கட்டுகளை குலைத்து, புதிய கட்டுமானத்தை ஏற்படுத்தும் முயற்சியில் அவர் தோற்றுக்கூட போயிருக்கலாம். ஆனால், அவர் அக்காரியத்தில் ஈடுபடத் தொடங்கிய பிறகுதான் ஒரே தளத்தில் இயங்கி வந்த திரைப்பாடல்கள் வெவ்வேறு திசைகளில் பயணிக்கத் தொடங்கின.

இரண்டாயிரத்துக்குப் பிறகு பாடல் எழுதவந்த பலரிடமும் தஞ்சை ராமையாதாஸ் நாற்பதுகளிலும் ஐம்பதுகளிலும் செய்துபார்த்த சோதனைகள் தென்படுகின்றன. வாக்கியத்தையும் வடிவத்தையும் உடைத்து, விநோத ஒலிக்குறிப்புகளால் எழுதும்முறையே மேற்கத்திய மெட்டுகளுக்கு உவப்பானது. நேர்க்கோட்டில் அமையாத அம்மெட்டுகளுக்கு வழக்கமான மொழிநடை உதவுவதில்லை.

நாம் ஏற்படுத்திய மோசமான பிம்பத்தினால் தஞ்சை ராமையாதாஸின் முயற்சிகளுக்கு முக்கியத்துவம் இல்லாமல் போய்விட்டது. என்றாலும், அவருடைய முயற்சிகளையே இன்றைய இளம் பாடலாசிரியர்கள் தொடர்கின்றனர். உரிய சூழலும் உரிய கதைக்களமும் வழங்கப்பட்ட இடங்களில் பெரும்பாலும் தஞ்சை ராமையதாஸ் வெற்றுச்சொற்களைத் தவிர்த்திருக்கிறார். அடிப்படையில் தமிழாசிரியராகப் பணிபுரிந்த அவர், திரைப்பாடல் எழுதவந்த பிறகு தமிழ் விரோத நடவடிக்கையில் ஈடுபட்டு, வாழ்வை

466 □ நேற்றைய காற்று

வளமாக்கிக்கொண்டார் எனக் காலம் வரைந்துவைத்துள்ள சித்திரம் தவறானது.

அவசரகதியில் அவர் எழுதிய பாடல்களில் ஓசை ஒழுங்குகளுக்கேற்ப சில ரசக்குறைவான சொற்கள் வந்திருக்கின்றன. அதை அவர் வலிந்து செய்தாரா, அல்லது பெருகிவந்த வாய்ப்புகளுக்காகச் செய்தாரா என்றெல்லாம் தெரியவில்லை. அவர் காலத்தில் அவர் உச்சத்தில் இருந்திருக்கிறார். வேகமாகவும் கேட்பதுபோலவும் எழுதித் தருபவராக இருந்திருக்கிறார். அன்று படமெடுத்துவந்த ஆகப்பெரும் நிறுவனங்கள், அவருக்காகக் காத்திருந்து பாடல்களைப் பெற்றிருக்கின்றன. பாடல்களுடன் கதையையும் வசனங்களையும் எழுதவைத்து, அவரை ஓர் ஆளுமையாக உருவாக்கவும் எண்ணியிருக்கின்றன.

வேதாந்தம் ராகவய்யா இயக்கத்தில் 1960இல் வெளிவந்த “அடுத்தவீட்டுப் பெண்” திரைப்படத்தில் “சங்கமிது கற்றார் நிறைந்த சங்கமிது” என்றொரு பாடலை எழுதியிருக்கிறார். “கழகமிது காக்கை காக்கை கழகமிது” என்ற அவர் ஆரம்பத்தில் எழுதிய வரிகளைத் தணிக்கைத் துறையினர் ஆட்சேபித்ததால் சங்கமிது என மாற்றியிருக்கிறார். இயக்குநரோ நடிகரோ குறிப்பிட்ட வார்த்தை பாடலில் வரவேண்டுமெனக் கேட்டுக்கொண்டால் அதைத் தட்டாமல் ஏற்று எழுதிக்கொடுத்திருக்கிறார். ‘தங்கரத்தினம்’ திரைப்படத்தில் உதயசூரியன் என்னும் சொல் வரவேண்டுமென நடிகர் எஸ்.எஸ். இராஜேந்திரன் கேட்டிருக்கிறார்.

திராவிட முன்னேற்றக் கழகத்தில் எம்.ஜி.ஆரைவிடவும் செல்வாக்குமிக்க இடத்தில் அவரே தொடக்கத்தில் இருந்தாரென்பது புதிய செய்தியல்ல. அண்ணாவுடனும் கலைஞருடனும் மிக நெருக்கமாக இருந்த அவர் இயக்கிய திரைப்படமே தங்கரத்தினம். அதில், “எதையும் தாங்கும் மனசு” என்ற பாடலில் “இதயவானிலே உதயசூரியன் எழுந்ததுதான் புதுசு” என்னும் வரி வருகிறது. கே.வி. மகாதேவனின் இசையில் வெளிவந்த அப்பாடலில் வேண்டுகோளுக்காக சேர்க்கப்பட்ட சொல், மெட்டை எந்தவிதத்திலும் கெடுக்காமல் இருப்பதைக் கவனிக்கலாம். வேண்டுகோளுக்காக வலிந்து ஒரு சொல்லையோ தொடரையோ திணித்தால் பாடலின்

பிரதான தன்மை பாழ்பட வாய்ப்பிருக்கிறது. அனுபவம் வாய்ந்த பாடலாசிரியர்களால் மட்டுமே அப்படியான தடையை லாவகமாகத் தாண்டிமுடியும்.

தஞ்சை ராமையாதாஸ் பல பாடல்களில் சர்வ ஜாக்கிரதையுடன் மொழிநடையைக் கையாண்டிருக்கிறார். அவர் பாடல்களில் வெகுவாக என்னைக் கவர்ந்த பாடலொன்று 1968இல் வெளிவந்த "ஹரிசந்திரா" திரைப்படத்தில் இடம்பெற்றிருக்கிறது. கே. எஸ். பிரகாஷ்ராவ் இயக்கத்தில் வெளிவந்த அத்திரைப்படத்தில் ஆதியிலும் பறையனில்லை / ஜாதியிலும் பறையனில்லை என்றொரு பாடலை தஞ்சை ராமையாதாஸ் எழுதியிருக்கிறார். இன்றைக்கு பறையன் என்னும் சொல்லை பயன்படுத்திப் பாடலை எழுதினால் என்னவிளைவுகள் ஏற்படும் என ஊகிக்கலாம். அதைவிட, அப்படி ஒரு சொல்லைப் பயன்படுத்தினால் தணிக்கைத்துறை அதை அனுமதிக்குமா? என்பதும் கேள்விக் குறிதான்.

சமூக அமைதிக்குக் குந்தகம் ஏற்படுமென்றோ ஜாதிக் கலவரத்தை தூண்ட அச்சொல் வழிவகுக்குமென்றோ கூறி நீக்கிவிடும் அபாயமிருக்கிறது. ஆனால், அறுபதுகளில் நிலை வேறாக இருந்திருக்கிறது. இத்தனைக்கும் சமூகநீதி பற்றியெல்லாம் அதிகமாகப் பேசப்பட்ட அக்காலத்தில் அச்சொல்லை அவர் தயக்கமில்லாமல் பயன்படுத்தியிருக்கிறார். தணிக்கைதுறையும் அனுமதித்திருக்கிறது. கண்ணதாசன் திரைத்துறைக்குள் அடியெடுத்து வைத்து ஓரளவு அறியப்பட்ட சூழலில், தஞ்சை ராமையாதாஸே முன்னணிப் பாடலாசிரியராக இருந்திருக்கிறார். தாம் எழுதிய பாடல்களைக் கேட்காமல், தம்முடைய பிள்ளைகளே ராமையாதாஸின் பாடல்களைத்தான் விரும்பியதாக கண்ணதாசனே ஒரு நேர்காணலில் தெரிவித்திருக்கிறார். அதன் விளைவாக தாம் தயாரித்த "சிவகங்கைச் சீமை" திரைப்படத்திற்கு தஞ்சை ராமையாதாஸை பாடல் எழுதச்சொல்லிக் கேட்டிருக்கிறார். அவரோ தன்னிடம் இருந்த ஒரு பாடலைக் கொடுத்து பயன்படுத்திக்கொள்ளச் சொல்லியிருக்கிறார். சூழலுக்கும் கதைக்கும் பொருந்தாத அப்பாடலை பயன்படுத்தச் சொன்னதால் ராமையாதாஸிடம் கண்ணதாசன் முரண்பட்டு, வெகுகாலம் பேசாமல் இருந்திருக்கிறார். அந்த வருத்தத்தைப்

468 □ **நேற்றைய காற்று**

பல இடங்களில் பதிவு செய்துள்ள கண்ணதாசன், "உனக்கு என்ன தெரியும்?" என்னும்விதத்தில் ராமையாதாஸ் நடந்துகொண்டதாகக் குறிப்பிட்டிருக்கிறார்.

டூப் வார்த்தைகளைப் போட்டு விளம்பரமானவர் தஞ்சை ராமையாதாஸ் என வசனகர்த்தா ஏ.எல் நாராயணன் ஒருமுறை பிரபல பத்திரிகையொன்றில் எழுதப்போக, அதை அறிந்த ராமையாதாஸ், "திரைப்படத்துறை என்ன தமிழ்வளர்ச்சிக் கழகமா?" என நாராயணனை வீட்டுக்கழைத்துக் கேட்டிருக்கிறார். "இங்கே என்ன சங்கப் பலகையா வச்சிருக்கான், என் புலமையைச் சோதிக்க. தம்பி, எல்லாப் பாவகைகளும் எனக்குத் தெரியும். ஆனால் அதை எழுதவா நான் சினிமாவுக்கு வந்திருக்கேன். வேட்டியை வரிஞ்சி கட்டிக்கிட்டு, நாலணா டிக்கெட் வாங்கித் தரையிலே உட்கார்ரான் பார். அவனை நான் குஷிப்படுத்தணும். அதுக்குத்தான் எனக்குக் காசு குடுக்குறாங்க. அந்தத் தரை மகா ஜனங்களுக்கு, தில்லா டாங்கு டாங்கு திருப்பிப் போட்டு வாங்கு என்று எழுதாம, வண்டார் குழல் பூச்செண்டாட அழகு கொண்டாட என்றா எழுதமுடியும்" என்றும் கேட்டிருக்கிறார். அவரளவில் அவர் புரிந்து வைத்திருந்த தொனியில் திரைப்பாடலை அணுகியிருக்கிறார்.

நம்முடைய எண்ணத்திற்கும் எதிர்பார்ப்புக்கும் மாற்றாக இருந்திருக்கிறார் என்பதால் அவர் ஒப்புக்கு எழுதியதாகவோ உப்புக்கு எழுதியதாகவோ குறைத்து மதிப்பிடுகிறோம். மொத்த சமூகமுமே கேளிக்கை வசப்பட்ட சினிமாவை நேசிப்பதாக அவர் புரிந்துகொண்டிருக்கிறார். அவர் காலத்தில் அல்லது அவர் அதிகமும் பங்குபற்றிய திரைப்படங்கள் கேளிக்கையை பிரதானமாகக் கொண்டிருந்ததால் அவரும் அவ்விதம் எழுதி சங்கடத்தைச் சம்பாதித்திருக்கிறார். காலத்தின் தேவைக்கேற்பத் தம்மை தகவமைத்துக்கொண்டு பயணித்த அவர், தடம்மாறிவிட்டதாகவோ தடுமாறியிருப்பதாகவோ எனக்குத் தோன்றவில்லை. இன்னும் சொல்லப்போனால், தாம் செய்த காரியத்தை ஒளிவு மறைவு இல்லாமல் ஒத்துக்கொண்டிருக்கிறார். திரைப்பாடலில் இலக்கியம் செய்வதாகப் பாசாங்கு செய்யவோ பம்மாத்து செய்யவோ துணியவில்லை. சமூகம் தமக்குத் தரப்போகும் மதிப்பைச்

யுகபாரதி □ 469

சரியாகவே கணித்திருந்த அவர், "திருக்குறள் இசையமுதம்" என்னும் நூல்மூலம் தம் தமிழ்ப் புலமையை நிரூபிக்க முயன்றிருக்கிறார்.

திருக்குறளின் 133 அதிகாரங்களில், அதிகாரத்திற்கு ஒரு குறளைப் பல்லவியாக வைத்து, அவர் எழுதியுள்ள திருக்குறள் இசை விளக்க நூல் குறிப்பிடத்தக்கது. இன்னும் நிதானமாக இருந்திருக்கலாம். நேர்த்தியாக எழுதி தமிழுக்கு தம்மால் இயன்றதைச் செய்திருக்கலாம் என்னும் எண்ணம் பின்னாள்களில் அவருக்கு வந்திருக்கிறது. மருத்துவமனையில் சிகிச்சைக்கு அனுமதிக்கப்பட்ட கடைசித் தருணங்களில் தம்மை சந்திக்க வந்த உடுமலை நாராயணகவியிடம், "நான் எங்கே பாட்டு எழுதினேன். நான் பாட்டுக்கு எழுதினேன். நீங்களாவது நெடுநாள் வாழ்ந்து தமிழுக்கு எழுதுங்கள்" என்று கண்ணீர் மல்க வேண்டிக்கொண்டிருக்கிறார். "சிகரமதில் திகழ்வது சீவக சிந்தாமணி / செவிதனில் மிளிர்வது குண்டலகேசி / திருவே நின் இடையணி மணிமேகலையாம் / கரமதில் மின்னுவது வளையாபதியாம் / கால்தனில் ஒலிப்பது சிலப்பதிகாரம் / கண்கண்ட ஐம்பெரும் காவியத் திலகமே" என "வணங்காமுடி" திரைப்படத்தில் தமிழின் ஐம்பெரும் காப்பியங்களைப் பட்டியலிட்டும் அவரால் எழுத முடிந்திருக்கிறது.

"சிங்காரி" திரைப்படத்தில் அவர் எழுதிய "ஏழைகள் வாழவே இடமில்லையா / இறைவா இதுதான் உன்லீலையா" பாடலில் "பணம் இருந்துவிட்டால் ஒருநீதியா / நிலை இழந்துவிட்டால் அவன் பாவியா" என்று கேட்டிருக்கிறார். தம்முடைய செயல்களை நியாயப்படுத்தாமல், தமக்கு நேர்ந்த கதிக்காக யாரையும் குற்றம் சுமத்தாமல் எது சரி, எது தவறு என்பதை அவரே அறிவித்திருக்கிறார். இன்று திரைப்பாடல் எழுதிக்கொண்டிருக்கும் பலருக்கு அவர் ஆதர்சமாக இருக்க வாய்ப்பில்லை. ஆனால், அவர்கள் அத்தனைபேருமே அவருடைய வாக்கிய அமைப்பை பின்பற்றியே எழுதுகின்றனர். அவரை வெகுவாகப் பிரதியெடுத்தவர்களில் வாலியும் கங்கை அமரனும் முக்கியமானவர்கள். இலக்கியத் தரமாக எழுத யாரை வேண்டுமானாலும் மானசீகமாகப் பின் தொடரலாம். அப்படியல்லாமல் வேகமான ஆட்டப்

பாடல்களுக்கு வகைமாதிரிகளை உருவாக்கித் தந்திருப்பவர் தஞ்சை ராமையாதாஸ் மட்டுமே. “அடுத்தவீட்டுப் பெண்” திரைப்படத்தில் “கண்ணாலே பேசிப் பேசிக் கொல்லாதே / காதாலே கேட்டுக் கேட்டுச் செல்லாதே/ காதல் தெய்வீக ராணி/ போதை உண்டாகுதே நீ / கண்ணே என் மனதை விட்டுத் துள்ளாதே” என்று அவர் எழுதிய பாடலை ஒட்டியும் வெட்டியும் எத்தனையோ பாடல்கள் வந்துவிட்டன.

அதே திரைப்படத்தில் இடம்பெற்ற “கண்களும் கவிபாடுதே” பாடலும் ரசிக்கத்தக்கது. ஏறக்குறைய அவர் எழுதிய எழுநூறு திரைப்பாடல்கள் தொகுக்கப்பட்டு நூலாக வெளிவந்துள்ளது. அவற்றை எழுத்தில் வாசிக்கும்பொழுது கிடைக்காத இன்பம், இசையுடன் இணைத்துப் பாடும்பொழுது கிடைக்கிறது. திரைப்பாடல்கள் இசைக்காக எழுதப்படுவதே என்பதை மனதில் இருத்திக்கொண்டால், அதில் அவருடைய பணி மேலானது. “மாயா பஜார்” திரைப்படத்தில் அவர் எழுதிய “கல்யாண சமையல் சாதம்” பாடலைக் கவனித்தால், அத்தனை பதார்த்தங்களையும் இசைக்குள் அடக்கிச்சொல்லும் அவர் ஆற்றலை விளங்கிக்கொள்ளலாம்.

1956இல் வெளிவந்த “மதுரைவீரன்” திரைப்படத்தில் “வாங்க மச்சான் வாங்க / வந்த வழியப் பாத்துப் போங்க / ஏங்க ஏங்க நீங்க / ஏன் இப்படிப் பாக்குறீங்க” என்றொரு பாடலை எழுதியிருக்கிறார். வார்த்தைகள் யாவும் வழக்கில் உள்ளதுதான். ஆனால், அதை அவர் இசைக்கு எப்படி பொருத்தியிருக்கிறார் என்பதுதான் விசேஷம். “உப்பில்லாத பத்தியக்காரன் ஊறுகாயைப் பார்த்தானாம் / உதட்டாலே சப்புக்கொட்டி ஓந்திபோல நின்னானாம்” என்று அப்பாடலில் யாரையோ விமர்சித்திருக்கிறார். உப்பில்லாத பத்தியக்கார விமர்சகர்களுக்கு அவரும் ஊறுகாயாய் ஆகியிருப்பது ஆச்சர்யத்துக்குரியதல்ல.

யுகபாரதி □ 471

கே.டி. சந்தானம்

தனிமையிலே இனிமை காணமுடியுமா?

சந்தங்கள் கவிதைகளுக்கு ஆகாதவையாக அல்லது சந்தங்களே கவிதைகளின் அழகைக் கெடுப்பதாகக் கருதக்கூடிய காலத்திற்கு வந்துவிட்டோம். ஆனால், ஒருகாலம்வரை சந்தங்களில்லாமல் கவிதைகளில்லை. கவிதைகளின் பிரதானச் சுவையே சந்தங்களால் வருவதுதான் என நம்பப்பட்டிருக்கிறது. அருணகிரியாரின் திருப்புகழ்ச் சந்தங்கள் எந்த இசைக் கட்டுமானத்திற்குள்ளும் அடங்காதவையாக இருக்கின்றன. பக்தியில் திளைப்பவர்களாலும் தமிழின் சந்தங்களை உணர்ந்து வியப்பவர்களாலும் இன்றுவரை கொண்டாடப்படும் திருப்புகழ், நம்முடைய பழந்தமிழ் செல்வங்களுக்குள் ஒன்றாகப் பார்க்கப்படுகிறது.

பக்தியை ஒருபுறமும் தமிழை இன்னொருபுறமும் வளர்த்த அருணகிரியாரைத் தொடர்ந்து சட்டென்று இருவர் நினைவுக்கு வருகின்றனர். ஒருவர், தாயுமானவர். மற்றொருவர், வள்ளலார் என்றறியப்படும் சிதம்பரம் இராமலிங்க அடிகள். அவர்கள் இருவருமேகூட பக்தியை முதன்மைப்படுத்தியவர்கள்தான். எனினும், இருவருடைய கவிதைகளிலும் எளிய சந்தங்கள்

ஊடுபாவாக கலந்திருப்பதைக் கவனிக்கலாம். அருணகிரியாரின் முடுகுச் சந்தங்களோ திருகுச் சந்தங்களோ அல்லாமல், எளிய பதங்களில் மிகப்பெரிய சிந்தனைகளைத் தோற்றுவித்தவர்கள் அவர்கள் இருவர் மட்டுமே. அதுமட்டுமல்ல, பாரதி அவர்கள் இருவரைப் பின்பற்றியே எழுதியிருக்கிறார். தாயுமானவரின் தொடர்ச்சியை வள்ளலாரிடமும், வள்ளலாரின் தொடர்ச்சியைப் பாரதியிடமும் அறிவோமானால், எளிய சந்தங்கள் என்றுநான் வகைப்படுத்துவதை விளங்கிக்கொள்ளலாம்.

சந்தங்களின் வழியேதான் தமிழையும் தமிழ்க்கவிதைகளையும் உள்வாங்க முடியுமென உணர்ந்த பாடலாசிரியர்களில் ஒருவராக கே.டி. சந்தானம் அறியப்படுகிறார். அடிப்படையில் முருக பக்தராக இருந்த அவர், திரைப்பாடல்களுக்கான செயலூக்கத்தைப் பெற பக்தி இலக்கியங்களையே நாடியிருக்கிறார். தாயுமானவர், இராமலிங்க அடிகள், பாரதி எனும் வரிசையில் கே.டி. சந்தானம் வருவதாகக் கருதமுடியாது. மேற்கூறிய வரிசையிலுள்ளவர்களின் சந்த நயங்களைத் திரைப்பாடலுக்குள் கொண்டுவர எண்ணியிருக்கிறார்.

திரைப்பாடல்களை பக்தி இலக்கியப் பனுவல்களுடன் நான் பொருத்துவதாக நினைக்கவேண்டாம். அத்துடன், தாயுமானவர், இராமலிங்க அடிகள், பாரதி ஆகிய மூவருடனும் கே.டி. சந்தானத்தை ஒப்பிடுவதாகவும் எண்ண வேண்டியதில்லை. நான் அவருடைய சந்த நயங்களை மட்டுமே கவனத்தில் எடுத்துக்கொண்டிருக்கிறேன். சந்தானம், தம்முடைய திரைப்பாடல்களில் சந்தங்களுக்கு அதிக முக்கியத்துவம் அளித்திருப்பதால், அவர் படைப்புகளின் தோற்றுவாய் அவர்களாக இருக்குமோ என்பது என் ஊகம். மற்றபடி, ஒருவரை இன்னொருவருக்கு ஈடாகவோ நிகராகவோ சொல்வது என் வேலையுமில்லை; நோக்கமுமில்லை. ஓரளவு எனக்குக் கிடைத்த சான்றுகளுடன் அவரைப் பற்றி மற்றவர்கள் கிரகித்தவற்றிலுமிருந்தே இப்பதிவை எழுதியிருக்கிறேன். இதில் மாறுபடவோ வேறுபடவோ எல்லோருக்கும் உரிமையுண்டு.

திரைப்பாடல்களை இசைக்கேற்ப எழுதுவதைவிடவும், தாமே உருவாக்கிய அல்லது தம்முடைய பயிற்சியினால் பெற்ற சந்தங்களைக்கொண்டு எழுதுவது பெரியவிஷயம். மெட்டுக்குப்

யுகபாரதி □ 473

பாட்டா, பாட்டுக்கு மெட்டா என்று கேட்கப்படும் பழைய புளித்த கேள்வியைத் தவிர்க்கமுடியவில்லை. தற்போதைய பாடலாசிரியர்களில் பலரும், மெட்டுக்கு எழுதுவதே சுமை என்பதுபோலச் சொல்வர். எனக்கோ மெட்டுக்குப் பாட்டு எழுதுவதைவிட, பாட்டுக்கு மெட்டமைப்பதே கடினமாகத் தோன்றும். காரணம், கொடுக்கப்பட்ட மெட்டிற்கு வார்த்தைகளைப் பிரயோகிப்பது பயிற்சியினால் விளைவது. பாட்டுக்கு மெட்டு என்பது அப்படியில்லை. குறைந்தபட்ச இசையறிவில்லாமல் ஒரு திரைப்பாடலை எழுத இயலாது. தமிழின் சந்தங்களும் வார்த்தைகளும் பிடிபட்டதால்தான் அது சாத்தியம்.

எண்பதுகளில் இளையராஜா அளித்த ஒரு பேட்டியில் இதுகுறித்து விபரமாகச் சொல்லியிருக்கிறார். “அதிகமும் மெட்டிற்கு எழுதுவதையே விரும்புகிறீர்களே” என்ற கேள்விக்கு, “அதில்தான் கூடுதல் சுதந்திரம் கிடைக்கிறது” என்றிருக்கிறார். அவருக்கு சுதந்திரம் பாட்டில்லாமல் மெட்டமைப்பது எனில், அது பாடலாசிரியர்களுக்கு சுமை என்பதாக புரிந்துகொள்ளப்பட்டிருக்கிறது. இசைப் பயிற்சி இன்மையாலும் தத்தகாரத்தை அச்சத்துடன் பார்ப்பதாலும்தான் மெட்டுக்கு பாட்டு கடினம்போல் தோன்றுகிறது. எதார்த்தத்தில் மெட்டிற்கு எழுதுவதே எளிது. தத்தகாரங்களே தரக்கூடிய வார்த்தைகளை பிடிக்கத் தெரிந்தால் திரைப்பாடல் எழுதுவதில் ஒரு சிக்கலுமில்லை.

ஆரம்பநிலை இலக்கியப் பயிற்சியோ இசைப் பயிற்சியோ இல்லாமல் பாடல் எழுதுவது வாதை நிறைந்தது. சந்தங்களைப் பற்றிய புரிதலும் இசையமைதியும் தெரியாதவர்கள் திரைப்பாடல் முயற்சிகளில் ஈடுபட்டால் காரிய சித்தியடையும் வாய்ப்பில்லை. ஆனால், பள்ளிப் படிப்பைக்கூட தாண்டாத கே.டி.சந்தானம், தம்முடைய திரைப்பாடல்களில் கையாண்டுள்ள சந்தங்களால் கவனிக்க வைத்திருக்கிறார். அதிகமும் அவர் எழுதிய பாடல்களுக்கே இசையமைக்கப்பட்டிருக்கின்றன. அவராக எழுதிக்கொடுத்த பாடல்களுக்கு இசையமைத்தவர்கள், அவர் பாடல்களில் பயின்றுவந்த சந்தங்களைப் பாராட்டியிருக்கின்றனர். திரைப்பாடல்களில் விரவிவரும் சந்தங்கள், நம்முடைய

பழந்தமிழ் பக்தி இலக்கியப் பாடல்களின் பாதிப்பிலிருந்தே பிறந்திருக்கின்றன. நாடகமேடைகளில் அவர் படித்துக்கொண்ட தமிழும் இசையும் திரைப்பாடல்கள் எழுத உதவியிருக்கின்றன.

இசையையும் தமிழையும் கூடவே இயைந்த பக்தியையும் கே.டி.சந்தானம் தம் பாடல்களில் கொண்டுவந்திருக்கிறார். பாபநாசம் சிவன் அளவிற்கு இல்லையென்றாலும், அவர் போட்டுத்தந்த பாதையில்தான் கே.டி. சந்தானம் நடந்திருக்கிறார். திரைப்பட நடிகராகவும் பாடலாசிரியராகவும் இயங்கிய அவரின் முக்கியமான பாடல்களில் ஒன்று, "சிந்தனை செய் மனமே / செய்தால் தீவினை அகன்றிடுமே" என்பது. வினைக் கோட்பாட்டின் பின்னணியில் பக்தியை முன்நிறுத்திய கே.டி. சந்தானம், தம்முடைய திரைப்பாடல்களின் ஆதார சுருதியாக ஆன்மீகத்தையே அதிகமும் மீட்டியிருக்கிறார். அரசியல் சார்பே இல்லாதவராகத் தம்மைக் காட்டிக்கொண்ட அவர், சந்தங்களின் துணையையே பெரிதும் நம்பியிருக்கிறார். அரசியல் சார்பை அவர் காட்டிக்கொள்ளவில்லையே தவிர, அரசியலே அற்றவராக அவர் இருந்ததாகச் சொல்வது அறிவுக்குப் பொருந்தாதது. எது தம்முடைய கட்சி, எது தம்முடைய கொள்கை என்பதை வரையறுத்துக் கொள்வதில் அவருக்குச் சிக்கல் இருந்திருக்கலாம்.

உடுமலை நாராயணகவியும் பாபநாசம் சிவனும் தத்தமது அரசியல் ஆர்வங்களை வெளிப்படுத்திய போதிலும், கே.டி. சந்தானம் எங்கேயும் அவை வெளிப்படாதவாறு பார்த்துக்கொண்டிருக்கிறார். அரசியலே வேண்டாமென்ற அரசியலால், எழுபதுகளுக்குப் பிற்பகுதியில் திரைப்பாடல் துறையிலிருந்து அவர் தம்மை விடுவித்துக்கொள்ளவும் நேர்ந்திருக்கிறது. 1948இல் வெளிவந்த ஏவி.எம் நிறுவனம் தயாரித்த "வேதாள உலகம்" மூலம் பாடலாசிரியராக அறிமுகமான அவர், அறிமுகமான முதல் படத்திலேயே பதினெட்டுப் பாடல்களை எழுதியிருக்கிறார்.

வழக்கமாக ஏவி.எம் நிறுவனத்திற்குப் பாடல் எழுதிவந்த கே.பி.காமாட்சிசுந்தரம் வராததால், நடிகராக இருந்த சந்தானத்திற்கு அவ்வாய்ப்பு வழங்கப்பட்டிருக்கிறது. "மதாங்க சுந்தர மனமோஹனன் / மாமறை நாடும் ஹரனோ ஸ்ரீதரனோ யாரோ" என்னும் ஆரம்பவரியை கொண்ட அப்பாடல்

யுகபாரதி □ 475

ஆர்.சுதர்சனத்தின் இசையில் வெளிவந்திருக்கிறது. வேதாள உலகம் திரைப்படத்திற்கு கே.டி.சந்தானம் பாடல்களை எழுத அவரிடமிருந்த எழுத்தாற்றல் ஒருகாரணமெனில், அத்திரைப்படத்தில் கதாநாயகனாக நடித்த டி. ஆர். மகாலிங்கம் மற்றொரு காரணமென்று அவரே ஒரு நேர்காணலில் தெரிவித்திருக்கிறார்.

டி.ஆர்.மகாலிங்கம் தம்மைப் பற்றி ஏ.வி. மெய்யப்பச்செட்டியாரிடம் நல்லவிதமாகச் சொல்லியதாலேயே அத்தனைப் பாடல்களையும் ஒரே படத்தில் எழுதமுடிந்ததாகப் பகிர்ந்துகொண்டிருக்கிறார். பதினெட்டுப் பாடல்களில் குறிப்பிட்டுச் சொல்லத்தக்கவை பல உண்டு. அதிலும், அத்திரைப்படத்தில் அவர் எழுதிய பவளக்கொடி நாட்டிய நாடகப் பாடலையும், பாம்பாட்டி நாட்டியப் பாடலையும் குறிப்பிட்டே ஆகவேண்டும். "அமுதைப் பொழியும் நிலவே / என்மீது மட்டும் ஏன் அனலை அள்ளி வீசுகிறாய்" என்கிற முதல்வரியைக் கொண்ட பவளக்கொடி நாட்டிய நாடகப்பாடல் ரசிகர்களால் அக்காலத்தில் வரவேற்கப்பட்டிருக்கிறது. திரைக்கு வெளியேயும் அப்பாடல் ஏற்படுத்திய தாக்கத்தைப் பற்றி பிறிதொரு சந்தர்ப்பத்தில் பார்க்கலாம். கே.டி. சந்தானத்தின் முதல்வரியை கு.மா.பாலசுப்ரமணியமும் ஒரு பாடலுக்கு பல்லவியாக்கியிருக்கிறார்.

அமுதைப் பொழியும் நிலவே என்ற அவ்வரியே கு.மா. பாலசுப்ரமணியத்திற்கு அடையாளமாக மாறியிருக்கிறது. எனினும், அதன் மூல முகவரிக்குச் சொந்தக்காரர் கே. டி. சந்தானமே. தனக்குப் பின்னே திரைப்பாடல் எழுதவந்த ஒருவரை ஊக்கி, அதுமாதிரியே அல்லது அதையே சிந்திக்கத்தூண்டிய எழுத்து அவருடையது. வேகமான பாடலானாலும் சோகரசம் ததும்பும் பாடலானாலும் அவர் திரைப்பாடல்களைப் பொறுத்தவரை சந்தங்களால் பின்னப்பட்டுள்ளன. 1957இல் வெளிவந்த "மணமகன் தேவை" திரைப்படத்தில் அவர் எழுதிய "பம்பரக் கண்ணாலே / காதல் சங்கதி சொன்னாளே" என்கிற பாடலை அறியாதவர்கள் இல்லை. நடிகர் சந்திரபாபுவின் குரலிலும் நடனத்திலும் அமைந்த அப்பாடலில் "கட்டாணி முத்தழகி / காணாத கட்டழகி / தொட்டாலும் கைமணக்கும் சிங்காரி /

476 □ நேற்றைய காற்று

கட்டுப்படியாகலே / காதல்தரும் வேதன / தங்கச்சிலைபோல் வந்து மனதை தவிக்கவிட்டாளே" என்று எழுதியிருக்கிறார். சந்தங்களைப் பிரித்து சுவை அறிய விரும்புகிறவர்கள் இரண்டாவது சரணத்தையும் கேட்கவேண்டும். ஒரே அளவில் வார்த்தைகளைத் தேர்ந்தெடுத்து அவர் எழுதியிருக்கும்முறை அலாதியான அனுபவத்தைத் தரக்கூடியது.

அத்திரைப்படத்தில் கே.டி.சந்தானமே சந்திரபாபுவிற்கு வயதான அப்பாவாகவும் நடித்திருக்கிறார். "அப்பா வேடத்தில் நடிப்பது மட்டுமல்ல, துடிப்புடன் கூடிய பாடலுக்குக் காதல் வரிகளை எழுதுவதிலும் தான் "கேடி"தான் என்று சந்தானம் நிரூபித்துவிட்டார். இளைஞர்களைத்தான் காதல் பாடல் எழுத வைக்கவேண்டும் என்று சிலர் நினைப்பார்கள். அது தவறு. கிழவர்கள் தங்களின் நினைவுச் சுரங்கத்திலிருந்து காதல் நீரை இறைக்க ஆரம்பித்தால், இளைஞர்கள் மூழ்கிப் போய்விடுவார்கள்" என்று கே.டி. சந்தானம் குறித்து பத்திரிகையாளர் வாமனன் தம் கட்டுரை ஒன்றில் குறிப்பிட்டிருக்கிறார். கலைக்கும் கலைஞனுக்கும் காலமோ வயதோ பொருட்டே இல்லை.

1961இல் வெளிவந்த "குமாரராஜா" திரைப்படத்தில் அவர் எழுதியுள்ள "ஒண்ணுமே புரியலே உலகத்திலே / என்னமோ நடக்குது மர்மமா இருக்குது" என்ற பாடலில் "கண்ணான தந்தையைக் கண்ணீரில் தள்ளினேன் / கண்ணாடி வளையலைப் பொன்னாக எண்ணினேன் / பெண்ணாசை வெறியிலே / தன்மானம் தெரியலே / என்னைப்போலே ஏமாளி எவனும் இல்லே" எனக் கதையையும் சூழலையும் விளக்கியிருக்கிறார். டி.ஆர்.பாப்பாவின் இசையில் வெளிவந்த அப்பாடல், கதையையும் சூழலையும் தாண்டி அவ்வரிகள் கொண்டுள்ள சந்தங்களால் நிற்கிறது. இசை நுட்பமுடையவர்கள் அவ்வரிகளில் தென்படும் ஓசை ஒழுங்குகளைச் சிலாகிக்கலாம்.

எழுதி இசையமைக்கப்பட்ட பாடலே ஆனாலும், ஒரு அட்சரம்கூடப் பிசகாமல் எழுதும் பயற்சி அவருக்கு இருந்திருக்கிறது. 1951இல் வெளிவந்த "ஓர் இரவு" திரைப்படத்திலும் அவருடைய "பூலோகம் தனை காண வருவீர் ஸ்வாமி" என்னும் பாடலும் அத்தகைய சந்தநயத்திற்குச் சாட்சியாவதே. அண்ணாவின் கதைவசனத்திலும் ப.

யுகபாரதி □ 477

நீலகண்டனின் இயக்கத்திலும் வெளிவந்த அத்திரைப்படம் புரட்சிகரமான கருத்துகளை முன்வைத்திருக்கிறது. பக்திநெறியைப் பின்பற்றிய கே.டி.சந்தானம் "காக்கும் தெய்வம் கருணாநிதி என்று ஆலயம் கட்டிவைத்தார் / ஆறு காலமும் பூஜை அபிஷேகம் அர்ச்சனை உற்சவம் செய்து வைத்தார் / பாரெல்லாம் மகிழ்வடைந்தால் அதுவே / பக்தர்கள் செய்யும் உற்சவமாகும் / ஊரெல்லாம் கோயில்கள் ஏன் அடியார் / உள்ளமே எந்தன் திருக்கோயில்" என்று எழுதியிருக்கிறார்.

சிவனும் பார்வதியும் மாறிமாறிப் பாடுவதாக அமைந்த அப்பாடல், சந்தானத்தின் சந்தங்களுக்காக மட்டுமல்ல, அவருடைய இறை பக்தியையும் உணர்வதற்கு உகந்தது. இன்றைய கடலூரை அடுத்த குள்ளஞ்சாவடியில் பிறந்த அவர், இளம்வயதிலேயே நாடக கம்பெனியில் சேர்ந்திருக்கிறார். மேடை நாடக நடிகராக வாழ்வைத் தொடங்கிய சந்தானம், நடிகர் திலகத்திற்கே வாத்தியாராக இருந்து வசன உச்சரிப்பைச் சொல்லிக் கொடுத்திருக்கிறார். முப்பதுகளில் மங்கள பாலகான சபாவில் கே.டி. சந்தானம் பணியாற்றியிருக்கிறார். அந்தக்காலத்தில் அதே சபாவில் ஸ்திரீபார்ட் வேடங்களில் நடித்துப் பலரின் பாராட்டைப் பெற்ற கணேசனும் இருந்திருக்கிறார். அந்த கணேசனே பின்னாள்களில் சிவாஜி கணேசனாகவும் நடிகர் திலகமாகவும் ஆகியிருக்கிறார்.

அப்படிப்பட்ட சிவாஜி கணேசனுக்குப் பாடல் பாடும் தத்ரூபமான பாவனை நடிப்பை கற்றுக்கொடுத்த வாத்தியாராக கே.டி. சந்தானம் இருந்தாரென்பது புதிய தகவலல்ல. இதை சிவாஜியும் காக்காராதாகிருஷ்ணனும் தம்முடைய நேர்காணல்கள் சிலவற்றில் குறிப்பிட்டிருக்கின்றனர். சிவாஜிகணேசன் எழுதிய "கதாநாயகனின் கதை" என்கிற சுயசரிதை நூலிலும் தமக்கு நடிப்பைச் சொல்லிக்கொடுத்த வாத்தியார்களில் கே.டி.சந்தானமும் ஒருவரென்று நெகிழ்வுடன் குறித்திருக்கிறார். தொடர் வெற்றிப்படங்களைக் கொடுத்து, நடிப்புலகின் உச்சத்தைத் தொட்டபிறகும்கூட சிவாஜிகணேசனுக்கு கே.டி.சந்தானத்தைக் குறித்த மதிப்பீடு உயர்வாகவே இருந்திருக்கிறது. யாரால் இந்நிலையை அடைந்தோம் என்கிற விசுவாசம் மட்டுமே அதற்குக்

காரணமில்லை. தன்னை உருவாக்கியவர்களின் திறமைமீது அவர் கொண்டிருந்த நம்பிக்கை. அதிலும், கே. டி. சந்தானம் போன்றவர்கள் நாடகக் காலங்களில் அவருக்கு நடிப்பின் சகல சூட்சுமங்களையும் கற்பித்திருக்கின்றனர்.

தம்மை உயர்த்தியவர்களை நினைவுகூர்ந்து அவர்களுக்குத் தம்மால் இயன்றதைச் செய்யும் ஆசையும் அவரிடம் இருந்திருக்கிறது. அதன் விளைவாகவே ''பாசமலர்'' திரைப்படத்தில் ராஜரத்தினம் என்கிற கதாபாத்திரத்தில் நடிக்க கே.டி. சந்தானத்தை சிவாஜிகணேசன் பரிந்துரை செய்திருக்கிறார். அச்சிறிய பாத்திரத்தில் அவர் நடிக்க வரும் சமயங்களில் அவருக்குமுன்னே அமரவும் புகைபிடிக்கவும் தயங்கிய தகவல்களை எழுத்தாளர். ஆர்.பி.ராஜநாயகம் தமது கட்டுரை ஒன்றில் தெரிவித்திருக்கிறார். மேலும், உதவி இயக்குநராக இருந்த காலங்களில் சந்தானத்துடன் எழுத்தாளர் ஆர்.பி. ராஜநாயகம் பழகியிருக்கிறார். சந்தானத்தைப் பார்த்து, வேறு ஒரு உதவி இயக்குநர் ''உங்கள் பெயர் என்ன'' என்று கேட்டபொழுது, ''இந்தத் தலைமுறைக்கு என்னை யாரென்று தெரியாது. ஆனால் நீ தெரிந்துவைத்திருக்கிறாய்'' என சந்தோசப்பட்டிருக்கிறார். ''இதே மாதிரி பல வருடங்களுக்கு முன் ஒரு பையன் என்னையும் என் பாடல்களையும் தெரிந்துவைத்திருந்தான். அவன் பெயர் பஞ்சு அருணாசலம். கண்ணதாசனின் அண்ணன் மகன். அப்பச்சி பாட்டில்கூட உங்கள் சந்தம் மாதிரி வருவதில்லையே என்று ஆச்சர்யப்பட்டான்'' என்றிருக்கிறார்.

தம்மை அடையாளம் கண்டு மதிப்பவர்களை நினைவில் வைத்திருந்த அவர், மறந்துவிட்டவர்களை எண்ணி வருந்தியதாகத் தெரியவில்லை. காலத்தின் மாறுதல்களை விளங்கிக்கொண்டு அதற்கேற்ப நடிப்பையும் பாடல்களையும் தொடர்ந்துவந்த அவர், நடிப்பைவிட பாடல்களையே அதிகம் விரும்பியிருக்கிறார். சிறுசிறு கதாபாத்திரங்களில் நடித்துவந்த அவரைக் கதாநாயகனாகப் போட்டு ஏ.வி.எம் நிறுவனம் ஒரு திரைப்படத்தைத் தொடங்கியிருக்கிறது. வாழ்க்கை என்னும் தலைப்பில் ஆரம்பித்த அத்திரைப்படம் ஏதேதோ காரணங்களால் பாதியிலேயே கைவிடப்பட்டிருக்கிறது. ஆக, ஏவி.எம்.வின் முதல் கதாநாயகனே கே.டி. சந்தானம்தான்

யுகபாரதி □ 479

என்பது குறிப்பிடத்தக்கது. நூறு படங்களுக்கு மேல் நடித்திருக்கிறார். இருநூறுக்கும் குறைவான பாடல்களை எழுதியிருக்கிறார். திருவிதாங்கூர் சகோதரிகளான லலிதா, ராகினி, பத்மினி ஆகிய மூவரும் திரையில் தோன்றி நடித்த முதல் பாடலை எழுதிய பெருமையும் சந்தானத்திற்குண்டு.

எஸ்.வி.வெங்கட்ராமன் இசையில் எழுதத் தொடங்கிய அவர், தம்முடைய இறுதிப்பாடலையும் அவருக்கே எழுதியிருக்கிறார். ஏறக்குறைய முப்பது ஆண்டுகள் திரைத்துறையில் பாடலாசிரியராகவும் நடிகராகவும் இயங்கிய சந்தானம், 1977இல் வெளிவந்த "கிருஷ்ணலீலா"வுடன் தம் திரைப் பயணத்தை நிறைவு செய்திருக்கிறார். எழுதிய பாடலில் ஒன்றுகூட இரட்டை அர்த்தமோ விரசமோ வராதவாறு பார்த்துக்கொண்டிருக்கிறார். அதைவிட, அன்றைக்கு இருந்த அரசியல் கள நிலவரங்களை சாதுர்யமாக தவிர்த்திருக்கிறார். பகுத்தறிவும் முற்போக்குச் சிந்தனைகளும் அவருடைய பாடல்களில் இடம்பெற்றிருக்கின்றன. ஆனாலும், அதை அவர் அறிவிக்காமல் செய்திருக்கிறார்.

மக்களின் மனோநிலைக்கு ஏற்றவாறு பாடல்களை எழுதினாலும், அவர் கவனம் முழுக்க முழுக்கச் சந்தங்களை சுற்றியே சென்றிருக்கிறது. நாடகத்திலிருந்து திரைத்துறைக்குள் அடியெடுத்து வைத்தபோது திரையில் தோன்றி நடிப்பதற்கு எவ்வளவு பணம் தருவார்கள் என்று தெரியாமல், ஐயாயிரம் ரூபாயைக் கேட்டிருக்கிறார். நாற்பதுகளில் ஐயாயிரம் என்பது பெரிய தொகை. ஆனாலும், கே.டி. சந்தானத்தின் நடிப்பைப் பற்றித் தெரிந்த திரை நிறுவனங்கள் கொடுக்க முன்வந்திருக்கின்றன. அதிகம் கேட்டுவிட்டோமோ என எண்ணிய அவருக்கே, அவர்கள் தர சம்மதித்தது ஆச்சர்யத்தை ஏற்படுத்தியிருக்கிறது. பாடல்களுடன் சின்னத்துரை, அவள் போன்ற படங்களுக்கு வசனங்களும் எழுதியிருக்கிறார்.

அவள் திரைப்படம் வெளிவரவில்லை. மாடர்ன் தியேட்டர்ஸ் தயாரித்த வளையாபதி திரைப்படத்தில் இடம்பெற்ற நகைச்சுவைக் காட்சிகளுக்கு கே.டி. சந்தானமே உரையாடல்களை எழுதிக்கொடுத்திருக்கிறார். வசனத்திலும் அவருக்கு ஆர்வமிருந்திருக்கிறது. என்றாலும், பெரிய அளவில் அதில் அவர் ஈடுபடவில்லை. வசனகர்த்தா

ஆரூர்தாஸ் அவரைப்பற்றி "எத்தனை எத்தனை நடிகர்களை உருவாக்கிய நல்லாசிரியர், எத்தனை எத்தனைக் கருத்தாழமும் கவிதை நயமும் நிறைந்த பாடல்களை இயற்றிய இயற்கைக் கவிஞர். கேட்ட சிறிது நேரத்திற்குள் இசைக்கு ஏற்ற இனிய பாடல்களை இயற்றித் தரும் ஆற்றல் பெற்ற கீர்த்திமிகு கவிஞர் சந்தானம்" என்று தமது நூல் ஒன்றில் குறிப்பிட்டிருக்கிறார்.

ப.நீலகண்டன் இயக்கத்தில் வெளிவந்த "நல்லவன் வாழ்வான்" திரைப்படத்தில் ஒரு பாடல். "நல்லவர்க்கே காலமில்லையா" எனும் ஆரம்ப வரிகளைக் கொண்டது. அதில், "சூடிவிட்ட மல்லிகைப்பூ வாடவில்லையே / நீங்கள் தொட்டுவைத்த திலகம் இன்னும் மாறவில்லையே / ஆடிப்பாடி இருந்ததெல்லாம் மறக்கவில்லையே / அதற்குள் அன்பே உமைப் பிரிவதென்றால் பொறுக்கவில்லையே" என்று எழுதியிருக்கிறார். சொற்களின் அழகில் சூழலை விவரித்து எழுதும் பாணியை, அவர் பழந்தமிழ் மரபிலிருந்தே பெற்றிருக்கிறார். குறிப்பாக, "அம்பிகாபதி" திரைப்படத்தில் அவர் எழுதியுள்ள பாடல்கள் முக்கியமானவை. கம்பனின் மகனாக சிவாஜி கணேசன் நடித்திருக்கிறார். அத்திரைப்படத்தில் சடையப்ப வள்ளல் கதாபாத்திரத்தில் கே. டி. சந்தானமும் தோன்றியிருக்கிறார்.

அம்பிகாபதி நூறு பாடல்களைப் பாடுவதுபோல ஒரு காட்சி, அக்காட்சிக்கு ஏற்றவாறு ஐந்து பாடல்களில் மொத்த சாராம்சத்தையும் கே.டி. சந்தானம் கொண்டுவந்திருக்கிறார். நூறாவது பாடலில் அம்பிகாபதி அமராவதியைப் பற்றிப் பாடுவதாக அமைந்த பாடல் அதி அற்புதமான சொல்லாட்சிகளைக் கொண்டது. அம்பிகாபதியில் இடம்பெற்றுள்ள ஐந்து பாடல்களுமே அவரின் மொழி வளத்தைக் காட்டக்கூடியவை. குறிப்பாக, "அம்புலியைக் குழம்பாக்கி / அரவிந்த ரசமோடு அமுதம் சேர்த்து / இன்பநிறை முகமாக்கி / கயலிரண்டைக் கண்ணாக்கி மன்னன் தந்த பைங்கிளியே" என்னும் பாடலில் வார்த்தைகளால் இசையுடன் விளையாடியிருகிறார்.

அதே திரைப்படத்தில் "தமிழ்மாலை தனைச்சூடுவான்" பாடலும் குறிப்பிடத்தக்கது. "தமிழ்மாலை தனைச்சூடுவான் / கொன்றைத் தளிர்மாலை மலர்மாலை ஜெபமாலையுடன் /

சந்தத்" என்ற ஒடிச்சொல்லில் சந்தத்தை இணைத்திருக்கிறார். ஒடிச்சொல்லில் இருந்து பாடலைப் பாடினால் "சந்தத் தமிழ்மாலை தனைச்சூடுவான்" என்று வரும். அப்பாடலின் இறுதிப் பத்தியில் "தயவுடன் விரைந்து அருள்மழை பொழிந்து / முத்தைத் தரு பத்தித்திரு நகையென / முதலடி உரைத்த தழைத்த கருணையை / நினைத்து நினைத்து கவிமலர் தொடுத்த" எனச் சந்த வட்டத்திற்குள் நின்று வார்த்தைச் சதிர் ஆடியிருக்கிறார்.

அருணகிரியார், தாயுமானவர், இராமலிங்க அடிகள் ஆகியோரின் சந்தங்களை ஒத்தும் உழன்றும் அவர் உருவாக்கிய திரைப்பாடல்கள், வேறு எவருடைய திரைப்பாடல்களைவிடவும் தனித்து விளங்குகின்றன. 'தமிழ்மாலை தனைச் சூடுவான்' எனத் தொடங்கிய அவர், பாடலின் இறுதிக்கு முந்தைய வரியில் திருப்புகழின் ஒரு வரியை அப்படியே எடுத்தாண்டிருக்கிறார். அப்படி, பல பாடல்களில் தாயுமானவரையும் வள்ளலாரையும் அவருடைய திரைப்பாடல்கள் நினைவூட்டுகின்றன. தம்முடைய திரைப்பாடல்கள் வெகுஜன ரசனைக்கு ஏற்றவையாக அமையவேண்டுமெனக் கருதிய அதேவேளையில், அவை அனைத்தும் இலக்கிய நேர்த்தியுடன் இருக்கும்படிச் செய்திருக்கிறார். அவர் காலத்தில் மிகுதியாக வெளிவந்த புராண இதிகாசப் படங்களுக்கு அவருடைய அந்தத் தன்மை ஏதுவாக அமைந்திருக்கிறது.

தெலுங்கு அவருடைய தாய்மொழியாக இருந்தபோதிலும், தமிழ்மீது அவர் கொண்டிருந்த காதலை ஒவ்வொரு பாடலிலும் வெளிப்படுத்தியிருக்கிறார். ஆடம்பரமான வெற்றிகளில் அக்கறையில்லாததால் தெளிவும் நிதானமும் கொண்ட வரிகளை அவரால் எழுத முடிந்திருக்கிறது. இசைக்குத் தக்கவாறு எழுதவேண்டிய நிர்ப்பந்தங்களை அவர் ஏற்கத் தயங்கியிருக்கிறார். சிவாஜியும் எம்.ஜி.ஆரும் ஒருசேர மதிக்கத்தக்க நடிகராகவும் பாடலாசிரியராகவும் இருந்த சந்தானம், தனக்குப் பின்னே எழுத வந்த அத்தனைபேரையும் தம் பக்கம் திரும்ப வைத்திருக்கிறார். மொழியினால் ஒரு திரைப்பாடலாசிரியர் தம்மை நோக்கிப் புதியவர்களை இழுக்கமுடியும் என்பதைச் சாதித்துக்காட்டியவராக அவரைக்

482 □ நேற்றைய காற்று

கருதலாம். தனக்குப் பின்னே வந்தவர்களை ஈர்க்க எவரால் முடியுமெனில், தனக்கு முன்னே இருந்தவர்களின் வரலாறுகளையும் சிறப்புகளையும் அறிந்தவர்களால் மட்டுமே முடியும். கே.டி. சந்தானம் தனக்கு முன்னே இருந்த பலரையும் கவனித்திருக்கிறார். அவர்களின் பாதிப்பிலிருந்தும் தாக்கத்திலிருந்தும் ஊக்கம் பெற்றிருக்கிறார். உதாரணமாக, **1941**இல் வெளிவந்த எம்.கே.டி. பாகவதரின் "உனைக் கண்டு மயங்காத பேர்களுண்டோ" என்னும் பாடலின் மெட்டில் "சுதர்சன்" திரைப்படத்தில் ஒரு பாடல் இடம்பெற்றிருக்கிறது.

சந்தங்களும் முதல்வரியும் எம்.கே.டி. பாகவதரை ஒத்திருந்தாலும், ஏனைய வரிகளை சந்தானம் தாமாக எழுதியிருக்கிறார். பி.யூ. சின்னப்பாவின் கடைசிப் படமான சுதர்சன் **1951**இல் வெளிவந்திருக்கிறது. அதில், "உனைக்கண்டு மயங்காத பேர்களுண்டோ / கலிகாலத்திலே கண் கண்ட தெய்வமே" என ஆரம்பித்து கடவுளுக்கு உவமையாக பணத்தை ஒப்பிட்டிருக்கிறார். "காசேதான் கடவுளப்பா" என்று பின்னால் வந்த பாடல்களுக்கெல்லாம் அதுவே மூலவேராய் இருந்திருக்கிறது. எதையும் மாற்றிச் சிந்தித்து எழுத முயன்ற அவர், அம்மாற்றத்தை மரபு வழியே பின்பற்றி இருப்பதுதான் விசேஷம். மாற்றிச் சிந்திக்கிறேன் என்னும் பேரில் நேர் எதிரான நிலையெடுக்க அவர் தயங்கியிருக்கிறார்.

அவர் கற்றிருந்த தமிழும் இலக்கியமும் அவரைக் காப்பிய மரபிலிருந்தும் இலக்கண வரையறையிலிருந்தும் மீறாதவாறு செயல்பட வைத்துள்ளன. "வடிவேலும் மயிலும் துணை" என்ற அவருடைய மிகபிரபலமான பாடலைக் கேட்டால் அவர், தமக்குள் கட்டமைத்திருந்த மொழியின் லாவகத்தை உணர்ந்துகொள்ளலாம். "இளையராஜாவுடன் இணைந்து பணியாற்றும் சமயங்களில் அவரைப் பற்றிய பேச்சு அடிக்கடி வரும்" என்று கவிஞர் வாலி தம்முடைய நேர்காணல் பலவற்றில் தெரிவித்திருக்கிறார். 'காசேதான் கடவுளப்பா / இது கடவுளுக்கும் தெரியுமப்பா' என்ற பாடலில் வாலி, கே.டி. சந்தானத்தை பிரதியெடுத்திருக்கிறார் என்பது முக்கியமில்லை. ஓரிடத்தில் இருந்து ஒருவர் எடுத்துக்கொடுத்ததை இன்னொருவர் அவரிடமிருந்து பெற்றிருக்கிறார். அது ஒருவிதமான இலக்கியக் கொடுக்கல்

யுகபாரதி □ 483

வாங்கல். இதை காப்பியென்றோ திருட்டு என்றோ சர்ச்சையைக் கிளப்பி, உரிமை கொண்டாடுவதில் ஒரு பிரயோசனமுமில்லை. ஒன்றே ஒன்றுதான் எனக்குத் தோன்றுவது, எதை யாரிடமிருந்து பெற்றோம் என்பதை சொல்லி, அவர்களுக்குச் சேரவேண்டிய நியாயமான பெருமையை தந்துவிடவேண்டும். அப்படியல்லாமல் தாமே எல்லாவற்றையும் சிந்தித்ததுபோலப் பாவனை செய்வதுதான் பரிதாபத்துக்குரியது.

எந்தக் கருத்தும் வானத்திலிருந்து அப்படியே நமக்குள் இறங்கிவிடுவதில்லை. யாரோ ஒருவர்தான் நமக்குத் தெரிவிக்கிறார் அல்லது யாரோ ஒருவர் தெரிவித்ததை இன்னொருவர்மூலம் தெரிந்துகொள்கிறோம். இந்தத் தெரிதலில் எதுவுமே புதிது இல்லை. எதுவுமே பழசுமில்லை. நமக்கு எப்போது தெரிய வருகிறதோ அதை அப்போது புதிது என்கிறோம். ஏற்கெனவே தெரிந்ததெனில் பழசு என்கிறோம். மற்றபடி, பழமையும் புதுமையும் நம்முடைய அறிவினாலும் ரசனையாலுமே தீர்மானிக்கப்படுகின்றன. கே. டி.சந்தானம், தம்முடைய பாடல்களில் முந்தையவர்களின் வரிகளை அப்படியே எடுத்துக் கையாண்டிருக்கிறார். அப்படி எடுத்துக் கையாளும்போது, எடுத்த வரிகளுக்கு நியாயமே செய்திருக்கிறார்.

ஆராய்ந்து பார்த்தால் அவருடைய பாடல்களில் பெரும்பகுதி, பக்தி இலக்கியங்களில் தென்படும் படிமங்களும் குறியீடுகளும் குவிந்து கிடக்கின்றன. அதை அவர் கவனத்துடனே செய்திருக்கிறார். போகிறபோக்கில் வார்த்தை கிடைக்கவில்லை என்பதற்காக வரித்தும் வலிந்தும் எழுதவில்லை. தம்முடைய பாடல்களில் பழைய சுவை இருக்கவேண்டுமென எண்ணியிருக்கிறார். சிலசமயத்தில் பழைமையே சுவையெனவும் கருதியிருக்கிறார். புதுமை என்பது அவரைப் பொறுத்தவரை கருத்துகளாக இருந்திருக்கின்றனவே தவிர, வார்த்தைகளோ வடிவமோ இல்லையென்று நம்பியிருக்கிறார். பொதுவாகச் சொல்லவேண்டுமானால் வரிகளால் இசையின் தன்மையை உயர்த்தவும் தமிழின் மேன்மைகளைக் கூட்டவும் அவரால் முடிந்திருக்கிறது. நடிப்பிலிருந்து அவர் விலகிச்செல்ல முடிவெடுத்தபோதுகூட,

பாடல்களை எழுதவே விரும்பியிருக்கிறார்.

திரைத்துறையிலிருந்து விலகிய அவரைக் கலை இயக்குநர் கங்காவின் மணிவிழாவில் எம்.ஜி.ஆர். சந்தித்திருக்கிறார். தனக்கும் திரைத்துறைக்கும் சம்பந்தமே இல்லாததுபோல விழாவில் ஏதோ ஒருமூலையில் அமர்ந்திருந்த அவரை அடையாளம் கண்ட எம்.ஜி.ஆர் மேடைக்கு அழைத்து கௌரவித்திருக்கிறார். தம்மை மறந்திருந்திருப்பார் என எண்ணிய கே.டி. சந்தானம், முதல்வர் எம்.ஜி.ஆரின் அன்பில் மலைத்துப் போயிருக்கிறார். நம்முடைய காரியத்தை இதய சுத்தியுடன் நிறைவேற்றுவோமானால் காலம் கடந்தும் அக்காரியத்திற்காகக் கவனிக்கப்படுவோம் என்பதில் பொய்யில்லை. எம்.ஜி.ஆர் அவர்மீது வைத்திருந்த அன்பின் வெளிப்பாடாக உளுந்தூர்பேட்டை சர்க்கரை ஆலைத் தலைவர் பதவியை சந்தானத்திற்கு அளித்திருக்கிறார்.

நியமனப் பதவியே அதுவாயினும் அதிலும் நியாயத்துடனும் நேர்மையுடனும் செயல்பட்டதால் அப்பகுதி மக்களின் ஆதரவை சந்தானம் பெற்றிருக்கிறார். தமக்குக் கிடைத்த அத்தனை வாய்ப்புகளிலும் அவர் தம்மையோ தம்முடைய படைப்புகளையோ பிரதானப்படுத்தவில்லை. இட்ட கடமையைச் செய்யும் தொண்டனாகவே இருந்திருக்கிறார். எம்.ஜி.ஆர், ஜெயலலிதா நடிப்பில் 1968இல் வெளிவந்த "ரகசிய போலீஸ்115" திரைப்படத்தில் "என்ன பொருத்தம் / ஆஹா என்ன பொருத்தம்" என்றொரு பாடல் இடம்பெற்றிருக்கிறது. அப்பாடலை எழுதிய சந்தானமே அத்திரைப்படத்தில் ஜெயலலிதாவிற்கு அப்பாவாக நடித்திருக்கிறார். அதுமுதல் ஜெயலலிதா அவரை அப்பாவாகவே தத்தெடுத்துக்கொண்டிருக்கிறார்.

பாடலின் இடையில் "லீலா லீலா என்னம்மா அங்க சத்தம்" என்றொரு குரல்வரும். அந்தக்குரலுக்கு சொந்தக்காரர் சந்தானமா, இல்லை வேறு யாருமா எனத் தெரியவில்லை. ஆனால், அப்பாவாக நடித்திருப்பவர் அவர்தான். அன்றைய தமிழ் நாடக மேடைகளில் நடிகர்களாக இருப்பவர்களே பாடகர்களாகவும் இருந்திருக்கின்றனர். அவர்களில் வெகுசிலரே நாடகப் பிரதிகளையும் பாடல்களையும் எழுதக்கூடிய ஆற்றலுடன் விளங்கியிருக்கின்றனர். திரைப்பாடலாசிரியர்களில்

யுகபாரதி □ **485**

கே.டி. சந்தானத்துடன் கு.சா. கிருஷ்ணமூர்த்தியும் தஞ்சை ராமையாதாஸும் அத்தகையவர்களே.

கே.டி. சந்தானத்தின் தமிழ்மீதும் பாடல்கள்மீதும் அபரிமிதமான மதிப்பை வைத்திருந்த மற்றொருவர் இயக்குநர் ஏ.பி.நாகராஜன். நாடகமேடைத் தொடர்பினால் திரைத்துறைக்கு வந்த கே. டி. சந்தானம், நாடக காலத்தில் பெற்ற மதிப்பையும் அன்பையும் இறுதிவரை தக்கவைத்திருக்கிறார். 1962இல் வெளிவந்த "காஞ்சித்தலைவன்" திரைப்படத்தில் சந்தானம் எழுதிய "கண்கவரும் சிலையே / காஞ்சி தரும் கலையே" என்ற பாடலைக் கேட்டிருக்கலாம். அத்திரைப்படத்திற்குக் கதையும் வசனமும் கலைஞர் மு. கருணாநிதி எழுதியிருக்கிறார். எம்.ஜி.ஆர்., எஸ்.எஸ்.ஆர்., பானுமதி எனப் பெரும் நடிகர்கள் பங்காற்றிய அத்திரைப்படத்தில், "பகைமுடிக்க பலவகையால் / படைக்கலங்கள் போதும் / எழில் சிலை வடிக்கச் சிறு உளியும் / இரு கரமும் போதும் / முகை வெடிக்கும் முறுவலெனப் / பெண்ணிதழில் தெரிவாய் / சினம் மூண்டெழுந்தால் ஆண்டவன் பேய்த் தாண்டவமும் புரிவாய்" என்று எழுதியிருக்கிறார். ஒன்றை வர்ணித்து எழுதும்போது அதை எங்கிருந்து ஆரம்பிக்க வேண்டுமென அவரிடமிருந்து கற்கலாம்.

கண்கவரும் சிலையே என்று பாடலை ஆரம்பித்த அவர், "எனக்குமுன்னே வாழ்ந்தவர்கள் / எத்தனை கோடி / அந்த இடம் பெயர்ந்தார் பெருமையெல்லாம் தொடர்கதைபோல் தருவாய்" என்று முடித்திருக்கிறார். சிலையிடம் பேசுவதுபோல் அமைந்த அப்பாடலில் சிலைகளிடம் அவர் வைக்கும் கோரிக்கை வித்தியாசமானது. வாழ்ந்து மறைந்தவர்களுக்கே சிலை எடுக்கிறோம். சிலையின் வழியே நம்முடைய வரலாறுகளை மீட்டெடுக்கிறோம் என்று வைத்துக்கொண்டால், அந்தச் சிலையிடம் அவர், முன்னே வாழ்ந்தவர்களின் கதைகளைச் சொல்லச்சொல்லிக் கேட்டிருக்கிறார். இதெல்லாம் படத்தின் இயக்குநரோ வசனகர்த்தாவோ சொல்லி எழுதுவதில்லை. பாடலாசிரியனே கொடுக்கப்பட்ட சூழலை அல்லது காட்சியைத் தமக்குள் ஓட்டிப்பார்த்து எழுதக்கூடியது. தமிழரசுக் கழக முன்னோடிகளில் ஒருவராகவும் பக்திப் படங்களை இயக்குவதில் நிபுணராகவும் இருந்த ஏ.பி.நாகராஜன், தாம்

இயக்கிய பெரும்பாலான படங்களில் கே.டி. சந்தானத்திற்கு நடிக்கவோ பாடல் எழுதவோ வாய்ப்பளித்திருக்கிறார். "வா ராஜா வா, திருமலை தென்குமரி, காரைக்கால் அம்மையார், ராஜராஜசோழன், மேல்நாட்டு மருமகள், ஸ்ரீகிருஷ்ணலீலா, கண்காட்சி, அகத்தியர் என வரிசையாக அவர் இயக்கிய படங்களில் கே.டி. சந்தானம் அகமோ முகமோ காட்டியிருக்கிறார்.

குறிப்பாக, தமிழரசுக் கழகத்தின் தலைவர் ம.பொ.சியை ஒத்த கதாபாத்திரத்தைத் திருமலை தென்குமரி திரைப்படத்திற்கு உருவாக்கியபோது, அப்பாத்திரத்தை ஏற்று நடிக்கும் பொறுப்பை கே.டி. சந்தானத்திற்கே கொடுத்திருக்கிறார். ஏ.பி.நாகராஜன் இயக்கத்திலும் குன்னக்குடி வைத்தியநாதன் இசையமைப்பிலும் வெளிவந்த "காரைக்கால் அம்மையார்" திரைப்படத்திற்கு இரண்டு பாடல்களைச் சந்தானம் எழுதியிருக்கிறார். இரண்டு பாடல்களையும் பாடவந்த கே.பி. சுந்தராம்பாள் பாடல்வரிகளை வாசித்த மாத்திரத்தில் சந்தானத்தை நேரில் அழைத்துப் பாராட்டியிருக்கிறார். பாடுவதற்கு இயல்பாகவும் இலக்கியத் தமிழாகவும் இருந்ததைக் கண்ட அவர், இசையுடன் வார்த்தைகள் இயைந்து போனதைச் சொல்லிச் சொல்லி வியந்திருக்கிறார். வேதனே விமலனே, பிறவாத வரம் வேண்டும் ஆகிய இருபாடல்களும் இத்தனை ஆண்டுகழித்தும் அதே உயிர்ப்புடன் இருக்கின்றன. "பிறவாத வரம் வேண்டும்" பாடலில் "அற்புதப் பண்களின் ஒப்பிய இசையெழ / மத்தளம் சச்சரி கொக்கரை / முழவொலி / தத்திமி தஜ்ஜணு தக்கிட தாவென / முழங்க நடமிடு சதங்கை அணி இரு / பதங்களை நிதமும் வணங்கி வழிபட" என வார்த்தைகளை அவர் கோர்த்திருக்கும்விதத்தை ரசிக்கத் தமிழாய்ந்த தகுதி தேவை.

வெறும் திரைப்பாடல் ரசிகர்களால் அப்பாடலில் உள்ள அழகையும் சொற் கட்டுமானத்தையும் புரிந்துகொள்ள இயலுமா என்பது சந்தேகமே. தமிழ் இசைக்கருவிகளின் பெயர்களை அவர் அப்பாடலில் வரிசைப்படுத்தியிருக்கிறார். மத்தளம், சச்சரி, கொக்கரை, முழவொலி என்பவை என்னவென்று அறியாவிட்டால் அப்பாடல் புரியாமல் போகவும் வாய்ப்புண்டு. அதே பாடலில், "வானவர்

யுகபாரதி □ 487

தானவர் நாடு குலுங்க / வாலை மனோகரி மாது குலுங்க / நாரணன் நான்முகன் மேனி குலுங்க / நாமகள் பூமகள் வாழ்க துலங்க என்றும் எழுதியிருக்கிறார். குலுங்க என்ற சொல்லைச் சொல்லிக்கொண்டே வந்து ‘துலங்க’ என்பதாக முடித்த இடத்தில்தான் ஒரு பாடலாசிரியர் கவிஞராக மாறுகிறார். பாடல்களில் இறுதி வார்த்தை ஒத்திருக்க வேண்டுமென்கிற விதியெல்லாம் எதுவுமில்லை. ஆனால், இத்தனை ஆண்டுகளாக நாம் கேட்டுவரும் பாடல்களில் அதுவே முறையாக இருந்துவருகிறது. இந்த முறை திரையிசையினால் உருவானதில்லை. நம்முடைய பாடலாசிரியர்கள் தங்களுக்குள்ள இலக்கிய ஆர்வத்தினால் உருவாக்கிய முறையே அது. ஏன் இறுதி வார்த்தை ஒத்தில்லை என்று எந்த ரசிகனும் கேட்பதில்லை. அதேபோல ஏன் ஒத்திருக்கின்றன என்றும் கேட்பதில்லை.

இசையமைப்பாளர்களும் பாடலாசிரியர்களும் இணைந்து ஏற்படுத்திய இந்த முறையை ரசிகனுக்குக் கடத்தியிருக்கின்றனர். கடத்தப்பட்ட வடிவத்தைப் பழகிய ரசிகன், அதையே திரைப்பாடலின் மரபாக வரித்துக்கொண்டிருக்கிறான். மிகச் சில பாடல்களில் மட்டுமே இந்த மரபு மீறப்பட்டிருக்கிறது. புதுக்கவிதைகளோ நவீனகவிதைகளோ எழுதுபவர்கள் இந்த மரபை மீறவேண்டும் என நினைக்கிறார்கள். மீறவேண்டும் என்பதைவிட உடைக்கவேண்டும் என்பதில் அவர்கள் கொள்ளும் ஆவேசத்தை அறியமுடிகிறது. இசையமைப்பாளர்களில் ஏ.ஆர். ரகுமான் இந்த மரபை மீற எவ்வளவோ முயற்சித்துப் பார்த்துவிட்டார். ஆனாலும், அவரால் அந்த மரபை முழுவதுமாக மீறமுடியவில்லை. மணிரத்னம் இயக்கிய பலபடங்களில் ஏ.ஆர்.ரகுமான் இந்த முயற்சியை மேற்கொண்டிருக்கிறார்.

இசையில் மாற்றங்களை ஏற்படுத்த முடிந்த அவரால், பாடல் வரிகளில் இப்படியான மாற்றங்கள் ஏமாற்றங்களாகவே அமைந்துள்ளன. எனக்கு இந்த மரபை உடைப்பதில் விருப்பமில்லை. ஏனெனில், இது பன்னெடுங்காலத் தமிழ்ப் பாடல் மரபு. இசைமரபு காலத்தின் தேவைக்கேற்ப மாறலாம்; மாற்றிக்கொள்ளலாம். பாடல் மரபை அவ்வளவு எளிதாக மாற்ற முடியாது. மக்களின் உதட்டிலிருக்கும்

மொழியமைப்பை மாற்றுவது அல்லது மாற்றக்கூடிய முயற்சியில் ஈடுபடுவது, மரபுக்கு மட்டுமல்ல, இயற்கைக்கே விரோதமானது என்பதுதான் என் கருத்து.

உலகமொழிகளில் இசைக்கப்படும் பாடல்கள் அனைத்திலுமே இந்த மரபுதான் பின்பற்றப்பட்டு வருகிறது. நம்முடைய செல்களின் சுழற்சியை இசையால் கட்டுப்படுத்த முடியுமென்றால், அவ்விசைக்கு தோதான வார்த்தைகளை மாற்றி அமைப்பதில் விபரீத விளைவுகளே நேரும். மாற்றம் ஒன்றுதான் மாறாதது என்கிற பொதுவிதியுடன் இதைப் பொருத்திப்பார்க்க வேண்டியதில்லை. கே. டி. சந்தானத்தின் பாடல்களில் எத்தனையோ இன்றும் நிலைத்திருப்பதற்கு அடிப்படைக் காரணம், அவர் வார்த்தைகளை அமைக்கும் முறையில் ஓர் உத்தியைக் கையாண்டிருக்கிறார். எதுகை மோனை இயைபைத் தாண்டியும் அவர் பாடல்களில் கருத்துகள் நிரல்படுத்தப்பட்டிருக்கின்றன.

ஒன்றைச் சொல்லி, அதிலிருந்து இன்னொன்றுக்குத் தாவாமல் சொல்லிய கருத்துக்குள்ளேயே நின்று வார்த்தைகளை அமைத்திருக்கிறார். அவரே ஒருமுறை, "படங்களுக்குப் பாட்டுக் கட்டவென்று நான் மண்டையை உடைத்துக் கொள்வதில்லை. சில வார்த்தைகளைத் தேடிக்கொண்டு உலகப் பிரயாணம் செய்வது இல்லை. வேறு சில அஜ்மாஷ் வேலைகளிலும் கவனம் செலுத்துவதில்லை. என்னமோ நினைத்துக்கொள்வேன், எழுதிக்கொண்டு போவேன்" என்றிருக்கிறார்.

"இயக்குநர்கள் சொல்லும் கதையையும் சூழல்களையும் உள்வாங்கிக்கொண்டு எழுத உட்கார்ந்தால், கடகடவென்று வார்த்தைகள் வந்துகொட்டுவதாக"வும் தெரிவித்திருக்கிறார். எல்லாம் முருகனின் அருள் என்று சொல்லிய அவர், "தங்குதடையில்லாமல் எழுதிய வார்த்தைகளை மறுநாள் பார்க்கையில் அவை எல்லாம் நான்தான் எழுதினேனா என்கிற சந்தேகம் வந்ததாக"வும் குறிப்பிட்டிருக்கிறார். அது ஒருவிதமான மனோநிலை. உட்கிரகித்த சூழலையும் காட்சியையும் வார்த்தைகளாக மாற்றுவதற்குத் தேவையான மனோநிலை. அதை அவர் மோனநிலையாகப் புரிந்துகொண்டிருக்கிறார். எனவேதான், முருகனின் அருளுக்கு மொத்தத்தையும்

யுகபாரதி □ 489

சமர்ப்பித்திருக்கிறார். தொழில்நுட்ப அறிவைப் பின்னுக்குத் தள்ளிவிட்டு உணர்வுத் தளத்தில் இருந்து ஒரு பாடலை எழுத ஆரம்பித்தால், அந்த மனோநிலையும் மோனநிலையும் எல்லோருக்கும் சாத்தியமே.

ஒன்றே ஒன்றுதான் நாம் செய்யவேண்டியது, மொழியில் கூடுதலான பரிச்சயத்தைக் கொள்ளவேண்டும். வாசிப்பைத் தீவிரப்படுத்தி வார்த்தைகளுடன் அதிகமாகப் புழங்கவேண்டும். ஒரு சொல்லுக்கு எத்தனைப் பொருளுண்டு என்பதையும் ஒரு பொருளுக்கு எத்தனை சொல்லுண்டு என்பதையும் தெரிந்துகொண்டால் கே.டி. சந்தானத்திற்குக் கிடைத்த முருகன் அருள் நமக்கும் கிடைக்கலாம். முருகன் அருளால்தான் வார்த்தைகள் கிடைக்குமென்று நம்பினாலும், மொழியைப் பழகாமல் போனால் பயனளிக்குமா? என்பது அறிவுக்கு அப்பாற்பட்டது. கே.டி.சந்தானத்தின் நிரல்படுத்தும் முறையைத் "தனிமையிலே இனிமைகாண முடியுமா" பாடல்மூலமும் புரிந்துகொள்ளலாம். முதல் வாக்கியத்தை எழுதியபின் அவ்வாக்கியமே அடுத்த வாக்கியத்தை அவருக்குத் தந்திருக்கிறது. வார்த்தைகளுக்காகக் காத்திருக்காமல், எதுகையையோ மோனையையோ யோசிக்காமல் நேரடியாக கருத்தை நிரல்படுத்த ஆரம்பித்திருக்கிறார்.

முடியுமா என்கிற யோசனையை முன்வைத்து வெவ்வேறு படிமங்களையும் குறியீடுகளையும் உருவாக்கியிருக்கிறார். "தனிமையிலே இனிமைகாண முடியுமா / நல் இரவினிலே சூரியனும் தெரியுமா?" என்பது பல்லவி. தனிமை, இனிமை என்ற இரு சொற்களையும் சாவியாகப் பயன்படுத்தி, ஏனைய வரிகளைத் திறந்திருக்கிறார். "துணை இல்லாத வாழ்வினிலே சுகம் வருமா? மனத் துயரமெல்லாம் தனிமையிலே மறைந்திடுமா? மனமிருந்தால் வழியில்லாமல் போகுமா? / உயிர் வாழும் நெஞ்சம் மறந்திடுமா" என ஒன்றில் தொடங்கி அதன் தொடர்ச்சியாக முழுப்பாடலையும் எழுதும் உத்தியே அவருடையது. கண்ணதாசனின் பிற்காலத்திய பாடல்களில் இதை வெகுவாகக் கவனிக்கலாம். 1962இல் வெளிவந்த "ஆடிப்பெருக்கு" திரைப்படத்தில் அதே உத்தியில் மற்றொரு பாடலை கே.டி.சந்தானம் எழுதியிருக்கிறார். "காவேரி ஓரம் கவி சொன்ன காதல்" என்னும் பாடலே அது.

490 □ நேற்றைய காற்று

பி. சுசீலாவின் குரலுக்கு ஏ. எம். ராஜா இசையமைத்திருக்கிறார். அப்பாடலில், "பொருளோடு வாழ்வு உருவாகும்போது / புகழ்பாட பலர் கூடுவார் / அந்த புகழ் போதையாலே எளியோரின் வாழ்வை / மதியாமல் உரையாடுவார் / ஏழை விதியோடு விளையாடுவார் / அன்பை மலிவாக எடைபோடுவார்" என்று எழுதியிருக்கிறார். அப்பாடலை முழுவதுமாக இசையுடன் கேட்கையில் மொழிமீது அவருக்கிருந்த அதீத காதலை அறிந்துகொள்ளலாம். ஒரு பாடல் இருபாடல் அல்ல, ஒவ்வொரு பாடலிலும் கருத்துகளையும் சந்தங்களையும் இழைத்து இழைத்துக் கொடுத்திருக்கிறார். தனிமையிலே இனிமைகாண முடியுமா பாடலின் இறுதி வரிக்கு முந்தைய வரியில், "கவிதையிலே நிலை மறக்கும் பாவலனும்" என்று சொல்லியிருக்கிறார். உண்மையில், அவர் பாடல்களைக் கேட்கையில் நிலைமறக்கும் நிலையே நமக்கும் ஏற்படுகிறது.

டி. ஆர். மகாலிங்கத்தின் நடிப்பில் வெளிவந்த "மோகனசுந்தரம்" திரைப்படத்தில் "பாட்டுவேணுமா" என்றே ஒரு பாடல் அமைந்திருக்கிறது. எப்படியான பாடல் வேண்டும் என்பதுபோல அவரே கேள்வியை எழுப்பி, "நாட்டுப் படத்தில் வரும் மெட்டில் / வட நாட்டுப் படத்தில் வரும் மெட்டில் / நமது நல்ல தமிழைப் புகுத்தி தொல்லை தரும் சினிமா பாட்டு வேணுமா?" என்று எழுதியிருக்கிறார். பாடலின் இறுதிப் பத்தியே என்னைக் கவர்ந்தது. "ஞானம் பிறந்த தமிழ்நாட்டில் / இன்று நாஸ்தீகம் வந்ததற்குப் பாட்டு வேணுமா?" என்பதுடன் நின்றிருந்தால் அது அவருடைய பார்வையாக விட்டுவிடலாம். அதற்கும் ஒருபடி மேலேபோய் "வான் மழை வறண்டதற்குப் பாட்டு வேணுமா / நல்ல வைதீகம் கெட்டதற்குப் பாட்டு வேணுமா" என்ற முடிப்பில்தான் அபாரமாக வெளிப்பட்டிருக்கிறார்.

நாத்தீகத்தை விமர்சிக்கிறாரே என்று பார்த்தால், போலி ஆத்தீகத்தையும் கண்டித்திருக்கிறார். நடப்பிலுள்ள செய்திகளையும் கருத்துகளையும் எழுதத் தயங்காத அவர், தம் திரைப்பாடல்களைக் காவியத் தன்மைக்கு இட்டுச்செல்ல எண்ணியிருக்கிறார். எங்கெல்லாம் இடறலான வார்த்தைகள் வருகின்றனவோ அவற்றைக் கவனித்துத் தவிர்த்திருக்கிறார்.

யுகபாரதி ☐ 491

பயபக்தியுடன் பாடல்களை எழுதியவராக அவரைக் கருதலாம். தமிழைத் தவறாக எழுதிவிடக்கூடாதென்கிற பயமும், எழுதப்படும் பாடல்களில் பக்தி இழையோட வேண்டுமெனவும் விரும்பியிருக்கிறார். அதற்கேற்ப அவருக்கு அமைந்த படங்களும் பக்திப் படங்களாக இருந்ததால் அவருடைய பயணம் தடங்கலோ சறுக்கலோ இல்லாமல் நிகழ்ந்திருக்கிறது.

1962இல் வெளிவந்த "சீமான் பெற்ற செல்வங்கள்" திரைப்படத்தில் "இருக்கட்டும் இருக்கட்டும் பேசிக்கிறேன்" என்றொரு பாடலை கே.டி. சந்தானம் எழுதியிருக்கிறார். அது, ஆண் பெண் இருவரும் இணைந்து பாடக்கூடிய பாடல். ஆணின் கேள்விக்குப் பெண்ணும், பெண்ணின் கேள்விக்கு ஆணும் பதில் சொல்வதாக அமைந்த அப்பாடலில், பெண்மை என்றாலும் மென்மை என்றாலும் தன்மையில் இரண்டும் ஒன்றல்லவா என்று பெண்பாட, அதற்கு பதிலாக இறைவன் என்றாலும் தலைவன் என்றாலும் இருசொல் ஒருபொருள் ஆவதன்றோ என்று ஆண் சொல்வதாக அமைத்திருக்கிறார். ஆணை இறைவனுக்கும் தலைவனுக்கும் நிகராகப் பெண் பார்க்கவேண்டுமென்கிற மரபார்ந்த சிந்தனையே அதுவெனினும், அதை எப்படிப் பாடலுக்குள் கொண்டுவந்திருக்கிறார் என்பதுதான் முக்கியம். அதே திரைப்படத்தில் இடம்பெற்றுள்ள மற்றொரு பாடலும் முக்கியமானது.

நினைக்க நினைக்க மனம் இனிக்குது என்ற பல்லவியைத் தாங்கிய அப்பாடலில், "வாழ்க்கை என்பதொரு காவியம் / அதில் வளரும் கனவுகள் ஆயிரம் / ஏக்கத்தில் சில மறைந்திடும் / வெறும் எண்ணத்திலே சில கரைந்திடும் / தீர்க்கமாய் இதைத் தெரிந்தவர்க்கேதான் / தித்திக்கும் வாழ்வு கிடைத்திடும்" என்றிருக்கிறார். தத்துவச்சாரத்துடன் வெளிவந்த அப்பாடலை அடியொற்றி அதைப்போல பல திரைப்பாடல்கள் வந்துவிட்டன. ஆனாலும், கே.டி. சந்தானத்தின் பாடலிலுள்ள அழகை வியக்காமல் இருக்க முடியவில்லை. பெண்ணியக் கருத்துகள் பெரிதாக வெளிச்சத்துக்கு வராத ஐம்பது அறுபதுகளில் கே.டி. சந்தானத்தின் திரைப்பாடல்களில் ஓர் ஆண் தனக்குரிய பெண்ணிடம் எப்படி நடந்துகொள்ளவேண்டும்

492 □ **நேற்றைய காற்று**

எனவும் ஒரு பாடலில் சொல்லியிருக்கிறார். "அறிவு பெருகவே ஆணும் பெண்ணும் சரிசமமாகப் பழகணும் / கல்வி இருவரும் ஒன்றாய்ப் பழகணும்" என்பதாகத் தொடங்கும் அப்பாடல், 1951இல் வெளிவந்த "கைதி" திரைப்படத்தில் இடம்பெற்றிருக்கிறது. இதே கருத்தை உடுமலை நாராயணகவியும் ஒரு பாடலில் எழுதியிருக்கிறார்.

நல்ல ஆண்மகனுக்கான இலக்கணங்களை அவர் அப்பாடலில் வரையறுத்துச் சொல்லியிருக்கிறார். ஆண் பெண் சமத்துவத்தைத் திரைப்பாடல்களில் முதலில் எழுதியவர் உடுமலையே எனினும், அவரைப் பின் தொடர்ந்து எழுதிய கே.டி. சந்தானமும் தம் பங்கை ஆற்றியிருக்கிறார். திரைப்பாடல்களுக்கும் இலக்கியத் தரமுண்டு என எழுதிக் காட்டிய கே.டி.சந்தானத்தின் பல பாடல்களை மேற்கோளாகக் காட்டி நிறைய விவாதிக்கலாம். இன்னும் ஓர் ஐம்பது ஆண்டுகளில் தமிழின் சந்த மரபுகள் மீறப்பட்டு புதுவிதமான பாடல்முறை வரலாம். அப்போதும்கூட, கே.டி. சந்தானம் போன்றவர்கள் தேவைப்படுவர். தமிழின் அழகுகள் சந்தத்தில் இருக்கின்றன. சந்தங்களே கவிதைகளுக்கு ஆகாததென அறிவிக்கப்பட்டாலும் பாடல்களுக்குச் சந்தங்களே பிரதானம். கவிதைவேறு, பாடல் வேறு என்று மீண்டும் ஒருமுறை சொல்லத் தோன்றுகிறது.

காலத்தின் வேகத்திற்குக் கவிதைகள் தேவைப்படாமல் போனாலும் போகலாம். பாடல்கள் அவ்வாறில்லை. 1952இல் வெளிவந்த "காதல்" திரைப்படத்தில் அவரே எழுதியதுபோல, "தீஞ்சுவை மருவும் குயிலின் இசையே ஸ்வரராக கீதம் / ஜில்லென ஓடும் அருவியின் ஓசை சுகமான மேளம்" கீதமும் மேளமும் இல்லாத ஒருநாள் வாய்க்குமெனில் அன்றே கே.டி.சந்தானம் மறக்கப்படுவார். அப்படியொரு நாளே வரப்போவதில்லை

யுகபாரதி □ 493